ಅಬ್ದುಲ್ ರಶೀದ್

ಕವಿ, ಕಥೆಗಾರ, ಅಂಕಣಕಾರ ಅಬ್ದುಲ್ ರಶೀದ್ ಹೂವಿನಕೊಲ್ಲಿ ಬರೆದು ಇದೀಗ ಕಾದಂಬರಿಕಾರರೂ ಆಗುತ್ತಿದ್ದಾರೆ. ಕೊಡಗಿನ ಕಾಫಿ ತೋಟವೊಂದರ ರೈಟರ ಮಗನಾಗಿ ಹುಟ್ಟಿದ (1965) ರಶೀದ್ ತಾವು ಕನ್ನಡದ ರೈಟರಾಗುವುದನ್ನು ಕನಸಿನಲ್ಲೂ ಕಂಡಿರಲಿಲ್ಲ ಎಂದು ಹೇಳುತ್ತಲೇ ಸಾಕಷ್ಟು ಬರೆದುಬಿಟ್ಟಿದ್ದಾರೆ.

ನನ್ನ ಪಾಡಿಗೆ ನಾನು, ನರಕದ ಕೆನ್ನಾಲಿಗೆಯಂತಹ ನಿನ್ನ ಬೆನ್ನ ಹುರಿ (ಕವಿತಾ ಸಂಕಲನಗಳು), ಹಾಲು ಕುಡಿದ ಹುಡುಗಾ, ಪ್ರಾಣಪಕ್ಷಿ, ಈ ತನಕದ ಕಥೆಗಳು, ಹೊತ್ತು ಗೊತ್ತಿಲ್ಲದ ಕಥೆಗಳು, ಲಾರ್ಡ್ ಕಾರ್ನ್‌ವಾಲಿಸ್ ಮತ್ತು ಕ್ವೀನ್ ಎಲಿಜಬೆತ್, ಅಂತಾರಾಷ್ಟ್ರೀಯ ಕುಂಬಳಕಾಯಿ (ಕಥಾ ಸಂಕಲನಗಳು), ಮಾತಿಗೂ ಆಚೆ, ಅಲೆಮಾರಿಯ ದಿನಚರಿ, ಮೈಸೂರ್ ಪೋಸ್ಟ್, ಕಾಲುಚಕ್ರ (ಅಂಕಣ ಬರಹ) – ಇವರ ಪುಸ್ತಕಗಳು.

ಕೇಂದ್ರ ಸಾಹಿತ್ಯ ಅಕಾಡೆಮಿಯ ಸುವರ್ಣ ಮಹೋತ್ಸವ ಯುವ ಲೇಖಕ ಪ್ರಶಸ್ತಿ, ಕರ್ನಾಟಕ ಸಾಹಿತ್ಯ ಅಕಾಡೆಮಿ ಪ್ರಶಸ್ತಿ, ಸಾಹಿತ್ಯಶ್ರೀ ಪ್ರಶಸ್ತಿ, ವರ್ಧಮಾನ ಪ್ರಶಸ್ತಿ, ಲಂಕೇಶ್ ಪ್ರಶಸ್ತಿ – ಬಂದಿರುವ ಕೆಲವು ಮನ್ನಣೆಗಳು.

ಈಗ ಆಕಾಶವಾಣಿಯ ಮೈಸೂರು ಕೇಂದ್ರದಲ್ಲಿ ಕಾರ್ಯಕ್ರಮ ನಿರ್ವಾಹಕರಾಗಿರುವ ರಶೀದ್, ಇದುವರೆಗೆ ಮಂಗಳೂರು, ಮೇಘಾಲಯದ ಶಿಲ್ಲಾಂಗ್, ಗುಲ್ಬರ್ಗ, ಮೈಸೂರು, ಮಡಿಕೇರಿ ಮತ್ತು ಲಕ್ಷದ್ವೀಪದ ಕವರತ್ತಿ ಆಕಾಶವಾಣಿ ಕೇಂದ್ರಗಳಲ್ಲಿ ಕೆಲಸ ಮಾಡಿದ್ದಾರೆ.

ಅಬ್ದುಲ್ ರಶೀದ್ ಕನ್ನಡದ ಜನಪ್ರಿಯ ಅಂತರ್ಜಾಲ ತಾಣ 'ಕೆಂಡಸಂಪಿಗೆ'ಯ ಗೌರವ ಸಂಪಾದಕರು.

ಹೂವಿನಕೊಲ್ಲಿ

ಅಬ್ದುಲ್ ರಶೀದ್

ವೀರಲೋಕ

ವೀರಲೋಕ ಬುಕ್ಸ್ ಪ್ರೈ.ಲಿ.
207, 2ನೇ ಮಹಡಿ, 3ನೇ ಮೇನ್, ಚಾಮರಾಜಪೇಟೆ
ಬೆಂಗಳೂರು–560018. ಮೊಬೈಲ್: 70221 22121
ಇಮೇಲ್: veeralokabooks@gmail.com
ವೆಬ್‌ಸೈಟ್: www.veeralokabooks.com

HOOVINAKOLLI
A novel written by **Abdul Rasheed**

Published by:
VEERALOKA BOOKS PVT. LTD.
207, 2nd Floor, 3rd Main
Chamarajpet, Bengaluru-560018

Mobile : +91 7022122121
E-mail : veeralokabooks@gmail.com
Website: www.veeralokabooks.com

© **Publisher**

Price : Rs. 270/-
Pages : 236
First Print : 2011 (Kendasampige Prakashana)
Second Print : 2014 (Kannada Sahitya Parishat)
Revised Impression : 2023 (Veeraloka Books)

Paper used : 70 GSM NS Maplitho
Book size : 1/8th Demy

ISBN : 978-93-94942-58-5

Cover page illustration by : Sudesh Mahan
Illustration by : Mohan Sona
Inner pages design by : Vijaya Vikram

VEERALOKA FAMILY
Anand Rach - Anantha Kunigal - RajVishnu - Govind Vishnu
Vishwajith - Mamatha - Parvathi - Sai Raghav

ಅರ್ಪಣೆ

ಕೆಲವೊಮ್ಮೆ ತಾಯಿಯಂತೆಯೂ,
ಬಹಳ ಸಲ ಮಗಳಂತೆಯೂ ಇರುವ
'ಉಮ್ಮ' ಫಾತಿಮಾ ಇಸ್ಮಾಯಿಲ್
ರಿಗೆ

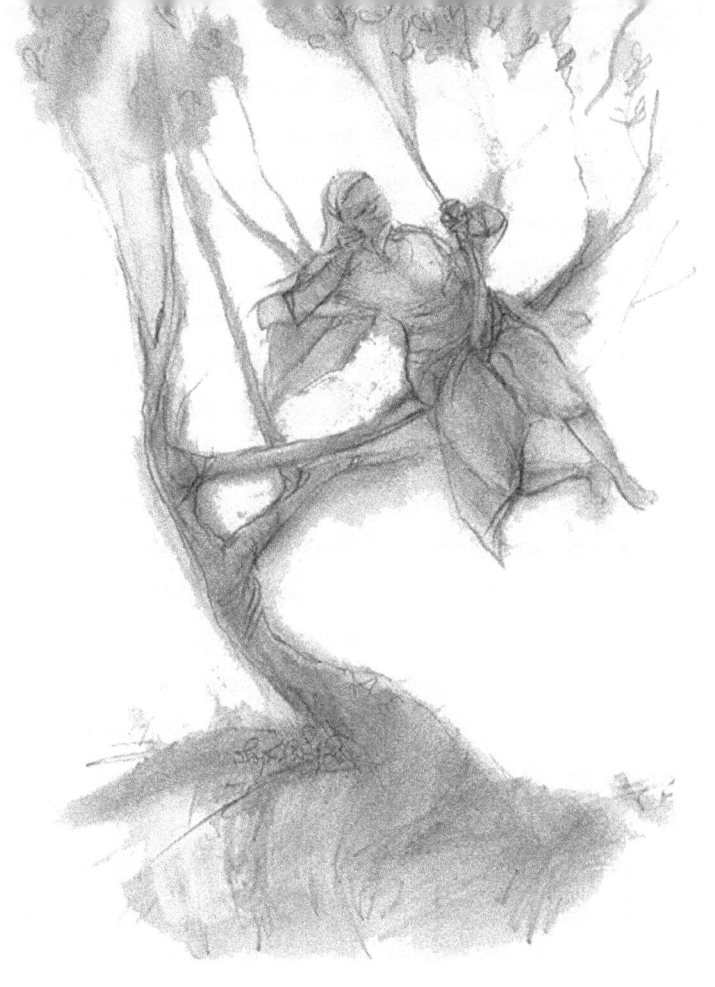

ಲೇಖಕರ ಮಾತು

ಈ ಕಾದಂಬರಿಯಲ್ಲಿ ಬರುವ ಬೆರಳು ಚೀಪುವ ನೆಬೀಸಾ ಕಳೆದ ವಾರ ಸಿಕ್ಕಿದ್ದಳು. ನನಗಿಂತ ಒಂದು ವರ್ಷ ಮೊದಲು ಹುಟ್ಟಿದವಳು ಅವಳು. ಆ ದೊಡ್ಡಸ್ತಿಕೆ ಆಕೆಯಲ್ಲಿ ನಲವತ್ತು ವರ್ಷಗಳು ಕಳೆದ ಮೇಲೂ ಹಾಗೆಯೇ ಉಳಿದುಕೊಂಡಿದೆ. ಆರು ವರ್ಷದವರೆಗೂ ಬೆರಳು ಚೀಪುತ್ತಲೂ, ನಾಲ್ಕು ವರ್ಷದವರೆಗೆ ತನ್ನ ಅಮ್ಮನ ಮೊಲೆಗಳಿಗೆ ಕರುವಿನಂತೆ ತಲೆಯಿಂದ ಡಿಕ್ಕಿ ಹೊಡೆದು ಹಾಲು ಕುಡಿಯುತ್ತಲೂ ಇದ್ದ ಈಕೆ ಕಳೆದ ವಾರ ಸಿಕ್ಕಿದಾಗ ಅದನ್ನೆಲ್ಲ ನೆನಪಿಸಿಕೊಂಡೆ. 'ರಶೀದೇ, ನೀನೇ ಅಲ್ಲವಾ ಬೆರಳು ಚೀಪುತ್ತಿದ್ದುದು, ನೀನೇ ಅಲ್ಲವಾ ಹಾಲು ಹೀರುತ್ತಿದ್ದುದು' ಎಂದು ಆಕೆ ಆ ಸುಖಗಳನ್ನೆಲ್ಲವನ್ನೂ ನನ್ನ ತಲೆಗೇ ಹಾಕಿ ತಾನು ಮಾತ್ರ ದೇವತೆಯಂತೆ ಕೂತಿದ್ದಳು.

ಇದೀಗ ಕಾದಂಬರಿಕಾರನಾಗಿರುವ ನನ್ನ ನೆನಪುಗಳನ್ನು ನೆಚ್ಚಿಕೊಳ್ಳಬೇಕೋ, ಅಥವಾ ಕಾದಂಬರಿಯ ಪಾತ್ರವಾಗಿರುವ ಆಕೆಯ ಮಾತುಗಳನ್ನು ನಂಬಬೇಕೋ ಎಂದು ಗೊತ್ತಾಗದೆ ಆಕೆ ಕೊಟ್ಟ ಕರಿ ಕಾಫಿ ಕುಡಿದು ಬಂದೆ. ಬರುವ ಮೊದಲು ಆಕೆ ಈ ಕಾದಂಬರಿಯಲ್ಲಿ ಇರದ ಇನ್ನೂ ಕೆಲವು ಸ್ವಪ್ನಸದೃಶ ಸತ್ಯ ಕತೆಗಳನ್ನು ಹೇಳಿ ನಾವಿಬ್ಬರೂ ಬಹಳ ಹೊತ್ತು ನಗಾಡಿದ್ದೆವು.

ಅದರಲ್ಲಿ ಒಂದು ಆಕೆ ದುಬಾಯಿಗೆ ಹೋಗಿ ಬಂದ ಕಥೆ. ಅವಳನ್ನು ಯಾರೋ ಒಬ್ಬರು ಸಾಹುಕಾರರ ಕಡೆಯವರು ದುಬಾಯಿಯಲ್ಲಿರುವ ತಮ್ಮ ನೆಂಟರ ಮನೆಗೆ ಕೆಲಸಕ್ಕೆ ಕಳಿಸಿದ್ದರಂತೆ. ಈಕೆ ವಿಮಾನ ಹತ್ತಿ ಅಲ್ಲಿ ಇಳಿದು ಎರಡು ದಿನ ಕಾದರೂ ಕರೆದುಕೊಂಡು ಹೋಗಲು ಯಾರೂ ಬರಲಿಲ್ಲವಂತೆ. ಆಮೇಲೆ ಇನ್ನೊಂದು ವಿಮಾನ ಹತ್ತಿಸಿ ಇವಳನ್ನು ಇಂಡಿಯಾಕ್ಕೆ ವಾಪಾಸು ಕಳಿಸಿದರಂತೆ. 'ಏನಾದರೂ ಆಗಲಿ ಆಕಾಶದ ಮೇಲಿಂದ ದುಬಾಯಿ ನೋಡಿ ಬಂದೆನಲ್ಲಾ. ಈ ಜೀವಕ್ಕೆ ಅಷ್ಟು ಸಾಕು ರಶೀದೇ' ಎಂದು ಆಕೆ ಕಣ್ಣು ಮಿಟುಕಿಸಿದಳು.

ಇದು ಒಂದು ಪ್ರಸಂಗ. ಇದನ್ನು ಬರೆಯುತ್ತಿರುವ ಹೊತ್ತಲ್ಲಿ ಈ ಹೂವಿನಕೊಲ್ಲಿಯಲ್ಲಿ ಬರಬೇಕಿದ್ದ ಇಂತಹ ಇನ್ನೂ ನೂರಾರು ಕಥೆಗಳೂ, ಪ್ರಸಂಗಗಳೂ ನೆನಪಾಗಿ ಇದನ್ನು ಬರೆದು ಮುಗಿಸಬಾರದಿತ್ತು ಅಂತಲೂ ಅನಿಸುತ್ತದೆ. ನೆಬೀಸಾ ಎಂದೆಂದೂ ಮುಗಿಯದಿರುವ ಕಾಲಪ್ರವಾಹದಲ್ಲಿ ಕಾಲಾಡಿಸಿಕೊಂಡು ಹೂವಿನಕೊಲ್ಲಿಯಲ್ಲಿ ಹೀಗೆಯೇ ಇರಲಿ, ನಾನು ಇದನ್ನು ಮುಗಿಸಿ ಕಾದಂಬರಿಕಾರನಾಗುತ್ತೇನೆ ಎಂದು ಮುಗಿಸಿ ಬಿಟ್ಟಿದ್ದೇನೆ.

ಇದನ್ನು ಬರೆಯುವ ಹೊತ್ತಲ್ಲಿ ನಾನು ಅನುಭವಿಸಿದ ಆನಂದವೂ, ಅಚ್ಚರಿಯೂ, ತಮಾಷೆಗಳೂ ಸಖತ್ತಾಗಿದ್ದವು. ನಾನು ಬದುಕಿದ ಆ ಬಾಲ್ಯ, ಆ ಕಾಫಿಯ ತೋಟ, ಅಲ್ಲಿನ ಈ ಮುಖಗಳು ಇವೆಲ್ಲವೂ ಈ ಬ್ರಹ್ಮಾಂಡಮಂಡಲದಂತಹ ಭೂಲೋಕದ ಸಾಹಿತ್ಯ, ಸಂಗೀತ, ಸಂಸ್ಕೃತಿ, ತಂತ್ರಜ್ಞಾನ, ರಾಜಕೀಯ, ಧರ್ಮ, ಇತಿಹಾಸಗಳ ಭೋರ್ಗರೆತಗಳ ನಡುವೆ ಎಷ್ಟು ಅಪರಿಚಿತವೂ, ನಗಣ್ಯವೂ ಆಗಿ ತೋರಬಹುದು ಎಂದು ಹೆದರಿಕೊಂಡಿದ್ದ ನನಗೇ ಅಚ್ಚರಿಯಾಗುವಂತೆ ಮತ್ತೆ ಎದ್ದು ಬಂದ ಹೂವಿನಕೊಲ್ಲಿಯ ಈ ಲೋಕಕ್ಕೆ ನಾನು ಶರಣಾಗಿರುವೆ.

ನಾನು ಹೂವಿನಕೊಲ್ಲಿಯ ಈ ಲೋಕದಲ್ಲಿ ಇದ್ದದ್ದು ನನಗೆ ಕೇವಲ ಹತ್ತು ವರ್ಷ ತುಂಬುವರೆಗೆ.. ಆಮೇಲಿನದ್ದೆಲ್ಲ ಕೇಳಿದ್ದು, ದೂರದಿಂದ ನೋಡಿದ್ದು ಮಾತ್ರ. ಆದರೂ ಬರೆಯುವ ಹೊತ್ತಲ್ಲಿ ಬಂದು ತಲೆ ನೇವರಿಸಿ ಮುತ್ತಿಟ್ಟು ಬರೆಸಿದ ಕುಟ್ಟಿಕಣ್ಣನೂ, ನಂಬಿಯಾರರೂ, ಹಾಜಮ್ಮಳೂ, ಶಾಂತಿ ಸೇವಂತಿಯರೂ, ಮೊಲ್ಲಾಕನೂ, ಗುಳಿಗನ ಕಲ್ಲೂ, ಚಾಮುಂಡಿ ಬಾಣೆಯೂ, ಆಕಾಶವೂ, ಗಾಳಿಯೂ, ಬೆಳಕೂ ಎಲ್ಲವೂ ನನಗೆ ಯಾವುದೋ ಸಂಗೀತದಂತೆ ಅನಿಸಿದೆ. ಇದೆಲ್ಲವನ್ನೂ ಬರೆಸಿದ ಕನ್ನಡ ಸರಸ್ವತಿಗೂ, ನನ್ನನ್ನು ಹೊತ್ತು ಸಾಕಿದ ಉಮ್ಮಾ ಬಾಪಾರಿಗೂ, ಕಥೆಗಳನ್ನು ಹೇಳಿದ ಪಾತುಮ್ಮಳಿಗೂ, ಜೊತೆಯಲ್ಲಿ ಜೀವದಂತೆ ಓಡಾಡುತ್ತಿದ್ದ ಸಣ್ಣನಿಗೂ ಕೈಮುಗಿಯುತ್ತೇನೆ.

ಜೊತೆಗೆ ಹೂವಿನಕೊಲ್ಲಿಯ ಖಾನ್ ಸಾಹುಕಾರರಿಗೂ ಕೂಡ.

ಕಥೆ ಹೇಳುವ ಆನಂದಕ್ಕಿಂತ ದೊಡ್ಡ ಆನಂದ, ಕಥೆ ಗೊತ್ತಿದೆ ಎನ್ನುವ ವಿಶ್ವಾಸಕ್ಕಿಂತ ದೊಡ್ಡ ವಿಶ್ವಾಸ ಈ ಲೋಕದಲ್ಲಿಲ್ಲ ಎನ್ನುವ ನಂಬಿಕೆ ಈಗ ನನಗೆ ಇನ್ನೂ ಗಟ್ಟಿಯಾಗಿದೆ. ಕಥೆ ಹೇಳುವ, ಬರೆಯುವ ಈ ಹಾಳು ಚಾಳಿಯಿಂದಾಗಿ ನನಗೆ ದಕ್ಕಿರುವ ಗೆಳೆಯರು, ಗೆಳತಿಯರು, ದೊಡ್ಡವರು, ಸಣ್ಣವರು– ಇವರೆಲ್ಲರಿಂದ ಮತ್ತೆ ಸಿಗುತ್ತಿರುವ ಕಥೆಗಳು, ಮಾತುಗಳು, ಖುಷಿಗಳು ಬೇರೆ ಇನ್ನಾರಿಗೆ ಎಂದು ಕುಣಿದುಕೊಂಡು ಈಗಲೂ,

ಇನ್ನು ಮುಂದೆಯೂ ಓಡಾಡುತ್ತಲೇ ಇರಬಹುದಲ್ಲಾ ಎಂದು ಇನ್ನಷ್ಟು ಖುಷಿಯಾಗುತ್ತಿದೆ.

ನಗುವೂ ಬರುತ್ತಿದೆ. ಕಂಪ್ಯೂಟರಿನ ಮುಂದೆ ಕುಳಿತು ಬಲಗೈಯ ಒಂದೇ ಒಂದು ಬೆರಳಿಂದ ಕುಟ್ಟಿ ಬರೆದ ಈ ಹೂವಿನಕೊಲ್ಲಿ! ಕಳೆದ ನಾಲ್ಕು ವರ್ಷಗಳಿಂದ ಬರೆಯುತ್ತ, ನಿಲ್ಲಿಸುತ್ತ, ಮುನಿಸಿಕೊಂಡು ದೂರವಿಡುತ್ತಾ ಮತ್ತೆ ಅಯ್ಯೋ ಎಂದು ಎತ್ತಿಕೊಂಡ ಈ ಹೂವಿನಕೊಲ್ಲಿ! 'ಕೆಂಡಸಂಪಿಗೆ'ಯಲ್ಲಿ ಅಯ್ಯೋ, ಆಯ್ತಾ, ಮುಗೀತಾ ಎಂದು ಓದುಗರಿಂದ ಛೇಡಿಸಿಕೊಂಡು, ಯಾಕೆ ಬರೀತಿಲ್ಲ ಎಂದು ಬಯ್ಯಿಸಿಕೊಂಡು ಆ ವಾರದ ನನ್ನ ಕೋಪ, ತಾಪ, ಸಂತೋಷಕ್ಕೆ ತಕ್ಕುದಾಗಿ ಪಾತ್ರಗಳನ್ನೂ, ಆಕಾಶವನ್ನೂ, ಮಳೆಯನ್ನೂ ಬಿಸಿಲುಗಳನ್ನೂ ಬರಿಸಿಕೊಂಡು ಮುಗಿಸಿದ ಹೂವಿನಕೊಲ್ಲಿ!

ಅಯ್ಯೋ ಇದನ್ನು ಮುಗಿಸಿರದಿದ್ದರೆ ಇನ್ನೂ ಅಲ್ಲೇ ಇರಬಹುದಿತ್ತಲ್ಲ ಎಂದು ನನಗಂತೂ ಈ ಹೊತ್ತಲ್ಲಿ ಅನಿಸುತ್ತಿದೆ.

ಇನ್ನು ಒಂದು ಅಕ್ಷರ ಹೇಳಿದರೆ ಮತ್ತೆ ಬರೆಯಬೇಕನ್ನಿಸುತ್ತದೆ.

ನಿಲ್ಲಿಸುತ್ತೇನೆ.

ನಮಸ್ಕಾರ.

*

ಕೃತಜ್ಞತೆಗಳು

ಕನ್ನಡದ ಸಾರಸ್ವತ ಲೋಕ ಮರೆತೇ ಹೋಗಿದ್ದ ಈ ಕಾದಂಬರಿಯನ್ನು ಮರುಪ್ರಕಟಿಸುವ ಮನಸ್ಸು ತೋರಿದ ವೀರಲೋಕ ಪ್ರಕಾಶನದ ವೀರಕಪುತ್ರ ಶ್ರೀನಿವಾಸರಿಗೆ,

ಈ ಕಾದಂಬರಿಯನ್ನು ಮೊದಲ ಬಾರಿ ಪ್ರಕಟಿಸಿದ ಕೆಂಡಸಂಪಿಗೆ ಪ್ರಕಾಶನದ ಶಶಿಕಿರಣ್ ಮುಳ್ಳೂರು ಮತ್ತು ಸುಜಯಾರಿಗೆ,

ಹೂವಿನಕೊಲ್ಲಿಯೊಳಗೆ ನನಗಿಂತ ಖುಷಿಯಲ್ಲಿ ಓದಿ ಓಡಾಡಿ ತಿದ್ದಿ ತೀಡಲು ಸಹಕರಿಸಿದ ಭರತೇಶ್, ರಾಮು ಮಾಮ, ನಾಗಶ್ರೀ, ಭಾರತಿ, ಫಕೀರ್ ಮಾಮ, ಉಮಾರಾವ್, ಅನು ಪಾವಂಜೆ, ಬಸವರಾಜು, ಇಸ್ಮಾಯಿಲ್, ಗಂಗಾಧರಯ್ಯ, ತಂಗಿಯರಾದ ನೂರಿ ಮತ್ತು ವಹೀದಾರಿಗೆ,

ಆಕಾಶವಾಣಿಯ ಇಂದಿರಾ ಮೇಡಂಗೆ,

ಮುಖಪುಟ ಮಾಡಿ ಕೊಟ್ಟ ಗೆಳೆಯ ಸುದೇಶ್ ಮಹಾನ್, ಮುಖಪುಟ ವಿನ್ಯಾಸ ಮಾಡಿಸ ಯು.ಟಿ.ಸುರೇಶ್, ಅರ್ಥಗರ್ಭಿತ ಒಳ ಚಿತ್ರಗಳನ್ನು ಬರೆದ ಮೋಹನ್ ಸೋನರಿಗೆ,

ಒಳಪುಟ ವಿನ್ಯಾಸ ಮಾಡಿದ ನೀತು ಗ್ರಾಫಿಕ್ಸ್‌ನ ಶಾರದರಿಗೆ,

ನಿನ್ನ ಕೋದಂಬರಿಯನ್ನು ಟ್ರ್ಯಾಜಿಡಿ ಮಾಡಬೇಡ, ಕಾಮಿಡಿ ಮಾಡು ಎಂದು ಗೋಗರೆಯುತ್ತಿದ್ದ ಮುದ್ದಿನ ಮಕ್ಕಳು ಸಿರೀನ್ ಮತ್ತು ಅಖಿಲ್‌ರಿಗೆ, ಮತ್ತು ಎಲ್ಲಕ್ಕಿಂತ ಮುಖ್ಯವಾಗಿ

ಇನ್ನಾದರೂ ನೆಟ್ಟಗೆ ಕನ್ನಡ ಬರೆಯಲು ಕಲಿ ಎಂದು ಹೇಳುತ್ತಲೇ ಇರುವ ಮೋಳಿ ಮೇಡಂಗೆ.

–ಅಬ್ದುಲ್ ರಶೀದ್

ಪ್ರಕಾಶಕರ ನುಡಿ

ಕೇವಲ ಓದುಗನಾಗಿದ್ದಾಗ 'ಸಾಹಿತ್ಯ ಲೋಕ ಎನ್ನುವುದು ಜೇನುಗೂಡು, ಓದುಗನಿಗೆ ಸಿಹಿ ನೀಡುವುದಕ್ಕಾಗಿಯೇ ಆ ಜೇನುಗಳು ಒಟ್ಟಾಗಿರುತ್ತವೆ' ಎಂದು ಭಾವಿಸಿದ್ದವನು. ಪ್ರಕಾಶಕನಾದ ನಂತರ ಒಂದೊಂದೇ ಒಳಮರ್ಮಗಳ ದರ್ಶನವಾಗುತ್ತಿದೆ. ಅವುಗಳು ದಿಗಿಲುಗೊಳಿಸುತ್ತಿವೆ. ಇತ್ತೀಚೆಗಷ್ಟೇ ಪ್ರೀತಿಯ ಆಹ್ವಾನದ ಮೇರೆಗೆ ಒಂದು ಪುಸ್ತಕ ಬಿಡುಗಡೆ ಸಮಾರಂಭದಲ್ಲಿ ಭಾಗಿಯಾಗಿದ್ದೆ. ಸಾಹಿತ್ಯ ಲೋಕದೊಂದಿಗೆ ಒಂದೂವರೆ ವರ್ಷದ ಒಡನಾಟ ಇರುವುದರಿಂದ ಯಾವುದೇ ಪುಸ್ತಕ ಬಿಡುಗಡೆ ಸಮಾರಂಭಕ್ಕೆ ಹೋಗಲಿ, ಅಲ್ಲೊಂದಷ್ಟು ಪರಿಚಿತರು ಇದ್ದೇ ಇರುತ್ತಾರೆ. ಇಲ್ಲೂ ಕೂಡ ಪರಿಚಿತರು ಸಿಗುವರೆಂಬ ನಂಬಿಕೆಯಿತ್ತು. ಅದು ಸುಳ್ಳಾಗಿತ್ತು.

ಅಚ್ಚರಿ ಎಂದರೆ 'ಕರೆದಾತ'ನೊಬ್ಬನ ಹೊರತಾಗಿ ಉಳಿದವರೆಲ್ಲರಿಗೂ ನಾನು ಅಪರಿಚಿತ. ಒಂದೂವರೆ ವರ್ಷದಲ್ಲಿ 65 ಕೃತಿಗಳನ್ನು ಪ್ರಕಟಿಸಿ, 45 ಸಾವಿರಕ್ಕೂ ಹೆಚ್ಚು ಕೃತಿಗಳನ್ನು ಮಾರಾಟ ಮಾಡಿ, ಹತ್ತಕ್ಕೂ ಹೆಚ್ಚು ಕಾರ್ಯಕ್ರಮಗಳನ್ನು ಆಯೋಜಿಸಿರುವೆ. ಸಾವಿರಾರು ಸಾಹಿತ್ಯಾಸಕ್ತರ ಜೊತೆ ಒಡನಾಡಿರುವೆ. ಆದರೆ, ಅಲ್ಲಿನ ಆ ಇನ್ನೂರು ಜನರನ್ನು ನನಗೆ ತಲುಪಲು ಆಗಿರಲೇ ಇಲ್ಲ. ಅವರೂ ನನ್ನ ಹತ್ತಿರ ಸುಳಿದಿರಲಿಲ್ಲ. ಯಾಕೆ ಹೀಗೆ? ಸಾಹಿತ್ಯ ಲೋಕ ಜೇನುಗೂಡಿನಂತಿಲ್ಲ ಎಂಬ ಸತ್ಯ ನನ್ನ ಅರಿವಿಗೆ ಈಗೀಗ ಬರುತ್ತಿದೆ. ಸಾಹಿತ್ಯ ಲೋಕ ವರ್ಗಗಳಾಗಿ ಹಂಚಿಹೋಗಿದೆ ಎನ್ನುವ ಕಟು ಸತ್ಯ ಬಾಧಿಸುತ್ತಿದೆ. ನನಗೇ ಗೊತ್ತಿಲ್ಲದಂತೆ ನನ್ನನ್ನೂ ಈ ಗ್ರೂಪಿಸಂ ವರ್ತುಲಕ್ಕೆ ಸೇರಿಸಿ ಬಿಟ್ಟಿದ್ದಾರಲ್ಲ ಎನ್ನುವ ವಿಷಾದ ಕಾಡುತ್ತಿದೆ. 'ಅವರ ಪುಸ್ತಕ ಇವರು ಓದಲ್ಲ, ಇವರ ಪುಸ್ತಕ ಅವರು ಮುಟ್ಟಲ್ಲ' ಎನ್ನುವ ವಾತಾವರಣ ಸೃಷ್ಟಿಯಾಗಿದೆ. ಹಾಗಾಗಿ ಅವರಿಗೆ ಇವರು, ಇವರಿಗೆ ಅವರು ಅಪರಿಚಿತರಾಗಿ ಉಳಿದು ಬಿಟ್ಟಿದ್ದಾರೆ ಅನಿಸುತ್ತಿದೆ.

ಪರಿಸ್ಥಿತಿ ಹೀಗಿರುವಾಗ ಪ್ರಕಾಶನ ಸಂಸ್ಥೆಯೊಂದು ಇನ್ನಷ್ಟು ಪಾರದರ್ಶಕವಾಗಿರಬೇಕಾದ, ಎಲ್ಲರನ್ನೂ ಒಳಗೊಳ್ಳಬೇಕಾದ ಅಗತ್ಯ ತುಸು

ಹೆಚ್ಚೇ ಇದೆ ಎಂದು ಭಾವಿಸಿದ್ದೇನೆ. ಹೇಗೆಂದರೆ, ಪ್ರಕಾಶನ ಸಂಸ್ಥೆಯನ್ನು ಸಿನಿಮಾ ಥಿಯೇಟರಿನ ಹಾಗೆ ಇಟ್ಟುಕೊಳ್ಳಬೇಕಿದೆ. ಅಲ್ಲಿ ಯಾವ ಸಿನಿಮಾ ಬೇಕಾದರೂ ಬರಬಹುದು, ಯಾವ ಪ್ರೇಕ್ಷಕನಾದರೂ ವೀಕ್ಷಿಸಬಹುದು. ನನ್ನದೇನಿದ್ದರೂ ಥಿಯೇಟರ್, ಪರದೆ, ಧ್ವನಿ ವ್ಯವಸ್ಥೆಯನ್ನು ಸರಿಯಾದ ಸ್ಥಿತಿಯಲ್ಲಿಡುವುದಷ್ಟೇ!

ಅದೇ ಕ್ರಮದಲ್ಲಿ ನವೆಂಬರ್ ತಿಂಗಳಲ್ಲಿ ವಿವಿಧ ಲೇಖಕರ ಹನ್ನೊಂದು ಕೃತಿಗಳು ವೀರಲೋಕದಿಂದ ಬಿಡುಗಡೆ ಆಗುತ್ತಿವೆ. ಹೊಸಬರ ಕೃತಿಗಳನ್ನು ಪ್ರೋತ್ಸಾಹಿಸುತ್ತಿದ್ದ ವೀರಲೋಕ ಇದೀಗ ಸಾಹಿತ್ಯ ಲೋಕದ ದಿಗ್ಗಜರ ಕೃತಿಗಳನ್ನು ಕನ್ನಡ ಸಾರಸ್ವತಲೋಕಕ್ಕೆ ನೀಡುತ್ತಿದೆ. ಅಬ್ದುಲ್ ರಶೀದ್, ಕೌಂಡಿನ್ಯ, ಡಾ. ಡಿ.ಎಸ್. ಚೌಗಲೆ, ಡಾ. ಲಕ್ಷ್ಮಣ ಕೌಂಟೆ, ವಿಕ್ರಂ ಹತ್ವಾರ್, ಡಾ. ಡಿ.ಎಸ್. ಶ್ರೀನಿವಾಸ ಪ್ರಸಾದ್, ಪ್ರೇಮಾನಂದ ಕಾಮತ್, ಡಾ. ಗೀತಾ ಸುನೀಲ್ ಕಶ್ಯಪ್, ಸುಧಾ ಆಡುಕುಳ, ಸಂತೆಬೆನ್ನೂರು ಫೈಜ್ನಟ್ರಾಜ್, ಜಯರಾಮಾಚಾರಿ, ರವೀಂದ್ರ ವೆಂಶಿ ಅವುಗಳ ಲೇಖಕರು. ಈ ಎಲ್ಲಾ ಕೃತಿಗಳು ಇದುವರೆಗಿನ ವೀರಲೋಕದ ಕೃತಿಗಳಿಗಿಂತ ಭಿನ್ನವಾಗಿವೆ ಎಂಬ ಭರವಸೆ ಕೊಡುತ್ತಿದ್ದೇನೆ.

'ಹೂವಿನಕೊಲ್ಲಿ' ಕೃತಿಯನ್ನು ವೀರಲೋಕಕ್ಕೆ ನೀಡಿದ ಅಣ್ಣನ ಸ್ಥಾನದಲ್ಲಿರುವ ಅಬ್ದುಲ್ ರಶೀದ್ ಅವರಿಗೆ ನನ್ನ ತುಂಬು ಪ್ರೀತಿ. ಅವರು ನಮ್ಮ ವೀರಲೋಕದ ಪರಮಹಿತೈಷಿ ಎಂಬುದು ನಮ್ಮ ಸುಕೃತ. ಇಂಥದ್ದೊಂದು ವಿಭಿನ್ನ ಕಾದಂಬರಿಯ ಓದು ನನ್ನನ್ನು ಅಚ್ಚರಿಗೊಳಿಸಿದೆ ಎಂದಷ್ಟೇ ಹೇಳಬಲ್ಲೆ...

ಓದಿನ ನಶೆ ನಿಮಗೇರಲಿ...

ವೀರಕಪುತ್ರ ಶ್ರೀನಿವಾಸ

ಪ್ರಕಾಶಕ, ವೀರಲೋಕ ಬುಕ್ಸ್

ಅನುಕ್ರಮಣಿಕೆ

ಜುಲೈಕಾ ಎಂಬ ಮಾತನಾಡುವ ಗಿಳಿ

ಹೂವಿನಕೊಲ್ಲಿ ಕಾಫಿ ತೋಟ ಬೆಳಗಿನ ಎಳೆ ಬಿಸಿಲಿನಲ್ಲಿ ನಗುತ್ತಾ ಮಲಗಿತ್ತು. ಸದ್ದಿಲ್ಲದೆ ಸುಳಿದಾಡುವ ಗಾಳಿ ಇಂದು ಇನ್ನೂ ಸದ್ದಿಲ್ಲದೆ ಕಾಫಿ ಗಿಡಗಳ ನಡುವೆ ಸುಮ್ಮನೆ ಚಲಿಸುತ್ತಿತ್ತು. ಗಿಡಗಳ ಮೇಲಿನ ನೆರಳಿನ ಮರಗಳು ಇನ್ನಷ್ಟು ತೋಳು ಚಾಚಿ ಎಲ್ಲವನ್ನೂ ಅಕ್ಕರೆಯಿಂದ ನೋಡುತ್ತಿತ್ತು.

ಕಾಫಿ ಹಣ್ಣುಗಳು ಕೊಯ್ದು ಮುಗಿದಿತ್ತು. ಬಿದ್ದ ಬೀಜಗಳು ಹೆಕ್ಕಿ ಮುಗಿದಿತ್ತು. ಗಿಡಗಳ ಅಡಿಯಲ್ಲಿ ಆಳುಗಳು ಓಡಾಡದೆ ನಾನಾ ತರಹದ ಹಕ್ಕಿಗಳು ಮರಗಳ ಕೊಂಬೆಗಳಿಂದ ನೆಲದ ಕಡೆಗೆ, ನೆಲದ ಮೇಲಿನಿಂದ ಆಕಾಶದ ಕಡೆಗೆ ಸಣ್ಣಗೆ ಸದ್ದು ಮಾಡುತ್ತಾ ಹಾರಾಡುತ್ತಿದ್ದವು. ಒಂದೆರಡು ಕಾಡುಮೈನಾ ಹಕ್ಕಿಗಳು ಕಾಲುದಾರಿಯ ನಡುವಲ್ಲಿ ಕುಪ್ಪಳಿಸಿಕೊಂಡು ಸರಸದಲ್ಲಿ ಜಗಳವಾಡುತ್ತಿರುವಂತೆ ಹಾಡುತ್ತಿದ್ದವು. ಬೆಳಗಿನ ಬಿಸಿಲಿಗೆ ಅವುಗಳ ಮೈ ಹೊಳೆಯುತ್ತಿತ್ತು.

ಇಂದು ಯಾಕೆ ಎಲ್ಲ ಹೀಗೆ ಇಷ್ಟು ಚಂದವಾಗಿದೆ ಎಂದು ತೋಟದ ಬಾಯಿಬಾರದ ಹಸುಕರುಗಳು ಹುಲ್ಲು ಬಾಣೆಯಲ್ಲಿ ಸಣ್ಣಗೆ ಸದ್ದುಮಾಡಿಕೊಂಡು ಮೇಯುತ್ತಿದ್ದವು. ಅವುಗಳ ಕೊರಳಿನ ಮರದ ಗಂಟೆಗಳು ಆ ಸದ್ದಿಗೆ ಸೇರಿಕೊಳ್ಳುತ್ತಿದ್ದವು. ಬೆಳಗ್ಗೆಯೇ ಎಲ್ಲಿಂದಲೋ ಇಳಿದು ಬಂದವರಂತೆ ಹಾರಾಡುತ್ತಿದ್ದ ಏರೋಪ್ಲೇನ್ ಚಿಟ್ಟೆಗಳು ಎಲ್ಲ ಗಿಡ ಮರ ಹೂ ಹಣ್ಣುಗಳನ್ನು ಸವರಿ ನೋಡುತ್ತಿದ್ದವು. ಆ ಬೆಳಕಿನಲ್ಲಿ ವೈಯ್ಯಾರ ಮಾಡುತ್ತಾ ಒಂದರ ಮೈ ಒಂದರ ಮೇಲೆ ತಾಗದಂತೆ ನೋಡಿಕೊಂಡು ನಗಾಡಿಕೊಂಡು ಹಾರುತ್ತಿದ್ದವು.

ಜುಲೈಕಾ ಎಂಬ ಮಾತನಾಡುವ ಗಿಳಿ ತನ್ನ ಪಂಜರದೊಳಗಿಂದ ಎಲ್ಲವನ್ನೂ ನೋಡುತ್ತಿತ್ತು. ಅದು ಕಾಲಿನಿಂದ ಪಂಜರದ ತಂತಿಗಳನ್ನು ಕೆರೆಯುತ್ತಾ, ತನ್ನ ಗಾಯದ ಕೊಕ್ಕಿನಿಂದ ಕೊಳೆತು ಹೋಗಿದ್ದ ಅತ್ತಿಯ ಹಣ್ಣುಗಳನ್ನು ಕುಕ್ಕಿ ನಿರಾಶೆಗೊಂಡು ಇನ್ನು ಏನು ಕೀಟಲೆ ಮಾಡುವುದು ಎಂದು ತೀರ್ಮಾನಿಸಿಕೊಂಡು ಮಾತನಾಡಲು ತವಕಿಸುತ್ತಿತ್ತು. ಅದರ ಮಾತುಗಳನ್ನು ಕೇಳಿಸಿಕೊಂಡು ಹೇಗೆ ಸಹಿಸಿಕೊಂಡಿರುವುದು ಎನ್ನುವ ಭಾವದಲ್ಲಿ ಗೋಡೆಯಲ್ಲಿದ್ದ ಬೆಕ್ಕಿನ ಚಿತ್ರ ಗಾಳಿಗೆ ಅಲ್ಲಾಡಲು ತೊಡಗಿತು.

ಅದು ಒಂದು ಪರ್ಷಿಯನ್ ಬೆಕ್ಕಿನ ಚಿತ್ರ. ನಮ್ಮ ಇಂಡಿಯಾದಲ್ಲಿ ಎಲ್ಲೂ ಇಂತಹ ಸುಂದರವಾದ ಬೆಕ್ಕು ಇಲ್ಲ ಎಂದು ಆ ಬೆಕ್ಕಿನ ಚಿತ್ರವಿದ್ದ ಕ್ಯಾಲೆಂಡರನ್ನು ಸುಮಾರು ಏಳೆಂಟು ವರ್ಷಗಳ ಹಿಂದೆಯೇ ಮುರುಗಾಮಲೆ ದರ್ಗಾದಿಂದ ತಂದಿದ್ದ ಉಸ್ಮಾನ್ ರೈಟರು ಅದರಲ್ಲಿದ್ದ ತೇದಿ, ತಿಂಗಳುಗಳು ಮುಗಿದು ಎಷ್ಟೋ ವರ್ಷಗಳಾಗಿದ್ದರೂ ಅದನ್ನು ಅಲ್ಲೇ ತೂಗಲು ಬಿಟ್ಟಿದ್ದರು. ಅವರು ಬೆಳಿಗ್ಗೆ ಟೀ ಕುಡಿದು ಟೋಪಿ ಹಾಕಿಕೊಂಡು ಬೂಟು ಧರಿಸಿ ಬೆಳಗಿನ ಚಕ್ರೋಲಿಗೆ ಹೊರಟು ಮೆಟ್ಟಿಲಿಳಿಯುವ ಮೊದಲು ಆ ಬೆಕ್ಕನ್ನೊಮ್ಮೆ ನೋಡುತ್ತಿದ್ದರು. ಆಗ ಜುಲೈಕಾ ಎಂಬ ಆ ಮಾತನಾಡುವ ಗಿಳಿ 'ರೈಟರೇ ಗುಡ್ಮಾರ್ನಿಂಗ್' ಎಂದು ಕೀಟಲೆಯಲ್ಲಿ ಉಲಿಯುತ್ತಿತ್ತು. ಮತ್ತೆ ಅವರು ಬೆಳಗಿನ ನಾಷ್ಟಾ ಮಾಡಲು, ಮಧ್ಯಾಹ್ನದ ಊಟ ನಿದ್ದೆ ಮಾಡಲು ಬರುವಾಗಲೂ ಹಾಗೇ ಉಲಿಯುತ್ತಿತ್ತು. ರೈಟರು ಸಂಜೆ ಬರುವಾಗ ಕೈಯಲ್ಲಿ ಅತ್ತಿಯ

ಹಣ್ಣುಗಳನ್ನು, ನೇರಳೆ ಹಣ್ಣುಗಳನ್ನು, ಕಂಬಳಿ ಹಣ್ಣುಗಳನ್ನು ಹಿಡಕೊಂಡು ಬರದಿದ್ದರೆ ಜುಲೈಕಾ ಸಿಟ್ಟು ಮಾಡಿಕೊಂಡವಳಂತೆ ಮೌನವಾಗಿರುತ್ತಿತ್ತು.

ಗೋಡೆಯಲ್ಲಿದ್ದ ಪರ್ಷಿಯನ್ ಬೆಕ್ಕಿನ ಚಿತ್ರ ಯಾವಾಗಲೂ ಇದನ್ನೆಲ್ಲಾ ನೋಡಿಕೊಂಡು ಮನಸಿನಲ್ಲೇ ನಗಾಡುತ್ತಿತ್ತು. 'ಆ ಬೆಕ್ಕು ಯಾವತ್ತಾದರೂ ಒಂದು ದಿನ ಹಿಡಿದು ತಿಂದು ಬಿಡಬಹುದೆಂಬ ಹೆದರಿಕೆ ಇಲ್ಲವೇ ನಿನಗೆ ರಂಡೆಯ ಮಗಳೇ' ಎಂದು ಉಸ್ಮಾನ್ ರೈಟರೂ ನಗುತ್ತಿದ್ದರು. ಆಗ ಜುಲೈಕಾ ಎಂಬ ಆ ಮಾತನಾಡುವ ಗಿಳಿ ಬೇಕೆಂತಲೇ ತನ್ನ ಕೀರಲು ದನಿಯಲ್ಲಿ ಕಿರುಚುತ್ತಿತ್ತು.

ಉಸ್ಮಾನ್ ರೈಟರೂ ಮತ್ತು ಜುಲೈಕಾ ಎಂಬ ಈ ಗಿಣಿಯೂ ಹೀಗೆ ಸರಸದಲ್ಲಿ ತೊಡಗಿದರೆಂದರೆ ಮನೆಯಲ್ಲಿ ಎಲ್ಲರೂ ಖುಷಿಯಲ್ಲಿರುತ್ತಿದ್ದರು. ಅವರಿಬ್ಬರೂ ಮಾತಾಡದೆ ಮೌನವಾಗಿದ್ದರೆ ಅಲ್ಲಿ ಇನ್ನು ಸ್ವಲ್ಪ ಹೊತ್ತಲ್ಲಿ ಏನೋ ಸಂಭವಿಸಲಿದೆ ಎಂದು ಅರ್ಥ. ಹಾಗಾಗಿ ಉಸ್ಮಾನ್ ರೈಟರ ಮುದಿಯಾದ ತಾಯಿ ಹಾಜಮ್ಮ ಗೊಣಗಾಡಿಕೊಂಡು, ಆಗಾಗ ಮನಸಿನಲ್ಲೇ ನಗಾಡಿಕೊಂಡು ತಮ್ಮ ಸುರುಳಿ ಸುರುಳಿಯಾಗಿದ್ದ ದೇಹವನ್ನು ಗಾಳಿಯಲ್ಲಿ ತೇಲಿಹೋಗದ ಹಾಗೆ ಬಿಗಿಮಾಡಿಕೊಂಡು ಎಲ್ಲ ಕಡೆ ಓಡಾಡುತ್ತಾ ಎಲ್ಲವೂ ಸರಿಯಾಗಿರುವಂತೆ ನೋಡಿಕೊಳ್ಳಲು ಹೆಣಗಾಡುತ್ತಿದ್ದರು. ಅವರು ಜುಲೈಕಾ ಎಂಬ ಆ ಗಿಳಿಗೆ ಶಾಪ ಹಾಕುತ್ತಾ ಅದರ ಪಂಜರದೊಳಕ್ಕೆ ಏನನ್ನಾದರೂ ತಿನ್ನಲೋ, ಕುಡಿಯಲೋ ಇಡುತ್ತಾ ಉಸ್ಮಾನ್ ರೈಟರ ಎರಡನೆಯ ಹೆಂಡತಿ ಆಯಿಷಾಳಿಗೆ ಸಾಂತ್ವನದ ಮಾತು ಆಡುತ್ತಾ ಆಯಿಷಾಳ ಎರಡು ವರ್ಷದ ಮಗ ಹಾರೂನನ ಯಾವಾಗಲೂ ಜಾರುತ್ತಿರುವ ಚಡ್ಡಿಯನ್ನು ಮೇಲಕ್ಕೆಳೆಯುತ್ತಿದ್ದರು. ಆರು ತಿಂಗಳ ಆತನ ತಂಗಿ ಸಕೀನಾಳ ಬಟ್ಟೆಯ ತೊಟ್ಟಿಲನ್ನು ಅಲ್ಲಾಡಿಸಿ ಹಾಡು ಹೇಳಿ ಸುಮ್ಮನೆ ಮಲಗಿಸುತ್ತಿದ್ದರು. ಉಸ್ಮಾನ್ ರೈಟರ ಮೊದಲ ಹೆಂಡತಿಯ ಕೊನೆಯ ಮಗಳಾದ ಹಾಜಿರಾಳ ಮೂತ್ರದ ಹಾಸಿಗೆಯನ್ನು ಬಿಸಿಲಿನಲ್ಲಿ ಒಣಗಿಸಿ, ಮೊದಲ ಹೆಂಡತಿಯ ಇನ್ನಿಬ್ಬರು ಮಕ್ಕಳ ಅಂಗಿ ಚಡ್ಡಿಗಳನ್ನು ಎಲ್ಲೆಲ್ಲಿಂದಲೋ ಹೆಕ್ಕಿ ಬಟ್ಟೆ ಒಗೆಯುವ ಕಲ್ಲಿನ ಮೇಲೆ ತಂದಿಡುತ್ತಿದ್ದರು. ಅನ್ನದ ಪಾತ್ರೆಯಲ್ಲಿ ಅಕ್ಕಿ ಅಗುಳಾಗಿದೆಯಾ, ಸಾರಿನ ಮಡಿಕೆಯಲ್ಲಿ ಮಾಂಸ ಕುದಿಯುತ್ತಿದೆಯಾ ಎಂದೆಲ್ಲ ನೋಡಿಕೊಂಡು ಎಲ್ಲವೂ ಸರಿಯಾಗಿದೆ ಎಂದು ಸಮಾಧಾನ ಪಟ್ಟುಕೊಳ್ಳುತ್ತಿದ್ದರು.

ಹಾಗೆ ನೋಡಿದರೆ ಹಾಜಮ್ಮನವರಿಗೆ ಈ ವಯಸ್ಸುಗಾಲದಲ್ಲಿ ಈ ಹೂವಿನಕೊಲ್ಲಿಯಲ್ಲಿ ಚಳಿಗಾಳಿ, ಶೀತ, ಕತ್ತಲೆಯಲ್ಲಿ ಹೀಗೆ ಜೀವಹಿಡಕೊಂಡು ಬದುಕಲು ಅಂತಹ ಆಶೆಗಳೇನೂ ಇರಲಿಲ್ಲ. ತಮ್ಮ ತಲೆಯೊಳಗೆ ತುಂಬಾ ವರ್ಷಗಳಿಂದ ಬಂದು ಕೂತಿರುವ ಮತಿಭ್ರಮಣೆಯನ್ನು ಅವರು ಯಾರಿಗೂ

ಅರಿವಾಗದಂತೆ ತಲೆಯೊಳಗೇ ಒತ್ತಿ ಹಿಡಿದುಕೊಂಡು ಎಲ್ಲರೆದುರು ಸುಮ್ಮನೆ ನಗುತ್ತಿದ್ದರು.

ತನ್ನ ಸುತ್ತಮುತ್ತ ಸದ್ದಿಲ್ಲದೇ ಸಂಭವಿಸುತ್ತಿರುವ ಒಂದೊಂದು ಸಂಗತಿಗಳಲ್ಲೂ ಪ್ರಳಯವೆಂಬ ಕೊನೆಯ ದಿನ ಹತ್ತಿರವಾಗುತ್ತಿರುವ ಸೂಚನೆಗಳನ್ನು ಕಾಣುತ್ತಿದ್ದ ಆಕೆ ಅಲ್ಲಿಯವರೆಗೆ ಎಲ್ಲವೂ ಸರಿಯಾಗಿರಲಿ ಎನ್ನುವ ಸಣ್ಣ ಆಶೆಯಲ್ಲಿ ಎಲ್ಲವನ್ನೂ ಸರಿಯಾಗಿಡಲು ನೋಡುತ್ತಿದ್ದರು. ಉಳಿದ ಸಮಯದಲ್ಲಿ ಕೈ ಮುಖ ಹಣೆ ಕಿವಿ ಅಂಗೈ ಪಾದಗಳನ್ನು ತೊಳೆದು, ಬೆಳ್ಳಗಿನ ನಿಲುವಂಗಿ ಹಾಕಿಕೊಂಡು ಪಶ್ಚಿಮದ ಕಡೆ ಮುಖಮಾಡಿಕೊಂಡು ಪ್ರಾರ್ಥಿಸಲು ನಿಲ್ಲುತ್ತಿದ್ದರು.

ಹಾಜಮ್ಮ ಪ್ರಾರ್ಥಿಸಲು ಕಾಬಾದ ಕಡೆ ನಿಂತುಕೊಂಡರೆಂದರೆ ಅವರ ಕಿವಿಯೊಳಗೆ ಲೋಕಕ್ಕೆ ಲೋಕವೇ ಸದ್ದಿಲ್ಲದೆ ನಿಂತು ಬಿಡುತ್ತಿತ್ತು. ಅವರು ತಮ್ಮ ಹಿಡಿದಿಟ್ಟಿದ್ದ ಮತಿಭ್ರಮಣೆಯನ್ನು ಕರುಣಾಮಯನಾದ ಅಲ್ಲಾಹುವಿನ ಕಡೆ ಹರಿಯಬಿಡುತ್ತಾ ಸಂಜೆಗತ್ತಲೆಗೆ ಶಾಲೆಯಿಂದ ಮಕ್ಕಳು ಬರುವವರೆಗೆ ಮನಸಿನೊಳಗೇ ವಾಗ್ವಾದಗಳನ್ನು ನಡೆಸಿಕೊಂಡು ಅಲುಗಾಡದೆ ಹೆಣಗುತ್ತಿದ್ದರು. ದೂರದಿಂದ ನೋಡಿದರೆ ಬದುಕಿರುವ ಯಾವ ಕುರುಹುಗಳೂ ಅರಿವಾಗದ ಹಾಗೆ ನೆಲಗಂಬಳಿಯಲ್ಲಿ ಬಿದ್ದಿರುವ ಒಂದು ದೊಡ್ಡ ಹಳೆಯ ಬಟ್ಟೆಯ ರಾಶಿಯ ಹಾಗೆ ಅವರು ಕಾಣಿಸುತ್ತಿದ್ದರು.

*** ***

ಆದರೆ ಇಂದು ಹಾಜಮ್ಮನವರೂ ಏನೂ ಮಾಡದೆ ಖುಷಿಯಲ್ಲಿ ಸುಮ್ಮನೇ ಕೂತಿದ್ದರು. ಸೊಸೆ ಆಯಿಷಾ ಆರು ತಿಂಗಳ ಮಗು ಸಕೀನಾಳನ್ನು ಎಣ್ಣೆ ಹಚ್ಚಿ ನೆಲದಲ್ಲಿ ಮಲಗಿಸಿ, ಬೆತ್ತಲೆಯಾಗಿ ಕೂತಿದ್ದ ಮಗ ಹಾರೂನನ ತಲೆಯಲ್ಲಿ ಇಲ್ಲದ ಹೇನುಗಳನ್ನು ಸುಮ್ಮನೆ ಹುಡುಕುತ್ತಾ ಬೆಳಗಿನ ಬಿಸಿಲು ಕಾಯುತ್ತಿದ್ದರು. ಹಾಜಿರಾ ಕಳೆದ ಇರುಳು ಹಾಸಿಗೆಯಲ್ಲಿ ಮೂತ್ರ ಮಾಡದೆ ಒಳ್ಳೆಯವಳಂತೆ ನಿದ್ದೆ ಹೋಗಿ ಬೆಳಿಗ್ಗೆ ಎದ್ದು ಅವಳೇ ತಲೆ ಬಾಚಿಕೊಂಡು ಬೈತಲೆ ತೆಗೆದು ಕುಣಿಯುತ್ತಾ ಓಡಾಡುತ್ತಿದ್ದವಳು ಈಗ ಎಳೆ ಬಿಸಿಲಲ್ಲಿ ಪೇರಲೆಯ ಗೆಲ್ಲಿನ ಎರಡೂ ಬದಿಯಲ್ಲಿ ಕಾಲುಗಳನ್ನು ಇಳಿಬಿಟ್ಟುಕೊಂಡು ದೊಡ್ಡ ಪೇರಲೆ ಕಾಯೊಂದನ್ನು ಕಚ್ಚಿಕೊಂಡು ಕಣ್ಣು ಮುಚ್ಚಿಕೊಂಡು ಮರದೊಡನೆ ತಾನೂ ಗಾಳಿಗೆ ತೊನೆಯುತ್ತಾ ಕೂತಿದ್ದಳು. ಅವಳಿಗೆ ಅಲ್ಲಿಂದಲೇ ಎಲ್ಲವೂ ಕಾಣಿಸುತ್ತಿತ್ತು.

ದೂರದಲ್ಲಿ ಟಾರುರೋಡಿನಲ್ಲಿ ಅಪರೂಪಕ್ಕೆ ಓಡಾಡುತ್ತಿದ್ದ ಮೋಟಾರು ವಾಹನಗಳು, ಏಲಕ್ಕಿ ಕಾಡಿನ ಪಕ್ಕದ ಹುಲ್ಲು ಬಾಣೆಯಲ್ಲಿ ದನಗಳ

ಉಣ್ಣೆ ಹೆಕ್ಕುತ್ತಾ ಕೂತಿದ್ದ ದನ ಮೇಯಿಸುವ ಮುದಾರ, ಅವನ ಪಕ್ಕದಲ್ಲಿ ಕುಕ್ಕರುಗಾಲಲ್ಲಿ ಕೂತು ತಮ್ಮ ಬೊಕ್ಕ ತಲೆಯ ಮೇಲೆ ಬೆರಳಾಡಿಸುತ್ತಾ ಮಾತನಾಡುತ್ತಾ ಕೂತಿದ್ದ ಹಾಲು ಕರೆಯುವ ನಂಬಿಯಾರ್, ಇನ್ನೂ ದೂರದಲ್ಲಿ ಕೆಸರು ಗದ್ದೆಯಲ್ಲಿ ನಡುಬಗ್ಗಿಸಿಕೊಂಡು ಕಾಡು ಕೆಸವನ್ನು ದಂಟಿನ ಸಮೇತ ಕತ್ತರಿಸುತ್ತಿದ್ದ ರಾಟೆಮನೆಯ ಐತಕ್ಕ ಮತ್ತು ಅವಳ ಇಬ್ಬರು ಹೆಣ್ಣು ಮಕ್ಕಳಾದ ಶಾಂತಿ ಸೇವಂತಿಯರು, ಅವರನ್ನು ಮಾತನಾಡಿಸಿಕೊಂಡು ನಿಂತಿರುವ ಮೀನು ಮಾರುವ ಹೈದರಾಲಿ, ಮೇಲೆ ಗುಡ್ಡದಲ್ಲಿ ಕಾಫಿ ಗಿಡಗಳ ನಡುವೆ ಕೈಯಲ್ಲಿ ಕಾಗೆಗಳನ್ನು ಓಡಿಸುವ ಕವಣೆಯನ್ನು ಹಿಡಿದುಕೊಂಡು ನಿಂತಿರುವ ಕಾವಲುಗಾರ ಕುಟ್ಟಿಕಣ್ಣ ಎಲ್ಲರೂ ಚಿತ್ರಗಳಂತೆ ಕಾಣಿಸಿ ಹಾಜಿರಾ ಕಣ್ಣು ಮುಚ್ಚಿಕೊಂಡು ಪೇರಲೆ ಕಾಯನ್ನು ಸವಿಯುತ್ತಿದ್ದಳು.

ದೂರದಲ್ಲಿ ಎಲ್ಲೋ ಕಾಫಿ ಗಿಡಗಳ ಅಡಿಯಲ್ಲಿ ಕಿತ್ತಲೆ ಹಣ್ಣುಗಳನ್ನು ಕದ್ದು ಸುಲಿದು ತಿನ್ನುತ್ತಿರುವ ಅವಳ ಇಬ್ಬರು ಅಣ್ಣಂದಿರ ಕಳ್ಳತನವು ಗಾಳಿಯ ಪರಿಮಳದಲ್ಲೇ ಎಲ್ಲರಿಗೂ ಗೊತ್ತಾಗುತ್ತಿತ್ತು. ಆದರೂ ಎಲ್ಲರೂ ಈ ದಿನ ಸುಮ್ಮನಿದ್ದರು. ಜುಲೈಕಾ ಎಂಬ ಗಿಳಿಯು ಮಾತ್ರ ಪಂಜರದೊಳಗಿಂದ 'ಕುಟ್ಟಿಕಣ್ಣಾ.. ಕಳ್ಳರು, ಕುಟ್ಟಿಕಣ್ಣಾ.. ಕಳ್ಳರು' ಎಂದು ಪ್ರಾಸಬದ್ಧವಾಗಿ ಅವರ ಕಳ್ಳತನವನ್ನು ಹಾಡು ಮಾಡಿಕೊಂಡು ಹಾಡಲು ನೋಡಿ ಆಗದೆ ಉಗುಳು ನುಂಗುತ್ತಿತ್ತು. ಗೋಡೆಯಲ್ಲಿದ್ದ ಪರ್ಷಿಯನ್ ಬೆಕ್ಕಿನ ಚಿತ್ರ ಕಣ್ಣು ಮುಚ್ಚಿಕೊಂಡು ತಾನೂ ಗಾಳಿಗೆ ಸಣ್ಣಗೆ ಅಲುಗಾಡುತ್ತಾ ನೋಡುತ್ತಿತ್ತು. ಅದಕ್ಕೂ ಯಾಕೋ ಇವತ್ತು ಸುಮ್ಮನೆ ಖುಷಿಯಾಗುತ್ತಿರುವಂತೆ ಅನಿಸುತ್ತಿತ್ತು.

ಏಕೆಂದರೆ ಹೂವಿನಕೊಲ್ಲಿ ಕಾಫಿ ತೋಟದ ಮೇಲ್ವಿಚಾರಕರಾದ ಉಸ್ಮಾನ್ ರೈಟರು ನಿನ್ನೆ ರಾತ್ರಿಯೇ ತಮಿಳುನಾಡಿನ ಮುರುಗಾಮಲೆ ದರ್ಗಾಕ್ಕೆ ತಮ್ಮ ಮೂಲವ್ಯಾಧಿಯನ್ನು ಕನಸಿನಲ್ಲಿ ಶಸ್ತ್ರ ಚಿಕಿತ್ಸೆ ಮಾಡಿಸಿಕೊಂಡು ಬರಲು ಹೋಗಿದ್ದರು. ಅವರು ಪ್ರತಿ ವರ್ಷವೂ ಹೀಗೆ ರಜೆ ಪಡೆದುಕೊಂಡು ತಮಗೆ ಆಗಾಗ ಸಂಭವಿಸುವ ಹಲವು ಕಾಯಿಲೆಗಳನ್ನು ಮುರುಗಾಮಲೆಯ ಸೂಫಿ ಸಂತನ ಬಳಿಹೋಗಿ ಕನಸಿನಲ್ಲಿ ಗುಣಪಡಿಸಿಕೊಂಡು ಬರುತ್ತಿದ್ದರು.

ಮುರುಗಾಮಲೆಯ ಬಾಬಾ ಅವರ ಕನಸಿನಲ್ಲಿ ಕಾಣಿಸಿಕೊಂಡು ದರ್ಗಾಶರೀಫಿನಲ್ಲಿ ಬಂದು ಇರಬೇಕೆಂದು ಹೇಳಿದರೆ ಇವರು ಹೊರಡುತ್ತಿದ್ದರು. ಅಲ್ಲಿ ಎಷ್ಟು ದಿನ ಇರಬೇಕೆಂದು ಬಾಬಾ ಕನಸಿನಲ್ಲಿ ಹೇಳಿದರೆ ಅಷ್ಟು ದಿನ ಇರುತ್ತಿದ್ದರು. ಬಾಬಾ ಒಂದು ಇರುಳಿನಲ್ಲಿ ಇವರಿಗೆ ಕನಸಿನಲ್ಲೇ ಶಸ್ತ್ರ ಚಿಕಿತ್ಸೆಯನ್ನು ನಡೆಸಿ ಇನ್ನು ಹೋಗು ಎಂದರೆ ಹೋಗುತ್ತಿದ್ದರು. ಬರುವಾಗ ಮುರುಗಾಮಲೆಯಿಂದ ಬಣ್ಣದ ಹರಳುಗಳನ್ನೂ, ಖರ್ಜೂರವನ್ನೂ, ಕಲ್ಲು ಸಕ್ಕರೆಯನ್ನೂ ತರುತ್ತಿದ್ದರು. ಹಾಗೆಯೇ ಒಮ್ಮೆ ಬರುವಾಗ ಅವರ

ಕೈಯಲ್ಲಿನ ಪಂಜರದಲ್ಲಿ ಒಂದು ಗಿಳಿ ಇತ್ತು. ಆ ಗಿಳಿಗೆ ಅವರು ಬಾಬಾ ಹೇಳಿದಂತೆ ಜುಲ್ಯೆಕಾ ಎಂಬ ಹೆಸರನ್ನು ಇಟ್ಟಿದ್ದರು. ಕನಸಿನಲ್ಲಿ ಬಂದ ಬಾಬಾಗೆ ತಮ್ಮ ಮೊದಲ ಹೆಂಡತಿಯ ಹೆಸರು ಜುಲ್ಯೆಕಾ ಎಂಬುದು ಹೇಗೆ ಗೊತ್ತಾಗಿದೆಯೆಂಬುದು ಉಸ್ಮಾನ್ ರೈಟರಿಗೆ ಕೊನೆಯವರೆಗೂ ಗೊತ್ತಾಗದೆ ಅವರು ಪ್ರತಿ ಸಲವೂ ಮುರುಗಾಮಲೆಗೆ ಹೊರಡುವಾಗ ಪಂಜರವನ್ನೊಮ್ಮೆ ತೂಗಿ ಅಳೆದು ನೋಡಿಕೊಂಡು ಗಿಳಿಯ ಕೈಗೆ ತಮ್ಮ ಬೆರಳುಗಳನ್ನು ಮೆದುವಾಗಿ ಕಚ್ಚಲು ಕೊಟ್ಟು ಹೊರಡುತ್ತಿದ್ದರು. ಅವರು ಹೊರಟು ತಿರುಗಿ ಬರುವವರೆಗೂ ಜುಲ್ಯೆಕಾ ಎಂಬ ಮಾತನಾಡುವ ಗಿಳಿ 'ರೈಟರು ಇಲ್ಲ... ರೈಟರು ಇಲ್ಲ' ಎಂದು ಅರ್ಧ ಸಂಕಟದಿಂದಲೂ, ಅರ್ಧ ಆನಂದದಿಂದಲೂ ಉಲಿಯುತ್ತಿತ್ತು. ಅದರ ಮಾತು ಸಹಿಸಲಾಗದೆ ಹಾಜಮ್ಮನವರು ಒಮ್ಮೊಮ್ಮೆ ಅದರ ಪಂಜರಕ್ಕೆ ಯಾವುದಾದರೂ ಬಟ್ಟೆ ಹೊದೆಸಿ ಕತ್ತಲು ಮಾಡಿ ಸುಮ್ಮನಾಗಿಸುತ್ತಿದ್ದರು.

ಇವತ್ತು ಹಾಜಮ್ಮನವರಿಗೆ ಅಚ್ಚರಿಯಾಗುವ ಹಾಗೆ ಜುಲ್ಯೆಕಾ ಎನ್ನುವ ಆ ಗಿಳಿ ಗಂಟಲಲ್ಲಿ ಏನೋ ಸಿಲುಕಿಕೊಂಡಿರುವ ಹಾಗೆ ಸುಮ್ಮನೆ ಸದ್ದುಮಾಡುತ್ತಿತ್ತು. ಹಾಜಮ್ಮನವರು ಹತ್ತಿರ ಹೋದರೆ ಸುಮ್ಮನೆ ರೆಕ್ಕೆಗಳ ಒಳಗೆ ಕೊಕ್ಕು ಹಾಕಿ ಏನನ್ನೋ ಹೆಕ್ಕುತ್ತಿರುವಂತೆ ನಾಟಕವಾಡುತ್ತಿತ್ತು. ಹಾಜಮ್ಮನವರಿಗೆ ಇದರದ್ದು ಅತಿಯಾಗುತ್ತಿದೆ ಅನಿಸುತ್ತಿತ್ತು. ಆ ಗಿಳಿ ಬಂದಾಗಲೇ ಅವರಿಗೆ ಹಾಗೆ ಅನಿಸಿತ್ತು. ಅದಕ್ಕೆ ಜುಲ್ಯೆಕಾ ಎಂಬ ಹೆಸರಿಟ್ಟಾಗ ಅದೂ ನಿಜ ಅನ್ನಿಸಿತ್ತು.

ಹಾಜಿರಾ ಪೇರಳೆಯ ಮರದಿಂದ ಎಲ್ಲವನ್ನೂ ಗಮನಿಸುತ್ತಿದ್ದಳು. ರಾಟೆಮನೆಯಿಂದ ಬರುವ ಕಾಲುದಾರಿಯಲ್ಲಿ ಐತಣ್ಣ ತನ್ನ ಕಾದಾಟದ ಹುಂಜವನ್ನು ಬಗಲಲ್ಲಿ ಸಿಲುಕಿಸಿಕೊಂಡು ತೀರಲಾಗದ ಅದರ ಹಸಿವೆಗೆ ಅಕ್ಕಿಹುಡಿ ತವುಡು ಸಿಗುವುದೋ ಎಂದು ತನ್ನ ಎಂದಿನ ಅಲ್ಪತನದ ಆಸೆಯಲ್ಲಿ ನಡೆದು ಬರುತ್ತಿದ್ದನು. ಐತಣ್ಣನಿಗೆ ಪೇರಲೆ ಮರದಲ್ಲಿ ಕಾಲಾಡಿಸುತ್ತಿದ್ದ ಹಾಜಿರಾ ಅಷ್ಟು ದೂರದಿಂದಲೇ ಕಾಣಿಸಿ ಉಸ್ಮಾನ್ ರೈಟರು ಮುರುಗಾಮಲೆಗೆ ಹೋಗಿರುವುದು ಖಾತರಿಯಾಗಿತ್ತು. ಅವರ ಬಗಲಲ್ಲಿದ್ದ ಕಾದಾಟದ ಹುಂಜವೂ ತನ್ನ ಕಣ್ಣಕೊನೆಯಲ್ಲೇ ಎಲ್ಲವನ್ನೂ ಗಮನಿಸಿಕೊಂಡು ಜುಲ್ಯೆಕಾ ಎಂಬ ಗಿಳಿಯ ಗೋಣಗಾಟವನ್ನು ಕೇಳಿಯೂ ಕೇಳಿಸದಂತೆ ಮುಖಮಾಡಿಕೊಂಡು ಐತಣ್ಣನ ಬಗಲಲ್ಲಿ ಬೆಚ್ಚಗೆ ಅಲುಗಾಡಿಕೊಂಡು ಬರುತ್ತಿತ್ತು. ಉಸ್ಮಾನ್ ರೈಟರು ಬಿಡಾರದಲ್ಲಿಲ್ಲ ಎನ್ನುವ ಸಂಗತಿ ಅದಕ್ಕೂ ನಿಧಾನವಾಗಿ ಖಚಿತವಾಗಿತ್ತು. ಅದು ನಿಜ ಎನ್ನುವಂತೆ ಪೇರಲೆಯ ಗೆಲ್ಲಿನಲ್ಲಿ ಹಾಜಿರಾ ಕೂತಿದ್ದಳು.

ಐತಣ್ಣ ತಮ್ಮ ಕಾದಾಟದ ಹುಂಜವನ್ನು ನೆಲಕ್ಕೆ ಇಳಿಸಿ ಅದರ ಎಡಗಾಲಿನ ಕೊನೆಯಲ್ಲಿ ನೇತಾಡುತ್ತಿರುವ ತೆಳ್ಳಗಿನ ಹಗ್ಗವನ್ನು ಪೇರಲೆಯ ಬುಡಕ್ಕೆ ಕಟ್ಟಿಹಾಕಿ, ಅಲ್ಲೇ ಬಿದ್ದಿದ್ದ ತೆಂಗಿನ ಕಾಯಿಯ ಗೆರಟದಲ್ಲಿ ನೀರು ತುಂಬಿ

ಹುಂಜದ ಮುಂದಿಟ್ಟು 'ಅಮ್ಮಾ ಹುಂಜಕ್ಕೆ ಹುಡಿ ಅಕ್ಕಿ ತವುಡು ಏನಾದರೂ ಇದೆಯಾ' ಎಂದು ಬೇಡಿಕೊಂಡನು. ಅವನ ಆ ಬೇಡಿಕೆಗೆ ಆ ಹುಂಜವೂ ಮನಸಿನಲ್ಲೇ ಸಹಮತ ತೋರಿಸಿ ತಲೆ ಆಡಿಸಿತು. ಹಾಜಮ್ಮ ಆ ಹುಂಜದ ಆಸೆಯನ್ನು ಅರ್ಥಮಾಡಿಕೊಂಡು ಹಾಗೇ ಗಾಳಿಯಲ್ಲಿ ಅಲ್ಲಾಡುತ್ತಾ ಒಳಕ್ಕೆ ಹೋಗಿ ಒಂದು ಪಾವಿನಲ್ಲಿ ಕಾಲು ಪಾವು ಹುಡಿ ಅಕ್ಕಿಯನ್ನು ತಂದು ಹುಂಜದ ಮುಂದೆ ಎರಚಿ 'ಆನೆಯಂತಹ ಹುಂಜ ಸಾಕಲು ಬರುತ್ತದೆ. ಅದರ ಹೊಟ್ಟೆ ತುಂಬಿಸಲು ಬರುವುದಿಲ್ಲವೇ ನಿನಗೆ' ಎಂದು ಗೊಣಗಿದರು.

ಹಾಜಮ್ಮ ಗೊಣಗಿದರೂ ಮನೆಯಲ್ಲಿ ಮಗ ಇಲ್ಲದಿರುವಾಗ ಐತಣ್ಣ ತನ್ನ ಕಾದಾಟದ ಕೋಳಿಯನ್ನು ಹಾಗೆ ತಂದು ನೀರು ಕುಡಿಸಿ, ತವುಡು ತಿನ್ನಿಸಿ, ಮಾತನಾಡಿ ಹೋಗುವುದನ್ನು ಬಲು ಇಷ್ಟಪಡುತ್ತಿದ್ದರು. ಅವರಿಗೆ ಐತಣ್ಣನೊಡನೆ ಹೀಗೆ ತುಳುವಿನಲ್ಲಿ ಹೊಟ್ಟೆ ತುಂಬುವಷ್ಟು ಮಾತನಾಡುವುದು ಖುಷಿಯಾಗುತ್ತಿತ್ತು. ತನ್ನ ಹಾಗೆಯೇ ಘಟ್ಟದ ಕೆಳಗಿಂದ ಹೂವಿನಕೊಲ್ಲಿಗೆ ಬಂದಿರುವ ಈ ಐತಣ್ಣ ಯಾರಾದರೂ ಕೇಳಿದರೆ ಈ ಕಾದಾಟದ ಹುಂಜವೂ ತನ್ನ ಜೊತೆಗೇ ಈ ಭೂಮಿಯ ಮೇಲೆ ಬಂದಿರುವುದಾಗಿ ತಲೆಯ ಮೇಲೆ ಹೊಡೆದಂತೆ ಸುಳ್ಳು ಹೇಳುತ್ತಿದ್ದುದು ಖುಷಿಯಾಗುತ್ತಿತ್ತು.

ಹಾಜಮ್ಮನವರಿಗೆ ಕಾಲಕಾಲಕ್ಕೆ ಐತಣ್ಣನ ಬಗಲಲ್ಲಿರುವ ಹುಂಜವು ಬದಲಾಗುತ್ತಿರುವುದು ಅರಿವಾಗುತ್ತಿತ್ತು. ಕೆಂಪು ರೆಕ್ಕೆಗಳ ಮೇಲೆ ಕರಿಯ ಚುಕ್ಕಿಗಳನ್ನೂ, ಅಲ್ಲಲ್ಲಿ ಬಿಳಿಯ ಪುಕ್ಕಗಳನ್ನೂ ಹೊಂದಿದ್ದ ತನ್ನ ಹುಂಜದ ಎದುರು ಕಾದಾಡುವ ಹುಂಜವು ಘಟ್ಟದ ಕೆಳಗೆ ಎಲ್ಲೂ ಹುಟ್ಟಿಲ್ಲವೆಂದೂ, ಅದಕ್ಕಾಗಿ ತಾನು ಹೂವಿನಕೊಲ್ಲಿಗೆ ಅದನ್ನು ಬಗಲಿಗೆ ಸಿಲುಕಿಸಿ ಬಂದಿರುವುದಾಗಿಯೂ ಹೇಳುತ್ತಿದ್ದ. ಐತಣ್ಣನ ಸುಳ್ಳನ್ನು ಹಾಜಮ್ಮನವರು ಮನಸಿನಲ್ಲೇ ಇಷ್ಟಪಟ್ಟಿದ್ದರು.

ಆ ಹುಂಜವು ವಾರೆಗಣ್ಣಿನಿಂದ ಅವರನ್ನು ನೋಡುತ್ತಾ ಹುಡಿ ಅಕ್ಕಿಯನ್ನು ಕುಕ್ಕಿ ತಿನ್ನುತ್ತಿತ್ತು. ಅದಕ್ಕೂ ಹಿಂದೆ ಐತಣ್ಣನ ಬಗಲಲ್ಲಿದ್ದ ಹುಂಜ, ಅದಕ್ಕೂ ಹಿಂದೆ ಇದ್ದ ಹುಂಜ, ಅದರ ಅದಕ್ಕೂ ಹಿಂದೆ ಇದ್ದ ಹುಂಜ– ಈ ಎಲ್ಲ ಹುಂಜಗಳೂ ಹೂವಿನಕೊಲ್ಲಿಯ ಚಾಮುಂಡಿ ಬಾಣೆಯ ಒಂದು ಮೂಲೆಯಲ್ಲಿ ನೂರಾರು ವರ್ಷಗಳಿಂದ ಇದ್ದ ಕಾಸರಕನ ಮರದ ಬುಡದಲ್ಲಿ ಇರುವ ಗುಳಿಗನ ಕಲ್ಲಿಗೆ ವರ್ಷಕ್ಕೊಂದು ಬಾರಿ ಬಲಿಯಾಗುತ್ತಿದ್ದವು. ತಾನು ಹುಂಜಗಳನ್ನು ಗುಳಿಗನ ಕಲ್ಲಿಗೆ ಬಲಿಕೊಡುವುದು ಗೊತ್ತಾದರೆ ಉಸ್ಮಾನ್ ರೈಟರು ತೋಟ ಬಿಟ್ಟು ಓಡಿಸಿಬಿಡುವರು ಎಂದು ಗೊತ್ತಿದ್ದ ಐತಣ್ಣ ತನ್ನ ಬಗಲಲ್ಲಿರುವ ಹುಂಜ ತನ್ನ ಜೊತೆಯಲ್ಲೇ ಹುಟ್ಟಿದೆ ಮತ್ತು ತನ್ನ ಜೊತೆಯಲ್ಲೇ ಸಾಯುತ್ತದೆ ಎಂದು ಸುಳ್ಳು ಹೇಳುತ್ತಿದ್ದನು. ಎಷ್ಟು ಅಡಗಿಸಿಟ್ಟರೂ ಕಾಲಕಾಲಕ್ಕೆ

ಬದಲಾಗುತ್ತಿರುವ ತನ್ನ ಕಾದಾಟದ ಹುಂಜದ ಸತ್ಯಗಳು ರೈಟರಿಗೆ ಖಂಡಿತ ಗೊತ್ತಾಗುವುದು ಎಂಬ ಹೆದರಿಕೆಯಿಂದ ಆತ ಅವರಿಲ್ಲದಿರುವಾಗ ಅದನ್ನು ಬಗಲಿಗೆ ಸಿಲುಕಿಸಿಕೊಂಡು ರೈಟರ ಬಿಡಾರಕ್ಕೆ ಬಂದು ಪೇರಲೆಯ ಮರಕ್ಕೆ ಕಟ್ಟಿ ಹಾಕುತ್ತಿದ್ದನು. ಆದರೆ ಸತ್ಯ ತನಗೆ ಮಾತ್ರ ಗೊತ್ತಿದೆ ಎನ್ನುವ ಅಹಮ್ಮಿನಿಂದ ಜುಲೈಕಾ ಎಂಬ ಗಿಳಿ ಮನುಷ್ಯರ ಭಾಷೆಯಲ್ಲಿ ಮಾತನಾಡುವುದನ್ನು ಬಿಟ್ಟು ಪಕ್ಷಿಗಳ ಭಾಷೆಯಲ್ಲಿ ಅರಚುತ್ತ ಕೂತಿರುತ್ತಿತ್ತು.

*** ***

ಹಾಜಿರಾ ಪೇರಲೆಯ ಗೆಲ್ಲಲ್ಲಿ ಗಾಳಿಗೆ ಆಡುತ್ತಾ ಕೂತಿದ್ದವಳು ಕೆಳಗಿಳಿಯಬೇಕೆಂದು ಕೊಂಡಳು. ಆಮೇಲೆ ಆಲಸ್ಯದಿಂದ ಗೆಲ್ಲು ಬದಲಿಸಿ ಕೆಳಗಿನ ಇನ್ನೊಂದು ಗೆಲ್ಲಿನ ಮೇಲೆ ಕೂತುಕೊಂಡಳು. ಅವಳಿಗೆ ಅಲ್ಲಿಂದಲೇ ಎಲ್ಲವೂ ಕಾಣಿಸುತ್ತಿತ್ತು.

ದೂರದಲ್ಲಿ ಟಾರುರೋಡಿನಲ್ಲಿ ಮೋಟಾರು ವಾಹನಗಳ ಸದ್ದು ಹೆಚ್ಚಾಗುತ್ತಿತ್ತು. ಏಲಕ್ಕಿ ಕಾಡುದಾಟಿ, ಭತ್ತದ ಗದ್ದೆದಾಟಿ, ಬೇಲಿಯನ್ನೂ ದಾಟಿ ಇನ್ನೂ ಆ ಕಡೆ ನೋಡಿದರೆ ಅಷ್ಟು ಹೊತ್ತು ಮಂಜಿನಲ್ಲಿ ಮುಸುಕಿರುವಂತೆ ಕಾಣುತ್ತಿದ್ದ ಕಾಡುಮಾವಿನ ಮರದಲ್ಲಿ ಜೊಂಪೆ ಜೊಂಪೆಯಾಗಿ ತೂಗುತ್ತಿದ್ದ ಕಾಡುಮಾವಿನ ಮಿಡಿಗಳು ಬಿಸಿಲಲ್ಲಿ ಹೊಳೆಯುತ್ತಿದ್ದವು. ಕೆಸರು ಗದ್ದೆಯಲ್ಲಿ ಕಾಡುಕೆಸವನ್ನು ಕುಯಿದು ಮುಗಿಸಿ, ಅವುಗಳನ್ನು ಗಂಟು ಮಾಡಿ ಕಟ್ಟಿ, ಅಲ್ಲೇ ಗದ್ದೆಯ ಬದುವಿನಲ್ಲಿ ಇಟ್ಟು ರಾಟೆಮನೆಯ ಐತಕ್ಕ ಮತ್ತು ಅವಳ ಇಬ್ಬರು ಹೆಣ್ಣುಮಕ್ಕಳು ಶಾಂತಿ ಮತ್ತು ಸೇವಂತಿ ಒಬ್ಬರ ಹಿಂದೆ ಒಬ್ಬರು ನಡೆಯುತ್ತಾ, ಬಿದ್ದ ಮಾವಿನ ಕಾಯಿಗಳನ್ನು ಹೆಕ್ಕಲು ಹೋಗುತ್ತಿದ್ದರು. ರಸ್ತೆಯಲ್ಲಿ ತನ್ನ ಮೀನಿನ ಸೈಕಲನ್ನು ವಾಲಿಸಿ ಇಟ್ಟು ಬೇಲಿಹಾರಿ ಬಂದಿದ್ದ ಹೈದರಾಲಿ ಅವರ ಹಿಂದೆ ಆಸೆಯಿಂದ ನಡೆಯುತ್ತಿದ್ದ. ದನಗಳ ಉಣ್ಣೆ ಹೆಕ್ಕುವುದನ್ನು ನಿಲ್ಲಿಸಿದ ಮುದಾರ ಮೀನಿನ ಸೈಕಲ್ಲಿನಲ್ಲಿರುವ ಮೀನಿನ ಪೆಟ್ಟಿಗೆಯಲ್ಲಿ ಏನೇನೆಲ್ಲಾ ಹಸಿ ಮೀನುಗಳಿರುವುದೋ ಎಂದು ನೋಡಲು ನಡೆಯುತ್ತಿದ್ದ. ಅವನು ನಡೆಯುವುದನ್ನು ಕಂಡು ಅವನ ಬಾಯಿಬಾರದ ದನಕರುಗಳು ತಾವೂ ಚದುರಿ ಚಲ್ಲಾಪಿಲ್ಲಿಯಾಗಿ ಭತ್ತದ ಗದ್ದೆಯಲ್ಲಿ ಕೊಯ್ದು ಉಳಿದಿದ್ದ ಭತ್ತದ ಪೈರನ್ನು ತಿನ್ನಲು ಹೊರಟವು.

ಹಾಲು ಕರೆಯುವ ನಂಬಿಯಾರ್ 'ಗುರುವಾಯೂರಪ್ಪಾ' ಎಂದು ಉದ್ಗರಿಸಿ ಕುಕ್ಕರಗಾಲಲ್ಲಿ ಕೂತಲ್ಲಿಂದ ಎದ್ದು ತಮ್ಮ ಜೋಮು ಹಿಡಿದ ಕಾಲುಗಳನ್ನು ಸೆಟೆಸಿಕೊಂಡು ಸರಿಮಾಡುತ್ತಾ ಏಳಲು ನೋಡುತ್ತಿದ್ದರು. ಅವರ ಸೊಂಟಕ್ಕೆ ಸುತ್ತಿದ್ದ ಮುಂಡು ಎಂದಿನಂತೆ ಜಾರಿಕೊಳ್ಳುತ್ತಿತ್ತು. ಅವರು ಅದನ್ನು

ಕೊಡವಿ ಸುತ್ತಿಕೊಂಡು ಬಿಡಾರದ ಕಡೆಗೆ ಕುಂಟುತ್ತಾ ಬರುತ್ತಿದ್ದರು. ಅದನ್ನು ಕಂಡು ಹಾಜಿರಾಳಿಗೆ ಮನಸಿನಲ್ಲೇ ನಗುಬರುತ್ತಿತ್ತು.

ಹಾಜಿರಾಳಿಗೆ ತನ್ನ ಬಾಪಾ ಉಸ್ಮಾನ್ ರೈಟರು ಬಿಡಾರದಲ್ಲಿದ್ದರೆ ನಗುವೇ ಬರುತ್ತಿರಲಿಲ್ಲ. ಬಂದರೂ ನಗಬಾರದೆಂದು ಅವಳು ತನ್ನ ಮುಖವನ್ನು ಯಾವಾಗಲೂ ಗಂಟು ಮಾಡಿಕೊಂಡೇ ಇರುತ್ತಿದ್ದಳು. ಯಾರು ಏನು ಹೇಳಿದರೂ ತನ್ನ ಉಮ್ಮ ಜುಲೈಕಾಬೀಬಿಯನ್ನು ಸಾಯಿಸಿರುವುದು ಮಾತ್ರ ತನ್ನ ಬಾಪಾ ಉಸ್ಮಾನ್ ರೈಟರು ಎಂದು ಅವಳ ಎಳೆಯ ಹೃದಯ ನಂಬಿಕೊಂಡಿತ್ತು.

'ನಿನ್ನ ಉಮ್ಮಾ ಜುಲೈಕಾಳನ್ನು ಯಾರೂ ಕೊಂದುಹಾಕಿಲ್ಲ. ಅವಳ ತಲೆ ಸರಿಯಾದ ಮೇಲೆ ಮತ್ತೆ ಬರುವಳು' ಎಂದು ಹಾಜಮ್ಮ ಎಷ್ಟು ಹೇಳಿದರೂ ಅದೆಲ್ಲಾ ಕತೆಯೆಂದು ತಿಳಿದು ಅವಳು ಮುಡಿಯನ್ನು ಬಾಚಿಕೊಳ್ಳದೆ, ಹಲ್ಲುಜ್ಜದೆ, ಮುಖತೊಳೆಯದೆ ಹಠ ಮಾಡುತ್ತಿದ್ದಳು. ಶಾಲೆಗೆ ಹೋಗದೆ, ಕುರಾನೂ ಕಲಿಯದೆ ಹಗಲಲ್ಲಿ ಹೂವಿನಕೊಲ್ಲಿಯ ಕಾಫಿಯ ಗಿಡಗಳ ನಡುವೆ ಅಡಗಿಕೊಂಡು, ರಾತ್ರಿ ಹಾಸಿಗೆಯಲ್ಲಿ ಮೂತ್ರ ಮಾಡಿಕೊಂಡು ಹಠಮಾರಿಯಂತೆ ಓಡಾಡುತ್ತಿದ್ದಳು.

ಹಾಜಿರಾ ಪೇರಲೆಯ ಮರದ ಮೇಲಿಂದ ಎಷ್ಟೋ ಹೊತ್ತಿನಿಂದ ನೋಡುತ್ತಲೇ ಇದ್ದಳು. ಕಾಲು ಹಾದಿಯಲ್ಲಿ ಕವಣೆ ಹಿಡಕೊಂಡು ಕಾವಲುಗಾರ ಕುಟ್ಟಿಕಣ್ಣ ನಡೆದು ಬರುತ್ತಿದ್ದ. ಕೆಳಗಿನ ಗದ್ದೆಯಿಂದ ಹಾಲು ಕರೆಯುವ ನಂಬಿಯಾರ್ ಕಾಲೆಳೆಯುತ್ತಾ ಮೆಟ್ಟಿಲು ಹತ್ತಿ ಬಿಡಾರದ ಮುಂದಿನ ಮಣ್ಣಿನ ಅಂಗಳ ತಲುಪಿದ್ದರು. ದೂರದಲ್ಲಿ ಟಾರು ರಸ್ತೆಯಲ್ಲಿ ಮೀನಿನ ಸೈಕಲ್ಲಿನ ಬಳಿ ಮಾತು ಮುಗಿಸಿ ಐತಕ್ಕ, ಶಾಂತಿ ಮತ್ತು ಸೇವಂತಿ ತಲೆಯ ಮೇಲೆ ಕೆಸದ ಗಂಟು ಹೊತ್ತುಕೊಂಡು ನಡೆದು ಬರುತ್ತಿದ್ದರು. ದನ ಮೇಯಿಸುವ ಮುದಾರ ಬೇಲಿಯ ಬಳಿಯಿಂದ ಬಾಳೆಯ ಎಲೆಯೊಂದನ್ನು ಕಿತ್ತುಕೊಂಡು ಮೀನು ಮಾರುವ ಹೈದರಾಲಿ ಅದರೊಳಕ್ಕೆ ಮೀನುಗಳನ್ನು ಎಣಿಸಿ ಹಾಕಿ ಕಟ್ಟಿಕೊಡುತ್ತಿದ್ದ. ಅದು ಯಾವಾಗಲೋ ಕದ್ದ ಕಿತ್ತಳೆ ಹಣ್ಣುಗಳನ್ನು ತಿಂದು ಮುಗಿಸಿದ್ದ ಹಾಜಿರಾಳ ಅಣ್ಣಂದಿರಾದ ಸೂಫಿ, ಇಬ್ರಾಯಿಯರು ಮೈಯನ್ನೆಲ್ಲಾ ಕಿತ್ತಳೆ ಪರಿಮಳ ಮಾಡಿಕೊಂಡು ಏಲಕ್ಕಿ ಕಾಡು ದಾಟಿ, ಕೆಸರಿನ ಗದ್ದೆ ದಾಟಿ, ಬೇಲಿ ದಾಟಿ ಕಾಡುಮಾವಿನ ಮರಕ್ಕೆ ಕಲ್ಲು ಹೊಡೆದು ಕಾಯಿಗಳನ್ನು ಬೀಳಿಸಲು ನೋಡುತ್ತಿದ್ದರು.

ಹಾಜಿರಾಳಿಗೆ ಮರದ ಮೇಲಿಂದಲೇ ಹಸಿಮೀನಿನ ಪರಿಮಳ ಮೂಗಿಗೆ ಬಡಿದು ಪೇರಲೆಯ ಮರದ ನುಣುಪು ಕಾಂಡವನ್ನು ಜಾರುತ್ತಾ ಇಳಿದಳು.

ರೈಟರು ಇಲ್ಲದಿರುವಾಗ ಅವಳು ಮರ ಹತ್ತಿ ಹತ್ತಿ ಜಾರುತ್ತಾ, ಜಾರಿಜಾರಿ ಇಳಿಯುತ್ತಾ ಪೇರಲೆಯ ಕಾಂಡ ನುಣುಪಾಗಿ ಹೋಗಿದೆ ಎಂದು ಮುದಾರ

ತಮಾಷೆ ಮಾಡುತ್ತಿದ್ದನು. 'ಹೆಂಗಸರು ಮರಹತ್ತಿ, ಗಂಡಸರು ಒಲೆ ಊದಿ ಎಲ್ಲವೂ ತಲೆಕೆಳಗಾಗಿ ಪ್ರಳಯವಾಗುವುದು' ಎಂದು ಹಾಜಮ್ಮ ತುಳುವಿನಲ್ಲಿ ಐತಣ್ಣ ಮತ್ತು ಮುದಾರರ ಜೊತೆ ಗಂಟೆಗಟ್ಟಲೆ ಹರಟೆ ಹೊಡೆಯುತ್ತಿದ್ದರು. ಉಸ್ಮಾನ್ ರೈಟರು ಇಲ್ಲದಿರುವಾಗ ಅವರೆಲ್ಲರೂ ಹೀಗೆ ಬಿಡಾರದ ಮಣ್ಣಿನ ಅಂಗಳದಲ್ಲಿ ಕತ್ತಲಾಗುವವರೆಗೆ ಹರಟೆ ಹೊಡೆದುಕೊಂಡು, ಮಲಯಾಳ ಮಾತನಾಡುವ ಕಾವಲುಗಾರ ಕುಟ್ಟಿಕಣ್ಣನೂ ಅದರಲ್ಲಿ ಸೇರಿಕೊಂಡು ಅವರೆಲ್ಲರೂ ನಾನಾ ದೈವಗಳ, ಭೂತಗಳ, ಯಕ್ಷಿಗಳ, ದೇವರುಗಳ ಕತೆ ಹೇಳಿಕೊಂಡು ಆ ಕತೆಗಳನ್ನು ರೈಟರ ಹೆಂಡತಿಯೂ, ಮಕ್ಕಳೂ, ಗಿಳಿಯೂ, ಪಟದಲ್ಲಿರುವ ಪರ್ಷಿಯನ್ ಬೆಕ್ಕೂ ಕೇಳಿಸಿಕೊಂಡು ಕೂತಿರುತ್ತಿದ್ದವು.

ಇವತ್ತು ಅವರ ಜೊತೆ ಸೇರಿಕೊಳ್ಳಲು ಹಾಲು ಕರೆಯುವ ನಂಬಿಯಾರೂ, ಕೆಸದ ಗಂಟು ಹೊತ್ತುಕೊಂಡ ಐತಕ್ಕನೂ ಅವರ ಹೆಣ್ಣು ಮಕ್ಕಳಾದ ಶಾಂತಿಯೂ ಸೇವಂತಿಯೂ ಬರುತ್ತಿದ್ದರು. ಬಗಲಲ್ಲಿದ್ದ ಹುಂಜವನ್ನು ಪೇರಲೆಯ ಮರಕ್ಕೆ ಕಟ್ಟಿಹಾಕಿದ ಐತಣ್ಣ, ತಲೆಯ ಮೇಲೆ ಕಾಡು ಕೆಸ ಹೊತ್ತುಕೊಂಡು ಮುಖವೆಲ್ಲಾ ಕೆಸರು ಮಾಡಿಕೊಂಡು ಬರುತ್ತಿರುವ ಐತಕ್ಕ ಮತ್ತು ಅವಳ ಮಕ್ಕಳಿಗೂ ಮತ್ತು ತನಗೂ ಏನೂ ಸಂಬಂಧವೇ ಇಲ್ಲ ಎನ್ನುವಂತೆ ತನ್ನ ಕಾದಾಟದ ಹುಂಜವನ್ನು ನೋಡುತ್ತಿದ್ದನು.

ಇರುಳು ಕಳೆದು ಅರ್ಧ ಮುಗಿದು...

ಇರುಳು ಅರ್ಧ ಕಳೆದು ಮುಗಿದು ಬಹಳ ಸಮಯವಾಗಿತ್ತು. ಆಕಾಶದಲ್ಲಿ ಚಂದ್ರನ ಬೆಳಕು ತುಂಬಿಕೊಂಡಿತ್ತು. ಮಕ್ಕಳನ್ನು ಆಡಿಸುವ ಮರಿಯಮ್ಮ ಇನ್ನು ಕತ್ತಲಾಗುವುದೇ ಇಲ್ಲವೇನೋ ಎಂಬ ಹೆದರಿಕೆಯಲ್ಲಿ ಕೆಟ್ಟು ಹೋಗುತ್ತಿದ್ದ ಬೆಂಕಿಗೆ ಉಳಿದ ಒಣ ಎಲೆಗಳನ್ನು ತುಂಬಿ ಊದುಕೊಳವೆಯಿಂದ ಊದಿ ಹೊಗೆ ಎಬ್ಬಿಸಿ ಕಣ್ಣೀರು ತುಂಬಿಕೊಂಡು ಕೂತಿದ್ದಳು.

ಹೂವಿನಕೊಲ್ಲಿಯ ಕೆಳಗಿನ ಹಾಡಿಯಲ್ಲಿ ಉಳಿದ ಎಲ್ಲರೂ ಚಿಮಿಣಿ ದೀಪ ಕೆಡಿಸಿ ಬಾಗಿಲು ಹಾಕಿಕೊಂಡು, ತಮ್ಮ ತಮ್ಮ ಲೈನು ಮನೆಗಳನ್ನು ಕತ್ತಲು ಮಾಡಿಕೊಂಡು ನಿದ್ದೆ ಹೋಗಲು ನೋಡುತ್ತಿದ್ದರು. ಮರಿಯಮ್ಮನ ಪಕ್ಕದ ಲೈನುಮನೆಯಿಂದ ಆಸಿಯಾಳ ಆರು ತಿಂಗಳ ಮಗು ಬಾಯಿತೆರೆದು ಅಳುತ್ತಿತ್ತು. ಆಸಿಯಾ ಯಾವುದೋ ಹಾಡುಹೇಳಿ ಆ ಮಗುವನ್ನು ಮಲಗಿಸಲು ನೋಡಿದರೆ ಲೈನುಮನೆಯ ಬೀಡಾಡಿ ನಾಯಿಗಳು ಆ ಮಗುವಿನ ಅಳುವನ್ನು ಅಣಕಿಸುತ್ತಾ ಚಂದ್ರನ ಕಡೆನೋಡಿ ಊಳಿಡುತ್ತಿದ್ದವು. ಆಸಿಯಾಳ ಗಂಡ ಸೈಕಲ್ ಮಹಮ್ಮದ್ ಕ್ಯಾಕರಿಸುತ್ತಾ ಎದ್ದು ಹೊರಬಂದು ಬೀಡಾಡಿ ನಾಯಿಗಳನ್ನು ಬೈಯಲೆಂದು ಬಾಯಿತೆರೆದನು. ಅವನಿಗೆ ಮರಿಯಮ್ಮ ಬೆಂಕಿಯ ಮುಂದೆ ಬಾಗಿ ಕೂತಿರುವುದನ್ನು ಕಂಡು ಏನೂ ಹೇಳಲು ಬಾಯಿಬಾರದೆ ಪುನಃ ಬಾಗಿಲು ಹಾಕಿ ಒಳಹೊಕ್ಕು ತಾನೂ ಒಂದು ಹಾಡು ಹೇಳುತ್ತಾ ಆಸಿಯಾಳನ್ನು ತಬ್ಬಿಕೊಳ್ಳಲು ಹೋದನು.

ಮಕ್ಕಳನ್ನು ಆಡಿಸುವ ಮರಿಯಮ್ಮ ಅವರಿಬ್ಬರ ಹಾಡು ಕೇಳುತ್ತಾ, ಮಗುವಿನ ಅಳು ಕೇಳುತ್ತಾ, ಕಣ್ಣೀರು ಒರೆಸಿಕೊಂಡು, ಮೂಗು ಸೀಟಿ ಬೆಂಕಿಯ ಮೇಲೆ ಎರಚಿ ಬೆಂಕಿಯ ಇನ್ನೊಂದು ಮಗ್ಗುಲಿಗೆ ಕುಳಿತುಕೊಂಡರು. ಬೆಂಕಿಯ ಬೆಳಕಲ್ಲಿ ಅವಳ ಮೂಗುತಿ ಹೊಳೆಯುತ್ತಿತ್ತು. ಅವಳಿಗೆ ಯಾಕೋ ಸಂಕಟ ತಡೆದುಕೊಳ್ಳಲಾಗದೆ ಮೇಲೆ ಆಕಾಶ ನೋಡಿ ಪಡೆದವನನ್ನು ನೆನಪಿಸಿಕೊಂಡಳು. ಪಡೆದವನು ಆಕಾಶದಲ್ಲಿ ಇನ್ನೂ ಇರುವನು ಎಂಬಂತೆ ತುಣುಕು ಕಪ್ಪು ಮೋಡವೊಂದು ದೂರದಿಂದ ತೇಲುತ್ತಾ ತೇಲುತ್ತಾ ಬಂದು ಚಂದ್ರನನ್ನು ತಲುಪಲು ಹವಣಿಸುತ್ತಿತ್ತು. ಚಂದ್ರನು ತನ್ನ ಸುತ್ತ ಬೆಳಕು ಹೊದ್ದುಕೊಂಡು ಸುತ್ತಲಿನ ಒಂದೆರಡು ಬೆಳ್ಳಗಿನ ಮೋಡಗಳ ನಡುವೆ ಓಡಾಡುತ್ತಾ ಆ ಕಪ್ಪುಮೋಡಕ್ಕೆ ಹತ್ತಿರಾಗುತ್ತಾ ದೂರ ಹೋಗುತ್ತಾ ಆಟವಾಡುತ್ತಿದ್ದನು. ತಣ್ಣನೆಯ ಚಳಿಗಾಳಿ ಲೈನುಮನೆಯ ಉದ್ದಕ್ಕೆ ಬೆಳೆದಿದ್ದ ಸಿಲ್ವರ್ ಮರಗಳ ಚೂಪಗಿನ ಎಲೆಗಳನ್ನು ಅಲುಗಾಡಿಸಿ, ಮರಿಯಮ್ಮನ ಮುಖಕ್ಕೆ ಸೋಕಿ, ತೆರೆದೇ ಇದ್ದ ಅವಳ ಖಾಲಿ ಲೈನುಮನೆಯ ಮುಂಬಾಗಿಲಿನಿಂದ ನುಸುಳಿ, ಹಿಂಬಾಗಿಲಿನಿಂದ ಕಾಫಿ ಗಿಡಗಳ ನಡುವೆ ಸುಳಿದು ಮಾಯವಾಗುತ್ತಿತ್ತು. ಮನೆಯ ಮುಂದೆ ಬೆಳೆಸಿದ್ದ ಮಲ್ಲಿಗೆಯ ಬಳ್ಳಿ, ಚೆಂಡು ಹೂವಿನ ಗಿಡ, ಬಸಳೆಯ ಚಪ್ಪರ, ಸಿಹಿಗೆಣಸಿನ ಪೊದೆ ಎಲ್ಲವೂ ಆ ಬೆಳದಿಂಗಳಿನಲ್ಲಿ ಮಿಂದು ಗಾಳಿಗೆ ಅಲ್ಲಾಡುತ್ತಿದ್ದವು.

ಎಲ್ಲವೂ ತಮ್ಮನ್ನು ಆ ಬೆಳಕಿನಲ್ಲಿ ನೋಡುತ್ತಿವೆ ಅನ್ನಿಸಿ ಮರಿಯಮ್ಮ ಇನ್ನು ತಾನು ಬದುಕುವುದು ಬೇಡ ಎಂದು ಕುಳಿತಲ್ಲೇ ಕಣ್ಣುಮುಚ್ಚಿಕೊಂಡು

ತೂಕಡಿಸಲು ನೋಡಿದಳು. ಮರಿಯಮ್ಮಳ ಸಾಕುನಾಯಿ ಜಿಮ್ಮಿ ಆ ಬೆಳದಿಂಗಳಿನಲ್ಲಿ ಕಾಫಿ ಗಿಡದ ಬುಡದಲ್ಲಿ ಕಾಣಿಸಿಕೊಂಡ ಕಾಡುಮೊಲವೊಂದನ್ನು ಓಡಿಸಿಕೊಂಡು ಹೋಗಿದ್ದು ಅದೆಲ್ಲಿಂದಲೋ ಮರಳಿಬಂದು ಆರಿಹೋಗುತ್ತಿದ್ದ ಬೆಂಕಿಯ ಪಕ್ಕ ಮಲಗಿ ಕಾಲುಗಳ ಮೇಲೆ ತಲೆಯಿಟ್ಟುಕೊಂಡು ಅವಳನ್ನೇ ಕೊಂಚ ಹೊತ್ತು ನೋಡಿ ಆಮೇಲೆ ತಾನೂ ಕಣ್ಣುಮುಚ್ಚಿಕೊಂಡು ನಿದ್ದೆ ಹೋಗಲು ಪ್ರಯತ್ನಿಸಿತು.

ಮರಿಯಮ್ಮನಿಗೆ ಆ ಇರುಳಿನಲ್ಲಿ ಜಿಮ್ಮಿ ಮರಳಿಬಂದು ತನ್ನನ್ನೇ ನೋಡುತ್ತಾ ಅಂಗುಲ ದೂರದಲ್ಲಿ ಮಲಗಿರುವುದು ಕಂಡು, 'ಯಾ ನನ್ನ ಎದೆಯ ಸಂಕಟ ಇನ್ನೂ ಹಾಗೆಯೇ ಉಳಿದಿದೆಯಲ್ಲಾ ಪಡೆದವನೇ' ಎಂದು ಅರ್ಧ ತೆರೆದ ಕಣ್ಣಿನಿಂದ ಆಕಾಶ ನೋಡಿದಳು.

ಅದು ಹೇಗೋ ಆ ಕಪ್ಪುಮೋಡ ಚಂದ್ರನನ್ನು ತಬ್ಬಿ ಮರೆಮಾಡಲು ನೋಡುತ್ತಿತ್ತು. ಚಂದ್ರ ತಪ್ಪಿಸಿಕೊಳ್ಳಲು ನೋಡುತ್ತಿದ್ದ. ಮೋಡದ ನೆರಳು ಕಾಫಿ ತೋಟದ ಮೇಲೆ ಹರಡಿ ಒಮ್ಮೆಗೇ ಆಕಾಶದಲ್ಲಿ ಒಂದೆರಡು ಗ್ರಹ ನಕ್ಷತ್ರಗಳು ಕಾಣಿಸಿಕೊಂಡವು. ಮತ್ತೆ ಬೆಳಕಾಗಿ ಅವುಗಳು ಮಾಯವಾದವು. ಮರಿಯಮ್ಮನ ಮುಂದೆ ಉರಿಯುತ್ತಿದ್ದ ಬೆಂಕಿ ಪೂರ್ತಿ ಆರಿಹೋಗಿ ಅವಳು ತನ್ನ ತಲೆಯ ಹಸಿರು ಬಟ್ಟೆಯನ್ನು ಮುಖದ ಮೇಲೆ ಎಳೆದುಕೊಂಡು ಬೆಂಕಿಗೆ ಹಾಕಲು ಇನ್ನೂ ಒಣ ಎಲೆಗಳು ಸಿಗುವುದೇನೋ ಎಂದು ಹುಡುಕಿಕೊಂಡು ನಡೆದಾಡಲು ತೊಡಗಿದಳು.

ನಡೆದಲ್ಲೆಲ್ಲ ಮಂಜು ಬಿದ್ದು ನೆಲ ಒದ್ದೆಯಾಗಿತ್ತು. ಒಣಗಿದ ಹುಲ್ಲಿನ ಮೇಲೆ ಮಂಜು ಚಂದ್ರನ ಬೆಳಕಿನಲ್ಲಿ ಹೊಳೆಯುತ್ತಿತ್ತು. ಮರಗಳ ಟೊಂಗೆಗಳಿಂದ ಮಣಿಗಟ್ಟಿದ ಮಂಜು ಎಲೆಗಳ ಮೇಲೆ ಸಣ್ಣಗೆ ಉದುರುತ್ತಿತ್ತು. ಮರಿಯಮ್ಮ ತನ್ನ ನೀಳ ದೇಹವನ್ನು ಹಿಂಡಿ ಹಿಡಿಮಾಡಿಕೊಂಡು ಆ ಇರುಳಿನಲ್ಲಿ ಇನ್ನಷ್ಟು ಒಣ ಎಲೆಗಳನ್ನು ಹುಡುಕಲು ಲೈನುಮನೆಯ ಮುಂದಿನ ಕಾಲುದಾರಿಯಲ್ಲಿ ನಡೆಯತೊಡಗಿದಳು. ಜಿಮ್ಮಿ ನಾಯಿ ಅವಳನ್ನು ಹಿಂಬಾಲಿಸಲು ಬೂದಿಯಿಂದ ಮೈಕೊಡವಿ ಎದ್ದಿತು.

ಎದುರಿನಿಂದ ತಲೆಯ ಮೇಲೊಂದು ಪ್ಲಾಸ್ಟಿಕ್ಕಿನ ಟೊಪ್ಪಿ ಹಾಕಿಕೊಂಡು, ಕೈಯಲ್ಲಿ ಆರಿಸಿದ ಟಾರ್ಚ್ ಲೈಟ್ ಬೀಸಿಕೊಂಡು, ಕಪ್ಪಗಿನ ಮಳೆಕೋಟಿನೊಳಕ್ಕೆ ತಮ್ಮ ದೇಹವನ್ನು ತೂರಿಸಿಕೊಂಡು, ಗಂಬೂಟಿನೊಳಗೆ ತಮ್ಮ ಕಾಲುಗಳನ್ನು ಹಾಕಿಕೊಂಡು ಹೆಜ್ಜೆ ಹಾಕುತ್ತಾ ರಾತ್ರಿ ಕಾವಲುಗಾರ ಕೊಂಬಿನ ಮೀಸೆಯ ಮೂಸಕಾಕ ನಡೆದು ಬರುತ್ತಿದ್ದರು. ಅವರಿಗೆ ಆ ಇರುಳಿನಲ್ಲಿ ಎದುರಿನಿಂದ ನಡೆದು ಬರುತ್ತಿರುವುದು ಮಕ್ಕಳನ್ನು ಆಡಿಸುವ ಮರಿಯಮ್ಮ ಎಂದು ಅಷ್ಟು ದೂರದಿಂದಲೇ ಗೊತ್ತಾಗಿತ್ತು.

ಮರಿಯಮ್ಮನ ಹಿಂದೆ ಸದ್ದಿಲ್ಲದೆ ನಡೆದು ಬರುತ್ತಿದ್ದ ಜಿಮ್ಮಿ ಬಾಲವಲ್ಲಾಡಿಸಿ ಕೊಂಚ ದೂರದಲ್ಲಿ ನಿಂತುಕೊಂಡಿತು. ಇದೇನು ಈ ಹೆಂಗಸಿಗೆ ಹಗಲು ರಾತ್ರಿಯ ಅಂತರವಿಲ್ಲವೇ ಎಂದು ಮೂಸಕಾಕನಿಗೆ ಅನಿಸಿದರೂ ಅದನ್ನು ತೋರಿಸಿಕೊಳ್ಳದೆ, 'ಬೆಳಕಾಗಲು ಆಯಿತಲ್ಲವಾ, ನೀನು ಏನು ಹೀಗೆ ರಾತ್ರಿಯಲ್ಲಿ ಅಲೆದಾಡುವುದು ಬಾ ಹೋಗುವಾ' ಎಂದು ಕರೆದರು. ಆ ಧ್ವನಿಯಲ್ಲಿದ್ದ ಪ್ರೀತಿ ಮರಿಯಮ್ಮನಿಗೆ ಗೊತ್ತಾಗಿ ಮಾತು ಬಾರದಂತಾಗಿ ಸುಮ್ಮನೆ ಅವಳು ಮೂಸಕಾಕನ ಹಿಂದೆ ಹಾಡಿಯ ಕಡೆಗೆ ನಡೆಯತೊಡಗಿದಳು.

ಅವರಿಬ್ಬರ ಹಿಂದೆ ತರಗೆಲೆಗಳ ಮೇಲೆ ಸದ್ದು ಮಾಡಿಕೊಂಡು ಜಿಮ್ಮಿ ಹಿಂಬಾಲಿಸುತ್ತಿತ್ತು. ಚಂದಿರ ಪುನಃ ಪೂರ್ತಿ ಬೆಳಕಿನಲ್ಲಿ ಹೊಳೆಯಲು ಶುರುವಾಗಿದ್ದ. ಬೆಳಕಾಗಿದೆಯೆಂದು ತಪ್ಪು ತಿಳಿದುಕೊಂಡು ಒಂದೊಂದು ಹಕ್ಕಿಗಳು ಮರದಲ್ಲಿ ಸದ್ದು ಮಾಡಲು ತೊಡಗಿದ್ದವು. ದೂರದಲ್ಲೆಲ್ಲೋ ಕಾಡಾಡೊಂದು ಉದ್ದವಾಗಿ ಕೇಕೆ ಹಾಕುತ್ತಿತ್ತು. ಬಾವಲಿಗಳು ರೆಕ್ಕೆ ಬಡಿಯುತ್ತಾ ಬೆಳದಿಂಗಳಲ್ಲಿ ಕಪ್ಪಗೆ ಸಾಲುಸಾಲಾಗಿ ತೇಲುತ್ತಾ ಗೋಳಿಮರದ ಹಣ್ಣುಗಳಿಗೆ ಗುರಿಯಿಟ್ಟುಕೊಂಡು ಇರುಳಿನ ಪರಿವೆಯಿಲ್ಲದೆ ಹಾರುತ್ತಿದ್ದವು. ಮೂಸಕಾಕ ಏನೋ ಹೇಳಬೇಕೆಂದು ಗಂಟಲು ಸರಿಮಾಡಿಕೊಂಡವರು ಮಾತುಗಳನ್ನು ನುಂಗಿಕೊಂಡು ಹಿಂದೆ ತಿರುಗಿ ನೋಡಿ ಮತ್ತೆ ಸುಮ್ಮನಾದರು.

*** ***

ಮರಿಯಮ್ಮಳ ಗಂಡ ಡ್ರೈವರ್ ಹಂಸಾಕ ಮಡಿಕೇರಿಯಿಂದ ಬರುವಾಗ ಚೆಟ್ಟಳ್ಳಿಯ ಬಳಿಯ ಚಡಾವಿನಲ್ಲಿ ಕಾರು ಉರುಳಿ ತೀರಿಹೋಗಿ ಈ ಹಜ್ ಹಬ್ಬಕ್ಕೆ ಒಂದು ವರ್ಷವಾಗಿತ್ತು. ಕಾರು ಉರುಳಿ ಹೋದಾಗ ದೊಡ್ಡ ಸಾಹುಕಾರರು ಕಾರಿನೊಳಗೇ ತೀರಿಹೋಗಿದ್ದರು. ಅವರು ಕಾರಿನೊಳಗೇ ತೀರಿಹೋಗಿ ಹನ್ನೆರಡು ದಿನಕ್ಕೆ ಮಡಿಕೇರಿಯ ಸರಕಾರೀ ಆಸ್ಪತ್ರೆಯಲ್ಲಿ ಡ್ರೈವರ್ ಹಂಸಾಕನೂ ತೀರಿಹೋಗಿದ್ದರು. ದೊಡ್ಡ ಸಾಹುಕಾರರು ಸ್ವರ್ಗದಲ್ಲಿ ತಮ್ಮ ಕಾರು ನಡೆಸಲು ಡ್ರೈವರ್ ಹಂಸಾಕನ ಪ್ರಾಣಪಕ್ಷಿಯನ್ನೂ ಎಳೆದುಕೊಂಡು ಹೋದರು ಎಂದು ಅಜ್ಮೀರಿನಿಂದ ಮಿಠಾಯಿ ಹೊತ್ತುಕೊಂಡು ಬಂದು ತೋಟದ ಮಕ್ಕಳಿಗೆ ಹಂಚುವ ಮಿಠಾಯಿಪಾಪ ಎಂಬ ಮುದುಕ ಹೇಳಿಕೊಂಡು ತಮಾಷೆ ಮಾಡಿದ್ದನು.

ಹಾಗೆ ಅವನು ಹೇಳಿದ್ದು ತೋಟದಲ್ಲೆಲ್ಲ ಸುದ್ದಿಯಾಗಿ ಇನ್ನು ಮೇಲೆ ಹೂವಿನ ಕೊಲ್ಲಿಯೊಳಗೆ ಆ ಮಿಠಾಯಿ ಮುದುಕ ಬರುವುದು ಬೇಡ ಎಂದು ಖಾನ್ ಸಾಹುಕಾರರು ಆರ್ಡರು ಮಾಡಿದ್ದರು. ಆದರೂ ಆ ಮುದುಕ

ಹೇಗೋ ಮಾಯದಲ್ಲಿ ಹೂವಿನ ಕೊಲ್ಲಿಯೊಳಗೆ ಸುಳಿದು ಮಿಠಾಯಿ ಹಂಚಿ ಹೋಗುತ್ತಿದ್ದನು. ಈ ಮಿಠಾಯಿಪಾಪ ಮನುಷ್ಯ ಜೀವಿಯಲ್ಲ, ಅವನು ಯಾವುದೋ ಮಾಯಾವಿ ಜಿನ್ ಇರಬಹುದು ಎಂದು ಸುದ್ದಿಯಾಗಿ ತೋಟದ ಖಾನ್ ಸಾಹುಕಾರರೂ ಆ ಮುದುಕನಿಗೆ ಹೆದರಿ ಸುಮ್ಮನಿದ್ದರು.

ಮಕ್ಕಳಿಲ್ಲ ಎನ್ನುವ ದುಃಖದಲ್ಲಿ ಸಿದ್ದಾಪುರದ ಸಂತೆಯಲ್ಲಿ ಕಣ್ಣೀರು ಹಾಕಿಕೊಂಡು ಕುಳಿತಿದ್ದ ಮರಿಯಮ್ಮ ಮತ್ತು ಹಂಸಾಕರನ್ನು ಮಿಠಾಯಿಪಾಪ ಹೂವಿನಕೊಲ್ಲಿಯ ಸಾಹುಕಾರರ ಬಂಗಲೆಯ ಬಾಗಿಲ ಮುಂದೆ ನಿಲ್ಲಿಸಿದ್ದರು. ಆಗ ಅವರಿಬ್ಬರ ಹೆಸರು ಮರಿಯಮ್ಮ ಮತ್ತು ಹಂಸಾಕ ಎಂದಾಗಿರಲಿಲ್ಲ. ಆಗ ದೊಡ್ಡ ಸಾಹುಕಾರರಿಗೆ ವಯಸ್ಸಾಗಿದ್ದರೂ ಇನ್ನೂ ತಲೆ ಕೆಟ್ಟಿರಲಿಲ್ಲ. ಮುಟ್ಟಿದರೆ ನೆತ್ತರು ಒಸರುವಂತೆ ಕೆಂಪಗೆ ಕಾಣಿಸುತ್ತಿದ್ದ ದೊಡ್ಡ ಮೈಕಟ್ಟಿನ ದೊಡ್ಡ ಸಾಹುಕಾರರು ಅವರಿಬ್ಬರನ್ನು ಬಂಗಲೆಯ ಬಾಗಿಲಲ್ಲಿ ನಿಲ್ಲಿಸಿಕೊಂಡು ಅವರಿಬ್ಬರಿಗೆ ಮಲಯಾಳದಲ್ಲಿ ಪ್ರಶ್ನೆಗಳನ್ನು ಕೇಳಿ ಅವರಿಬ್ಬರು ಗಂಡ ಹೆಂಡತಿಯರು ಎಂದು ಖಚಿತ ಮಾಡಿಕೊಂಡಿದ್ದರು. ಅವರಿಬ್ಬರ ಹೆಸರುಗಳನ್ನು ಕೇಳಿ ಅವರಿಬ್ಬರು ಸತ್ಯವಿಶ್ವಾಸಿ ಮುಸಲ್ಮಾನರಲ್ಲ ಎಂದು ಖಚಿತಮಾಡಿಕೊಂಡಿದ್ದರು. ಅವರಿಬ್ಬರನ್ನು ಸತ್ಯವಿಶ್ವಾಸಿ ಮುಸಲ್ಮಾನರನ್ನಾಗಿ ಮಾರ್ಪಡಿಸಿಕೊಂಡು ಬರಲು ಅರಬಿ ಕಲಿಸುವ ಮೇಲಿನ ಹಾಡಿಯ ಮೊಲ್ಲಾಕನಿಗೆ ಹೇಳಿದ್ದರು. ಹೀಗೆಲ್ಲಾ ಕಂಡಕಂಡ ಪಶುಪಕ್ಷಿಗಳನ್ನೆಲ್ಲಾ ಸತ್ಯವಿಶ್ವಾಸಿಗಳನ್ನಾಗಿ ಮಾಡಲಾಗುವುದಿಲ್ಲ ಎಂದು ಮೊಲ್ಲಾಕ ಸಾಹುಕಾರರಿಗೆ ಎದುರು ಹೇಳಿದ್ದರು. ಆಮೇಲೆ ಸಾಹುಕಾರರ ಕಠಿಣ ದೃಷ್ಟಿಯನ್ನು ಎದುರಿಸಲಾಗದೆ ಮಲಪ್ಪುರಂ ಬಳಿಯ ಪೊನ್ನಾಣಿಗೆ ಅವರನ್ನು ಕರೆದುಕೊಂಡುಹೋಗಿ ಸತ್ಯವಿಶ್ವಾಸಿಗಳನ್ನಾಗಿ ಮಾರ್ಪಡಿಸಿ ಅವರಿಬ್ಬರ ಹೆಸರುಗಳನ್ನು ಬದಲಿಸಿ ಹೂವಿನಕೊಲ್ಲಿಗೆ ಮರಳಿ ತಂದಿದ್ದರು.

ಕಾರು ಓಡಿಸಲು ಮೊದಲೇ ಕಲಿತಿದ್ದ ಹಂಸ ಅಂದಿನಿಂದ ದೊಡ್ಡ ಸಾಹುಕಾರರ ಡ್ರೈವರಾಗಿ ಬಹಳ ವರ್ಷ ಅವರನ್ನು ಓಡಾಯಾಡಿಸಿದ್ದರು. ಹೆಂಡತಿ ಮರಿಯಳನ್ನು ತೋಟದ ಕೆಲಸಕ್ಕೆ ಕಳುಹಿಸದೆ ಮುದ್ದಿನಿಂದ ನೋಡಿಕೊಂಡು ಬೆಂಗಳೂರಿನಿಂದ, ಮಡಿಕೇರಿಯಿಂದ ಕಾರಿನಲ್ಲಿ ಮರಳಿ ಬರುವಾಗ ಸೇಬಿನ ಹಣ್ಣುಗಳನ್ನೂ, ಮಲ್ಲಿಗೆಯ ಮಾಲೆಯನ್ನೂ, ಕುರಿಯ ಮಾಂಸವನ್ನೂ ಸಾಹುಕಾರರಿಗೆ ಗೊತ್ತಾಗದ ಹಾಗೆ ಅಡಗಿಸಿ ತಂದು ಮುದ್ದುಮಾಡುತ್ತಿದ್ದರು. ಆದರೂ ಅವರಿಗೆ ಮಕ್ಕಳಾಗಿರಲಿಲ್ಲ. ಅಯ್ಯೋ ಮತ ಬದಲು ಮಾಡಿದರೂ ಮಗುವೊಂದು ಆಗಲಿಲ್ಲವಲ್ಲಾ ಪಡೆದವನೇ ಎಂದು ಅವರು ಒಮ್ಮೊಮ್ಮೆ ಮರಿಯಾಳ ಮುಂದೆ ಕಣ್ಣೀರು ಹಾಕುತ್ತಿದ್ದರು. ಮರಿಯಾ ಯಾಕೋ ಮಾತನಾಡದೆ ಸುಮ್ಮನಿರುತ್ತಿದ್ದಳು.

ಅಷ್ಟರಲ್ಲಿ ದೊಡ್ಡ ಸಾಹುಕಾರರಿಗೆ ತಲೆ ಹಾಳಾಗಿಹೋಗಿ ಅವರೂ ಕಂಡಕಂಡಲ್ಲಿ ತಿರುಗುವುದು, ಕಂಡಕಂಡವರಿಗೆ ಹೊಡೆಯುವುದು ಬಡಿಯುವುದು ಶುರುಮಾಡಿದ್ದರು.

ದೊಡ್ಡ ಸಾಹುಕಾರರಿಗೆ ಬೆಳ್ಳಕ್ಕಾರ ಬ್ರಿಟಿಷ್ ದೊರೆಯ ಕೊಪ್ಪರಿಗೆಯ ಐಶ್ವರ್ಯ ಕಂಡು ತಲೆ ಕೆಟ್ಟುಹೋಗಿದೆ ಎಂದು ತೋಟದಲ್ಲಿ ಸುದ್ದಿಯಾಗಿತ್ತು.

ಭಾರತಕ್ಕೆ ಸ್ವಾತಂತ್ರ್ಯ ಬಂದು ಬ್ರಿಟಿಷರು ದೇಶಬಿಟ್ಟು ಹೋಗುವಾಗ ಹೂವಿನಕೊಲ್ಲಿಯ ಬಿಳಿಯದೊರೆ ಮಿಸ್ಟರ್ ವೈಟ್ ತಾನು ತೋಟವನ್ನು ದೊಡ್ಡ ಸಾಹುಕಾರರಿಗೆ ಮಾರಿ ಹೋಗಿದ್ದನು. ಹೋಗುವಾಗ ತನ್ನ ಬಂಗಲೆಯ ಅಡಿಪಾಯದೊಳಗಿದ್ದ ಚಿನ್ನದ ಕೊಪ್ಪರಿಗೆಯನ್ನು ಹಾಗೇ ಬಿಟ್ಟು ಹೋಗಿರುವನೆಂದೂ, ಅದು ಹೂವಿನಕೊಲ್ಲಿಯ ಚಾಮುಂಡಿ ಬಾಣೆಯ ಒಂದು ಮೂಲೆಯಲ್ಲಿ ನೂರಾರು ವರ್ಷಗಳಿಂದ ಇರುವ ಕಾಸರಕಾಯಿಯ ಮರದ ಬುಡದಲ್ಲಿ ಇರುವ ಗುಳಿಗನ ಕಾವಲಿನಲ್ಲಿರುವುದೆಂದೂ, ಯಾರಾದರೂ ಆ ಕೊಪ್ಪರಿಗೆಯ ಮೇಲೆ ಕಣ್ಣು ಹಾಕಿದರೆ ಅವರಿಗೆ ತಲೆಕೆಟ್ಟುಹೋಗಿ ಹುಚ್ಚು ಹಿಡಿಯುವುದೆಂದೂ ತೋಟದಲ್ಲಿ ಮೊದಲೇ ಸುದ್ದಿ ಇತ್ತು.

ದೊಡ್ಡ ಸಾಹುಕಾರರಿಗೆ ಆ ಐಶ್ವರ್ಯ ಕಂಡು ತಲೆ ಕೆಟ್ಟು ಒಂದು ವಾರದಲ್ಲೇ ಚಟ್ಟಳ್ಳಿ ಚಡಾವಿನಲ್ಲಿ ಅವರ ಕಾರು ಉರುಳಿಬಿದ್ದಿತ್ತು. ಸಾಹುಕಾರರು ಚಡಾವು ಇಳಿಯುತ್ತಿದ್ದಂತೆ ಹಿಂದಿನಿಂದ ತಮ್ಮ ಡ್ರೈವರ್ ಹಂಸನ ಕುತ್ತಿಗೆ ಹಿಡಿದಿದ್ದರು. ಕಾರು ಮಗಚಿ ಅವರು ಕಾರಿನಲ್ಲೇ ತೀರಿಹೋಗಿದ್ದರು. ತೀರಿಹೋಗಿ ಹನ್ನೆರಡು ದಿನಕ್ಕೆ ಅವರು ಡ್ರೈವರ್ ಹಂಸಾಕನ ಪ್ರಾಣ ಪಕ್ಷಿಯನ್ನು ಸ್ವರ್ಗಕ್ಕೆ ಕರೆಸಿಕೊಂಡಿದ್ದರು. ಅಂದಿನಿಂದ ಮರಿಯಾ ರಾತ್ರಿ ಹೊತ್ತು ಒಬ್ಬಳೇ ಕಾಲುದಾರಿಯಲ್ಲಿ ನಡೆಯಲು ಶುರುಮಾಡಿದ್ದಳು.

*** ***

ಮೂಸಕಾಕ ತಿರುಗಿ ನೋಡಿದರು. ಮರಿಯಾ ನಡೆದು ಬರುತ್ತಿದ್ದವಳು ಬಗ್ಗಿ ಕುಳಿತು ಒದ್ದೆ ತರಗೆಲೆಗಳನ್ನು ಹೆಕ್ಕುತ್ತಿದ್ದಳು. ಜಿಮ್ಮಿನಾಯಿ ಹಿಂಗಾಲಿನಲ್ಲಿ ಕುಳಿತುಕೊಂಡು ಆ ಬೆಳದಿಂಗಳಿನಲ್ಲಿ ಬಾಲವಾಡಿಸುತ್ತಾ ಕಣ್ಣು ಪಿಳಿಪಿಳಿ ಮಾಡುತ್ತಾ ನೋಡುತ್ತಿತ್ತು. ಲೈನುಮನೆ ಹತ್ತಿರವಾಗಿತ್ತು. ಸೂರ್ಯ ಹುಟ್ಟುವ ಜಾಗದಲ್ಲಿ ದೊಡ್ಡ ನಕ್ಷತ್ರವೊಂದು ಮುಖವನ್ನು ಅಷ್ಟು ದೊಡ್ಡದು ಮಾಡಿಕೊಂಡು ನೋಡುತ್ತಿತ್ತು. ಆಸಿಯಾಳ ಮಗು ಅಳುತ್ತಲೇ ಇತ್ತು. ಅದರ ತಂದೆ ಸೈಕಲ್ ಮಹಮ್ಮದ್ ಶಾಪ ಹಾಕಿಕೊಂಡು ಅದನ್ನು ಸುಮ್ಮನಾಗಿಸುತ್ತಿದ್ದ. ಆಸಿಯಾ ಹಾಡು ಹೇಳುವುದೂ, ನಡುನಡುವಲ್ಲಿ ಹಾಡು ನಿಲ್ಲಿಸಿ ಸೊಳ್ಳೆಗಳನ್ನು ಕೊಲ್ಲುವುದೂ ದೂರದಿಂದಲೇ ಕೇಳಿಸುತ್ತಿತ್ತು. ಆಸಿಯಾಳ ಆರುತಿಂಗಳ ಮಗು

ಬಾಲವಾಡಿಯಲ್ಲಿ ಹುಣಸೆ ಬೀಜವನ್ನು ಮೂಗಿಗೆ ಹಾಕಿಕೊಂಡು ಅದು ಮೂಗಲ್ಲಿ ಸಿಕ್ಕಿ ಹಾಕಿಕೊಂಡು ಅಳಲು ಶುರುಮಾಡಿದ್ದು ಅಳು ನಿಲ್ಲಿಸಿರಲೇ ಇಲ್ಲ.

ದೊಡ್ಡ ಸಾಹುಕಾರರ ಕಾರಿನ ಡ್ರೈವರ್ ಹಂಸಾಕ ತೀರಿಹೋದಮೇಲೆ ಅವರ ಹೆಂಡತಿ ಮರಿಯಾಳ ಸಂಕಟ ಕಂಡು ಸಹಿಸಲಾರದೆ ಹಾಜಮ್ಮ ಮಗನಿಗೆ ಹೇಳಿ ಬಾಲವಾಡಿಯಲ್ಲಿ ಹೆಣ್ಣಾಳುಗಳ ಹಾಲುಕುಡಿಯುವ ಮಕ್ಕಳನ್ನು ನೋಡಿಕೊಳ್ಳುವ ಕೆಲಸವನ್ನು ಕೊಡಿಸಿದ್ದರು.

ಒಂದುವರ್ಷದಿಂದ ಬಾಲವಾಡಿಯಲ್ಲಿ ಹೀಗೆ ಏನಾದರೊಂದು ಆಗುತ್ತಲೇ ಇತ್ತು. ಮಕ್ಕಳನ್ನು ಹೆತ್ತು ಗೊತ್ತಿಲ್ಲದ ಮರಿಯಮ್ಮನ ಕೈಗೆ ಹಸುಗೂಸುಗಳನ್ನು ಕೊಡಬೇಡಿ ಎಂದು ಆಳುಗಳು ಗಲಾಟೆ ಮಾಡಿದ್ದರು. ಆದರೂ ಉಸ್ಮಾನ್ ರೈಟರು ಕೇಳಿರಲಿಲ್ಲ. ಇವತ್ತು ನೋಡಿದರೆ ಆಸಿಯಾಳ ಮಗು ಮೂಗಲ್ಲಿ ಹುಣಸೆಬೀಜ ತುರುಕಿಸಿಕೊಂಡು ಅದು ದೊಡ್ಡ ಗಲಾಟೆಯಾಗಿ ಹೋಗಿತ್ತು. ಉಸ್ಮಾನ್ ರೈಟರು ಮುರುಗಾಮಲೆಯಿಂದ ತಿರುಗಿ ಬಂದ ಮೇಲೆ, ಖಾನ್ ಸಾಹುಕಾರರು ಮೆಕ್ಕಾದಿಂದ ಹಜ್ ಮುಗಿಸಿ ಬಂದಮೇಲೆ ಏನಾದರೂ ಒಂದು ತೀರ್ಮಾನವಾಗಬೇಕು ಎಂದು ಎಲ್ಲರೂ ಸುಮ್ಮನಾಗಿದ್ದರು.

ಮೂಸಕುಟ್ಟಿಯೂ ಕುಂಞಿಪಾತುಮ್ಮಳೂ

ಲೈನುಮನೆಯ ಹರಕು ಹಾಸಿಗೆಯ ಮೇಲೆ ಮರಣವನ್ನು ಎದುರು ನೋಡುತ್ತಾ ವರ್ಷಗಳಿಂದ ಮಲಗಿರುವ ಕುಂಞಿಪಾತುಮ್ಮ ಪ್ರತಿಯೊಂದು ಉಸಿರಿನಲ್ಲೂ ತಾನು ಈ ಲೋಕವನ್ನು ಬಿಟ್ಟು ಹೋಗುವೆನೆಂದು ಗಂಡ ಮೂಸಕಾಕನನ್ನು ಹೆದರಿಸುತ್ತಿದ್ದಳು. ಪ್ರತಿಯೊಂದು ಸಲವೂ ತಿನ್ನಲು ಕೊನೆಯದಾಗಿ ಏನಾದರೂ ಬೇಕೆಂದು ಕಣ್ಣಲ್ಲೇ ಬೇಡಿಕೊಳ್ಳುತ್ತಿದ್ದಳು. ಮೂಸಕಾಕ ಪ್ರತಿಸಲವೂ ರಾತ್ರಿ ಕಾವಲು ಮುಗಿಸಿ ಬರುವಾಗ ತೋಟದಿಂದ ಹಲಸಿನ ತೊಳೆಗಳನ್ನೋ, ನೇರಳೆಯ ಹಣ್ಣುಗಳನ್ನೋ, ಕಿತ್ತಳೆಯ ಹಣ್ಣುಗಳನ್ನೋ ಯಾರೂ ಕಾಣದ ಹಾಗೆ ತಮ್ಮ ಮಳೆಕೋಟಿನ ಜೇಬಿನಲ್ಲಿ ಅಡಗಿಸಿಕೊಂಡು ಬರುತ್ತಿದ್ದರು. ಈ ಕಾರಣಕ್ಕಾಗಿಯೇ ಅವರು ಹೂವಿನಕೊಲ್ಲಿಯ ದೊಡ್ಡ ಗೇಟಿನ ಕಾವಲು ಕಾಯುವ ಕೆಲಸವನ್ನು ಬದಲಿಸಿಕೊಂಡು ರಾತ್ರಿ ಕಾವಲಿನ

ಕೆಲಸವನ್ನು ಕಷ್ಟವಾದರೂ ವಹಿಸಿಕೊಂಡಿದ್ದರು. ರಾತ್ರಿಯಾದರೆ ಕಾಫಿ ಕಾಡಿಗೆ ನುಗ್ಗುವ ಕಾಡುಪಾಪಗಳ ಜೊತೆ ಹೊಡೆದಾಡಿ ಅವುಗಳ ಪಾಲಾಗುವ ಹಣ್ಣುಗಳನ್ನು ಕುಂಞಿಪಾತುಮ್ಮಳ ಬಾಯಿಗೆ ತಿನ್ನಿಸುತ್ತಿದ್ದರು. ನಡುನಡುವಲ್ಲಿ ನಿದ್ದೆ ತೂಗುತ್ತಾ, ಮಧ್ಯಾಹ್ನದ ಗಂಜಿ ಬೇಯಿಸಿ ಹೆಂಡತಿಯ ಬಾಯಿಗಿಟ್ಟು ಅವಳ ತಲೆಯ ಬಳಿಯೇ ನಿದ್ದೆ ಹೋಗಿ, ಕತ್ತಲಾಗುವ ಮೊದಲೇ ತಡಬಡಿಸಿ ಎದ್ದು, ಮಳೆಯ ಕೋಟು ಹಾಕಿ, ಟೊಪ್ಪಿ ತಲೆಗೇರಿಸಿ, ಗಂಬೂಟಿನೊಳಗೆ ಕಾಲು ತೂರಿಸಿ, ಟಾರ್ಚ್ ಕೈಗೆತ್ತಿ ಹೊರಡುತ್ತಿದ್ದರು. ಹೊರಡುವಾಗ ಅವರು ಹೆಂಡತಿಯ ತೆರೆದ ಕಣ್ಣುಗಳಲ್ಲಿ ಕಣ್ಣಿಟ್ಟು ನೋಡಿ ನಾನು ತಿರುಗಿ ಬರುವವರೆಗೆ ತೀರಿಹೋಗಬೇಡ ಎನ್ನುವಂತೆ ಬೇಡಿಕೊಳ್ಳುತ್ತಿದ್ದರು. ಆಗಬಹುದು ಎನ್ನುವಂತೆ ಕುಂಞಿಪಾತುಮ್ಮ ತೆರೆದ ಕಣ್ಣುಗಳಲ್ಲೇ ನಸು ನಗುತ್ತಿದ್ದಳು.

ಕುಂಞಿಪಾತುಮ್ಮ ತನ್ನ ಮರಣದ ಹಾಸಿಗೆಯ ತಲೆಯ ಮೂಲೆಯಲ್ಲಿ ಪವಿತ್ರ ಮೆಕ್ಕಾದ ಝಂ ಝಂ ಎಂಬ ಪವಿತ್ರ ಜಲದ ಶೀಷೆಯನ್ನು ಬಿರಡೆಯಿಂದ ಮುಚ್ಚಿ ಇಟ್ಟುಕೊಂಡಿದ್ದಳು. ಆ ಜಲವು ಹಲವು ವರ್ಷಗಳಿಂದ ಆ ಶೀಷೆಯಲ್ಲಿ ಅಡಗಿ ಕುಳಿತು ಹಲವು ಕಾಲಗಳಾಗಿತ್ತು. ಆ ಪವಿತ್ರ ಜಲದ ಶೀಷೆಯನ್ನು ಕುಂಞಿಪಾತುಮ್ಮಳ ಬಾಪಾ ಮೇಲಿನ ಹಾಡಿಯ ಲೈನುಮನೆಯ ಅರಬಿ ಕಲಿಸುವ ಮೊಲ್ಲಾಕ ಬಹಳ ವರ್ಷಗಳ ಹಿಂದೆ ಮೆಕ್ಕಾದಿಂದ ತಂದಿದ್ದರು. ಅವರು ಹಾಯಿ ಹಡಗಿನಲ್ಲಿ ಅರಬಿಕಡಲನ್ನು ದಾಟಿ, ಹಜ್ ಮುಗಿಸಿ, ಬರುವಾಗ ಕೈಯಲ್ಲಿ ಪವಿತ್ರ ಝಂ ಝಂ ಜಲದ ಮೂರು ಶೀಷೆಗಳನ್ನು ತಂದಿದ್ದರು. ಒಂದು ತಾವು ತೀರಿಹೋಗುವ ಮೊದಲು ಕುಡಿಯಲು ಎಂದು ತಮ್ಮಲ್ಲೇ ಇಟ್ಟುಕೊಂಡಿದ್ದರು. ಇನ್ನೊಂದನ್ನು ಅವರ ಹೆಂಡತಿ ಚಳಿಜ್ವರ ಬಂದು ತೀರಿಹೋಗುವ ಮೊದಲು ಕುಡಿದು ಮುಗಿಸಿದ್ದರು. ಮೂರನೆಯ ಶೀಷೆಯನ್ನು ಅವರ ಮಗಳು ಕುಂಞಿಪಾತುಮ್ಮ ಮೂಸಕಾಕನ ಜೊತೆ ಮದುವೆಯಾಗಲು ಓಡಿಬರುವಾಗ ತಂದೆಯ ಬಳಿಯಿಂದ ಕಿತ್ತುಕೊಂಡು ತಂದಿದ್ದಳು. ಅವಳ ಬೆಂಕಿಯಂತಹ ಕೋಪಕ್ಕೆ ನಡುಗಿದ್ದ ಮೊಲ್ಲಾಕ ಏನು ಮಾತಾಡದೆ ಆ ಕೊನೆಯ ಶೀಷೆಯನ್ನು ಮಗಳ ಕೈಯಲ್ಲಿಟ್ಟು 'ಇನ್ನು ನೀನು ನನ್ನ ಮುಖವನ್ನು ನೋಡಬೇಡ' ಎಂದು ಶಾಪ ಹಾಕಿ ಬಾಗಿಲು ಮುಚ್ಚಿದ್ದರು.

ಅವರ ಶಾಪದ ಸದ್ದು ಕೇಳಿದಾಗಲೇ ಕುಂಞಿಪಾತುಮ್ಮನ ಎದೆಯಲ್ಲಿ ಏನೋ ನೋವು ಕಾಣಿಸಿಕೊಂಡ ಹಾಗಾಗಿತ್ತು. ಅಂದು ತೊಡಗಿಕೊಂಡ ಆ ನೋವು, ಅವಳನ್ನು ಹಿಂಬಾಲಿಸಿ ಬಂದು ಈ ಮರಣದ ಹಾಸಿಗೆಗೆ ತಂದು ಮಲಗಿಸಿತ್ತು. 'ತಾಯಿಯಿಲ್ಲದ ನಿನ್ನನ್ನು ತಾಯಿಯಂತೆ ನೋಡಿಕೊಂಡ ನಿನ್ನ ಈ ಬಾಪಾನ ಎದೆಯ ಮೇಲೆ ನೀನು ನಡೆದು ಆ ಮೂಸಾ ಎಂಬ ಅರಿವಿಲ್ಲದವನ ಹಿಂದೆ ಹೋದೆಯಲ್ಲಾ ಮಗಳೇ ನಿನಗೆ ಒಳ್ಳೆಯದು ಏನಾದರೂ ಇದ್ದರೆ ಅದು

ಹೇಗೆ ಆಗುತ್ತದೆ' ಎಂದು ಮೊಲ್ಲಾಕ ಶಾಪ ಹಾಕಿದ್ದರು. ಆ ಶಾಪ ನನಗೆ ಸರಿಯಾಗಿಯೇ ತಾಕಿತು ಎಂದುಕೊಂಡು ಕುಂಞಿಪಾತುಮ್ಮ ರಾತ್ರಿ ಒಬ್ಬಳೇ ಮಲಗಿ ಕಣ್ಣೀರು ಹಾಕುತ್ತಿದ್ದಳು.

ಮೂಸಕಾಕ ರಾತ್ರಿ ಕಾವಲು ಮುಗಿಸಿ ಬರುವವರೆಗೆ ಅವಳು ಕಣ್ಣು ತೆರೆದಿಟ್ಟು ತನ್ನ ತೀರಿಹೋದ ತಾಯಿಯ ಜೊತೆ ಮಾತನಾಡಿ ಕಾಲಕಳೆಯುತ್ತಿದ್ದಳು. 'ನಾನು ಹೇಳಲಿಲ್ಲವಾ ಮಗಳೇ, ನಿನ್ನ ಬಾಪಾ ಶಾಪ ಹಾಕಿದರೆ ಅದು ಎದೆಗೇ ಹೊಡೆಯುವುದೆಂದು' ತೀರಿಹೋದ ತಾಯಿಯೂ ಮಗಳೊಡನೆ ರಾತ್ರಿಯಿಡೀ ಮಾತಿನಲ್ಲಿ ಕಳೆಯುತ್ತಿದ್ದರು.

ರಾತ್ರಿ ಕಾವಲು ಮುಗಿಸಿ ಮೂಸಕಾಕ ಲೈನುಮನೆಗೆ ಬಂದರೆ ಮುಚ್ಚಿಹೋಗಿದ್ದ ಕಿಟಕಿ ತೆರೆದುಕೊಂಡಿರುತ್ತಿತ್ತು. ಹೆಂಡತಿ ಕುಂಞಿಪಾತುಮ್ಮಳ ಮರಣದ ಹಾಸಿಗೆ ಯಾರೋ ಕಾದಾಡಿ ಹೋಗಿರುವಂತೆ ಕಾಣಿಸುತ್ತಿತ್ತು. 'ಈವತ್ತೂ ಬಂದಿದ್ದಳಾ ಅವಳು ನಿನ್ನ ಜೀವ ಹಿಡಿದುಕೊಳ್ಳಲು' ಎಂದು ಮೂಸಕಾಕ ತೋಟದಿಂದ ತಂದ ಹಣ್ಣುಗಳನ್ನು ಅವಳ ಬಾಯಿಗಿಡುತ್ತಾ ಮೆಲುದನಿಯಲ್ಲಿ ಕೇಳುತ್ತಿದ್ದರು. ಕುಂಞಿಪಾತುಮ್ಮ ಮಗುವಿನಂತೆ ಆಗತಾನೇ ಕಿಟಕಿಯಿಂದ ನುಗ್ಗುತ್ತಿದ್ದ ಬೆಳಗಿನ ಬೆಳಕನ್ನು ಸುಮ್ಮನೆ ನೋಡುತ್ತಾ ಕ್ಷೀಣವಾಗಿ ನಗುತ್ತಿದ್ದಳು. ಅದುವರೆಗೂ ಅವರು ಹಿಡಿದಿಟ್ಟುಕೊಂಡಿದ್ದ ನಿದ್ದೆ ಅವರ ಕಣ್ಣುರೆಪ್ಪೆಗಳನ್ನು ಸೋಕಿ ಅವರ ತುಟಿಗಳನ್ನು ಸವರಿ ಅವರು ಅರ್ಧ ತಿಂದ ಕಿತ್ತಳೆಯ ತೊಳೆಯೊಂದನ್ನು ಹಾಗೇ ಬಾಯಲ್ಲಿಟ್ಟು ನಿದ್ದೆ ಹೋಗುತ್ತಿದ್ದಳು.

ಹಾಗೆ ನೋಡಿದರೆ ಕೊಂಬಿನ ಮೀಸೆಯ ಈ ಮೂಸಕಾಕ ಹೂವಿನಕೊಲ್ಲಿಗೆ ಬಂದ ಕತೆ ಸಣ್ಣ ಸಂಗತಿಯೇನೂ ಆಗಿರಲಿಲ್ಲ. ಕೇರಳದ ಮಲಪ್ಪುರಂ ಜಿಲ್ಲೆಯ ನದಿಯ ಬದಿಯ ಗ್ರಾಮವೊಂದರ ದೊಡ್ಡ ತರವಾಡು ಮನೆಯ ತಡಿಕೆ ಕಟ್ಟಿದ ಮೂಲೆಯೊಂದರಲ್ಲಿ ಜೀವಿಸುತ್ತಿದ್ದ ಮೊಲ್ಲಾಕ ಮೂಸಕುಟ್ಟಿಯ ತಾಯಿಗೆ ಅಣ್ಣನಾಗಬೇಕಿತ್ತು. ಕುಂಞಿಪಾತುಮ್ಮನ ತಾಯಿ ಹಾಗೂ ಮೂಸಕುಟ್ಟಿಯ ಬಾಪಾ ಒಡಹುಟ್ಟಿದವರಾಗಿದ್ದರು. ಒಬ್ಬರಿಗೊಬ್ಬರು ಎಲ್ಲವೂ ಆಗಬೇಕಿದ್ದ ಆ ಕೋಯಾಗಳ ಕುಟುಂಬ ಕೇರಳದ ಮಲಪ್ಪುರಂ ಜಿಲ್ಲೆಯ ನದಿಯ ಬದಿಯ ಗ್ರಾಮವೊಂದರ ತರವಾಡು ಮನೆಯೊಂದರಲ್ಲಿ ಒಂದು ಕಾಲದಲ್ಲಿ ಗ್ರಾಮಕ್ಕೆಲ್ಲಾ ರಾಜರುಗಳ ಹಾಗೆ ಬಾಳುತ್ತಿದ್ದರು. ನಂತರ ಯಾಕೋ ಶಾಪಗ್ರಸ್ತರಾದವರಂತೆ ತಮ್ಮ ತಮ್ಮಲ್ಲೇ ಮಾಟ, ಮಾಯ, ಮಂತ್ರ ಮಾಡಿಕೊಂಡು ಒಬ್ಬರ ಆತ್ಮವನ್ನು ಇನ್ನೊಬ್ಬರು ಹಿಡಿದು ಶೀಷೆಯೊಳಕ್ಕೆ ತುರುಕಿ ಬಿರಡೆ ಹಾಕಿಕೊಂಡು ಕೊನೆಗೆ ಒಬ್ಬೊಬ್ಬರಾಗಿ ಎತ್ತೆತ್ತಲೋ ಚೆಲ್ಲಾಪಿಲ್ಲಿಯಾಗಿ ಹೋಗಿದ್ದರು.

ಅವರೆಲ್ಲರ ಮೂಲ ಪುರುಷ ನೂರಾರು ವರ್ಷಗಳ ಹಿಂದೆ ಸಿರಿಯಾದೇಶದ ಬಸ್ರಾ ಪಟ್ಟಣದಿಂದ ಹಾಯಿದೋಣಿಯಲ್ಲಿ ತೇಲಿ ಬಂದು

ಲಕ್ಷದ್ವೀಪ ತಲುಪಿ ಅಲ್ಲಿಂದ ಮಲಯಾಳ ರಾಜ್ಯವನ್ನು ತಲುಪಿ ಮೀನು ಹಿಡಿಯುವ ಮರಕಾಲ ಹೆಂಗಸೊಂದನ್ನು ವಿವಾಹ ಮಾಡಿಕೊಂಡು ಅದರ ಸಂತತಿಯೇ ತಾವೆಂಬುದನ್ನು ಅವರೆಲ್ಲರೂ ಅರಿತುಕೊಂಡಿದ್ದರು. ಆದರೂ ಹಸಿವೆಯಾಗುವಾಗ ನದಿಯ ಬದಿಯಲ್ಲಿ ತೆಂಗಿನಿಂದ ಕಾಯಿಯೊಂದು ಬಿದ್ದರೂ ಅದಕ್ಕಾಗಿ ಅವರಲ್ಲಿ ಯುದ್ಧವಾಗುತ್ತಿತ್ತು. ಮಾಟ, ಮಂತ್ರ, ಇಸ್ಮು, ತಾಯತ, ಶಾಪ, ಉರುಕ್ಕುಗಳ ಪ್ರಯೋಗವಾಗುತ್ತಿತ್ತು. ಹೀಗೇ ಒಂದು ಸಲ ಮಂತ್ರ ಯುದ್ಧವಾದಾಗ ತಾನು ಮತ್ತು ತನ್ನ ಹೆಂಡತಿ ಮತ್ತು ಮಗಳು ಇನ್ನು ಈ ನರಕದಲ್ಲಿ ಬಾಳುವುದಿಲ್ಲವೆಂದೂ ತನ್ನ ಅರಬಿ ವಿದ್ಯೆಯಿಂದ ಎಲ್ಲಾದರೂ ಬದುಕುವೆನೆಂದೂ ಮೊಲ್ಲಾಕನೆಂಬ ಆ ಅರಬಿ ಪಂಡಿತ ರಾತ್ರೋರಾತ್ರಿ ರೈಲು ಹತ್ತಿ ಲಾರಿ ಹತ್ತಿ ಕೊಡಗಿನ ಕಾಡುಸೇರಿ ಹೂವಿನಕೊಲ್ಲಿ ತಲುಪಿದ್ದರು.

ಅವರಿಗೆ ಯಾರಿಗೂ ಆ ಯುದ್ಧದ ನಡುವೆ ಮೂಸಕುಟ್ಟಿ ಹಾಗೂ ಕುಂಞಿಪಾತುಮ್ಮ ಒಬ್ಬರನೊಬ್ಬರು ಬಿಟ್ಟು ಅಗಲಲಾರದ ಪ್ರೇಮಿಗಳಾಗಿ ಹೋಗಿರುವುದು ಗೊತ್ತಾಗಿಯೇ ಇರಲಿಲ್ಲ. ಮೊಲ್ಲಾಕ ಹೆಂಡತಿ ಮಗಳೊಡನೆ ಊರುಬಿಟ್ಟ ಮರುಕ್ಷಣದಲ್ಲಿ ತಮ್ಮ ಮಗ ಮೂಸಕುಟ್ಟಿಯೂ ಮುಲುಗಿಕೊಂಡು ಉಟ್ಟಬಟ್ಟೆಯಲ್ಲಿ ಹೊರಟು ನಿಂತಿದ್ದು ಕಂಡು ಮೂಸಕುಟ್ಟಿಯ ತಾಯಿ ರೋಷತಪ್ತಳಾಗಿ ಮಗನಿಗೆ ಶಾಪ ಹಾಕಿದ್ದರು. 'ಮಾಟಮಾಡಿ ನಿನ್ನ ಬಾಪಾನ ಶರೀರವನ್ನು ಇಲ್ಲದಂತೆ ಮಾಡಿದ ನನ್ನ ಹಾಳಾದ ಅಣ್ಣನ ಮಗಳ ಶರೀರವನ್ನು ನೀನು ಇಷ್ಟಪಟ್ಟಿರುವೆಯಾ ಇಬಿಲೀಸೇ, ನಿನ್ನ ಹಸಿಕರುಳನ್ನು ಕಿತ್ತು ಹೊರಗೆ ಎಳೆಯುತ್ತೇನೆ ಮಗನೇ' ಎಂದು ಅವರು ಮಣ್ಣಿಗೆ ಹಸ್ತಗಳನ್ನು ಬಡಿದುಕೊಂಡು ಅತ್ತಿದ್ದರು. ಆದರೂ ಮೂಸಕುಟ್ಟಿ ಕುಂಞಿಪಾತುಮ್ಮಳ ಮಾಯಕ್ಕೆ ಸಿಲುಕಿ ಅವಳ ಮೈಯ್ಯ ಪರಿಮಳವನ್ನು ಹಿಂಬಾಲಿಸುತ್ತಾ ಸಿದ್ದಾಪುರ ತಲುಪಿದ್ದರು.

'ಹೇ.. ಗುರುವಾಯೂರಪ್ಪಾ...'

ದಿನಾ ಬರುವ ವಿಮಾನ ಆಕಾಶದಲ್ಲಿ ಬೆಳ್ಳಗೆ ಗೆರೆ ಎಳೆದುಕೊಂಡು ಈ ದಿನವೂ ಮೂಡಣದಲ್ಲಿ ಸಣ್ಣದಾಗಿ ಕಾಣೆಯಾಗುತ್ತಿತ್ತು.

ದಿನಾ ಬರುವ ವಿಮಾನ ಸಣ್ಣ ಹಕ್ಕಿಯಂತೆ ಮರಗಳ ನಡುವಿಂದ ಆಕಾಶದಲ್ಲಿ ಕಾಣಿಸಿಕೊಂಡರೆ ಹೂವಿನಕೊಲ್ಲಿಯ ಆಳುಗಳು ಕೆಲಸ ಕೈ ಬಿಟ್ಟು ಮಧ್ಯಾಹ್ನದ ಗಂಜಿ ಉಣ್ಣಲು ಕೆಳಗಿನ ಹಾಡಿಗೋ, ಮೇಲಿನ ಹಾಡಿಗೋ ಹೋಗುವ ಹೊತ್ತಾಯಿತು ಎಂದುಕೊಳ್ಳುತ್ತಿದ್ದರು. ಹಾಗೆ ಅಂದುಕೊಳ್ಳುತ್ತಿದ್ದಂತೆ ಬಂಗಲೆಯ ಹೂವಿನ ತೋಟದ ದಿಬ್ಬದಿಂದ ಹಾಲು ಕರೆಯುವ ನಂಬಿಯಾರರು ಊದುವ ಮಧ್ಯಾಹ್ನದ ತುರಿಯ ಸದ್ದು ಮೊಳಗುತ್ತಿತ್ತು.

ಆದರೆ ಈ ದಿನ ಕಾಫಿ ಕುಯ್ಯುವುದು ಮುಗಿದು, ಕಾಫಿ ಹೆಕ್ಕುವುದು ಮುಗಿದು, ತೋಟದ ಆಳುಗಳು ಬೋನಸ್ಸು ಪಡೆದು ಊರಿಗೆ ಹೊರಟು ಹೋದವರು ಇನ್ನೂ ಬಂದು ತಲುಪಿರಲಿಲ್ಲ. ಖಾನ್ ಸಾಹುಕಾರರು ಹಜ್ ಮುಗಿಸಿ ಮಕ್ಕಾದಿಂದ ಇನ್ನೂ ಮರಳಿ ಬಂದಿರಲಿಲ್ಲ. ಮುರುಗಾಮಲೆಯಿಂದ ಕನಸಿನಲ್ಲಿ ಆಪರೇಷನ್ನು ಮುಗಿಸಿಕೊಂಡು ಹೊರಟ ಉಸ್ಮಾನ್ ರೈಟರೂ ತಲುಪಿರಲಿಲ್ಲ.

ದನ ಮೇಯಿಸುವ ಮುದಾರನೂ, ಹಾಲು ಕರೆಯುವ ನಂಬಿಯಾರರೂ ಮಾಡಲು ಬೇರೇನೂ ಕೆಲಸವಿಲ್ಲದೆ ಏಲಕ್ಕಿ ತೋಟದ ನಡುವಲ್ಲಿ ಬೇಸಿಗೆಯಲ್ಲಿ ಬತ್ತಿದಂತೆ ಹರಿಯುತ್ತಿರುವ ತೊರೆಯ ಸಣ್ಣ ಸಣ್ಣ ಚಪ್ಪಟೆ ಕಲ್ಲುಗಳನ್ನು ಸರಿಸಿ ಮೇಲೆತ್ತಿ ಅವುಗಳ ಅಡಿಯ ಕೆಸರಿನಿಂದ ಕಾಡು ಸೀಗಡಿಗಳನ್ನು ಹಿಡಿದು ಕೆಸದ ಎಲೆಯಲ್ಲಿ ಸಂಗ್ರಹಿಸುತ್ತಿದ್ದರು. ಮಾಡಲು ಬೇರೆ ಏನೂ ಕೆಲಸವಿಲ್ಲವೆಂದು ತಾವು ಕಾಡು ಸೀಗಡಿಗಳನ್ನು ಹಿಡಿಯುತ್ತಿರುವೆವು ಎಂಬ ಭಾವವು ಅವರಿಬ್ಬರ ಮುಖದಲ್ಲೂ ಎದ್ದು ಕಾಣುತ್ತಿತ್ತು.

ಹಾಲು ಕರೆಯುವ ನಂಬಿಯಾರರು ತಾವು ಮೀನು, ಮಾಂಸ, ಸೀಗಡಿಗಳನ್ನು ತಿನ್ನುವುದಿಲ್ಲವಾದರೂ ಬೇರೆ ಏನೂ ಕೆಲಸವಿಲ್ಲದಿರುವಾಗ ಏಲಕ್ಕಿ ಕಾಡಿನ ನಡುವಿನ ಈ ತೊರೆಯಲ್ಲಿ ಹೀಗೆ ತಮ್ಮ ಜಾರುವ ಪಂಚೆಯನ್ನು ಮೊಣಕಾಲವರೆಗೆ ಎತ್ತಿ ಪಾದಗಳನ್ನು ಕೆಸರಲ್ಲಿ ಹೂತು ಕುಕ್ಕುರುಗಾಲಲ್ಲಿ ಕುಳಿತು ಏಕಾಗ್ರತೆಯಿಂದ ಒಂದೊಂದೇ ಸೀಗಡಿಗಳನ್ನು ಬೊಗಸೆಯಲ್ಲಿ ಹಿಡಿದು ಕೆಸದ ಎಲೆಯಲ್ಲಿ ಹಾಕುತ್ತಿದ್ದರು.

ದಿನಾ ಬರುವ ವಿಮಾನ ಈ ದಿನವೂ ಸದ್ದಿಲ್ಲದೆ ಮೇಲೆ ಆಕಾಶದಲ್ಲಿ ಬಿಳಿಯ ಗೆರೆ ಎಳೆದುಕೊಂಡು ಮಾಯವಾಗುತ್ತಿರುವುದು ಅವರಿಗೆ ತೊರೆಯ ಕೆಸರು ನೀರಿನಲ್ಲಿ ಗೋಚರವಾಗುತ್ತಿತ್ತು. ಆದರೂ ಅವರು ಹಠದಲ್ಲಿ ತಲೆಯೆತ್ತಿ ನೋಡದೆ, ಮುದಾರನ ಜೊತೆಗೂ ಮಾತನಾಡದೆ ಅವುಡುಗಚ್ಚಿಕೊಂಡು ಸೀಗಡಿ ಹಿಡಿಯುವ ಕೆಲಸವನ್ನು ಮಾಡುತ್ತಿದ್ದರು. ಮುದಾರನೂ ಏನೂ ಹೇಳದೇ ನಡುನಡುವೆ ತಿರುಗಿ ನೋಡಿ ಕೊಯಿದ ಭತ್ತದ ಗದ್ದೆಯಲ್ಲಿ ತನ್ನ ದನಕರುಗಳು ಇನ್ನೂ ಮೇಯುತ್ತಲೇ ಇವೆಯೇ ಎಂದು ಖಚಿತಪಡಿಸಿಕೊಂಡು ಮತ್ತೆ ತನ್ನ ಕೆಲಸವನ್ನು ಮುಂದುವರಿಸುತ್ತಿದ್ದನು.

ಕೆಸರು ನೀರಿನಲ್ಲಿ ಅವರಿಬ್ಬರ ಬೊಗಸೆಗಳು ಚಲಿಸುವ ಸದ್ದು, ಮೇಲೆ ನೆರಳಿಗೆ ಬೆಳೆಸಿದ ಪಾಲವಾನದ ಮರಗಳ ಗೆಲ್ಲುಗಳಿಂದ ಕಾಡುಮೈನಾ ಹಕ್ಕಿಗಳ ಹಾಡು, ನಡುನಡುವೆ ಭತ್ತದ ಗದ್ದೆಯ ಮೇಲಿಂದ ರೊಯ್ಯನೆ ಹಾರುವ ಗಿಳಿ ಹಿಂಡುಗಳ ಕಲರವ, ತೊರೆಯ ಕೆಸರಿನ ವಾಸನೆ, ಹಸಿ ಸೀಗಡಿಗಳ ಪೊಡಸು ಪರಿಮಳ– ನಂಬಿಯಾರರು ಎಂದಿನಂತೆ ಈ ಲೋಕ ಯಾಕೆ

ಹೀಗೆ ಎಂದು ಯೋಚಿಸುತ್ತಿದ್ದರು. ತಮ್ಮ ತಲೆಯಲ್ಲಿ ಉಂಟಾಗುತ್ತಿರುವ ಈ ಯೋಚನೆಗಳನ್ನು ಆಳಾದ ಈ ಮುದಾರನಿಗೆ ಹೇಗೆ ಹೇಳುವುದು ಎಂದೂ ಅವರಿಗೆ ಯೋಚನೆಯಾಗುತ್ತಿತ್ತು.

ಮೇಲಿನಿಂದ ರೈಟರ ಬಿಡಾರದಿಂದ ಮಕ್ಕಳು ಕೇಕೆ ಹಾಕಿ ಆಡುವುದು, ಅಳುವುದು ಕೇಳಿಸುತ್ತಿತ್ತು. ಹಾಜಮ್ಮ ತಾನೂ ಒಂದು ಕೋಳಿಯಂತೆ ಕೋಳಿ ಹಿಂಡುಗಳನ್ನು ಹತ್ತಿರಕ್ಕೆ ಕರೆದು ಹುಡಿ ಅಕ್ಕಿ ಎರಚಿ ತಿನ್ನಲು ಕೇಳಿಕೊಳ್ಳುತ್ತಿರುವುದು ಅಲ್ಲಿಂದಲೇ ಕೇಳಿಸುತ್ತಿತ್ತು. ರೈಟರ ಎರಡನೇ ಹೆಂಡತಿ ಆಯಿಷಾ ಬಟ್ಟೆ ಒಗೆಯುವ ಕಲ್ಲಿಗೆ ಬಟ್ಟೆ ಬಡಿಯುವ ಸದ್ದು, ನಡುನಡುವಲ್ಲಿ ಜುಲೈಕಾ ಎಂಬ ಗಿಳಿಯ ಕೀಟಲೆಯ ಮಾತುಗಳ ಸದ್ದು. ಈಗ ಒಂದು ವಾರದಿಂದ ಸಾಹುಕಾರರ ಬಂಗಲೆಯಿಂದ ಕೆಲಸದ ತುರಿಯನ್ನು ಊದದೆ ಹಾಲು ಕರೆಯುವ ನಂಬಿಯಾರಿಗೆ ತಮ್ಮ ತುಟಿಗಳು ಒಣಗಿ ಹೋದಂತೆ ಅನ್ನಿಸುತ್ತಿತ್ತು. ಪಂಚೆಯೊಳಗಿನ ತಮ್ಮ ಬಿಳಿಯ ನಿಕ್ಕರಿನ ಜೇಬಿನಿಂದ ವೀಳ್ಯದ ಎಲೆಯೊಂದನ್ನು ತೆಗೆದು ಹಸ್ತಕ್ಕೆ ಉಜ್ಜಿ ಅದನ್ನು ಹಸಿರಾಗಿ ಹೊಳೆಯುವಂತೆ ಮಾಡಿ ಸುಣ್ಣದ ಕರಂಡಕದೊಳಕ್ಕೆ ಕಿರುಬೆರಳನ್ನು ತೂರಿಸಿ ಸುಣ್ಣವನ್ನು ಗೋರಿ ತೆಗೆದು ಎಲೆಗೆ ಹಚ್ಚಿ ಅಡಿಕೆ ಚೂರಿಗಾಗಿ ತಮ್ಮ ನಿಕ್ಕರಿನ ಕಿಸೆಯೊಳಕ್ಕೆ ಕೈಯನ್ನು ತೂರಿಬಿಟ್ಟರು. ಅವರ ಕೈಬೆರಳುಗಳಿಗೆ ಅಡಿಕೆಯ ಚೂರುಗಳು ಸಿಗದೆ ಅವರ ಬಾಯಿಂದ 'ಹೇ ಗುರುವಾಯೂರಪ್ಪಾ....' ಎಂಬ ಶಬ್ದವೊಂದು ಕೇಳಿಬಂತು. ಆ ಶಬ್ದವನ್ನು ಕೇಳಿದ ಮುದಾರ ತಾನೂ ತಲೆಯೆತ್ತಿ ನೋಡಿ ಈಗ ಎಲ್ಲಿಂದ ಅಡಿಕೆಯ ಚೂರುಗಳನ್ನು ಅವರಿಗೆ ತಂದುಕೊಡುವುದು ಎಂದು ಗೊತ್ತಾಗದೆ ತಲೆ ತಗ್ಗಿಸಿ ಕುಳಿತು ಬಿಟ್ಟನು.

ಹೂವಿನಕೊಲ್ಲಿಯ ಹುಲ್ಲಿನ ಬಾಣೆಯಲ್ಲಿ ಆಕಾಶಕ್ಕೆ ತಲೆಯೆತ್ತಿ ನಿಂತಿದ್ದ ಒಂದೇ ಒಂದು ಒಂಟಿ ಅಡಿಕೆಯ ಮರ ಹಜ್ ಹಬ್ಬಕ್ಕೆ ನಾಲ್ಕು ದಿನದ ಮೊದಲು ಬೀಸಿದ ಗಾಳಿಗೆ ಗೋಣು ಮುರಿದುಕೊಂಡು ಅದರ ತಲೆ ಅರ್ಧದಿಂದ ಮರದಲ್ಲೇ ನೇತಾಡುತ್ತಿತ್ತು. ಅದರ ಅಡಿಗೆ ಮಕ್ಕಳೂ ಹೋಗುವುದು ಬೇಡ, ಯಾರೂ ಹೋಗುವುದೂ ಬೇಡ, ಹೋದವರ ತಲೆಯ ಮೇಲೇನಾದರೂ ಅದು ಕಳಚಿ ಬಿದ್ದರೆ ಯಾರೂ ಜವಾಬ್ದಾರರಲ್ಲ ಎಂದು ಉಸ್ಮಾನ್ ರೈಟರು ಮುರುಗಾಮಲೆಗೆ ಹೋಗುವ ಮೊದಲು ಆರ್ಡರು ಮಾಡಿ ಹೋಗಿದ್ದರು.

ತನಗೆ ಕಾಲಕಾಲಕ್ಕೆ ಸಲ್ಲಬೇಕಾಗಿರುವುದನ್ನೆಲ್ಲಾ ಯಾವುದೋ ಒಂದು ಅನಿಷ್ಟ ಶಕ್ತಿ ಬೇಕು ಬೇಕೆಂತಲೇ ಸಲ್ಲದ ಹಾಗೆ ಮಾಡುತ್ತಿದೆಯೆಂದು ನಂಬಿಯಾರರಿಗೆ ಯಾವಾಗಿನಿಂದಲೋ ಅನ್ನಿಸುತ್ತಿತ್ತು. ಈಗ ಇದ್ದ ಈ ಒಂದು ಅಡಿಕೆಯ ಮರವೂ ಗಾಳಿಗೆ ತಲೆಕಡಿದುಕೊಂಡು ನೇತಾಡಲು ತೊಡಗಿದ ಮೇಲೆ ಅವರಿಗೆ ಅದು ಹಸಿ ಸತ್ಯವೆಂದು ಗೊತ್ತಾಗಿ ಹೋಗಿತ್ತು. ಇಲ್ಲವಾದರೆ

ತಾವು ಯಾಕೆ ಸಿದ್ದಾಪುರದ ಸಂತೆ ಬೀದಿಯಲ್ಲಿದ್ದ ತಮ್ಮ ವಾಚು ರಿಪೇರಿಯ ಅಂಗಡಿಯನ್ನು ತ್ಯಜಿಸಿ ಈ ಹೂವಿನಕೊಲ್ಲಿಯ ಸಾಹುಕಾರರ ಬಂಗಲೆಯ ದನದ ಕೊಟ್ಟಿಗೆಯಲ್ಲಿ ಹಾಲು ಕರೆದುಕೊಂಡು, ಕಾಲಕಾಲಕ್ಕೆ ಕೆಲಸದ ತುರಿಯನ್ನು ಊದಿಕೊಂಡು ಸತ್ತುಕೊಂಡು ಇರಬೇಕಾಗಿತ್ತು ಎಂದು ಅವರಿಗೆ ಯಾವಾಗಲೂ ಅನ್ನಿಸುತ್ತಿತ್ತು.

ಅವರ ಮನಸ್ಸಿಗೆ ಅನ್ನಿಸುತ್ತಿರುವುದು ಎಲ್ಲ ಅಲ್ಲದಿದ್ದರೂ ಸ್ವಲ್ಪವಾದರೂ ಮುದಾರನ ಮನಸ್ಸಿಗೂ ಅರ್ಥವಾಗುತ್ತಿತ್ತು. ಅದಕ್ಕೆಂತಲೇ ಅವನು ಯಾವಾಗಲೂ ಅಡಿಕೆ ಸುಲಿದು ಒಣಗಿಸಿ ಚೂರು ಮಾಡಿದ ಮೇಲೆ ಒಂದಿಷ್ಟು ಹೆಚ್ಚು ಚೂರುಗಳನ್ನೇ ನಂಬಿಯಾರರಿಗೆ ಕೊಡುತ್ತಿದ್ದ. ಆದರೆ ಈಗ ಅಡಿಕೆ ಮರವೇ ಬಿದ್ದ ಮೇಲೆ ತಾನೇನು ಮಾಡುವುದು ಎಂದು ಮುದಾರನ ತಲೆಯಲ್ಲಿ ಹೊಳೆಯದೆ ನಂಬಿಯಾರರು ಸಿಟ್ಟಾದರೆ ಸಿಟ್ಟಾಗಲಿ ಎಂದು ಆತನೂ ಮಾತನಾಡದೆ ಸಿಕ್ಕಿದ ಸೀಗಡಿಗಳನ್ನು ಕೆಸದ ಎಲೆಯಲ್ಲಿ ತುಂಬಿಸಿಕೊಂಡು ಎದ್ದು ನಿಂತನು.

ನಂಬಿಯಾರರು ಕೆಸರಿನಿಂದ ಏಳಲಾಗದೆ ಅವರ ಕಾಲುಗಳು ನೀರಿನಲ್ಲಿ ಜೋಮು ಕಟ್ಟಿಕೊಂಡು ಅವರು ತಮ್ಮ ಬಕ್ಕ ತಲೆಯ ಮೇಲೆ ಕೈಗಳನ್ನಿಟ್ಟುಕೊಂಡು ತೊರೆಯ ನಡುವೆ ಕುಳಿತಲ್ಲೇ ಕುಳಿತಿದ್ದರು. ಅವರನ್ನು ಅಲ್ಲಿಂದ ಎಬ್ಬಿಸಲು ಅವರನ್ನು ಹೇಗೆ ಮುಟ್ಟುವುದು ಎಂದು ತಿಳಿಯದೆ ಮುದಾರ ಸುಮ್ಮನೆ ನೋಡುತ್ತಾ ನಿಂತಿದ್ದನು. ನೀನು ಹೋಗುವ ದಿಕ್ಕಿಗೆ ಹೋಗು ನನ್ನ ಕಾಲುಗಳು ತನಗೆ ತಾನೇ ಸರಿಯಾದ ಮೇಲೆ ನಾನೇ ಎದ್ದು ಬರುವೆನು ಎಂಬಂತೆ ನಂಬಿಯಾರರು ಅವನನ್ನು ನೋಡಿದರು. ಅದನ್ನು ಅರಿತುಕೊಂಡ ಮುದಾರ ಕೈಗಳಲ್ಲಿ ಸೀಗಡಿ ತುಂಬಿದ್ದ ಕೆಸದ ಎಲೆಯನ್ನು ಬಿಗಿಯಾಗಿ ಹಿಡಿದುಕೊಂಡು ಹುಲ್ಲುಬಾಣೆಯ ಮೂಲೆಯನ್ನು ತಲುಪಿ ಪಾಲವಾನದ ಒಣ ಕಡ್ಡಿಗಳಿಗೆ ಬೆಂಕಿ ಹಚ್ಚಿ ಅವುಗಳು ಉರಿಯುತ್ತಿದ್ದಂತೆ ಆ ಅಗ್ನಿಯಲ್ಲಿ ಸೀಗಡಿಗಳನ್ನು ಸುಡಲುತೊಡಗಿದನು.

ತೊರೆಯ ಕೆಸರಿನಲ್ಲಿ ನಂಬಿಯಾರರ ಕಾಲುಗಳು ಜೋಮು ಕಟ್ಟಿಕೊಂಡು ಅವರು ಅಲ್ಲಿಂದಲೇ ಎಲ್ಲವನ್ನೂ ನೋಡುತ್ತಿದ್ದರು. ಅವರಿಗೆ ಏನೂ ಅರ್ಥವಾಗುತ್ತಿರಲಿಲ್ಲ. ಸಿದ್ದಾಪುರದ ಸಂತೆ ಪೇಟೆಯಲ್ಲಿ ವಾಚು ರಿಪೇರಿ ಮಾಡಿಕೊಂಡು ಕುಳಿತಿರಬೇಕಾಗಿದ್ದ ತಾನು ಈ ಹೂವಿನಕೊಲ್ಲಿಯ ಏಲಕ್ಕಿ ಕಾಡಿನ ನಡುವಲ್ಲಿ ಕೆಸರಲ್ಲಿ ಕಾಲು ಸಿಕ್ಕಿಹಾಕಿಕೊಂಡು ಈ ಅಡಿಯನಾದ ಮುದಾರ ಸೀಗಡಿ ಸುಡುವುದನ್ನು ನೋಡುತ್ತಾ ಕುಳಿತಿರಬೇಕಾದ ಕರ್ಮಫಲವೇನು ಎಂಬುದು ಅವರಿಗೆ ಅರ್ಥವಾಗಲಿಲ್ಲ. ಬೆಳಗ್ಗೆ ಎರಡು ಸಲ, ಮಧ್ಯಾಹ್ನ ಎರಡು ಸಲ, ಸಂಜೆ ಒಂದು ಸಲ– ಹೀಗೆ ದಿನಕ್ಕೆ ಐದು ಸಲ

ಕಾಲಕಾಲಕ್ಕೆ ಸರಿಯಾಗಿ ಹೂವಿನಕೊಲ್ಲಿಯ ಕೆಲಸದ ಆಳುಗಳಿಗೆ ಏಳುವ ಹೊತ್ತಾಯಿತು, ಕೆಲಸಕ್ಕೆ ಹೊರಡುವ ಹೊತ್ತಾಯಿತು, ಮಧ್ಯಾಹ್ನ ಗಂಜಿ ಕುಡಿಯುವ ಹೊತ್ತಾಯಿತು, ಕುಡಿದು ಮರಳುವ ಹೊತ್ತಾಯಿತು, ಸಂಜೆ ಹಾಡಿಗೆ ಹಿಂತಿರುಗುವ ಹೊತ್ತಾಯಿತು ಎಂಬುದನ್ನು ಬಂಗಲೆಯ ಹೂವಿನ ತೋಟದ ನಡುವಿನ ದಿಬ್ಬಹತ್ತಿ ತುರಿಯನ್ನು ಊದಿ ಮೊಳಗಿಸುತ್ತಾ ತೋಟದ ನಾಲ್ಕೂ ಮೂಲೆಗೆ ತಿರುಗಿ ಊದುತ್ತಾ ತಿಳಿಸುತ್ತಿದ್ದ ನಂಬಿಯಾರರಿಗೆ ರಾತ್ರಿ ಕೊಟ್ಟಿಗೆಯ ಮೂಲೆಯಲ್ಲಿರುವ ತಮ್ಮ ಕೋಣೆಯಲ್ಲಿ ಮಲಗಿದರೆ ನಿದ್ದೆಯೇ ಬರುತ್ತಿರಲಿಲ್ಲ. ತಾನು ಎಲ್ಲಿಂದ ಬಂದೆ, ಇಲ್ಲಿ ಯಾಕೆ ಇರುವೆ ಎಂದೂ ಅರ್ಥವಾಗುತ್ತಿರಲಿಲ್ಲ.

'ಪುತ್ರಶೋಕವೆಂಬುದು ಎಲ್ಲ ಶೋಕಗಳಿಗಿಂತಲೂ ಅತಿದೊಡ್ಡ ಶೋಕ. ಆ ಶೋಕವು ಹೊರಟು ಹೋಗಬೇಕಾದರೆ ತಂದೆಯಾದ ನಾನೇ ಈ ಲೋಕದಿಂದ ಹೊರಟು ಹೋಗಬೇಕು' ಎಂದು ನಂಬಿಯಾರರು ತೋಟದ ಕಾವಲುಗಾರ ಕುಟ್ಟಿಕಣ್ಣನಿಗೆ ಆಗಾಗ ಸೂಕ್ಷ್ಮವಾಗಿ ಹೇಳುತ್ತಿದ್ದರು. ತನ್ನ ಮನಸ್ಸು ಈ ಹೂವಿನಕೊಲ್ಲಿಯಲ್ಲಿ ಯಾರಿಗಾದರೂ ಅರ್ಥವಾಗುವುದಾದರೆ ಅದು ಸ್ವಲ್ಪವಾದರೂ ಅರ್ಥವಾಗುವುದು ಈ ಕುಟ್ಟಿಕಣ್ಣನಿಗೇ ಎಂದು ನಂಬಿಯಾರರು ತಿಳಿದಿದ್ದರು. ಆದರೆ ಹೂವಿನಕೊಲ್ಲಿಯ ಎಲ್ಲರಿಗೂ ನಂಬಿಯಾರರ ಶೋಕವು ಎಂತಹದು ಎಂಬುದು ತಿಳಿದಿತ್ತು. ಆದರೆ ಏನು ಮಾಡುವುದು ಎಂದು ಗೊತ್ತಾಗದೆ ಅವರೆಲ್ಲರೂ ಸುಮ್ಮನಿದ್ದರು.

*** ***

ಹೂವಿನಕೊಲ್ಲಿ ಕಾಫಿ ತೋಟದಿಂದ ಸಿದ್ದಾಪುರಕ್ಕೆ ಹೋಗುವ ದಾರಿಯಲ್ಲಿ ಒಂದು ದೊಡ್ಡ ಮೈದಾನ ಬರುತ್ತದೆ. ಆ ಮೈದಾನದ ನಡುವಲ್ಲಿ ಅಲ್ಲಲ್ಲಿ ಚದುರಿಹೋದಂತೆ ನೂರಾರು ಸಮಾಧಿಯ ಕಲ್ಲುಗಳಿವೆ. ನಡುವಲ್ಲಿ ಯಾರಿಗೂ ಹೆಸರು ಗೊತ್ತಿಲ್ಲದ ದೊಡ್ಡ ಎಲೆಗಳ ಮರವೊಂದಿದೆ. ಆ ಮರದ ಕೆಳಗೆ ಒಂದು ಹಳೆಯ ಬಾವಿಯಿದೆ. ಅವುಗಳು ಯಾರ ಸಮಾಧಿಯ ಕಲ್ಲುಗಳು ಎಂಬುದು ಯಾರಿಗೂ ತಿಳಿದಿಲ್ಲ. ಟೀಪೂವಿನ ಜೊತೆಯಲ್ಲಿ ಬಂದ ಫ್ರೆಂಚರದು ಎಂದು ಕೆಲವರು ಹೇಳಿದರೆ ಟೀಪೂವನ್ನು ಸೋಲಿಸಿದ ಬ್ರಿಟಿಷರದು ಎಂದು ಕೆಲವರು ಹೇಳುತ್ತಾರೆ. ಆ ಬಾವಿಯ ಸುತ್ತ ಶಾಲೆಗೆ ಹೋಗುವ ಮಕ್ಕಳೂ, ಮದರಸದಲ್ಲಿ ಅರಬಿ ಕಲಿಯುವ ಹುಡುಗರೂ ಆ ಮರದ ನೆರಳಿನಲ್ಲಿ ಆಟವಾಡುತ್ತಿರುತ್ತಾರೆ.

ಆ ಬಾವಿಯಲ್ಲಿ ಒಂದು ಹಗಲು ದೇಹವೊಂದು ತೇಲುತ್ತಾ ಕಾಣಿಸಿಕೊಂಡು ಅದು ಯಾರ ದೇಹವೆಂದು ಯಾರೋ ಇಳಿದು ತಿರುಗಿಸಿ ನೋಡಿದರೆ ಬಾವಿಯ ಕಟ್ಟೆಯಿಂದ ಇಣುಕುತ್ತಿದ್ದ ನಂಬಿಯಾರರು 'ಹೇ

ಗುರುವಾಯೂರಪ್ಪಾ' ಎಂದು ಕೂಗಿಕೊಂಡಿದ್ದರು. ಆ ದೇಹವು ಅವರ ಮಗ ಕುಟ್ಟಪ್ಪನದಾಗಿತ್ತು. ಅವರ ಮಗನನ್ನು ಕಮ್ಯೂನಿಸ್ಟನೆಂದು ಯಾರೋ ಬಾವಿಗೆ ಹಾಕಿದ್ದರು.

ನಂಬಿಯಾರರು ಅಂದಿನಿಂದ ಸಿದ್ದಾಪುರದ ತಮ್ಮ ವಾಚಿನಂಗಡಿಯ ಬಾಗಿಲನ್ನು ತೆರೆದಿರಲಿಲ್ಲ. ಹಿಂದಿನ ಬಾಗಿಲಿಂದ ಅಂಗಡಿ ತೆರೆದು ಯಾರ ಯಾರ ವಾಚುಗಳು ಯಾರು ಯಾರಿಗೆ ಸೇರಬೇಕೋ ಅವರಿಗೆ ತಲುಪಿಸಿ, ಉಳಿದ ವಾಚುಗಳನ್ನು ಬಟ್ಟೆಯ ಗಂಟಲ್ಲಿ ಸುತ್ತಿ, ಆ ಗಂಟನ್ನು ಸಿದ್ದಾಪುರದ ಸಂತೆಕಟ್ಟೆಯ ನಡುವಲ್ಲಿ ಇಟ್ಟು, ಲೋಕದ ಎಲ್ಲಾ ದೇವಾಧಿದೇವತೆಗಳಿಗೂ, ಎಲ್ಲ ಸಾಹುಕಾರರಿಗೂ, ಆಳುಗಳಿಗೂ, ಅಂಗಡಿಯವರಿಗೂ ಶಾಪ ಹಾಕಿ, ಮಗ ಕುಟ್ಟಪ್ಪನ ಹೆಸರು ಹಿಡಿದು ಕೂಗಿಕೊಂಡು, ಟಾರು ರೋಡಿನಲ್ಲಿ ಹುಚ್ಚನಂತೆ ನಡೆಯಲು ಶುರುಮಾಡಿದ್ದರು.

ಸಿದ್ದಾಪುರದಿಂದ ಟ್ರಾಕ್ಟರಿನ ಟ್ರಾಲರಿನಲ್ಲಿ ಗೊಬ್ಬರದ ಚೀಲಗಳನ್ನು ಹಾಕಿಸಿಕೊಂಡು ಬರುತ್ತಿದ್ದ ಉಸ್ಮಾನ್ ರೈಟರು ಆಗ ಟ್ರಾಕ್ಟರು ನಡೆಸುತ್ತಿದ್ದ ವೇಲಾಯುದನಿಗೆ ನಿಲ್ಲಿಸಲು ಹೇಳಿ ನಂಬಿಯಾರನ್ನು ಹತ್ತಿಸಿಕೊಂಡು ತಂದು ಹೂವಿನಕೊಲ್ಲಿಯಲ್ಲಿ ತುರಿ ಊದುವ ಕೆಲಸವನ್ನು ಕೊಡಿಸಿದ್ದರು. ಉಳಿದ ಸಮಯದಲ್ಲಿ ಹಾಲು ಕರೆಯುವ ಕೆಲಸವನ್ನು ವಹಿಸಿದ್ದರು. ಅವರಿಗೂ ಬಹಳ ಸಂಕಟವಾಗಿ ಹೋಗಿತ್ತು. ಸಿದ್ದಾಪುರದಿಂದ ಹೂವಿನಕೊಲ್ಲಿಗೆ ಮದುವೆಯ ಫೋಟೋಗಳನ್ನು ತೆಗೆಯಲು ಬರುತ್ತಿದ್ದ ಸ್ಟುಡಿಯೋ ಕುಟ್ಟಪ್ಪ ಕಮ್ಯುನಿಸ್ಟ್ ಎಂದು ಅವರಿಗೂ ಗೊತ್ತಿರಲಿಲ್ಲ. ತಮ್ಮ ಮಗ ಉಸ್ಮಾನ್ ರೈಟರ್ ಹಾಗೂ ಸೊಸೆ ಜುಲೈಕಾ ಜೊತೆ ತಾವೂ ನಿಂತು ಒಂದು ಫೋಟೋ ತೆಗೆಸಿಕೊಂಡಿದ್ದ ಹಾಜಮ್ಮನಿಗೂ ಸ್ಟುಡಿಯೋ ಕುಟ್ಟಪ್ಪ ಕಮ್ಯುನಿಸ್ಟ್ ಎಂದು ಗೊತ್ತಿರಲಿಲ್ಲ. ಆದರೂ ಕುಟ್ಟಪ್ಪನ ದೇಹ ಬಾವಿಯಲ್ಲಿ ಕಾಣಿಸಿದಾಗ ಹೂವಿನಕೊಲ್ಲಿಯ ಎಲ್ಲರಿಗೂ ಸಂಕಟವಾಗಿತ್ತು. ಹಾಗಾಗಿ ಅವರೆಲ್ಲರೂ ನಂಬಿಯಾರನ್ನು ಕಂಡಾಗ ಅವರ ನೋವನ್ನು ಅರ್ಥಮಾಡಿಕೊಂಡು ಒಳಗೊಳಗೇ ಸಂಕಟಪಡುತ್ತಿದ್ದರು.

*** ***

ಕೆಂಡದಲ್ಲಿ ಸಿಡಿದು ಅರಳಿ ಸೆಟೆದು ನಿಲ್ಲುತ್ತಿದ್ದ ಸೀಗಡಿಗಳನ್ನು ಒಂದೊಂದನ್ನಾಗಿ ಹೆಕ್ಕಿ ಆರಿಸಿಕೊಂಡು ಬಾಯಿಗಿಡುತ್ತಿದ್ದ ಮುದಾರನನ್ನು ತೊರೆಯ ನೀರಲ್ಲಿ ಕುಳಿತು ನೋಡುತ್ತಿದ್ದ ನಂಬಿಯಾರರಿಗೆ ಬಾಯಿ ಕಟ್ಟಿದಂತಾಗುತ್ತಿತ್ತು. ಅವರು ಅಲ್ಲಿಂದಲೇ ಏನೇನೆಲ್ಲಾ ಒಳಿತು ಕೆಡುಕುಗಳನ್ನು ಯೋಚಿಸಿಕೊಂಡು ಇದ್ದಕ್ಕಿದ್ದಂತೆ ಸಮಯವಾಗಿ ಹೋಗಿದೆಯಲ್ಲಾ ಎಂದು ಆಕಾಶ ನೋಡಿಕೊಂಡು ಇವತ್ತು ತುರಿ ಊದಬೇಕಾಗಿಲ್ಲವಲ್ಲಾ ಎಂದು

ಸಮಾಧಾನ ಮಾಡಿಕೊಳ್ಳುತ್ತಿದ್ದರು. ಈ ಯಾವುದರ ಪರಿವೆಯೂ ಇಲ್ಲದೆ ಸುಟ್ಟ ಸೀಗಡಿಗಳನ್ನು ಬಾಯಿಗೆ ಹಾಕಿಕೊಳ್ಳುತ್ತಿರುವ ಈ ಮುಷಂಡಿ ಮುದಾರ ಎಲ್ಲಿಂದಾದರೂ ಅಡಿಕೆಯ ಹೋಳೊಂದನ್ನು ಸಂಪಾದಿಸಿ ತಂದಿದ್ದರೆ ತನ್ನ ಜೋಮುಗಟ್ಟಿರುವ ಕಾಲುಗಳಿಗೆ ಏಳಲು ಬಲವಾದರೂ ಬರುತ್ತಿತ್ತಲ್ಲಾ ಎಂದುಕೊಂಡು ಅವರು ಅಲ್ಲಿಂದ ಏಳಲು ನೋಡುತ್ತಿದ್ದರು. ಆದರೆ ಆಗುತ್ತಿರಲಿಲ್ಲ.

ಮೇಲಿನಿಂದ ಬಿಡಾರದ ಕಡೆಯಿಂದ ಇದ್ದಕ್ಕಿದ್ದಂತೆ ಹಾಹಾಕಾರ ಕೇಳಿ ಬರಲು ತೊಡಗಿತು. ಹಾಜಮ್ಮ ಬೊಬ್ಬೆ ಹೊಡೆದುಕೊಂಡು ಅರಲುವುದು ಕ್ಷೀಣವಾಗಿ ಕೇಳಿಸುತ್ತಿತ್ತು. ರಾಟೆಮನೆಯ ಐತಣ್ಣ ಐತಕ್ಕರ ಇಬ್ಬರು ಹೆಣ್ಣುಮಕ್ಕಳಾದ ಶಾಂತಿ ಮತ್ತು ಸೇವಂತಿ ಕೈಬಾಯಿ ಅಲ್ಲಾಡಿಸುತ್ತಾ ಇತ್ತ ಕಡೆಯೇ ಓಡಿಬರುತ್ತಿದ್ದರು.

ಮುದಾರ ಸೀಗಡಿ ತಿನ್ನುವುದನ್ನು ನಿಲ್ಲಿಸಿ ಕಿವಿ ನಿಮಿರಿಸಿಕೊಂಡು, 'ಏನಾಯ್ತು.. ಏನಾಯ್ತಕ್ಕಾ.. ಏನಾಯ್ತೊ..' ಎಂದು ತುಳುವಿನಲ್ಲಿ ಕೂಗಿಕೊಳ್ಳುತ್ತಿದ್ದ. ನೋಡಿದರೆ ಮೇಲಿನಿಂದ ಓಡಿ ಬರುತ್ತಿರುವ ಶಾಂತಿ, ಸೇವಂತಿಯರು ಗಂಟಲಲ್ಲಿ ಉಸಿರು ಸಿಕ್ಕಿಹಾಕಿಕೊಂಡು ಕೈಬಾಯಿ ಆಡಿಸುತ್ತಾ ಏನನ್ನೋ ಹೇಳುತ್ತಿದ್ದರು. ಅವರ ಮಾತುಗಳನ್ನು ಕೇಳಿಸಿಕೊಂಡ ಮುದಾರ ತಾನೂ ಎಲ್ಲವನ್ನೂ ಅಲ್ಲೇ ಬಿಟ್ಟು ಅವರ ಬಳಿ ಓಡತೊಡಗಿದ. ಅವರು ಮೂವರೂ ತೊರೆಯ ಹತ್ತಿರ ಬರುತ್ತಿದ್ದಂತೆ 'ಏನು ಅವಘಡ ಆಯಿತು ಗುರುವಾಯೂರಪ್ಪಾ' ಎಂದು ನಂಬಿಯಾರರೂ ಕೂಗಿಕೊಂಡರು.

'ಉಸ್ಮಾನ್ ರೈಟರ ಎಳೆಯ ಮಗ ಹಾರೂನ್ ಕಾಣೆಸುತ್ತಿಲ್ಲವಂತೆ ನಂಬಿಯಾರೇ.. ಈಗ ಗೊತ್ತಾಯಿತಂತೆ... ಅಯ್ಯೋ' ಎಂದು ಮುದಾರ ನಿಲ್ಲದೆ ಓಡತೊಡಗಿದ. ನಂಬಿಯಾರರು ತೊರೆಯ ನೀರಲ್ಲಿ ಕುಳಿತಲ್ಲಿಂದಲೇ ನಿಟ್ಟುಸಿರು ಬಿಟ್ಟು ಎದ್ದು ನಿಲ್ಲಲು ಪ್ರಯತ್ನಿಸತೊಡಗಿದರು.

ಎಲ್ಲಿ ಹಾರೂನ್ ಕಾಣಿಸುತ್ತಿಲ್ಲ

ಸಿದ್ದಾಪುರ ಸಂತೆಯ ಶನಿವಾರ ಬೆಳಬೆಳಗ್ಗೆಯೇ ಅಜ್ಮೇರಿನ ಮಿಠಾಯಿಪಾಪ ತನ್ನ ಮಿಠಾಯಿ ತುಂಬಿದ್ದ ಬಟ್ಟೆಯ ಗಂಟನ್ನು ಹಜಾರದಲ್ಲಿ ಬಿಚ್ಚಿ ಹರಡಿ ಕೂತಿದ್ದನು. ಅವನು ತನ್ನ ಹಸಿರು ನಿಲುವಂಗಿಯ ಜೇಬಿನೊಳಗಿಂದ ಬಗೆ ಬಗೆಯ ಅತ್ತರು ಬಾಟಲಿಗಳನ್ನು ತೆಗೆದು ನೆಲದಲ್ಲಿ ಸಾಲಾಗಿ ಜೋಡಿಸಿಟ್ಟು ಇನ್ನೊಂದು ಜೇಬಿನೊಳಗಿಂದ ಕಲ್ಲು ಹರಳುಗಳ ಕೈ ಉಂಗುರಗಳ ಗಂಟನ್ನು ಬಿಚ್ಚಿ ನೆಲದಲ್ಲಿ ಸುರಿದು ಕೂತಿದ್ದನು. ಅವನು 'ಯಾ ಖ್ವಾಜಾ.. ಯಾ ಮುಹಿಯುದ್ದೀನ್' ಎಂದು ತನ್ನ ಎಲ್ಲ ಬೆರಳುಗಳ ಒಂದೊಂದು ನಟಿಕೆಯನ್ನು ಮುರಿದು ಸದ್ದುಮಾಡಿ ನಡುನಡುವಲ್ಲಿ ಕೆಮ್ಮಿ ಗಂಟಲು ಸರಿಮಾಡಿ ಯಾಕೆ ಯಾರೂ ಬರುತ್ತಲೇ ಇಲ್ಲವಲ್ಲ ಎಂದು ತನ್ನ ಅಗಲ

ಕಣ್ಣುಗಳಿಂದ ಸುತ್ತಮುತ್ತ ನೋಡುತ್ತಿದ್ದನು. ಎಲ್ಲರೂ ಅವನನ್ನು ಗಮನಿಸಿಯೂ ಗಮನಿಸದೆ ಓಡಾಡಿಕೊಂಡಿದ್ದರು. ಆದರೂ ಎಲ್ಲರೂ ಅವನನ್ನು ಅಲ್ಲಲ್ಲಿಂದಲೇ ಗಮನಿಸುತ್ತಿದ್ದರು. ಅವನು ಕುಳಿತಲ್ಲಿಂದ ಬರುತ್ತಿದ್ದ ಕಿತ್ತಳೆಯ ಹಣ್ಣಿನ ಪರಿಮಳದಿಂದಾಗಿ ಅವನು ಎಂದಿನಂತೆ ಇಂದೂ ಬೆಳಗ್ಗೆಯೇ ಸಾಕಷ್ಟು ಕಿತ್ತಳೆ ಹಣ್ಣುಗಳನ್ನು ಕದ್ದು ತಿಂದು ಬಂದಿದ್ದಾನೆ ಎಂಬುದು ಎಲ್ಲರಿಗೂ ಅರಿವಾಗುತ್ತಿತ್ತು. ಸಂತೆಯ ದಿನ ಬೆಳಗೆಯೇ ಬರುವ ಮಿಠಾಯಿಪಾಪ ಕಿತ್ತಳೆ ಹಣ್ಣುಗಳನ್ನು ಕದಿಯುವಾಗ ಅವನನ್ನು ಹಿಡಿಯಬೇಕೆಂದು ಹೂವಿನಕೊಲ್ಲಿಯ ದೊಡ್ಡ ಗೇಟಿನಿಂದಲೇ ಹಿಂಬಾಲಿಸಿಕೊಂಡು ಬಂದಿದ್ದ ಕುಟ್ಟಿಕಣ್ಣನಿಗೆ ಅವನು ಯಾವ ಕ್ಷಣದಲ್ಲಿ ಯಾವ ಗಿಡದಿಂದ ಕಿತ್ತಳೆ ಹಣ್ಣುಗಳನ್ನು ಕದ್ದನು ಎಂಬುದು ಗೊತ್ತಾಗಿರಲಿಲ್ಲ. ಆ ಪರಿಮಳದಿಂದ ಅವನು ಕದ್ದಿರುವುದು ಗೊತ್ತಾಗಿತ್ತು. ಆದರೆ ಸಾಕ್ಷಿಯಿಲ್ಲದೆ ಅವನನ್ನು ಹೇಗೆ ಹಿಡಿಯುವುದು ಎಂದು ಗೊತ್ತಾಗದೆ ಆತ ಪೇರಲೆಯ ಮರದಡಿಯಲ್ಲಿ ಮಂಕಾಗಿ ಕುಳಿತಿದ್ದ.

ಹೊಗೆಯ ನಡುವಲ್ಲಿ ಕಣ್ಣಲ್ಲಿ ನೀರು ತುಂಬಿಕೊಂಡು ರೊಟ್ಟಿ ತಟ್ಟುತ್ತಾ ಹಂಚಿಗಿಡುತ್ತಿದ್ದ ಆಯಿಷಾಳಿಗೆ ಇದನ್ನೆಲ್ಲ ಕಂಡು ನಡುನಡುವಲ್ಲಿ ಸಣ್ಣಗೆ ನಗುವೂ ಬರುತ್ತಿತ್ತು.

ವಯಸ್ಸು ಕಾಲದಲ್ಲಿ ಗಂಡಸರಿಗೆ ಉಂಟಾಗುವ ಹುಚ್ಚು ಬುದ್ಧಿಗಳನ್ನು ನೆನೆದುಕೊಂಡು ಆಯಿಷಾಳಿಗೆ ನಗುಬರುತ್ತಿತ್ತು. ಆಗಲೇ ಸ್ವರ್ಗದಲ್ಲಿ ಒಂದು ಕಾಲನ್ನು ಇಟ್ಟುಕೊಂಡು ಇನ್ನೊಂದು ಕಾಲಿನಲ್ಲಿ ಭೂಮಿಯ ಮೇಲೆ ನಡೆಯುತ್ತಿರುವ ಈ ಮಿಠಾಯಿಪಾಪ ಈ ಹೂವಿನಕೊಲ್ಲಿಗೆ ಪ್ರತಿ ಶನಿವಾರ ಬೆಳಿಗ್ಗೆ ಬರುವುದು ಮಿಠಾಯಿ ಮಾರಲು ಮಾತ್ರ ಅಲ್ಲ ಎಂಬುದನ್ನು ಉಸ್ಮಾನ್ ರೈಟರು ಕಳೆದ ಶನಿವಾರ ಮಧ್ಯಾಹ್ನ ಊಟಮಾಡಲು ಬಂದವರು ಮಲಗಿಕೊಂಡು ರೇಡಿಯೋದಲ್ಲಿ ವಾರ್ತೆ ಕೇಳುತ್ತಾ ನಡುನಡುವಲ್ಲಿ ಪಿಸುಗುಟ್ಟಿದ್ದರು. ಇದು ಯಾರಿಗೂ ಗೊತ್ತಾಗುವುದು ಬೇಡ ಎಂದು ಹೇಳಿದ್ದರು. ಆದರೆ ಆಯಿಷಾಳಿಗೆ ಅದರಲ್ಲಿ ಅಂತಹ ವಿಶೇಷವೇನೂ ಅನಿಸಿರಲಿಲ್ಲ. ಗಂಡಸರು ಎಷ್ಟು ವಯಸ್ಸಾದರೂ ಗಂಡಸರೇ ಎಂದು ಆಕೆ ಮನಸಿನಲ್ಲೇ ಅಂದು ಸುಮ್ಮನಾಗಿದ್ದಳು. ಆಮೇಲೆ 'ಮರಿಯಾಳ ಮನಸ್ಸನ್ನು ಅರಿಯದೆ ನೀವು ಹೀಗೆ ತೋಟದ ಗಂಡಸರು ಸುದ್ದಿ ಹಬ್ಬಿಸುವುದು ಸರಿ ಅಲ್ಲ' ಎಂದು ಹೇಳಿದ್ದಳು. ಆದರೆ ಇದರಲ್ಲಿ ಏನೋ ಇದೆ ಎಂದು ಆಯಿಷಾಳಿಗೂ ಅನ್ನಿಸಿತ್ತು. ಕಳೆದ ಶನಿವಾರ ತನ್ನ ಮಿಠಾಯಿ ಅಂಗಡಿ ತೆರೆದುಕೊಂಡೇ ಕೂತಿದ್ದ ಮಿಠಾಯಿಪಾಪ ಸಂಜೆಯಾದರೂ ಮರಿಯಮ್ಮ ಆ ಕಡೆ ಸುಳಿಯದಿರುವುದನ್ನು ಕಂಡು ರಾತ್ರಿ ರಾಟೆಮನೆಯಿಂದ ಉಸ್ಮಾನ್ ರೈಟರು ಬರುವವರೆಗೂ ಕಾದು ಆ ಕತ್ತಲೆಯಲ್ಲಿಯೇ ತನ್ನ ಮನಸಿನಲ್ಲಿರುವುದನ್ನು ರೈಟರ ಮುಂದೆ ತೆರೆದಿಟ್ಟಿದ್ದನು.

ಆ ಮಾತುಗಳನ್ನು ಕೇಳಿದ ರೈಟರು ಮಿಠಾಯಿಪಾಪನನ್ನು ಅಲ್ಲಿಂದ ಓಡಿಸಿಬಿಟ್ಟಿದ್ದರು. ಡ್ರೈವರ್ ಹಂಸಾಕ ತೀರಿಹೋಗಿ ಒಂದು ವರ್ಷವೂ ಆಗದಿರುವಾಗ ಇಂತಹ ಮನಸ್ಸು ಹೇಗೆ ಬಂತೆಂದು ಕೇಳಿದ್ದರು. ಅದೂ ಅಲ್ಲದೆ ಹೂವಿನಕೊಲ್ಲಿಯ ಒಳಗೆ ಮರ್ಯಾದೆಯಿಂದ ಬದುಕುತ್ತಿರುವ ಅನಾಥ ಹೆಂಗಸೊಂದನ್ನು ಬೀದಿಯಲ್ಲಿ ಮಿಠಾಯಿ ಮಾರುವ ಫಕೀರನೊಬ್ಬನಿಗೆ ಕೊಡುವ ಅಗತ್ಯವಿಲ್ಲವೆಂದೂ, ಇನ್ನು ಮುಂದೆ ಮಿಠಾಯಿಪಾಪ ಹೂವಿನಕೊಲ್ಲಿಯ ಬೇಲಿಯ ಒಳಗೆ ಕಾಣಿಸಿಕೊಳ್ಳಬಾರದೆಂದೂ ತಾಕೀತು ಮಾಡಿದ್ದರು.

ಆದರೆ ಈಗ ನೋಡಿದರೆ ಮಿಠಾಯಿಪಾಪ ಕಣ್ಣುಗಳನ್ನು ಅಗಲಮಾಡಿ ಮರಿಯಮ್ಮ ಬರುವಳೇ ಎಂದು ಕಾದು ಕುಳಿತಿದ್ದನು. ಸಂತೆಗೆ ಹೋಗುವ ದಾರಿ ರೈಟರ ಬಿಡಾರದ ಮುಂದೆಯೇ ಹಾದು ಹೋಗುವುದರಿಂದ ಮರಿಯಮ್ಮ ಅದೇ ದಾರಿಯಲ್ಲಿ ಬರುವಳೆಂದು ಮಿಠಾಯಿಪಾಪ ರೈಟರ ಮನೆಯ ಹಜಾರದಲ್ಲಿ ಅಂಗಡಿ ತೆರೆದು ಕೂತಿದ್ದನು. ಮುದುಕ ಬೆಳಬೆಳಗ್ಗೆಯೇ ಆ ಆಸೆಯಿಂದ ಕೂತಿರುವುದನ್ನು ಕಂಡು ಆಯಿಷಾಳಿಗೂ ಸಣ್ಣಗೆ ನಗುಬರುತ್ತಿತ್ತು. ಇದೆಲ್ಲವನ್ನೂ ಹೇಗೋ ಸಣ್ಣಗೆ ಅರಿತಿದ್ದ ಹಾಜಿರಾ ಶಾಲೆಗೂ ಹೋಗದೆ, ಮದರಸಕ್ಕೂ ಹೋಗದೆ, ಹಾರೂನನನ್ನು ಹೆಗಲಮೇಲೆ ಕೂರಿಸಿ, ಇವತ್ತು ಏನಾಗುವುದೋ ಎಂದು ಕಾಯುತ್ತಾ, ಗಿಳಿಗೆ ಬಾಳೆಯಹಣ್ಣು ತಿನ್ನಿಸಿ, ನೀರುಕುಡಿಸಿ, ಹೊಸಮಾತುಗಳನ್ನು ಕಲಿಸಿ ಅಲ್ಲೇ ಅಡ್ಡಾಡುತ್ತಿದ್ದಳು.

ಅಷ್ಟು ಹೊತ್ತಿಗೆ ಹಾಲು ಕರೆಯುವ ನಂಬಿಯಾರರು ಚೊಂಬಲ್ಲಿ ನೊರೆ ಹಾಲು ತುಂಬಿಸಿಕೊಂಡು ಬಂದು, 'ಹೋ ಮಿಠಾಯಿಯ ಮುದುಕ ಬಂದು ಅಂಗಡಿ ತೆರೆದಾಯಿತಾ' ಎಂದು ಉದ್ಗರಿಸಿದರು. ಹಾಲಿನ ಚೊಂಬು ಹಾಜಿರಾಳ ಕೈಗೆ ಇತ್ತು, ಹಾರೂನನ ಕೆನ್ನೆ ಸವರಿ, ತಾನೂ ಚಾಗಾಗಿ ಕಾಯುತ್ತಾ, ಪೇರಲೆಯ ಅಡಿಯಲ್ಲಿ ಕುಟ್ಟಿಕಣ್ಣನ ಪಕ್ಕದಲ್ಲಿ ಕುಳಿತುಕೊಂಡರು.

ಹಾಲು ಕರೆದು ಮುಗಿಸಿದ ಹಸುಗಳನ್ನು ಬಂಗಲೆಯ ಕಡೆಯಿಂದ ಕಾಲುದಾರಿಯಲ್ಲಿ ನಡೆಸುತ್ತಾ ಬಂದ ಮುದಾರ ಅವುಗಳನ್ನು ಹುಲ್ಲು ಬಾಣೆಯ ಕಡೆಗೆ ಕಳಿಸಿ ತಾನೂ ದೂರದಲ್ಲಿ ಚಾಗೆ ಕಾಯುತ್ತಾ ಚಾದ ಲೋಟ ಹಿಡಕೊಂಡು ಕುಳಿತನು. ಅವರು ಮೂವರೂ ಕಣ್ಣಲ್ಲೇ ಸನ್ನೆಮಾಡಿಕೊಂಡು ಮಿಠಾಯಿಪಾಪನ ಹುಚ್ಚಿನ ಕುರಿತು ಕಣ್ಣಲ್ಲೇ ಮಾತನಾಡಿಕೊಂಡು ಪೇರಲೆಯ ಬುಡದಲ್ಲಿ ಬಿಸಿಲು ಕಾಯುತ್ತಾ ಕುಳಿತಿದ್ದರು. ಅಷ್ಟರಲ್ಲಿ ಮೇಲಿನ ಹಾಡಿಯ ಕಡೆಯಿಂದ ನೀರು ಸೇದುವ ಸೈದಾಲಿ ಕಾಲುದಾರಿಯಲ್ಲಿ ಜಿಗಿಯುತ್ತಾ ಬಂದನು. ಅವನು ಹಿಂದಿನ ಬಾಗಿಲಿನಿಂದ ಬಚ್ಚಲು ಮನೆಗೆ ನುಗ್ಗಿ ಎರಡೂ ಕೈಗಳಲ್ಲಿ ಎರಡು ಚೊಂಬಿನ ಖಾಲಿ ಕೊಡಪಾನಗಳನ್ನು ಹಿಡಿದು ಹೊರಬಂದು, ಜಿಗಿಯುತ್ತಾ ಮೆಟ್ಟಿಲು ಇಳಿದು, ಕೆಳಗೆ ಸಾರುಬಾಳೆಯ ತೋಟದ ನಡುವೆ ಇದ್ದ ಬಾವಿಯ

ಕಡೆಗೆ ಓಡುತ್ತಾ ಹೋದ. ಅವನು ಬಂದುದನ್ನು ತನ್ನ ಕಡೆಗಣ್ಣಿನಲ್ಲೇ ಕಂಡ ಹಾಜಿರಾ ಬಚ್ಚಲು ಮನೆಗೆ ನುಗ್ಗಿದ್ದಳು. ಖಾಲಿ ಕೊಡಪಾನವೊಂದನ್ನು ಕೈಯಲ್ಲಿ ಹಿಡಿದು ಇನ್ನೊಂದು ಕೈಯಲ್ಲಿ ಹಾರೂನನ ಕೈಬೆರಳುಗಳನ್ನು ಹಿಡಿದುಕೊಂಡು ಅವನನ್ನು ಮೆಲ್ಲಗೆ ಮೆಟ್ಟಿಲು ಇಳಿಸಿ ನಡೆಸುತ್ತಾ ತಾನೂ ಬಾವಿಗೆ ಹೋಗುವ ದಾರಿಯ ಇಳಿಜಾರಿನಲ್ಲಿ ಮರೆಯಾಗಿದ್ದಳು.

ಅವಳಿಗೆ ಬಾಳೆಯ ತೋಟದ ನಡುವೆ ಬಾವಿಯ ರಾಟೆಗೆ ಹಗ್ಗ ಹಾಕಿಕೊಂಡು ಕೊಡಪಾನ ಬಾವಿಗಿಳಿಸುತ್ತಿದ್ದ ಸೈದಾಲಿಯ ಮುಖ ಅಲ್ಲಿಂದಲೇ ಕಾಣಿಸುತ್ತಿತ್ತು. ಸೈದಾಲಿ ನೀರು ಸೇದುವುದನ್ನು ಅರಿತ ತೋಟದ ಬಾಯಿಬಾರದ ಒಂದೆರಡು ನಾಕಾಲಿಗಳು ಆಗಲೇ ಬಾವಿಯ ಪಕ್ಕದ ನೀರಿನ ತೊಟ್ಟಿಯ ಸುತ್ತ ತಲೆ ಅಲ್ಲಾಡಿಸಿ ಸದ್ದು ಮಾಡುತ್ತಾ ನಿಂತಿದ್ದವು. ಅವುಗಳ ದೇಹದ ವಾಸನೆ ಗಾಳಿಯಲ್ಲಿ ಹರಡಿ ಹಾರೂನ್ ಮುಖ ಸಿಂಡರಿಸಿಕೊಂಡು ಮೂಗಿನ ಹೊಳ್ಳೆಗಳನ್ನು ಕಿರಿದುಗೊಳಿಸಿ ಮೆಟ್ಟಿಲುಗಳನ್ನು ಇಳಿಯುತ್ತಿದ್ದವನು ಅದೆಲ್ಲಿಂದಲೋ ಹಾರಿಬಂದು ಬಾವಿಯ ಕಟ್ಟೆಯ ಮೇಲೆ ಮಿನುಗುತ್ತಾ ಕುಳಿತುಕೊಂಡ ಏರೋಪ್ಲೇನ್ ಚಿಟ್ಟೆಯೊಂದನ್ನು ಹಿಡಿಯಲು ಹೋದನು. ಅದು ಅಲ್ಲಿಂದ ಹಾರಿ ಹಸಿರು ಹುಲ್ಲಿನ ತುದಿಯೊಂದರ ಮೇಲೆ ಕುಳಿತುಕೊಂಡಿತು. ಅವನು ಅಲ್ಲಿಗೆ ಓಡಲು ಅದು ಅಲ್ಲಿಂದಲೂ ಹಾರಿತು. ಹಾರೂನನು ಅದರ ಹಿಂದೆಯೇ ಓಡಲು ತೊಡಗಿದನು.

*** ***

'ಏ ಮುದುಕಾ, ನಿನ್ನ ಅಂಗಡಿ ಇನ್ನೂ ಮುಗಿದಿಲ್ಲವಾ. ಹೋಗಿ ಸಂತೆಯಲ್ಲಿ ಅಂಗಡಿ ಹಾಕು ನನಗೆ ಸುನ್ನತ್ ನಮಾಜು ಮಾಡಲು ದಾರಿ ಬಿಡು' ಎಂದು ಕೂಗಿ ಹಾಜಮ್ಮ ಮಿಠಾಯಿಪಾಪ ಅಲ್ಲಿಂದ ಏಳುವುದನ್ನೂ ಕಾಯದೆ ಬಿಳಿಯ ಕಮೀಸು ಧರಿಸಿಕೊಂಡು ಆಫೀಸು ರೂಮಿಗೆ ಹೊಕ್ಕು ಬಾಗಿಲು ಹಾಕಿಕೊಂಡಿದ್ದರು. ಅವರು ಬಾಗಿಲು ಹಾಕಿಕೊಂಡೊಡನೆ ಕೈಯಲ್ಲಿ ಚಹಾದ ಲೋಟ ಹಿಡಕೊಂಡು ಬಂದ ಆಯಿಷಾ ಅದನ್ನು ಮಿಠಾಯಿಪಾಪನ ಮುಂದಿಟ್ಟು 'ಮರಿಯಮ್ಮ ಈ ದಾರಿಯಲ್ಲಿ ಬರುವುದಿಲ್ಲ ನೀನು ಸುಮ್ಮನೆ ಹೋಗು' ಎಂದು ಮೆಲ್ಲಗೆ ಗದರಿದ್ದಳು.

ಇನ್ನೇನು ಮಾಡುವುದು ಎಂದು ಅರಿಯದ ಮಿಠಾಯಿಪಾಪ ತನ್ನ ಜೋಳಿಗೆಯನ್ನು ಎತ್ತಿಕೊಂಡು, ಮೆಟ್ಟಿಲು ಇಳಿದು ದೊಡ್ಡ ಗೇಟಿನ ಕಾಲುದಾರಿಯಲ್ಲಿ ತೂರಾಡುತ್ತಾ ನಡೆಯತೊಡಗಿದನು. ಪೇರಲೆಯ ಮರದ ಅಡಿಯಿಂದ ಎದ್ದುನಿಂತ ಕುಟ್ಟಿಕಣ್ಣ 'ಇಲ್ಲೇ ಇರಿ ನಂಬಿಯಾರೇ, ನಾನು ಈ ಮುದುಕನ ಹಿಂದೆ ಗೇಟಿನವರೆಗೆ ಹೋಗಿ ಬರುತ್ತೇನೆ' ಎಂದು ನಡೆಯತೊಡಗಿದನು.

'ಬನ್ನಿ ನಂಬಿಯಾರೇ ಇನ್ನು ಇಲ್ಲಿ ಏನು ಮಾಡುವುದು. ತೋಡಿನಿಂದ ಸೀಗಡಿಯಾದರೂ ಹಿಡಿಯೋಣ' ಎಂದು ಮುದಾರನೂ ಎದ್ದು ನಿಂತು, ನಂಬಿಯಾರರೂ ತಮ್ಮ ನೋವಿನ ಕಾಲುಗಳನ್ನು ನೀವಿ ಸರಿಪಡಿಸಿಕೊಂಡು, ತಾವೂ ಎದ್ದು ಮೆಟ್ಟಿಲು ಇಳಿದು ಏಲಕ್ಕಿ ಕಾಡಿನ ಕಡೆಗೆ ನಡೆಯತೊಡಗಿದ್ದರು.

ಕೆಳಗಿನಿಂದ ಬಾವಿಯ ಕಡೆಯಿಂದ ತಲೆಯಲ್ಲೊಂದು ಕೊಡಪಾನ ಹೊತ್ತು, ಕೈಯಲ್ಲಿ ಒಂದನ್ನು ಎತ್ತಿ ಮುಖದ ಮೇಲೆಲ್ಲಾ ನೀರು ಚಿಮ್ಮಿಸಿಕೊಂಡು ನೀರು ಸೇದುವ ಸೈದಾಲಿ ನಡೆದು ಬರುತ್ತಿದ್ದ. ಅವನ ಹಿಂದೆ ಸೊಂಟದಲ್ಲಿ ಕೊಡಪಾನ ಸಿಲುಕಿಸಿ ಹಾಜಿರಾ ಮೆಟ್ಟಿಲು ಏರುತ್ತಿದ್ದಳು. ನಂಬಿಯಾರರೂ, ಮುದಾರನೂ ಅವರಿಬ್ಬರಿಗೆ ದಾರಿ ಸರಿದು ಕೊಟ್ಟು ಮತ್ತೆ ಕೆಳಗಿಳಿಯತೊಡಗಿದ್ದರು.

ಸ್ವಲ್ಪ ಹೊತ್ತಲ್ಲಿ ರಾಟೆ ಮನೆಯ ಕಡೆಯಿಂದ ಐತಣ್ಣ ಐತಕ್ಕರ ಹೆಣ್ಣು ಮಕ್ಕಳಾದ ಶಾಂತಿ ಮತ್ತು ಸೇವಂತಿ ಕೈಯಲ್ಲಿ ಪುಟ್ಟ ಬಕೆಟ್ಟುಗಳನ್ನು ಹಿಡಿದು ರೈಟರ ಬಿಡಾರದ ಹಿಂದಿನ ಮಣ್ಣಿನ ಬರೆಯಿಂದ ಬಿಳಿಯ ರಂಗೋಲಿಯ ಪುಡಿಯನ್ನು ಕೆರೆದು ತೆಗೆದು ಬಕೆಟ್ಟಿಗೆ ತುಂಬಿಸಲು ತೊಡಗಿದ್ದರು. ಅವರಿಬ್ಬರು ಹೀಗೆ ಆಗಾಗ ರಂಗೋಲಿಯ ಪುಡಿಯನ್ನು ಕೆರೆದು ತೆಗೆದು ಮಣ್ಣಿನ ಬರೆಯಲ್ಲಿ ದೊಡ್ಡ ಬಿಲವೇ ಉಂಟಾಗಿತ್ತು. ಮಣ್ಣಿನ ಬರೆಯನ್ನು ಹಬ್ಬಿಕೊಂಡು ಬೆಳೆದಿದ್ದ ಕಾಡು ಹುಲ್ಲು ಬಳ್ಳಿಗಳು ನಾನಾ ಬಣ್ಣದ ಹೂಗಳನ್ನು ಮೈತುಂಬಾ ಬಿಟ್ಟು ಮೇಲಕ್ಕೆ ಹಬ್ಬಿ ಹೋಗಿತ್ತು. ಆ ಹೂ ಬಳ್ಳಿಗಳ ನಡುವೆ ಬಿಳಿ ರಂಗೋಲಿ ಪುಡಿಯ ದೊಡ್ಡ ಬಿಲ ಅವರಿಬ್ಬರ ಕೈಗಳಿಗೆ ಸಿಲುಕಿ ಕಾಲ ಕಳೆದಂತೆ ಆ ರಂಧ್ರ ಆಳ, ಅಗಲವಾಗಿ ಅದರೊಳಗೆ ಮಕ್ಕಳು ಅಡಗಿ ಕುಳಿತು ಆಟವಾಡುವಷ್ಟು ದೊಡ್ಡದಾಗಿ ಹೋಗಿತ್ತು. ಆದರೂ ಶಾಂತಿ ಮತ್ತು ಸೇವಂತಿ ಉಸ್ಮಾನ್ ರೈಟರಿಲ್ಲದಿರುವಾಗ ಬಂದು ಆದಷ್ಟು ಪುಡಿಯನ್ನು ಕೆರೆದು ತುಂಬಿಸಿಕೊಂಡು ಹೋಗುತ್ತಿದ್ದರು. ಕೆಲವೊಮ್ಮೆ ಅವರಿಬ್ಬರ ಜೊತೆ ಸೇರಿಕೊಳ್ಳುತ್ತಿದ್ದ ಹಾಜಿರಾ ತಾನೂ ಒಂದಿಷ್ಟು ಬಿಳಿಯ ಪುಡಿಯನ್ನು ಕೆರೆದು ತೆಗೆದಿಟ್ಟುಕೊಂಡು ಬಾಪಾ ಇಲ್ಲದಿರುವಾಗ ಬಿಡಾರದ ಅಂಗಳದ ಮಣ್ಣಲ್ಲಿ ಗೆರೆಗಳನ್ನು ಬಿಡಿಸಲು ನೋಡುತ್ತಿದ್ದಳು.

ನೀರು ಸೇದುವ ಸೈದಾಲಿ ಬರೆಯಿಂದ ಬಿಳಿಯ ಪುಡಿಯನ್ನು ಕೆರೆದು ತೆಗೆಯಬಾರದೆಂದು ಅವಳಿಗೆ ಆಗಾಗ ಹೆದರಿಸುತ್ತಿದ್ದ. ದೊಡ್ಡ ಸಾಹುಕಾರರಿಗೆ ತೋಟ ಮಾರಿಹೋಗಿದ್ದ ಬಿಳಿಯ ವೈಟ್ ದೊರೆ ತನ್ನ ಕುದುರೆ ತೀರಿ ಹೋದಾಗ ಅಲ್ಲಿ ಗುಂಡಿ ತೆಗೆದು ಹೂತು ಹಾಕಿರುವನೆಂದೂ, ಆ ಕುದುರೆಯ ಮೂಳೆಗಳು ಬಿಳಿಯ ಪುಡಿಯಾಗಿ ಬರುತ್ತಿದೆಯೆಂದೂ, ಇನ್ನೂ ಕೆರೆದರೆ ಇನ್ನೂ ಏನೇನೋ ಸಿಗಬಹುದೆಂದೂ ಆತ ಹೆದರಿಸುತ್ತಿದ್ದ.

ಇಂದು ಯಾಕೋ ಹಾಜಿರಾ ಶಾಂತಿ ಮತ್ತು ಸೇವಂತಿಯರ ಜೊತೆ ಸೇರಿಕೊಳ್ಳದೆ ಸೈದಾಲಿಯ ಜೊತೆ ಲಗುಬಗೆಯಲ್ಲಿ ನೀರು ತುಂಬಿಸುತ್ತಿದ್ದಳು. ಅಡುಗೆ ಮನೆಯ ಹಿತ್ತಾಳೆಯ ಹಂಡೆಗಳನ್ನು ತುಂಬಿಸಿ, ಬಚ್ಚಲುಮನೆಯ ಉರಿ ಹಂಡೆಯನ್ನು ತುಂಬಿಸಿ, ಬಟ್ಟೆ ಒಗೆಯುವ ತೊಟ್ಟಿಯನ್ನು ತುಂಬಿಸಿ ಎಲ್ಲವೂ ತುಂಬಿದ ಮೇಲೆ ತುಂಬಿದ ಕೊಡಗಳನ್ನು ಹಿತ್ತಲಲ್ಲಿ ಇರಿಸಿದ್ದಳು.

ಅಷ್ಟರಲ್ಲಿ ಇದ್ದಕ್ಕಿದ್ದಂತೆ ಹಾಜಮ್ಮ 'ಏ ಹಾಜಿರಾ, ಹಾರೂನ್ ಎಲ್ಲಿ' ಎಂದು ಕೂಗಿಕೊಂಡಿದ್ದರು.

ಆ ಕೂಗನ್ನು ಕೇಳುತ್ತಿದ್ದಂತೆ ನೀರು ಸೇದುವ ಸೈದಾಲಿ ಅದೆಲ್ಲಿಂದಲೋ ಹಾರಿ ಜಿಗಿದು ಬಾಳೆಯ ತೋಟದ ನಡುವಿನ ಬಾವಿಯ ಕಡೆಗೆ ಓಡಿಹೋಗಿದ್ದ. ಆಯಿಷಾ ತೋಳಲ್ಲಿದ್ದ ಮಗುವನ್ನು ಬಟ್ಟೆಯ ತೊಟ್ಟಿಲಿನಲ್ಲಿ ಮಲಗಿಸಿ ಮನೆಯೊಳಗಿನ ಕತ್ತಲೆಯಲ್ಲಿ ಮಂಚದ ಅಡಿಯಲ್ಲಿ ಬಾಗಿಲಿನ ಸಂದಿಯಲ್ಲಿ ಹುಡುಕತೊಡಗಿದ್ದಳು.

ಹಾಜಮ್ಮ ಏನೋ ನೆನಪಾದವರಂತೆ ತಾವೆಲ್ಲಾದರೂ ಮರೆವಿನಲ್ಲಿ ಹಾರೂನನನ್ನು ಹಾಸುಗೆಯ ನಡುವೆಯೋ, ಚಾಪೆಯ ಒಳಗೆಯೋ, ಸೀರೆಗಳ ಗಂಟಿನಲ್ಲೋ ಮಡಚಿಬಿಟ್ಟಿರುವೆನೋ ಪಡೆದವನೇ ಎಂದು ಎಲ್ಲವನ್ನೂ ಬಿಡಿಸಲು ತೊಡಗಿದರು.

ಹಾಜಿರಾ ತಾನೂ ಬಾವಿಯ ಕಡೆಗೆ ಓಡಲು ತೊಡಗಿದಳು. ಅಲ್ಲಿ ಇಲ್ಲ ಎನ್ನುವಂತೆ ಸೈದಾಲಿ ಮೆಟ್ಟಿಲು ಹತ್ತಿ ರಾಟೆ ಮನೆಯ ದಾರಿಯಲ್ಲಿ ಓಡುತ್ತಿದ್ದ. ಹಾಜಿರಾ ಅವನನ್ನು ಹಿಂಬಾಲಿಸಿದ್ದಳು.

ಶಾಂತಿ ಮತ್ತು ಸೇವಂತಿ, 'ಅಯ್ಯೋ ದೇವರೇ, ಮಗುವೇನಾದರೂ ಟಾರುರೋಡಿಗೆ ತಲುಪಿ ಬಸ್ಸು ಕಾರುಗಳ ನಡುವಲ್ಲಿ ಸಿಲುಕಿರುವನೋ' ಎಂದು ಗದ್ದೆಯ ಬದುವಿನಲ್ಲಿ ಓಡತೊಡಗಿದರು. ದನಕಾಯುವ ಮುದಾರನೂ ಅವರ ಹಿಂದೆ ಸೇರಿದ್ದ. ತೊರೆಯ ಕೆಸರಲ್ಲಿ ಕಾಲು ಸಿಕ್ಕಿಹಾಕಿಸಿ ಕುಳಿತಿದ್ದ ಹಾಲು ಕರೆಯುವ ನಂಬಿಯಾರೂ ಕಷ್ಟಪಟ್ಟು ಎದ್ದುಕುಳಿತು ತಮ್ಮ ಪಂಚೆಯನ್ನು ಸರಿಪಡಿಸಿಕೊಂಡು 'ಹೇ ಗುರುವಾಯೂರಪ್ಪಾ' ಎಂದು ನಡೆಯಲು ತೊಡಗಿದರು.

ಇಳಿ ಮಧ್ಯಾಹ್ನದ ಸೂರ್ಯ ಅವರೆಲ್ಲರ ಮೇಲೆ ಬೆಳಕು ಚೆಲ್ಲುತ್ತಿದ್ದ. ಬೇಲಿಯ ಬದಿಯಲ್ಲಿದ್ದ ದೊಡ್ಡ ಕಾಡುಮಾವಿನಮರದ ನೆರಳು ಹತ್ತಿರ ಹತ್ತಿರ ವಾಗುತ್ತಿತ್ತು. ಗದ್ದೆ ಕಳೆದು, ತೊರೆಯ ಮೇಲಿನ ಅಡಿಕೆಯ ಪಾಲ ಕಳೆದು, ಬರೆ ಹತ್ತಿ, ಕಾಫಿ ಗಿಡಗಳ ನಡುವೆ ಅವರು ಹಾರೂನನ ಹೆಸರು ಹಿಡಿದು ಕೂಗುತ್ತಾ, ಕಾಫಿ ಗಿಡಗಳ ಅಡಿಯಲ್ಲಿ, ಕಿತ್ತಳೆ ಮರಗಳ ಕೆಳಗೆ ಹುಡುಕತೊಡಗಿದರು.

ಹೆದರಿಕೆ ಆಗುತ್ತಿದೆಯಾ ಹಾಜಿರಾ.....

ಕಾಣೆಯಾದ ಹಾರೂನನ್ನು ಹುಡುಕುತ್ತಾ ಹಾಜಿರಾ ಸೈದಾಲಿಯ ಹಿಂದೆ ನಡೆಯುತ್ತಿದ್ದಳು. ಹೂವಿನಕೊಲ್ಲಿಯ ಬಂಗಲೆಯ ಕಡೆಯಿಂದ ಬರುವ ಕಾಲುದಾರಿ, ಮೇಲಿನ ಪಾಡಿಯಿಂದ ಬರುವ ಕಾಲುದಾರಿ, ರಾಟೆಮನೆಯಿಂದ ಬರುವ ದಾರಿ ಈ ಮೂರು ದಾರಿಗಳು ಸೇರುವ ಕೂಡುದಾರಿಯ ನಡುವೆ ಬೋರರ್ ಬಂದ ಕಾಫಿಯ ಬೊಡ್ಡೆಗಳಿಗೆ ಬೆಂಕಿ ಹಾಕಿಕೊಂಡು ಉರಿಸುತ್ತಾ,

ಉರಿಯುವ ಬೆಂಕಿಗೆ ನೀರು ಹಾಯಿಸಿ ಕೆಡಿಸುತ್ತಾ ಇದ್ದಿಲು ಮಾಡುವ ಸಿಲೋನ್ ಅಣ್ಣಾಚಿ ಮುಖ ಗಂಟುಮಾಡಿಕೊಂಡು ಬೆಂಕಿಯ ಸುತ್ತ ಓಡಾಡುತ್ತಿದ್ದನು.

ಹೂವಿನಕೊಲ್ಲಿಯ ಸಕಲ ಜೀವ ವ್ಯಾಪಾರಗಳಿಗೂ ಮತ್ತು ತನಗೂ ಯಾವುದೇ ಸಂಬಂಧವಿಲ್ಲ ಎನ್ನುವಂತೆ ಯಾವಾಗಲೂ ಮುಖ ಗಂಟು ಮಾಡಿಕೊಂಡು ಬದುಕುತ್ತಿದ್ದ ಸಿಲೋನ್ ಅಣ್ಣಾಚಿ ಇದ್ದಿಲು ಗುಡ್ಡೆಯ ಬೂದಿ ರಾಶಿಯ ಪಕ್ಕದಲ್ಲಿ ಗೋಣಿ ತಡಿಕೆಯ ಗುಡಿಸಲು ಹಾಕಿಕೊಂಡು ಒಂದೆರಡು ಕೋಳಿಗಳನ್ನು ಸಾಕಿಕೊಂಡು ಬೇರೆ ಎಲ್ಲೂ ಕಾಣಸಿಗದ ಕೋಳಿಗಳಂತೆ ಆ ಕೋಳಿಗಳು ತಡಿಕೆಯ ಗುಡಿಸಲಿನ ಸುತ್ತ ಓಡಾಡುತ್ತಿದ್ದವು.

ಸಿಲೋನ್ ಅಣ್ಣಾಚಿ ಯಾರ ಜೊತೆಗೂ ಹೆಚ್ಚು ಮಾತನಾಡುತ್ತಿರಲಿಲ್ಲ. ಆತ ಕಾಫಿ ಕಾಡಿನೊಳಗಿಂದ ಕಾಡುಕೋಳಿಗಳ ಮೊಟ್ಟೆಗಳನ್ನು ಲಪಟಾಯಿಸಿ ತನ್ನ ಹೆಂಟೆ ಕೋಳಿಗಳಿಂದ ಕಾವು ಕೊಟ್ಟು ಬೆಳೆಸಿ ಸಿದ್ದಾಪುರದ ಸಂತೆಯಲ್ಲಿ ಒಂದಕ್ಕೆ ನಾಲ್ಕರಂತೆ ಮಾರಿ ಬದುಕುತ್ತಾನೆ ಎಂದು ಎಲ್ಲರೂ ಹೇಳುತ್ತಿದ್ದರು. ಕೇಳಿದರೆ ಈ ಲೋಕದಲ್ಲಿ ತನಗೆ ಯಾರು ಇಲ್ಲವೆಂದೂ ತನ್ನ ಎಲ್ಲರೂ ಸಿಲೋನಿನ ರಬ್ಬರ್ ತೋಟದಲ್ಲಿ ಬದುಕುತ್ತಿರುವರೆಂದೂ ಆತ ಯಾರಿಗೂ ಅರ್ಥವಾಗದ ತಮಿಳಿನಲ್ಲಿ ಹೇಳುತ್ತಿದ್ದನು. ಇಂದಿರಾಗಾಂಧಿಯೇ ತನ್ನನ್ನು ಸಿಲೋನಿನಿಂದ ಇಲ್ಲಿಗೆ ಬಂದು ಇರಲು ಹೇಳಿರುವವರೆಂದೂ ತನಗೆ ಬೇರೆ ಯಾರೂ ಏನೂ ಹೇಳಬೇಕಾಗಿಲ್ಲವೆಂದೂ ಆತ ಗುಡುಗುತ್ತಿದ್ದನು. ಆದರೆ ಒಂದು ಕಾಫಿ ಬೊಡ್ಡೆಯೂ ಬೂದಿಯಾಗಿ ಉರಿದು ಹೋಗದಂತೆ ನೀರು ಹನಿಸಿ ಸೊಪ್ಪಿನಿಂದ ಮುಚ್ಚಿ ಇದ್ದಿಲು ಮಾಡುತ್ತಿದ್ದ ಆತನಂತೆ ಬೇರೆ ಯಾರಿಗೂ ಇದ್ದಿಲು ಮಾಡಲು ಬರುತ್ತಿಲ್ಲವಾದ್ದರಿಂದ ಹೂವಿನಕೊಲ್ಲಿಯ ಸಾಹುಕಾರರೂ, ರೈಟರೂ, ಆಳುಗಳೂ ಅವನ ಮಾತುಗಳನ್ನು ಸಹಿಸಿಕೊಂಡು ಸುಮ್ಮನಿದ್ದರು. ಅದೂ ಅಲ್ಲದೆ ಆತ ಕಾಫಿ ಗಿಡಗಳ ಬುಡದಲ್ಲಿ ಬಲೆ ಹರಡಿ, ಬೇಲಿಯ ರಂಧ್ರಗಳಿಗೆ ಕುಣಿಕೆ ಹಾಕಿ ಕಾಡುಕೋಳಿಗಳನ್ನು ಕಾಡುಮೊಲಗಳನ್ನು ಹಿಡಿದು ತಂದು ಕೊಡುತ್ತಿದ್ದುದರಿಂದ ಆತನ ಮಾತುಗಳು ಒರಟಾಗಿದ್ದರೂ ಸಹಿಸಿಕೊಂಡಿದ್ದರು.

ಹೂವಿನಕೊಲ್ಲಿಯ ಅಳುವ ಮಕ್ಕಳು ಸಿಲೋನ್ ಅಣ್ಣಾಚಿಯ ಹೆಸರು ಹೇಳಿದರೆ ಹೆದರಿ ಸುಮ್ಮನಾಗುತ್ತಿದ್ದರು. ಆದರೆ ಯಾರಿಗೂ ಹೆದರದ ಹಾಜಿರಾ ಅಣ್ಣಾಚಿಗೂ ಹೆದರದೆ ಆತ ದುರುಗುಟ್ಟಿಕೊಂಡು ನೋಡಿದರೆ ತಾನೂ ತಿರುಗಿ ದುರುಗುಟ್ಟಿ ನೋಡಿ ಆತ ಆಕೆಗೆ 'ಯಾರಿಗೂ ಹೆದರದ ಕಾಡುಕೋಳಿ' ಎಂದು ಹೆಸರು ಇಟ್ಟಿದ್ದ.

ಇವತ್ತು ಹಾಜಿರಾಳಿಗೂ ಹೆದರಿಕೆಯಾಗುತ್ತಿತ್ತು. ಸಿಲೋನ್ ಅಣ್ಣಾಚಿ ಮೂರುದಾರಿಗಳು ಸೇರುವ ಕೂಡುದಾರಿಯಲ್ಲಿ ಬೂದಿಯ ಗುಡ್ಡೆ ಮಾಡಿ

ಮೈಯನ್ನೆಲ್ಲಾ ಕರಿ ಇದ್ದಿಲು ಮಾಡಿಕೊಂಡು ನಿಂತಿದ್ದ. ಆತ ಒಂದು ಮಾಸಿದ ಹಳದಿ ಬನಿಯನ್ನು ಧರಿಸಿ, ಹರಿದ ಪಟ್ಟೆ ಪಟ್ಟೆಯ ಹಸಿರು ಬಣ್ಣದ ಮೌಲಾನಾ ಲುಂಗಿಯನ್ನು ಸುತ್ತಿಕೊಂಡು, ಕಾಫಿಯ ಹಸಿ ರೆಂಬೆಗಳಿಂದ ಬೆಂಕಿಯನ್ನು ಕೆಡಿಸುತ್ತಾ, ನೀರು ಎರಚಿ ಆರಿಸುತ್ತಾ ದಾರಿಯನ್ನೆಲ್ಲಾ ಹೊಗೆ ಮಾಡಿಬಿಟ್ಟಿದ್ದ. ಸೈದಾಲಿ ಆತನೊಡನೆ ಕಾಣೆಯಾಗಿರುವ ಹಾರೂನನ್ನು ನೋಡಿರುವೆಯೊ ಎಂದು ತನ್ನ ತುಂಡು ತಮಿಳಿನಲ್ಲಿ ಕೇಳುತ್ತಿದ್ದ. ಅಣ್ಣಾಚಿ ಅರ್ಥವಾಗದವನಂತೆ ತನ್ನ ಕೆಲಸವನ್ನು ತಾನು ಮಾಡುತ್ತಿದ್ದ. ಆತನ ಗೋಣಿ ತಡಿಕೆಯ ಬಿಡಾರದೊಳಗಿಂದ ಹುಂಜವೊಂದು ಹೇಂಟೆಯೊಂದನ್ನು ಅಟ್ಟಿಸಿಕೊಂಡು ಹೊರಬಂದು ಅದರ ಸುತ್ತ ರೆಕ್ಕೆ ಹರಡಿ ಗಿರಕಿ ಹೊಡೆದು, ಆ ಹೇಂಟೆ ತಪ್ಪಿಸಿಕೊಂಡು ಪುನಃ ಬಿಡಾರದ ಒಳಹೊಕ್ಕರೆ ಅಲ್ಲಿಗೂ ಓಡಿಸಿಕೊಂಡು ಆಟವಾಡುತ್ತಿತ್ತು. ಸೈದಾಲಿ ಎಲ್ಲ ಅರ್ಥವಾದವನಂತೆ ಅಣ್ಣಾಚಿಯ ಮುಖನೋಡಿ ನಗಲು ನೋಡುತ್ತಿದ್ದ.

'ಏನು ಮುಖನೋಡಿ ನಗುತ್ತೀಯಾ.. ಹುಡುಕಲು ಬಂದವರು ಹುಡುಕಲು ಹೋಗಿ. ಇಲ್ಲಿ ಯಾಕೆ ನಿಂತಿರುವಿರಿ' ಎಂದು ಅಣ್ಣಾಚಿ ತಮಿಳಿನಲ್ಲಿ ಗದರಿದ.

ಸೈದಾಲಿ ಹಾಜಿರಾಳ ತೋಳುಗಳನ್ನು ಮೆಲ್ಲಗೆ ತನ್ನ ಭುಜದಿಂದ ಸೋಕಿ ಅವರಿಬ್ಬರೂ ಕೂಡುದಾರಿಯನ್ನೂ ದಾಟಿ ಮುಂದೆ ನಡೆಯತೊಡಗಿದರು. ಹೂವಿನಕೊಲ್ಲಿಯಲ್ಲಿ ಕತ್ತಲು ಆವರಿಸುತ್ತಿತ್ತು. ಆಗಲೇ ಗಿಡಮರಗಳನ್ನು ಸೇರಿಕೊಳ್ಳುತ್ತಿದ್ದ ನಾನಾ ಜಾತಿಯ ಹಕ್ಕಿಗಳು ನಾನಾ ಸ್ವರದಲ್ಲಿ ಹಾಡಲು ತೊಡಗಿದ್ದವು. ಕಾಲುದಾರಿಯಲ್ಲಿ ಏನೇನೋ ಹುಡುಕಿಕೊಂಡು ನಡೆದಾಡುತ್ತಿದ್ದ ಕಾಡು ಪಾರಿವಾಳಗಳು ಗಿಡಗಳ ಅಡಿಯಲ್ಲಿ ದಾರಿಮಾಡಿಕೊಂಡು ಕಣ್ಮರೆಯಾಗುತ್ತಿದ್ದವು. ಕಿತ್ತಳೆಯ ಗಿಡಗಳಲ್ಲಿ ಬಂಗಾರದ ಬಣ್ಣದಿಂದ ಹೊಳೆಯುತ್ತಿದ್ದ ಕಿತ್ತಳೆಯ ಹಣ್ಣುಗಳು ಬೆಳಕು ಮರೆಯಾಗುತ್ತಿದ್ದಂತೆ ಬಣ್ಣ ಕಳೆದುಕೊಂಡು ನೆರಳಿನಂತೆ ಗಾಳಿಗೆ ಅಲ್ಲಾಡಲು ತೊಡಗಿದ್ದವು. ಅಬ್ಯಾಲೆಯ ಮಲೆಗಳ ಸಾಲಿನಿಂದ ತೇಲಿ ಬರುತ್ತಿದ್ದ ಕಾವಳ ಹೂವಿನಕೊಲ್ಲಿಯೊಳಗೆ ಬಂದು ಸೇರಿಕೊಂಡು ಸೂರ್ಯ ಮಲೆಯ ಮೇಲಿಂದ ಇಳಿಯಲು ನೋಡುತ್ತಿದ್ದ.

ಸೈದಾಲಿ ಸುಮ್ಮನೆ ಹಾಜಿರಾಳ ಮೈಯನ್ನು ಸೋಕಿಕೊಂಡು ನಡೆಯುತ್ತಿದ್ದ. ಆತನಿಗೆ ಆಕೆಯ ಕೈಗಳನ್ನು ಹಿಡಿದುಕೊಂಡು ನಡೆಯಬೇಕು ಅನ್ನಿಸುತ್ತಿತ್ತು. ಹಾಜಿರಾ ಕಾಣೆಯಾಗಿರುವ ಹಾರೂನನ ಮುಖವನ್ನು ಊಹಿಸಲು ನೋಡುತ್ತಿದ್ದಳು. ಅಷ್ಟೂ ಗೊತ್ತಿರುವ ಹಾರೂನನ ಮುಖ ಅವಳ ಕಣ್ಣಿನ ಎದುರು ಬರುತ್ತಿರಲಿಲ್ಲ. ಇದನ್ನು ಸೈದಾಲಿಗೆ ಹೇಗೆ ಹೇಳುವುದು ಗೊತ್ತಾಗಲಿಲ್ಲ. ಏನೂ ಹೇಳದೆ ಅವನನ್ನು ಮುಂದೆ ಹೋಗಲು ಬಿಟ್ಟು ತಾನು ಹಿಂದೆ ಉಳಿದುಕೊಂಡು ನಡೆಯತೊಡಗಿದಳು.

ಸೈದಾಲಿ ಏನನ್ನೋ ಕಂಡವನಂತೆ ಒಮ್ಮೆಗೆ ಬಲಕ್ಕೆ ತಿರುಗಿ ರೋಬಸ್ಟಾ ಗಿಡಗಳ ಅಡಿಯಲ್ಲಿ ನುಸುಳಿಕೊಂಡು ಚಾಮುಂಡಿ ಬಾಣೆಯ ದಿಬ್ಬವನ್ನು ಹತ್ತಿ ಮೇಲಕ್ಕೆ ಓಡತೊಡಗಿದ. ಹಾಜಿರಾ ಗಾಳಿಗೆ ಸಿಲುಕಿದ ತರಗೆಲೆಯಂತೆ ತಾನೂ ಓಡತೊಡಗಿದಳು. ಅವರಿಬ್ಬರೂ ಓಡುತ್ತಾ ಚಾಮುಂಡಿ ಬಾಣೆಯ ತುದಿಯನ್ನು ತಲುಪಿ ನೋಡಿದರೆ ದೂರದಲ್ಲಿ ತಗ್ಗಿನಲ್ಲಿ ಸಿದ್ದಾಪುರ ಸಂಜೆ ಸೂರ್ಯನ ಬೆಳಕಿನಲ್ಲಿ ಮಂಕಾಗಿ ಹೊಳೆದುಕೊಂಡು ಮಲಗಿತ್ತು.

ಅವರಿಬ್ಬರೂ ನಿಂತ ಹಾಗೇ ನಿಂತುಕೊಂಡು ನೋಡತೊಡಗಿದರು. ಅಬ್ಯಾಲೆಯ ಮಲೆಗಳ ತಲೆಯನ್ನು ಸವರುತ್ತಿದ್ದ ಸೂರ್ಯನ ಕಿರಣಗಳನ್ನು ಅದೆಲ್ಲಿಂದಲೋ ಹುಟ್ಟಿ ಮೇಲೇಳುತ್ತಿದ್ದ ಮೋಡದ ತೆರೆಯೊಂದು ಮರೆ ಮಾಡಲು ನೋಡುತ್ತಿತ್ತು. ಸೈದಾಲಿ ನಿಧಾನಕ್ಕೆ ಅವಳತ್ತ ನೋಡಿ ಸುಮ್ಮನಿರುವಂತೆ ಹೇಳಿ ನೆಲದಲ್ಲಿ ಬಿದ್ದಿದ್ದ ಕೋಲೊಂದನ್ನು ಸದ್ದಾಗದಂತೆ ಎತ್ತಿಕೊಂಡು ಸುಮ್ಮನಿರುವಂತೆ ತುಟಿಯಲ್ಲೇ ಸೂಚಿಸಿದ. ಹಾಜಿರಾ ಅದೇನೆಂದು ಕಣ್ಣು ಹಾಯಿಸಿದಳು.

ಚಾಮುಂಡಿ ಬಾಣೆಯ ಇಳಿಜಾರಿನಲ್ಲಿ ರಾಕ್ಷಸನಂತೆ ಹರಡಿಕೊಂಡು ನಿಂತಿದ್ದ ರೋಬಸ್ಟಾ ಕಾಫಿ ಗಿಡವೊಂದರ ಅಡಿಯಲ್ಲಿ ತರಗೆಲೆಗಳ ಮೇಲೆ ಸುತ್ತಿ ಸುರುಳಿಕೊಂಡು ಎರಡು ಎಣೆ ಹಾವುಗಳು ಆಟವಾಡುತ್ತಿದ್ದವು. ಆ ಇಳಿಬಿಸಿಲಿನ ನಸು ಕತ್ತಲಲ್ಲಿ ಅಲ್ಲಲ್ಲಿ ಹೊಳೆದು ಆಡುತ್ತಿರುವ ಆ ಹಾವುಗಳನ್ನು ಬದುಕಲು ಬಿಡುವುದೋ, ಸಾಯಲು ಬಿಡುವುದೋ ಎಂದು ಯೋಚಿಸಿಕೊಂಡು ಸೈದಾಲಿ ಎತ್ತಿದ ಕೈಗಳನ್ನು ಹಾಗೇ ಎತ್ತಿ ಹಿಡಿದುಕೊಂಡು ನೋಡುತ್ತಿದ್ದ.

ಬಂದು ಸೇರಿಕೊಳ್ಳುತ್ತಿದ್ದ ಮೋಡಗಳು, ಇಲ್ಲವಾಗುತ್ತಿದ್ದ ಬೆಳಕು, ತರಗೆಲೆಗಳ ಮೇಲೆ ಆಟವಾಡುತ್ತಿರುವ ಎಣೆ ಹಾವುಗಳ ಸರಸರ ಸದ್ದು, ಅಬ್ಯಾಲೆಯ ಭತ್ತದ ಕೊಲ್ಲಿಯ ಗದ್ದೆಗಳ ಮೇಲಿನಿಂದ ಹಾಲು ತೆನೆಗಳನ್ನು ತಿಂದು ಮುಗಿಸಿ ಹೂವಿನಕೊಲ್ಲಿಯ ನೆರಳಿನ ಮರಗಳ ಪೊಟರೆಗಳನ್ನು ಆಗಲೇ ಸೇರಿಕೊಂಡಿದ್ದ ಹಸಿರು ಗಿಳಿಗಳ ಕಲರವ, ಮೆಲ್ಲಗೆ ಬಂದು ಸೇರುತ್ತಿದ್ದ ಕತ್ತಲು.

ಹಾಜಿರಾಳ ಮುದ್ದು ಮುಖದಲ್ಲಿ ಬೆವರೊಡೆಯುತ್ತಿತ್ತು. ಅವಳ ಕೆದರಿದ್ದ ಮುಡಿಯಲ್ಲಿ ಕಾಡು ಹೂಗಳು ಹರಡಿ, ಅವಳ ಉಡುಪಿನಲ್ಲಿ ನುಗ್ಗೆ ಮುಳ್ಳುಗಳು ಸಿಲುಕಿ ಹಾವುಗಳ ಆಟವನ್ನು ನೋಡುತ್ತಾ ಅವಳಿಗೆ ಹೆದರಿಕೆಯಾಗುತ್ತಿತ್ತು. ರೋಬಸ್ಟಾ ಗಿಡದ ಗಂಟುಗಂಟಿನ ಬೊಡ್ಡೆ ತನ್ನ ತೋಳಗೆಲ್ಲುಗಳನ್ನು ಆ ಕತ್ತಲಲ್ಲಿ ಸುತ್ತಲೂ ಹರಡಿ ಮಳೆಗೆ ಕಾಯುತ್ತಿರುವ ರೆಂಬೆಗಳಲ್ಲಿ ಅಲ್ಲಲ್ಲಿ ಕೆಂಪಿರುವೆಗಳು ಎಲೆಗಳನ್ನು ಕೋದು ಮನೆ ಮಾಡಿಕೊಂಡಿದ್ದವು. ದೊಡ್ಡ ಜೇಡರ ಹುಳವೊಂದು ತನ್ನ ಬಲೆಯ ನಡುವನ್ನು ಸೇರಿ ಅಡಗಿಕೊಂಡು ಹಾವುಗಳು ಆಟವಾಡುವ ಸದ್ದನ್ನು ಸುಮ್ಮನೆ ಆಲಿಸುತ್ತಿತ್ತು.

ಚಾಮುಂಡಿ ಬಾಣೆಯ ತುದಿಯ ಆ ಜಾಗ ಹಾಜಿರಾ ಯಾವಾಗಲಾದರೂ ಒಮ್ಮೊಮ್ಮೆ ಮದರಸಾಕ್ಕೂ ಹೋಗದೆ ಶಾಲೆಗೂ ಹೋಗದೆ ತನ್ನ ಬಾಪಾ ಉಸ್ಮಾನ್ ರೈಟರ ಮೇಲೆ ಸಿಟ್ಟುಮಾಡಿ ಉಮ್ಮಾ ಜುಲೈಕಾಳನ್ನು ನೆನಪು ಮಾಡಿಕೊಂಡು ಅಡಗಿ ಕೂರುವ ಜಾಗವಾಗಿತ್ತು. ಆದರೆ ಈಗ ಈ ನಸುಗತ್ತಲಿನಲ್ಲಿ ಆಕೆಗೆ ಆ ಜಾಗ ಬೇರೆ ಯಾವುದೋ ಜಾಗದಂತೆ ಕಾಣುತ್ತಿತ್ತು. ಆಟವಾಡಿ ಮುಗಿಸಿದ ಹಾವುಗಳು ಸರಕ್ಕನೆ ಮೈಬಿಡಿಸಿಕೊಂಡು ಒಂದರ ಹಿಂದೆ ಒಂದು ಹಿಂಬಾಲಿಸಿ ತರಗೆಲೆಗಳ ನಡುವೆ ಕತ್ತಲಿನಲ್ಲಿ ಮರೆಯಾದವು.

ಹಾಜಿರಾ ತಾನು ಒಮ್ಮೊಮ್ಮೆ ಅಡಗಿಕೂರುವ ಆ ಜಾಗವನ್ನು ದುಃಖದಲ್ಲಿ ನೋಡುತ್ತಿದ್ದಳು. ಸೈದಾಲಿ ಕಾಣೆಯಾಗಿರುವ ಹಾರೂನನ ಹೆಸರನ್ನು ಕರೆಯುತ್ತ ಸುತ್ತಮುತ್ತ ನೋಡುತ್ತಿದ್ದ. ಅಲ್ಲೆ ಬೆಳೆದು ನಿಂತಿದ್ದ ಅತ್ತಿಯ ಮರದಿಂದ ಹಣ್ಣುಗಳು ಕೊಳೆತು ಬಿದ್ದು ಆ ಬಿದ್ದ ಹಣ್ಣುಗಳ ಮೇಲೆಲ್ಲಾ ಇರುವೆಗಳೂ, ನುಸಿಗಳೂ ಸರಿದಾಡುತ್ತಿದ್ದವು. ಹಾಜಿರಾ ಉಸಿರನ್ನು ಸಣ್ಣಗೆ ಸದ್ದಾಗದಂತೆ ಬಿಡುತ್ತಿದ್ದಳು. ಸೈದಾಲಿ ಕೈಯಲ್ಲಿದ್ದ ಕೋಲನ್ನು ನೆಲಕ್ಕೆ ಬೀಳಿಸಿ 'ಹೆದರಿಕೆಯಾಗುತ್ತಿದೆಯಾ ಹಾಜಿರಾ' ಎಂದು ಕೇಳಿಬಿಟ್ಟ.

ಹಾಜಿರಾಳಿಗೆ ನಿಜಕ್ಕೂ ಹೆದರಿಕೆಯಾಗುತ್ತಿತ್ತು.

'ನಿಜಕ್ಕೂ ಹೆದರಿಕೆ ಆಗುತ್ತಿದೆಯಾ ಹಾಜಿರಾ' ಎಂದು ಆತ ಕೇಳಿದ.

ಆಕೆ ಕಣ್ಣರಳಿಸಿ ತಲೆಯಾಡಿಸಿದಳು.

'ಹಾಗಾದರೆ ಬೆನ್ನು ಬಗ್ಗಿಸಿ ನಿಂತು ಕಣ್ಣು ಮುಚ್ಚಿಕೋ' ಎಂದ.

ಆಕೆ ಬೆನ್ನು ಬಗ್ಗಿಸಿ ನೆಲದ ಕಡೆಗೆ ಮುಖ ಬಾಗಿಸಿ ಕಣ್ಣು ಮುಚ್ಚಿದಳು.

'ನೋವಾದರೆ ಹೆದರಬೇಡ' ಅಂದ.

ಆಕೆ ಅವಡುಗಚ್ಚಿಕೊಂಡಳು.

'ಹಾಗಾದರೆ ಈಗ ಹೆದರಿಕೆ ಹೋಯಿತು ನೋಡು' ಎಂದು ಸೈದಾಲಿ ತನ್ನ ಹಸ್ತವನ್ನು ಮುಷ್ಟಿಮಾಡಿಕೊಂಡು 'ಧುಂ' ಎಂದು ಅವಳ ಬೆನ್ನಿಗೆ ಗುದ್ದಿದ.

ಆ ಗುದ್ದಿಗೆ ಆಕೆಯ ಹೆದರಿಕೆ ಹೋಯಿತು.

'ಇನ್ನು ಓಡು' ಎಂದು ಆತ ಚಾಮುಂಡಿ ಬಾಣೆಯ ದಿಬ್ಬ ಇಳಿದು ಓಡಲು ತೊಡಗಿದ.

ಹಾಜಿರಾ ಅವನನ್ನು ಹಿಂಬಾಲಿಸಿಕೊಂಡು ಓಡತೊಡಗಿದಳು. ಅವರಿಬ್ಬರೂ ರೋಬಸ್ಟಾ ಗಿಡಗಳ ಅಡಿಯಲ್ಲಿ ದಾರಿ ಮಾಡಿಕೊಂಡು ಗೆಲ್ಲುಗಳನ್ನು ಸರಿಸುತ್ತಾ, ಬೊಡ್ಡೆಗಳಿಗೆ ಡಿಕ್ಕಿ ಹೊಡೆಯುತ್ತಾ ಪಾತಿಗಳ ನಡುವೆ ದಾರಿ ಮಾಡಿಕೊಂಡು ಜಿಗಿಯುತ್ತಾ ಓಡಿಬಂದು ಮೂರು ದಾರಿಗಳು ಸೇರುವ ಕೂಡು ದಾರಿಯಲ್ಲಿ ಸೇರಿಕೊಂಡರು.

ಕೂಡು ದಾರಿಯಲ್ಲಿ ಇದ್ದಲಿನ ಕೆಂಡವನ್ನು ಆರಿಸಿ ತಣ್ಣಗೆ ಮಾಡಿ, ತನ್ನ ತಡಿಕೆ ಗುಡಿಸಲಿನ ಬಾಗಿಲನ್ನು ಗೋಣಿ ಚೀಲದಿಂದ ಮುಚ್ಚಿ, ಕೋಳಿಗಳನ್ನು ಬಿದಿರಿನ ಬುಟ್ಟಿಯಲ್ಲಿ ಬೋರಲು ಹಾಕಿ ಸಿಲೋನ್ ಅಣ್ಣಾಚಿ ಎಲ್ಲಿಗೋ ಹೋಗಿದ್ದ. ಇದ್ದಲಿನ ಕೆಂಡಕ್ಕೆ ನೀರು ಎರಚಲು ಗುಡಿಸಲಿನ ಬದಿಯಲ್ಲಿ ಆತ ಮಾಡಿದ್ದ ಗುಂಡಿಯ ಸುತ್ತ ಹುಲುಸಾಗಿ ಹುಲ್ಲು ಬೆಳೆದಿತ್ತು. ಇದ್ದಲಿನ ರಾಶಿಯಿಂದ ಹಬೆ ಏಳುತ್ತಿತ್ತು. ಎತ್ತಲಿಂದಲೋ ಕತ್ತಲಿನಲ್ಲಿ ಕಾಡುಕೋಳಿಗಳು ಕೊಕ್ಕರಿಸುವ ಸದ್ದು.

ಸೈದಾಲಿ ಮೂರುದಾರಿಗಳು ಸೇರುವ ಕೂಡುದಾರಿಯಲ್ಲಿ ಹಾಜಿರಾಳನ್ನು ಒಬ್ಬಳನ್ನೇ ಬಿಟ್ಟು ಬಲೆಹಾಕಿ ಕಾಡುಕೋಳಿಗಳನ್ನು ಹಿಡಿಯುವ ಸಿಲೋನ್ ಅಣ್ಣಾಚಿಯನ್ನು ಸೇರಿಕೊಳ್ಳಲು ಕಾಫಿ ಗಿಡಗಳ ನಡುವಲ್ಲಿ ಮರೆಯಾಗಲು ಯೋಚಿಸುತ್ತಿದ್ದ. ಅವನನ್ನು ಹಾಗೆಯೇ ನಿಂತುಕೊಳ್ಳಲು ಬಿಟ್ಟು ಹಾಜಿರಾ ಕಾಲುದಾರಿಯಲ್ಲಿ ನಡೆಯತೊಡಗಿದಳು. ಅವಳು ಯಾವಾಗಲೂ ಇಷ್ಟು ಕತ್ತಲಿನಲ್ಲಿ ಕಾಲುದಾರಿಯಲ್ಲಿ ಒಬ್ಬಳೇ ನಡೆದಿರಲಿಲ್ಲ. ಹೂವಿನಕೊಲ್ಲಿಯ ಆಕಾಶದಲ್ಲಿ ಬೆಳ್ಳಗೆ ಕಾವಳ ಹರಡಿಕೊಂಡು ಆಗಲೇ ಅಲ್ಲೊಂದು ಇಲ್ಲೊಂದು ನಕ್ಷತ್ರಗಳು ಗೋಚರವಾಗುತ್ತಿದ್ದವು. ದೂರದಲ್ಲೆಲ್ಲೋ ಸುರಿಯುತ್ತಿರುವ ಕಾಫಿ ಹೂವಿನ ಮಳೆ ತಂಪುಗಾಳಿಯನ್ನು ಹೂವಿನಕೊಲ್ಲಿಯ ಕಡೆಗೆ ಕಳಿಸುತ್ತಿದ್ದವು. ಆಕಾಶದಲ್ಲಿ ಅಲ್ಲಲ್ಲಿ ಒಂದೆರಡು ಸಣ್ಣ ಮಿಂಚುಗಳು ಮಿಂಚಿ ದೂರದಲ್ಲಿ ಎಲ್ಲಿಂದಲೋ ಗುಡುಗಿನ ಕ್ಷೀಣ ಧ್ವನಿ ಕೇಳಿಸುತ್ತಿತ್ತು.

ಉಸ್ಮಾನ್ ರೈಟರ ಬಿಡಾರದಲ್ಲಿ ದೀಪ ಉರಿಯುತ್ತಿತ್ತು. ಬಾಪಾನ ಹೆಗಲೇರಿ ತಿರುಗಿ ಬಂದಿದ್ದ ಹಾರೂನ್ ಈಗಲೂ ಅವರ ಮೈಗೆ ಅಂಟಿಕೊಂಡು ಕುಳಿತು ಕಕ್ಕಾವಿಕ್ಕಿಯಾಗಿ ಎಲ್ಲ ಕಡೆ ನೋಡುತ್ತಿದ್ದ. ಎಲ್ಲರೂ ಹೆದರಿಕೊಂಡಂತಿದ್ದ ಅವನ ಚಲನವಲನಗಳನ್ನು ತದೇಕಚಿತ್ತರಾಗಿ ನೋಡುತ್ತಿದ್ದರು. ಉಸ್ಮಾನ್ ರೈಟರು ನೋಡಲು ತುಂಬ ಇಳಿದು ಹೋದಂತೆ ಕಾಣಿಸುತ್ತಿದ್ದರು. ಮುರುಗಾಮಲೆಯಲ್ಲಿ ಅವರಿಗೆ ಈ ಬಾರಿ ಕನಸಿನಲ್ಲಿ ಆಪರೇಷನ್ ಆಗಿರಲಿಲ್ಲ. ಅವರ ಕನಸಿನಲ್ಲಿ ದಿನವೂ ಬಂದು 'ಇನ್ನೂ ಒಂದು ದಿನ ಇರು, ಇನ್ನೂ ಒಂದುದಿನ ಇರು' ಎಂದು ಕಾಯಿಸುತ್ತಿದ್ದ ಸೂಫಿ ಬಾಬಾ ಕೊನೆಯದಿನ ಕನಸಿನಲ್ಲಿ ಬಂದು 'ಈ ಸಲ ನಿನ್ನ ಕರ್ಮಫಲ ಸರಿಯಿಲ್ಲ. ಹೂವಿನಕೊಲ್ಲಿಗೆ ತಿರುಗಿ ಹೋಗು ಪುನಃ ಕರೆದಾಗ ಬಾ' ಎಂದು ಕಳುಹಿಸಿಬಿಟ್ಟಿದ್ದರು. ಹಾಗೇ ದುಃಖದಲ್ಲಿ, ನೋವಿನಲ್ಲಿ ಬಸ್ಸು ಹತ್ತಿ ಸಿದ್ದಾಪುರದಲ್ಲಿ ಇಳಿದು ನಮಾಜು ಮುಗಿಸಿ ಹೋಗುವಾ ಎಂದು ಸಿದ್ದಾಪುರ ಮಸೀದಿಯ ಒಳಗೆ ಹೋಗಿದ್ದರು.

ಶನಿವಾರ ಸಂತೆಯ ದಿನವಾಗಿರುವುದರಿಂದ ಮಸೀದಿಯ ಒಳಗೆ ಖತೀಬರಾದ ದೊಡ್ಡ ಉಸ್ತಾದರೂ, ಅವರ ಅಳಿಯ ಸಣ್ಣ ಉಸ್ತಾದರೂ

ಇದ್ದರು. ಬೇರೆ ಯಾರೂ ಬಂದಿರಲಿಲ್ಲ. ಅವರು ಬೆತ್ತಲೆಯಾಗಿ ಮಸೀದಿಯೊಳಕ್ಕೆ ಬಂದು ಸೇರಿದ್ದ ಹಾರೂನನನ್ನು ಇದು ಯಾರ ಮಗು ಎಂದು ಗೊತ್ತಾಗದೆ ಈ ಮಗು ಮುಸಲ್ಮಾನನೋ, ಕಾಫಿರನೋ ಎಂದೂ ಅರಿವಾಗದೆ ನಾನಾ ಭಾಷೆಗಳಲ್ಲಿ ಪ್ರಶ್ನಿಸುತ್ತಿದ್ದರು. ಹಾರೂನನು ಕಣ್ಣು ಪಿಳಿಪಿಳಿ ಬಿಟ್ಟುಕೊಂಡು ನೋಡುತ್ತಿದ್ದವನು ಮಸೀದಿಯೊಳಕ್ಕೆ ಬಂದ ಬಾಪಾನನ್ನು ಕಂಡು 'ಬಾಪಾ..' ಎಂದು ಅತ್ತುಕೊಂಡು ಅವರನ್ನು ಅವುಚಿ ಹಿಡಕೊಂಡಿದ್ದನು.

ದುಃಖದಿಂದಲೂ, ಅವಮಾನದಿಂದೂ ಏನೂ ಹೇಳಲಾಗದೆ ಉಸ್ಮಾನ್ ರೈಟರು ಮಗ ಹಾರೂನನನ್ನು ಹಾಗೇ ಬತ್ತಲಾಗಿ ಹೆಗಲಲ್ಲಿ ಎತ್ತಿಕೊಂಡು ಬಂದು ಬಿಡಾರದ ಅಂಗಳದಲ್ಲಿ ಇಳಿಸಿ ಮೌನವಾಗಿ ಕೂತಿದ್ದರು. ಮಗು ಹಾರೂನನು ಬರೆ ಇಳಿದು, ಭತ್ತದ ಗದ್ದೆಯನ್ನು ದಾಟಿ, ಏಲಕ್ಕಿ ಕಾಡು ದಾಟಿ, ತೊರೆಯ ಪಾಲವನ್ನು ದಾಟಿ, ಬರೆ ಹತ್ತಿ, ಬೇಲಿ ದಾಟಿ ರಸ್ತೆ ತಲುಪಿ, ನಡೆಯುತ್ತಾ ಸಿದ್ದಾಪುರವನ್ನು ಹೇಗೆ ತಲುಪಿದನು ಎಂದು ಎಲ್ಲರಿಗೂ ಚೋದ್ಯವಾಗುತ್ತಿತ್ತು. ಎಲ್ಲರೂ ಏನಾಯ್ತು ಎಂಬುದನ್ನು ಹೇಗೆ ಕೇಳುವುದು ಎಂದು ಹೆದರಿಕೊಂಡು ಉಸ್ಮಾನ್ ರೈಟರನ್ನು ನೋಡುತ್ತಿದ್ದರು. ಅವರು ಹಜಾರದ ಈಸಿ ಚೇರಿನಲ್ಲಿ ಕುಳಿತುಕೊಂಡು ಕತ್ತಲೆಯನ್ನು ನೋಡುತ್ತಿದ್ದರು. ಕುಟ್ಟಿಕಣ್ಣನೂ, ನಂಬಿಯಾರೂ, ಮುದಾರನೂ, ಮೂಸಕಾಕ, ಮರಿಯಾ, ಐತಣ್ಣ, ಐತಕ್ಕ, ಶಾಂತಿ, ಸೇವಂತಿ ಮತ್ತು ಹೂವಿನಕೊಲ್ಲಿಯ ಇನ್ನೂ ಹಲವು ಆಳುಗಳು, ಮೇಸ್ತ್ರಿಗಳು ಎಲ್ಲರೂ ಮೌನವಾಗಿ ಉಸ್ಮಾನ್ ರೈಟರು ಏನು ಹೇಳುವರೋ ಎಂದು ಕಾಯುತ್ತಿದ್ದರು.

ಅಷ್ಟರಲ್ಲಿ ಮಿಂಚು ಜೋರಾಗಿ, ಗುಡುಗು ಜೋರಾಗಿ, ಬಿಡಾರದ ಕರೆಂಟಿನ ಲೈಟೂ ಆರಿಹೋಗಿ, ಗಾಳಿ ಬೀಸಿ ತಂಪಾಗಿ, ಎಲ್ಲೋ ಬರುತ್ತಿರುವ ಹೊಸ ಮಳೆಯ ವಾಸನೆ ತೇಲಿ ಬರಲು ತೊಡಗಿತು. 'ಕಾಫಿ ಹೂವಿನ ಮಳೆ ಈ ಸಲ ಇಷ್ಟು ಬೇಗನೆ' ಎಂದು ಹಾಜಮ್ಮ ಗೊಣಗಿದ್ದು ಬಿಡಾರದ ಹಂಚಿನ ಮೇಲೆ ಆಲಿಕಲ್ಲುಗಳು ಬೀಳುವ ಸದ್ದಿನಲ್ಲಿ ಕರಗಿಹೋಯಿತು. ಅಂಗಳದಲ್ಲಿ ಕೂತಿದ್ದವರೆಲ್ಲಾ ಹಜಾರವನ್ನು ಸೇರಿಕೊಂಡರು.

ಕತ್ತಲಲ್ಲಿ ಮಳೆಯಲ್ಲಿ ನೆನೆಯುತ್ತಾ ಬಂದ ಹಾಜಿರಾ ಯಾಕೋ ಇವತ್ತು ಬಾಪಾ ಉಸ್ಮಾನ್ ರೈಟರಿಗೆ ಹೆದರದೆ, ಒಳಕ್ಕೆ ಬಂದು, ಹಾರೂನನನ್ನು ಕಂಡು, ಆತನನ್ನು ಎತ್ತಿಕೊಂಡು, ಅಲ್ಲೇ ಮೂಲೆಯಲ್ಲಿ ನಿಂತು, ಕಿಟಕಿಯಿಂದ ಆಲಿಕಲ್ಲುಗಳು ಬೀಳುವುದನ್ನು ತೋರಿಸತೊಡಗಿದಳು. ಹಾರೂನನು ಸುಮ್ಮನೆ ಏನೂ ಹೇಳದೆ ಅವಳ ಮೈಗಂಟಿಕೊಂಡು ಅವಳ ಬೆವರಿದ್ದ ಹೆಗಲಿಂದ ನುಗ್ಗಿ ಬರುತ್ತಿದ್ದ ಪರಿಮಳಗಳಿಗೆ ಮುಖ ಒಡ್ಡಿಕೊಂಡನು.

ಈ ಇರುಳು ಯಾರಾದರೂ ಕೇಳಿದರೆ
ಏನು ಕಥೆ ಹೇಳುವುದು..?

ಮಳೆನಿಂತು ಎಲ್ಲರೂ ಹೋಗಿ ಆಗಿತ್ತು. ಬರೆಯ ಮೇಲಿಂದ,
ಕಾಫಿ ಗೆಲ್ಲುಗಳ ನಡುವಿಂದ, ಕಿತ್ತಳೆ ಗಿಡಗಳ ಮೇಲಿನಿಂದ ಅರ್ಧ ಚಂದ್ರ
ಅರೆಬರೆಯಾಗಿ ಕಾಣಿಸಿಕೊಳ್ಳುತ್ತಿದ್ದ. ಮಳೆಗೆ ಸಿಲುಕಿ ನಲುಗಿಹೋಗಿದ್ದ ಬರೆಯ
ಮೇಲಿನ ಕಾಡು ಹೂಗಳು ಚೇತರಿಸಿಕೊಂಡು ಹಿತ್ತಲಲ್ಲಿ ಉರಿಯುತ್ತಿದ್ದ
ಚಿಮಿಣಿ ದೀಪದ ಮಸುಕು ಬೆಳಕಿನಲ್ಲಿ ತೂಗಾಡಿಕೊಂಡು ನಿಂತಿದ್ದವು. ಆ
ಕತ್ತಲಲ್ಲಿ ರಂಗೋಲಿ ಪುಡಿಯ ರಂಧ್ರ ಬಾಯಿತೆರೆದುಕೊಂಡು ಅದರೊಳಗೆ
ಸೇರಿಕೊಳ್ಳುತ್ತಿದ್ದ ಮಳೆಯ ನೀರು ಕೆಳಗೆ ಚರಂಡಿಯಲ್ಲಿ ಸೋರಿ ಹೋಗುತ್ತಿತ್ತು.
ಇದು ಯಾವುದರ ಪರಿವೆಯೂ ಇಲ್ಲದೆ ಹಿತ್ತಲಿನಲ್ಲಿ ಮದರಂಗಿ ಅರೆಯುವ
ಕಲ್ಲಿನ ಮುಂದೆ ಚಿಮಿಣಿ ದೀಪವೊಂದನ್ನು ಉರಿಸಿ ಇಟ್ಟುಕೊಂಡು ಹಾಜಿರಾ

ಮದರಂಗಿಯ ಎಲೆಗಳಿಗೆ ಸುಣ್ಣ ಸೇರಿಸಿ ಅರೆಯುತ್ತಾ ಕುಳಿತಿದ್ದಳು. ಅರೆಯುವ ಮದರಂಗಿಯ ಎಲೆಗಳಿಗೆ ಸುಣ್ಣ ಮತ್ತು ಸಕ್ಕರೆ ಸೇರಿಸಿದಷ್ಟೂ ಹಾಕಿದ ಮದರಂಗಿ ಕೆಂಪಗಾಗುವುದು ಎಂದು ಹಾಜಿರಾ ಆ ದೀಪದ ಬೆಳಕಿನಲ್ಲಿ ಒಬ್ಬಳೇ ಸದ್ದುಮಾಡಿಕೊಂಡು ಸುಣ್ಣ ಸೇರಿಸಿ ಅಡಿಗೆ ಮನೆಯಿಂದ ಕದ್ದು ತಂದ ಸಕ್ಕರೆ ಸೇರಿಸಿ ಅರೆಯುತ್ತಿದ್ದಳು. ಅವಳಿಗೆ ಒಬ್ಬಳಿಗೆ ಮಾತ್ರ ಅದು ಹೇಗೋ ಕಥೆ ಹೇಳುವ ಪಾತುಮ್ಮ ಯಾರ ಅರಿವಿಗೂ ಬಾರದೆ ಬಚ್ಚಲು ಮನೆಯ ಬೆಂಕಿಯಲ್ಲಿ ಕಾಲು ಕಾಯಿಸಿಕೊಂಡು ಕುಳಿತಿರುವುದು ಅರಿವಿಗೆ ಬಂದಿತ್ತು.

ಕಥೆ ಹೇಳುವ ಪಾತುಮ್ಮ ಸ್ನಾನದ ಹಂಡೆಯ ಉರಿಯ ಮುಂದೆ ಕಾಲು ಚಾಚಿ ಕುಳಿತು ತಮ್ಮ ಮರಗಟ್ಟಿದ್ದ ಕಾಲುಗಳಿಗೆ ಶಾಖಕೊಡುತ್ತಾ ಕೂತಿದ್ದಳು. ಅವಳ ಮಗಳು ಬೆರಳು ಚೀಪುವ ನೆಬೀಸಾ ಕಣ್ಣು ಪಿಳಿಪಿಳಿ ಬಿಟ್ಟುಕೊಂಡು ತಾಯಿಯ ಸೆರಗೊಳಗೆ ಸೇರಿ ಬೆರಳು ಚೀಪುತ್ತಾ ತಾನೂ ತನ್ನ ಒದ್ದೆಗೊಂಡ ಮೈಯನ್ನು ಬಿಸಿ ಮಾಡುತ್ತ ಕೂತಿದ್ದಳು. ಮಳೆಯ ನೀರಿನ ಜೊತೆಗೆ ಅದುವರೆಗೆ ಹರಿದಿದ್ದ ಕಣ್ಣೀರೂ ಅವಳನ್ನು ಸಾಕಷ್ಟು ಒದ್ದೆಮಾಡಿತ್ತು. 'ಬೇಡ ಬೇಡವೆಂದರೂ ಯಾಕೆ ಬಂದೆ ಪುಲಿಯಾಡ್ಚಿ' ಎಂದು ಸಿಟ್ಟು ಮಾಡಿಕೊಂಡು ತಾಯಿ ಪಾತುಮ್ಮ ಕೈಗೆ ಸಿಕ್ಕಿದ ಕಾಫಿಯ ರೆಂಬೆಯೊಂದನ್ನು ಕಿತ್ತು ಮಗಳಿಗೆ ಬಾರಿಸುತ್ತಾ ತನ್ನ ಸೆರಗು ಹಿಡಿದುಕೊಳ್ಳಲು ಬರುತ್ತಿದ್ದ ಅವಳ ಕೈಯನ್ನು ಕಿತ್ತು ಬಿಸುಟು ಮತ್ತೆ ಬಾರಿಸುತ್ತಾ ಮರಗಳಿಂದ ಹನಿಯುತ್ತಿದ್ದ ತುಂತುರಿಗೆ ಸಿಲುಕಿ ಮತ್ತೆ ನೆನೆಯುತ್ತಾ ಇಬ್ಬರೂ ಉಸ್ಮಾನ್ ರೈಟರ ಬಿಡಾರವನ್ನು ತಲುಪಿದಾಗ ಮಳೆನಿಂತು ಎಲ್ಲರೂ ಹೋಗಿ ಆಗಿತ್ತು.

ರೈಟರ ಬಿಡಾರದೊಳಗಿಂದ ತುಪ್ಪದ ಅನ್ನದ ಪರಿಮಳ ಅಲೆ ಅಲೆಯಾಗಿ ಅಷ್ಟು ದೂರಕ್ಕೇ ತೇಲಿಬರುತ್ತಿತ್ತು. ತೇಲಿ ಬರುತ್ತಿದ್ದ ಆ ಪರಿಮಳದಿಂದಾಗಿ ಪಾತುಮ್ಮಳಿಗೆ ತಾನು ಅಂದುಕೊಂಡಂತೆ ಉಸ್ಮಾನ್ ರೈಟರು ಮುರುಗಾಮಲೆಯಿಂದ ಬಂದು ತಲುಪಿರುವುದು ಗೊತ್ತಾಗಿ ಸಮಾಧಾನವಾಯಿತು. ಹಾರೂನ್ ನಡುಮಧ್ಯಾಹ್ನ ಕಾಣೆಯಾಗಿ ಸಂಜೆ ಹಿಂತಿರುಗಿರುವ ಸುದ್ದಿ ಇಡೀ ಹೂವಿನಕೊಲ್ಲಿಗೆ ತಲುಪಿದ್ದರೂ ಪಾತುಮ್ಮಳಿಗೆ ಇನ್ನೂ ಗೊತ್ತಾಗಿರಲಿಲ್ಲ. ಲೋಕಕ್ಕೆಲ್ಲಾ ಗೊತ್ತಿರುವ ಸಂಗತಿಗಳು ಪಾತುಮ್ಮಳಿಗೆ ಗೊತ್ತಾಗುತ್ತಿರಲಿಲ್ಲ. ಆದರೆ ಯಾರಿಗೂ ಅರ್ಥವಾಗದ ಸಂಗತಿಗಳನ್ನು ಪಾತುಮ್ಮ ಕಥೆ ಮಾಡಿಕೊಂಡು ರಾತ್ರಿ ಬೆಳಕಾಗುವವರೆಗೆ ಬೇಕಾದರೂ ಮಕ್ಕಳಿಗೆ ಹೇಳಿಕೊಂಡು ಮಲಗಿರುತ್ತಿದ್ದಳು. ಪಾತುಮ್ಮ ಕಥೆ ಹೇಳುತ್ತಾರೆಂದರೆ ದೊಡ್ಡವರೂ ನಿದ್ದೆಮಾಡಿದಂತೆ ನಟಿಸಿಕೊಂಡು ಎದ್ದಿರುತ್ತಿದ್ದರು. ಮಕ್ಕಳೆಲ್ಲಾ ಹೂಂಗುಟ್ಟುವುದನ್ನು ನಿಲ್ಲಿಸಿದ ಮೇಲೆ ಪಾತುಮ್ಮ ಕಥೆ ಹೇಳುವುದನ್ನು ನಿಲ್ಲಿಸಲು ನೋಡಿದರೆ ಹಾಜಿರಾ ಹೂಂಗುಟ್ಟ ತೊಡಗುತ್ತಿದ್ದಳು. ಹಾಜಿರಾಳೂ

ಹೂಂಗುಟ್ಟುವುದನ್ನು ನಿಲ್ಲಿಸಿ ಪಾತುಮ್ಮ ಕಥೆ ಹೇಳುವುದನ್ನು ನಿಲ್ಲಿಸಲು ನೋಡಿದರೆ ಹಾಜಮ್ಮ ನಿದ್ದೆಯಲ್ಲಿ ಹೂಂಗುಟ್ಟಿಕೊಂಡು ಕಥೆ ಹೇಳುವುದನ್ನು ನಿಲ್ಲಿಸದಿರುವಂತೆ ಕೇಳಿಕೊಳ್ಳುತ್ತಿದ್ದರು. ಒಮ್ಮೊಮ್ಮೆ ಆಯಿಷಾಳೂ ಉಸ್ಮಾನ್ ರೈಟರ ಮಗ್ಗುಲಿಂದ ಎದ್ದು ಬಂದು ಗೋಡೆಗೆ ಆತು ಕೂತು ಕಥೆ ಕೇಳಿಸಿಕೊಳ್ಳುತ್ತಿದ್ದಳು. ಎಲ್ಲರೂ ಕಥೆ ಕೇಳುವುದನ್ನು ನಿಲ್ಲಿಸಿದ ಮೇಲೆ ಪಾತುಮ್ಮ ಕಥೆ ಹೇಳುವುದನ್ನು ನಿಲ್ಲಿಸಲು ನೋಡಿದರೆ ಅವರ ಎದೆಗೆ ಬಾಯಿಟ್ಟುಕೊಂಡು ಚೀಪುತ್ತಾ ಮಲಗಿರುತ್ತಿದ್ದ ಆರು ವರ್ಷದ ಮಗಳು ನೆಬೀಸಾ ಅಮ್ಮನ ಎದೆಗೆ ತಲೆಯಿಂದ ಗುದ್ದಿ ಕಥೆ ಹೇಳುವುದನ್ನು ನಿಲ್ಲಿಸದಿರುವಂತೆ ಒತ್ತಾಯ ಮಾಡುತ್ತಿದ್ದಳು.

ರಾತ್ರಿಯಿಡೀ ನಿದ್ದೆ ಮಾಡಲು ಬಿಡದ ಮಗಳು ನೆಬೀಸಾ ಮೇಲಿನ ಪಾಡಿಯಿಂದ ತನ್ನ ಜೊತೆಗೆ ಬರುವುದೇ ಬೇಡವೆಂದು ಎಷ್ಟು ಹೇಳಿದರೂ ಕೇಳಿರಲಿಲ್ಲ. ನೆಬೀಸಾ ಆರು ವರ್ಷವಾದರೂ ಬೆರಳು ಚೀಪಿ ಮೊಲೆಗೆ ಬಾಯಿಹಾಕಿ ನಾಚಿಕೆಯಿಲ್ಲದೆ ಬದುಕುತ್ತಿರುವುದನ್ನು ಹೇಗೆ ಸರಿಮಾಡುವುದೆಂದು ಅರಿವಾಗದ ಪಾತುಮ್ಮ ಈ ಬಾರಿ ಮುರುಗಾಮಲೆಯಿಂದ ಬರುವಾಗ ಮಂತ್ರಿಸಿದ ನೀರನ್ನು ತಂದು ಕೊಡಬೇಕೆಂದು ಉಸ್ಮಾನ್ ರೈಟರ ಕೈಯಲ್ಲಿ ವರ್ಷದ ಹರಕೆಯ ಹಣವನ್ನು ಕೊಟ್ಟು ಕಳಿಸಿದ್ದಳು. ಈ ಶನಿವಾರ ಅಸರ್ ನಮಾಜಿನ ಸಂಜೆಯ ಹೊತ್ತಿಗೆ ಉಸ್ಮಾನ್ ರೈಟರು ಕೈಯಲ್ಲಿ ಮಂತ್ರಿಸಿದ ನೀರನ್ನು ಹಿಡಿದುಕೊಂಡು ಬರುವರೆಂದು ಖಂಡಿತ ಗೊತ್ತಿದ್ದ ಪಾತುಮ್ಮ ಆಗಲೇ ಹೋದರೆ ಮಕ್ಕಳು ಖಂಡಿತ ಕಥೆ ಹೇಳದೇ ವಾಪಾಸು ಬರಲು ಬಿಡುವುದಿಲ್ಲ, ಹೇಗೂ ರಾತ್ರಿ ಅಲ್ಲೇ ಮಲಗಿ ಎದ್ದು ಬಂದರಾಯಿತು ಎಂದು ತಡವಾಗಿ ಮೇಲಿನ ಪಾಡಿಯಿಂದ ಹೊರಟು ಮಳೆಯಲ್ಲಿ ಸಿಕ್ಕಿ ಹಾಕಿಕೊಂಡಿದ್ದಳು. ಎಲ್ಲಿ ಹೋದರೂ ನಾಯಿಮರಿಯಂತೆ ತನ್ನನ್ನು ಹಿಂಬಾಲಿಸುವ ಈ ಮಗಳ ಮಮಕಾರವನ್ನು ಹೇಗೆ ಕಡಿಮೆ ಮಾಡುವುದು ಎಂದು ಯೋಚಿಸುತ್ತ ರೈಟರ ಬಿಡಾರ ಸೇರಿದ್ದಳು.

ಬಂದು ನೋಡಿದರೆ ಮಳೆನಿಂತು, ಎಲ್ಲರೂ ಹೋಗಿ, ಬಿಡಾರದ ಮುಂದಿನ ಸೀಬೆಯ ಮರದಿಂದ ಹನಿಗಳು ಸದ್ದು ಮಾಡುತ್ತಾ ತೊಟ್ಟಿಕ್ಕುತ್ತಿದ್ದವು. ಬಿಡಾರದ ಎಲ್ಲ ಬಾಗಿಲುಗಳೂ ತೆರೆದುಕೊಂಡು ತುಪ್ಪದ ಅನ್ನದ ಪರಿಮಳ ಅಲ್ಲೆಲ್ಲಾ ತುಂಬಿಕೊಂಡು ನಿಂತಿತ್ತು. ಈ ಮಗಳನ್ನು ಕರೆದುಕೊಂಡು ಯಾವ ಬಾಗಿಲಿನಿಂದ ಒಳಹೋಗುವುದು ಎಂದು ಗೊತ್ತಾಗದೆ ಬಚ್ಚಲು ಮನೆಯ ಬಾಗಿಲಿನಿಂದ ಒಳ ನುಗ್ಗಿ ಅಲ್ಲೇ ಉರಿಯುತ್ತಿದ್ದ ಹಂಡೆಯ ಒಲೆಯ ಮುಂದೆ ಯಾರಿಗೂ ಹೇಳದೆ ಕಾಲುಚಾಚಿ ತನ್ನ ಮರಗಟ್ಟಿದ ಕಾಲುಗಳಿಗೆ ಶಾಖ ಕೊಡುತ್ತಾ ಕುಳಿತುಕೊಂಡಿದ್ದಳು.

ಕಥೆ ಹೇಳುವ ಪಾತುಮ್ಮ ತನ್ನ ಬೆರಳು ಚೀಪುವ ಮಗಳ ಜೊತೆ ಆ ಕತ್ತಲೆಯಲ್ಲಿ ಒಳಬಂದು ಸೇರಿಕೊಂಡಿರುವುದು ಬೇರೆ ಯಾರ ಅರಿವಿಗೂ ಬಂದಿರಲಿಲ್ಲ. ಉಸ್ಮಾನ್ ರೈಟರು ಅಡಿಗೆ ಕೋಣೆಯಲ್ಲಿ ಮಣೆಯೊಂದನ್ನು ಹಾಕಿ ಕುಳಿತು ಅಡಿಗೆ ಒಲೆಯ ಮುಂದೆ ತಾವೂ ಕಾಲು ಚಾಚಿ ಸುಮ್ಮನೇ ಯೋಚಿಸುತ್ತಿದ್ದರು. ತಾಯಿ ಹಾಜಮ್ಮ ಮಗನ ಬದಿಯಲ್ಲಿ ತಾವೂ ಒಂದು ಮಣೆ ಹಾಕಿ ಕುಳಿತು ಒಲೆಯಲ್ಲಿ ಕುದಿಯುತ್ತಿರುವ ಕೋಳಿಯ ಸಾರಿಗೆ ಆಗಾಗ ಸೌಟು ಹಾಕಿ ತಿರುಗಿಸುತ್ತಾ, ನಡು ನಡುವಲ್ಲಿ ಎದ್ದು ಅಲ್ಲಿ ಇಲ್ಲಿ ಓಡಾಡುತ್ತಾ, ಮಗನ ಜೊತೆ ಹೇಗೆ ಮಾತು ಶುರುಮಾಡುವುದು ಎಂದು ಯೋಚಿಸುತ್ತಿದ್ದರು. ರೈಟರ ಹೆಂಡತಿ ಆಯಿಷಾ ಅರೆಯುವ ಕಲ್ಲಿನಲ್ಲಿ ನೆನೆದ ಅಕ್ಕಿ ತುಂಬಿಸಿಕೊಂಡು ಬೆಳಗಿನ ರೊಟ್ಟಿಗೆ ಅರೆಯುತ್ತಾ ಕೂತಿದ್ದಳು. ಅವಳ ಪಕ್ಕ ಸಣ್ಣ ಮಣೆಯಲ್ಲಿ ಕುಳಿತು ತಾಯಿಯ ಮಡಿಲೊಳಗೆ ತಲೆ ಸೇರಿಸಿಕೊಂಡು ಹಾರೂನ್ ಅಲ್ಲಾಡುತ್ತಾ ನಿದ್ದೆ ಹೋಗಲು ನೋಡುತ್ತಿದ್ದ. ಹೊರಗೆ ಆಫೀಸು ಕೋಣೆಯಲ್ಲಿ ಕುರಾನನ್ನು ಕೈಯಲ್ಲಿ ಹಿಡಿದುಕೊಂಡು ಹಾಜಿರಾಳ ಅಣ್ಣಂದಿರಾದ ಸೂಫಿ ಮತ್ತು ಇಬ್ರಾಯಿ ಕುರಾನಿನ ಯಾವುದೋ ಸೂರಾ ಒಂದನ್ನು ರಾಗವಾಗಿ ಓದುತ್ತಾ, ನಡು ನಡುವಲ್ಲಿ ಶಾಲೆಯ ಚೀಲದೊಳಗಿಂದ ಕನ್ನಡ ಪಾಠ ಪುಸ್ತಕಗಳನ್ನು ತೆರೆದು ನೋಡಿ ಮುಚ್ಚಿಡುತ್ತಾ ಕುಳಿತಿದ್ದರು.

ಮದರಂಗಿ ಅರೆಯುವ ಕಲ್ಲನ್ನು ತನ್ನ ತಾಯಿ ಜುಲೈಕಾಬೀಬಿ ಹಿತ್ತಲಿನಲ್ಲಿ ತಂದು ಇಟ್ಟದ್ದು ಎಂದು ಹಾಜಿರಾ ಅದನ್ನು ಯಾರಿಗೂ ಮುಟ್ಟಲು ಬಿಡುತ್ತಿರಲಿಲ್ಲ. ತನ್ನ ತಾಯಿಯೇ ಮದರಂಗಿ ಗಿಡವನ್ನು ಬರೆಯ ಕೆಳಗೆ ಮೂಲೆಯಲ್ಲಿ ನೆಟ್ಟು ನೀರು ಹಾಕಿ ಬೆಳೆಸಿದ್ದು ಎಂದು ಯಾರಿಗೂ ಅದರ ಎಲೆಗಳನ್ನು ಕೊಯ್ಯಲು ಬಿಡುತ್ತಿರಲಿಲ್ಲ. ಸಣ್ಣ ಹಬ್ಬಕ್ಕೆ, ದೊಡ್ಡ ಹಬ್ಬಕ್ಕೆ ಯಾರಾದರೂ ಮದರಂಗಿ ಹಾಕಲು ಕೇಳಿದರೆ ಮನಸ್ಸಾದರೆ ತಾನೇ ಕೆಲವು ಎಲೆಗಳನ್ನು ಹರಿದು ಕೊಡುತ್ತಿದ್ದಳು. ಇಲ್ಲವಾದರೆ ಇಲ್ಲ ಎನ್ನುತ್ತಿದ್ದಳು. ಹಾಗಾಗಿ ಯಾರಾದರೂ ಬೇಕಾದರೆ ಹಾಜಿರಾ ಮದರಂಗಿ ಅರೆದು ಮುಗಿಸಿದ ಮೇಲೆ ತಾವೇ ಅವಳ ಪಕ್ಕ ಕುಳಿತು ಅವಳ ಕೈಯಿಂದ ತಮಗೆ ಬೇಕಾದಷ್ಟು ಮದರಂಗಿ ಹಾಕಿಸಿಕೊಂಡು ಹೋಗುತ್ತಿದ್ದರು. ಒಂದೊಂದು ಸಲ ಸಾಹುಕಾರರ ಬಂಗಲೆಯ ಹೆಂಗಸರೂ ಬಂದು ಹಾಜಿರಾಳ ಕೈಯಿಂದ ಮದರಂಗಿ ಹಾಕಿಸಿಕೊಳ್ಳುತ್ತಿದ್ದರು. ಶಾಂತಿ ಮತ್ತು ಸೇವಂತಿಯರೂ ಮದರಂಗಿ ಹಾಕಿಸಿಕೊಳ್ಳುತ್ತಿದ್ದರು. ಗಂಡಸರು ಮದರಂಗಿ ಹಾಕುವುದು ನಿಷೇಧಿತವಾಗಿರುವುದರಿಂದ ಗಂಡು ಹುಡುಗರು ಯಾರೂ ಮದರಂಗಿ ಹಾಕುತ್ತಿರಲಿಲ್ಲ. ಆದರೆ ಒಮ್ಮೊಮ್ಮೆ ಮನಸಾದರೆ ಹಾಜಿರಾ ಹಾರೂನನನ್ನು ಪಕ್ಕದಲ್ಲಿ ಕುಳ್ಳಿರಿಸಿ ಅವನ ಅಂಗೈಯಲ್ಲಿ ಗಿಳಿಯ ರೂಪದ ಮದರಂಗಿ ಹಾಕಿ

ತನ್ನ ಕೈಗಳಿಗೆ ತಾನೇ ಮದರಂಗಿ ಹಾಕಿ ಅವನನ್ನು ಪಕ್ಕದಲ್ಲಿ ಮಲಗಿಸಿಕೊಂಡು ಅವನ ಮದರಂಗಿ ಹಾಳಾಗದಂತೆ ತಬ್ಬಿ ತಾನೂ ತನ್ನ ಕೈಗಳನ್ನು ಎತ್ತಿ ಹಿಡಿದು ನಿದ್ದೆ ಹೋಗುತ್ತಿದ್ದಳು.

ಆದರೆ ಇಂದು ಹಾರೂನನೂ ಹೆದರಿಕೊಂಡು ತಾಯಿ ಆಯಿಷಾಳ ಮಡಿಲನ್ನು ಸೇರಿಕೊಂಡಿದ್ದ. ಯಾರಿಗೂ ಬೇಡ, ಏನೂ ಬೇಡ ಎಂದು ಸಣ್ಣಗೆ ಸಿಟ್ಟು ಮಾಡಿಕೊಂಡು ಆಗಾಗ ಮುಗುಳ್ನಗುತ್ತಾ ಹಾಜಿರಾ ಅರೆಯುತ್ತಾ ಕೂತಿದ್ದಳು.

ಇದು ಯಾವುದೂ ಗೊತ್ತಿಲ್ಲದ ಪಾತುಮ್ಮ ಈ ರಾತ್ರಿ ಯಾವ ಕಥೆ ಹೇಳುವುದು ಎಂದು ತಾನು ಇದುವರೆಗೆ ಹೇಳದ ಕಥೆಗಳನ್ನು ಜೋಡಿಸಿಕೊಳ್ಳಲು ನೋಡುತ್ತಿದ್ದಳು. ಪಾತುಮ್ಮಳಿಗೆ ತಾನು ಕಥೆ ಹೇಳುವ ಈ ಹಾಳು ಅಭ್ಯಾಸವನ್ನು ಯಾರಿಂದ ಕಲಿತುಕೊಂಡೆ ಎಂದು ನೆನಪಾಗದೆ ಬಚ್ಚಲಿನ ಒಲೆಯ ಮುಂದೆ ಕುಳಿತುಕೊಂಡಲ್ಲೇ ಕೊಂಚ ಹಿಂದೆ ಸರಿದು, ಸೊಂಟಕ್ಕೆ ಸುತ್ತಿಕೊಂಡಿದ್ದ ಬಟ್ಟೆಯ ಸಂಚಿಯನ್ನು ತೆರೆದು, ಅದರೊಳಗಿಂದ ಬೀಡಿಯ ಕಟ್ಟನ್ನು ಹೊರತೆಗೆದು, ಅದರಿಂದ ಒಂದು ಬೀಡಿಯನ್ನು ತೆಗೆದಳು. ನೆಲದಲ್ಲಿ ಬಿಸುಟಿದ್ದ ಇಕ್ಕುಳದಿಂದ ಒಲೆಯೊಳಗಿನ ಕೆಂಡವೊಂದನ್ನು ಅಮುಕಿ ತೆಗೆದು ಬೀಡಿ ಹಚ್ಚಿ ತಮ್ಮ ಕರುಳನ್ನು ತಲುಪುವವರೆಗೆ ಹೊಗೆಯನ್ನು ಒಳಕ್ಕೆ ಎಳೆದುಕೊಂಡಳು. ಮೂಗಿನ ಬಲ ಹೊಳ್ಳೆಯಿಂದ ಹೊಗೆಯನ್ನು ಹೊರಕ್ಕೆ ಬಿಟ್ಟರು. ಅವರ ಸೆರಗಲ್ಲಿ ಸದ್ದು ಮಾಡದೆ ಬೆರಳು ಚೀಪಿಕೊಂಡು ಕುಳಿತಿದ್ದ ಮಗಳು ನೆಬೀಸಾ ಬೆರಳನ್ನು ಬಾಯಿಂದ ಹೊರಗಳೆದು ಬೀಡಿ ವಾಸನೆ ತಾಳಲಾರದೆ ಎದ್ದು ನಿಂತಳು. ಪಾತುಮ್ಮ ಹೊಗೆಯನ್ನು ಇನ್ನೊಮ್ಮೆ ಒಳಕ್ಕೆಳೆದು ಮೂಗಿನ ಎಡ ಹೊಳ್ಳೆಯಿಂದ ಬಿಟ್ಟಳು. ಅವರಿಗೆ ಈ ರಾತ್ರಿ ಯಾರಾದರೂ ಒತ್ತಾಯಿಸಿದರೆ ಯಾವ ಕಥೆ ಹೇಳುವುದು ಎಂದು ನಿಧಾನಕ್ಕೆ ಅರಿವಾಗುತ್ತಿತ್ತು.

ಅಡಿಗೆ ಮನೆಯೊಳಗೆ ಬಂದು ಸೇರುತ್ತಿದ್ದ ಬೀಡಿಯ ವಾಸನೆಯಿಂದಾಗಿ ಪಾತುಮ್ಮ ಬಚ್ಚಲು ಮನೆಯನ್ನು ಬಂದು ಸೇರಿಕೊಂಡಿರುವುದು ಉಸ್ಮಾನ್ ರೈಟರಿಗೆ ಗೊತ್ತಾಗಿತ್ತು ಆದರೂ ಬೇಕಾದರೆ ಅವಳೇ ಬಂದು ಮಾತಾಡಿಸಲಿ ಎಂದುಕೊಂಡು ಸುಮ್ಮನಿದ್ದರು.

ಹೂವಿನಕೊಲ್ಲಿಯಲ್ಲಿ ಯಾರಿಗೂ ಇಲ್ಲದ ಸದರವನ್ನು ತನ್ನ ಮೇಲೆ ತೋರಿಸುತ್ತಿದ್ದ ಪಾತುಮ್ಮಳನ್ನು ಕಂಡರೆ ಉಸ್ಮಾನ್ ರೈಟರಿಗೆ ಮೇಲೆ ಸಿಟ್ಟಿದ್ದರೂ ಒಳಗೆ ಯಾವುದೋ ರೀತಿಯ ಪ್ರೀತಿ ಹರಿಯುತ್ತಿತ್ತು. ಪಾತುಮ್ಮ ಏನನ್ನಾದರೂ ಮುಖಕ್ಕೆ ಹೊಡೆದ ಹಾಗೆ ಹೇಳಿ ಆಮೇಲೆ ತಾನು ಅದನ್ನು ಹೇಳಿಯೇ ಇಲ್ಲ ಎನ್ನುವಂತೆ ಬೇರೆ ಏನನ್ನೋ ಹೇಳಲು ಶುರುಮಾಡುತ್ತಿದ್ದಳು. ಕೇಳಲು ಒಂದಕ್ಕೊಂದು ಸಂಬಂಧವಿಲ್ಲದಂತೆ ಕೇಳುತ್ತಿದ್ದ ಅವಳ ಮಾತುಗಳು

ಕೊನೆಯಲ್ಲಿ ಏನೋ ಅರ್ಥವನ್ನು ಹೇಳುತ್ತಿದ್ದವು. ಪಾತುಮ್ಮ ಹೇಳುತ್ತಿದ್ದ ಮಾತುಗಳು ತುಂಬಾ ಕಾಲದ ನಂತರ ನಿಜವಾಗುತ್ತಿದ್ದವು.

'ನಿಮಗೆ ಇವಳು ಸರಿಯಾದ ಹೆಣ್ಣಲ್ಲ ರೈಟರೇ' ಎಂದು ಉಸ್ಮಾನ್ ರೈಟರು ಮೊದಲ ಹೆಂಡತಿ ಜುಲೈಕಾಳನ್ನು ಮದುವೆಯಾಗಿ ಹೂವಿನಕೊಲ್ಲಿಗೆ ಬಂದ ಎರಡು ದಿನದಲ್ಲೇ ಪಾತುಮ್ಮ ಹೇಳಿದ್ದಳು. ಮೂವರು ಮಕ್ಕಳು ಹುಟ್ಟಿದ ಮೇಲೆ ಅದು ನಿಜವಾಗಿತ್ತು. ಏಳು ತಿಂಗಳಲ್ಲಿ ಹುಟ್ಟಿದ್ದ ಹಾರೂನ್ ಬದುಕುವುದಿಲ್ಲ ಎಂದುಕೊಂಡು ಅವನನ್ನು ಬಚ್ಚಲು ಮನೆಯಲ್ಲೇ ಬಿಟ್ಟುಬಂದಿದ್ದ ಆಯಿಷಾಳನ್ನು ಪಾತುಮ್ಮ ಬೈದು ಮಗುವನ್ನು ಎತ್ತಿಕೊಂಡು ತಂದು ತಾನೂ ಹಾಲು ಉಣ್ಣಿಸಿ ಇವನ ತಲೆಯಲ್ಲಿ ಸಾಹುಕಾರನಾಗುವ ಸುಳಿಗಳಿವೆ ಎಂದಿದ್ದಳು. ಇಂದು ಹಾರೂನ್ ಕಾಣೆಯಾಗಿ ತಿರುಗಿ ಸಿಕ್ಕಿದ ಮೇಲೆ ರೈಟರಿಗೆ ಅದೂ ನಿಜವೆನಿಸಿತ್ತು. ಮರ ಹತ್ತಲು ಕಲಿತಿರುವ ಹಾಜಿರಾಳನ್ನು ತಾಯಿಯಂತೆ ಆಗಲು ಬಿಡಬಾರದು ರೈಟರೇ ಎಂದು ಪಾತುಮ್ಮ ಅಂದಿದ್ದಳು. ನೀರು ಸೇದುವ ಸೈದಾಲಿಗೆ ರಾಜಯೋಗವಿದೆ ಎಂದು ನುಡಿದಿದ್ದರು. ಹಾಲು ಕರೆಯುವ ನಂಬಿಯಾರರ ಮರಣ ಹಸುವಿನ ಕೈಯಿಂದಲೇ ಸಂಭವಿಸುವುದು ಎಂದು ಹೇಳಿದ್ದಳು. ಕುಂಞಿಪಾತುಮ್ಮ ತೀರಿ ಹೋದರೆ ಮೂಸಕಾಕಾನ ಬಾಳು ಮೂರಾಬಟ್ಟೆಯಾಗುವುದು ಅಂದಿದ್ದಳು. ಪಾತುಮ್ಮ ಹೇಳಿದ ಎಲ್ಲವೂ ನಿಜವಾದರೆ ಪ್ರಳಯ ಸಂಭವಿಸುವ ಎಲ್ಲ ಸಂಭವಗಳಿವೆ ಎಂದು ಹೇಳಿ ಹಾಜಮ್ಮ ಪಾತುಮ್ಮಳ ಬಾಯಿಮುಚ್ಚಿಸಿ ನಗುತ್ತಿದ್ದರು. ಎಲ್ಲವನ್ನೂ ಮನುಷ್ಯನೇ ಹೇಳಬಹುದಾದರೆ ಪಡೆದವನು ಪಡೆದವನಾಗಿ ಆಕಾಶದಲ್ಲಿ ಇರುವುದೇಕೆ ಎಂದೂ ಸವಾಲು ಹಾಕುತ್ತಿದ್ದರು.

*** ***

ಮಳೆ ಬಂದು, ಮಳೆ ನಿಂತು, ಗಾಳಿ ಬೀಸಿ, ಮರಗಳು ಅಲ್ಲಾಡಿ ನಡು ನಡುವೆ ಹೂವಿನಕೊಲ್ಲಿಯ ಎಲ್ಲೆಲ್ಲಿಂದಲೋ ತೇನೆ ಹಕ್ಕಿಗಳು ಗೂಡುಗಳನ್ನು ಮಳೆಯಲ್ಲಿ ಕಳೆದುಕೊಂಡು ಕಿರುಚಾಡುತ್ತಿದ್ದವು. ಹಾಜಿರಾ ಮದರಂಗಿ ಅರೆದು ಮುಗಿಸಿ, ಅರೆದ ಮದರಂಗಿಯನ್ನು ಬಟ್ಟಲಲ್ಲಿ ಹಾಕಿ ಎದ್ದುನಿಂತಳು. ಬೆರಳು ಚೀಪುವ ನೆಬೀಸಾ ಅವಳ ಹಿಂದೆ ದೀಪ ಕೈಯಲ್ಲಿ ಹಿಡಿದು ಬೆಳಕು ಸೂಸಿಕೊಂಡು ನಿಂತಿದ್ದಳು. ಉಸ್ಮಾನ್ ರೈಟರು ಅಡುಗೆ ಮನೆಯಿಂದ ಹೋಗದೆ ಯಾರೂ ಅಲ್ಲಿಗೆ ಹೋಗುವಂತಿರಲಿಲ್ಲ. ಕಥೆ ಹೇಳುವ ಪಾತುಮ್ಮ ಈ ಇರುಳು ಯಾರಾದರೂ ಕಥೆ ಕೇಳಿದರೆ ಏನು ಕಥೆ ಹೇಳುವುದೆಂದು ಮನಸಿನಲ್ಲೇ ಗುರುತು ಹಾಕಿಕೊಂಡು, ಕಥೆ ಹೇಳಲು ಯಾರಾದರೂ ತನ್ನನ್ನು ಕೇಳಿ ಕೊಳ್ಳಲಿ ಎಂದು ಕಾಯುತ್ತಿದ್ದಳು.

ಹರಿಯುವ ಮಳೆಯನ್ನು
ಹೇಗೆ ಅಳೆಯುವುದು..

ನಡು ರಾತ್ರಿಯಲ್ಲಿ ಮತ್ತೆ ಹಿಡಿದಿದ್ದ ಮಳೆ ಬೆಳಗಾದರೂ ಬಿಡದೆ
ಸುರಿಯುತ್ತಿತ್ತು. 'ಇದೆಂತದು ದೆವ್ವದಂತಹ ಮಳೆ ರೈಟರೇ..' ಎಂದು
ಕಾವಲುಗಾರ ಕುಟ್ಟಿಕಣ್ಣ ತಾನು ನೆನೆಯುತ್ತಾ ಕೊಡೆಯನ್ನು ಉಸ್ಮಾನ್ ರೈಟರ
ತಲೆಯ ಮೇಲೆ ಹಿಡಿದು ನಿಂತಿದ್ದ. ಉಸ್ಮಾನ್ ರೈಟರು ಹಣೆಯನ್ನು ನೆರಿಗೆ
ಮಾಡಿಕೊಂಡು ಬಟ್ಲರ್ ಬಾಣೆಯ ನೆತ್ತಿಯಲ್ಲಿ ಮಳೆ ಅಳೆಯುವ ಬಾಟಲನ್ನು
ಪರಿಶೀಲಿಸುತ್ತಿದ್ದರು. ರಾತ್ರಿಯಿಡೀ ಸುರಿದ ಮಳೆಗೆ ಮಳೆ ಅಳೆಯುವ ಬಾಟಲು

ತುಂಬಿ ಹರಿದು ಈ ಹರಿದ ಮಳೆಯ ಲೆಕ್ಕವನ್ನು ಹಾಕುವುದು ಹೇಗೆ, ರೈನ್ ರೆಕಾರ್ಡಿನಲ್ಲಿ ಬರೆದಿಡುವುದು ಹೇಗೆ ಎಂದು ಗೊತ್ತಾಗದೆ ಉಸ್ಮಾನ್ ರೈಟರು ತಾವೂ ಮಳೆಯಲ್ಲಿ ನೆನೆಯುತ್ತಿದ್ದರು. ಬೆಳಗಾಗಿರುವುದೂ ಗೊತ್ತಾಗದೆ ಆಕಾಶವೆಲ್ಲ ಕಪ್ಪಿಡಿದು ಬಂಗಲೆಯ ಕಡೆಯಿಂದ ನಂಬಿಯಾರ್ ಊದುತ್ತಿರುವ ಮೊದಲ ತುರಿಯ ಸದ್ದು ಮಳೆಯ ಸದ್ದನ್ನೂ ಮೀರಿ ಹೂವಿನಕೊಲ್ಲಿಯ ನಾನಾ ಮೂಲೆಗಳಲ್ಲಿ ಅಲೆ ಅಲೆಯಾಗಿ ತೇಲಿ ಹೋಗುತ್ತಿತ್ತು. ಮಣ್ಣಲ್ಲಿ ಮಣ್ಣಾಗಿ ಒಣಗಿ ಬಿದ್ದಿದ್ದ ಇಂಬುಳಗಳು ಮಳೆಗೆ ಜೀವ ಪಡೆದುಕೊಂಡು ಅವರಿಬ್ಬರ ಕಾಲುಗಳಿಗೆ ಹತ್ತಿ ಬರಲು ನೆಗೆದು ಸಿದ್ಧವಾಗುತ್ತಿದ್ದವು. 'ಈ ಇಂಬುಳಗಳು ಇಷ್ಟು ದಿನ ಎಲ್ಲಿ ಸತ್ತಿದ್ದವು ರೈಟರೇ..' ಎನ್ನುತ್ತ ಕುಟ್ಟಿಕಣ್ಣ ಗಾಳಿಗೆ ಹಾರಿಹೋಗದ ಹಾಗೆ ಒಂದು ಕೈಯಲ್ಲಿ ಕೊಡೆಯನ್ನು ಹಿಡಿದುಕೊಂಡು, ಇನ್ನೊಂದು ಕೈಯನ್ನು ತನ್ನ ಸೊಂಟದ ಸಂಚಿಗೆ ತೂರಿಸಿ ಹೊಗೆಸೊಪ್ಪಿನ ಕಟ್ಟು ತೆಗೆದು ಅದನ್ನು ಮಳೆಯ ನೀರಲ್ಲಿ ನೆನೆಸಿ ಹುಡಿಮಾಡಿ ರೈಟರ ಕಾಲುಗಳಿಗೆ ಉಜ್ಜಲು ನೋಡುತ್ತಿದ್ದ. ಏನೂ ಮಾಡಲು ಆಗದಂತೆ ಮಳೆ ನಾನಾ ದಿಕ್ಕಿನಿಂದ ರಾಚಿ ಅವರಿಬ್ಬರನ್ನು ಬೆಳಬೆಳಗ್ಗೆಯೇ ಕಂಗಾಲು ಮಾಡುತ್ತಿತ್ತು. ಬಟ್ಲರ್ ಬಾಣೆಯ ಒಂದು ಮೂಲೆಯಲ್ಲಿ ಒಂಟಿಯಾಗಿ ನಿಂತಿದ್ದ ಬರ್ಕೆ ಹಲಸಿನ ಮರದ ಕೊಂಬೆ ಕೊಂಬೆಗಳಲ್ಲಿ ನೇತಾಡುತ್ತಿದ್ದ ಹಲವು ಹಲಸಿನ ಹಣ್ಣುಗಳಲ್ಲಿ ಕೆಲವು ಕೊಳೆತು ಅವುಗಳ ಪರಿಮಳ ಸುತ್ತೆಲ್ಲ ಹರಡಿ ಆ ಮಳೆಯೂ, ಆ ಗಾಳಿಯೂ, ಆ ಪರಿಮಳವೂ ಒಂದರೊಳಗೊಂಡು ಬೆರೆತು ನಂಬಿಯಾರ್ ಊದುತ್ತಿದ್ದ ಬೆಳಗಿನ ಮೊದಲ ತುರಿಯ ಸದ್ದು ನಿಧಾನಕ್ಕೆ ಅಡಗಿ ಬೇರೆ ಏನೂ ಕೇಳಿಸದಂತೆ ಮಳೆಯ ಸದ್ದು ಮಾತ್ರ ಅಲ್ಲಿ ಸ್ಥಿರವಾಗಿ ನಿಂತುಕೊಂಡಿತ್ತು.

ನಿನ್ನೆ ರಾತ್ರಿಯ ಮಳೆಯ ಸದ್ದಿಗೆ ನಿದ್ದೆಯಿಲ್ಲದೆ ಯೋಚಿಸುತ್ತಿದ್ದ ಉಸ್ಮಾನ್ ರೈಟರು ಇನ್ನೂ ಕತ್ತಲಿರುವಾಗಲೇ ಎದ್ದು ಹಜಾರದಲ್ಲಿ ಹಾಸಿಕೊಂಡು ಮಲಗಿದ್ದ ಪಾತುಮ್ಮಳನ್ನೂ, ಅವಳ ಸುತ್ತ ಕಥೆ ಕೇಳುತ್ತಾ ನಿದ್ದೆ ಹೋಗಿದ್ದ ಹಾಜಿರಾಳನ್ನೂ, ನೆಬೀಸಾಳನ್ನೂ, ತಾಯಿ ಹಾಜಮ್ಮಳನ್ನೂ ದಾಟಿದ್ದರು. ಹಜಾರದ ತಿಣ್ಣೆಯಲ್ಲಿ ಇಟ್ಟಿದ್ದ ನೀರಿನ ಗಿಂಡಿಯನ್ನು ಕೈಗೆತ್ತಿಕೊಂಡು ಬೆಳಗಿನ ಸುಬ್ಹೆ ನಮಾಜ್‌ಗೆ ಶುದ್ಧಿ ಮಾಡಲು ಹೊರಬಂದವರು ಈ ಮಳೆಗೆ ಹೇಗೆ ಅಂಗಳಕ್ಕೆ ಕಾಲಿಡುವುದು ಎಂದು ಗೊತ್ತಾಗದೆ ಹಾಗೇ ನಿಂತುಕೊಂಡಿದ್ದರು. ಪಂಜರದಲ್ಲಿ ನಿದ್ದೆ ತೂಗುತ್ತಿದ್ದ ಜುಲೈಕಾ ಅಲ್ಲಿಂದ ಇಲ್ಲಿಂದ ಸಣ್ಣದಾಗಿ ಕೇಳಿಸುತ್ತಿದ್ದ ಗುಡುಗಿನ ಸದ್ದನ್ನು ಆಲಿಸಿಕೊಂಡು 'ಮಳೆ ರೈಟರೇ.. ಮಳೆ ರೈಟರೇ..' ಎಂದು ನಿದ್ದೆಯಲ್ಲಿ ಮಾತನಾಡುತ್ತಿತ್ತು. ಗೋಡೆಯಲ್ಲಿ ಅಲ್ಲಾಡುತ್ತಿದ್ದ ಪರ್ಷಿಯನ್ ಬೆಕ್ಕಿನ ಚಿತ್ರ ಆಗ ತಾನೇ ನಿದ್ದೆ ಹೋದಂತೆ ನಟಿಸುತ್ತಿತ್ತು. ಉಸ್ಮಾನ್ ರೈಟರಿಗೆ ಬೆಳಬೆಳಗ್ಗೆಯೇ ತಲೆಕೆಟ್ಟು ಹೋಗಿತ್ತು. ಬಚ್ಚಲು ಕೋಣೆಗೆ

ಬಂದು ಒಲೆಯಲ್ಲಿ ಬೆಚ್ಚಗೆ ಕೂತಿದ್ದ ಹಂಡೆಯಿಂದ ಬಿಸಿಯ ನೀರನ್ನು ಗಿಂಡಿಗೆ ತುಂಬಿಸಿ ಅಲ್ಲೇ ಕುಕ್ಕುರುಗಾಲಲ್ಲಿ ಕೂತು ಶುದ್ಧಿ ಮಾಡಿಕೊಂಡಿದ್ದರು.

ಇರುಳಿಡೀ ಕಥೆ ಹೇಳುತ್ತಿದ್ದ ಪಾತುಮ್ಮ ಕಥೆಯೊಳಗೆ ತನ್ನನ್ನೂ, ತನ್ನ ಮೊದಲ ಹೆಂಡತಿಯನ್ನೂ, ತನ್ನ ತಾಯಿಯನ್ನೂ, ತನ್ನ ತಮ್ಮನನ್ನೂ, ತನ್ನ ಮೊದಲ ಹೆಂಡತಿಯ ಮಕ್ಕಳನ್ನೂ, ಹೊಸ ಹೆಂಡತಿಯನ್ನೂ ಸೇರಿಸಿಕೊಂಡು ತನಗೂ ಕೇಳುವ ಹಾಗೆ ಅಲ್ಲಲ್ಲಿ ದನಿ ಎತ್ತರಿಸಿಕೊಂಡು ಹೇಳಿದ್ದನ್ನು ಉಸ್ಮಾನ್ ರೈಟರೂ ಅಲ್ಲಲ್ಲಿ ಕೇಳಿಸಿಕೊಂಡಿದ್ದರು. ಪಾತುಮ್ಮ ಹೇಳಿದ ಕಥೆಯನ್ನು ಅಲ್ಲಲ್ಲಿ ಕೇಳಿಸಿಕೊಂಡ ಅವರಿಗೆ ರಾತ್ರಿಯಿಡೀ ನಿದ್ದೆ ಬಂದಿರಲಿಲ್ಲ. ಹೆಂಡತಿ ಆಯಿಷಾ ತಾನೂ ಕಣ್ಣು ಬಿಟ್ಟುಕೊಂಡು ಮಾಡಿನ ಮೇಲೆ ಬೀಳುತ್ತಿದ್ದ ಮಳೆಯ ಸದ್ದನ್ನು ಕೇಳುತ್ತಾ ಹೆಂಚಿನ ಕನ್ನಡಿಯಿಂದ ಕಾಣುವ ಮಿಂಚಿನ ಬೆಳಕನ್ನು ನೋಡುತ್ತಾ ಮಲಗಿದ್ದವಳು ನಿದ್ದೆಯಲ್ಲಿ ಕನವರಿಸುತ್ತಿದ್ದಳು. ಅವಳಿಗೂ ಈ ಹೂವಿನಕೊಲ್ಲಿಯ ಬದುಕು ಸರಿ ಆಗುತ್ತಿಲ್ಲ ಅಂತ ಉಸ್ಮಾನ್ ರೈಟರಿಗೆ ಗೊತ್ತಾಗುತ್ತಿತ್ತು. ತನ್ನನ್ನು ನಂಬಿಕೊಂಡಿರುವ ಯಾರಿಗೂ ಸರಿ ಆಗುತ್ತಿಲ್ಲ. ತನಗೂ ಸರಿಯಾಗುತ್ತಿಲ್ಲ. ಎಲ್ಲವನ್ನೂ ಸರಿ ಮಾಡಬೇಕಾಗಿರುವ ಆ ಪಡೆದವನಿಗೆ ಕಣ್ಣೂ ಕಾಣಿಸುತ್ತಿಲ್ಲ, ಕಿವಿಯೂ ಕೇಳಿಸುತ್ತಿಲ್ಲ. ಸುರಿಯುತ್ತಿರುವ ಈ ಮಳೆಯೂ ನಿಲ್ಲುವುದಿಲ್ಲ. ಯಾ ಪಡೆದವನೇ.. ಎಂದು ಶುದ್ಧಿ ಮುಗಿಸಿ ಬಚ್ಚಲಿಂದ ಎದ್ದ ಅವರು ಪುನಃ ಹಜಾರವನ್ನು ದಾಟಿ ಆಫೀಸು ಕೋಣೆಯೊಳಕ್ಕೆ ಹೊಕ್ಕು ಬಾಗಿಲು ಹಾಕಿಕೊಂಡು ಚಿಮಿಣಿದೀಪ ಹಚ್ಚಿ ಆ ಮಿಣಿ ಮಿಣಿ ಬೆಳಕಿನಲ್ಲಿ ಕಾಬಾದ ಕಡೆ ಮುಖಮಾಡಿ ಬೆಳಗಿನ ನಮಾಜಿಗೆ ಕೈಕಟ್ಟಿದ್ದರು. ಆಫೀಸು ರೂಮಿನ ತೆರೆದೇ ಇದ್ದ ಕಿಟಕಿಯಿಂದ ಸಾಕಷ್ಟು ಮಳೆಯ ನೀರು ಒಳಕ್ಕೆ ನುಗ್ಗಿ ಅಲ್ಲಿ ಒದ್ದೆಯಾಗಿತ್ತು. ಆ ಒದ್ದೆಯಲ್ಲೇ ಚಾಪೆ ಹಾಕಿಕೊಂಡು, ನಮಾಜು ಮುಗಿಸಿ, ಸಲಾತ್ ಹೇಳಿ, ಕೊಂಚ ಹೊತ್ತು ಹಾಗೇ ಕುಳಿತಿದ್ದು ದುವಾ ಮಾಡಿ, ತಮ್ಮ ಬೊಗಸೆಗಳನ್ನು ಮುಖದ ಬಳಿ ತಂದು ಚುಂಬಿಸಿ ಎದ್ದು ಬಾಗಿಲು ತೆರೆದು ನೋಡಿದರೆ ಹಜಾರದಲ್ಲಿ ಸಣ್ಣಗೆ ಬೆಳಕು ತುಂಬಿಕೊಳ್ಳುತ್ತಿತ್ತು.

ಹಜಾರದಲ್ಲಿ ಹಾಸಿಕೊಂಡು ಕಥೆ ಹೇಳಿ ನಿದ್ದೆಹೋಗಿದ್ದ ಪಾತುಮ್ಮಳ ಎದೆಗೆ ಆತುಕೊಂಡು ಮಗಳು ನೆಬೀಸಾ ತಾಯಿಯ ಸೊಂಟದ ಮೇಲೆ ಕಾಲು ಎಸೆದುಕೊಂಡು ತನ್ನ ಮದರಂಗಿ ಬಳಿದ ಬೆರಳು ಚೀಪಿಕೊಂಡು ಮಲಗಿದ್ದಳು. ಅವಳ ಪಾದಗಳಿಗೆ ಬಳಿದಿದ್ದ ಮದರಂಗಿ ಹಾಗೇ ಹಸುರಾಗಿ ಅಂಟಿಕೊಂಡಿತ್ತು. ತಾಯಿ ಹಾಜಮ್ಮ ಬಾಯಿ ತೆರೆದುಕೊಂಡು ಗೊರಕೆ ಹೊಡೆದುಕೊಂಡು ಏನೋ ಗೊಣಗುತ್ತಾ ಮಲಗಿದ್ದರು. ಪಾತುಮ್ಮಳ ಮುಖದಲ್ಲಿ ಏನೋ ಒಂದು ತರಹದ ನಗುವಿತ್ತು. ಹಾಜಿರಾ ಕೈಕಾಲುಗಳಿಗೆಲ್ಲಾ ಮದರಂಗಿ ಹಚ್ಚಿಕೊಂಡಿದ್ದವಳು ತನಗೆ ಈ ಲೋಕದಲ್ಲಿ ಯಾರೂ ಇಲ್ಲ ಎನ್ನುವ ಹಾಗೆ ಒಂದು ಮೂಲೆಯಲ್ಲಿ

ಗೋಡೆಗೆ ಅಂಟಿಕೊಂಡು ನಿದ್ದೆ ಹೋಗಿದ್ದಳು. ಅವಳ ತಲೆಯ ಬಟ್ಟೆ ನಿದ್ದೆಯಲ್ಲಿ ಕೊಂಚ ಸರಿದು ಅವಳ ಮುಡಿ ಮುಖದಲ್ಲೆಲ್ಲ ಹರಡಿ ಹಜಾರದ ಒಳಗೆ ತುಂಬಿಕೊಳ್ಳುತ್ತಿದ್ದ ಬೆಳಕಿನಲ್ಲಿ ಅವಳ ಮುಖವೂ ಸಂಕಟದಲ್ಲಿರುವಂತೆ ಉಸ್ಮಾನ್ ರೈಟರಿಗೆ ಕಂಡಿತು. ಯಾರ ಮುಖದಲ್ಲೂ ಖುಷಿ ಇರುವ ಹಾಗೆ ಕಾಣಿಸುತ್ತಿಲ್ಲವಲ್ಲ ಪಡೆದವನೇ ಎಂದು ಅಡುಗೆ ಕೋಣೆಯ ಕಡೆ ಬಂದವರಿಗೆ ಆಗಲೇ ಎದ್ದಿದ್ದ ಆಯಿಷಾ ಕಾಫಿ ಮಾಡಿಕೊಟ್ಟಿದ್ದಳು.

ಈಗ ನೋಡಿದರೆ ಇಡೀ ಹೂವಿನಕೊಲ್ಲಿಯಲ್ಲಿ ಈ ಬೆಳಗಿನ ಸುರಿಯುವ ಮಳೆಯಲ್ಲಿ ನಿಮಗಿರುವುದು ನಾನೊಬ್ಬನೇ ರೈಟರೇ ಎನ್ನುವ ಹಾಗೆ ಕಾವಲುಗಾರ ಕುಟ್ಟಿಕಣ್ಣ ಕೈಯಲ್ಲಿರುವ ಹೊಗೆಸೊಪ್ಪಿನ ಉಂಡೆಯಿಂದ ಕಾಲುಗಳಿಗೆ ಉಜ್ಜಲು ನೋಡುತ್ತಿದ್ದ.

ತನ್ನನ್ನು ಹೂವಿನಕೊಲ್ಲಿಯ ಉದ್ದಕ್ಕೂ ಹಿಂಬಾಲಿಸಿಕೊಂಡು ಬರುವ ಈ ಕುಟ್ಟಿಕಣ್ಣ ಮಾಯಾವಿಯೋ, ಕಾವಲುಗಾರನೋ, ವೈದ್ಯನೋ ಇಲ್ಲ ತನ್ನದೇ ನೆರಳೋ ಎಂದು ಉಸ್ಮಾನ್ ರೈಟರಿಗೆ ಈವರೆಗೂ ಅರಿವಿಗೆ ಬಂದಿರಲಿಲ್ಲ. ಅಳುವ ಮಕ್ಕಳನ್ನು ಎತ್ತಿಕೊಂಡು ಗಾಳಿಯಲ್ಲಿ ಬೀಸಿ ಒಗೆದು ಕೆಳಗೆ ಬೀಳದಂತೆ ಹಿಡಿದು ನೆಲಕ್ಕೆ ಇಳಿಸುವ ಕುಟ್ಟಿಕಣ್ಣ ಯಾರಿಗೆ ಉಳುಕಿದರೂ ತೈಲ ಹಚ್ಚಿ ನೀವಿ, ಬೆರಳು ಹಿಡಿದು ನಟಿಕೆ ತೆಗೆದು, ಆಕಾಶ ನೋಡಿ ಮಂತ್ರಿಸಿ ಉಳುಕು ತೆಗೆಯುವ ಕುಟ್ಟಿಕಣ್ಣ– ತೋಟದೊಳಗೆ ಹುಟ್ಟಿಕೊಂಡ ಅಣಬೆಗಳನ್ನು ತನ್ನ ತಲೆ ವಸ್ತ್ರದಲ್ಲಿ ಸುತ್ತಿ ತಂದು ಹಜಾರದ ಅಂಗಳದಲ್ಲಿ ಸುರಿದು ಬಿಡುವ ಕುಟ್ಟಿಕಣ್ಣ– ಹಾವು ಕಚ್ಚಿದ ಜಾಗಕ್ಕೆ ಜೀವ ಇರುವ ಕೋಳಿಯ ಗುದದ್ವಾರವನ್ನು ಒತ್ತಿ ಹಿಡಿದು ವಿಷಹೀರಿಸಿ ಹಾವು ಕಚ್ಚಿದವರನ್ನು ಬದುಕಿಸುವ ಕುಟ್ಟಿಕಣ್ಣ– ಈ ಕುಟ್ಟಿಕಣ್ಣ ಹೂವಿನಕೊಲ್ಲಿಗೆ ಹೇಗೆ ಯಾವಾಗ ಎಲ್ಲಿಂದ ಬಂದ ಎಂಬುದು ಯಾರ ಅರಿವಿಗೂ ಬಂದಿರಲಿಲ್ಲ. ಉಸ್ಮಾನ್ ರೈಟರು ತಾಯಿ ಹಾಜಮ್ಮಳ ಜೊತೆ ಹೂವಿನಕೊಲ್ಲಿಗೆ ಬಂದು ರೈಟರ ಕೆಲಸದ ಚಾರ್ಜ್ ತೆಗೆದುಕೊಂಡಾಗ ಕುಟ್ಟಿಕಣ್ಣ ತನ್ನ ತಲೆಯ ಬೆಳ್ಳಗಿನ ವಸ್ತ್ರದಲ್ಲಿ ಒಂದು ಮುಷ್ಟಿ ಸಕ್ಕರೆ, ಒಂದು ಮುಷ್ಟಿ ಚಹಾದ ಹುಡಿ, ಶೀಷೆಯಲ್ಲಿ ಅರ್ಧ ಸೇರು ಹಸುವಿನ ಹಾಲು ತಂದು ನೆಲದಲ್ಲಿಟ್ಟು 'ಇದು ಕುಟ್ಟಿಕಣ್ಣನ ಮೊದಲ ಮರ್ಯಾದೆ ರೈಟರೇ..' ಅಂದಿದ್ದ. ಮಳೆಯ ಮಾಸಗಳನ್ನೂ, ಮಳೆಯ ನಕ್ಷತ್ರಗಳನ್ನೂ ತಾನೇ ಕಂಡು ಹಿಡಿದವನಂತೆ ಮಾತನಾಡುತ್ತಿದ್ದ ಕುಟ್ಟಿಕಣ್ಣ 'ಮಳೆಯನ್ನು ನರಮನುಷ್ಯರಿಂದ ಅಳೆಯಲು ಆಗುತ್ತದೆಯಾ ರೈಟರೇ..' ಎಂದು ತಮಾಷೆಗೆ ಹೇಳುತ್ತಿದ್ದ.

ಆಕಾಶದಲ್ಲಿ ಗುಡುಗಿನ ಸದ್ದು ಇನ್ನೂ ಸಣ್ಣಗೆ ಧ್ವನಿಮಾಡುತ್ತಾ ಉರುಳಾಡುತ್ತಿತ್ತು. ಸುರಿದ ಮಳೆಗೆ ಕಾಫಿ ಗಿಡಗಳು ಮುದುಡಿ ಸುಮ್ಮನೆ ಕೂತಿದ್ದವು. ಗಾಳಿಗೆ ಕಳಚಿ ಬಿದ್ದ ನಾನಾ ಬಣ್ಣಗಳ ಎಲೆಗಳು ಬಟ್ಲರ್ ಬಾಣೆಯ

ಹುಲ್ಲುಗಾವಲಿನ ತುಂಬ ಮಳೆಗೆ ಸಿಲುಕಿ ಬಿದ್ದುಕೊಂಡಿದ್ದವು. ಬರ್ಕೆ ಹಲಸಿನ ಬುಡದಲ್ಲಿ ಇದ್ದ ಬಟ್ಲರನ ಗೋರಿಯ ಕಟ್ಟೆಯ ಮೇಲೂ ಒಂದೆರಡು ಹಲಸಿನ ಹಳದಿ ಎಲೆಗಳು ಬಿದ್ದು ನೀರಲ್ಲಿ ತೇಲುತ್ತಿದ್ದವು. ಬಿಳಿಯ ದೊರೆ ಮಿಸ್ಟರ್ ವೈಟ್ ಜೊತೆಯಲ್ಲಿ ಮದರಾಸಿನಿಂದ ಅಡುಗೆ ಕೆಲಸಕ್ಕೆ ಬಂದಿದ್ದ ಕರಿಯ ಬಣ್ಣದ ಬಟ್ಲರ್ ಬಹಳ ಹಿಂದೆಯೇ ಕುಡಿದು ಕುಡಿದು ತೀರಿಹೋಗಿದ್ದ. ಆತನ ಸಮಾಧಿಯ ಬದಿಯಲ್ಲಿ ನೆಟ್ಟಿದ್ದ ಬರ್ಕೆ ಹಲಸಿನ ಗಿಡ ಮರವಾಗಿ ಅದಕ್ಕೂ ವಯಸ್ಸಾಗಿ ಅದೂ ಮಳೆಯಲ್ಲಿ ತೀರಿ ಹೋಗುವ ಹಾಗೆ ಕಾಣಿಸುತ್ತಿತ್ತು. ಆ ಬಟ್ಲರನನ್ನು ಕೊನೆಯ ಕಾಲದಲ್ಲಿ ಕಂಡವರಲ್ಲಿ ಬದುಕಿ ಉಳಿದಿರುವವರು ತಾನು ಮತ್ತು ಮುದಾರ ಮಾತ್ರ ಎಂದು ಕುಟ್ಟಿಕಣ್ಣ ಹೇಳುತ್ತಿದ್ದ.

ಉಸ್ಮಾನ್ ರೈಟರು ಮಳೆ ಅಳೆಯುವ ಬಾಟಲಿನ ಬಾಯಿಯ ನಳಿಕೆಯನ್ನು ತೆಗೆದು ನೀರನ್ನು ಮಳೆಯಲ್ಲಿ ಚೆಲ್ಲಿದರು. ತುಂಬಿ ಹರಿದ ಮಳೆಯ ನೀರನ್ನು ಅಳೆಯುವುದು ಸುಮ್ಮನೆ ಎಂದು ಅವರಿಗೆ ಅರಿವಾಗಿತ್ತು. 'ಈ ಮಳೆಯನ್ನು ಅಳೆದರೂ ಬಿಟ್ಟರೂ ಈ ಸಲದ ಕಾಫಿ ಹೂವಿಗೆ ಈ ಮಳೆ ಸಾಕಲ್ಲವೇ ರೈಟರೇ..' ಎಂದು ಕುಟ್ಟಿಕಣ್ಣ ಬಂದ ದಾರಿಯನ್ನು ತಿರುಗಿ ನೋಡಿದ. ಮಳೆ ನಿಂತುಕೊಳ್ಳಲು ನೋಡುತ್ತಿತ್ತು. ಎಲ್ಲಿಂದಲೋ ಬಂದ ನಸುಗೆಂಪು ಬೆಳಕು ಹೂವಿನಕೊಲ್ಲಿಯ ಮೇಲೆ ವ್ಯಾಪಿಸಲು ತೊಡಗಿತ್ತು. ಬಾಣೆಯಿಂದ ಮಳೆಯ ನೀರು ಕಾಲುದಾರಿಯಲ್ಲಿ ಹರಿದು ಕೆಳಗೆ ಹೋಗುತ್ತಿತ್ತು. ಪಾಲವಾನ ಮರದ ಕೆಂಪು ಹೂಗಳು ನೆಲಕ್ಕೆ ಬಿದ್ದು ಆ ಕೆಸರು ನೀರಲ್ಲಿ ಹರಿದು ಹೋಗುತ್ತಿತ್ತು. ಕೆಳಗಿಂದ ಮೇಲಕ್ಕೆ ತೇಲಿ ಬರುತ್ತಿದ್ದ ಕುಳಿರುಗಾಳಿ ತುಂತುರು ಮಳೆ ನೀರನ್ನು ಅವರಿಬ್ಬರ ಮೇಲೆ ಸಿಂಪಡಿಸುತ್ತಾ ಹಾದು ಹೋಗುತ್ತಿತ್ತು.

ರೈಟರು ಬಾಣೆಯನ್ನು ಇಳಿಯಲು ಶುರುಮಾಡಿದರು. ಕುಟ್ಟಿಕಣ್ಣ ಕೊಡೆಯನ್ನು ಮಡಚಿ ಅದನ್ನೇ ಜಾರಿ ಬೀಳದಂತೆ ಕೆಸರಲ್ಲಿ ಊರಿ ತಾನೂ ರೈಟರ ಹಿಂದೆ ಇಳಿಯ ತೊಡಗಿದ.

ಕೆಳಗಿನ ಪಾಡಿಯ ಕಡೆಯಿಂದ ಕಾಲುದಾರಿಯಲ್ಲಿ ರಾತ್ರಿ ಕಾವಲುಗಾರ ಮೂಸಕಾಕಾ ಮತ್ತು ಮಕ್ಕಳನ್ನು ನೋಡಿಕೊಳ್ಳುವ ಮರಿಯಮ್ಮ ನಿಂತ ಮಳೆಯಲ್ಲಿ ನಡೆದುಕೊಂಡು ಬರುತ್ತಿದ್ದರು. ಮರಿಯಮ್ಮಳ ನಾಯಿ ಜಿಮ್ಮಿ ರಾತ್ರಿ ಗುಡುಗಿನ ಸದ್ದಿಗೆ ಹೆದರಿ ಎಲ್ಲೋ ಕಾಣೆಯಾಗಿತ್ತು. ಅದನ್ನು ಹುಡುಕುತ್ತಾ ಮಳೆಯಲ್ಲಿ ಅಲೆದಾಡುತ್ತಿದ್ದ ಮರಿಯಮ್ಮಳನ್ನು ಹಿಂಬಾಲಿಸಿಕೊಂಡು ಮೂಸಕಾಕಾ ತಾನೂ ಜಿಮ್ಮಿಯ ಹೆಸರು ಹಿಡಿದು ಕೂಗುತ್ತಾ ಬರುತ್ತಿದ್ದರು. ಅವರಿಬ್ಬರೂ ಜಿಮ್ಮಿಯನ್ನು ಹುಡುಕುತ್ತಾ ರಾಟೆಮನೆಗೆ ಹೋಗಿ, ಮೇಲಿನ ಪಾಡಿಗೆ ಹೋಗಿ, ಬಂಗಲೆಯ ಹತ್ತಿರ ಹುಡುಕಿ, ರೈಟರ ಬಿಡಾರದ ಬಳಿ ಹುಡುಕಿ, ಮುದಾರನಲ್ಲಿ ಕೇಳಿ, ನಂಬಿಯಾರಲ್ಲಿ ವಿಚಾರಿಸಿಕೊಂಡು ಬರುವಾಗ

ದಾರಿಯಲ್ಲಿ ಪಾತುಮ್ಮ ಮಗಳು ನೆಬೀಸಾಳ ಕೈ ಹಿಡಿದುಕೊಂಡು ರೈಟರ ಮನೆಯಿಂದ ಮಳೆಯಲ್ಲಿ ನಡೆದುಕೊಂಡು ಹೋಗುತ್ತಿದ್ದಳು.

ಪಾತುಮ್ಮ ಮೇಲಿನ ಪಾಡಿಯ ತನ್ನ ಬಿಡಾರ ಸೇರುವ ಮೊದಲು ಸಾಹುಕಾರರ ಬಂಗಲೆಗೊಮ್ಮೆ ಹೋಗಿ ಬರಬೇಕು ಎಂದು ಮಗಳ ರಟ್ಟೆಹಿಡಿದು ಎಳೆದುಕೊಂಡು ವೇಗವಾಗಿ ನಡೆಯುತ್ತಿದ್ದಳು. ಪಾತುಮ್ಮಳಿಗೆ ಅದು ಹೇಗೋ ಖಾನ್ ಸಾಹುಕಾರರೂ ಮಕ್ಕಾದಿಂದ ನಿನ್ನೆ ರಾತ್ರಿಯೇ ಬಂದು ತಲುಪಿರಬಹುದು ಎಂದು ಅನ್ನಿಸುತ್ತಿತ್ತು. ಬೆಳಗ್ಗೆ ಚಕ್ರೋಲು ಶುರುವಾಗುವ ಮೊದಲೇ ಖಾನ್ ಸಾಹುಕಾರರಲ್ಲಿ ಮಾತನಾಡಿ, ತೋಟದ ಹಾಲು ಕುಡಿಯುವ ಮಕ್ಕಳನ್ನು ನೋಡಿಕೊಳ್ಳುವ ಕೆಲಸವನ್ನು ಮರಿಯಾಳ ಕೈಯಿಂದ ತಪ್ಪಿಸಿ ತಾನು ತೆಗೆದುಕೊಳ್ಳಬೇಕು ಎನ್ನುವುದು ಪಾತುಮ್ಮಳ ಲೆಕ್ಕಾಚಾರವಾಗಿತ್ತು. ಬೇರೆ ಯಾರಾದರೂ ಹೇಳುವ ಮೊದಲೇ ಮಿಠಾಯಿಪಾಪ ಮತ್ತು ಮರಿಯಮ್ಮಳ ಸಂಗತಿಯನ್ನು ಸಾಹುಕಾರರಲ್ಲಿ ಗುಟ್ಟಾಗಿ ಹೇಳಿಬಿಡಬೇಕು ಎಂದೂ ಪಾತುಮ್ಮ ಅಂದುಕೊಂಡಿದ್ದಳು. ಹಾಗಾಗಿ ಬೆರಳು ಚೀಪುತ್ತಿದ್ದ ಮಗಳು ನೆಬೀಸಾಳ ರಟ್ಟೆ ಎಳೆದುಕೊಂಡು ವೇಗವಾಗಿ ಬಂಗಲೆಯ ಕಡೆ ನಡೆಯುತ್ತಿದ್ದಳು.

*** ***

ಮರಿಯಮ್ಮಳ ನಾಯಿ ಜಿಮ್ಮಿ ನಡೆಯಲಾಗದೆ ಕುಂಟಿಕೊಂಡು ಒಂದು ಕಾಲು ಎತ್ತಿ ಅತ್ತಿಯ ಮರದ ಕೆಳಗೆ ನೋವಿನಲ್ಲಿ ನಿಂತುಕೊಂಡಿತ್ತು.

ಕುಟ್ಟಿಕಣ್ಣನಿಗೆ ತುಂಬಾ ಹತ್ತಿರ ಬಂದರೂ ಅದು ಅಲ್ಲಿ ನಿಂತಿರುವುದು ಕಾಣಿಸಿರಲಿಲ್ಲ. 'ಅದು ಅಲ್ಲಿ ನಿಂತಿರುವುದು ಮರಿಯಳ ಜಿಮ್ಮಿ ನಾಯಿಯಲ್ಲವೇ ಕುಟ್ಟಿಕಣ್ಣಾ' ಎಂದು ರೈಟರು ಅಂದರೂ ಕುಟ್ಟಿಕಣ್ಣನಿಗೆ ಅದು ಕಾಣಿಸಲಿಲ್ಲ. 'ಹೌದು ರೈಟರೇ ಮಳೆಗೆ ನಿಂತುಕೊಂಡಿದೆ' ಎಂದು ಸುಮ್ಮನೆ ಅಂದ. ಜಿಮ್ಮಿ ನೋವಿನಲ್ಲಿ ಕುಂಯ್ ಗುಟ್ಟುತ್ತಿತ್ತು. ನಿನ್ನೆ ರಾತ್ರಿ ಮಳೆಯಲ್ಲಿ ದಾರಿತಪ್ಪಿದ್ದ ಅದನ್ನು ಏಲಕ್ಕಿ ಕಾಡಿನ ನಡುವೆ ಗುಳ್ಳೆ ನರಿಗಳು ಹರಿದು ಮುಕ್ಕಿ ಅರ್ಧ ಜೀವ ತೆಗೆದುಬಿಟ್ಟಿದ್ದವು. ಜಿಮ್ಮಿಯನ್ನು ಹುಡುಕಿಕೊಂಡು ಮರಿಯಮ್ಮ ಬರುವುದು ಉಸ್ಮಾನ್ ರೈಟರಿಗೆ ದೂರದಿಂದ ಕಾಣಿಸಿತು. ರಾತ್ರಿ ಕಾವಲುಗಾರ ಮೂಸಕಾಕಾ ಆಕೆಯನ್ನು ಎಂದಿನಂತೆ ಹಿಂಬಾಲಿಸಿಕೊಂಡು ಬರುತ್ತಿದ್ದರು. ಅಷ್ಟು ಹೊತ್ತಿಗೆ ಬಂಗಲೆಯ ಕಡೆಯಿಂದ ಬೆಳಗಿನ ಎರಡನೆಯ ತುರಿಯ ಸದ್ದು ಆ ನಿಂತ ಮಳೆಯಲ್ಲಿ ಅಲೆ ಅಲೆಯಾಗಿ ಕೇಳಿಸತೊಡಗಿತು.

ಹರಿತವಿರದ ಕೊಡಲಿಗೆ
ಹಸಿಯ ಟೊಳ್ಳಿನ ಮರ

ನಾಲಕ್ಕು ರಾತ್ರಿ, ನಾಲಕ್ಕು ಹಗಲು ಬಿಟ್ಟು ಬಿಟ್ಟು ಸುರಿದ ಕಾಫಿ ಹೂವಿನ ಮಳೆ ನಿನ್ನೆಯೇ ನಿಂತುಹೋಗಿತ್ತು. ಹೂವಿನಕೊಲ್ಲಿಯ ರೋಬಸ್ಟಾ, ಅರೇಬಿಕಾ ಗಿಡಗಳ ರೆಂಬೆಗಳಲ್ಲಿ ಬೆಳ್ಳಗೆ ಮಂಜು ಸುರಿದಂತೆ ಕಾಫಿಯ ಹೂಗಳು ಮೆತ್ತಿಕೊಂಡು ಹೂವಿನ ಪರಿಮಳ ಸುತ್ತಮುತ್ತಲಿನ ಕಾಫಿತೋಟಗಳಿಂದಲೂ ತೇಲಿ ಬರುತ್ತಿತ್ತು. ಇನ್ನು ಮಳೆ ಸುರಿಯುವುದಿಲ್ಲ ಎನ್ನುವ ಹಾಗೆ ಎಳೆಬಿಸಿಲಿನ ಬೆಳಕು ಹೊಳೆಯುತ್ತಿತ್ತು. ಆ ಬೆಳಕಿನಲ್ಲಿ ಸಾವಿರ ಸಾವಿರ ಸಂಖ್ಯೆಯಲ್ಲಿ ಹೂದುಂಬಿಗಳೂ, ಹೂ ಹಾತೆಗಳೂ, ಜೇನುನೊಣಗಳೂ ಕಾಡಿನಿಂದ

ಕಾಫಿ ಗಿಡಗಳ ಮೇಲೂ ಅಲ್ಲಿಂದ ಕಾಡಿನ ಕಡೆಗೂ ಹಾರಾಡುತ್ತಿದ್ದವು. ತೋಟಕ್ಕೆ ತೋಟವೇ ಈ ದಿನ ಹೂವಿಂದ ತುಂಬಿ ಮಕ್ಕಾದಿಂದ ಮರಳಿ ಹೂವಿನಕೊಲ್ಲಿಗೆ ಹಿಂದಿನ ರಾತ್ರಿ ತಲುಪಿದ್ದ ಸಾಹುಕಾರರು ರಜಾ ಸಾರಿದ್ದರು. ಹೂವಿಂದ ತುಂಬಿರುವ ತೋಟದೊಳಗೆ ಇನ್ನು ಮೂರು ದಿನ ಯಾರೂ ಓಡಾಡಬಾರದೆಂದು ಚಕ್ರೋಲಿನಲ್ಲಿ ಹೇಳಿ ಮುಖದ ತುಂಬ ನಗು ತುಂಬಿಕೊಂಡು ಬಂಗಲೆಯ ಮೆಟ್ಟಿಲುಗಳನ್ನು ಏರುತ್ತ ಮೇಲಕ್ಕೆ ಮಾಯವಾಗಲು ನೋಡುತಿದ್ದರು. ಅವರಲ್ಲಿ ತನ್ನ ಸಂಬಳದ ಕುರಿತು ಏನೋ ಹೇಳಲಿಕ್ಕಿದೆಯೆಂದು ಉಸ್ಮಾನ್ ರೈಟರೂ ಕೈ ಕಟ್ಟಿಕೊಂಡು ನಡೆಯುತ್ತಿದ್ದರು. ತನಗೂ ಏನೋ ಹೇಳಲಿಕ್ಕಿದೆಯೆಂದು ಕತೆ ಹೇಳುವ ಪಾತುಮ್ಮಳೂ, ತನಗೂ ಹೇಳಲಿದೆಯೆಂದು ಮಕ್ಕಳನ್ನು ನೋಡುವ ಮರಿಯಮ್ಮಳೂ ರೈಟರ ಹಿಂದೆ ನಡೆಯುತ್ತಿದ್ದರು. ತಮ್ಮ ವಿಷಯವನ್ನು ಹೇಗೆ ಹೇಳುವುದೆಂದು ಗೊತ್ತಾಗದೆ ಹಾಲು ಕರೆಯುವ ನಂಬಿಯಾರರು ತೋಟದ ಆಫೀಸಿನ ಗೋಡೆಗೆ ಒಂದು ಕಾಲು ಆನಿಸಿ ನಿಂತು ಯೋಚಿಸುತ್ತಿದ್ದರು.

ಇವರೆಲ್ಲರ ಮುಂದೆ ತನ್ನ ವಿಷಯ ಹೇಳಲು ಆಗುವುದಿಲ್ಲವೆಂದು ನಿಶ್ಚಯಿಸಿಕೊಂಡ ಅರಬಿ ಕಲಿಸುವ ಮೊಲ್ಲಾಕ ಕುಳಿತಲ್ಲಿಂದ ಎದ್ದು ಮುಂಡಾಸು ಕೊಡವಿ, ಮನಸಿನಲ್ಲೇ ಹೂಂಕರಿಸಿ ಮೇಲಿನ ಪಾಡಿಯ ಕಡೆಗೆ ನಡೆಯಲು ತೊಡಗಿದ್ದರು. ಕುಟ್ಟಿಕಣ್ಣ ಏನೂ ಹೇಳದೆ ಉಸ್ಮಾನ್ ರೈಟರು ಬಂಗಲೆಯಿಂದ ಸಂಬಳದ ವಿಷಯ ಹೇಳಿ ಮುಗಿಸಿ ಬರುವುದನ್ನು ಕಾಯುತ್ತ ನಿಂತಿದ್ದನು. ಮರಿಯಮ್ಮಳ ನಾಯಿ ಜಿಮ್ಮಿ ಆಕೆ ಬಂಗಲೆಯಿಂದ ಮಾತು ಮುಗಿಸಿ ಬರುವುದನ್ನೇ ಕಾಯುತ್ತ ಬಂಗಲೆಯ ಹೂವಿನ ತೋಟದ ನಡುವೆ ಬಿಸಿಲು ಕಾಯುತ್ತ ಒಂಟಿಕಾಲಲ್ಲಿ ನಿಂತಿತ್ತು. ಅದರ ಮೈಯ ಗಾಯಗಳು ಬಹುತೇಕ ಒಣಗಿದ್ದರೂ ಕುಂಟುವ ಕಾಲು ಇನ್ನೂ ಸರಿಯಾಗಿರಲಿಲ್ಲ. ಹೂವಿನ ತೋಟದ ನಡುವೆ ಮಸುಕು ಮಸುಕಾಗಿ ನಿಂತಿದ್ದ ಜಿಮ್ಮಿಯನ್ನು ಕುಟ್ಟಿಕಣ್ಣ ಏನೂ ಎಂದು ಗೊತ್ತಾಗದೆ ನೋಡುತ್ತಿದ್ದ. ನಂಬಿಯಾರರೂ ಯಾಕೋ ಮಂಕಾಗಿದ್ದರು. ಇದರೆಲ್ಲದರ ನಡುವೆ ನೀರು ಸೇದುವ ಸೈದಾಲಿ ತಾನೂ ಅಲ್ಲಿ ನಿಂತುಕೊಂಡು ಸುಮ್ಮನೆ ನೋಡುತ್ತಿದ್ದ. ರೈಟರ ಮನೆಯಲ್ಲಿ ಸಂಬಳವಿಲ್ಲದೆ ನೀರು ಸೇದುವುದು ತನಗೆ ಆಗುವುದಿಲ್ಲವೆಂದೂ, ಹೂವಿನಕೊಲ್ಲಿಯ ದೊಡ್ಡ ಗೇಟನ್ನು ಕಾಯುವ ಗೇಟುಪಾರೆಯ ಕೆಲಸವಾದರೂ ಆಗಬಹುದೆಂದೂ ಆತನಿಗೆ ಸಾಹುಕಾರರಲ್ಲಿ ಕೇಳಬೇಕಿತ್ತು. ಆದರೆ ಸಾಹುಕಾರರು ಆತನು ಅಲ್ಲಿ ಇರುವನು ಎಂಬುದನ್ನೂ ಗಮನಿಸದೆ ಬಂಗಲೆಯ ಮೆಟ್ಟಿಲುಗಳನ್ನು ಹತ್ತಿಹೋಗಿದ್ದರು. ಸೈದಾಲಿಗೆ ಸಿಟ್ಟು ಬಂದಿತ್ತು. ದೂರದಲ್ಲಿ ದೊಡ್ಡಗೇಟಿನ ಕಡೆಯಿಂದ ಬಂಗಲೆಯ ಕಡೆಗೆ ಬರುವ ಟಾರುದಾರಿಯಲ್ಲಿ ಮೂಸಕಾಕ ನಡೆದು ಬರುತ್ತಿದ್ದರು. ಅವರ ಹಿಂದೆ ಅಜ್ಮೀರಿನ

ಮಿಠಾಯಿಪಾಪ ಜೋಳಿಗೆ ತೂಗಿಸಿಕೊಂಡು ಬರುತ್ತಿದ್ದನು. ಹಾಲು ಕರೆದು ಮುಗಿಸಿದ ಹಸುಗಳನ್ನು ಕರೆದುಕೊಂಡು ಮುದಾರ ಬಂಗಲೆಯ ಹಿಂದಿನ ಕೊಟ್ಟಿಗೆಯ ದಾರಿಯಿಂದ ಹಾಡು ಹೇಳುತ್ತ ದೇವರ ಕಾಡಿನ ಕಡೆಗೆ ನಡೆದು ಹೋಗುತ್ತಿರುವುದು ಕೇಳಿಸುತ್ತಿತ್ತು. ಹೂವಿನಕೊಲ್ಲಿಯ ಎಲ್ಲ ಕಡೆಯಿಂದಲೂ ಕಾಫಿ ಹೂವಿನ ಘಾಟು ತಲೆ ತಿರುಗುವಂತೆ ಸೂಸುತ್ತಿತ್ತು. ಏರುತ್ತಿರುವ ಎಳೆ ಬಿಸಿಲಿನಲ್ಲಿ ಆ ಪರಿಮಳದ ಘಾಟು ಇನ್ನೂ ಹೆಚ್ಚಾಗತೊಡಗಿತ್ತು.

ಕೆಳಗಿನ ಪಾಡಿಯ ಮೂಸಕಾಕನ ಲೈನು ಮನೆಯಲ್ಲಿ ಅವರ ಹೆಂಡತಿ ಕುಂಞಿಪಾತುಮ್ಮ ಎಂದಿನಂತೆ ಜೀವ ಹಿಡಿದುಕೊಂಡು ಕೆಮ್ಮುತ್ತಿದ್ದಳು. ಕಾಫಿಗೆ ಹೂ ಬಿಡುವ ಕಾಲದಲ್ಲಿ ಆ ಕೆಮ್ಮು ಅವನನ್ನು ಇನ್ನಿಲ್ಲದಂತೆ ಜೀವ ಹಿಂಡುತ್ತಿತ್ತು. ಸೈಕಲ್ ಮಹಮ್ಮದನ ಹೆಂಡತಿ ಆಸಿಯಾ ಹೋಗುತ್ತಿರುವ ಕುಂಞಿಪಾತುಮ್ಮಳ ಜೀವವನ್ನು ಹಿಡಿದಿಡಲು ನೋಡುತ್ತಾ ಅವರ ಬೆನ್ನನ್ನು ನೀವಿ ಕೊಡುತ್ತಿದ್ದಳು. 'ಇಲ್ಲಿ ಒಬ್ಬರು ಅವಸಾನದ ಉಸಿರನ್ನು ಎಳೆಯುತ್ತಿರುವಾಗ ಅವರನ್ನು ನೋಡಿಕೊಳ್ಳಲು ಈ ಹೂವಿನಕೊಲ್ಲಿಯಲ್ಲಿ ಒಂದು ಜೀವವೂ ಇಲ್ಲವೇ ಪಡೆದವನೇ, ಈ ಮೂಸಕಾಕನೂ ಬರಲಿಲ್ಲವಲ್ಲಾ ಅಲ್ಲಾಹುವೇ' ಎಂದು ಆಕೆ ಮನಸಿನಲ್ಲೇ ಅಂದುಕೊಳ್ಳುತ್ತಾ ನೀವುತ್ತಿದ್ದಳು. ಪಾಡಿಯ ಅಂಗಳದಲ್ಲಿ ಬಿಸಿಲಿಗೆ ಒಣಗಿಸಲು ಹಾಕಿದ್ದ ಸೀರೆ ಬಟ್ಟೆಗಳೂ, ಬಿದ್ದ ಮರದ ಸೌದೆ ತುಂಡುಗಳೂ, ಮಕ್ಕಳ ತೊಟ್ಟಿಲುಗಳೂ ಅದರ ನಡುವೆ ಕೋಳಿಗಳೂ ಮರಿಗಳೂ ಓಡಾಡುತ್ತಿದ್ದವು.

ಇದು ಯಾವುದರ ಪರಿವೆಯೂ ಇಲ್ಲದೆ ದೇವರ ಕಾಡಿನ ತೊರೆಯ ಮೇಲೆ ಬೋರಲಾಗಿ ಬಿದ್ದಿದ್ದ ಅತ್ತಿಯ ಮರವೊಂದರ ಟೊಳ್ಳು ಕಾಂಡದ ಮೇಲೆ ಕುಳಿತು ತಿಳಿ ನೀರಿನಲ್ಲಿ ತನ್ನ ಪ್ರತಿರೂಪವನ್ನು ನೋಡುತ್ತಾ ಸೈಕಲ್ ಮಹಮ್ಮದ್ ಚಿಂತೆಯಲ್ಲಿ ಮುಳುಗಿದ್ದ. ಆತನ ಕೈಯಲ್ಲಿದ್ದ ಸೌದೆ ಒಡೆಯುವ ಸಣ್ಣ ಕೊಡಲಿ ಅತ್ತಿಮರದ ಕಾಂಡವನ್ನು ಸುಮ್ಮನೆ ಕಚ್ಚಿಕೊಂಡಿತ್ತು. ಈ ದೇವರ ಕಾಡಲ್ಲಿ ಬಿದ್ದಿರುವ ಈ ಮರವನ್ನು ಸೀಳಿ ಸೌದೆ ಮಾಡಿ ಅಟ್ಟಿ ಮಾಡಿಟ್ಟು, ಆ ಅಟ್ಟಿಯನ್ನು ನೋಡಿದ ಮೇಲೆ ಮಾತ್ರ ಚಂಗೂಲಿಯನ್ನು ಕೊಡುವುದಾಗಿ ಹೇಳಿ ಆತನನ್ನು ಉಸ್ಮಾನ್ ರೈಟರು ಚಕ್ರೋಲ್ ಶುರುವಾಗುವ ಮೊದಲೇ ಕಾಡಿನ ಕಡೆಗೆ ಓಡಿಸಿಬಿಟ್ಟಿದ್ದರು. ಇದೆಲ್ಲವೂ ತನ್ನ ಹೆಂಡತಿ ಆಸಿಯಾಳ ಚಾಡಿ ಹೇಳುವ ಸ್ವಭಾವದಿಂದಾಗಿಯೇ ಆಗಿರುವುದು ಎಂಬ ವಿಷಯ ಆ ನೀರಲ್ಲಿ ತನ್ನ ಮುಖವನ್ನು ನೋಡುತ್ತ ನೋಡುತ್ತಾ ಸೈಕಲ್ ಮಹಮ್ಮದನಿಗೆ ಗೊತ್ತಾಗುತ್ತಿತ್ತು.

'ಈ ಹರಿತವಿಲ್ಲದ ಕೊಡಲಿಯಲ್ಲಿ ಸೌದೆ ಒಡೆಯುವುದೋ, ಇಲ್ಲಾ ನಿನ್ನ ತಲೆ ಒಡೆಯುವುದೋ ಹಾಳಾದವಳೇ' ಎಂದು ಅವಳಿಗೆ ಶಾಪ

ಹಾಕಿಕೊಂಡೇ ಹೊರಟಿದ್ದ ಸೈಕಲ್ ಮಹಮ್ಮದ್ ಅಲ್ಲಿ ಇಲ್ಲಿ ನಿಂತು ಸಮಯ ಕಳೆದು ಯಾವಾಗಲೂ ಮಧ್ಯಾಹ್ನ ಬರುವ ವಿಮಾನ ಆಕಾಶದಲ್ಲಿ ಬರುವ ಹೊತ್ತಿಗೆ ದೇವರ ಕಾಡನ್ನು ಸೇರಿ ತಾನು ಒಡೆಯಬೇಕಾಗಿರುವ ಕಾಂಡದ ಮೇಲೇರಿ ಕುಳಿತು ಯೋಚಿಸುತ್ತಿದ್ದ. ಎಲ್ಲಿಯೋ ಸಿದ್ದಾಪುರದಲ್ಲೋ, ಶನಿವಾರಸಂತೆಯಲ್ಲೋ, ಸುಂಟಿಕೊಪ್ಪದಲ್ಲೋ, ಸೋಮವಾರಪೇಟೆಯಲ್ಲೋ ಸೈಕಲ್ಲಿನಲ್ಲಿ ಬ್ಯಾಲೆನ್ಸ್ ಮಾಡುತ್ತಾ ಸುತ್ತು ಹಾಕಿಕೊಂಡಿರುತ್ತಿದ್ದ ತನ್ನನ್ನು ಹೀಗೆ ಆಗಾಗ ಹಠಮಾಡಿ ಹಿಡಿದು ತಂದು ಸೌದೆ ಒಡೆಯುವ ಕೆಲಸಕ್ಕೆ ಹಚ್ಚುವ ಹೆಂಡತಿ ಆಸಿಯಾಳ ತಲೆಯನ್ನೂ ಕೊಡಲಿಯಿಂದ ಒಡೆಯಬೇಕು ಎಂದು ಆತನಿಗೆ ಅನ್ನಿಸುತ್ತಿತ್ತು.

ರಾಜಾಧಿರಾಜನಂತೆ ಸಂತೆಗಳಲ್ಲಿ ಸೈಕಲ್ಲು ಸುತ್ತುತ್ತಾ, ತಲೆಗೂದಲಲ್ಲಿ ಲಾರಿಗಳನ್ನೂ, ಬಸ್ಸುಗಳನ್ನೂ ಎಳೆಯುತ್ತಾ, ಅರೆಯುವ ಕಲ್ಲುಗಳನ್ನೂ, ನೀರಿನ ಕೊಡಪಾನಗಳನ್ನೂ ಹಲ್ಲಿನಲ್ಲಿ ಎತ್ತುತ್ತಾ, ಎದೆಯಿಂದ ಟ್ಯೂಬುಲೈಟುಗಳನ್ನು ಒಡೆದು, ಒಡೆದ ಅವುಗಳ ಗಾಜುಗಳನ್ನು ಜಗಿದು ತಿನ್ನುತ್ತಾ, ಮಣ್ಣಿನಲ್ಲಿ ಗುಂಡಿ ಮಾಡಿ ಅದರೊಳಗೆ ಹೊಕ್ಕು ಮೇಲೆ ಬೆಂಕಿ ಹಾಕಿಸಿಕೊಂಡು ಗುಂಡಿಯ ಒಳಗೆ ನಾಲ್ಕು ತಾಸುಗಳ ಕಾಲ ಉಸಿರಿಲ್ಲದೆ ಬದುಕಿ ಹೊರಬರುವ ತನ್ನನ್ನು ಹೀಗೆ ಸೀರೆಯ ಸೆರಗಲ್ಲಿ ಸುತ್ತಿ ತಂದು ಹೂವಿನಕೊಲ್ಲಿಯ ಒಳಗೆ ಕಟ್ಟಿಹಾಕಿ ಬಿಡುವ ಅವಳ ಗಂಟಲನ್ನು ಹಿಸುಕಬೇಕು ಅಂತಲೂ ಅನ್ನಿಸುತ್ತಿತ್ತು.

ಆದರೆ ಅದು ಯಾವುದೂ ಆಗದೆ ರಾತ್ರಿಯಲ್ಲಿ ಅವಳನ್ನು ತಬ್ಬಿ ಮಲಗಿಕೊಂಡಿದ್ದ ಸೈಕಲ್ ಮಹಮ್ಮದನು ಬೆಳಿಗ್ಗೆ ಎದ್ದು ಅಂಗಳದಲ್ಲಿ ಬಿಸಿಲು ಕಾಯುತ್ತಾ ಕುಳಿತಿರಬೇಕಾದರೆ ಚಕ್ರೋಲಿಗೆ ರೈಟರು ಕರೆಯುತ್ತಿದ್ದಾರೆ ಅಂತ ಸೈದಾಲಿ ಹೇಳಿದ್ದ.

‘ತಿಕದಲ್ಲಿ ಪಸೆಯಿದ್ದರೆ ಕಾಲಿಗೆ ಸೈಕಲ್ಲು ಕಟ್ಟಿಕೊಂಡು ಸುತ್ತುವುದು ನಿಲ್ಲಿಸಿ, ಸೌದೆ ಒಡೆದು ಚಂಗೂಲಿ ಸಂಪಾದಿಸಿ ತನ್ನಿ.’ ಎಂದು ಆಸಿಯಾ ಬೆಲ್ಲದ ಕಾಫಿ ತಂದಿಟ್ಟು ರಪ್ಪೆಂದು ಅಲ್ಲಿಂದ ಹೊರಟು ಹೋಗಿದ್ದಳು.

ಈಗ ನಡುಮಧ್ಯಾಹ್ನದ ಹೊತ್ತಾದರೂ ಏನೂ ಮಾಡದೆ ಹೂವಿನಕೊಲ್ಲಿಯ ಆಕಾಶದಲ್ಲಿ ನಿಧಾನಕ್ಕೆ ಮರೆಯಾಗುತ್ತಿರುವ ವಿಮಾನವನ್ನು ನೋಡಿಕೊಂಡು ಈ ಹರಿತವಿಲ್ಲದ ಕೊಡಲಿಯಲ್ಲಿ ಈ ಹಸಿ ಮರವನ್ನು ಒಡೆಯಲು ನನಗೇನು ಮರುಳಾ ಎಂದು ಸೈಕಲ್ ಮಹಮ್ಮದನು ಸಿಟ್ಟಲ್ಲಿ ಕುಳಿತಿದ್ದನು.

ಅರ್ಧ ಬಟ್ಟಿ ಭತ್ತ ಹೊತ್ತು

ನೀರು ಸೇದುವ ಸೈದಾಲಿಯು ಸಿದ್ದಾಪುರ ಸಂತೆಯ ದಿನ ರಸ್ತೆಯಲ್ಲಿ ತಲೆಯ ಮೇಲೆ ಅರ್ಧ ಬಟ್ಟಿ ಭತ್ತ ಹೊತ್ತು ಹೂವಿನಕೊಲ್ಲಿಯ ಟ್ರಾಕ್ಟರನ್ನು ಹಿಂಬಾಲಿಸಿಕೊಂಡು ಬೆವರುತ್ತಾ ನಡೆಯುತ್ತಿದ್ದನು. ಆದರೂ ಅವನ ಮುಖದಲ್ಲಿ ಎಂತಹದೋ ಹಠವಿತ್ತು. ಟ್ರಾಕ್ಟರನ್ನು ನಡೆಸುತ್ತಿದ್ದ ವೇಲಾಯುದನೂ ಆಗೊಮ್ಮೆ, ಈಗೊಮ್ಮೆ ಹಿಂತಿರುಗಿ ನೋಡುತ್ತಾ ಇಳಿಜಾರಿನಲ್ಲಿ ನಿಧಾನವಾಗಿ ಟ್ರಾಕ್ಟರು ಬಿಡುತ್ತಾ ತಾನೂ ಮುಗುಳ್ನಗುತ್ತಾ ಕೂತಿದ್ದನು. ಟ್ರಾಕ್ಟರಿನ ಹಿಂಬದಿಯಲ್ಲಿ ಮುಖವನ್ನು ಗಂಭೀರ ಮಾಡಿಕೊಂಡು ಕೂತಿದ್ದ ಉಸ್ಮಾನ್ ರೈಟರು ಈ ಸೈದಾಲಿಯು ಭತ್ತದ ಬಟ್ಟಿಯನ್ನು ಹೊರಲಾರದೆ ಎಲ್ಲಿ ರಸ್ತೆಯಲ್ಲಿ ಬೀಳಿಸುವನೋ ಎಂದು ಯೋಚಿಸಿ ತಾವೂ ಬೆವರಿಕೊಂಡು ಅಲುಗಾಡುತ್ತಾ

ಕೂತಿದ್ದರು. ಸೈದಾಲಿಯ ಹಣೆಬರಹವನ್ನು ಯೋಚಿಸಿಕೊಂಡು ಅವರಿಗೆ ಸಂಕಟವಾಗುತ್ತಿತ್ತು.

ಸಿದ್ದಾಪುರದ ಇಳಿಜಾರಿನಲ್ಲಿ ಮಸೀದಿಯ ಅಂಗಳದಲ್ಲಿ ನಿಂತು ದೊಡ್ಡ ಉಸ್ತಾದರೂ, ಅವರ ಅಳಿಯ ಸಣ್ಣ ಉಸ್ತಾದರೂ ಸೈದಾಲಿಯ ಸಾಹಸವನ್ನು ಕಣ್ಣಲ್ಲಿ ಕಣ್ಣಿಟ್ಟು ನೋಡುತ್ತಿದ್ದರು. ಮಸೀದಿಯ ಮುಂದಿನಿಂದ ಟ್ರಾಕ್ಟರು ದಾಟುವಾಗ ಉಸ್ಮಾನ್ ರೈಟರು ತಲೆ ಹೊರಕ್ಕೆ ಚಾಚಿ ದೊಡ್ಡ ಉಸ್ತಾದರನ್ನು ನೋಡಿ ಸಂಕಟದಲ್ಲಿ ನಕ್ಕರು. ಎಲ್ಲ ಅರ್ಥವಾದವರಂತೆ ದೊಡ್ಡ ಉಸ್ತಾದರೂ ರೈಟರನ್ನು ನೋಡಿ ನಕ್ಕರು. ಎಲ್ಲರೂ ಸೈದಾಲಿ ಒಂದು ಚೂರೂ ಸುಸ್ತಾಗದೆ ಭತ್ತದ ಬಟ್ಟಿಯನ್ನು ಹೊತ್ತುಕೊಂಡು ಟ್ರಾಕ್ಟರಿನ ಹಿಂದೆ ನಡೆಯುತ್ತಿರುವುದನ್ನು ನೋಡುತ್ತಿದ್ದರು. ಸಂತೆಗೆ ಹೋಗಿ ಬರುತ್ತಿರುವವರೂ, ಅಂಗಡಿಗಳ ಮುಂದೆ ನಿಂತಿದ್ದವರೂ, ಹೋಗಿ ಬರುವ ಲಾರಿ, ಕಾರು, ಬಸ್ಸುಗಳಲ್ಲಿದ್ದವರೂ ಅವನನ್ನು ನೋಡಿ ಮುಂದುವರಿಯುತ್ತಿದ್ದರು.

ಸೈದಾಲಿಯ ಹಿಂದೆ ಕೊಂಚ ದೂರದಲ್ಲಿ ಕಂಕುಳಲ್ಲಿ ತನ್ನ ಹೊಸ ಕಾದಾಟದ ಹುಂಜವನ್ನು ಹಿಡಿದುಕೊಂಡು ರಾಟೆಮನೆಯ ಐತಣ್ಣನೂ, ಸೈಕಲನ್ನು ದೂಡಿಕೊಂಡು ಸೈಕಲ್ ಮಹಮ್ಮದನೂ ನಡೆದು ಬರುತ್ತಿದ್ದರು. ಇನ್ನೊಂದು ಬದಿಯಲ್ಲಿ ಮರಿಯಮ್ಮ ಅವರಿಬ್ಬರಿಗೆ ಸರಿಸರಿಯಾಗಿ ಹೆಜ್ಜೆ ಹಾಕುತ್ತಾ ತಲೆಯ ಮೇಲೆ ಸಂತೆಯ ಚೀಲ ಹೊತ್ತುಕೊಂಡು ನಡೆಯುತ್ತಿದ್ದಳು.

ಎಲ್ಲವನ್ನೂ ಅರಿತಿದ್ದ ಕಥೆ ಹೇಳುವ ಪಾತುಮ್ಮ ಬೆರಳು ಚೀಪುವ ಮಗಳು ನೆಬೀಸಾಳನ್ನು ಎಳೆದುಕೊಂಡು ಮನಸಿನೊಳಗೇ ಅಲ್ಲಾಹುವನ್ನು ಪ್ರಾರ್ಥಿಸುತ್ತ, ಪಡೆದವನೇ ಇದೊಂದು ಬಾರಿ ಸೈದಾಲಿಯು ಈ ಪಂದ್ಯದಲ್ಲಿ ಗೆದ್ದು ಅವನಿಗೆ ಸಾಹುಕಾರರು ಗೇಟು ಕಾಯುವ ಪಾರೆಯ ಕೆಲಸ ಕೊಡಿಸಿದರೆ ಮುರುಗಾಮಲೆಯ ಔಲಿಯಾನಿಗೆ ಸಕ್ಕರೆಯನ್ನೂ, ಬೆಂಕಿಪೆಟ್ಟಿಗೆಯನ್ನೂ, ಸಾಧ್ಯವಾದರೆ ಒಂದು ಗಂಡಾಡನ್ನೂ ಕಡಿದು ಕೊಡುವುದಾಗಿ ಹರಕೆ ಹೇಳುತ್ತಾ ಹಿಂದಿನಿಂದ ನಡೆದು ಬರುತ್ತಿದ್ದಳು.

ಮರಿಯಮ್ಮಳ ನಾಯಿ ಜಿಮ್ಮಿ ಸಿದ್ದಾಪುರದ ಅಂಗಡಿ ಮುಂಗಟ್ಟುಗಳ ಮೇಲೆ ಕಾಲು ಎತ್ತಿ ಉಚ್ಚೆ ಹುಯ್ಯುತ್ತಾ, ಕುಂಟಿಕೊಂಡು ನಡೆಯುತ್ತ, ನಡುನಡುವೆ ಟ್ರಾಕ್ಟರನ್ನು ಹಿಂದಿಕ್ಕಲು ಓಡುತ್ತಾ ಏದುಸಿರು ಬಿಡುತ್ತಿತ್ತು. ಇದು ಯಾವುದನ್ನೂ ಗಮನಿಸದೆ ಈ ಪಂದ್ಯದಲ್ಲಿ ಗೆದ್ದೇ ಗೆಲ್ಲುವೆನೆಂಬ ಸಂತೋಷದಲ್ಲಿ ಸೈದಾಲಿಯು ಲೀಲಾಜಾಲವಾಗಿ ಭತ್ತ ಹೊತ್ತು ಕಣ್ಣು ಕಿರಿದುಗೊಳಿಸಿ ಟ್ರಾಕ್ಟರಿನ ಹಿಂದೆ ನಡೆಯುತ್ತಿದ್ದನು.

*** ***

ನೀರು ಸೇದುವ ಸೈದಾಲಿಯು ಸಂತೆಯ ದಿನ ಬೇಗನೇ ಎದ್ದು ನೀರಿನ ಕೊಡಪಾನಗಳನ್ನು ಹೊತ್ತು ಬಿಡಾರದಿಂದ ಬಾವಿಗೂ ಬಾವಿಯಿಂದ ಬಿಡಾರಕ್ಕೂ ಲಗುಬಗೆಯಿಂದ ನಡೆಯುತ್ತ ಎಲ್ಲರೂ ಎಚ್ಚರಗೊಳ್ಳುವ ಮೊದಲೇ ನೀರು ತುಂಬಿ ಮುಗಿಸಿ ಖುಷಿಯಲ್ಲಿ ಇನ್ನೇನು ಮಾಡುವುದು ಎಂದು ಅರಿವಾಗದೆ ಪೇರಲೆಯ ಮರದಡಿಯಲ್ಲಿ ಸುಮ್ಮನೆ ಕುಳಿತುಕೊಂಡಿದ್ದನು. ಹೊತ್ತು ಬೆಳಗಾದ ಮೇಲೆ ಬಂಗಲೆಯ ಕಡೆಯಿಂದ ಟ್ರಾಕ್ಟರು ಬಂದ ಮೇಲೆ ಅದರಲ್ಲಿ ಉಸ್ಮಾನ್ ರೈಟರು ಕುಳಿತುಕೊಂಡ ಮೇಲೆ ಆತ ಟ್ರಾಲಿಯಲ್ಲಿ ಭತ್ತ ತುಂಬಿದ ಬುಟ್ಟಿಯ ಪಕ್ಕದಲ್ಲಿ ಕುಳಿತು ಸಿದ್ದಾಪುರಕ್ಕೆ ಹೋಗಬೇಕಿತ್ತು. ಟ್ರಾಕ್ಟರು ಸಂತೆಯ ಸಾಮಾನುಗಳನ್ನು ತುಂಬಿಕೊಂಡು ಬಂಗಲೆಗೆ ಹಿಂತಿರುಗುವಾಗ ಅದರ ಹಿಂದೆ ಭತ್ತದ ಬುಟ್ಟಿಯನ್ನು ತಲೆಯ ಮೇಲೆ ಹೊತ್ತುಕೊಂಡು ಎಲ್ಲೂ ಇಳಿಸದೆ ದೊಡ್ಡ ಗೇಟಿನವರೆಗೆ ಬರಬೇಕಿತ್ತು. ಹಾಗೆ ಎಲ್ಲೂ ಇಳಿಸದೆ ತಲುಪಿದರೆ ಆತನಿಗೆ ಅರ್ಧ ಆಳಿನ ಸಂಬಳದ ಗೇಟು ಕಾಯುವ ಪಾರೆಯ ಕೆಲಸವನ್ನು ಕೊಡುವುದಾಗಿ ಸಾಹುಕಾರರು ಹೇಳಿದ್ದರು. ಮೂರು ಕೊಡಪಾನ ನೀರನ್ನು ಏಕಕಾಲಕ್ಕೆ ಎತ್ತುವ ತನಗೆ ಒಂದು ಬಟ್ಟಿ ಭತ್ತವನ್ನು ಹೊತ್ತುಕೊಂಡು ನಡೆಯುವುದು ದೊಡ್ಡ ಸಂಗತಿಯೇ ಅಲ್ಲವೆಂದು ಸಂಜೆ ಬಾವಿಯಿಂದ ನೀರು ಸೇದುವಾಗ ಸೈದಾಲಿಯು ಹಾಜಿರಾಳ ಬಳಿ ಹೇಳಿದ್ದನು. ಅದು ನಿಜವೆಂದು ಆಕೆಯೂ ಹೇಳಿದ್ದಳು. ಬಾವಿಯ ಬಳಿ ಕುಳಿತಿದ್ದ ದನ ಮೇಯಿಸುವ ಮುದಾರ 'ಎಲ್ಲವೂ ಸರಿ ಸೈದಾಲಿ, ಆದರೆ ದಾರಿಯಲ್ಲಿ ಕುಂಡೆಯಿಂದ ಹೇಲು ಹೊರಡದ ಹಾಗೆ ನೋಡಿಕೋ ಸೈದಾಲಿ' ಎಂದು ಹೇಳಿ ಸುಮ್ಮನಾಗಿದ್ದನು. ಬಿಡಾರದೊಳಗೆ ಹೇಳಲು ಹೋದರೆ ಹಾಜಮ್ಮ ಕೇಳಲೇ ಇಲ್ಲವೆಂಬಂತೆ ಏನೂ ಮಾತಾಡದೆ ಸುಮ್ಮನಾಗಿದ್ದರು. ರೈಟರ ಹೆಂಡತಿ ಆಯಿಷಾ ತಗೋ ಸೈದಾಲಿ ಎಂದು ಆತನಿಗೆ ಬೇಯಿಸಿದ ಮೊಟ್ಟೆಯೊಂದನ್ನು ಕೊಟ್ಟಿದ್ದಳು. ರೈಟರ ಮೊದಲ ಹೆಂಡತಿಯ ಮಕ್ಕಳಾದ ಸೂಫಿ ಮತ್ತು ಇಬ್ರಾಯಿ ಸೈದಾಲಿಯನ್ನು ತಬ್ಬಿಕೊಂಡು ಆತನ ಹೆಗಲ ಮೇಲೆ ತೂಗಾಡುತ್ತಾ ಆತನ ಶಕ್ತಿ ಪರೀಕ್ಷಿಸಿ ನೋಡಿದ್ದರು.

ಸಂಜೆ ಕತ್ತಲಾಗುವ ಹೊತ್ತು ಕಾಫಿ ಹೂಗಳನ್ನು ನೋಡಿಕೊಂಡು ಹೂವಿನಕೊಲ್ಲಿಗೆ ಒಂದು ಸುತ್ತು ಹಾಕಿ ಬಂದ ಉಸ್ಮಾನ್ ರೈಟರು ಸುಸ್ತಾಗಿ ಗಂಬೂಟನ್ನು ಕಳಚಿ ನೆಲದ ಮೇಲಿಟ್ಟು ಹಜಾರದ ಲೈಟು ಹಾಕಿ ಉಸ್ಸೆಂದು ಈಸಿ ಚೇರಿನ ಮೇಲೆ ಕುಳಿತು 'ಏನು ಸಾವು ಬಂದಿದೆಯಾ ಈ ಮನೆಗೆ. ಕತ್ತಲಾದರೂ ಯಾರಿಗೂ ಲೈಟು ಹಾಕುವ ಬುದ್ಧಿ ಬಂದಿಲ್ಲವಾ' ಎಂದು ತಲೆಯ ಮೇಲಿನ ಚಳಿಯ ಟೊಪ್ಪಿಯನ್ನು ಸ್ಟೂಲಿನ ಮೇಲಿಟ್ಟು ಜೋರಾಗಿ

ಅರಚಿಕೊಂಡಿದ್ದರು. ಅವರು ಅರಚಿದ್ದು ಅಳುವ ಹಾಗೆ ಕೇಳಿಸಿತ್ತು. ಹಾಜಮ್ಮ ಒಳಗಿಂದ ಹೊರಬಂದು ಮಗನನ್ನು ನೋಡಿ ಒಳಹೋಗಿ ಒಲೆಯ ಮೇಲೆ ಕಾಫಿಗೆ ನೀರಿಟ್ಟಿದ್ದರು. ಆಯಿಷಾ ಮಸಿಯ ಬಟ್ಟೆಯಿಂದ ಕೈ ಒರೆಸಿ ಒಳಗಿಂದ ಹೊರಬಂದು ಇನ್ನು ಬೆಳಕಿದ್ದರೂ ಲೈಟು ಹಾಕಿ ಕೂತಿರುವ ಗಂಡನನ್ನು ಕಂಡು ಏನೂ ಹೇಳದೆ ಒಳಗೆ ಹೋಗಿದ್ದಳು. ಇದು ಯಾವುದೂ ಅರಿಯದ ಹಾರೂನನು ಅಂಗಳದಿಂದ ಒಳಬಂದು ತಂದೆಯ ಮಡಿಲು ಹತ್ತಿ ಕುಳಿತು ಎಂದಿನಂತೆ ಅವರ ಮಡಚಿರುವ ಬೆರಳುಗಳನ್ನು ಬಿಡಿಸುವ ಆಟದಲ್ಲಿ ತೊಡಗಿದನು. ಉಸ್ಮಾನ್ ರೈಟರು ಕೋಪ ಮಾಡಿಕೊಳ್ಳದೆ ಅವನು ಒಂದು ಬೆರಳನ್ನು ಬಿಡಿಸುವಾಗ ಇನ್ನೊಂದು ಬೆರಳನ್ನು ಮಡಚಿ ಅವನು ಅದನ್ನು ಬಿಡಿಸುವಾಗ ಇನ್ನೊಂದನ್ನು ಮಡಚಿ ತಾನೂ ಸುಮ್ಮನೆ ಆಡಲು ತೊಡಗಿದರು. ಪುನಃ ಒಳಗಿನಿಂದ ಬಂದ ಹಾಜಮ್ಮ ತಂದೆ ಮಗ ಬೆರಳು ಬಿಡಿಸುವ ಆಟದಲ್ಲಿ ತೊಡಗಿರುವುದನ್ನು ಕಂಡು ಸಮಾಧಾನಗೊಂಡು 'ಏನಾಯಿತು ಉಸ್ಮಾನೇ, ತೋಟದಲ್ಲಿ ಏನಾದರೂ ಸಂಭವಿಸಿತಾ?' ಎಂದು ಕೇಳಿದರು.

'ಏನು.. ಸೈದಾಲಿಯ ತಂದೆ ಬಂದಿದ್ದ. ಚಾಮುಂಡಿ ಬಾಣೆಯ ಬೇಲಿಯ ಆಚೆ ನಿಂತುಕೊಂಡು ಮಾತನಾಡಿಸಿ ಹೋದ' ಎಂದಷ್ಟೇ ಹೇಳಿ ಉಸ್ಮಾನ್ ರೈಟರು ಮಗ ಹಾರೂನನ ತಲೆಗೆ ತಮ್ಮ ಗಡ್ಡದಿಂದ ಉಜ್ಜುತ್ತಾ ಆಟ ಮುಂದುವರಿಸಿದ್ದರು. ಹಾಜಮ್ಮ ಮಾತುಬಾರದೆ ಕಣ್ಣೀರು ತುಂಬಿಕೊಂಡು ಆಫೀಸು ಕೋಣೆಯೊಳಕ್ಕೆ ಹೊಕ್ಕು ಕತ್ತಲೆಯಲ್ಲಿ ಕಮೀಸು ಬಟ್ಟೆ ಹಾಕಿಕೊಂಡು ನಮಾಜು ಮಾಡಲು ತೊಡಗಿದರು.

ಹಾಜಮ್ಮನಿಗೆ ತಾನು ಮಾಡುತ್ತಿರುವುದು ಸಂಜೆಯ ಅಸರ್ ನಮಾಜೋ ರಾತ್ರಿಯ ಏಸಾ ನಮಾಜೋ ಎಂದು ಗೊತ್ತಾಗದೆ ಸುಮ್ಮನೆ ಕೈಕಟ್ಟಿಕೊಂಡು ಪಡೆದವನನ್ನು ಪ್ರಾರ್ಥಿಸುತ್ತಿದ್ದರು. ಅವರಿಗೆ ಏನು ಪ್ರಾರ್ಥಿಸುವುದು ಎಂದು ಗೊತ್ತಾಗುತ್ತಿರಲಿಲ್ಲ. ಸುಮ್ಮನೆ ಕಣ್ಣು ತುಂಬಿಕೊಂಡು, 'ಅವನಿಗೆ ಏನೂ ಆಗಿಲ್ಲವಲ್ಲ ಪಡೆದವನೇ. ನೀನು ಅವನಿಗೆ ಏನೂ ಮಾಡಿಲ್ಲವಲ್ಲ ಪಡೆದವನೇ. ಎಲ್ಲವನ್ನೂ ಕಂಡವನೂ, ಅರಿತವನೂ ಆದ ನಿನಗೆ ಏನು ಹೇಳುವುದು ಪಡೆದವನೆ' ಎಂದು ಬೇಡಿಕೊಳ್ಳಲು ತೊಡಗಿದರು.

ಹಾಗೆ ನೋಡಿದರೆ ಉಸ್ಮಾನ್ ರೈಟರಿಗೆ ಕುಪ್ಪಿಮೂಸಾ ಎಂಬ ತಮ್ಮನಿರುವುದು ಹೂವಿನಕೊಲ್ಲಿಯಲ್ಲಿ ಎಲ್ಲರಿಗೂ ತಿಳಿದಿತ್ತು. ಆದರೆ ಯಾರೂ ಅದರ ಬಗ್ಗೆ ಮಾತನಾಡುತ್ತಿರಲಿಲ್ಲ. ಹಳೆಯ ಬಾಟಲಿಗಳನ್ನೂ, ಕಬ್ಬಿಣದ ಸಾಮಾನುಗಳನ್ನೂ, ಕೊಡೆ, ಚಪ್ಪಲು, ಕೊಡಪಾನಗಳನ್ನೂ ಯಾರು ಯಾರಿಂದಲೋ ಕೊಂಡು ಎಲ್ಲೆಲ್ಲಿಗೋ ಮಾರಿ ತಿರುಗಾಡುತ್ತಿದ್ದ ಕುಪ್ಪಿಮೂಸಾ ಯಾವಾಗಲೋ ಒಮ್ಮೆ ಹೀಗೆ ಕಾಣಿಸಿಕೊಂಡು ಮರೆಯಾಗುತ್ತಿದ್ದವನು ಈಗ

ಬಹಳ ವರ್ಷಗಳಿಂದ ಕಾಣಿಸಿಕೊಂಡಿರಲೇ ಇಲ್ಲ. 'ನನ್ನ ಒಂದು ಕಣ್ಣು ಹೊಟ್ಟಿ ಹೋಯಿತು ಎಂದು ತಿಳಿದುಕೊಂಡಿದ್ದೇನೆ' ಎಂದು ತೀರ್ಮಾನಿಸಿದ್ದ ಹಾಜಮ್ಮನೂ ಅವನ ಬಗ್ಗೆ ಮಾತನಾಡುತ್ತಿರಲಿಲ್ಲ. ಆದರೆ ಕುಪ್ಪಿಮೂಸಾ ಬಹಳ ವರ್ಷಗಳಿಂದ ಕಾಣಿಸದೇ ಹೋದಾಗ ಅವರು ಕಂಡಕಂಡವರಲ್ಲಿ ಗುಟ್ಟಾಗಿ ಅವನನ್ನು ವಿಚಾರಿಸಿಕೊಂಡು ಎಲ್ಲರೂ ಕಂಡಿಲ್ಲ ಎಂದು ಹೇಳಿದಾಗ ಯಾರೂ ಕಾಣದ ಹಾಗೆ ಕಣ್ಣೀರು ಹಾಕುತ್ತಿದ್ದರು. ಕುಪ್ಪಿಮೂಸಾ ಬೊಂಬಾಯಿಗೆ ಹೋಗಿರುವನೆಂದೂ ದುಬಾಯಿಗೆ ಹೋಗಿರುವನೆಂದೂ ಯಾರಾದರೂ ಹೇಳಿದರೆ ಸಮಾಧಾನ ಪಡುತ್ತಿದ್ದರು. ಆದರೂ ಅವನ ಹೆಸರನ್ನು ಮಗ ಉಸ್ಮಾನ್ ರೈಟರ ಬಳಿ ಹೇಳಲು ಹೆದರಿಕೆಯಾಗುತ್ತಿತ್ತು. ಈಗ ಅವರೇ ಅವನನ್ನು ಕಂಡಿರುವುದಾಗಿ ಹೇಳಿದ ಮೇಲೆ ಅಳಬೇಕೋ, ಸಮಾಧಾನ ಪಡಬೇಕೋ ಗೊತ್ತಾಗದೆ ಸುಮ್ಮನೆ ಕಮೀಸು ಹೊದ್ದುಕೊಂಡು ನಮಾಜು ಮಾಡಲು ತೊಡಗಿದ್ದರು.

ಈ ಕುಪ್ಪಿಮೂಸಾನ ಕಥೆ ಹೇಳುವುದಾದರೆ ಅದು ದೊಡ್ಡಕತೆ. ಈ ಹಾಜಮ್ಮನ ಗಂಡ ಅಬ್ಬುಬ್ಯಾರಿ ಸುಳ್ಯ ಸೀಮೆಯಲ್ಲಿ ದೊಡ್ಡ ಗಾಡಿ ವ್ಯಾಪಾರಿಯಾಗಿದ್ದರು. ಗಾಡಿಯಲ್ಲಿ ಸರಕು ಹೇರಿಕೊಂಡು ಸುಳ್ಯ, ಸುಬ್ರಹ್ಮಣ್ಯ, ಸಂಪಾಜೆ, ಮಡಿಕೇರಿ, ಸೋಮವಾರಪೇಟೆ ಹೀಗೆ ಮಾರುತ್ತಾ ಕೊಡಗಿನಿಂದ ಕರಿಮೆಣಸು, ಏಲಕ್ಕಿ, ಧೂಪ, ಸಾಂಬ್ರಾಣಿ ಅಂಟುವಾಳ ಇತ್ಯಾದಿ ಪುತ್ತೂರಿನ ಪೈಗಳ ಅಂಗಡಿಗೆ ಕೊಡುತ್ತಾ ಬದುಕುತ್ತಿದ್ದವರು ಒಂದು ಬಾರಿ ಹೀಗೆ ಗಾಡಿಯಲ್ಲಿ ಬರುವಾಗ ಜೋಡುಪಾಲದ ಬಳಿಯ ಈರುಳ್ಳಿ ಮಲೆಯಲ್ಲಿ ಏಲಕ್ಕಿ ಬೆಳೆದುಕೊಂಡಿದ್ದ ದೊಡ್ಡ ಸಾಹುಕಾರರ ಹತ್ತಿರ ದೊಡ್ಡಮಗ ಉಸ್ಮಾನನನ್ನು ಕೆಲಸಕ್ಕೆ ಇರಿಸಿಹೋಗಿದ್ದರು. ದೊಡ್ಡ ಸಾಹುಕಾರರು ಏಲಕ್ಕಿ ಮಲೆಯನ್ನು ತೊರೆದು ಮಿಸ್ಟರ್ ವೈಟ್ ದೊರೆಯ ಹೂವಿನಕೊಲ್ಲಿ ಕಾಫಿತೋಟವನ್ನು ಕೊಂಡುಕೊಂಡಾಗ ಉಸ್ಮಾನ್ ಅಲ್ಲಿ ರೈಟರಾಗಿ ಸೇರಿಕೊಂಡಿದ್ದರು.

ಮಗ ರೈಟರಾಗಿರುವ ಹೂವಿನಕೊಲ್ಲಿಗೂ ಅಬ್ಬುಬ್ಯಾರಿಗಳು ಗಾಡಿ ಹೊಡೆದುಕೊಂಡು ಒಂದೆರಡು ಸಲ ಬಂದು ಹೋಗಿದ್ದರು. ಆಮೇಲೆ ಎಲ್ಲೋ ದಾರಿಯಲ್ಲಿ ಹಾವು ಕಚ್ಚಿ ಗಾಡಿಯಲ್ಲೇ ತೀರಿಹೋಗಿದ್ದರು. ಅವರು ತೀರಿಹೋದಮೇಲೆ ಒಂದು ವರ್ಷ ಗಾಡಿ ಹೊಡೆದುಕೊಂಡಿದ್ದ ಎರಡನೆಯ ಮಗ ಮೂಸಾ ಆಮೇಲೆ ಗಾಡಿಯನ್ನೂ ಎತ್ತನ್ನೂ ಮಾರಿ ತನಗೂ ಹೂವಿನಕೊಲ್ಲಿಯಲ್ಲಿ ಕೆಲಸ ಕೊಡಿಸಬೇಕೆಂದು ಕೇಳಿಕೊಂಡು ಬಂದಿದ್ದನು. ತಮ್ಮನಿಗೆ ಏನು ಕೆಲಸ ಕೊಡಿಸುವುದು ಎಂದು ಗೊತ್ತಾಗದೆ ಉಸ್ಮಾನ್ ರೈಟರು ದೊಡ್ಡ ಸಾಹುಕಾರರಲ್ಲಿ ಹೇಳಿ ತೋಟದ ಮೇಸ್ತ್ರಿ ಕೆಲಸವನ್ನು ಕೊಡಿಸಿದ್ದರು. ಇಬ್ಬರು ಮಕ್ಕಳೂ ಇಲ್ಲಿರುವಾಗ ತಾನು

ಯಾಕೆ ಅಲ್ಲಿರುವುದೆಂದು ತಿಳಿದು ಹಾಜಮ್ಮನೂ ಬಂದು ಹೂವಿನಕೊಲ್ಲಿಗೆ ಸೇರಿಕೊಂಡಿದ್ದರು. ಆಗ ಉಸ್ಮಾನ್ ರೈಟರಿಗೂ ಮದುವೆಯಾಗಿರಲಿಲ್ಲ. ಎಲ್ಲವೂ ಚೆನ್ನಾಗಿ ನಡೆಯುತ್ತಿತ್ತು.

ಹಾಜಮ್ಮ ಎಲ್ಲವೂ ಚೆನ್ನಾಗಿ ನಡೆಯುತ್ತಿದೆ ಎಂದು ಹೂವಿನಕೊಲ್ಲಿಯಲ್ಲಿ ಸಮಾಧಾನದ ಉಸಿರುಬಿಟ್ಟುಕೊಂಡು ಬದುಕಲು ಶುರುಮಾಡಿದ್ದೇನೆ ಅಂದುಕೊಳ್ಳುವಷ್ಟರಲ್ಲಿ ಉಸ್ಮಾನ್ ರೈಟರು ಜುಲೈಕಾಳನ್ನು ಮದುವೆ ಮಾಡಿಕೊಂಡು ಬಂದಿದ್ದರು. ನೋಡಲು ಬೆಳದಿಂಗಳಿನ ಹಾಗೆ ಕಾಣಿಸುತ್ತಿದ್ದ ಜುಲೈಕಾ ಯಾವಾಗಲೂ ಸುಮ್ಮನೆ ಹಠಮಾಡಿಕೊಂಡು ಅಲಂಕಾರ ಮಾಡಿಕೊಂಡು ಇರುತ್ತಿದ್ದಳು.ಇದನ್ನು ಹಾಜಮ್ಮಳಿಗೆ ನೋಡಿಕೊಂಡು ಇರಲಾರದೆ ಎರಡು ಮೂರು ಸಾರಿ ಎರಡನೆಯ ಮಗ ಮೂಸಾನನ್ನು ಕಟ್ಟಿಕೊಂಡು ಎಲ್ಲೆಲ್ಲಿಗೋ ಹೋಗಿಬಿಟ್ಟಿದ್ದರು. ಉಸ್ಮಾನ್ ರೈಟರು ಮಂಕು ಹಿಡಿದ ಹಾಗೆ ಏನೂ ಹೇಳಲಾಗದೆ, ತಾಯಿಯನ್ನೂ ಮರಳಿ ಕರೆಯಲಾಗದೆ, ಹೆಂಡತಿಯನ್ನೂ ಬಿಡಲಾಗದೆ ಅಷ್ಟರಲ್ಲಿ ಅವರಿಗೆ ಒಂದರ ಹಿಂದೆ ಒಂದರ ಹಾಗೆ ಮೂರು ಮಕ್ಕಳೂ ಆಗಿದ್ದರು. ಆ ಮೂರು ಮಕ್ಕಳನ್ನೂ ಕಥೆ ಹೇಳುವ ಪಾತುಮ್ಮ ಸ್ವಂತ ಮಕ್ಕಳ ಹಾಗೆ ತನ್ನ ಮೊಲೆಯೂಡಿಸಿ ಬೆಳೆಸಿದ್ದಳು. ಜುಲೈಕಾಳಿಗೆ ಮಕ್ಕಳಿಗೆ ಹಾಲು ಊಡಿಸಲೂ ಬರುವುದಿಲ್ಲ ಎಂದು ಹೂವಿನಕೊಲ್ಲಿಯಲ್ಲಿ ಸುದ್ದಿಯಾಗಿತ್ತು.

ಯಾರು ಏನು ಹೇಳಿದರೂ ಕೇಳದ ಜುಲೈಕಾ ಸುಮ್ಮನೆ ಮುಖ ತೊಳೆದು ಕೊಂಡು, ಹೂ ಮುಡಿದುಕೊಂಡು, ಯಾವಾಗಲೂ ಆಕಾಶ ನೋಡುತ್ತಾ ನಗುತ್ತಾ ಇರುತಿದ್ದವಳು ಹಾಜಿರಾ ಹುಟ್ಟಿದ ಮೇಲೆ ಅದನ್ನೂ ಮರೆತು ತಾನೂ ಮಂಕಾಗಿ ಹುಚ್ಚು ಹತ್ತಿದ ಹಾಗೆ ಓಡಾಡಲು ಶುರುಮಾಡಿದವಳು ಆಮೇಲೆ ಕಾಣದಾಗಿದ್ದಳು.

ಜುಲೈಕಾ ಕಾಣದಾದ ಮೇಲೆ ಹಾಜಮ್ಮ ಸಣ್ಣ ಮಗ ಮೂಸಾನ ಜೊತೆ ಹೂವಿನಕೊಲ್ಲಿಗೆ ಮರಳಿ ಬಂದಿದ್ದಳು. ಮೂಸಾ ಇನ್ನು ತಾನು ತೋಟದ ಕೆಲಸ ಮಾಡುವುದಿಲ್ಲವೆಂದು ಹೇಳಿ ಹಳೆ ಬಾಟಲು, ಕಬ್ಬಿಣದ ಸಾಮಾನು ಎಂದು ವ್ಯಾಪಾರದಲ್ಲಿ ತೊಡಗಿ ಸಿದ್ದಾಪುರ, ಮಾದಾಪುರ ಅಂತ ಸುತ್ತ ತೊಡಗಿದ್ದನು. ಹಾಗೆ ಸುತ್ತ ತೊಡಗಿದವನು ಎಲ್ಲೋ ಕಾಫಿ ತೋಟದಲ್ಲಿ ಕೆಲಸ ಮಾಡುತ್ತಿದ್ದ ಮಲಯಾಳಿ ಬಿಲ್ಲವರ ಹೆಂಗಸೊಂದನ್ನು ಮದುವೆಯಾಗಿ ಆತನಿಗೂ ಮಕ್ಕಳಾಗಿತ್ತು. ಅಷ್ಟುಹೊತ್ತಿಗೆ ಮಕ್ಕಳನ್ನು ನೋಡಿಕೊಳ್ಳಲು ಯಾರೂ ಇಲ್ಲವೆಂದು ಉಸ್ಮಾನ್ ರೈಟರು ಸಕಲೇಶಪುರದ ಕಡೆಯಿಂದ ಯಾರೂ ಇಲ್ಲದ ಆಯಿಷಾಳನ್ನು ಮದುವೆ ಮಾಡಿಕೊಂಡಿದ್ದರು. ಕಾಲಕಳೆಯುತ್ತಿದ್ದಂತೆ ಆಯಿಷಾಳಿಗೂ ಇಬ್ಬರು ಮಕ್ಕಳಾಗಿಬಿಟ್ಟಿತ್ತು. ಆ ಮಕ್ಕಳನ್ನೂ ನೋಡಿಕೊಳ್ಳಲು

ಕಥೆ ಹೇಳುವ ಪಾತುಮ್ಮ ಬಂದಿದ್ದರು. ಆಯಿಷಾ ಬೇಡ ಬೇಡವೆಂದರೂ ಆ ಮಕ್ಕಳಿಗೂ ಹಾಲು ಊಡಿಸಿದ್ದರು.

ಆ ಹಾಲು ಉಂಡು ಬೆಳೆದ ಮಗ ಹಾರೂನ್ ಈಗ ತಂದೆ ಉಸ್ಮಾನ್ ರೈಟರ ಮಡಿಲೇರಿ ಕುಳಿತು ಅವರ ಬೆರಳು ಬಿಡಿಸುವ ಆಟದಲ್ಲಿ ತೊಡಗಿದ್ದ. ಚಾಮುಂಡಿ ಬಾಣೆಯಲ್ಲಿ ಬೇಲಿಯ ಬದಿಯಲ್ಲಿ ಸಂಜೆಯ ಹೊತ್ತಲ್ಲಿ ತಮ್ಮ ತಮ್ಮನಾದ ಕುಪ್ಪಿಮೂಸಾನ ಹಾಳು ಮುಖವನ್ನು ನೋಡಿ ಸಿಟ್ಟಾಗಿದ್ದ ಉಸ್ಮಾನ್ ರೈಟರು ತಮ್ಮ ಸಿಟ್ಟನ್ನೂ, ಸಂಕಟವನ್ನೂ ಮರೆಯಲು ಮಗ ಹಾರೂನನ ಕೈಗಳಿಗೆ ತಮ್ಮ ಹತ್ತೂ ಕೈಬೆರಳುಗಳನ್ನು ಒಪ್ಪಿಸಿ ಗಡ್ಡದಿಂದ ಆತನ ಮುಡಿಯನ್ನು ಉಜ್ಜುತ್ತಾ ಕುಳಿತಿದ್ದರು. ಇವರಿಬ್ಬರ ಆಟವನ್ನು ಕಂಡು ಜುಲೈಕಾ ಎಂಬ ಮಾತನಾಡುವ ಗಿಳಿ ಪಂಜರದೊಳಗಿಂದ ತಾನೂ ಹಾಡು ಹೇಳಲು ನೋಡುತ್ತಿತ್ತು.

ತನ್ನ ತಮ್ಮನಾದ ಕುಪ್ಪಿಮೂಸಾನ ಕಥೆ ಇಷ್ಟೇ ಆಗಿದ್ದರೆ ಉಸ್ಮಾನ್ ರೈಟರು ಅಷ್ಟೇನೂ ಸಿಟ್ಟು ಮಾಡಿಕೊಳ್ಳುತ್ತಿರಲಿಲ್ಲ. ತಾಯಿ ಹಾಜಮ್ಮಳಿಗೂ ಇಷ್ಟು ಸಂಕಟವಾಗುತ್ತಿರಲಿಲ್ಲ. ಹಳೆಯ ಬಾಟಲ್ಲುಗಳನ್ನೂ, ಕಬ್ಬಿಣದ ಸಾಮಾನುಗಳನ್ನು, ಹಳೆ ಚಪ್ಪಲಿ, ಹರಿದ ಕೊಡೆಗಳನ್ನು ಕೊಂಡು ಮಾರಿ ಊರೂರು ತಿರುಗಿ ಬದುಕುತ್ತಿದ್ದ ಕುಪ್ಪಿಮೂಸಾ ಬರುತ್ತಾ ಬರುತ್ತಾ ತನಗೆ ಲೋಹವಿದ್ಯೆ ಬರುವುದೆಂದೂ, ತಗಡನ್ನೂ ತಾಮ್ರವನ್ನೂ ಚಿನ್ನಕ್ಕೆ ತಿರುಗಿಸಲು ಆಗುವುದೆಂದೂ, ನಿಧಿ ನಿಕ್ಷೇಪ ಕೊಪ್ಪರಿಗೆ ಇತ್ಯಾದಿ ಎಲ್ಲಿದ್ದರೂ ಪತ್ತೆ ಹಿಡಿಯುವೆನೆಂದೂ ಎಲ್ಲರಿಗೂ ಹೇಳಿ ಸಿದ್ದಾಪುರ, ಪಾಲಿಬೆಟ್ಟ, ಸುಂಟಿಕೊಪ್ಪ ಹೀಗೆ ಎಲ್ಲ ಕಡೆ ಕಾಫಿ ತೋಟಗಳ ಸಾಹುಕಾರರನ್ನು ರೈಟರುಗಳನ್ನು ನಂಬಿಸಿ ಅವರಿಂದ ಕಡ ಪಡೆದು ಮಾಯವಾಗಿದ್ದನು. ಆತನು ಹೇಳಿದ ಚಿನ್ನಕ್ಕಾಗಿ ಅವರು ಹೂವಿನಕೊಲ್ಲಿಗೂ ಆತನನ್ನು ಹುಡುಕಿಕೊಂಡು ಬಂದು ಉಸ್ಮಾನ್ ರೈಟರಿಗೂ ಹಾಜಮ್ಮನಿಗೂ ಶಾಪ ಹಾಕಿ ಎಚ್ಚರಿಕೆ ಹೇಳಿ ಹೋಗುತ್ತಿದ್ದರು. ಅವರ ಕಾಟ ತಾಳಲಾದರೆ ಸಾಹುಕಾರರು ಹೂವಿನಕೊಲ್ಲಿಯ ದೊಡ್ಡಗೇಟಿಗೆ 'ಅಪ್ಪಣೆಯಿಲ್ಲದೆ ಪ್ರವೇಶವಿಲ್ಲ' ಎಂದು ಬೋರ್ಡ್ ಬರೆಸಿ ಹಾಕಿದ್ದರು.

ಕುಪ್ಪಿಮೂಸಾನಿಗೆ ಲೋಹದ ವಿದ್ಯೆಯ ಹುಚ್ಚು ಹತ್ತುವುದಕ್ಕೂ ಒಂದು ಕಾರಣವಿತ್ತು. ಹಳೆಯ ಬಾಟಲು ಹುಡುಕಿಕೊಂಡು ತಿರುಗುತ್ತಿದ್ದ ಆತನಿಗೆ ಸಿದ್ದಾಪುರಕ್ಕೆ ಹೋಗುವ ದಾರಿಯಲ್ಲಿ ಇಟ್ಟಿಗೆ ಗೂಡಿಗೆ ಮಣ್ಣು ಅಗೆಯುತ್ತಿದ್ದ ತಮಿಳರು ಮಣ್ಣಿನಡಿಯಲ್ಲಿ ಸಿಕ್ಕಿದ್ದ ಹಳೆಯ ಒಂದು ಕೊಡೆ, ಒಂದು ಪಾತ್ರೆ, ಒಂದು ಕತ್ತಿ ಹಾಗೂ ಹಲವು ನಾಣ್ಯಗಳನ್ನು ಮಾರಿದ್ದರು. ಅವುಗಳು ಕಬ್ಬಿಣದ ಹಾಗೆ ಕಾಣಿಸದೆ ಬೇರೆ ಏನೋ ಲೋಹ ಇರಬೇಕೆಂದು ಕುಪ್ಪಿಮೂಸಾ ಅವುಗಳನ್ನು ಸಿದ್ದಾಪುರದ ಚಿನ್ನದ ಆಚಾರಿ ಕಣ್ಣನ ಬಳಿ ಕೊಂಡು ಹೋಗಿದ್ದನು.

ಇದು ಹಿತ್ತಾಳೆ, ಇದು ಚೆಂಬು, ಇದು ತಾಮ್ರ ಎಂದು ಅವುಗಳನ್ನು ವಿಂಗಡಿಸಿದ ಕಣ್ಣಾಚಾರಿ ಅವುಗಳನ್ನು ನೆಲಕ್ಕೆ ಬಿಸಾಕಿದ್ದನು. ಆಮೇಲೆ ತಾಮ್ರಕ್ಕೆ ಸಲ್ಲುವಷ್ಟು ಹಣವನ್ನು ಕೊಟ್ಟು ಕುಪ್ಪಿಮೂಸಾನನ್ನು ಕಳುಹಿಸಿದ್ದನು.

ಆಮೇಲೆ ಕಣ್ಣಾಚಾರಿಯನ್ನು ಮೈಸೂರಿನ ಪೊಲೀಸರು ಹಿಡಕೊಂಡು ಹೋಗಿದ್ದರು. ಟೀಪೂ ಸುಲ್ತಾನನ ಕಾಲದ ಚಿನ್ನದ ವಸ್ತುಗಳನ್ನು ಕದ್ದು ಮಾರುತ್ತಿರುವನೆಂದು ಆತನನ್ನು ಮೈಸೂರು ಜೈಲಿಗೆ ಕಳಿಸಿದ್ದರು. ಅದಾದ ನಂತರ ಕುಪ್ಪಿಮೂಸಾನಿಗೆ ಲೋಹವಿದ್ಯೆಯ ಹುಚ್ಚು ಹಿಡಿದು ಆತನನ್ನೂ ಪೊಲೀಸರು ಹುಡುಕುತ್ತಿದ್ದರು. ಹುಡುಕಿಕೊಂಡು ಹೂವಿನಕೊಲ್ಲಿಗೂ ಬಂದಿದ್ದರು. ನೀರು ಸೇದುವ ಸೈದಾಲಿ ಕುಪ್ಪಿಮೂಸಾನ ಮಗನೆಂದೂ, ಅಣ್ಣನ ಬಳಿ ಸಾಕಲು ಬಿಟ್ಟಿರುವನೆಂದೂ ಪೊಲೀಸರಿಗೆ ಯಾರೋ ಹೇಳಿದ್ದರು.

*** ***

ಇದು ಯಾವುದರ ಅರಿವೂ ಇಲ್ಲದೆ ನೀರು ಸೇದುವ ಸೈದಾಲಿ ತಲೆಯ ಮೇಲೆ ಅರ್ಧ ಬಟ್ಟಿ ಭತ್ತ ಹೊತ್ತುಕೊಂಡು ಏದುಸಿರು ಬಿಡುತ್ತಾ ಟ್ರಾಕ್ಟರಿನ ಹಿಂದೆ ನಡೆದು ಬರುತ್ತಿದ್ದ. ಇನ್ನೊಂದು ತಿರುವು ಮುಗಿದರೆ ಹೂವಿನಕೊಲ್ಲಿಯ ದೊಡ್ಡ ಗೇಟು ಕಾಣಿಸುತ್ತಿತ್ತು. ಉಸ್ಮಾನ್ ರೈಟರು ಮುಖವೆಲ್ಲಾ ಬೆವರಿಕೊಂಡು ಸೈದಾಲಿಯನ್ನು ನೋಡುತ್ತಿದ್ದರು. ಇದು ಏನೂ ಗೊತ್ತಿಲ್ಲದೆ ಮರಿಯಮ್ಮಳ ನಾಯಿ ಜಿಮ್ಮಿ ನಡೆಯಲಾಗದೆ ಒಂಟಿ ಕಾಲೆತ್ತಿ ನಿಂತು ಎಲ್ಲವನ್ನೂ ಸುಮ್ಮನೆ ನೋಡುತ್ತಿತ್ತು.

ಹೂವಿನಕೊಲ್ಲಿಯಲ್ಲಿ ಮೇ ದಿನಾಚರಣೆ

ನೀರು ಸೇದುವ ಸೈದಾಲಿಯು ಗೇಟುಕಾಯುವ ಪಾರೆಯ ಹೊಸ ದಿರಿಸು ಧರಿಸಿ ಕೈಯಲ್ಲಿನ ಕೋಲಿನಿಂದ ಗೇಟಿನ ಮುಂದಿನ ಧೂಳಿನಲ್ಲಿ ನಾನಾ ಬಗೆಯ ಗೆರೆಗಳನ್ನು ಎಳೆಯುತ್ತ ನಿಂತುಕೊಂಡಿದ್ದನು. ಅವನಿಗೆ ಆಸರೆಯಾಗಿ ತಾವೂ ಗೇಟು ಕಾಯುತ್ತಿರುವವರಂತೆ ಹಾಜಿರಾಳೂ, ಸೂಫಿ, ಇಬ್ರಾಯಿಯರೂ ಸುಮ್ಮನೆ ನಿಂತುಕೊಂಡಿದ್ದರು. ಹಾರೂನನು ರಸ್ತೆಯಲ್ಲಿ ಹೋಗಿ ಬರುವ

ಲಾರಿ, ಬಸ್ಸುಗಳನ್ನು ನೋಡುತ್ತಾ ಕೈಯಲ್ಲಿ ಒಂದು ಕಾಡು ಮಾವಿನ ಹಣ್ಣಿನ ಓಟೆಯನ್ನು ಹಿಡಿದು ಚೀಪುತ್ತ ಬಾಯೆಲ್ಲ ಹುಳಿ ಹುಳಿ ಮಾಡಿಕೊಂಡು ತಾನೂ ನಿಂತುಕೊಂಡಿದ್ದನು.

ಮೇ ದಿನಾಚರಣೆ ಎಂದು ಹೂವಿನಕೊಲ್ಲಿಗೂ ಆ ದಿನ ರಜೆಯನ್ನು ಸಾರಲಾಗಿತ್ತು. ಕೈಯಲ್ಲಿ ಕೆಂಪು ಬಾವುಟ ಹಿಡಿದು, ಘೋಷ ವಾಕ್ಯಗಳನ್ನು ಕೂಗುತ್ತಾ ಸಿದ್ದಾಪುರದಿಂದ ಹೊರಟಿರುವ ಕಮ್ಯೂನಿಸ್ಟರ ಮೆರವಣಿಗೆಯನ್ನು ಕಾಣಲು ಬೇಲಿಯ ಒಳಗೆ ಕಾಫಿ ಗಿಡದ ಅಡಿಯಲ್ಲಿ ಟವಲ್ಲು ಹಾಸಿಕೊಂಡು ಹಾಲು ಕರೆಯುವ ನಂಬಿಯಾರೂ, ರಾಟೆಮನೆಯ ಐತಣ್ಣನೂ, ರಾತ್ರಿಕಾವಲಿನ ಮೂಸಕಾಕನೂ, ದನ ಮೇಯಿಸುವ ಮುದಾರನೂ, ಸೈಕಲ್ಲು ಬ್ಯಾಲೆನ್ಸಿನ ಸೈಕಲ್ ಮಹಮ್ಮದನೂ ಕೂತಿದ್ದರು. ದೂರದಲ್ಲಿ ಅತ್ತಿಮರದ ಕೆಳಗೆ ಹಗಲು ಕಾವಲುಗಾರ ಕುಟ್ಟಿಕಣ್ಣನೂ, ಅರಬಿ ಕಲಿಸುವ ಮೊಲ್ಲಾಕನೂ ಏನೋ ಮಾತನಾಡಿಕೊಂಡು ಮೆರವಣಿಗೆಯನ್ನು ಕಾಣಲು ಕಾಯುತ್ತಿದ್ದರು. ಮಳೆ ಬಂದು, ಕಾಫಿ ಗಿಡಗಳು ಹೂಬಿಟ್ಟು, ಹೂಗಳು ಗಿಡದಲ್ಲೇ ಕರ‍್ರಗೆ ಒಣಗಿ, ಅವುಗಳೊಳಗಿಂದ ಕಾಫಿ ಬೀಜದ ಮೊಗ್ಗುಗಳು ಸಾಲಾಗಿ ಕುಡಿಯೊಡೆದಿದ್ದವು, ದೂರದಿಂದ ಎಲ್ಲಿಂದಲೋ ಮೇ ದಿನದ ಘೋಷ ವಾಕ್ಯಗಳು ಗಾಳಿಯಲ್ಲಿ ತೇಲಿ ಮಾಯವಾಗುತ್ತಿದ್ದವು. ಆಗಲೇ ಕತ್ತಲಾಗಲು ತೊಡಗಿತ್ತು. ಗೇಟಿನ ಮುಂದಿನ ಧೂಳಿನಲ್ಲಿ ಗೆರೆಗಳನ್ನು ಎಳೆದು ಮುಗಿಸಿದ ಸೈದಾಲಿಯು ಇನ್ನು ಇವತ್ತು ಕತ್ತಲಾದರೂ ಮೆರವಣಿಗೆ ಇಲ್ಲಿಯವರೆಗೆ ಬಂದು ತಲುಪಲಾರದೆಂದು ಎಲ್ಲರನ್ನೂ ಒಳಕ್ಕೆ ಎಳೆದು ಗೇಟು ಹಾಕಿಕೊಂಡು ಬಿಡಾರಕ್ಕೆ ಹೋಗಿ ಬಿಡಬೇಕೆಂದು ಆಲೋಚಿಸುತ್ತಿದ್ದನು. ದೂರದಿಂದ ಟಾರುರೋಡಿನಲ್ಲಿ ಕುಂಟುತ್ತಾ ಅಲೆಯುತ್ತಾ ಬಂದ ಮರಿಯಮ್ಮಳ ಜಿಮ್ಮಿ ನಾಯಿ ಬಾಲ ಮುದುರಿಕೊಂಡು ಜೊಲ್ಲು ಸುರಿಸುತ್ತಾ ತನಗೆ ತಾನೇ ಮೂರು ಸುತ್ತು ಬಂದು ಆ ಧೂಳಿನಲ್ಲಿ ಮಲಗಿ ನಿಟ್ಟುಸಿರು ಬಿಟ್ಟಿತು.

ದೂರದಲ್ಲಿ ಬಿಡಿ ಬಿಡಿಯಾಗಿ ನಾಲ್ಕೈದಾರು ಜನರು ಕೈಯಲ್ಲಿ ಕೆಂಬಾವುಟ ಹಿಡಿದು ಕೂಗು ಹಾಕುತ್ತಾ ಚಡಾವು ಹತ್ತಿಕೊಂಡು ಬರುತ್ತಿದ್ದರು. ಅವರು ಏನು ಕೂಗುತ್ತಿರುವರೆಂದು ಯಾರಿಗೂ ಗೊತ್ತಾಗುತ್ತಿರಲಿಲ್ಲ. 'ಹೇ ಗುರುವಾಯೂರಪ್ಪಾ, ನನ್ನ ಮಗ ಇದ್ದಿದ್ದರೆ ಈ ಮೆರವಣಿಗೆ ಇಷ್ಟು ಲಾಚಾರಾಗಿರುತ್ತಿರಲಿಲ್ಲ' ಎಂದು ನಂಬಿಯಾರರು ಗೊಣಗಿದರು. ಆ ಸದ್ದಿನಲ್ಲಿ ಅದೂ ಯಾರಿಗೂ ಕೇಳಿಸಲಿಲ್ಲ. ಜಿಮ್ಮಿ ನಾಯಿಯು ಅಲ್ಲಿಂದ ಎದ್ದು ಕ್ಷೀಣವಾಗಿ ಬೊಗಳಿ ಬಾಲ ಕಾಲೆಡೆಗೆ ಸಿಗಿಸಿ ತೋಟದೊಳಕ್ಕೆ ಕುಂಟುತ್ತಾ ಓಡತೊಡಗಿತು. ಮೂಸಕಾಕ ಆ ಸದ್ದಿನಲ್ಲಿ 'ಜಿಮ್ಮಿ ಜಿಮ್ಮಿ' ಎಂದು ಎಷ್ಟು ಕೂಗಿಕೊಂಡರೂ ಕೇಳಿಸಿಕೊಳ್ಳದೆ ಅದು ರೈಟರ ಬಿಡಾರಕ್ಕೆ ಹೋಗುವ ಕಾಲುದಾರಿಯಲ್ಲಿ ಮರೆಯಾಗುತ್ತಿತ್ತು.

ಆ ಮೆರವಣಿಗೆಯಲ್ಲಿ ನಾಲ್ಕೈದಾರು ಜನರು ಇದ್ದರು. ಅವರೆಲ್ಲರೂ ಒಂದು ಕೈಯಲ್ಲಿ ಕೆಂಪುಬಾವುಟ ಹಿಡಿದು, ಇನ್ನೊಂದು ಕೈಯನ್ನು ಆಗಾಗ ಮೇಲಕ್ಕೆತ್ತಿ ಘೋಷಣೆಗಳನ್ನು ಕೂಗುತ್ತಿದ್ದರು. ರಸ್ತೆಗೆ ಟಾರು ಹಾಕುವ ಗ್ಯಾಂಗ್‌ಮನ್ ಕಮ್ಯುನಿಸ್ಟ್ ಕಣ್ಣನ್ ತನ್ನ ಹೆಗಲಲ್ಲಿದ್ದ ಚೀಲದೊಳಗಿಂದ ಕರಪತ್ರಗಳನ್ನೂ, ಕಡಲೆ ಪುರಿಯನ್ನೂ ಕಂಡವರಿಗೆ ಹಂಚುತ್ತಿದ್ದವನು ಹೂವಿನಕೊಲ್ಲಿಯ ದೊಡ್ಡಗೇಟಿನ ಬಳಿ ಆ ಮೆರವಣಿಗೆ ತಲುಪಲು ಸೈದಾಲಿಗೂ, ಹಾಜಿರಾಳಿಗೂ, ಸೂಫೀ, ಇಬ್ರಾಯಿ, ಹಾರೂನನಿಗೂ ಕಡಲೆಪುರಿ ಹಂಚಿದನು. ಕರಪತ್ರಗಳನ್ನು ಹಂಚಲು ಕಾಫಿ ಗಿಡದ ಅಡಿಯಲ್ಲಿ ಕುಳಿತಿದ್ದವರ ಬಳಿ ಬರಲು ನೋಡಿದನು. ಆಗ ಅತ್ತಿಮರದ ಕೆಳಗಿಂದ ನಡೆದು ಬಂದ ಕುಟ್ಟಿಕಣ್ಣ 'ನೀವು ತೋಟದ ಒಳಗೆ ಕಾಲು ಹಾಕಲು ಸಾಹುಕಾರರ ಆರ್ಡರು ಇಲ್ಲ' ಎಂದು ಹೇಳಿ ಗೇಟಿನ ಹೊರಗಿಂದಲೇ ಅವರಿಂದ ಕರಪತ್ರಗಳನ್ನು ಪಡಕೊಂಡು, ಕಾಫಿ ಗಿಡಗಳ ಅಡಿಯಲ್ಲಿದ್ದವರಿಗೆ ಅವುಗಳನ್ನು ಹಂಚಿ, ಅರಬಿ ಕಲಿಸುವ ಮೊಲ್ಲಾಕನಿಗೂ ಒಂದು ಕೊಟ್ಟು, ತಾನೂ ಒಂದು ಇಟ್ಟುಕೊಂಡು ಮಕ್ಕಳನ್ನು ಗದರಿಸಿ ಗೇಟಿನ ಒಳಕ್ಕೆ ಎಳಕೊಂಡು ಸೈದಾಲಿಗೆ ಹೇಳಿ ಗೇಟಿನ ಬೀಗ ಹಾಕಿಸಿ ಬೀಗದ ಕೈಯನ್ನು ತನ್ನ ಬಳಿ ಇಟ್ಟುಕೊಂಡು 'ಮೇ ದಿನದ ರಜೆ ಮುಗಿಯಿತು ಇನ್ನು ಎಲ್ಲರೂ ಹೋಗಬಹುದು' ಎಂದು ಎಲ್ಲರನ್ನೂ ಅಲ್ಲಿಂದ ಕಳಿಸಿದನು.

ಮಕ್ಕಳು ಹಿಂತಿರುಗಿ ನೋಡುತ್ತಾ ಸೈದಾಲಿಯ ಹಿಂದೆ ನಡೆಯುತ್ತಿದ್ದರು. ಅವರ ಹಿಂದೆ ದೊಡ್ಡವರು ನಡೆಯುತ್ತಿದ್ದರು.

ಕುಟ್ಟಿಕಣ್ಣನು ಎಲ್ಲರನ್ನು ಗೇಟಿನ ಬಳಿಯಿಂದ ಕಳುಹಿಸಿ ತಾನೊಬ್ಬನೇ ಆ ಕತ್ತಲಲ್ಲಿ ಗೇಟಿನ ಗೋಡೆಗೆ ನೆರಳಿನಂತೆ ಆತು ನಿಂತು ಮಡಿಕೇರಿಯ ಕಡೆಯಿಂದ ಬರುವ ಕೊನೆಯ ಬಸ್ಸಿಗಾಗಿ ಕಾಯಲು ತೊಡಗಿದನು. ಕುಟ್ಟಿಕಣ್ಣನಿಗೆ ಏನೂ ಕಾಣಿಸುತ್ತಿರಲಿಲ್ಲ. ಚಡಾವು ಇಳಿದು ಹೋಗುತ್ತಿರುವ ಮೇ ದಿನದ ಮೆರವಣಿಗೆಯ ಸದ್ದು ಮಾತ್ರ ಕೇಳಿಸುತ್ತಿತ್ತು. 'ಇನ್ನೆಷ್ಟು ದಿನ ಈ ಸಂಕಟ ಭಗವತಿಯೇ....' ಎಂದು ಕುಟ್ಟಿಕಣ್ಣ ಮನಸಿನಲ್ಲೇ ಅಂದುಕೊಳ್ಳುತ್ತಿದ್ದನು. ಕತ್ತಲಲ್ಲಿ ಕೊನೆಯ ಬಸ್ಸು ಬರುವವರೆಗೆ ಕಾದು, ಆ ಬಸ್ಸು ಗೇಟಲ್ಲಿ ನಿಂತಾಗ ಅದರಿಂದ ಇಳಿಯುವ ಜೈನಬಾಳನ್ನು ಕೈಹಿಡಿದು ಬಿಡಾರಕ್ಕೆ ತರಬೇಕೆಂದೂ, ಯಾರಾದರೂ ಕೇಳಿದರೆ ಅವಳು ಯಾರೆಂದು ಗೊತ್ತಿಲ್ಲವೆಂದೂ, ಗೇಟಿನ ಬಳಿಯಲ್ಲಿ ಅವಳು ತನಗೆ ಸಿಕ್ಕಿದಳೆಂದು ಹೇಳಬೇಕೆಂದೂ ಉಸ್ಮಾನ್ ರೈಟರು ಹೇಳಿದ್ದರು. ಅವಳು ಯಾರೆಂದೂ, ಯಾವ ಬಸ್ಸಿಂದ ಇಳಿದಳೆಂದೂ, ಯಾರಿಗೂ ಹೇಳಬಾರದೆಂದೂ ಹಾಜಮ್ಮ ಕುಟ್ಟಿಕಣ್ಣನ ಕೈಯಿಂದ ಭಾಷೆ ತೆಗೆದುಕೊಂಡಿದ್ದಳು. ಅದು ಬಿಟ್ಟರೆ ಜೈನಬಾ ಯಾರೆಂಬುದು ಗೊತ್ತಿರುವುದು ಆಯಿಷಾಳಿಗೆ ಮಾತ್ರ ಎಂದು ಕುಟ್ಟಿಕಣ್ಣನಿಗೂ ಗೊತ್ತಿತ್ತು.

'ಅಲ್ಲ ಇಂಞ, ಈಗಲೇ ಇಷ್ಟು ದೊಡ್ಡ ಸಂಸಾರ. ಇನ್ನು ಈ ಹುಡುಗಿಯನ್ನೂ ಸಾಕುವುದು ನಿಮಗೆ ಆಗುವ ಕೆಲಸವಾ?' ಎಂದು ಕುಟ್ಟಿಕಣ್ಣ ಹೇಳಿದರೂ ಅದನ್ನು ಕೇಳಿಸಿಕೊಳ್ಳದ ಆಯಿಷಾ, 'ನೀನು ತಂದು ಬಿಡು. ಆಮೇಲೆ ಆ ಪಡೆದವನು ಸಾಕುತ್ತಾನೆ' ಎಂದು ಸುಮ್ಮನಾಗಿದ್ದಳು. ಅವರು ಅದನ್ನೆಲ್ಲಾ ಮಾತನಾಡುವಾಗ ಮಕ್ಕಳು ಯಾರೂ ಅಲ್ಲಿರಲಿಲ್ಲ. ಇದ್ದದ್ದು ಅವರು ನಾಲ್ಕುಜನ ಮಾತ್ರ.

'ಕುಪ್ಪಿಮೂಸಾನ ಮಗಳು ಅವಳೆಂದು ಯಾರೂ ಅರಿಯುವುದು ಬೇಡ. ನೀನು ಸೈದಾಲಿಯನ್ನು ತಂದು ಬಿಟ್ಟ ಹಾಗೆ ಅವಳನ್ನೂ ತಂದು ಬಿಡು. ಮಕ್ಕಳು ಎಲ್ಲಾ ಒಂದು ಕಡೆ ಇದ್ದರೆ ಹೇಗೋ ಬದುಕಿಕೊಳ್ಳುತ್ತಾರೆ. ಅಲ್ಲಿ ತಿನ್ನಲು ಇಲ್ಲದೆ ಸಾಯುವುದು ಬೇಡ' ಎಂದು ಹಾಜಮ್ಮ ಕುಡಿಯಲು ಕಾಫಿ ಕೊಟ್ಟು ಕುಟ್ಟಿಕಣ್ಣನನ್ನು ದೊಡ್ಡ ಗೇಟಿನ ಬಳಿ ಕಳುಹಿಸಿದ್ದರು. 'ಮೇ ದಿನದ ರಜೆ ಬೇರೆ ಇರುವುದರಿಂದ ಬಸ್ಸಿನಲ್ಲೂ ಜಾಸ್ತಿ ಜನ ಯಾರೂ ಇರುವುದಿಲ್ಲ. ಅವನು ಇಳಿಸಿಬಿಡುತ್ತಾನೆ. ನೀನು ಕರೆದುಕೊಂಡು ಬಾ' ಎಂದು ಹೇಳಿದ್ದರು. ಉಸ್ಮಾನ್ ರೈಟರು ಹೆಚ್ಚು ಏನೂ ಮಾತಾಡದೆ ಸುಮ್ಮನೆ ಒಲೆಯ ಮುಂದೆ ಕಾಲು ಕಾಯಿಸುತ್ತಾ ಕುಳಿತಿದ್ದರು.

'ಇದರಿಂದಾದರೂ ಈ ಮನೆಗೆ ಒಳ್ಳೆಯದಾಗುವುದಿದ್ದರೆ ಆಗಲಿ' ಎಂದು ಕುಟ್ಟಿಕಣ್ಣ ಅಲ್ಲಿಂದ ಗೇಟಿನ ಕಡೆ ಹೊರಟಿದ್ದನು. ಹೋಗಿ ನೋಡಿದರೆ ಗೇಟಿನ ಬದಿಯಲ್ಲಿ ಕಾಫಿ ಗಿಡಗಳ ಅಡಿಯಲ್ಲಿ ಅವರೆಲ್ಲರೂ ಮೇ ದಿನದ ಮೆರವಣಿಗೆಯನ್ನು ಕಾಯುತ್ತ ಕುಳಿತಿರುವುದು ಮಸುಕುಮಸುಕಾಗಿ ಕಾಣಿಸುತ್ತಿತ್ತು. ಮಕ್ಕಳು ಸೈದಾಲಿಯ ಜೊತೆ ಗೇಟಿನ ಮುಂದಿನ ಹುಡಿಮಣ್ಣಿನಲ್ಲಿ ಆಟವಾಡುವ ಸದ್ದು ಕೇಳಿಸುತ್ತಿತ್ತು.

ಈಗ ಎಲ್ಲರೂ ಹೋದ ಮೇಲೆ ಕುಟ್ಟಿಕಣ್ಣ ತಾನೊಬ್ಬನೇ ಮಡಿಕೇರಿಯ ಕಡೆಯಿಂದ ಬರುವ ಬಸ್ಸಿಗಾಗಿ ಕಾಯುತ್ತಿದ್ದನು. ಅವನಿಗೆ ಗೊತ್ತಾಗದ ಹಾಗೆ ಎಲ್ಲ ಕಡೆಯೂ ಕತ್ತಲಾಗಿ, ಜೀರುಂಡೆಗಳು ಕೂಗತೊಡಗಿ, ಎದುರಿನ ಕಾಫಿತೋಟದ ಮರಗಳ ಮೇಲಿನಿಂದ ಹುಣ್ಣಿಮೆಯ ಚಂದ್ರ ನಿಧಾನಕ್ಕೆ ಮೇಲೆ ಏಳಲು ನೋಡುತ್ತಿದ್ದ. ಕಣ್ಣಿನ ಪೊರೆಯಿಂದಾಗಿ ಕುಟ್ಟಿಕಣ್ಣನಿಗೆ ಅದೂ ಗೊತ್ತಾಗುತ್ತಿರಲಿಲ್ಲ.

ಅವನು ಒಂದೇ ಒಂದು ಬಾರಿ ಉಸ್ಮಾನ್ ರೈಟರ ಜೊತೆ ಮಡಿಕೇರಿಯ ಸಂಪಿಗೆ ಕಟ್ಟೆಯ ಬಳಿ ಇರುವ ಕುಪ್ಪಿಮೂಸಾನ ಒಂದು ಕೋಣೆಯ ಬಿಡಾರಕ್ಕೆ ಹೋಗಿಬಂದಿದ್ದ. ಆಗ ಜೈನಬಾ ತುಂಬ ಸಣ್ಣ ಮಗು. ಮೂರು ತಿಂಗಳಾಗಿರಬಹುದು. ದೊಡ್ಡವನು ಸೈದಾಲಿ ಇನ್ನೂ ಚಿಕ್ಕ ಹುಡುಗ. ಕುಪ್ಪಿಮೂಸಾ ಬಿಡಾರದ ಒಳಗೂ ಹೊರಗೂ ಹಳೆಯ ಕಬ್ಬಿಣ, ಲಠಾರಿ

ಸಾಮಾನು, ಚಪ್ಪಲಿ, ಬಾಟಲು ಎಲ್ಲಾ ಹರಡಿಕೊಂಡು ಸಿಕ್ಕು ಸಿಕ್ಕಾಗಿರುವ ಕಬ್ಬಿಣದ ಹಳೆಯ ತಂತಿಗಳನ್ನು ಸರಿಪಡಿಸಿ ಸುತ್ತುತ್ತಾ ಕೂತಿದ್ದ. ಅವನ ಮಲಯಾಳಿ ಬಿಲ್ಲವ ಹೆಂಡತಿ ನೀರಿನ ತೊಟ್ಟಿಯ ಮುಂದೆ ಕೂತು ಅಡಿಕೆಯ ಹಾಳೆಯಲ್ಲಿ ಜೈನಬಾಳನ್ನು ಮಲಗಿಸಿ ನೀರು ಸುರಿದು ಸ್ನಾನ ಮಾಡಿಸುತ್ತಿದ್ದಳು. ಉಸ್ಮಾನ್ ರೈಟರು ಸೈದಾಲಿಯನ್ನು ಸಿದ್ದಾಪುರದವರೆಗೆ ಕರೆತಂದು, ಅಲ್ಲಿಂದ ಕುಟ್ಟಿಕಣ್ಣನ ಕೈಗೆ ಒಪ್ಪಿಸಿ, ಮಸೀದಿಯ ಒಳ ಹೊಕ್ಕಿದ್ದರು. ಯಾರೂ ಇಲ್ಲದವನೆಂದು ಹೇಳಿ ಅವನನ್ನು ಕುಟ್ಟಿಕಣ್ಣ ಸಾಹುಕಾರರ ಮುಂದೆ ನಿಲ್ಲಿಸಿದ್ದನು.

ಕುಟ್ಟಿಕಣ್ಣ ಆ ಬೆಳದಿಂಗಳಿನಲ್ಲಿ ಏನೂ ಕಾಣಿಸದೆ ಗೇಟಿನ ಗೋಡೆಗೆ ಒರಗಿಕೊಂಡು ಸುಮ್ಮನೆ ಯೋಚಿಸುತ್ತಿದ್ದ. ಅವನಿಗೆ ಅಳುಬಂದು ಕಣ್ಣುಮಂಜು ಮಂಜಾಗಿ ತುಂಬಿಕೊಳ್ಳುತ್ತಿತ್ತು. 'ಈ ಉಸ್ಮಾನ್ ರೈಟರ ಸಂಸಾರವನ್ನು ಸರಿ ಮಾಡುವುದರಲ್ಲೇ ನನ್ನ ಕಣ್ಣುಗಳು ಕಾಣದಂತಾಯಿತಲ್ಲ ಭಗವತಿಯೇ' ಎಂದು ಆತ ಆ ಬೆಳಕಿನಲ್ಲಿ ಮರುಗುತ್ತಿದ್ದ. ಪಾಲಕ್ಕಾಡಿನ ಬಳಿಯ ನಾಟಿ ವೈದ್ಯರ ಕುಟುಂಬದಿಂದ ಬಂದಿದ್ದ ಕುಟ್ಟಿಕಣ್ಣನಿಗೆ ಅದು ಯಾವ ಮಾಯೆಯಲ್ಲಿ ತಾನು ಈ ಹೂವಿನಕೊಲ್ಲಿಗೆ ಬಂದು ಮುದಿಯಾಗಿ ಹೋಗಿರುವೆ ಎಂದು ಅರಿವಾಗದ ಹಾಗೆ ಅವನ ಎರಡೂ ಕಣ್ಣುಗಳಲ್ಲಿ ಪೊರೆ ತುಂಬಿಕೊಂಡುಬಿಟ್ಟಿತ್ತು. ಏನೂ ಕಾಣದಿದ್ದರೂ ಅವನಿಗೆ ಎಲ್ಲವೂ ಅರಿವಾಗುತ್ತಿತ್ತು. ಅವನೊಡನೆ ಹೂವಿನಕೊಲ್ಲಿಗೆ ಬಂದಿದ್ದ ಮಡದಿ ರುಕ್ಮಿಣಿಯೂ, ಮಗಳು ದೇವಯಾನಿಯೂ ಅಲ್ಲಿ ಇರಲಾರದೆ ಹೊರಟುಹೋಗಿದ್ದರು. ದೊಡ್ಡವಳಾದ ಮೇಲೆ ದೇವಯಾನಿ ಯಾವಾಗಲೋ ಒಮ್ಮೆ ವಿಷುವಿಗೋ, ಓಣಂ ಹಬ್ಬಕ್ಕೋ ಬಂದು ಕುಟ್ಟಿಕಣ್ಣನನ್ನೂ ಹೂವಿನಕೊಲ್ಲಿಯಿಂದ ಬಿಡಿಸಿ ಕರೆದುಕೊಂಡು ಹೋಗಲು ನೋಡಿದ್ದಳು. ಅವಳು ಕೇರಳದಲ್ಲಿ ಎಲ್ಲೋ ಒಂದು ವೈದ್ಯಾಲಯದಲ್ಲಿ ಆಯಾ ಕೆಲಸದಲ್ಲಿದ್ದಳು. ಆದರೆ ಕುಟ್ಟಿಕಣ್ಣ ಹೋಗಿರಲಿಲ್ಲ. ತನಗೆ ಉಸ್ಮಾನ್ ರೈಟರನ್ನು ಬಿಟ್ಟು ಬದುಕಲಾಗುವುದಿಲ್ಲ ಅಂದಿದ್ದ. ತಾನು ಸತ್ತು ಹೋದರೆ ತನ್ನನ್ನು ದೇವರಕಾಡಿನಲ್ಲಿ ಮಣ್ಣು ಮಾಡಬೇಕು, ಆಗ ನೀನೂ ಬರಬೇಕು ಎಂದು ಮಗಳು ದೇವಯಾನಿಯಲ್ಲಿ ಹೇಳಿದ್ದ. ಅವಳು ತುಂಬ ಹೊತ್ತು ಏನೇನೋ ಮಾತಾಡಿ, ಅತ್ತು ಆಮೇಲೆ ಮಡಿಕೇರಿಯಿಂದ ಬರುವ ಕೊನೆಯ ಬಸ್ಸು ಹತ್ತಿ ಹೊರಟುಹೋಗಿದ್ದಳು. ಆಗಲೂ ಕುಟ್ಟಿಕಣ್ಣನಿಗೆ ಏನೂ ಅನಿಸಿರಲಿಲ್ಲ. ರುಕ್ಮಿಣಿ ಎಲ್ಲಿರುವಳು ಎಂದೂ ಕೇಳಿರಲಿಲ್ಲ.

ಈಗ ಯಾಕೋ ಕುಟ್ಟಿಕಣ್ಣನಿಗೆ ಎಲ್ಲವೂ ನೆನಪಾಗಲುತೊಡಗಿತ್ತು. ಹೇ, ಭಗವತಿಯೇ ನಾನು ಇದೇನು ಮಾಡಿಕೊಂಡಿರುವೆ ಎಂದು ಆತನಿಗೆ ಅನಿಸುತ್ತಿತ್ತು. ಈಗ ಈ ಹುಡುಗಿಯನ್ನು ರೈಟರ ಬಿಡಾರಕ್ಕೆ ಸೇರಿಸಿ ಮುಗಿದ ಮೇಲೆ ತನಗೆ ಇಲ್ಲಿ ಇನ್ನೇನು ಕೆಲಸ ಅನಿಸುತ್ತಿತ್ತು. ಮೇ ದಿನದ ಕರಪತ್ರವನ್ನು

ಅವನ ಕೈಯಿಂದ ಇಸಕೊಂಡ ಹಾಲು ಕರೆಯುವ ನಂಬಿಯಾರರು, 'ನಮಗೆಲ್ಲಾ ವಯಸ್ಸಾಯಿತು ಕುಟ್ಟಿಕಣ್ಣಾ, ಇಲ್ಲಿ ಇರುವುದು ಎಷ್ಟು ದಿನ. ಇನ್ನು ನಾವೂ ಜಾಥಾ ಹೊರಡಬೇಕು. ಒಂದು ದೊಡ್ಡ ಜಾಥಾ. ಇಲ್ಲಿಂದ ಅಲ್ಲಿಯವರೆಗೆ' ಎಂದು ಆಕಾಶದ ಕಡೆ ನೋಡಿ ನಡೆದಿದ್ದರು. ಕುಟ್ಟಿಕಣ್ಣನಿಗೆ ಅದು ಅರ್ಥವಾದರೂ ಏನೂ ಹೇಳದೆ ತಾನೊಬ್ಬನೇ ಗೇಟಿನ ಬಳಿ ಉಳಿದುಕೊಂಡು ಜೈನಬಾಳಿಗೆ ಕಾಯುತ್ತಿದ್ದ.

ಇತ್ತ ಕಡೆ ಉಸ್ಮಾನ್ ರೈಟರ ಬಿಡಾರದಲ್ಲಿ ಹಾಜಮ್ಮ ನೆಲದ ತುಂಬಾ ಹಲವು ಹಾಸಿಗೆಗಳನ್ನು ಹಾಸಿ, ತನ್ನ ಬದಿಯಲ್ಲಿ ಒಬ್ಬರಿಗೆ ಮಲಗುವಷ್ಟು ಮಾತ್ರ ಜಾಗವನ್ನು ಖಾಲಿ ಬಿಟ್ಟು ಉಳಿದವರೆಲ್ಲರನ್ನು ಸುತ್ತ ಮಲಗಿಸಿಕೊಂಡು ಅವರನ್ನು ನಿದ್ದೆ ಹೋಗಿಸಲು ತಾನೂ ಒಂದು ಕಥೆ ಹೇಳಲು ಕಷ್ಟಪಡುತ್ತಿದ್ದರು. ಪಾತುಮ್ಮ ಹೇಳುವ ಕಥೆ ಹೇಳು ಎಂದು ಹಾರೂನ್ ಹಠ ಮಾಡುತ್ತಿದ್ದ. ಮಗ ಉಸ್ಮಾನನ ಕೋಣೆಯಿಂದ ಉರಿಯುವ ಬಲ್ಬಿನ ಬೆಳಕು ಹೊರ ಚೆಲ್ಲುತ್ತಿತ್ತು. ಆಯಿಷಾ ಕಲ್ಲಿನ ತುಂಬಾ ಅಕ್ಕಿಯ ಹಿಟ್ಟು ತುಂಬಿಕೊಂಡು ಅರೆಯುವ ಸದ್ದು ಕೇಳಿಸುತ್ತಿತ್ತು. ಮಾಡಿನ ಬೆಳಕಿನ ಗಾಜಿನಿಂದ ಚಂದ್ರನ ಬೆಳಕು ಕೋಲುಕೋಲಾಗಿ ಗೋಡೆಯ ಮೇಲೆ ಇಳಿಯುತ್ತಿತ್ತು. ಹಾಜಿರಾ ಮುಖದ ತುಂಬಾ ಕಂಬಳಿ ಎಳೆದು ತನ್ನದೇ ಬಿಡಾರ ಮಾಡಿಕೊಂಡು ಅದರೊಳಗೇ ಏನೋ ಹಾಡಿಕೊಂಡು ಕಾಲು ಅಲ್ಲಾಡಿಸುತ್ತಾ ಮಲಗಿದ್ದಳು. ಸೈದಾಲಿ ಬಚ್ಚಲಿನ ಪಕ್ಕದಲ್ಲಿ ಸೌದೆ ತುಂಬಿಡುವ ಜಾಗದಲ್ಲಿ ಮಳೆ ಕಂಬಳಿ ಹಾಸಿಕೊಂಡು ಹಾಡು ಹೇಳುತ್ತಾ ಮಲಗಿದ್ದ. ಅವನ ಬಾಯಿಯಲ್ಲೂ ಮೇ ದಿನದ ಘೋಷ ವಾಕ್ಯಗಳು ಸಣ್ಣದಾಗಿ ಹಾದು ಹೋಗುತ್ತಿತ್ತು. 'ಇದು ಯಾರಿಗೆ ಮಲಗಲು ಉಮ್ಮಾಮಾ' ಎಂದು ಹಾರೂನನು ಹಾಜಮ್ಮಳ ಮೇಲೆ ಉರುಳಿ ಖಾಲಿ ಜಾಗದಲ್ಲಿ ಮಲಗಲು ನೋಡುತ್ತಿದ್ದ. ಹಾಜಮ್ಮ ಏನೂ ಹೇಳದೆ ಆ ಜಾಗವನ್ನು ಅವನಿಂದ ರಕ್ಷಿಸಿಕೊಳ್ಳಲು ನೋಡುತ್ತಿದ್ದರು.

ಅವರಿಗೆ ಬಹಳ ಕಾಲದಿಂದ ತನ್ನ ಮನಸಿನಲ್ಲಿರುವ ಒಂದು ಕಥೆಯನ್ನು ಮಕ್ಕಳಿಗೆ ಹೇಳಬೇಕು ಅನ್ನಿಸುತ್ತಿತ್ತು. ಆದರೆ ಮಕ್ಕಳಿಗೆ ಆ ಕಥೆ ಹೇಳಲು ಹೆದರಿಕೆಯಾಗುತ್ತಿತ್ತು. ಆ ಕಥೆಯನ್ನು ಹಾಜಮ್ಮ ಸಣ್ಣದಿರುವಾಗ ಅವರ ತಾಯಿ ಒಲ್ಲಿ ಫಾತಿಮಾ ಹೇಳಿದ್ದರು. ಅವರು ಯಾವಾಗಲೂ ಒಲ್ಲಿ ಹೊದ್ದುಕೊಂಡಿರುತ್ತಿದ್ದರಿಂದ ಅವರನ್ನು ಎಲ್ಲರೂ ಒಲ್ಲಿ ಫಾತಿಮಾ ಎಂದು ಕರೆಯುತ್ತಿದ್ದರು.

ಅದು ಒಬ್ಬಳು ತಾಯಿ ಮತ್ತು ಒಬ್ಬ ಮಗನ ಕಥೆ. ಮೇಲೆ ಇಟ್ಟರೆ ಹದ್ದು ನುಂಗೀತು, ಕೆಳಗೆ ಇಟ್ಟರೆ ಇರುವೆ ಹರಿದೀತು, ನಡುವೆ ಇಟ್ಟರೆ ಹಾವು ನೆಕ್ಕೀತು ಎಂದು ತಾಯೊಬ್ಬಳು ಒಬ್ಬ ಮಗನನ್ನು ಸಾಕಿದ್ದಳು. ಮಗನು ದೊಡ್ಡವನಾದ

ಮೇಲೆ ತಾಯಿಯನ್ನು ಹೆಗಲ ಮೇಲೆ ಹೊತ್ತುಕೊಂಡು ನಡೆಯುತ್ತಿದ್ದ. ತನ್ನ ತಾಯಿಯು ತನ್ನನ್ನು ಹೊಟ್ಟೆಯಲ್ಲಿಟ್ಟು ಒಂದು ಹಗಲು, ಒಂದು ರಾತ್ರಿ ನಡೆದ ಪುಣ್ಯವನ್ನು ತೀರಿಸಬೇಕಾದರೆ ತಾನು ಅವಳನ್ನು ನಲವತ್ತು ಹಗಲು, ನಲವತ್ತು ರಾತ್ರಿ ಹೆಗಲಲ್ಲಿ ಹೊತ್ತು ನಡೆಯಬೇಕು ಎಂದು ಹೊತ್ತುಕೊಂಡು ನಡೆಯುತ್ತಿದ್ದ.

ಒಂದು ದಿನ ತಾಯಿಯು ಮಗನಿಗೆ ಸುಂದರಿಯಾದ ಹೆಣ್ಣೊಂದನ್ನು ತಂದು ಮದುವೆ ಮಾಡಿಸಿದಳಂತೆ. ಮಾರನೆಯ ರಾತ್ರಿ ಆ ಹೆಣ್ಣಿಗೆ ಹೊಟ್ಟೆನೋವಾಗಲು ತೊಡಗಿತಂತೆ. ಏನು ಮಾಡಿದರೂ ಹೊಟ್ಟೆನೋವು ಹೋಗಲಿಲ್ಲ. 'ನೀವು ನಿಮ್ಮ ತಾಯಿಯನ್ನು ಕಾಡಿಗೆ ಹೊತ್ತುಕೊಂಡು ಹೋಗಿ, ಅವಳನ್ನು ಕಡಿದು, ಅವಳ ಹೊಟ್ಟೆಯನ್ನು ಬಗೆದು, ಅವಳ ಕರುಳನ್ನು ತೆಗೆದುಕೊಂಡು ಬನ್ನಿ. ಅದನ್ನು ನಾನು ಹಸಿಯಾಗಿ ತಿಂದರೆ ನನ್ನ ಹೊಟ್ಟೆನೋವು ಹೋಗುವುದು' ಅಂದಳಂತೆ. ಅದರಂತೆ ಮಗನು ಕಾಡಿನಿಂದ ತಾಯಿಯ ಕರುಳನ್ನು ಕೈಯಲ್ಲಿ ಹಿಡಿದು ನಡೆದು ಬರುತ್ತಿದ್ದನಂತೆ. ಹಾಗೆ ಬರುವಾಗ ಕಾಡಿನ ಬಳ್ಳಿಯೊಂದು ಅವನ ಕಾಲಿಗೆ ಎಡವಿ ಅವನು ಮುಗ್ಗರಿಸಿ ಬೀಳಲು ಹೋದನಂತೆ. ಆಗ ಅವನ ಕೈಯಲ್ಲಿದ್ದ ತಾಯಿಯ ಕರುಳು 'ಯಾ ಮಗನೇ, ಬಿದ್ದು ಹೋಗುತ್ತಿದ್ದಿಯಲ್ಲಾ ನನ್ನ ಕರುಳೇ' ಎಂದು ಆ ಕತ್ತಲಲ್ಲಿ ಕೂಗಿಕೊಂಡಿತಂತೆ.

ಆ ಕತ್ತಲಲ್ಲಿ ಆ ಕೂಗನ್ನು ಕೇಳಿಸಿಕೊಂಡ ಮಗನು ಮುಗ್ಗರಿಸಿದ್ದಲ್ಲಿಂದ ಎದ್ದು ನಡೆದು ಮನೆಗೆ ಬಂದು ತನ್ನ ಹೆಂಡತಿಯ ಕರುಳನ್ನೂ ಹಾಗೇ ಬಗೆದು ಕೈಯಲ್ಲಿ ಹಿಡಿದುಕೊಂಡು ಕತ್ತಲಲ್ಲಿ ನಡೆದಾಡುತ್ತಿದ್ದನಂತೆ.

ಹಾಜಮ್ಮ ಯಾವಾಗಲೂ ಮಕ್ಕಳಿಗೆ ಇದೊಂದು ಕಥೆಯನ್ನು ಹೇಳಿಬಿಡಬೇಕು ಅಂದುಕೊಳ್ಳುತ್ತಿದ್ದರು. ಆದರೆ ಆಗುತ್ತಿರಲಿಲ್ಲ. ಈವತ್ತಾದರೂ ಹೇಳಬೇಕು ಅಂದುಕೊಳ್ಳುವಷ್ಟರಲ್ಲಿ ಎಲ್ಲರೂ ನಿದ್ದೆ ಹೋಗಿದ್ದರು. ಹುಣ್ಣಿಮೆಯ ಬೆಳಕು ಮಾಡಿನ ಬೆಳಕು ಗಾಜಿನಿಂದ ಕೋಣೆಯನ್ನೆಲ್ಲಾ ತುಂಬಿಕೊಳ್ಳುತಿತ್ತು. ಮಕ್ಕಳು ಉಸಿರಾಡುವ ಸದ್ದು ಅಲ್ಲೆಲ್ಲಾ ಕೇಳಿಸುತ್ತಿತ್ತು. ಒಳಗೆ ಅಡುಗೆ ಕೋಣೆಯಲ್ಲಿ ಅಕ್ಕಿ ಅರೆದು ಮುಗಿಸಿದ ಆಯಿಷಾ ಅರೆಯುವ ಕಲ್ಲನ್ನು ತೊಳೆದು, ಗೆರಟದಿಂದ ತೊಳೆದ ನೀರನ್ನು ಮೊಗೆದು ತೆಗೆಯುತ್ತಿದ್ದಳು. ಕುಟ್ಟಿಕಣ್ಣ ಒಂದು ಕೈಯಲ್ಲಿ ಬಟ್ಟೆ ಸುತ್ತಿ ಮಾಡಿದ ಸೀಮೆಎಣ್ಣೆಯ ಸೂಟೆಯನ್ನು ಉರಿಸಿಕೊಂಡು ಆ ಬೆಳದಿಂಗಳಿನಲ್ಲಿ ಬೆಳಕು ಮಾಡಿಕೊಂಡು, ಇನ್ನೊಂದು ಕೈಯಲ್ಲಿ ಜೈನಬಾಳ ಕೈಯನ್ನು ತನ್ನ ಕೈಯೊಳಗೆ ತೆಗೆದುಕೊಂಡು ದೊಡ್ಡ ಗೇಟಿನ ಕಡೆಯಿಂದ ನಡೆದು ಬರುತ್ತಿದ್ದ.

ಕಾದಿಮಾ ಅಜ್ಜಿಯ ಕಥೆ

ಕುರಾನು ಕಲಿಸುವ ಮೊಲ್ಲಾಕ ಬಂಗಲೆಯ ಹಜಾರದಲ್ಲಿ ಕೈ ಮುರಿದ ಕುರ್ಚಿಯೊಂದರಲ್ಲಿ ಕಾಲು ಚಾಚಿ ಕುಳಿತು ಹಾಗೇ ನಿದ್ದೆ ತೂಗುತ್ತಿದ್ದರು. ಅವರ ಕೈಯಲ್ಲಿದ್ದ ಕುರಾನು ಕಲಿಸುವ ನಾಗರಬೆತ್ತ ನೆಲಕ್ಕೆ ಕಳಚಿ ಬಿದ್ದು ಸಾಹುಕಾರರ ಮಕ್ಕಳು ಅದನ್ನು ಕೈಯಲ್ಲಿ ಹಿಡಿದು ಎಳೆದಾಡಿಕೊಂಡು ಗಲಾಟೆ ಎಬ್ಬಿಸುತ್ತಿದ್ದರು. ತಮ್ಮ ಕನಸಿನಿಂದ ಆಗಾಗ ಎಚ್ಚರವಾಗುತ್ತಿದ್ದ ಮೊಲ್ಲಾಕ ಕಣ್ಣು ತೆರೆದು ಕುರಾನಿನ ವಾಕ್ಯಗಳನ್ನು ನಿದ್ದೆಯಲ್ಲೇ ಒದರುತ್ತಾ ಮತ್ತೆ ಕನಸು ಕಾಣುತ್ತಿದ್ದರು. ಸಾಹುಕಾರರ ಬಂಗಲೆಯೊಳಗೆ ಬೆಳ್ಳಗೆ ತುಂಬಿಕೊಂಡಿದ್ದ

ಬೆಳಕು, ಆಗಾಗ ತೂರಿ ಬರುತ್ತಿದ್ದ ಸಾಹುಕಾರರ ಹೆಂಗಸರ ಉಡುಪಿನ ಅತ್ತರಿನ ಸುವಾಸನೆ ಮತ್ತು ಅಡುಗೆ ಮನೆಯೊಳಗಿಂದ ತೇಲಿ ಬರುತ್ತಿದ್ದ ನಾನಾ ತರಹದ ಅಡುಗೆಗಳ ಪರಿಮಳ. ಕಾಲು ಚಾಚಿಕೊಂಡು ತೂಕಡಿಸುತ್ತಿದ್ದ ಮೊಲ್ಲಾಕ ಅದಾಗಲೇ ತಮ್ಮ ಕನಸಿನಲ್ಲಿ ಹಾಯಿ ಹಡಗೊಂದನ್ನು ಏರಿ, ಅರಬಿ ಕಡಲನ್ನೂ ದಾಟಿ, ಮಕ್ಕಾವನ್ನೂ, ಮದೀನಾವನ್ನೂ ಕಂಡು ತಮ್ಮ ಪೂರ್ವಜರ ನಗರವಾದ ಸಿರಿಯಾ ದೇಶದ ಬಸ್ರಾವನ್ನೂ ತಲುಪಿ ಅಲ್ಲಿ ತಮ್ಮ ತರವಾಡಿನ ಮನೆ ಯಾವುದು ಎಂದು ಹುಡುಕುತ್ತಿದ್ದರು.

ಬಂಗಲೆಯ ಅಡುಗೆಯ ಕಾದಿಮಾ ಅಜ್ಜಿ ಕೈಯಲ್ಲಿ ಆಗಾಗ ಟೀ ಹಿಡಿದುಕೊಂಡು ಬಂದು ಮೊಲ್ಲಾಕ ನಿದ್ದೆ ಹೋಗಿರುವುದನ್ನು ಕಂಡು ಪುನಃ ಅಡುಗೆಯ ಮನೆಗೆ ಹೋಗುತ್ತಿದ್ದಳು. ಅಡುಗೆಯ ನಾನಾ ಕೆಲಸಗಳ ನಡುವೆ ಆ ಟೀಯನ್ನು ಮತ್ತೆ ಬಿಸಿ ಮಾಡಿ ತಂದರೆ ಮೊಲ್ಲಾಕ ಇನ್ನೂ ಕನಸು ಕಾಣುತ್ತಿದ್ದರು. ಸಾಹುಕಾರರ ಮಕ್ಕಳು ಮೊಲ್ಲಾಕನ ನಾಗರಬೆತ್ತವನ್ನು ಬಂಗಲೆಯ ಎದುರು ಅಂಗಳಕ್ಕೆ ತಂದು ತಮ್ಮ ಬೆಳ್ಳಗಿನ ಉಡುಪನ್ನು ಮಣ್ಣು ಮಾಡಿಕೊಂಡು ಆಡುತ್ತಿದ್ದರು.

ಇನ್ನು ಸಾಹುಕಾರರು ತೋಟದ ಸುತ್ತು ಮುಗಿಸಿಕೊಂಡು ಬರುವಾಗಲೂ ಮೊಲ್ಲಾಕ ಹೀಗೇ ನಿದ್ದೆ ಮಾಡುತ್ತಿದ್ದರೆ ಸರಿ ಇರುವುದಿಲ್ಲ ಅಂದುಕೊಂಡ ಕಾದಿಮಾ ಅಜ್ಜಿ 'ಏ ಮೊಲ್ಲಾಕ' ಎಂದು ಸಣ್ಣಗೆ ಕೂಗಿದಳು. ನಿದ್ದೆಯಿಂದ ಕಣ್ಣು ಬಿಟ್ಟ ಮೊಲ್ಲಾಕ ತಮ್ಮ ಗಡ್ಡಕ್ಕೆ ಇಳಿದಿದ್ದ ಜೊಲ್ಲನ್ನು ಉಜ್ಜಿ ಸರಿಪಡಿಸಿ, ತಮ್ಮ ಮಡಿಲಲ್ಲಿ ಬಿದ್ದುಕೊಂಡಿದ್ದ ಕುರಾನು ಪುಸ್ತಕವನ್ನು ಎತ್ತಿ ಕಣ್ಣಿಗೊತ್ತಿ, 'ಯಾ ಪಡೆದವನೇ ಎಲ್ಲಿ ನನ್ನ ನಾಗರಬೆತ್ತ, ಯಾ ಪಡೆದವನೇ ಎಲ್ಲಿ ಈ ಹಾಳು ಮಕ್ಕಳು' ಎಂದು ಕಾದಿಮಾ ಅಜ್ಜಿಯ ಕೈಯಲ್ಲಿದ್ದ ಟೀಯನ್ನು ಕಸಿದುಕೊಂಡು ಹೀರಲು ತೊಡಗಿದರು.

ಪರದೆಗಳನ್ನು ಸದ್ದು ಮಾಡದೆ ಸರಿಸಿಕೊಂಡು ಬಂಗಲೆಯ ತುಂಬಾ ನೆರಳಿನಂತೆ ಸುಳಿದಾಡುತ್ತಿದ್ದ ಕಾದಿಮಾ ಅಜ್ಜಿಗೆ ನಗು ಬರುತ್ತಿತ್ತು. ಈ ಮೊಲ್ಲಾಕನೂ, ಈ ನಂಬಿಯಾರೂ, ಈ ಮುದಾರನೂ, ಈ ಉಸ್ಮಾನ್ ರೈಟರೂ, ಈ ತಾನೂ, ಈ ಹೂವಿನಕೊಲ್ಲಿಯ ಎಲ್ಲರೂ ಒಬ್ಬರಿಗೊಬ್ಬರು ಏನೂ ಆಗದಿದ್ದರೂ ಎಲ್ಲರೂ ಎಲ್ಲರನ್ನೂ ಅರ್ಥ ಮಾಡಿಕೊಂಡು ಬದುಕುತ್ತಿರುವುದು ಅಲ್ಲಾಹುವಿನ ಕರುಣೆಯಲ್ಲದೆ ಇನ್ನೇನು ಎಂದು ಆಕೆಗೆ ನಗು ಬರುತ್ತಿತ್ತು. ಕಾದಿಮಾ ಅಜ್ಜಿ ಹಾಗೇ ಕಾಲೆಳೆದುಕೊಂಡು ಹೋಗಿ ಅಂಗಳದಲ್ಲಿ ಆಟವಾಡುತ್ತಿದ್ದ ಸಾಹುಕಾರರ ಮಕ್ಕಳನ್ನು ಗದರಿಸಿ ಅವರ ಕೈಯಿಂದ ನಾಗರಬೆತ್ತವನ್ನು ಕಸಿದು ತಂದು ಮೊಲ್ಲಾಕನ ಕೈಗೆ ಕೊಟ್ಟಳು. ಮಕ್ಕಳು ತಮ್ಮ ಉಡುಪಿನ ಮಣ್ಣನ್ನು ಕೊಡವಿಕೊಂಡು ಒಳ ಬಂದು ಮೊಲ್ಲಾಕನ

ಕಾಲ ಬಳಿಯಲ್ಲಿ ಹಾಸಿದ್ದ ಜಮಖಾನೆಯಲ್ಲಿ ಕುಳಿತು ಮೊಲ್ಲಾಕನ ಬಾಯಿಂದ ಬರುತ್ತಿದ್ದ ಕುರಾನಿನ ನಾನಾ ಸಾಲುಗಳನ್ನು ಪಕ್ಷಿಗಳಂತೆ ಉಚ್ಚರಿಸತೊಡಗಿದರು.

ಬಂಗಲೆಯೊಳಗೆ ಬೆಳಕು ಇನ್ನಷ್ಟು ತುಂಬಿಕೊಳ್ಳತೊಡಗಿತ್ತು. ಬಂಗಲೆಯ ಹೆಂಗಸರು ತಮ್ಮ ಕೋಣೆಗಳಿಂದ ಕಾದಿಮಾ ಅಜ್ಜಿಯನ್ನು ಕರೆಯಲು ತೊಡಗಿದ್ದರು. ತೀರಿಹೋದ ದೊಡ್ಡ ಸಾಹುಕಾರರ ಹೆಂಡತಿಯೂ, ಆಗತಾನೇ ಕಣ್ಣು ಬಿಡುತ್ತಿದ್ದ ಖಾನ್ ಸಾಹುಕಾರರ ಹೆಂಡತಿಯೂ, ಅವರಿಬ್ಬರ ಸೊಸೆಯಂದಿರೂ, ಹೆಣ್ಣು ಮಕ್ಕಳೂ ಕಾದಿಮಾ ಅಜ್ಜಿಯ ಕಾಫಿ ಟೀ ತಿಂಡಿಗಳಿಗೆ ಕಾಯುತ್ತ ಅವಳ ಹೆಸರನ್ನು ಕರೆಯುತ್ತಿದ್ದರು. ಕಾದಿಮಾ ಅಜ್ಜಿಯು ನನಗೇನು ಪಡೆದವನು ಸಾವಿರ ಕೈಗಳನ್ನು ಕೊಟ್ಟಿರುವನೋ ಎಂದು ಗೊಣಗಾಡುತ್ತಾ ಪ್ಲೇಟುಗಳನ್ನು ತೊಳೆದು, ಒರೆಸಿ, ತುಂಬುತ್ತಾ ಬಂಗಲೆಯ ಎಲ್ಲ ಕೋಣೆಗಳ ಕದ ತಟ್ಟಿ ಅವರವರ ತಟ್ಟೆಗಳನ್ನು ಅವರವರ ಮುಂದೆ ಇಡುತ್ತಾ ನಡೆಯುತ್ತಿದ್ದಳು. ಬಂಗಲೆಯಲ್ಲಿ ತುಂಬಿಕೊಳ್ಳುತ್ತಿದ್ದ ಬೆಳಕಿನಲ್ಲಿ ಮೊಲ್ಲಾಕ ಕುರಾನಿನ ವಾಕ್ಯಗಳನ್ನು ಇನ್ನಷ್ಟು ಹುಮ್ಮಸ್ಸಿನಿಂದ ಹೂಂಕರಿಸಿ ಮಕ್ಕಳು ಅದನ್ನು ಅಷ್ಟೇ ಉಲ್ಲಾಸದಲ್ಲಿ ಅನುಕರಿಸಿ ತಾವೂ ತಿಂಡಿಗಾಗಿ ಕಾಯುತ್ತಿದ್ದರು. ಬಂಗಲೆಯ ಗೋಡೆಗಳಲ್ಲಿ ತೂಗು ಹಾಕಿದ್ದ ಕಾಡು ಕೋಣಗಳ ಒಣಗಿದ್ದ ತಲೆಗಳೂ, ಹುಲ್ಲು ತುಂಬಿದ್ದ ವಿವಿಧ ಪ್ರಾಣಿ ಪಕ್ಷಿಗಳ ದೇಹಗಳೂ, ಬೀಟೆಯ ಕುರ್ಚಿ ಮೇಜುಗಳೂ, ಬಣ್ಣ ಕಳೆದುಕೊಂಡ ಜಮಖಾನಗಳೂ ಜೀವ ಪಡೆದಂತೆ ಎಚ್ಚರಗೊಂಡು ತಾವೂ ಬೆಳಕಿಗೆ ಕಾಯುತ್ತಿದ್ದವು. ಹೊರಗಿನಿಂದ ಎಲ್ಲಿಂದಲೋ ಹಾಡು ಹೇಳಿಕೊಂಡು ಹಸು ಕರುಗಳನ್ನು ಮೇಯಲು ಕರೆದೊಯ್ಯುತ್ತಿದ್ದ ಮುದಾರನ ಸದ್ದು, ವೇಲಾಯುದ ಓಡಿಸುತ್ತಿದ್ದ ತೋಟದ ಟ್ರಾಕ್ಟರಿನ ಸದ್ದು, ಕಾಫಿ ತೋಟದೊಳಗೆ ಎಲ್ಲೋ ಗಿಡಗಳಿಗೆ ಮದ್ದು ಬಿಡುತ್ತಿದ್ದ ಎಂಜಿನ್ನಿನ ಸದ್ದು ಬಂಗಲೆಯೊಳಗೆ ಸಣ್ಣಗೆ ಕೇಳಿಸುತ್ತಿತ್ತು.

ಖಾನ್ ಸಾಹುಕಾರರು ತೋಟದ ಬೆಳಗಿನ ಸುತ್ತು ಮುಗಿಸಿ ಬರುವ ಹೊತ್ತಾಯಿತು ಎಂದು ಬಂಗಲೆಯ ಹೆಂಗಸರೂ ಚಟುವಟಿಕೆಯಿಂದ ನಡೆದಾಡಲು ತೊಡಗಿದ್ದರು. ಸಾಹುಕಾರರ ಇಷ್ಟದ ತಿಂಡಿಯನ್ನೂ ತಯಾರಿಸಿ ಮುಗಿಸಿದ ಕಾದಿಮಾ ಅಜ್ಜಿ ಎರಡು ಅಕ್ಕಿಯ ರೊಟ್ಟಿಗಳನ್ನು ತಟ್ಟೆಯಲ್ಲಿಟ್ಟು ತಂದು ಮೇಜಿನ ಮೇಲಿಟ್ಟು ಮೊಲ್ಲಾಕನನ್ನು ಕರೆದಳು.

ಜೋರಾದ ಸದ್ದಿನ ನಡುವೆಯೇ ಮತ್ತೆ ಎಚ್ಚರ ತಪ್ಪಿ ಕನಸಿನೊಳಗಡೆ ಹೊರಟುಹೋಗುವುದರಲ್ಲಿದ್ದ ಮೊಲ್ಲಾಕ ಎಚ್ಚರಗೊಂಡು, 'ಇವತ್ತಿಗೆ ಆಯಿತು ಮಕ್ಕಳೇ ನಾಳೆ ಕುರಾನಿನ ಸೂರಾ ಮೂರು ಅಲ್ ಇಮ್ರಾ' ಎಂದು ರೊಟ್ಟಿಯ ಮುಂದೆ ಕುಳಿತರು. ಕಾದಿಮಾ ಅಜ್ಜಿಯು ಕಳೆದ ರಾತ್ರಿ ಉಳಿದಿದ್ದ ಕೋಳಿ ಸಾರನ್ನು ಒಂದೆರಡು ಸಣ್ಣ ತುಂಡುಗಳ ಸಮೇತ ತಂದು ಅವರ ಮುಂದಿಟ್ಟರು.

ಅದನ್ನು ಕಂಡು ಮೊಲ್ಲಾಕನು 'ಅಲ್‌ಹಂದುಲಿಲ್ಲಾ' ಎಂದು ಪ್ರೀತಿಯಿಂದ ಅವಳ ಮುಖವನ್ನು ನೋಡಿ ತಿನ್ನಲು ಶುರು ಮಾಡಿದರು.

ಕಾದಿಮಾ ಅಜ್ಜಿಯ ಮನಸಿನೊಳಗೆ ಒಂದು ಸಣ್ಣ ಸಂಕಟ ಎದ್ದು ನಡೆದಾಡಲು ಶುರು ಮಾಡಿತ್ತು. ಈ ಮೊಲ್ಲಾಕನ ಕುರಾನಿನ ಸಾಲುಗಳು ಅಡ್ಡ ಬರದಿದ್ದರೆ ತಾನು ಮಗ ಶಂಕರನ ಜೊತೆ ಈ ಹೂವಿನಕೊಲ್ಲಿಯ ಬಿಡಾರವೊಂದರಲ್ಲಿ ಬದುಕಬಹುದಿತ್ತಲ್ಲಾ ಎಂಬ ಸಿಟ್ಟೊ ಬರತೊಡಗಿತ್ತು. ಮತ್ತೊಂದು ನಿಮಿಷದಲ್ಲಿ ಕುರಾನಿನ ಸಾಲುಗಳು ಹಾಗೇ ಹೇಳಿದ್ದರೆ ಈ ಮೊಲ್ಲಾಕ ತಾನೇ ಏನು ಮಾಡಲು ಬರುತ್ತದೆ ಎಂದೂ ಅನ್ನಿಸಲು ತೊಡಗಿತು. ಏನು ಮಾಡುವುದು ಎಂದು ಗೊತ್ತಾಗದೆ ಅಡುಗೆಮನೆಯಿಂದ ಇನ್ನೊಂದು ರೊಟ್ಟಿಯನ್ನೂ, ಸ್ವಲ್ಪ ಸಾರನ್ನೂ ಮೊಲ್ಲಾಕನ ಮುಂದಿಟ್ಟು ಅಂಗಳಕ್ಕೆ ಹೋಗಿ ನೆಲದಲ್ಲಿ ಕುಳಿತು ಬಿಸಿಲು ಕಾಯತೊಡಗಿದಳು.

ಕಾದಿಮಾ ಅಜ್ಜಿಯು ಹೀಗೆ ಬಂಗಲೆಯ ಅಂಗಳದಲ್ಲಿ ಬಿಸಿಲು ಕಾಯಲು ಕುಳಿತರೆ ಅವಳನ್ನು ಯಾರೂ ಎಬ್ಬಿಸಲು ಹೋಗುತ್ತಿರಲಿಲ್ಲ. ಎಬ್ಬಿಸಿದರೆ ಆಕೆ ದಿನವಿಡೀ ಹುಚ್ಚಿಯಂತೆ ಆಡಲು ತೊಡಗಿ ಬಂಗಲೆಯ ಅಡುಗೆಯ ಸಂತೋಷವನ್ನೇ ಹಾಳು ಮಾಡಿ ಬಿಡುತ್ತಿದ್ದಳು. ಏನನ್ನೂ ಕೇಳದ, ಯಾರನ್ನೂ ಬೇಡದ ಈ ಕಾದಿಮಾ ಅಜ್ಜಿ ಯಾರೂ ಕಂಡೂ ಕೇಳರಿಯದ ಅಡುಗೆಗಳನ್ನು ಬಲ್ಲವಳಾಗಿರುವುದರಿಂದ ಆಕೆಯನ್ನು ಹುಚ್ಚಿಗೆಬ್ಬಿಸುವ ಕೆಲಸಕ್ಕೆ ಯಾರೂ ಹೋಗುತ್ತಿರಲಿಲ್ಲ. ಸಾಹುಕಾರರೂ ಅವಳನ್ನು ಮಗುವಿನಂತೆ ಮಾತನಾಡಿಸುತ್ತಾ ವಾರಕ್ಕೊಮ್ಮೆಯೋ, ತಿಂಗಳಿಗೊಮ್ಮೆಯೋ ತಮ್ಮ ಕಾರಿನಲ್ಲೇ ಕುಳ್ಳಿರಿಸಿ ಸಿದ್ದಾಪುರ ಪೇಟೆಗೆ ಕರೆದುಕೊಂಡು ಹೋಗಿ ಬಿಡುತ್ತಿದ್ದರು. ಸಿದ್ದಾಪುರ ಪೇಟೆಯಲ್ಲಿ ತನ್ನ ಮಗ ಶಂಕರನು ನಡೆಸುತ್ತಿದ್ದ ಕ್ಷೌರದ ಅಂಗಡಿಯ ಮುಂದೆ ಗಂಟೆಗಟ್ಟಲೆ ಕುಳಿತು ಅವನೆಲ್ಲಾದರೂ ಮಾತನಾಡಿಸಿದರೆ ಮಾತನಾಡಿಕೊಂಡು ಕಾದಿಮಾ ಅಜ್ಜಿ ಖುಷಿಯಲ್ಲಿ ಬರುತ್ತಿದ್ದಳು. ಅವನು ಮಾತನಾಡದೆ ಬೈದು ಕಳುಹಿಸಿದರೆ ಎರಡು ದಿನ ಹುಚ್ಚಿಯಂತೆ ಆಡುತ್ತಿದ್ದಳು.

ಹಾಗೆ ನೋಡಿದರೆ ಅರಕಲಗೂಡಿನ ಬಳಿಯ ಯಾವುದೋ ಹಳ್ಳಿಯಿಂದ ಕೈ ಬಾರದ ತನ್ನ ಮಗುವನ್ನು ಎತ್ತಿಕೊಂಡು ಸಿದ್ದಾಪುರಕ್ಕೆ ಬಹಳ ಹಿಂದೆ ಬಂದಿದ್ದ ಕಾದಿಮಾ ಅಜ್ಜಿ ಪಠಾಣರ ಕುಲಕ್ಕೆ ಸೇರಿದ್ದರೂ ಅವರ ಹಾಗೆ ಬೆಳ್ಳಗಿರದೆ ಕಪ್ಪಗಿದ್ದಳು. ಟೀಪೂ ಸುಲ್ತಾನ್- ಹೈದರಾಲಿಯರ ಕಾಲದಲ್ಲಿ ಅವರ ಕಾಲಾಳು ದಳದಲ್ಲಿ ತನ್ನ ಮನೆತನದವರು ಅಡುಗೆಯ ಕೆಲಸವನ್ನು ಮಾಡುತ್ತಿದ್ದರು ಎಂದು ಹೇಳುತ್ತಿದ್ದ ಕಾದಿಮಾ ಅಜ್ಜಿ ತನ್ನ ಒಂದು ಕೈ ಬಾರದ ಮಗುವನ್ನು ಕರೆದುಕೊಂಡು ಸಿದ್ದಾಪುರಕ್ಕೆ ಏಕೆ ಬಂದೆ ಎಂದು ಯಾರಲ್ಲೂ ಹೇಳುತ್ತಿರಲಿಲ್ಲ. ಕೇಳಿದರೆ ಹುಚ್ಚಿಯಂತೆ ಆಡುತ್ತಿದ್ದಳು.

ಹಲವು ವರ್ಷಗಳ ಹಿಂದೆ ಸಿದ್ದಾಪುರಕ್ಕೆ ಬಂದಿಳಿದಿದ್ದ ಕಾದಿಮಾ ಅಜ್ಜಿ ತನ್ನ ಮಗುವಿನ ಕೈ ಹಿಡಿದುಕೊಂಡು ಪೇಟೆ ಬೀದಿಯಲ್ಲಿ ಅಲೆದಾಡಿದ್ದಳು. ಯಾರ ಬಳಿಯೂ ಏನೂ ಕೇಳದೆ ಮಗುವನ್ನು ತಬ್ಬಿಕೊಂಡು ಸಂತೆ ಕಟ್ಟೆಯಲ್ಲಿ ಮಲಗಿದ್ದಳು. ಒಂದು ದಿನ ಆಕೆ ಅಲ್ಲೇ ಮಲಗಿ ಬೆಳಗ್ಗೆ ಎದ್ದು ನೋಡಿದರೆ ಆಕೆಗೇ ಗೊತ್ತಿಲ್ಲದೆ ಅವಳ ಸುತ್ತ ಸಂತೆಯೊಂದು ಎದ್ದು ಆ ಜಂಗುಳಿಯಲ್ಲಿ ಹಾಗೆ ಮಲಗಿದ್ದು ನೆನೆದು ಅವಳಿಗೆ ನಾಚುಗೆಯಾಗಿ ಅಳಲು ತೊಡಗಿದ್ದಳು. ಅಳುತ್ತಿದ್ದ ಅವಳನ್ನು ಮಾತನಾಡಿಸಲು ಹೋದ ಉಸ್ಮಾನ್ ರೈಟರು ಅವಳು ಅಡುಗೆಯವಳೆಂದೂ ಪಠಾಣರ ಕುಲದವಳೆಂದೂ ತಿಳಿದು ಹೂವಿನಕೊಲ್ಲಿಯ ದೊಡ್ಡ ಸಾಹುಕಾರರಿಗೆ ಹೇಳಿ ಅವಳನ್ನು ಬಂಗಲೆಯ ಅಡುಗೆಯ ಕೆಲಸಕ್ಕೆ ಸೇರಿಸಿದ್ದರು. ಆದರೆ ಒಂದು ಕೈ ಬಾರದ ಅವಳ ಮಗನು ಬಂಗಲೆಯಲ್ಲಿರುವುದು ಸರಿಯಲ್ಲ ಎಂದು ಹೇಳಿ ಸಿದ್ದಾಪುರದ ಪೇಟೆಯಲ್ಲಿ ಕ್ಷೌರದಂಗಡಿ ನಡೆಸುತ್ತಿದ್ದ ಕುಂಞಂಬುವಿನ ಬಳಿಯಲ್ಲಿ ಬಿಟ್ಟಿದ್ದರು.

ಒಂದು ಕೈ ಬಾರದ ಈ ಮಗುವಿಗೆ ಕ್ಷೌರವನ್ನು ಕಲಿಸುವುದಾಗಿ ಹಠ ತೊಟ್ಟಿದ್ದ ಕುಂಞಂಬು ಅವನನ್ನು ಶಂಕರನೆಂದು ಕರೆದು ಅವನಿಗೆ ತನ್ನ ಕುಲ ವಿದ್ಯೆಯನ್ನು ಕಲಿಸಿಕೊಟ್ಟಿದ್ದನು. ಸರಿಯಾಗಿ ಬಾರದ ತನ್ನ ಒಂದು ಕೈಯನ್ನು ಇನ್ನೊಂದು ಕೈಯಿಂದ ಎತ್ತಿ ಗಿರಾಕಿಯ ತಲೆಮೇಲೆ ಇರಿಸಿ, ಆ ಕೈಗೆ ಬಾಚಣಿಗೆ ಸಿಗಿಸಿ, ಇನ್ನೊಂದು ಕೈಯಿಂದ ಕತ್ತರಿಯಲ್ಲಿ ಕೂದಲು ಕತ್ತರಿಸುವುದನ್ನು ಕಲಿತ ಶಂಕರನು ಕುಂಞಂಬುವಿನ ಅಂಗಡಿಯನ್ನು ತಾನೇ ನಡೆಸುವಷ್ಟು ದೊಡ್ಡವನಾಗಿದ್ದನು. ಆದರೆ ಕೂದಲು ಕತ್ತರಿಸುವಾಗ ಒಮ್ಮೊಮ್ಮೆ ಭಾವುಕನಾಗಿ ತಾನೂ ಪಠಾಣರ ಕುಲದವನೆಂದೂ ತನಗೆ ಈ ಕೆಲಸ ಸರಿಯಾಗುವುದಿಲ್ಲವೆಂದೂ ಬಂದವರ ಎದುರು ಗೋಳಿಡುತ್ತಿದ್ದನು. ಕಾಣಲು ಬಂದ ಕಾದಿಮಾ ಎಂಬ ತನ್ನ ತಾಯಿಯನ್ನು ಬೈದು ಓಡಿಸುತ್ತಿದ್ದನು.

ಕಾದಿಮಾ ಎಷ್ಟು ಕೇಳಿಕೊಂಡರೂ ದೊಡ್ಡ ಸಾಹುಕಾರರು ಯಾಕೋ ಶಂಕರನು ಬಂದು ತಾಯಿಯೊಡನೆ ಹೂವಿನಕೊಲ್ಲಿಯಲ್ಲಿ ನೆಲೆಸುವುದನ್ನು ಒಪ್ಪುತ್ತಿರಲಿಲ್ಲ. ದೊಡ್ಡ ಸಾಹುಕಾರರು ತೀರಿದ ನಂತರ ಖಾನ್ ಸಾಹುಕಾರರೂ ಒಪ್ಪಲಿಲ್ಲ. ಎಲ್ಲದಕ್ಕೂ ಮೊಲ್ಲಾಕ ಅಡ್ಡಿಯಾಗಿರುವುದೆಂದೂ ಕಾದಿಮಾ ಅಜ್ಜಿಯ ಬಳಿ ಆಗಾಗ್ಗೆ ಪೇಟೆಯಲ್ಲಿ ಕಾಣಿಸಿಕೊಳ್ಳುತ್ತಿದ್ದ ಮಿಠಾಯಿಪಾಪ ಹೇಳಿಬಿಡುತ್ತಿದ್ದನು.

ಹಾಗಾಗಿ ಕಾದಿಮಾ ಅಜ್ಜಿಗೆ ಆಗಾಗ್ಗೆ ಮೊಲ್ಲಾಕನ ಮೇಲೆ ಸಿಟ್ಟು ಬರುತ್ತಿತ್ತು. 'ಕಾದಿಮಾ, ನೀನು ಕುರಾನಿನ ಸಾಲುಗಳನ್ನು ತಿಳಿಯದೆ ಸುಮ್ಮನೆ ನನ್ನ ಜೊತೆ ಸಿಟ್ಟು ಮಾಡಿಕೊಳ್ಳಬಾರದು' ಎಂದು ಮೊಲ್ಲಾಕನೂ ಅವಳಿಗೆ ಸಮಾಧಾನ ಹೇಳುತ್ತಿದ್ದರು.

ನಾಳೆ ಕೊಯ್ಯಿಸಿಕೊಳ್ಳುವಾಗ ಆ ಮಗು ಎಷ್ಟು ಅಳುವುದೋ

ಎಲ್ಲಿ ನೋಡಿದರಲ್ಲಿ ಸಂತಸವು ಹರಿಯುತ್ತಿರುವಂತೆ ಹೂವಿನಕೊಲ್ಲಿಯ ಕಾಫಿಯ ರೆಂಬೆಗಳಲ್ಲಿ ಬಿಸಿಲು ಚೆಲ್ಲಾಡಿ ಮರಗಿಡಗಳ ಗೆಲ್ಲುಗಳ ನಡುವೆ ಎಲೆಗಳು ಬೆಳಕಿಗೆ ಹೊಳೆಯುತ್ತಿದ್ದವು. ಬಿಡಾರದ ಕೆಳಗಿನ ಬಾವಿಯಿಂದ ಕೊಡಪಾನದಲ್ಲಿ ನೀರು ಎತ್ತಿಕೊಂಡು ಹಾಜಿರಾಳೂ, ಅವಳ ಬೆರಳುಗಳಿಗೆ ತನ್ನ ಬೆರಳುಗಳನ್ನು

ಕೋಸಿಕೊಂಡು ಒಂದು ಸಣ್ಣ ಚೊಂಬಿನಲ್ಲಿ ನೀರು ಎತ್ತಿಕೊಂಡು ಜೈನಬಾಳೂ, ಅವರಿಬ್ಬರ ಹಿಂದೆ ಬಕೆಟ್ಟುಗಳಲ್ಲಿ ನೀರು ಹಿಡಿದುಕೊಂಡು ಸೈದಾಲಿಯೂ, ಅವನ ಹಿಂದಿನಿಂದ ಸೂಫಿ, ಇಬ್ರಾಯಿಯರೂ ಮೆಟ್ಟಿಲು ಹತ್ತಿಕೊಂಡು ಮೇಲೆ ಬರುತ್ತಿದ್ದರು. ಅವರು ಮೇಲೆ ಬಂದು ಪೇರಳೆಯ ಮರದಡಿಯಲ್ಲಿ ಸಾಲು ಸಾಲಾಗಿ ಜೋಡಿಸಿಟ್ಟ ಡ್ರಮ್ಮುಗಳಲ್ಲಿ ನೀರು ತುಂಬುತ್ತಿದ್ದರು. ಆ ನೀರನ್ನು ಮೊಗೆದು ತೆಗೆದು ಐತಣ್ಣನ ಹೆಂಡತಿ ಐತಕ್ಕಳೂ ಅವರ ಇಬ್ಬರು ಹೆಣ್ಣುಮಕ್ಕಳೂ ಬಿಡಾರದ ಎದುರಿನ ಮಣ್ಣಿನ ನೆಲಕ್ಕೆ ಚಿಮುಕಿಸಿ ಒದ್ದೆ ಮಾಡುತ್ತಿದ್ದರು. ಐತಣ್ಣನೂ ಮುದಾರನೂ ಆ ಒದ್ದೆಯಾದ ನೆಲಕ್ಕೆ ಮರದ ದಮಾಸಿನಿಂದ ಬಡಿದು ಸಪಾಟು ಮಾಡುತ್ತಿದ್ದರು. ಮೂಲೆಯಲ್ಲಿ ಕುಕ್ಕುರುಗಾಲಲ್ಲಿ ಕುಳಿತು ಇದನ್ನೆಲ್ಲಾ ನಿರುಕಿಸಿಕೊಂಡು ಕುಳಿತಿದ್ದ ನಂಬಿಯಾರರು, 'ನೀವು ಹೀಗೆ ಹಗಲೆಲ್ಲಾ ಬಡಿಯುತ್ತಾ ಕುಳಿತರೆ ಇನ್ನು ಈ ಅಂಗಳದ ಮಣ್ಣು ಒಣಗಿ ಅದಕ್ಕೆ ಸಗಣಿ ಬಳಿದು ಅದೂ ಒಣಗಿ ನಾಳೆಯ ಹೊತ್ತಿಗೆ ಇನ್ನು ಯಾವಾಗ ರೆಡಿ ಆಗುವುದು ಗುರುವಾಯೂರಪ್ಪಾ' ಎಂದು ಗೊಣಗಿದರು.

'ಬಿಡಿ ನಂಬಿಯಾರೇ ಸಗಣಿ ಒಣಗಿದರೂ, ಒಣಗದಿದ್ದರೂ ನಾಳೆ ಇಷ್ಟು ಹೊತ್ತಿಗೆ ಆ ಹುಡುಗನದು ಕೊಯ್ದು ಮುಗಿದಿರುವುದಿಲ್ಲವಾ' ಅಂತ ಐತಣ್ಣ ನೆಲ ಬಡಿಯುತ್ತಿರುವ ಸದ್ದಿನ ನಡುವೆಯೇ ಒಮ್ಮೆ ಗಹಗಹಿಸಿ ಮತ್ತೆ ಬಡಿಯಲು ತೊಡಗಿದನು. ತಲೆಯೆತ್ತದೇ ಬಡಿಯುತ್ತಿದ್ದ ಮುದಾರ ಬಡಿಯುವುದ ನಿಲ್ಲಿಸಿ, ನೀರಿನ ಡ್ರಮ್ಮಿನ ಬಳಿ ಬಂದು ಐತಕ್ಕನ ಕೈಯಿಂದ ಎಲೆ ಅಡಿಕೆ ಸುಣ್ಣ ತೆಗೆದುಕೊಂಡು ಬಾಯಿಗೆ ತುರುಕಿ ಮತ್ತೆ ಬಡಿಯುವುದರಲ್ಲಿ ತೊಡಗಿದನು. ಅಂಗಳದಲ್ಲಿ ಚಪ್ಪರ ಎಬ್ಬಿಸಲು ತಂದಿದ್ದ ಕಾಫಿ ಒಣಗಿಸುವ ಕಂಬಳಿಗಳೂ, ಕಬ್ಬಿಣದ ಪೈಪುಗಳೂ ಮೂಲೆಯಲ್ಲಿ ಬಿದ್ದುಕೊಂಡಿತ್ತು. ಪೈಪೊಂದರ ತುದಿಗೆ ಕಟ್ಟಿಹಾಕಿದ್ದ ಐತಣ್ಣನ ಕಾದಾಟದ ಹೊಸ ಹುಂಜ ತಾನೂ ಮೆಲ್ಲಗೆ ಸದ್ದು ಮಾಡುತ್ತಾ ತೌಡು ಮೇಯುತ್ತಿತ್ತು. ಒಳಗಿನಿಂದ ಬೆಲ್ಲದ ಕಾಫಿ ಕುದಿಯುತ್ತಿರುವ ಪರಿಮಳ ಎಲ್ಲ ಎಲ್ಲೆಗಳನ್ನು ದಾಟಿ ಎಲ್ಲರ ಮೂಗಿಗೂ ಬಡಿಯುತ್ತಿತ್ತು.

ಬಚ್ಚಲ ಒಲೆಯಲ್ಲಿ ದೊಡ್ಡ ಪಾತ್ರೆಯೊಂದರಲ್ಲಿ ಕಾಫಿ ಕುದಿಸುತ್ತಿದ್ದ ಪಾತುಮ್ಮ ತುಟಿಯ ನಡುವೆ ಆರಿಹೋದ ಬೀಡಿಯೊಂದನ್ನು ಕಚ್ಚಿ ಹಿಡಿದುಕೊಂಡು ಇನ್ನೂ ಬೆಲ್ಲ ಕರಗಿಯೇ ಇಲ್ಲವಲ್ಲ ಪಡೆದವನೇ ಎಂದು ಒಲೆಯ ಉರಿಯನ್ನು ಇನ್ನೂ ಹೆಚ್ಚಿಸುತ್ತಿದ್ದಳು. ಪಾತುಮ್ಮಳ ಮಗಳು ಬೆರಳು ಚೀಪುವ ನೆಬೀಸಾಳೂ, ಉಸ್ಮಾನ್ ರೈಟರ ಮಗ ಹಾರೂನನೂ ಕೈಗೆ ಕೈ ಕೋಸಿ ನಿಂತುಕೊಂಡು ಸೈಕಲ್ ಮಹಮ್ಮದನು ಹೂಡುತ್ತಿದ್ದ ದೊಡ್ಡ ಅಡುಗೆಯ ಒಲೆಯನ್ನು ದಿಟ್ಟಿಸಿಕೊಂಡು ನೋಡುತ್ತಿದ್ದರು. ಸಾಹುಕಾರರ ಬಂಗಲೆಯಿಂದ ಹೊತ್ತು ತಂದಿದ್ದ ಕಬ್ಬಿಣದ ದೊಡ್ಡ ಒಲೆಯ ಕಾಲುಗಳನ್ನು ನೆಲದಲ್ಲಿ ಹುಗಿದು

ಅದು ಸರಿ ಕುಳಿತಿದೆಯೇ ಎಂದು ನೋಡಿ, ನೀರು ತುಂಬಿದ್ದ ದೊಡ್ಡ ತಪ್ಪಲೆಯೊಂದನ್ನು ಅದರ ಮೇಲಿಟ್ಟು, ಮುಚ್ಚಳದಿಂದ ಮುಚ್ಚಿ, ಮುಚ್ಚಳ ಸರಿಯಾಗಿದೆಯೋ ಎಂದು ನೋಡಿ, ಮತ್ತೊಮ್ಮೆ ಒಲೆ ಅಲುಗಾಡುತ್ತಿದೆಯೋ ಎಂದು ನೋಡಿ ಎಲ್ಲ ಸರಿಯಾಗಿದೆ ಎಂದು ಅನಿಸಿದ ಮೇಲೆ ಸೈಕಲ್ ಮಹಮ್ಮದನು ತನ್ನ ಕಿವಿಯ ಸಂದಿಯಲ್ಲಿ ಆರಿಸಿ ಇಟ್ಟುಕೊಂಡಿದ್ದ ಮೋಟು ಬೀಡಿಯನ್ನು ಬಾಯಿಗಿಟ್ಟುಕೊಂಡು ಬೆಂಕಿ ಹಚ್ಚಲು ಎಂದು ಬಚ್ಚಲು ಮನೆಗೆ ಹೋದನು. ಅಲ್ಲಿ ಕಥೆ ಹೇಳುವ ಪಾತುಮ್ಮ ತಾನೊಬ್ಬಳೇ ಲೋಟವೊಂದಕ್ಕೆ ಕಾಫಿ ಸುರಿದುಕೊಂಡು ಕದ್ದು ಕುಡಿಯುತ್ತಾ ಬೀಡಿ ಹಚ್ಚಿಕೊಂಡು ಸೇದುತ್ತಿದ್ದಳು. ಪಾತುಮ್ಮ ಮಾತಾಡದೇ ಅವನಿಗೂ ಒಂದು ಲೋಟದಲ್ಲಿ ಕಾಫಿ ಸುರಿದು ಕೊಟ್ಟು ಬೀಡಿ ಹಚ್ಚಿಕೊಳ್ಳಲು ಒಲೆಯಿಂದ ಕೆಂಡವೊಂದನ್ನು ಇಕ್ಕುಳದಿಂದ ಎತ್ತಿಕೊಟ್ಟು 'ಅಲ್ಲಾ ಮಮ್ಮದೇ ಆ ಮಗು ಹಾರೂನನಿಗೆ ನಾಳೆ ಅವನ ಸುನ್ನತ್ತು ಮದುವೆ ಎಂಬುದು ಗೊತ್ತಿದೆಯೇ' ಎಂದು ಕೇಳಿದಳು.

ರೈಟರ ಹೆಂಡತಿ ಆಯಿಷಾ, ಮಗಳು ಸಕೀನಾಳನ್ನು ನೆಲದಲ್ಲಿ ಆಡಲು ಬಿಟ್ಟು ಅರೆಯುವ ಕಲ್ಲಿನಲ್ಲಿ ಬೆಳ್ಳುಳ್ಳಿ ಶುಂಠಿ ಹಾಕಿಕೊಂಡು ಕಣ್ಣಿನ ಕೊನೆಯಿಂದಲೇ ಎಲ್ಲವನ್ನೂ ಗಮನಿಸುತ್ತಾ ಅರೆಯುತ್ತಿದ್ದರು. ನಾಳೆ ಏನು ಎಂದು ಗೊತ್ತಿಲ್ಲದೇ ಆಟವಾಡಿಕೊಂಡಿರುವ ಮಗ ಹಾರೂನನು ನಾಳೆ ನೋವು ಸಹಿಸಿಕೊಂಡು ಹೇಗೆ ಇರುವನೋ ಪಡೆದವನೇ ಎಂದು ಅವಳ ಕಣ್ಣು ತುಂಬಿಕೊಳ್ಳುತ್ತಿತ್ತು. ಉಸ್ಮಾನ್ ರೈಟರು ಸಿದ್ದಾಪುರದ ಪೇಟೆಯಿಂದ ಹಾರೂನನಿಗೆ ಉಡಿಸಲೆಂದು ತಂದ ಬಿಳಿಯ ಅಂಗಿಯೂ, ಬೆಳ್ಳಗಿನ ಲುಂಗಿಯೂ, ಬಿಳಿಯ ಟೋಪಿಯೂ ತಂದ ಹಾಗೆಯೇ ಕಾಗದದ ಪೊಟ್ಟಣದಲ್ಲಿ ಮಂಚದಲ್ಲಿ ಬಿದ್ದುಕೊಂಡಿತ್ತು.

'ಅದು ಹಾಗೆಯೇ ಇರಲಿ. ರಾಟೆ ಮನೆಗೆ ಹೋಗಿ ಕರಿಮೆಣಸಿನ ಚೀಲಗಳ ಲೆಕ್ಕಹಾಕಿ ಬರುವೆನು' ಎಂದು ಉಸ್ಮಾನ್ ರೈಟರು ಹೊರಟು ಹೋಗಿದ್ದರು. ಇದು ಯಾವುದರ ಪರಿವೆಯೇ ಇಲ್ಲದೆ ಉಸ್ಮಾನ್ ರೈಟರ ತಾಯಿ ಹಾಜಮ್ಮ ಬೆಳ್ಳಗಿನ ಮುಸುಕು ಹಾಕಿ ಬಿಡಾರದ ಆಫೀಸು ಕೋಣೆಯ ಬಾಗಿಲು ಹಾಕಿಕೊಂಡು ಆ ಕತ್ತಲೆಯಲ್ಲಿ ಮಧ್ಯಾಹ್ನದ ನಮಾಜು ಮಾಡುತ್ತಾ ಸಿಟ್ಟಲ್ಲಿ ಕುಳಿತಿದ್ದರು. ಕುದಿಯುತ್ತಿರುವ ಕಾಫಿಯ ಪರಿಮಳ ಅಡರಿಕೊಂಡು ಬರುತ್ತಿದ್ದರೂ ಹಠ ಮಾಡಿಕೊಂಡು ಅವರು ಅಲ್ಲೇ ಕುಳಿತಿದ್ದರು. ಹಾರೂನನ ಸುನ್ನತ್ತು ಮದುವೆಗೆ ಲೋಕಕ್ಕೆ ಲೋಕವನ್ನೇ ಕರೆದಿರುವ ತನ್ನ ದೊಡ್ಡ ಮಗ ಉಸ್ಮಾನನು ಇನ್ನೊಬ್ಬ ಮಗ ಕುಪ್ಪಿಮೂಸಾನನ್ನು ಕರೆಯಲೇ ಇಲ್ಲವಲ್ಲ ಎಂಬ ದುಃಖದಿಂದಾಗಿ ಅವರು ಯಾವುದರಲ್ಲೂ ಸೇರದೆ ಹಠ ಮಾಡಿಕೊಂಡಿರಲು ತೀರ್ಮಾನಿಸಿದ್ದರು. ಅವರ ಹಠ ನೋಡಿ ಸಿಟ್ಟಾಗಿದ್ದ ಉಸ್ಮಾನ್ ರೈಟರು ಬೂಟುಕಾಲಿನಿಂದ ನೆಲಕ್ಕೆ ಒದ್ದು ಸದ್ದು ಮಾಡಿಕೊಂಡು ಹೋಗಿದ್ದರು.

ಅವರ ಸಿಟ್ಟನ್ನು ಮನಸಿನಲ್ಲೇ ಗಮನಿಸಿದ್ದ ಜುಲೈಕಾ ಎಂಬ ಮಾತನಾಡುವ ಗಿಳಿ ಪಂಜರದೊಳಗಿಂದಲೇ ಗಹಗಹಿಸಿ ನಕ್ಕು 'ಹೋಗಿಬನ್ನಿ ರೈಟರೇ' ಎಂದು ತಮಾಷೆ ಮಾಡಿತ್ತು.

ಇಲ್ಲಿ ನೋಡಿದರೆ ಇದು ಯಾವುದರ ಅರಿವೂ ಇಲ್ಲದ ಹಾರೂನನು ಮಂಚವನ್ನು ಹತ್ತಿ ಕಾಗದದ ಪೊಟ್ಟಣವನ್ನು ಬಿಡಿಸಿ ತನಗಾಗಿ ತಂದಿದ್ದ ಬಿಳಿಯ ಲುಂಗಿಯನ್ನೂ, ಅಂಗಿಯನ್ನೂ ಬಿಡಿಸಿ ಅದರ ಪರಿಮಳವನ್ನು ಮೂಸಿನೋಡುತ್ತಿದ್ದನು. ಬೆರಳು ಚೀಪುವ ನೆಬೀಸಾಳ ಕೈಗೂ ಅದನ್ನು ಕೊಟ್ಟು ನೋಡುತ್ತಿದ್ದನು. ಅವರಿಬ್ಬರೂ ಒಳಗಿನಿಂದ ಅಂಗಳದ ಕಡೆಗೂ, ಅಂಗಳದ ಹಸಿಮಣ್ಣಿನಿಂದ ಬಾವಿಯ ಕಡೆಗೂ, ಬಾವಿಯ ಕಡೆಯಿಂದ ಹಿತ್ತಲಿನ ಕಡೆಗೂ ಓಡಾಡುತ್ತಾ ಸದ್ದು ಮಾಡುತ್ತಿದ್ದರು.

ಸೂರ್ಯ ಚಾಮುಂಡಿ ಬಾಣೆಯ ನೆತ್ತಿಯಿಂದ ಕೆಳಗಿಳಿಯುತ್ತಾ ಹೂವಿನಕೊಲ್ಲಿಯಲ್ಲಿ ಹೊತ್ತಿಗೂ ಮೊದಲು ಕತ್ತಲಾದ ಹಾಗಾಗುತ್ತಿತ್ತು. ಸಣ್ಣಗೆ ಏರುತ್ತಿರುವ ಚಳಿಯಲ್ಲಿ ನೀರು ತುಂಬಿಸಿ ಮುಗಿಸಿದ ಹಾಜಿರಾ ಮತ್ತು ಸೈದಾಲಿ ನಡುವಲ್ಲಿ ಜೈನಬಾಳನ್ನು ಕುಳ್ಳಿರಿಸಿಕೊಂಡು ಬಾವಿಯ ಮುಂದಿನ ಬಾಳೆ ತೋಟದ ನಡುವೆ ಗೂಟಕ್ಕೆ ಕಟ್ಟಿಹಾಕಿದ್ದ ಆಡಿಗೆ ಹುಲ್ಲು ತಿನ್ನಿಸುತ್ತಿದ್ದರು. ಹಾರೂನನ ಸುನ್ನತ್ ಮದುವೆಗೆ ಕುಯ್ಯಲು ತಂದಿದ್ದ ಆಡು ಎಳೆ ಗರಿಕೆಯ ಹುಲ್ಲುಗಳನ್ನು ಕಣ್ಣು ಮುಚ್ಚಿಕೊಂಡು ಸಂತೋಷದಲ್ಲಿ ತಿನ್ನುತ್ತಿತ್ತು.

ಗೇಟು ಕಾಯುವ ಕೆಲಸಕ್ಕೆ ಸೈದಾಲಿಯು ಎರಡು ದಿನ ಹೋಗುವುದು ಬೇಡ ಎಂದು ರೈಟರು ಹೇಳಿರುವುದರಿಂದ ಈ ಎರಡು ದಿನ ಗೇಟು ಕಾಯುವ ಕೆಲಸವನ್ನು ವಹಿಸಿಕೊಂಡಿದ್ದ ಕುಟ್ಟಿಕಣ್ಣ ಆ ಸಂಜೆಗತ್ತಲಲ್ಲಿ ತನ್ನ ಕಣ್ಣುಗಳನ್ನು ಅಗಲ ಮಾಡಿಕೊಂಡು ಕೈಯಲ್ಲಿ ಕೋಲೊಂದನ್ನು ಹಿಡಿದು ನಿಂತುಕೊಂಡಿದ್ದ. ಎಂತಹ ಕೋಲು ಹಿಡಿದುಕೊಂಡರೂ ತನ್ನ ಹೆದರಿಕೆ ಕಡಿಮೆಯಾಗುತ್ತಿಲ್ಲವಲ್ಲ ಭಗವತಿಯೇ ಎಂದು ಆತನಿಗೆ ಸಂಕಟವಾಗುತ್ತಿತ್ತು. ಏನೋ ಹೆದರಿಕೆ. ಏನೋ ದಾಹ. ನೀರು ಕುಡಿಯಲೂ ಹೆದರಿಕೆ. ಗಂಟಲಿಗೆ ಸಿಕ್ಕಿ ಹಾಕಿಕೊಂಡರೆ ಅಂತ ಹೆದರಿಕೆ.

'ನನ್ನವರು ಅಂತ ಬೇರೆ ಜಾಸ್ತಿ ಜನ ಯಾರೂ ಇಲ್ಲ ಕುಟ್ಟಿಕಣ್ಣಾ ನೀನು ಹಾರೂನನ ಸುನ್ನತ್ ಮದುವೆಗೆ ಬರದೆ ಹೋಗಬಾರದು ಕುಟ್ಟಿಕಣ್ಣಾ' ಅಂತ ಉಸ್ಮಾನ್ ರೈಟರು ಅಂದಿದ್ದರು. ಬಂಗಲೆಯಿಂದ ರಾಟೆಮನೆಯವರೆಗೆ ಅವರನ್ನು ಹಿಂಬಾಲಿಸಿದ ಕುಟ್ಟಿಕಣ್ಣ ಅವರನ್ನು ಅಲ್ಲೇ ಬಿಟ್ಟು ಗೇಟು ಕಾಯಲು ಬಂದಿದ್ದ. ಅದುವರೆಗೆ ಗೇಟು ಕಾಯುತ್ತಿದ್ದ ಮೂಸಕಾಕಾ ತನ್ನ ಹೆಂಡತಿ ಕುಂಞಿಪಾತುಮ್ಮ ಏದುಸಿರು ಬಿಡುತ್ತಿದ್ದಾಳೆ ಎಂದು ಪಾಡಿಯ ಕಡೆ ಓಡಿಹೋಗಿದ್ದರು. ಹೋಗುವ ಮೊದಲು, 'ನನ್ನ ಕುಂಞಿಪಾತುಮ್ಮ ಇನ್ನು ಹೆಚ್ಚು ಕಾಲ ಬದುಕುವುದಿಲ್ಲ

ಕುಟ್ಟಿಕಣ್ಣ' ಅಂದಿದ್ದರು. ಕುಟ್ಟಿಕಣ್ಣನಿಗೆ ಆ ಕತ್ತಲಲ್ಲಿ ಯಾರೂ ಹೆಚ್ಚು ಕಾಲ ಬದುಕುವುದಿಲ್ಲ ಅಂತ ಅನ್ನಿಸಲು ಶುರುವಾಯಿತು. 'ಭಗವತಿಯೇ ಇನ್ನು ಹೆಚ್ಚು ಕಾಲ ಇಲ್ಲಿದ್ದರೆ ಕಾಣಿಸುವ ಕಣ್ಣೂ ಕಾಣಿಸುವುದಿಲ್ಲ' ಎಂದು ಗೇಟಿನ ಬಾಗಿಲುಗಳನ್ನು ಎಳೆದು ಚಿಲಕ ಸಿಗಿಸಿ ಬೀಗಹಾಕಿ ಕತ್ತಲಲ್ಲೆ ತಡವರಿಸುತ್ತಾ ರೈಟರ ಬಿಡಾರದ ಕಡೆಗೆ ಹೊರಟ ಕುಟ್ಟಿಕಣ್ಣನಿಗೆ ಯಾಕೋ ರೈಟರ ಮಗ ಹಾರೂನನನ್ನು ನೋಡಬೇಕು ಅನ್ನಿಸುತ್ತಿತ್ತು. ನಾಳೆ ಕೊಯ್ಯಿಸಿಕೊಳ್ಳುವಾಗ ಆ ಮಗು ಎಷ್ಟು ಅಳುವುದೋ ಎಂದು ಅವನಿಗೆ ಹೆದರಿಕೆಯಾಗುತ್ತಿತ್ತು.

ಇದು ಯಾವುದರ ಅರಿವಿಲ್ಲದ ಹಾರೂನನು ನೆಬೀಸಾಳ ಕೈ ಹಿಡಿದುಕೊಂಡು ಆ ಕತ್ತಲಲ್ಲಿ ಕಾಲುದಾರಿಯಲ್ಲಿ ತೋಟದ ನಡುವೆ ರಾಟೆಮನೆಯ ಕಡೆಗೆ ನಡೆಯುತ್ತಿದ್ದನು. ನೆಬೀಸಾಳು ತನಗೆ ತೋಟದ ಎಲ್ಲ ದಾರಿಗಳೂ ಗೊತ್ತಿದೆ ಅನ್ನುವ ಹಾಗೆ ಅವನ ಕೈಗಳನ್ನು ಎಳೆದುಕೊಂಡು ಓಡಲು ನೋಡುತ್ತಿದ್ದಳು. ಅವರು ನಡೆಯುತ್ತಾ ಬಿಡಾರದಿಂದ ದೂರವಾಗಿ ಸಿಲೋನ್ ಅಣ್ಣಾಚಿಯ ಗುಡಿಸಲನ್ನೂ ದಾಟಿ, ರಾಟೆ ಮನೆಗೆ ಇಳಿಯುವ ಮೆಟ್ಟಿಲುಗಳನ್ನು ಕುಪ್ಪಳಿಸುತ್ತಾ ಇಳಿಯುತ್ತಿದ್ದರು. ಹಾರೂನನಿಗೆ ಯಾಕೋ ಬಾಪಾನನ್ನು ನೋಡಬೇಕೆಂಬ ಆಸೆಯಾಗಿತ್ತು. ಕುಪ್ಪಳಿಸುತ್ತಾ ಮೆಟ್ಟಲಿಳಿದು ಸಣ್ಣದೊಂದು ತೊರೆಯ ಮೇಲಿನ ಮೋರಿಯನ್ನೂ ದಾಟಿ ರಾಟೆಮನೆಯ ಅಂಗಳದಲ್ಲಿ ನಡೆದು ಅವರಿಬ್ಬರೂ ರಾಟೆಮನೆಯ ಗೋದಾಮಿನೊಳಕ್ಕೆ ಹೊಕ್ಕು ನೋಡಿದರೆ ಉಸ್ಮಾನ್ ರೈಟರು ತಲೆಯ ಮೇಲಿದ್ದ ಉಣ್ಣೆಯ ಟೊಪ್ಪಿಯ ಮೇಲೆ ಎರಡೂ ಕೈಗಳನ್ನು ಇಟ್ಟು ಕರಿಮೆಣಸಿನ ಚೀಲವೊಂದರ ಮೇಲೆ ಆ ತಲೆಯನ್ನು ಒರಗಿಸಿಕೊಂಡು ಕಣ್ಣುಮುಚ್ಚಿ ಏನೋ ಯೋಚಿಸುತ್ತಿದ್ದರು. ಮಕ್ಕಳ ಸದ್ದಿಗೆ ಎಚ್ಚರಾಗಿ ಅವರು ಕಣ್ಣು ತೆರೆದು ನೋಡಿದರೆ ಎದುರಲ್ಲಿ ಮಸುಕು ಮಸುಕು ಬೆಳಕಲ್ಲಿ ಆ ಮಕ್ಕಳಿಬ್ಬರು ನಿಂತುಕೊಂಡು ಅವರನ್ನೇ ನೋಡುತ್ತಿದ್ದರು.

ಬಾಪಾ ತನ್ನನ್ನೇ ಪ್ರೀತಿಯಿಂದ ನೋಡುತ್ತಿರುವುದನ್ನು ಕಂಡು ನಾಚುಗೆಗೊಂಡ ಹಾರೂನನು ಓಡಿ ಹೋಗಿ ಅವರ ಬೆರಳುಗಳ ಜೊತೆ ಆಟವಾಡಲು ತೊಡಗಿದನು. ಏನು ಮಾಡಬೇಕೆಂದು ಗೊತ್ತಾಗದ ನೆಬೀಸಾ ತನ್ನ ಹೆಬ್ಬೆರಳನ್ನು ಬಾಯಲ್ಲಿಟ್ಟು ಚೀಪಲು ಶುರುಮಾಡಿದಳು.

ಇದ್ದಿಲ ಮಸಿಯಲ್ಲಿ ಅರಿವಾಗದೆ...

ಸಿದ್ದಾಪುರ ಪೇಟೆಯಿಂದ ಸಂಸ್ಥಾ ಮೊಯಿದುವಿನ ಲಡಾಸು ಬಾಡಿಗೆ ಕಾರನ್ನು ಹತ್ತಿ ಬಂದಿದ್ದ ಮಸೀದಿಯ ದೊಡ್ಡ ಉಸ್ತಾದರೂ, ಅವರ ಅಳಿಯನಾದ ಸಣ್ಣ ಉಸ್ತಾದರೂ, ಸಣ್ಣ ಹುಡುಗರನ್ನು ಮುಂಜಿ ಮಾಡಿಸಿ ಮಲಗಿಸುವ ವಸಾನನೂ ಚಪ್ಪರದೊಳಗೆ ಸಾಲಾಗಿ ಇರಿಸಿದ್ದ ಕುರ್ಚಿಗಳಲ್ಲಿ ಕುಳಿತು ಕಾಯುತ್ತಿದ್ದರು. ಅವರ ಮುಂದೆ ಬೆಂಚಿನಲ್ಲಿ ಇಟ್ಟಿದ್ದ ಚಹಾದ ಗ್ಲಾಸುಗಳು ಖಾಲಿಯಾಗಿ, ತಿಂಡಿಯ ತಟ್ಟೆಗಳೂ ಖಾಲಿಯಾಗಿ ಇನ್ನೇನು

ಮಾಡುವುದು ಎಂದು ಗೊತ್ತಾಗದೆ ಅವರು ಕತ್ತು ತಿರುಗಿಸಿ ಅತ್ತ ಇತ್ತ ನೋಡಿಕೊಂಡು ಮುಂಜಿ ಮಾಡಿಸಿಕೊಳ್ಳಬೇಕಾದ ಹಾರೂನನು ಎಲ್ಲಿ ಎಂದು ಹುಡುಕುತ್ತಿದ್ದರು.

ಒಳಗೆ ಬಿಡಾರದ ಹಿಂದಿನ ಬರೆಯ ಕೆಳಗೆ ಬೇಯುತ್ತಿದ್ದ ಒಲೆಯ ಮುಂದೆ ಮಾಂಸ ಬೆಂದಿದೆಯೇ, ತುಪ್ಪದ ಅನ್ನ ಬೆಂದಿದೆಯೇ ಎಂದು ಓಡಾಡುತ್ತಾ ಒಲೆ ಉರಿಸುತ್ತಾ ಮುಚ್ಚಳ ತೆಗೆದು ತಿರುಗಿಸುತ್ತಾ ಕಾದಿಮಾ ಅಜ್ಜಿ ಗೊಣಗುತ್ತಿದ್ದಳು. ಅವಳಿಗೆ ಸಹಾಯಕನಾಗಿ ನಿಂತಿದ್ದ ಸೈಕಲ್ ಮಹಮ್ಮದನು ಗೋಡೆಗೊರಗಿ ಒಂಟಿಕಾಲಲ್ಲಿ ನಿಂತು ಬೀಡಿ ಹಚ್ಚಿಕೊಂಡು ಒಲೆಯಿಂದ ಹರಿದು ಬರುತ್ತಿದ್ದ ಪರಿಮಳದಿಂದಲೇ ರುಚಿಯನ್ನು ಅರಿತುಕೊಂಡು ತಲೆಯಾಡಿಸುತ್ತಾ ಮನಸಿನೊಳಗೇ ಹಾಡೊಂದನ್ನು ಗುನುಗುನಿಸಿಕೊಂಡು ಖುಷಿಯಾಗಿದ್ದನು.

ತಾನೂ ಒಂದು ಹೊಸ ಸೀರೆ ಉಟ್ಟುಕೊಂಡು, ಮಗಳು ಸಕೀನಾಳಿಗೂ ಹೊಸ ಉಡುಪು ಹಾಕಿ ಅಲ್ಲಿಂದಿಲ್ಲಿಗೆ ಓಡಾಡುತ್ತಿದ್ದ ರೈಟರ ಹೆಂಡತಿ ಆಯಿಷಾ ಮಗ ಹಾರೂನನು ಎಲ್ಲಿರುವನು ಎಂದು ಅತ್ತ ಇತ್ತ ಹುಡುಕುತ್ತಿದ್ದಳು. ಇದು ಯಾವುದರ ಗೊಡವೆಯೇ ಇಲ್ಲದೆ ತನಗೆ ಯಾಕೆ ಇದು ಎನ್ನುವಂತೆ ಮುಖ ದುಸುದುಸು ಮಾಡಿಕೊಂಡು ಹಾಜಮ್ಮ ನಮಾಜು ಮಾಡುವ ಚಾಪೆಯಲ್ಲೇ ಬಟ್ಟೆಯ ಗಂಟಿನಂತೆ ಮಲಗಿಕೊಂಡು ಮೌನವಾಗಿ ಕಣ್ಣೀರು ಸುರಿಸುತ್ತಿದ್ದರು. ಅದರ ಪಕ್ಕದಲ್ಲಿ ತಾನೂ ಏನೂ ಗೊತ್ತಾಗದೆ ಕುಳಿತುಕೊಂಡಿದ್ದ ಕುಪ್ಪಿಮೂಸಾನ ಮಗಳು ಜೈನಬಾ ಆ ಕತ್ತಲೆಯಲ್ಲಿ ಅತ್ತ ಇತ್ತ ನೋಡುತ್ತಾ ಆಮೇಲೆ ಬೇಸರವಾಗಿ ಅಲ್ಲಿಂದೆದ್ದು ಹೊರಗೆ ಬಂದಳು.

ಜೈನಬಾ ಹೊರಗೆ ಬಂದು ನೋಡಿದರೆ ಆ ಮಧ್ಯಾಹ್ನದಲ್ಲಿ ಚಪ್ಪರದೊಳಗೆಲ್ಲಾ ಬೆಳಕು ತುಂಬಿಕೊಂಡು ಆ ಬೆಳಕಿನಲ್ಲಿ ಸಿದ್ದಾಪುರದ ದೊಡ್ಡ ಉಸ್ತಾದರೂ, ಸಣ್ಣ ಉಸ್ತಾದರೂ, ವಸಾನನೂ ಕುಳಿತುಕೊಂಡು ಹಾರೂನನು ಎಲ್ಲಿ ಎಂದು ಒಬ್ಬರಿಗೊಬ್ಬರು ಕೇಳುತ್ತಿದ್ದರು. ಅವರಿಗೆ ಉತ್ತರಿಸುವ ಗಂಡಸರು ಅಲ್ಲಿ ಯಾರೂ ಇರದೆ ಅವರು ಸುಮ್ಮನೇ ಕುಳಿತುಕೊಂಡು ಒಬ್ಬರಿಗೊಬ್ಬರು ಬೇರೆ ಏನೋ ಮಾತನಾಡುತ್ತಿದ್ದರು.

ಜೈನಬಾ ಅಲ್ಲಿಂದಲೂ ಹೊರಟು ಹೊರಗೆ ಬಂದರೆ ಸಂಸ್ಥಾ ಮೊಯಿದು ತನ್ನ ಕಾರಿನೊಳಗೆ ಕುಳಿತುಕೊಂಡು ನಿದ್ದೆ ತೂಗುತ್ತಿದ್ದನು. ಆ ಕಾರಿನೊಳಗಡೆ ಸೈದಾಲಿಯೂ, ಸೂಫಿ, ಇಬ್ರಾಯಿಯರೂ ಕುಳಿತುಕೊಂಡು ಒಂದು ಮೂಲೆಯಲ್ಲಿ ಹಾಜಿರಾಳೂ ಮುದುಡಿ ಕುಳಿತು ಅವರೆಲ್ಲರೂ ಆ ಕಾರಿನ ಒಳಗಡೆಯ ಎಲ್ಲವನ್ನೂ ಅಚ್ಚರಿಯಿಂದ ನೋಡುತ್ತಿದ್ದರು. ಅವರೆಲ್ಲರೂ ಕಾರಿನ ಒಳಗಡೆ ಕುಳಿತಿರುವುದು ಅದೇ ಮೊದಲ ಬಾರಿಯಾಗಿತ್ತು. ಅವರು ಕೂತು ಕೊಂಚ ಕೊಂಚವೇ ಮೈಯನ್ನು ಅಲುಗಾಡಿಸಿದರೆ ಆ ಕಾರೂ ಅಲ್ಲಾಡುತ್ತಿತ್ತು. ಆ

ಕಾರು ಅಲ್ಲಾಡಿದರೆ ನಿದ್ದೆ ಹೋಗಿದ್ದ ಸಂಸ್ಥಾ ಮೊಯಿದುವೂ ಅಲ್ಲಾಡುತ್ತಿದ್ದನು. ಮೆಲ್ಲಮೆಲ್ಲಗೆ ಅಲ್ಲಾಡುತ್ತಿದ್ದ ಆ ಕಾರಿನ ಬಾಗಿಲು ಸರಿಸಿ ಜೈನಬಾಳೂ ತಾನೂ ಕಾರು ಹತ್ತಲು ಹೋಗಿ ಆ ಕಾರಿನ ಎತ್ತರ ಕಾಲಿಗೆ ಎಟುಕದೆ ದೊಪ್ಪೆಂದು ನೆಲಕ್ಕೆ ಬಿದ್ದು ಅಳಲು ತೊಡಗಿದಳು.

ಆ ಅಳುವಿಗೆ ಎಚ್ಚರಗೊಂಡ ಸಂಸ್ಥಾ ಮೊಯಿದುವು ಮೊದಲಿಗೆ ಯಾವ ಕಾಡಿನಲ್ಲಿರುವೆನೆಂದು ಗೊತ್ತಾಗದೆ ಅಚ್ಚರಿಗೊಂಡನು. ಆ ನಂತರ ಬೆಳಕು ತುಂಬಿಕೊಂಡಿದ್ದ ತನ್ನ ಕಾರಿನೊಳಗಿದ್ದ ಮಕ್ಕಳು ಅವನಿಗೆ ಗೋಚರಿಸಿ ತಾನೆಲ್ಲಿರುವೆನೆಂದು ಅವನಿಗೆ ಗೊತ್ತಾಗಿ ಹೇ ಎಂದು ಧ್ವನಿಯೆತ್ತಿ ಕೂಗಿ ಅವರನ್ನು ಕಾರಿನೊಳಗಡೆಯಿಂದ ಓಡಿಸಿದನು. ಮಕ್ಕಳು ಕಾರಿನಿಂದಿಳಿದು ಹಾಜಿರಾ ನೆಲದಲ್ಲಿ ಬಿದ್ದಿದ್ದ ಜೈನಬಾಳನ್ನು ಎತ್ತಿ ಅವರೆಲ್ಲರೂ ಚೆಲ್ಲಾಪಿಲ್ಲಿಯಾಗಿ ಅಲ್ಲಿಂದ ಓಡಲು ತೊಡಗಿದರು. ಅವರು ಖಾಲಿಯಾದ ಮೇಲೆ ಸಂಸ್ಥಾ ಮೊಯಿದುವು ತನ್ನ ಕಾರಿನ ಬಾಗಿಲು ಹಾಕಿಕೊಂಡು ಮತ್ತೆ ನಿದ್ದೆ ಹೋದನು.

*** ***

ಸಿದ್ದಾಪುರ ಪೇಟೆಯ ನಾಲ್ಕೈದು ಬಾಡಿಗೆ ಕಾರುಗಳಲ್ಲಿ ಸಂಸ್ಥಾ ಮೊಯಿದುವಿನದೂ ಒಂದು ಕಾರಾಗಿತ್ತು. ಯಾವಾಗ ನೋಡಿದರೂ ಎಲ್ಲಾದರೂ ಒಂದು ಕಡೆ ಹಾಳಾಗಿ ನಿಂತಿರುತ್ತಿದ್ದ ಆ ಕಾರನ್ನು ನಡೆಸುತ್ತಿದ್ದ ಮೊಯಿದುವನ್ನು ಎಲ್ಲರೂ ಸಂಸ್ಥಾ ಮೊಯಿದು ಎಂದೇ ಕರೆಯುತ್ತಿದ್ದರು. ಸಿದ್ದಾಪುರದಲ್ಲಿ ಬಹುತೇಕ ಎಲ್ಲರೂ ಕಾಂಗ್ರೆಸ್ಸು ಪಾರ್ಟಿಯಾಗಿದ್ದರೆ ಈ ಮೊಯಿದು ತಾನು ಮಾತ್ರ ಸಂಸ್ಥಾ ಕಾಂಗ್ರೆಸ್ಸು ಎಂದು ಹೇಳಿಕೊಂಡು ಕಾರು ನಡೆಸುತ್ತಿದ್ದನು. ಹಾಗೆ ನೋಡಿದರೆ ಒಂದು ಕಾಲದಲ್ಲಿ ಈ ಮೊಯಿದುವೂ ಕಾಂಗ್ರೆಸ್ಸೇ ಆಗಿದ್ದನು. ಆದರೆ ಒಂದು ಸಲ ಇಂದಿರಾಗಾಂಧಿ ಕಾಫಿ ಹೂ ನೋಡಲು ಸಿದ್ದಾಪುರಕ್ಕೆ ಕಾರಿನಲ್ಲಿ ಬಂದಿದ್ದಾಗ, ಈ ಮೊಯಿದುವಿನ ಕಾರು ರಸ್ತೆಯ ನಡುವಲ್ಲಿ ಕೆಟ್ಟು ನಿಂತು, ಏನು ಮಾಡಿದರೂ ಕಾರು ಮುಂದೆ ಹೋಗದೆ ಇಂದಿರಾಗಾಂಧಿಯ ಕಾರಿಗೆ ಹೋಗಲು ತೊಂದರೆಯಾಗಿ ಜೀಪಿನಿಂದ ಪೊಲೀಸರು ಇಳಿದು ಮೊಯಿದುವಿನ ಕಾರನ್ನು ಚರಂಡಿಗೆ ದೂಕಿ ದಾರಿ ಮಾಡಿಕೊಟ್ಟಿದ್ದರು. ಮೊಯಿದುವನ್ನು ಪೊಲೀಸು ಠಾಣೆಯಲ್ಲಿ ಎರಡು ದಿನ ಅನ್ನ, ನೀರಿಲ್ಲದೆ ಕೂರಿಸಿ ಇಂದಿರಾಗಾಂಧಿ ಹೋದ ಮೇಲೆ ಬಿಟ್ಟಿದ್ದರು. ಅಂದಿನಿಂದ ಮೊಯಿದುವು ತಾನು ಕಾಂಗ್ರೆಸ್ಸು ಅಲ್ಲ ಸಂಸ್ಥಾಕಾಂಗ್ರೆಸ್ಸು ಎಂದು ಹೇಳಿಕೊಂಡು ಕಾರಿನಲ್ಲಿ ತಿರುಗಾಡುತ್ತಿದ್ದನು. ಸಂಸ್ಥಾ ಮೊಯಿದುವೂ, ನಂಬಿಯಾರರ ಮಗ ಕಮ್ಯುನಿಸ್ಟ್ ಕುಟ್ಟಪ್ಪನೂ ಸೇರಿಕೊಂಡು ಸಿದ್ದಾಪುರದ ಸುತ್ತಮುತ್ತ ಒಂದಿಷ್ಟು ತೋಟದ ಆಳುಗಳನ್ನು ಸೇರಿಸಿಕೊಂಡು ಆಗಾಗ ಕಾಂಗ್ರೆಸ್ಸಿಗೆ ಧಿಕ್ಕಾರ ಎಂದು ಮೆರವಣಿಗೆ

ಹೋಗುತ್ತಿದ್ದರು. ಕಮ್ಯುನಿಸ್ಟ್ ಕುಟ್ಟಪ್ಪನು ಬಾವಿಯಲ್ಲಿ ಕೊಲೆಯಾದ ಮೇಲೆ ಸಂಸ್ಥಾ ಮೊಯಿದುವು ತಾನೊಬ್ಬನೇ ಏನು ಮಾಡುವುದು ಎಂದು ಗೊತ್ತಾಗದೆ ಸುಮ್ಮನಿದ್ದನು. ಆದರೂ ಒಮ್ಮೊಮ್ಮೆ ಆತನಿಗೆ ಎಲ್ಲದರ ಮೇಲೂ ವಿನಾಕಾರಣ ಸಿಟ್ಟು ಬರುತ್ತಿತ್ತು. ಬೇಕು ಬೇಕೆಂತಲೇ ಜಾಸ್ತಿ ಬಾಡಿಗೆ ಹೇಳಿ ಯಾರೂ ತನ್ನ ಕಾರು ಹತ್ತದ ಹಾಗೆ ನೋಡಿಕೊಂಡು ಕಾರಿನೊಳಗಡೆಯೇ ಮಲಗಿ ನಿದ್ದೆ ಹೋಗುತ್ತಿದ್ದನು.

ಆದರೆ ನಿನ್ನೆ ಉಸ್ಮಾನ್ ರೈಟರು ಬಂದು ಕಾರು ಬಾಡಿಗೆಗೆ ಬೇಕು ಎಂದಾಗ ಅವನಿಗೆ ಏನೂ ಹೇಳಲೂ ಬಾಯಿ ಬರದಂತಾಗಿತ್ತು. 'ನೀವು ಹೇಳಿದ ಮೇಲೆ ಹೇಗೆ ಇಲ್ಲ ಎಂದು ಹೇಳುವುದು ರೈಟರೇ, ನೀವು ಹೇಳಿದರೆ ಸೈತಾನರನ್ನೂ ಕಾರಿನಲ್ಲಿ ಕೂರಿಸಿಕೊಂಡು ಹೋಗಬೇಕಾಗುತ್ತದಲ್ಲಾ' ಎಂದು ಉಸ್ತಾದರನ್ನೂ, ವಸಾನನನ್ನೂ ಕಾರಿನಲ್ಲಿ ಹತ್ತಿಸಿಕೊಂಡು ಹೂವಿನಕೊಲ್ಲಿಗೆ ಕರೆದುಕೊಂಡು ಬಂದಿದ್ದನು. ಅವನಿಗೆ ಬಿಡಾರದಲ್ಲಿ ರೈಟರು ಕಾಣಿಸದೆ ಬೇಸರವಾಗಿತ್ತು. ರೈಟರು ಎಲ್ಲಿ ಎಂದು ಕೇಳೋಣವೆಂದರೆ ಅಲ್ಲಿ ಗೊತ್ತಿರುವ ಯಾರೂ ಕಾಣಿಸುತ್ತಿರಲಿಲ್ಲ. ನಂಬಿಯಾರರೂ, ಮುದಾರನೂ, ಕುಟ್ಟಿಕಣ್ಣನೂ ಯಾರೂ ಇರಲಿಲ್ಲ. ಸೈಕಲ್ ಮಹಮ್ಮದನು ಕಾರಿನ ಹಳೆಯ ಬಾಡಿಗೆ ಉಳಿಸಿಕೊಂಡವನು ಒಲೆಯ ಬಳಿಯಿಂದ ಹೊರಗೆ ಬರುತ್ತಿರಲಿಲ್ಲ. ಸಂಸ್ಥಾ ಮೊಯಿದುವಿಗೆ ಬೇಸರವಾಗಿ ಕಾರಿನೊಳಗಡೆಯೇ ನಿದ್ದೆ ಹೋಗಲು ನೋಡಿದರೆ ಕಾರಿನೊಳಗಡೆ ಮಕ್ಕಳು ತುಂಬಿಕೊಂಡು ಅಲ್ಲಾಡಿಸುತ್ತಾ ನಿದ್ದೆಯನ್ನು ಹಾಳು ಮಾಡಿದ್ದರು. ಈಗ ನೋಡಿದರೆ ಕಣ್ಣಿಗೆ ಚುಚ್ಚುವ ಹಾಗೆ ಬಿಸಿಲು ತುಂಬಿಕೊಂಡು ಮತ್ತೆ ನಿದ್ದೆಯೂ ಬರುತ್ತಿರಲಿಲ್ಲ.

ಸಂಸ್ಥಾ ಮೊಯಿದುವು ಈ ಕಾರನ್ನು ಓಡಿಸುವ ಮೊದಲು ಇನ್ನೂ ಹಳೆಯದಾದ ಇನ್ನೊಂದು ಕಾರನ್ನು ಓಡಿಸುತ್ತಿದ್ದನು. ಆ ಕಾರು ಓಡಲು ತ್ರಾಣವಿಲ್ಲದೆ ನಿಂತು ಹೋದ ಮೇಲೆ ಉಸ್ಮಾನ್ ರೈಟರು ಸಾಹುಕಾರರ ಬಳಿ ಹೇಳಿ ತೋಟದ ಕಾರನ್ನು ಕಡಿಮೆ ಬೆಲೆಗೆ ಇವನಿಗೆ ಕೊಡಿಸಿದ್ದರು. ಚೆಟ್ಟಳ್ಳಿಯ ಬಳಿ ದೊಡ್ಡ ಸಾಹುಕಾರರ ಜೀವವನ್ನು, ಡ್ರೈವರ್ ಹಂಸಾಕನ ಜೀವವನ್ನು ತೆಗೆದಿದ್ದ ಈ ಕಾರನ್ನು ಏನು ಮಾಡುವುದು ಎಂದು ಗೊತ್ತಾಗದೆ ಖಾನ್ ಸಾಹುಕಾರರು ಕುಳಿತಿದ್ದಾಗ ಮೊಯಿದುವಿಗೆ ಈ ಕಾರನ್ನು ಕೊಡಿಸಿದವರು ಉಸ್ಮಾನ್ ರೈಟರು. ಅಲ್ಲಲ್ಲಿ, ಆಗಾಗ ನಿಂತು ಹೋಗುತ್ತಿದ್ದರೂ ಬೇರೆ ಏನೂ ತೊಂದರೆ ಕೊಡದ ಈ ಕಾರನ್ನು ಸಂಸ್ಥಾ ಮೊಯಿದುವು ತನ್ನ ಮಗುವಿನಂತೆಯೇ ನೋಡಿಕೊಳ್ಳುತ್ತಿದ್ದನು. ಯಾರಾದರೂ ಕೇಳಿದರೆ ನನಗೆ ಮದುವೆಯೂ ಇಲ್ಲ, ಮಕ್ಕಳೂ ಬೇಡ ಈ ಕಾರು ಸಾಕು ಎಂದು ಯಾರ ಕೈಗೂ ಸಿಗದಂತೆ ಓಡಾಡುತ್ತಿದ್ದನು.

ಇಲ್ಲಿ ನೋಡಿದರೆ ಹಾರೂನನ ಮುಂಜಿ ಮಾಡಲು ಬಂದಿದ್ದ ವಸಾನನು ತನ್ನ ಚೀಲದೊಳಗೆ ಕತ್ತರಿಸುವ ಕತ್ತಿಯನ್ನೂ, ಹತ್ತಿಯನ್ನೂ, ಗಾಯಕ್ಕೆ ಹಾಕುವ ಔಷಧಿಯನ್ನೂ ತುಂಬಿಕೊಂಡು ಆ ಮಾಂಸದ ಸಾರಿನ, ತುಪ್ಪದ ಅನ್ನದ ಪರಿಮಳದ ನಡುವೆ ದೊಡ್ಡ ಉಸ್ತಾದರ ಮುಖವನ್ನು ನೋಡುತ್ತಾ ಕುಳಿತಿದ್ದನು. ದೊಡ್ಡ ಉಸ್ತಾದರು ತಮ್ಮ ಅಳಿಯ ಸಣ್ಣ ಉಸ್ತಾದರ ಮುಖವನ್ನು ನೋಡುತ್ತಿದ್ದರು. ಸಣ್ಣ ಉಸ್ತಾದರಿಗೆ ತಡೆಯಲಾಗದೆ 'ಏನು, ಈ ಮುಂಜಿಯ ಮನೆಯಲ್ಲಿ ಗಂಡಸರು ಯಾರೂ ಇಲ್ಲವಾ' ಎಂದು ಹೂಂಕರಿಸಿದರು. ಆ ಹೂಂಕಾರವನ್ನು ಕೇಳಲು ಅಲ್ಲಿ ಗಂಡಸರು ಯಾರೂ ಇರಲಿಲ್ಲ. ಉಸ್ಮಾನ್ ರೈಟರು ಮುಂಜಿ ಮದುವೆಯ ಖರ್ಚಿಗೆ ಸಾಲ ಕೇಳಲು ಸಾಹುಕಾರರ ಬಳಿ ಬಂಗಲೆಗೆ ಹೋಗಿದ್ದರು. ಇವತ್ತು ತನಗೆ ಯಾರೋ ಏನೋ ಮಾಡುತ್ತಾರೆ ಎಂದು ಹೇಗೋ ಅರಿತುಕೊಂಡಿದ್ದ ಹಾರೂನನು ಬಿಳಿಯ ಹೊಸ ಅಂಗಿ ತೊಟ್ಟುಕೊಂಡು ಬಿಳಿಯ ಮುಂಡು ಸುತ್ತಿಕೊಂಡು ಕಾಲಲ್ಲಿ ಹೊಸ ಚಪ್ಪಲಿ ಮೆಟ್ಟಿಕೊಂಡು ಹೂವಿನಕೊಲ್ಲಿಯ ಕಾಲುದಾರಿಗಳಲ್ಲಿ ನಡೆದು ಇದ್ದಿಲು ಮಾಡುವ ಸಿಲೋನ್ ಅಣ್ಣಾಚಿಯ ಗುಡಿಸಲೊಳಗೆ ನುಸುಳಿ ಇದ್ದಿಲು ಚೀಲಗಳ ನಡುವೆ ಪೂರಾ ಕರ್ರಗಾಗಿ ಅವಿತು ಕುಳಿತಿದ್ದನು.

ಯಾರು ಬಂದು ನೋಡಿದರೂ ಹಾರೂನ್ ಎಂದು ಯಾರಿಗೂ ಅರಿವಾಗದ ಹಾಗೆ ಅವನು ಕಪ್ಪಾಗಿಹೋಗಿದ್ದನು.

ಹುಲಿಮೀಸೆಯ ದೇವಪ್ಪ ರೈಟರು

ಇಳಿ ಮಧ್ಯಾಹ್ನದ ನಮಾಜಿಗೂ ಮೊದಲೇ ಹಾರೂನನ ಮುಂಜಿ
ಮುಗಿದುಹೋಗಿತ್ತು. ಇದ್ದಿಲ ಚೀಲದ ನಡುವೆ ಅಡಗಿ ಕುಳಿತಿದ್ದ ಹಾರೂನನನ್ನು
ಕಂಡು ಹಿಡಿದ ಸಿಲೋನ್ ಅಣ್ಣಾಚಿಯು ಕಾಡುಕೋಳಿಯನ್ನು ಎತ್ತಿಕೊಳ್ಳುವಂತೆ
ಅವನನ್ನು ಕಂಕುಳಲ್ಲಿ ಸಿಗಿಸಿಕೊಂಡು ವಸಾನನ ಮುಂದೆ ಒಗೆದಿದ್ದನು.

ತನಗೇನಾಗುತ್ತಿದೆ ಎಂದು ಹಾರೂನನಿಗೆ ಅರಿವಾಗುವ ಮೊದಲೇ ಅವನ ಮಸಿ ಹಿಡಿದ ಮುಂಡನ್ನು ಕಳಚಿ ಬಿಸಾಕಿದ ವಸಾನನು, ಸಣ್ಣ ಉಸ್ತಾದರಿಗೆ ಅವನನ್ನು ಕಾಲುಗಳ ನಡುವೆ ಒತ್ತಿ ಹಿಡಿದುಕೊಳ್ಳುವಂತೆ ಹೇಳಿದ್ದನು. ದೊಡ್ಡ ಉಸ್ತಾದರು ಸಲಾತ್ ಹೇಳಲು ಶುರುಮಾಡುತ್ತಿದ್ದಂತೆ ಎಲ್ಲರೂ ಸಲಾತ್ ಹೇಳಲು ಶುರುಮಾಡಿ ಆ ಸಲಾತಿನ ಸದ್ದಿನೊಳಗೆ ಹಾರೂನನ ಅಳುವು ಅಡಗಿಹೋಗಿತ್ತು. ಹಾರೂನನು ಅಲ್ಲಿಂದ ಕೊಸರಿಕೊಂಡು ಏಳಲು ನೋಡುವ ಮೊದಲೇ ಸಣ್ಣ ಉಸ್ತಾದರು ಅವನ ಬಲತೊಡೆ ಮರಗಟ್ಟುವಂತೆ ಹಸ್ತದಿಂದ ಬಾರಿಸಿದ್ದರು. ಈಗ ತನಗೇನಾಗುತ್ತಿದೆ ಎಂದು ಹಾರೂನನಿಗೆ ಅರಿವಾಗುವ ಮೊದಲೇ ವಸಾನನು ತನ್ನ ಚರ್ಮದ ಚೀಲದೊಳಗಿಂದ ಹರಿತವಾದ ಕ್ಷೌರದ ಕತ್ತಿಯನ್ನು ಹೊರತೆಗೆದು ಅದರಿಂದ ಹಾರೂನನ ಮುಂದೊಗಲನ್ನು ಕೊಯ್ದು ತೆಗೆದು ಆ ಗಾಯಕ್ಕೆ ಔಷಧಿ ಸವರಿ ಹತ್ತಿಯ ಬಟ್ಟೆಯಿಂದ ಬಿಗಿದು ಅವನನ್ನು ಬತ್ತಲೆಯಾಗಿ ಎತ್ತಿಕೊಂಡು ನಡುವಿನ ಕೋಣೆಯ ಮಂಚದಲ್ಲಿ ಮಲಗಿಸಿಬಿಟ್ಟಿದ್ದನು.

ತನಗೇನಾಗುತ್ತಿದೆ ಎಂದು ಅರಿತುಕೊಳ್ಳಲು ಹಾರೂನನು ಕಣ್ಣು ತೆರೆದು ನೋಡಿದರೆ ಅವನ ತಾಯಿ ಆಯಿಷಾ ಅಡಿಕೆ ಹಾಳೆಯ ಬೀಸಣಿಕೆಯಿಂದ ಅವನ ಗಾಯಕ್ಕೆ ಗಾಳಿ ಬೀಸುತ್ತಿದ್ದಳು. ಕಣ್ಣು ಮುಚ್ಚಿ ಮತ್ತೆ ತೆರೆದು ನೋಡಿದರೆ ತಂಗಿ ಸಕೀನಾ ಹೊಸ ಉಡುಪು ಧರಿಸಿಕೊಂಡು ಕೋಣೆಯಲ್ಲಿ ಓಡಾಡುತ್ತಿದ್ದಳು. ಮತ್ತೆ ಕಣ್ಣು ತೆರೆದು ನೋಡಿದರೆ ಅಕ್ಕ ಹಾಜಿರಾಳು ಗಾಳಿ ಬೀಸುತ್ತಿದ್ದಳು. ಸೈದಾಲಿಯೂ, ಕುಟ್ಟಿಕಣ್ಣನೂ, ಮುದಾರನೂ, ನಂಬಿಯಾರರೂ, ಐತಣ್ಣನೂ, ತೋಟದ ಸಾಹುಕಾರರೂ, ಪಾತುಮ್ಮಳೂ, ಮೊಲ್ಲಾಕನೂ ಒಬ್ಬೊಬ್ಬರಾಗಿ ಅವನನ್ನು ನೋಡಿ ಹೋಗುತ್ತಿದ್ದರು. ನಡುನಡುವಲ್ಲಿ ಬೆರಳು ಚೀಪುವ ನೆಬೀಸಾಳೂ, ಜೈನಬಾಳೂ ಬಂದು ಹೋಗುತ್ತಿದ್ದರು. ಒಂದೆರಡು ಹಕ್ಕಿಗಳು ಕೂಗುವ ಸದ್ದು, ಅದರ ನಡುವಲ್ಲಿ ಪಂಜರದೊಳಗಿಂದ ಜುಲೈಕಾ ಎಂಬ ಗಿಳಿಯ ಮಾತುಗಳು... ಎಲ್ಲರಿಗೂ ಕಾಣುವಂತೆ ಬತ್ತಲೆಯಾಗಿ ಮಲಗಿದ್ದ ಹಾರೂನನ ಮೇಲೆ ಹಂಚಿನ ಕನ್ನಡಿಯಿಂದ ಇಳಿಯುತ್ತಿದ್ದ ಬೆಳಕು ಧಾರಾಳವಾಗಿ ಬಿದ್ದು ಅವನಿಗೆ ಅಳು ಬರುತ್ತಿತ್ತು. ನಡುವಲ್ಲಿ ಬಂದು ಹೋದ ಹಾಜಮ್ಮ ತಾನೂ ಒಂದಿಷ್ಟು ಹೊತ್ತು ಗಾಳಿ ಬೀಸಿ ಅವನ ಬಾಯೊಳಕ್ಕೆ ಕಲ್ಲು ಸಕ್ಕರೆ ಹಾಕಿ ಹೋದರು. ಎಲ್ಲರೂ ಹೋದ ಮೇಲೆ ಬಂದ ಅಡುಗೆಯ ಕಾದಿಮಾ ಅಜ್ಜಿ ಅವನ ಹಣೆಯ ಹತ್ತಿರ ತನ್ನ ಬೆರಳುಗಳಿಂದ ನಟಿಕೆ ಮುರಿದು ನಿವಾಳಿಸಿ, 'ಯಾ ಅಲ್ಲಾ' ಎಂದು ಹೇಳಿ ಅವನ ಕೈಯೊಳಗೆ ಐದು ರೂಪಾಯಿಯ ನೋಟೊಂದನ್ನು ತುರುಕಿ ಅವನ ಕೆನ್ನೆ ಮುಟ್ಟಿ ಚುಂಬಿಸಿ ಹೋದಳು. ಆಮೇಲೆ ಬಂದ ಸೈಕಲ್ ಮಹಮ್ಮದನು ಅವನ ಕೊಯಿದ

ಜಾಗವನ್ನು ದಿಟ್ಟಿಸಿ ನೋಡಿ, 'ಇನ್ನು ಈ ಮಗ ಗಂಡಸಾದ' ಎಂದು ನಕ್ಕು ನುಡಿದು ಹೋಗಿದ್ದನು.

ಅತ್ತ ಉಸ್ಮಾನ್ ರೈಟರು ಬಾವಿಯ ಬದಿಯಲ್ಲಿ ನಿಂತಿದ್ದ ಕಿತ್ತಳೆ ಮರವೊಂದರ ಕೆಳಗೆ ತಮ್ಮ ಕೈಯಾರೆ ಸಣ್ಣ ಗುಂಡಿಯೊಂದನ್ನು ಅಗೆದು ಹಾರೂನನ ಕೊಯ್ದು ತೆಗೆದ ಮುಂದೊಗಲನ್ನು ಆ ಗುಂಡಿಯೊಳಗೆ ಮುಚ್ಚಿ ಅದರ ಮೇಲೊಂದು ಕಲ್ಲು ಚಪ್ಪಡಿ ಇಟ್ಟು ಮನಸಿನಲ್ಲೇ ಏನೋ ಒಂದು ಉಸುರಿ ಅಲ್ಲಿಂದೆದ್ದು ಬಂದರು.

ಅವರು ಅಲ್ಲಿಂದ ಬರುವ ಹೊತ್ತಿಗೆ ಕತ್ತಲಾಗಲು ತೊಡಗಿತ್ತು. ಕಾಫಿಯ ಗಿಡಗಳ ಮೇಲೆಲ್ಲ ಕತ್ತಲು ಸಣ್ಣಗೆ ಹರಡಿ ಮೇಲೆ ಮರಗಳ ತುದಿಯಲ್ಲಿ ಮಾತ್ರ ಒಂದಿಷ್ಟು ಬಿಸಿಲು ಉಳಿದಿತ್ತು. ಮಕ್ಕಳು ಆ ಕತ್ತಲಲ್ಲಿ ಅಂಗಳದಲ್ಲಿ ಆಡುತ್ತಿದ್ದರು. ಸೀಬೆಯ ಮರದ ಕೆಳಗೆ ಕುಳಿತಿದ್ದ ಮುದಾರನೂ, ಐತಣ್ಣನೂ ರೈಟರನ್ನು ಕಂಡೊಡನೆ ಎದ್ದು ನಿಂತರು. ಕುಟ್ಟಿಕಣ್ಣನೂ, ನಂಬಿಯಾರರೂ ಆ ಕತ್ತಲಲ್ಲಿ ಅದೆಲ್ಲಿಂದಲೋ ಬಂದು ಸೇರಿದರು. ರಾತ್ರಿ ಕಾವಲುಗಾರ ಮೂಸಕಾಕನೂ ತಮ್ಮ ಗಂಬೂಟು ಎಳೆದುಕೊಳ್ಳುತ್ತಾ ಅಲ್ಲಿಗೆ ಬಂದರು. ಅದು ಹೇಗೋ ಎಲ್ಲಿಂದಲೋ ಮುಂಜಿ ಮದುವೆ ಮುಗಿಯುವ ಮೊದಲೇ ಹೂವಿನಕೊಲ್ಲಿಯೊಳಗೆ ಬಂದು ಸೇರಿದ್ದ ಮಿಠಾಯಿಪಾಪನೂ ತನ್ನ ಜೋಳಿಗೆಯೊಡನೆ ಅಲ್ಲಿ ನಿಂತಿದ್ದನು. ಉಸ್ಮಾನ್ ರೈಟರು ಚಪ್ಪರದ ಒಳ ನಡೆದಂತೆ ಅವರೆಲ್ಲರೂ ರೈಟರನ್ನು ಹಿಂಬಾಲಿಸಿ ತಾವೂ ಒಂದೊಂದು ಕಡೆ ನಿಂತುಕೊಂಡರು. ರೈಟರು ಅವರೆಲ್ಲರನ್ನೂ ಕುಳಿತುಕೊಳ್ಳಲು ಹೇಳಿದರು. ಮುದಾರನೊಬ್ಬನನ್ನು ಬಿಟ್ಟು ಎಲ್ಲರೂ ಕುಳಿತುಕೊಂಡರು.

'ಉಸ್ಮಾನ್ ರೈಟರದು ಇದೊಂದು ಜವಾಬ್ದಾರಿ ಮುಗಿಯಿತು. ಇನ್ನು ಇರುವುದು ಹಾಜಿರಾಳ ಮದುವೆ' ಎಂದು ಬೇರೆ ಏನೂ ಹೇಳಲು ಗೊತ್ತಾಗದೆ ಮೂಸಕಾಕಾ ಗೊಣಗಿದರು. ಅದಕ್ಕೆ ಯಾರೂ ಏನೂ ಹೇಳಲಿಲ್ಲ. ಆಮೇಲೆ ಉಸ್ಮಾನ್ ರೈಟರು ತಾವೇ ಒಳಗೆ ಹೋಗಿ ವೀಳ್ಯದೆಲೆಯ ಪಾತ್ರೆಯಲ್ಲಿ ಎಲೆ ಅಡಿಕೆ ತಂಬಾಕು ತುಂಬಿಸಿಕೊಂಡು ತಂದು ನಡುವಿನ ಬೆಂಚಿನ ಮೇಲಿಟ್ಟರು. ಅದರಿಂದ ಎಲೆ ಅಡಿಕೆ ತೆಗೆದುಕೊಂಡ ಮುದಾರನು ತಾನೂ ಒಂದು ಮೂಲೆಯಲ್ಲಿ ಕುಳಿತುಕೊಂಡು ಜಗಿಯಲು ತೊಡಗಿದನು. ಮಿಠಾಯಿಪಾಪ ತಾನೂ ಒಂದು ಮೂಲೆಯಲ್ಲಿ ಜೋಳಿಗೆಯ ಸಮೇತ ಹರಡಿಕೊಂಡನು.

ಹೊರಗಡೆ ಕತ್ತಲಾಗುತ್ತಿತ್ತು. ಒಳಗಡೆ ಹಾರೂನನು ಅರ್ಧ ನಿದ್ರೆಯಲ್ಲಿ ನೋವಿನಲ್ಲಿ ನರಳುತ್ತಿದ್ದನು. ಅವನ ತಲೆಯ ಬಳಿ ಕುಳಿತಿದ್ದ ಸಕೀನಾ ಅಣ್ಣನು ನರಳುವುದನ್ನು ನೋಡುತ್ತಿದ್ದಳು. ಹೊರಗಡೆ ಕತ್ತಲೆಯಲ್ಲಿ ಒಂದೆರಡು ಮಿಂಚು ಹುಳುಗಳು ಆಗಲೇ ಹಾರಾಟ ಶುರುಮಾಡಿದ್ದವು. ದೂರದಿಂದ ಸಿದ್ದಾಪುರ

ಪೇಟೆಯ ಕಡೆಯಿಂದ ಮಘರಿಬ್ ನಮಾಜಿನ ಬಾಂಗಿನ ಸದ್ದು ತೇಲಿ ಬರುತ್ತಿತ್ತು. ಕತ್ತಲೆ ಕೋಣೆಯಲ್ಲಿ ಚಿಮಿಣಿ ದೀಪದ ಸಣ್ಣ ಬೆಳಕು ಮಾಡಿಕೊಂಡು ಹಾಜಮ್ಮ ಸುಮ್ಮನೆ ತುಟಿ ಅಲುಗಿಸುತ್ತಾ ಕುಳಿತಿದ್ದರು. ಹಾಜಮ್ಮನ ಪಕ್ಕದಲ್ಲಿ ಸಣ್ಣ ಜಾಗಮಾಡಿಕೊಂಡು ತಾನೂ ಕುಳಿತುಕೊಂಡಿದ್ದ ಜೈನಬಾ ಹಾಜಮ್ಮನ ಅಲುಗುವ ತುಟಿಗಳನ್ನು ನೋಡುತ್ತಿದ್ದಳು.

*** ***

ಆ ಕತ್ತಲೆಯಲ್ಲಿ ತೋಟದ ಗೇಟಿನ ಕಡೆಯಿಂದ ಕಳ್ಳ ಹೆಜ್ಜೆ ಹಾಕುತ್ತ ಕುಪ್ಪಿಮೂಸಾ ನಡೆದು ಬರುತ್ತಿದ್ದನು. ಅವನಿಗೆ ಧೈರ್ಯ ಹೇಳುವಂತೆ ಹಿಂದಿನಿಂದ ದೇವಪ್ಪ ರೈಟರು ನಡೆದು ಬರುತ್ತಿದ್ದರು. ದೇವಪ್ಪ ರೈಟರು ಹಿಂದೆ ಇರುವರೆಂಬ ಧೈರ್ಯದಲ್ಲಿ ಕುಪ್ಪಿಮೂಸಾ ಮುಂದೆ ನಡೆಯುತ್ತಿದ್ದನು. ಕೊಂಚ ಕುಂಟುತ್ತಾ ನಡೆಯುತ್ತಿದ್ದ ದೇವಪ್ಪ ರೈಟರು ಧೈರ್ಯಕ್ಕೆ ಸಾಕಾಗುವಷ್ಟು ನಾಡ ಸಾರಾಯಿಯನ್ನು ಕುಡಿದಿದ್ದರು. ಅವರು ಧೈರ್ಯಕ್ಕೆ ಕುಡಿದಿದ್ದ ಸಾರಾಯಿಯ ಪರಿಮಳ ಅವರ ಹುಲಿಮೀಸೆಗೆ ಅಂಟಿಕೊಂಡು ಆ ಪರಿಮಳ ಅವರಿಗೆ ಇನ್ನೂ ಧೈರ್ಯವನ್ನು ತಂದು ಕೊಡುತ್ತಿತ್ತು.

'ಅಣ್ಣನ ಮನೆಗೆ ತಮ್ಮನು ಹೋಗಲು ಯಾರ ಹೆದರಿಕೆಯೂ ಬೇಕಾಗಿಲ್ಲ. ನೀನು ಬಾ ಮೂಸೇ' ಎಂದು ದೇವಪ್ಪ ರೈಟರು ಕುಪ್ಪಿಮೂಸಾನನ್ನು ಬಸ್ಸಿನಲ್ಲಿ ಹೊರಡಿಸಿಕೊಂಡು ಬಂದಿದ್ದರು. ಬಂದು ನೋಡಿದರೆ ಇಲ್ಲಿ ಕತ್ತಲಾಗಿ ಅವರಿಗೂ ಹೆದರಿಕೆಯಾಗಿ ಆದರೂ ಧೈರ್ಯದಲ್ಲೇ ಕುಂಟುತ್ತಾ ಕುಪ್ಪಿಮೂಸಾನ ಹಿಂದೆ ನಡೆಯುತ್ತಿದ್ದರು.

ಹುಲಿಮೀಸೆಯ ದೇವಪ್ಪ ರೈಟರು ಹಿಂದೆ ಯಾವುದೋ ಒಂದು ಕಾಲದಲ್ಲಿ ಹುಲಿಯೊಂದನ್ನು ಗುಂಡಿಟ್ಟು ಕೊಂದಿದ್ದರು ಎಂಬ ಕಾರಣಕ್ಕಾಗಿ ಹುಲಿಮೀಸೆ ಬಿಟ್ಟಿದ್ದರು. ಆದರೆ ಅವರ ನಾಡ ಸಾರಾಯಿ ಕುಡಿಯುವ ಅಭ್ಯಾಸದಿಂದಾಗಿ ಅವರನ್ನು ಹೆಂಡತಿಯೂ ಮನೆಯಿಂದ ಓಡಿಸಿಬಿಟ್ಟಿದ್ದಳು. ದಕ್ಷಿಣ ಕೊಡಗಿನಲ್ಲಿ ತಮ್ಮ ಪೂರ್ವಿಕರ ಭೂಮಿ ಹೊಂದಿದ್ದ ದೇವಪ್ಪ ರೈಟರು ತಮ್ಮ ಜೀವಿತದಲ್ಲಿ ಹಲವು ಕಾಫಿತೋಟಗಳಲ್ಲಿ ಹಲವು ಬಾರಿ ರೈಟರಾಗಿ ಕೆಲಸ ಮಾಡಿದ್ದರು. ಹೂವಿನಕೊಲ್ಲಿಯಲ್ಲೂ ಉಸ್ಮಾನ್ ರೈಟರ ಕೆಳಗೆ ಸಣ್ಣ ರೈಟರಾಗಿ ಕೆಲಸ ಮಾಡಿದ್ದರು. ಆದರೆ ಅವರ ಹುಲಿಮೀಸೆಯನ್ನೂ, ಸಾರಾಯಿ ವಾಸನೆಯನ್ನೂ ಮತ್ತು ಎಲ್ಲರನ್ನೂ ದುರುಗುಟ್ಟಿಕೊಂಡು ನೋಡುವ ಅಭ್ಯಾಸವನ್ನೂ ಸಹಿಸದ ಕಾಫಿ ತೋಟಗಳ ಮಾಲೀಕರುಗಳು ಅವರನ್ನು ವರ್ಷ ಮುಗಿಯುವುದರೊಳಗೇ ವಜಾ ಮಾಡಿ ಕಳುಹಿಸುತ್ತಿದ್ದರು. ಹೀಗೆ ವಜಾಗೊಂಡ ಸಮಯದಲ್ಲಿ ದೇವಪ್ಪ ರೈಟರು ಸಣ್ಣ ಪುಟ್ಟ ಊರುಗಳಲ್ಲಿ ಪೋಸ್ಟ್ ಮಾಸ್ಟರಾಗಿಯೂ ಕೆಲಸ

ಮಾಡಿದ್ದರು. ಆದರೆ ಅಲ್ಲಿಯೂ ಅವರಿಗೆ ಸರಿಯಾಗದೆ ಆ ಕೆಲಸವನ್ನೂ ಬಿಟ್ಟು ತಿರುಗಾಡುತ್ತಿದ್ದರು. ಅವರು ಹೋದ ಜಾಗದಲ್ಲೆಲ್ಲಾ ಹುಡುಕಿಕೊಂಡು ಹೋಗುತ್ತಿದ್ದ ಅವರ ಹೆಂಡತಿಯು ಎಲ್ಲ ಕಡೆ ಅವರ ಇತಿಹಾಸವನ್ನು ಹೇಳಿ ಅವರ ಮರ್ಯಾದೆಯನ್ನು ಹಾಳು ಮಾಡುತ್ತಿದ್ದಳು. ತನ್ನ ಒಳ್ಳೆಯತನ ಯಾರಿಗೂ ಅರಿವಾಗುತ್ತಿಲ್ಲವಲ್ಲ ಎಂಬ ಬೇಸರದಿಂದ ದೇವಪ್ಪ ರೈಟರು ಇನ್ನಷ್ಟು ನಾಡ ಸಾರಾಯಿ ಕುಡಿಯುತ್ತಿದ್ದರು.

ಮಡಿಕೇರಿಯ ಚಳಿಯಲ್ಲಿ ಹೀಗೆ ಬೇಸರದಲ್ಲಿ ನಡೆಯುತ್ತಿರುವಾಗಲೇ ಅವರಿಗೆ ಕುಪ್ಪಿಮೂಸಾ ಮಾತನಾಡಲು ಸಿಕ್ಕಿದ್ದನು. ಕುಪ್ಪಿಮೂಸಾ ಕೂಡಾ ಆಗ ಬೇಸರದಲ್ಲಿ ಕೊಂಚ ಕುಡಿದಿದ್ದನು. ಹಾರೂನನ ಮುಂಜಿ ಮದುವೆಗೆ ತನ್ನ ಅಣ್ಣ ಉಸ್ಮಾನ್ ರೈಟರು ತಮ್ಮನ್ನು ಕರೆದಿಲ್ಲವಲ್ಲ ಎಂಬ ಬೇಸರದಲ್ಲಿದ್ದ ಅವನನ್ನು ದೇವಪ್ಪ ರೈಟರು ತಬ್ಬಿಕೊಂಡು ಅತ್ತಿದ್ದರು. ಸತ್ಯವಂತರಿಗಿದು ಕಾಲವಲ್ಲ ಎಂದಿದ್ದರು. 'ಬಾ ಏನು ಆಗುತ್ತದಾ ನೋಡುತ್ತೇನೆ' ಎಂದು ಅವನೊಡನೆ ಬಸ್ಸು ಹತ್ತಿ ಸಿದ್ದಾಪುರದಲ್ಲಿ ಇಳಿದಿದ್ದರು. ಕತ್ತಲಾದ ಮೇಲೆ ಅಲ್ಲಿಂದ ನಡೆದುಕೊಂಡು ಬಂದು ಹೂವಿನಕೊಲ್ಲಿ ಸೇರಿದ್ದರು.

ಈಗ ದೇವಪ್ಪ ರೈಟರಿಗೂ ಹೆದರಿಕೆಯಾಗುತ್ತಿತ್ತು. ಕೆಲಸದಿಂದ ವಜಾಗೊಂಡು ಇನ್ನು ತೋಟದೊಳಗೆ ಕಾಲು ಹಾಕಿದರೆ ಮರಕ್ಕೆ ಕಟ್ಟಿ ಹೊಡೆಸುತ್ತೇನೆ ಎಂದು ಸಾಹುಕಾರರು ಹೇಳಿದ ಮೇಲೆ ಈಗ ಯಾವ ಧೈರ್ಯದ ಮೇಲೆ ಇಲ್ಲಿ ಕಾಲಿಡುತ್ತಿರುವೆ ಎಂದು ಅವರಿಗೇ ಹೆದರಿಕೆಯಾಗುತ್ತಿತ್ತು. ಆದರೆ ಉಸ್ಮಾನ್ ರೈಟರ ಮಗ ಹಾರೂನನ ಮುಂಜಿ ಮದುವೆಯಲ್ಲವೇ, ಜೊತೆಗೆ ರೈಟರ ತಮ್ಮ ಕುಪ್ಪಿಮೂಸಾನೂ ಜೊತೆಗಿದ್ದಾನಲ್ಲವೇ ಎಂಬ ಧೈರ್ಯದಲ್ಲಿ ಅವರು ನಡೆಯುತ್ತಿದ್ದರು. ಅದೂ ಅಲ್ಲದೆ ತೋಟದ ಸಾಹುಕಾರರು ನಾಲ್ಕು ವರ್ಷಗಳ ಹಿಂದೆ ಕೊಡಬೇಕಾಗಿದ್ದ ಬೋನಸ್ಸಿನ ಹಣ ಇನ್ನೂ ತನಗೆ ಸಿಕ್ಕಿರುವುದಿಲ್ಲ ಎಂಬುದನ್ನು ಉಸ್ಮಾನ್ ರೈಟರಿಗೆ ತಿಳಿಸುವ ಕೆಲಸವೂ ಇತ್ತು. ಆ ಬೋನಸ್ಸಿನ ಹಣವನ್ನು ದೇವಪ್ಪ ರೈಟರ ಹೆಂಡತಿ ಸಾಹುಕಾರರ ಬಳಿಯಿಂದ ಹಿಂದೆಯೇ ವಸೂಲಿ ಮಾಡಿ ಹೋಗಿದ್ದರೂ ದೇವಪ್ಪ ರೈಟರು ಅದು ಸುಳ್ಳು ಎಂದು ನಂಬಿದ್ದರು. ಅದು ಎಲ್ಲಕ್ಕಿಂತ ಹೆಚ್ಚಾಗಿ ಅವರಿಗೆ ಹಾರೂನನ್ನು ಕಂಡರೆ ತುಂಬಾ ಪ್ರೀತಿಯಿತ್ತು. ಏಳು ತಿಂಗಳಿಗೆ ಹುಟ್ಟಿದ ಮಗು ಒಂದೋ ಹುಚ್ಚನಾಗುತ್ತಾನೆ ಇಲ್ಲಾ ಮಂತ್ರಿಯಾಗುತ್ತಾನೆ ಎಂದು ಹೇಳಿಕೊಂಡೇ ಅವರು ಹಾಜಮ್ಮನ ಪ್ರೀತಿಯನ್ನು ಗಿಟ್ಟಿಸಿಕೊಂಡಿದ್ದರು. ಅದೂ ಅಲ್ಲದೆ ಅವರು ಹೂವಿನಕೊಲ್ಲಿಯಲ್ಲಿ ಒಂದು ವರ್ಷ ರೈಟರಾಗಿದ್ದಾಗ ತೋಟೆಯ ಕೋವಿಯಿಂದ ಕಾಡು ಮೊಲಗಳನ್ನೂ, ಗೀಜಗದ ಹಕ್ಕಿಗಳನ್ನೂ ಹೇಗೆ ಹೊಡೆಯುವುದು ಎಂದು ಉಸ್ಮಾನ್ ರೈಟರಿಗೆ ಕಲಿಸಲು ನೋಡಿ ಆಗದೆ ಆಮೇಲೆ ತಾವೇ ಬೇಟೆಯಾಡಿ ಕೊಡುತ್ತಿದ್ದರು.

ಇದರಿಂದಾಗಿ ಉಸ್ಮಾನ್ ರೈಟರಿಗೂ ದೇವಪ್ಪನವರನ್ನು ಕಂಡರೆ ಒಳಗೊಳಗೆ ಇಷ್ಟವಿತ್ತು. ಆದರೆ ಸಾರಾಯಿಯಿಂದಾಗಿ ಇವನು ಹಾಳಾಗುತ್ತಿರುವನು ಎಂಬ ಬೇಸರವೂ ಆಗುತ್ತಿತ್ತು.

ಆ ಕತ್ತಲಲ್ಲಿ ಕಣ್ಣು ನಿರುಕಿಸುತ್ತಾ ಕೂತಿದ್ದ ಹಾಜಮ್ಮನವರಿಗೆ ದೂರದಿಂದ ಮಗ ಕುಪ್ಪಿಮೂಸಾ ನಡೆದು ಬರುತ್ತಿರುವುದು ಹೇಗೋ ಗೊತ್ತಾಗುತ್ತಿತ್ತು. ಹೊರಗಡೆ ಚಪ್ಪರದಲ್ಲಿ ಮಗ ಉಸ್ಮಾನನು ಎಲ್ಲರೊಂದಿಗೆ ಕ್ಷೀಣದನಿಯಲ್ಲಿ ನಗುತ್ತಾ ಮಾತನಾಡುವುದೂ ಕೇಳಿಸುತ್ತಿತ್ತು. ಜೊತೆಗೆ ಹಾರೂನನು ನೋವಿನಲ್ಲಿ ನರಳುವ ಸಣ್ಣ ಸದ್ದು.

ಹಾಜಮ್ಮ ನಮಾಜಿನ ಬಟ್ಟೆ ಹಾಕಿಕೊಂಡೇ ಅಡುಗೆ ಮನೆಗೆ ಹೋದರೆ ಅಲ್ಲಿ ಆಯಿಷಾ ಒಬ್ಬಳೇ ಕುಳಿತುಕೊಂಡು ಬಂಗಲೆಯಿಂದ ತಂದಿದ್ದ ಅಡುಗೆಯ ಹಂಡೆಯನ್ನು ಉಜ್ಜಿ ತೊಳೆಯುತ್ತಿದ್ದಳು.

'ಆಯಿಷಾ ಇಬ್ಬರಿಗೆ ಆಗುವಷ್ಟು ತುಪ್ಪದ ಅನ್ನ ಉಳಿದಿದೆಯಾ' ಹಾಜಮ್ಮ ಆಶೆಯಲ್ಲಿ ಕೇಳಿದರು.

ಆಯಿಷಾ ಮಾತನಾಡಲಿಲ್ಲ.

'ಇನ್ನೂ ಇಬ್ಬರು ಬರುತ್ತಿದ್ದಾರೆ...' ಹಾಜಮ್ಮ ಜೋರಾಗಿ ಕೇಳಿದರು.

ಆಯಿಷಾಗೆ ಅದೂ ಕೇಳಿಸಲಿಲ್ಲ.

ಕೈಬಾರದ ಶಂಕರನ ಕತ್ತೂ ಮುರಿಯಿತು

ಎಲ್ಲೋ ಹುಟ್ಟಿಕೊಂಡ ಒಂದು ಗುಡುಗಿನ ಸದ್ದು ಅಲೆಯಲೆಯಾಗಿ ಉರುಳುತ್ತಾ ಹೂವಿನಕೊಲ್ಲಿಯ ಮೇಲೆ ತೇಲಿ ಎಲ್ಲೋ ಒಂದು ಮೂಲೆಯಲ್ಲಿ ಜೋರಾಗಿ ಸದ್ದು ಮಾಡಿ ಸುಮ್ಮನಾಗುತ್ತಿತ್ತು. ಅದರ ನಂತರ ಒಂದು ಮಿಂಚು, ಮತ್ತೆ ಅದರ ಗುಡುಗು, ನಡುವೆ ಗಾಳಿ ಬೀಸಿ ಮಳೆ ಹೊಯ್ಯುವ ಸದ್ದು ಮಾಡಿನ ಮೇಲಿಂದ ಕಿಟಕಿ ಬಾಗಿಲುಗಳಿಂದ ಕೇಳಿಸುತ್ತಿತ್ತು. ಅಳುತ್ತಿದ್ದ ಹಾರೂನನನ್ನು ಎಬ್ಬಿಸಿ ಕೈ ಹಿಡಿದುಕೊಂಡು ಬಚ್ಚಲಲ್ಲಿ ಕೂರಿಸಿದ್ದ ಆಯಿಷಾ ಅವನು ಮೂತ್ರ ಮಾಡಲಾಗದೆ ಅಳುತ್ತಾ ಕೂತಿರುವುದನ್ನು ಕಂಡು ತಾನೂ ಕಣ್ಣೀರು ಹಾಕುತ್ತಾ

ನಿಂತಿದ್ದಳು. ಅವಳ ಹಿಂದೆಯೇ ನಿಂತಿದ್ದ ಹಾಜಮ್ಮನೂ, ಉಸ್ಮಾನ್ ರೈಟರೂ ಆ ಚಿಮಿಣಿ ದೀಪದ ಬೆಳಕಿನಲ್ಲಿ ತಾವೂ ಏನೂ ಮಾಡಲಾಗದೆ ನಿಂತಿದ್ದರು. ಅವನಿಗೆ ಕರಿಜೀರಿಗೆಯ ಕಷಾಯ ಮಾಡಿಸಿ ಕುಡಿಸಿದರೆ ಕಟ್ಟಿರುವ ಮೂತ್ರವು ಹರಿದು ಹೋಗುವುದೆಂದು ಪಾತುಮ್ಮ ಮಳೆಯ ನೀರಲ್ಲಿ ಆರಿಹೋಗಿದ್ದ ಒಲೆಯನ್ನು ಹೊತ್ತಿಸಿ ಹೊಗೆ ಮಾಡಿ ಕುಕ್ಕುರುಗಾಲಲ್ಲಿ ಕುಳಿತಿದ್ದಳು.

ಉಳಿದ ಮಕ್ಕಳೆಲ್ಲರೂ ನಿದ್ದೆ ಹೋಗಿದ್ದರು. ಜಿಟಿಜಿಟಿ ಮಳೆಯ ಸದ್ದಿಗೆ ಕಿವಿ ಅಗಲಿಸಿ ಬಚ್ಚಲ ಕಲ್ಲಿನ ಮೇಲೆ ಕುಳಿತಲ್ಲೆ ಕುಳಿತುಕೊಂಡು ಹಾರೂನನು ಮೂತ್ರ ಮಾಡಲು ನೋಡುತ್ತಿದ್ದನು. ಆದರೆ ಆ ನೋವಲ್ಲಿ ಅದು ಅವನಿಗೆ ಆಗುತ್ತಿರಲಿಲ್ಲ. ಅಲ್ಲೇ ನಿದ್ದೆ ಹೋಗಲು ತೂಗುತ್ತಿದ್ದನು. ಅದೂ ಆಗುತ್ತಿರಲಿಲ್ಲ. ಈ ಮಳೆಯಲ್ಲಿ ಈ ಹುಡುಗನ ನೋವಿಗೆ ಏನು ಮಾಡುವುದು ಪಡೆದವನೇ ಎಂದು ಹಾಜಮ್ಮ ಬೇಗಬೇಗನೆ ನಮಾಜಿನ ಉಡುಪು ದರಿಸಿ ಆಫೀಸು ಕೋಣೆಗೆ ಹೊಕ್ಕು ಆ ಕತ್ತಲಲ್ಲಿ ಪ್ರಾರ್ಥಿಸಲು ತೊಡಗಿದರು.

ಆ ಕತ್ತಲಲ್ಲಿ ಅಲ್ಲಾಹುವಿನ ಹೆಸರು ಹೇಳಿ ಕೈಗಳನ್ನು ಮಡಚಿ ಎದೆಯ ಮೇಲಿಟ್ಟು ನಿಂತಿದ್ದ ಅವರ ಕಿವಿಗಳಿಗೆ ದೂರದಲ್ಲೆಲ್ಲೋ ಟಾರು ರಸ್ತೆಯಲ್ಲಿ ಮಗ ಕಮ್ಯುನಿಸ್ಟ್ ಕುಟ್ಟಪ್ಪನ ದೇಹವನ್ನು ಹೊತ್ತುಕೊಂಡು ಆರ್ತನಾದ ಹಾಕುತ್ತಾ ಮಳೆಯಲ್ಲಿ ನೆನೆದು ನಡೆಯುತ್ತಿದ್ದ ನಂಬಿಯಾರರ ಕೂಗು ಕೇಳಿಸುತ್ತಿತ್ತು. ಇದು ಎಷ್ಟು ಸುಳ್ಳು ಎಂದು ಗೊತ್ತಿದ್ದರೂ ಸಂಕಟದ ಸಮಯದಲ್ಲಿ ಕತ್ತಲೆಯ ಹೊತ್ತು ನಮಾಜಿಗೆ ನಿಂತಾಗಲೆಲ್ಲಾ ಹಾಜಮ್ಮನವರಿಗೆ ಇದೇ ಕೂಗು ಮತ್ತೆ ಮತ್ತೆ ಕೇಳಿಸಿದಂತಾಗುತ್ತಿತ್ತು. ಬೆಳಗಾದ ಮೇಲೆ ಕೈಯಲ್ಲಿ ಹಾಲಿನ ಚೊಂಬು ಹಿಡಿದುಕೊಂಡು ನಿಂತ ನಂಬಿಯಾರನ್ನು ಕಂಡ ಮೇಲೆ ರಾತ್ರಿ ತಾವು ಕೇಳಿರುವುದು ಕನಸಿನ ಸದ್ದು ಎಂದು ಹಾಜಮ್ಮರಿಗೆ ಅರಿವಾಗುತ್ತಿತ್ತು. ಆದರೂ ಒಮ್ಮೊಮ್ಮೆ ತಡೆಯಲಾಗದೆ 'ಕತ್ತಲೆಯಲ್ಲಿ ನಿನ್ನೆ ಇರುಳು ಅರಚಿಕೊಂಡು ಯಾಕೆ ಓಡಾಡುತ್ತಿದ್ದಿರಿ ನಂಬಿಯಾರೇ' ಎಂದು ಕೇಳಿಯೇ ಬಿಡುತ್ತಿದ್ದರು. ನಂಬಿಯಾರರು ಏನೂ ಹೇಳದೆ ಸುಮ್ಮನಾಗುತ್ತಿದ್ದರು. ಆದರೂ ಹಾಜಮ್ಮನ ಈ ತರಹದ ಮಾತುಗಳನ್ನು ಕೇಳಿದಾಗ ಅವರಿಗೂ ಸಂಕಟವಾಗದೆ ಇರುತ್ತಿರಲಿಲ್ಲ.

ಮಳೆಯ ಸದ್ದು ಇನ್ನೂ ಜೋರಾಗುತ್ತಿತ್ತು. ಮೂತ್ರ ಮಾಡಲಾಗದೆ ಎದ್ದು ನಿಂತ ಹಾರೂನನು ಕರಿಜೀರಿಗೆಯ ಕಷಾಯ ಕುಡಿದು ನೋವಲ್ಲಿ ತೂರಾಡುತ್ತಾ ತನ್ನ ಮಂಚದಲ್ಲಿ ಮಲಗಿಕೊಂಡನು. ಅವನ ಹಿಂದೆಯೇ ನಡೆದುಕೊಂಡು ಬಂದ ಆಯಿಷಾ ಅವನ ಗಾಯಕ್ಕೆ ನೋವಾಗದ ಹಾಗೆ ಅವನನ್ನು ತಬ್ಬಿಕೊಂಡು ಮಲಗಿದಳು.

*** ****

ಇತ್ತ ಸಿದ್ದಾಪುರದ ಪೇಟೆಯಲ್ಲಿ ಆ ಮಳೆಯಲ್ಲಿ ತನ್ನ ಕ್ಷೌರದಂಗಡಿಯ ಬಾಗಿಲುಗಳನ್ನು ಹಾಕಿಕೊಂಡ ಶಂಕರನು ಇನ್ನು ಹೇಗೆ ಈ ಕತ್ತಲೆಯಲ್ಲಿ ಮನೆಯನ್ನು ಸೇರುವುದು ಎಂದು ಯೋಚಿಸುತ್ತ ನಿಂತಿದ್ದನು. ತಾನು ಈಗ ಹೋಗಿ ಸೇರುವುದು ತನ್ನ ಮನೆಯಲ್ಲ ಅದು ಕುಂಞಿಂಬು ಎಂಬ ಕ್ಷೌರಿಕನ ಮನೆ ಎಂಬ ಅರಿವಿದ್ದರೂ ಇನ್ನು ಬೇರೆಲ್ಲಿಗೆ ತಾನು ಹೋಗುವುದು ಎಂದು ತನ್ನ ಅಷ್ಟೇನೂ ಜೀವವಿಲ್ಲದ ಎಡಗೈಯನ್ನು ಸುಮ್ಮನೆ ಅಲ್ಲಾಡಿಸುತ್ತಾ ಆಲೋಚಿಸುತ್ತಿದ್ದನು. ಅವನ ಸಂಕಟ ಇನ್ನಷ್ಟು ಅಧಿಕವಾಗುವ ಹಾಗೆ ಆ ಮಳೆಯು ಸುಮ್ಮನೆ ಹುಯ್ಯುತ್ತಿತ್ತು. ಅವನು ಆ ಮಳೆಯಲ್ಲಿ ನಡೆದು ತೋಟವೊಂದರೊಳಗಿರುವ ಕುಂಞಿಂಬುವಿನ ಲೈನು ಮನೆಯನ್ನು ಸೇರಬೇಕಿತ್ತು.

ಮಕ್ಕಳಿಲ್ಲದ ಕುಂಞಿಂಬು ಅನಾದಿ ಕಾಲದಿಂದ ಆ ತೋಟದ ಲೈನು ಮನೆಯಲ್ಲಿ ಬಾಡಿಗೆಯಿಲ್ಲದೆ ಬದುಕುತ್ತಿದ್ದನು. ಚೆಟ್ಟಿಯಾರೊಬ್ಬರಿಗೆ ಸೇರಿದ ಆ ತೋಟವನ್ನು ತಮಿಳು ರೈಟರೊಬ್ಬರು ನೋಡಿಕೊಳ್ಳುತ್ತಿದ್ದರು. ಆ ತಮಿಳು ರೈಟರು ಜೀವನದಲ್ಲಿ ಒಮ್ಮೆಯೂ ತೋಟವನ್ನು ಬಿಟ್ಟು ಹೊರಗೆ ಬರದೆ ತಮಗೆ ಬೇಕಿರುವುದನ್ನೆಲ್ಲ ಅಲ್ಲಿಗೇ ತರಿಸಿಕೊಂಡು ಬದುಕುತ್ತಿದ್ದರು. ತನ್ನ ಕೈಯಲ್ಲಿ ಆಗುವಷ್ಟು ಕಾಲ ಅವರ ಕ್ಷೌರದ ಕೆಲಸವನ್ನು ಕುಂಞಿಂಬುವೇ ಕಾಸು ಇಸಕೊಳ್ಳದೆ ಮಾಡುತ್ತಿದ್ದನು. ಈಗ ಆತನಿಗೆ ಕೈಲಾಗದ ಮೇಲೆ ಶಂಕರನೇ ಆ ಕೆಲಸವನ್ನು ಮಾಡಬೇಕಿತ್ತು. ಶಂಕರನಿಗೆ ಈ ಕೆಲಸವು ತುಂಬಾ ರೇಜಿಗೆಯನ್ನುಂಟು ಮಾಡುತ್ತಿತ್ತು. ಸದಾ ಮಾತುಗಾರನಾದ ಆತನಿಗೆ ಈ ಮಾತೇ ಆಡದ ತಮಿಳು ರೈಟರ ಕ್ಷೌರ ಮಾಡುವುದು ಹಿಂಸೆ ಆಗುತ್ತಿತ್ತು. ಆಗುವುದಿಲ್ಲ ಎಂದು ಹೇಳಿದರೆ ಕುಂಞಿಂಬು ಲೈನು ಮನೆಯನ್ನು ಬಿಟ್ಟು ಹೋಗಬೇಕು ಎಂದು ಆ ತಮಿಳು ರೈಟರು ಆರ್ಡರ್ ಮಾಡಿದ್ದರು.

ಶಂಕರನು ತನ್ನ ಈ ಸಂಕಟವನ್ನು ಎಲ್ಲರಲ್ಲೂ ಹೇಳಿಕೊಳ್ಳುತ್ತಿದ್ದನು. ಎಲ್ಲರೂ ನಗುತ್ತಿದ್ದರು. ಅವನಿಗೆ ತನ್ನ ತಾಯಿ ಕಾದಿಮಾಳ ಮೇಲೆ ಸಿಟ್ಟು ಬರುತ್ತಿತ್ತು. ಸಿದ್ದಾಪುರದಲ್ಲಿ ಆತನ ಈ ಸಂಕಟವನ್ನು ಸ್ವಲ್ಪವಾದರೂ ಅರ್ಥ ಮಾಡಿಕೊಂಡಂತೆ ಇದ್ದದ್ದು ಮಸೀದಿಯ ದೊಡ್ಡ ಉಸ್ತಾದರ ಅಳಿಯನಾದ ಸಣ್ಣ ಉಸ್ತಾದರು ಮಾತ್ರ. ಈ ಸಣ್ಣ ಉಸ್ತಾದರು ಸರಿಯಾದ ಉಸ್ತಾದರಲ್ಲ ಎಂಬುದು ಸಿದ್ದಾಪುರದಲ್ಲಿ ಬಹಳ ಮಂದಿಗೆ ಗೊತ್ತಿತ್ತು. ಸಣ್ಣ ಉಸ್ತಾದರೇ ಇದನ್ನು ಒಪ್ಪಿಕೊಂಡು ಕೇಳಿದವರಿಗೆ 'ಹೌದು ನಾನು ಸರಿಯಾದ ಉಸ್ತಾದನಲ್ಲ. ಈ ಸಿದ್ದಾಪುರದ ಮಂದಿಗೆ ಉಸ್ತಾದನಾಗಲು ಕುರಾನು ಓದಿ ಅರೆದು ಕುಡಿದು ದೊಡ್ಡ ಮತ ಪಂಡಿತನಾಗಬೇಕಾಗಿಲ್ಲ' ಎಂದು ಹೋದಲ್ಲಿ ಬಂದಲ್ಲಿ ಮಲಯಾಳದ ಪತ್ರಿಕೆಗಳನ್ನು ಓದುತ್ತಾ ಕೂತಿರುತ್ತಿದ್ದರು. ಸಮಯವಾದಾಗ

ಮಸೀದಿಯ ಮಿನಾರನ್ನು ಏರಿ ಚಂದವಾಗಿ ಬಾಂಗ್ ಹೇಳಿ ನಮಾಜು ಮಾಡಿ ಬರುತ್ತಿದ್ದರು.

ಉಳಿದ ಸಮಯದಲ್ಲಿ ತೆಂಗಿನಕಾಯಿ, ತೆಂಗಿನ ಎಣ್ಣೆ, ಓಲೆಯಬೆಲ್ಲ, ಕರಿಮೆಣಸು, ಒಣಶುಂಠಿ ಇತ್ಯಾದಿ ವ್ಯಾಪಾರದಲ್ಲಿ ತೊಡಗುತ್ತಿದ್ದರು. ಈ ವ್ಯಾಪಾರಕ್ಕಾಗಿ ಅವರು ಒಂದು ಹಳೆಯ ಲ್ಯಾಂಬ್ರೆಟಾ ಸ್ಕೂಟರನ್ನೂ ಇಟ್ಟುಕೊಂಡಿದ್ದರು. ಅವರು ಸಮಯವಾದಾಗಲೆಲ್ಲಾ ತಮ್ಮ ಸ್ಕೂಟರಿನ ಹಿಂಬದಿಯಲ್ಲಿ ಶಂಕರನನ್ನು ಕೂರಿಸಿಕೊಂಡು ಸಿದ್ದಾಪುರದ ಸುತ್ತಮುತ್ತ ಇರುವ ಸಣ್ಣಪುಟ್ಟ ಬೆಳೆಗಾರರ ಬಳಿ ಹೋಗಿ ವ್ಯಾಪಾರ ಮಾಡಿಕೊಂಡು ಬರುತ್ತಿದ್ದರು. ಬಹಳ ಮಾತುಗಾರನಾದ ಶಂಕರನು ಹಿಂದೆ ಕುಳಿತುಕೊಂಡೇ ತನ್ನ ಜೀವಿತದ ಬಹುತೇಕ ಕಥೆಯನ್ನು ಸಣ್ಣ ಉಸ್ತಾದರಲ್ಲಿ ಹೇಳಿದ್ದನು. 'ಜೀವನದಲ್ಲಿ ಆಗದೇ ಇರುವುದು ಯಾವುದೂ ಇಲ್ಲ ಶಂಕರಾ, ನೋಡು ದೊಡ್ಡ ಮಲೆ ಸರಕು ವ್ಯಾಪಾರಿಯಾಗಬೇಕಾಗಿದ್ದ ನಾನು ಇಲ್ಲಿ ಉಸ್ತಾದನಾಗಿ ಬದುಕುತ್ತಿಲ್ಲವಾ?' ಎಂದು ಹೇಳಿದ ಉಸ್ತಾದರು ತಮ್ಮ ಜೀವಿತದ ಕಥೆಯನ್ನೂ ಅಷ್ಟಿಷ್ಟು ಅವನಲ್ಲಿ ಹೇಳಿದ್ದರು. ಜೊತೆಗೆ ಒಂದು ಕೈಯಲ್ಲೇ ಸ್ಕೂಟರು ಓಡಿಸುವುದು ಹೇಗೆ ಎಂದು ಶಂಕರನಿಗೆ ಕಲಿಸಿಕೊಟ್ಟಿದ್ದರು.

ಅದು ಹೇಗೋ ಒಂದು ಕೈಯಲ್ಲೇ ಸ್ಕೂಟರು ಓಡಿಸುವುದನ್ನು ಕಲಿತುಬಿಟ್ಟಿದ್ದ ಶಂಕರನಿಗೆ ಸಣ್ಣ ಉಸ್ತಾದರ ಮಾತುಗಳು ದೈವ ವಾಕ್ಯಗಳಂತೆ ಕೇಳಿಸಿ 'ಹೇಗಾದರೂ ಮಾಡಿ ಈ ಕ್ಷೌರದ ನರಕದಿಂದ ನನ್ನನ್ನು ಪಾರುಮಾಡಿ ಉಸ್ತಾದರೇ' ಎಂದು ಅವರಲ್ಲಿ ಆಗಾಗ ಕೇಳಿಕೊಳ್ಳುತ್ತಿದ್ದನು. 'ಸ್ಕೂಟರು ಓಡಿಸುವುದು ಆಗುವುದಾದರೆ ಅದೂ ಆಗುತ್ತದೆ. ಅವಸರ ಮಾಡಬೇಡ ಶಂಕರಾ' ಎಂದು ಅವರು ಅವನಿಗೆ ಧೈರ್ಯ ಹೇಳಿದ್ದರು. ಹೀಗಾಗಿ ಹೆಚ್ಚು ಕಡಿಮೆ ತನ್ನ ಕ್ಷೌರದ ಕೆಲಸವನ್ನೇ ಕಡಿಮೆ ಮಾಡಿದ್ದ ಶಂಕರನು ಸಣ್ಣ ಉಸ್ತಾದರ ಸ್ಕೂಟರನ್ನು ಒಮ್ಮೊಮ್ಮೆ ಒಬ್ಬನೇ ಓಡಿಸಿಕೊಂಡು ತಿರುಗಾಡುತ್ತಿದ್ದನು.

ಇವತ್ತು ಈ ಮಳೆಯಲ್ಲಿ ಈ ಸ್ಕೂಟರು ಸಿಕ್ಕಿದರೆ ಅದರಲ್ಲೇ ಹೋಗಬಹುದು ಎಂಬ ಆಸೆಯಲ್ಲಿ ನೆನೆಯುತ್ತಾ ನಿಂತಿದ್ದ ಶಂಕರನ ಎದುರು ದೇವರೇ ಬಂದ ಹಾಗೆ ಸಣ್ಣ ಉಸ್ತಾದರು ಬಂದಿದ್ದರು. ಅವರು ಮಳೆಯಲ್ಲಿ ನೆನೆಯದ ಹಾಗೆ ಪ್ಲಾಸ್ಟಿಕ್ಕಿನ ಮಳೆಯ ಕೋಟನ್ನು ಧರಿಸಿದ್ದರು. ಶಂಕರನು ಅವರಲ್ಲಿ ಸ್ಕೂಟರನ್ನು ಬೇಡಿಕೊಂಡು ಅವರ ಕೋಟನ್ನೂ ಕೇಳಿ ಪಡೆದುಕೊಂಡು ಆ ಹಳೆಯ ಸ್ಕೂಟರಿಗೆ ಒದ್ದು ಸ್ಟಾರ್ಟ್ ಮಾಡಿಕೊಂಡು ಒಂದು ಕೈಯಲ್ಲೇ ಆ ಜಿಟಿಜಿಟಿ ಮಳೆಯಲ್ಲಿ ತೋಟದ ಕಡೆ ಕತ್ತಲಲ್ಲಿ ಸಣ್ಣ ಬೆಳಕು ಮಾಡಿ ಓಡಿಸಲು ತೊಡಗಿದನು. ಅವನಿಗೆ ಯಾಕೋ ಈಗ ತನ್ನ ಎಡಗೈಗೂ ಜೀವ

ಬಂದಿರುವ ಹಾಗೆ ಅನಿಸಿ ಬೇಕಾದಕ್ಕಿಂತಲೂ ಜೋರಾಗಿಯೇ ಓಡಿಸಲು ಶುರುಮಾಡಿದನು.

*** ***

ರಾತ್ರಿ ಹತ್ತು ಗಂಟೆಯ ಹೊತ್ತಿಗೆ ಆ ಮಳೆಯಲ್ಲಿ ನೆನೆದುಕೊಂಡು ಮಡಿಕೇರಿಯ ಕಡೆ ವಾಪಾಸು ಹೊರಟಿದ್ದ ದೇವಪ್ಪ ರೈಟರೂ, ಕುಪ್ಪಿಮೂಸಾನೂ ಮೌನವಾಗಿ ನಡೆಯುತ್ತಿದ್ದರು. ಅಬ್ಯಾಲೆಯ ತಿರುವು ಹತ್ತುತ್ತಿದ್ದಂತೆ ದೇವಪ್ಪ ರೈಟರಿಗೆ ಎಲ್ಲ ಈ ಕುಪ್ಪಿಮೂಸಾನಿಂದಾಗಿ ಎಂದು ಅಳುವೇ ಬಂದ ಹಾಗಾಗುತ್ತಿತ್ತು. ಕುಪ್ಪಿಮೂಸಾನೂ ಮನಸ್ಸಲ್ಲೇ ದೇವಪ್ಪ ರೈಟರಿಗೆ ಶಾಪ ಹಾಕುತ್ತಾ ನಡೆಯುತ್ತಿದ್ದನು. ಅವರಿಬ್ಬರಿಗೂ ಆ ಮಳೆಯಲ್ಲಿ ತಮ್ಮಿಬ್ಬರ ಕಥೆ ಒಂದೇ ಎಂದು ಅನಿಸಲು ತೊಡಗಿತ್ತು. ದಾರಿಯ ನಡುವೆ ಆ ಕತ್ತಲಲ್ಲಿ ತಮ್ಮ ಒಂದು ಒಳಜೇಬಿಂದ ಸಣ್ಣ ಬಾಟಲೊಂದನ್ನು ಹೊರತೆಗೆದ ದೇವಪ್ಪ ರೈಟರು ಅದನ್ನು ಹಾಗೇ ಗಂಟಲಿಗೆ ಸುರಿದು ಇನ್ನೊಂದು ಒಳಜೇಬಿಂದ ಇನ್ನೊಂದು ಬಾಟಲನ್ನು ಹೊರತೆಗೆದು ಅದನ್ನು ಕುಪ್ಪಿಮೂಸಾನಿಗೆ ಕೊಟ್ಟಿದ್ದರು. ಕುಪ್ಪಿಮೂಸಾನೂ ಬೇರೇನೂ ಯೋಚಿಸದೆ ಅದನ್ನು ತನ್ನ ಗಂಟಲಿಗೆ ಸುರಿದುಕೊಂಡು ಅವರಿಬ್ಬರು ಇಡೀ ಪ್ರಪಂಚವನ್ನು ಬಾಯಿಗೆ ಬಂದ ಹಾಗೆ ಬೈಯುತ್ತಾ ನಡುನಡುವೆ ಒಬ್ಬರನ್ನೊಬ್ಬರು ಬೈಯುತ್ತಾ ಆ ಮಳೆಯಲ್ಲಿ ನೆನೆದುಕೊಂಡು ನಡೆಯುತ್ತಿದ್ದರು.

ಹಾರೂನನ ಮುಂಜಿ ಮದುವೆಗೆ ಹೋಗಿದ್ದ ಅವರಿಬ್ಬರಿಗೆ ಅಂಗಳದ ಚಪ್ಪರಕ್ಕೇ ಹಾಜಮ್ಮ ಊಟ ತಂದಿಟ್ಟಿದ್ದರು. ಅವರು ಊಟವನ್ನು ತಿಂದು ಮುಗಿಸಿದ ತಕ್ಷಣ ಗಂಟಲು ಸರಿಮಾಡಿಕೊಂಡ ಉಸ್ಮಾನ್ ರೈಟರು, 'ಇನ್ನು ನೀವಿಬ್ಬರು ಇಲ್ಲಿಂದ ಹೊರಡಬಹುದು' ಎಂದು ತಣ್ಣಗಿನ ಸಣ್ಣ ದನಿಯಲ್ಲಿ ಅಂದಿದ್ದರು.

'ಇರಿ ರೈಟರೇ ನಾವೇನು ಇರಲು ಬಂದವರಲ್ಲ, ಮಗುವನ್ನು ನೋಡಿಕೊಂಡು ಹೋಗುತ್ತೇವೆ' ಎಂದು ದೇವಪ್ಪ ರೈಟರು ಕುಪ್ಪಿಮೂಸಾನನ್ನು ಒಳಗೆ ತಳ್ಳಿಕೊಂಡು ಹೋಗಿ ಅವರಿಬ್ಬರೂ ನೋವಲ್ಲಿ ಪಿಳಿಪಿಳಿ ಕಣ್ಣುಬಿಟ್ಟುಕೊಂಡು ಮಲಗಿದ್ದ ಹಾರೂನನ ಮುಂದೆ ನಿಂತಿದ್ದರು.

ಬಾಗಿಲ ಬಳಿಯಲ್ಲಿ ಹಾಜಮ್ಮನೂ, ಜೈನಬಾಳೂ, ಹಾಜಿರಾಳೂ, ಆಯಿಷಾಳೂ ಅವರನ್ನು ನೋಡುತ್ತ ನಿಂತಿದ್ದರು. ಸೈದಾಲಿಯು ಏನೂ ಗೊತ್ತಿಲ್ಲದವನಂತೆ ಸುಮ್ಮನೆ ಅತ್ತ ಇತ್ತ ಓಡಾಡುತ್ತಿದ್ದನು. ಏನು ಮಾಡುವುದೆಂದು ಗೊತ್ತಾಗದ ಕುಪ್ಪಿಮೂಸಾ ತನ್ನ ಗೊಗ್ಗರು ದನಿಯಲ್ಲಿ ಗಳಗಳ ಅಳುತ್ತಾ ತನ್ನ ಜೇಬಿನೊಳಗೆ ಉಳಿದಿದ್ದ ರೂಪಾಯಿ ನೋಟುಗಳನ್ನೂ, ಚಿಲ್ಲರೆ ನಾಣ್ಯಗಳನ್ನೂ

ನೋವಲ್ಲಿ ಮಲಗಿದ್ದ ಹಾರೂನನ ಹಾಸಿಗೆಯ ಮೇಲೆ ಸುರಿದು, 'ನಾನೊಬ್ಬ ನಿಮಗೆಲ್ಲ ಬೇಡವಾದೆನಲ್ಲ ಪಡೆದವನೇ' ಎಂದು ನೆಲದ ಮೇಲೆ ಕುಕ್ಕುರುಗಾಲಲ್ಲಿ ಕುಸಿದು ಕುಳಿತಿದ್ದನು.

ಅವನು ಅಳುವುದನ್ನು ಕೇಳಿದ ಹಾಜಮ್ಮ ತಾನೂ ನೆಲದಲ್ಲಿ ಕುಸಿದು ಕುಳಿತು ಅಳಲು ತೊಡಗಿದ್ದರು. ಅವರಿಬ್ಬರು ಅಳುವುದನ್ನು ಕೇಳಿಸಿಕೊಂಡು ಅಲ್ಲಿಗೆ ಬಂದ ಉಸ್ಮಾನ್ ರೈಟರು 'ನೀವಿಬ್ಬರು ಇಲ್ಲಿಂದ ನೀವಾಗಿಯೇ ಹೊರಡುತ್ತೀರೋ ಇಲ್ಲಾ ಹೊರಗೆ ಹಾಕಿಸಬೇಕೋ' ಎಂದು ಅವರಿಬ್ಬರನ್ನು ಅಲ್ಲಿಂದ ಕಳಿಸಿದ್ದರು.

ಹಾಗೆ ದಬ್ಬಿಸಿಕೊಂಡು ಅವಮಾನದಲ್ಲೂ ಸಿಟ್ಟಲ್ಲೂ ಮಳೆಯಲ್ಲೂ ನೆನೆದು ಬರುತ್ತಿದ್ದ ಅವರಿಗೆ ತಿರುವಿನ ಕೊನೆಯಲ್ಲಿ ರಸ್ತೆಯ ನಡುವಲ್ಲಿ ಬಿದ್ದುಕೊಂಡಿರುವುದು ದೆವ್ವವೋ, ಹುಲಿಯೋ, ಹಸುವೋ ಎಂದೂ ಗೊತ್ತಾಗಲಿಲ್ಲ. ತೀರಾ ಹತ್ತಿರ ಬಂದಾಗ ಬಿದ್ದುಕೊಂಡಿರುವುದು ಸಣ್ಣ ಉಸ್ತಾದರ ಸ್ಕೂಟರು ಎಂದು ಕುಪ್ಪಿಮೂಸಾನಿಗೆ ಗೊತ್ತಾಗಿ ಹತ್ತಿರ ಹೋಗಿ ನೋಡಿದರೆ ಆ ಕತ್ತಲಲ್ಲಿ ಸಣ್ಣ ಉಸ್ತಾದರ ಕೈಮುರಿದು ಹೋಗಿದೆ ಎಂದು ಗೊತ್ತಾಯಿತು. 'ಯಾ ಪಡೆದವನೇ ಉಸ್ತಾದರ ಎಡಗೈ ಮುರಿದು ಹೋಗಿದೆಯಲ್ಲಾ' ಎಂದು ಸಂಕಟಪಟ್ಟ ಕುಪ್ಪಿಮೂಸಾನಿಗೆ ಉಸ್ತಾದರ ಕತ್ತು ತಿರುವು ಮುರುವಾಗಿ ಮುಖ ಬೆನ್ನಿನ ಕಡೆ ತಿರುಗಿ ಹೋಗಿರುವುದು ಕಂಡಿತ್ತು. 'ಅಯ್ಯೋ ಕತ್ತೂ ಮುರಿದು ಹೋಗಿದೆಯಲ್ಲಾ' ಎಂದು ದೇವಪ್ಪ ರೈಟರು ಶಂಕರನ ಮುಖವನ್ನು ಕತ್ತಿನ ಸಮೇತ ಬಲಗಡೆಗೆ ತಿರುಗಿಸಿದರು. ತನ್ನ ಕತ್ತು ಮುರಿದು ಹೋದಂತಾಗಿ ಶಂಕರನು ಜೋರಾಗಿ ಕೂಗಿಕೊಂಡನು.

ಅವನು ಅಬ್ಯಾಲೆಯ ದಾರಿಯಲ್ಲಿ ಮಳೆಯು ಇನ್ನೂ ಜೋರಾದಾಗ ಆ ಪ್ಲಾಸ್ಟಿಕ್ಕಿನ ಮಳೆಕೋಟನ್ನು ಹಿಂದಕ್ಕೆ ತಿರುಗಿಸಿ ಧರಿಸಿಕೊಂಡು ಅದರ ಗುಂಡಿಗಳನ್ನು ಬೆನ್ನು ಮುಚ್ಚುವಂತೆ ಹಾಕಿಕೊಂಡು ಹೊರಟವನು ಚಡಾವು ಇಳಿಯುವಾಗ ಹೊಂಡಕ್ಕೆ ಸಿಲುಕಿ ಬಿದ್ದು ಹೋಗಿದ್ದನು.

ಸಣ್ಣ ಉಸ್ತಾದರ ಕೈಯೂ ಮುರಿದಿದೆ, ಕತ್ತೂ ತಿರುಗಿಹೋಗಿದೆ ಎಂದು ತಿಳಿದ ಅವರಿಬ್ಬರೂ ಆ ಕತ್ತಲೆ ಮಳೆಯಲ್ಲಿ ಶಂಕರನ ಸರಿಯಿದ್ದ ಕತ್ತನ್ನೂ ತಿರುಗಿಸಲು ಹೋಗಿ ಮುರಿದುಬಿಟ್ಟಿದ್ದರು.

ಕುಳ್ಳ ಮಾಯೀನನ ಕಥೆ

ಕತ್ತು ಉಳುಕಿಸಿಕೊಂಡು ನಡೆಯಲೂ ಆಗದೆ ಕುಂಟುತ್ತಿದ್ದ ಶಂಕರನನ್ನು ತನ್ನ ಬ್ಯಾಲೆನ್ಸ್ ಸೈಕಲಿನ ಹಿಂದೆ ಕೂರಿಸಿಕೊಂಡು ಸೈಕಲ್ ಮಹಮ್ಮದನು ಗದ್ದೆಯ ಬದುವಿನಲ್ಲಿ ತಳ್ಳಿಕೊಂಡು ಬರುತ್ತಿದ್ದನು. ಅವನ ಹಿಂದೆ ಬರುತ್ತಿದ್ದ ಕಾದಿಮಾ ಅಜ್ಜಿಯು ಬದುವಿನ ಕೆಸರಿನಲ್ಲಿ ಕಣ್ಣೀರು ತುಂಬಿಕೊಂಡು ಓಲಾಡುತ್ತಾ ನಡೆಯುತ್ತಿದ್ದಳು. ರಾತ್ರಿ ಎಲ್ಲಾ ಸುರಿಯುತ್ತಿದ್ದ ಮಳೆಯು ಬೆಳಗಿನ ಹೊತ್ತಿಗೆ ಕೊಂಚ ನಿಂತು ಈಗ ಮತ್ತೆ ಸುರಿಯಲು ಸಿದ್ಧವಾಗುತ್ತಿತ್ತು. ಕೊಯಿದ ಗದ್ದೆಯಲ್ಲಿ ನೀರು ತುಂಬಿ ಆ ನೀರಲ್ಲಿ ಒಂದೆರಡು ಕೊಕ್ಕರೆಗಳು ಕತ್ತು ಬಗ್ಗಿಸಿ ಏನನ್ನೋ ಹುಡುಕುತ್ತಿದ್ದವು.

ರೈಟರ ಬಿಡಾರದ ಅಂಗಳದಲ್ಲಿ ಕೊಡೆ ಮಡಚಿ ಅದರ ತುದಿಯನ್ನು ನೆಲಕ್ಕೆ ಚುಚ್ಚಿ ನಿಲ್ಲಿಸಿದ್ದ ಕುಟ್ಟಿಕಣ್ಣನು ತನ್ನ ತೈಲದ ಶೀಷೆಗಳನ್ನು ಒಂದೊಂದಾಗಿ ತೆಗೆದು ಹಸ್ತಕ್ಕೆ ಸುರಿದು ಮೂಸಿ ನೋಡಿ ಸರಿಯಾದ ತೈಲವನ್ನು ಬಟ್ಟಲಿಗೆ

ಸುರಿದು ಅದನ್ನು ಕಾಯಿಸಲು ಹಾಜಮ್ಮನ ಕೈಗೆ ಕೊಟ್ಟನು. ಅದನ್ನು ತೆಗೆದುಕೊಂಡ ಹಾಜಮ್ಮನು ತಾನೂ ಒಮ್ಮೆ ಮೂಸಿನೋಡಿ 'ಇದು ಕಡಂಜದ ತೈಲ ಅಲ್ಲವಾ ಕುಟ್ಟಿಕಣ್ಣಾ' ಎಂದು ಅದನ್ನು ಕಾಯಿಸಲು ಆಯಿಷಾಳ ಕೈಗೆ ಕೊಟ್ಟಳು. ಆಯಿಷಾಳ ಕೈಯಿಂದ ಅದನ್ನು ತೆಗೆದುಕೊಂಡ ಹಾಜಿರಾ ಅಡಿಗೆ ಕೋಣೆಗೆ ಹೊಕ್ಕು, ಆರಿಹೋಗಿದ್ದ ಒಲೆಯ ಮುಂದೆ ಕುಳಿತು, ಊದು ಕೊಳವೆಯಿಂದ ಊದಿ, ಕೆಂಡಗಳನ್ನು ಕೆಂಪಗೆ ಮಾಡಿ, ತೈಲದ ತಟ್ಟೆಯನ್ನು ಕೆಂಡದ ಮೇಲಿಟ್ಟು ಬಿಸಿ ಮಾಡಲು ತೊಡಗಿದಳು. ಅದುವರೆಗೆ ನರಳುತ್ತಾ ಮುಲುಕುತ್ತಿದ್ದ ಹಾರೂನನು ಮಲಗಿದ್ದಲ್ಲಿಂದಲೇ ಬೆತ್ತಲೆಯಾಗಿ ನಡೆದು ಬಂದು ಉರಿಯುತ್ತಿದ್ದ ಆ ಕೆಂಡದ ಮುಂದೆ ಕುಳಿತು ಚಳಿ ಕಾಯಿಸಲು ತೊಡಗಿದನು.

ಮಳೆ ನಿಂತಿದ್ದರೂ ಹನಿಗಳು ಮಾಡಿನ ಮೇಲೆ ಮರದ ಗೆಲ್ಲುಗಳಿಂದ ತೊಟ್ಟಿಕ್ಕುತ್ತಿದ್ದವು. ಹಾಜಿರಾ ಬೆತ್ತಲೆಯಾಗಿ ಕೂತಿದ್ದ ಹಾರೂನನ ತಲೆ ತಡವಿ ಬೆನ್ನನ್ನು ಸವರಿ ಇನ್ನೂ ನೋವಾಗುತ್ತಿದೆಯಾ ಎಂದು ಕೇಳಿದಳು. ಹಾರೂನನು ಇಲ್ಲಾ ಎಂದು ತಲೆಯಾಡಿಸಿ ನಕ್ಕನು. ಅವನ ಮುಖದಲ್ಲಿ ನಾಚುಕೆಯು ಮೆಲ್ಲನೆ ನುಗ್ಗಿ ಬರುತ್ತಿತ್ತು. ಅದನ್ನು ನೋಡಿ ಹಾಜಿರಾಳ ಮುಖದಲ್ಲೂ ನಾಚುಕೆ ಮೂಡುತ್ತಿತ್ತು. ಬಿಸಿಯಾದ ತೈಲದ ಪರಿಮಳ ಒಲೆಯಿಂದ ಎದ್ದು ಅವರ ಮೂಗುಗಳಲ್ಲಿ ತುಂಬಿಕೊಳ್ಳುತ್ತಿತ್ತು. 'ಬಿಸಿಯಾಗಿದೆ ಹೋಗುತ್ತೇನೆ' ಎಂದು ಹಾಜಿರಾಳು ತೈಲದ ಬಟ್ಟಲನ್ನು ಬಟ್ಟೆಯೊಂದರಲ್ಲಿ ಹಿಡಿದುಕೊಂಡು ಎದ್ದು ನಡೆದಳು. ಅವಳ ಹಿಂದೆಯೇ ನಡೆದ ಹಾರೂನನು ಬಾಗಿಲಿನ ಹಿಂದೆ ಅಡಗಿಕೊಂಡು ನೋಡಿದರೆ ಅಂಗಳದಲ್ಲಿ ಸೈಕಲ್ ಮಹಮ್ಮದನು ಕತ್ತು ಉಳುಕಿಸಿಕೊಂಡ ಶಂಕರನನ್ನು ಸೈಕಲಿನಿಂದ ನೆಲಕ್ಕೆ ಇಳಿಸಿ ನಿಲ್ಲಿಸುತ್ತಿದ್ದನು. ಮುಖದ ತುಂಬಾ ಸಂಕಟವನ್ನು ತುಂಬಿಕೊಂಡ ಶಂಕರನು ಏನೂ ಹೇಳದೆ ಸುಮ್ಮನೆ ನಿಂತಿದ್ದನು.

'ಕೆಲವೊಮ್ಮೆ ಈ ಹಾಳು ಕಣ್ಣುಗಳೂ ಕಾಣಿಸುವುದಿಲ್ಲವಲ್ಲ ಭಗವತಿಯೇ' ಎಂದು ಕುಟ್ಟಿಕಣ್ಣನು ಶಂಕರನನ್ನು ಸೀಬೆಯ ಮರದ ಕೆಳಗಿನ ಸಿಮೆಂಟು ಕಲ್ಲಿನ ಮೇಲೆ ಕೂರಿಸಿ ತನ್ನ ಹಸ್ತಗಳಿಗೆ ಬಿಸಿ ತೈಲವನ್ನು ಸುರಿದು, ನೆಲಕ್ಕೆ ಒಂದೆರಡು ಹನಿಗಳನ್ನು ಚೆಲ್ಲಿ ಆಕಾಶಕ್ಕೆ ತಲೆಯೆತ್ತಿ ಪ್ರಾರ್ಥಿಸಿ, ಶಂಕರನ ಕುತ್ತಿಗೆಯಿಂದ ಬೆನ್ನಿನ ಕಡೆ ಉಜ್ಜಲು ಶುರು ಮಾಡಿದನು. ಶಂಕರನು ನೋವಿನಲ್ಲಿ ನರಳಿದಂತೆ ಅವನ ಭುಜಕ್ಕೂ ತೋಳುಗಳಿಗೂ ನೀವುತ್ತಾ ಕೈ ಬೆರಳುಗಳ ನಟಿಕೆ ಮುರಿದು ಶಂಕರನು ಇನ್ನೂ ನರಳಲು ಅವನ ಕತ್ತನ್ನು ಎಡಕ್ಕೂ ಬಲಕ್ಕೂ ಎರಡು ಸಲ ತಿರುಗಿಸಿ ಕತ್ತಿನ ನಟಿಕೆಯ ಸದ್ದು ಕೇಳಲು, 'ಈಗ ನಿನ್ನ ಕುತ್ತಿಗೆಯು ಸರಿಯಾಯಿತು ಶಂಕರಾ, ಆದರೆ ನಿನ್ನ ಕೈಯನ್ನು ಸರಿ ಮಾಡಲು ಆ ಪಡೆದವನಿಗೂ ಬರುವುದಿಲ್ಲ' ಎಂದು ಜೋರಾಗಿ ನಕ್ಕನು. ಶಂಕರನು ಏನೂ

ಹೇಳದೆ ಸುಮ್ಮನೆ ನಿಂತಿದ್ದನು. ಆದರೆ ಅವನ ಕುತ್ತಿಗೆ ಸರಿಯಾಗಿ ಹೋದಂತೆ ಅವನಿಗೆ ಅನಿಸುತ್ತಿತ್ತು. ಕುಟ್ಟಿಕಣ್ಣನು ತನ್ನ ಜೋಳಿಗೆಯಿಂದ ಒಂದು ಹಿಡಿ ಉಪ್ಪಿನ ಹರಳು ಹೊರತೆಗೆದು ಶಂಕರನ ತಲೆಯ ಮೇಲೆ ನಿವಾಳಿಸಿದನು. ನಂತರ ಆ ಹರಳುಗಳನ್ನು ಖಾಲಿಯಾಗಿದ್ದ ತೈಲದ ತಟ್ಟೆಗೆ ಹಾಕಿದನು. ನಂತರ ಆ ತಟ್ಟೆಯನ್ನು ಆಕಾಶದ ಕಡೆಗೆ ಎತ್ತಿ ತೋರಿಸಿ ಕಾದಿಮಾ ಅಜ್ಜಿಯ ಕೈಗೆ ಕೊಟ್ಟು ಒಲೆಗೆ ಹಾಕಲು ಹೇಳಿದನು. ಆ ತಟ್ಟೆಯನ್ನು ತೆಗೆದುಕೊಂಡ ಕಾದಿಮಾ ಅಜ್ಜಿಯು ಒಲೆಯ ಕಡೆ ನಡೆದಳು. ಬಾಗಿಲ ಸಂದಿಯಲ್ಲಿ ಅಡಗಿದ್ದ ಹಾರೂನನು ಉಪ್ಪು ಸಿಡಿಯುವ ಸದ್ದು ಕೇಳಲು ತಾನೂ ಅವಳ ಹಿಂದೆ ಹೊರಟನು.

'ಎಲಾ ಕಳ್ಳಾ ಕೊಯ್ದು ಮುಗಿದು ವಾರವಾದರೂ ಇನ್ನೂ ಉಡುಪಿಲ್ಲದೆ ನಡೆಯುತ್ತಿರುವೆಯಲ್ಲಾ' ಎಂದು ಕೂಗಿಕೊಂಡ ಸೈಕಲ್ ಮಹಮ್ಮದನು ಕಾಫಿ ಟೀ ಏನಾದರೂ ಸಿಗುವುದೋ ಎಂದು ಅವನ ಹಿಂದೆ ತಾನೂ ಒಲೆಯ ಕಡೆ ನಡೆದನು.

*** ***

ಯಾಕೋ ಮಳೆ ಬರದೆ ಬಿಸಿಲು ಆಡುತ್ತಿತ್ತು. ಟಾರು ರಸ್ತೆಯಿಂದ ನಿಧಾನಕ್ಕೆ ಹಬೆಯೇಳಲು ತೊಡಗಿತ್ತು. ಲಾರಿಗಳಿಗೆ ಸಿಲುಕಿ ಸತ್ತುಹೋಗಿದ್ದ ಕಪ್ಪೆಗಳ ಹಸಿ ಪರಿಮಳ ಮೂಗಿಗೆ ಅಡರುತ್ತಿತ್ತು. ಬೆಳಗ್ಗೆಯೇ ಎದ್ದು ಚಕ್ರೋಲು ಮುಗಿಸಿ ಗೇಟು ಕಾಯಲು ಹೋಗಿದ್ದ ಸೈದಾಲಿಯು ಒಳ್ಳೆಯ ಬಿಸಿಲಿರುವ ಜಾಗವನ್ನು ಆರಿಸಿಕೊಂಡು ಬಿಸಿಲು ಕಾಯುತ್ತಿದ್ದನು. ಮೆಲ್ಲಗೆ ತಣ್ಣಗಿನ ಗಾಳಿ ಅಲ್ಲಾಡಿ ಬಿಸಿಲು ಮಾಯವಾಗಿ ಮೋಡ ಆವರಿಸಿ ಅವನು ಮತ್ತೆ ಬಿಸಿಲು ಬರುವುದನ್ನು ಕಾಯುತ್ತಿದ್ದನು. ಹೀಗೆ ಬಿಸಿಲಿಗೆ ಕಾಯುತ್ತ, ಹೋಗಿ ಬರುವ ಲಾರಿ ಬಸ್ಸುಗಳನ್ನು ನೋಡುತ್ತಾ, ಬಸ್ಸಿನಲ್ಲಿದ್ದವರಿಗೆ ಕೈಬೀಸಿ ನಗುತ್ತಾ ಅವನಿಗೆ ಮಧ್ಯಾಹ್ನದ ಊಟದ ಹೊತ್ತಾಗಿರುವುದೂ ಅರಿವಾಗದೆ ಸುಮ್ಮನೇ ನಿಂತಿದ್ದನು.

ತೋಟದ ಸಾಹುಕಾರರ ಮಕ್ಕಳು ಕಾರಿನಲ್ಲಿ ಶಾಲೆಗೆ ಹೋಗಿ, ಸಂತೆಯಿಂದ ಬಂಗಲೆಗೆ ಸಾಮಾನು ತರಲು ಟ್ರಾಕ್ಟರೂ ಹೋಗಿ, ಉಸ್ಮಾನು ರೈಟರು ಪೇಪರು ತರಲು ಸಿದ್ದಾಪುರಕ್ಕೆ ನಡೆದುಕೊಂಡು ಹೋಗಿ, ಜೋಳಿಗೆ ಹೊತ್ತುಕೊಂಡು ಬಂದಿದ್ದ ಮಿಠಾಯಿಪಾಪ ಅಲ್ಲಾಹುವಿನ ಹೆಸರು ಹೇಳುತ್ತಾ ತೋಟದ ಒಳಗೆ ಹೋಗಿ, ನೂರಾರು ಪಕ್ಷಿಗಳೂ, ಗಿಳಿಗಳೂ, ದುಂಬಿಗಳೂ ತಲೆಯ ಮೇಲಿಂದ ಹಾರಿ ಹೋಗಿ– ಅಷ್ಟು ಹೊತ್ತಾಗಿದ್ದರೂ ಸೈದಾಲಿಯು ಬಂದು ಹೋಗುವ ಲಾರಿ, ಕಾರು, ಬಸ್ಸುಗಳ ಲೆಕ್ಕ ಹಾಕುತ್ತಾ ಅಲ್ಲೇ ನಿಂತಿದ್ದನು. ಅವನಿಗೆ ಎಲ್ಲವೂ ಯಾಕೋ ಅಚ್ಚರಿಯಂತೆ ಕಾಣಿಸುತ್ತಿತ್ತು. ಸಿದ್ದಾಪುರದ ಸಂತೆಯಿಂದ ಅರ್ಧ

ಬಟ್ಟೆ ಭತ್ತ ಹೊತ್ತು, ಟ್ರಾಕ್ಟರಿನ ಹಿಂದೆ ನಡೆದು ಬಂದು, ಗೇಟು ಕಾಯುವ ಪಾರೆಯ ಕೆಲಸವನ್ನು ಪಡೆದಿದ್ದ ಅವನಿಗೆ, ಸಂಸ್ಥಾ ಮೊಯಿದುವು 'ಈ ತೋಟದ ಗೇಟು ಕಾಯುತ್ತಾ ಕಾಯುತ್ತಾ ನೀನು ಈ ಹೂವಿನಕೊಲ್ಲಿಯೊಳಗೆ ಮುದಾರನ ಹಾಗೆ ಆಗಿಬಿಡುತ್ತೀಯಾ. ಕಾರು ಕಲಿಯಲು ಬರುತ್ತಿಯಾ, ಬಾ ನಾನು ಕಾರು ಕಲಿಸುತ್ತೇನೆ' ಎಂದು ಕರೆದಿದ್ದನು. ತಾನು ಕಾರು ಕಲಿಯುವುದನ್ನು ಕಣ್ಣ ಮುಂದೆ ತಂದು ನಿಲ್ಲಿಸಿಕೊಂಡ ಸೈದಾಲಿಯು ಮಧ್ಯಾಹ್ನ ಕಳೆದಿದ್ದರೂ ಗೇಟಿನ ಮುಂದೆಯೇ ನಿಂತಿದ್ದನು.

ಕೆಳಗೆ ತಗ್ಗಿನಲ್ಲಿ ಟಾರುರಸ್ತೆಯ ತಿರುವಿನಲ್ಲಿ ಉಸ್ಮಾನ್ ರೈಟರು ಕಂಕುಳಲ್ಲಿ ಪ್ರಜಾವಾಣಿ ಪೇಪರು ಸಿಗಿಸಿಕೊಂಡು ನಡೆದು ಬರುತ್ತಿರುವುದು ಕಾಣಿಸುತ್ತಿತ್ತು. ಅವರ ಹಿಂದೆಯೇ ತನ್ನ ಗಿಡ್ಡ ಕಾಲುಗಳನ್ನು ಜೋರಾಗಿ ಬೀಸಿಕೊಂಡು ತಲೆಯೆತ್ತಿ ಏದುಸಿರುಬಿಡುತ್ತಾ ಕುಳ್ಳ ಮಾಯಿೀನನು ನಡೆದು ಬರುತ್ತಿದ್ದನು. ಉಸ್ಮಾನ್ ರೈಟರ ಹಿಂದೆ ನಡೆಯಲಾಗದೆ ಅವನ ಪುಟ್ಟ ದೇಹವೆಲ್ಲ ಬೆವರಿಕೊಂಡಿತ್ತು. ಅವನ ತಲೆಯೂ, ಮೀಸೆಯೂ ಬೆವರಿನಲ್ಲಿ ತೊಟ್ಟಿಕ್ಕುತ್ತಾ, ಬಿಸಿಲಿನಲ್ಲಿ ಅವನು ಮೈಯಿಡೀ ಹೊಳೆಯುತ್ತಿದ್ದನು. ಅವನನ್ನು ಹಿಂದೆ ಬಿಟ್ಟು ಜೋರು ನಡೆಯಲಾಗದೆ, ಅವನ ಜೊತೆಯಲ್ಲೇ ನಿಧಾನಕ್ಕೂ ನಡೆಯಲಾಗದೆ, ಒಂದು ತರಹದ ಕಸಿವಿಸಿಯಲ್ಲಿ ಉಸ್ಮಾನ್ ರೈಟರೂ ನಡೆದುಬರುತ್ತಿದ್ದರು. ಎಷ್ಟು ಬೇಡವೆಂದರೂ ಕೇಳದೆ ಕುಳ್ಳ ಮಾಯಿೀನನು ಸಿದ್ದಾಪುರ ಪೇಟೆಯಿಂದಲೇ ರೈಟರನ್ನು ಹಿಂಬಾಲಿಸಿಕೊಂಡು ಬರುತ್ತಿದ್ದನು.

ಈ ಕುಳ್ಳ ಮಾಯಿೀನನು ಸಿದ್ದಾಪುರ ಮಾತ್ರವಲ್ಲ ದೂರದ ಸುಳ್ಯ, ಸಂಪಾಜೆ, ಕಲ್ಲುಗುಂಡಿ, ಪುತ್ತೂರುಗಳಲ್ಲೂ ಕುಳ್ಳ ಮಾಯಿೀನ್ ಎಂದೇ ಹೆಸರುವಾಸಿಯಾಗಿದ್ದನು. ಎಂತಹ ಸಿಟ್ಟಿನ ಮನುಷ್ಯರ ಮುಖದಲ್ಲೂ ನಗು ತರಿಸುತ್ತಿದ್ದ ಈತನು ಸೈಕಲ್ ಬ್ಯಾಲೆನ್ಸಿನವರ ಜೊತೆ ಊರೂರುಗಳನ್ನು ಸುತ್ತುತ್ತಾ, ಅವರ ಜೊತೆಗೇ ಹಾಸ್ಯ ಮಾಡುತ್ತಾ, ಪಲ್ಟಿ ಹೊಡೆದು ಅವರನ್ನು ಅಣಕಿಸುತ್ತಾ, ಸೀಟಿ ಹೊಡೆದು ಜನರಿಂದ ಕಾಸು ವಸೂಲು ಮಾಡುತ್ತಾ, ಪೋಲಿ ಮಾತುಗಳನ್ನು ಹೇಳಿ ಸೈಕಲ್ ಬ್ಯಾಲೆನ್ಸ್ ನೋಡಲು ಬಂದ ಹೆಂಗಸರನ್ನು ನಗಿಸುತ್ತಾ ಹೊಟ್ಟೆಪಾಡು ಸಾಗಿಸುತ್ತಿದ್ದನು.

ಹೂವಿನಕೊಲ್ಲಿಯ ಸೈಕಲ್ ಮಹಮ್ಮದನು ಇವನ ಜೀವದ ಸ್ನೇಹಿತನಾಗಿದ್ದನು. ಅವರಿಬ್ಬರೂ ಸೈಕಲ್ ಬ್ಯಾಲೆನ್ಸಿನ ತಂಡದ ಜೊತೆಗೆ ಓಡಾಡುತ್ತಾ ಒಬ್ಬರನ್ನೊಬ್ಬರು ಬಿಟ್ಟಿರಲಾರದವರ ತರಹ ಬದುಕುತ್ತಿದ್ದರು. ಆದರೆ ಹೆಂಡತಿಯ ಮಾತು ಕೇಳಿ ಸೈಕಲ್ ಮಹಮ್ಮದನು ಸೈಕಲ್ ಬ್ಯಾಲೆನ್ಸ್ ಬಿಟ್ಟು ಹೂವಿನಕೊಲ್ಲಿ ಸೇರಿಕೊಂಡ ಮೇಲೆ ಕುಳ್ಳ ಮಾಯಿೀನನ ಹೊಟ್ಟೆ ಪಾಡಿಗೂ ತೊಂದರೆಯಾಗಿ, ಆತ ಸಿದ್ದಾಪುರದ ಫೈವ್ ಸ್ಟಾರ್ ಹೋಟೆಲ್

ಎಂಬ ಹೋಟೆಲಿನಲ್ಲಿ ಕುಡಿಯಲು ನೀರು ಇಡುವ ಕೆಲಸಕ್ಕೆ ಸೇರಿಕೊಂಡು ಕೊರಗುತ್ತಿದ್ದನು.

ಹೋಟೆಲಿಗೆ ಬಂದವರು ಅವನನ್ನು ಹಂಗಿಸಿ ನಗಿಸಲು ಹೇಳುತ್ತಿದ್ದರು. ಅವರ ಮಾತು ಕೇಳಿ ಅವನಿಗೆ ರೇಗುತ್ತಿತ್ತು. ನಾನು ಹೋಟೆಲಿನಲ್ಲಿ ನಗಿಸಲು ಹುಟ್ಟಿರುವುದಲ್ಲ. ಬೇಕಾದರೆ ಸೈಕಲ್ ಬ್ಯಾಲೆನ್ಸಿನಲ್ಲಿ ನಗಿಸುತ್ತೇನೆ. ಅಲ್ಲಿಗೆ ಬನ್ನಿ ಎಂದು ಜಗಳವಾಡುತ್ತಿದ್ದನು.

ಹೋಟೆಲ್ಲಿಗೆ ಬಂದವರು ಅವನನ್ನು ರೇಗಿಸಲು ಕಾರಣವೂ ಒಂದಿತ್ತು. ಸಂಪಾಜೆಯ ಬಳಿ ಕಲ್ಲುಗುಂಡಿ ಎಂಬಲ್ಲಿ ಆತ ಸೈಕಲ್ಲು ಬ್ಯಾಲೆನ್ಸಿನವರ ಜೊತೆ ಇದ್ದಾಗ ಅವನ ಪೋಲಿ ಮಾತುಗಳನ್ನು ಕೇಳಿ ಹೊಟ್ಟೆ ತುಂಬಾ ನಗುತ್ತಿದ್ದ ಮರಾಠಿ ಹೆಂಗಸೊಬ್ಬಳು ಸ್ವಲ್ಪ ದಿನಗಳ ಕಾಲ ಅವನನ್ನು ಇಟ್ಟುಕೊಂಡಿದ್ದಳು. ಅವಳ ಪ್ರೇಮವನ್ನು ನಿಜವೆಂದು ನಂಬಿದ್ದ ಕುಳ್ಳ ಮಾಯೀನನು ಅವಳ ಜತೆ ತನ್ನ ಸಣ್ಣಕಾಯದಿಂದ ಏಗಲಾಗದೆ ಹೊರಟು ಬಂದಾಗ, ಸೈಕಲ್ ಮಹಮ್ಮದನೂ ಹೆಂಡತಿಯ ಜೊತೆ ಇರಲು ಹೂವಿನಕೊಲ್ಲಿ ಸೇರಿರುವುದು ಗೊತ್ತಾಗಿತ್ತು. ಅವನನ್ನು ಹುಡುಕಿಕೊಂಡು ಹೋದರೆ ಸೈಕಲ್ ಮಹಮ್ಮದನ ಹೆಂಡತಿ ಆಸಿಯಾ ಬಿಸಿ ನೀರು ಎರಚುವೆನೆಂದು ಹೇಳಿ ಮಾಯೀನನನ್ನು ಓಡಿಸಿಬಿಟ್ಟಿದ್ದಳು.

ಇಂದು ಬೆಳಗ್ಗೆ ಹೋಟೆಲ್ಲಿಗೆ ಬಂದ ಉಸ್ಮಾನ್ ರೈಟರನ್ನು ಕಂಡ ಕುಳ್ಳ ಮಾಯೀನನು ಅವರಿಗೆ ಗಂಭೀರವಾಗಿ ಸಲಾಂ ಹೇಳಿ, ಒಂದೋ ಸೈಕಲ್ ಮಹಮ್ಮದನನ್ನು ತನಗೆ ಬಿಟ್ಟುಕೊಡಬೇಕೆಂದೂ, ಇಲ್ಲವಾದರೆ ತನಗೂ ಹೂವಿನಕೊಲ್ಲಿಯಲ್ಲಿ ಕೆಲಸ ಕೊಡಬೇಕೆಂದೂ ಪರಿಪರಿಯಾಗಿ ಬೇಡಿಕೊಳ್ಳುತ್ತಾ ಅವರ ಹಿಂದೆಯೇ ನಡೆದು ಬರುತ್ತಿದ್ದನು.

ಹಿಂಬಾಲಿಸಿಕೊಂಡು ಬರುವ ಬೆಕ್ಕನ್ನು ಓಡಿಸುವಂತೆ ಉಸ್ಮಾನ್ ರೈಟರು ಅವನನ್ನು ಎಷ್ಟು ಸಲ ಓಡಿಸಿದರೂ ಅವನು ಕೇಳದೆ ಅವರ ಹಿಂದೆಯೇ ನಡೆದು ಬರುತ್ತಿದ್ದನು.

ಉಸ್ಮಾನ್ ರೈಟರಿಗೆ ನಡುನಡುವೆ ನಗುವೂ ಬರುತ್ತಿತ್ತು. ಇಷ್ಟು ಉದ್ದವಿರುವ ನನ್ನ ಹಿಂದೆ ಇವನು ಹೀಗೆ ಮಗುವಿನಂತೆ ನಡೆದು ಬರುತ್ತಿರುವುದನ್ನು ಯಾರಾದರೂ ನೋಡಿದರೆ ಎಂದು ಅವರಿಗೆ ನಾಚುಗೆಯೂ ಉಂಟಾಗುತ್ತಿತ್ತು.

ಅವರಿಬ್ಬರು ನಡೆಯುತ್ತಾ ಗೇಟಿನ ಹತ್ತಿರಕ್ಕೆ ಬರುತ್ತಿರುವುದನ್ನು ನೋಡಿದ ಸೈದಾಲಿಗೂ ನಗು ಬರುತ್ತಿತ್ತು. ಖುಷಿಯೂ ಆಗುತ್ತಿತ್ತು. ತಮಾಷೆ ಮಾಡುವ ಕುಳ್ಳ ಮಾಯೀನನು ತೋಟದೊಳಕ್ಕೆ ಬರುತ್ತಿರುವ ಸುದ್ದಿಯನ್ನು ಎಲ್ಲರಿಗೂ ಮೊದಲೇ ಹೇಳಿಬಿಡಬೇಕೆಂದು ಅವನು ಗೇಟು ಕಾಯುವುದನ್ನೂ ಮರೆತು ಬಿಡಾರದ ಕಡೆಗೆ ಓಡಲು ತೊಡಗಿದನು.

ಅಪ್ಪಯ್ಯಗೌಡರ ಮರಣದ ಕೂಗು

ಮಳೆ ಬಂದ ನೀರು ಟಾರು ರೋಡಿನ ಎರಡೂ ಬದಿಯ ಚರಂಡಿಯಲ್ಲಿ ತನ್ನಿಂತಾನಾಗಿ ಕೊಳೆಯಿಲ್ಲದೆ ಶುಭ್ರವಾಗಿ ಹರಿದು ಹೋಗುತ್ತಿತ್ತು. ಚರಂಡಿಯ ಎರಡೂ ಕಡೆ ಬೆಳೆದ ಎಳೆಯ ಹಸಿರು ಹುಲ್ಲು ಬೆಳಗಿನ ಸೂರ್ಯನಿಗೆ ಹೊಳೆಯುತ್ತಿತ್ತು. ಹಾರೂನನು ಶಾಲೆಗೆ ಹೋಗುವ ಖಾಕಿಯ ಚಡ್ಡಿಯನ್ನೂ, ಬಿಳಿಯ ಅಂಗಿಯನ್ನೂ ಧರಿಸಿದ್ದನು. ಅವನು ಚಡ್ಡಿಯ ಮೇಲೆ ಅರಬಿ

ಮದರಸಕ್ಕೆ ಹೋಗಲು ನೀಲಿಯ ಲುಂಗಿಯೊಂದನ್ನು ಸುತ್ತಿಕೊಂಡು ಟಾರು ರೋಡಿನ ಮೇಲೆ ನಿಂತುಕೊಂಡಿದ್ದ ನೀರನ್ನು ಪಚ ಪಚ ತುಳಿಯುತ್ತ ನಡೆಯುತ್ತಿದ್ದನು. ಅವನು ಶಾಲೆಯ ಪುಸ್ತಕಗಳ ಬಟ್ಟೆಯ ಚೀಲವನ್ನು ಬೆನ್ನಿಗೆ ತೂಗಿಸಿಕೊಂಡು, ಒಂದು ಕೈಯಲ್ಲಿ ಮಡಚಿದ ಕೊಡೆಯನ್ನು ಹಿಡಿದು, ಇನ್ನೊಂದು ಕೈಯಲ್ಲಿ ಮದರಸದ ಅರಬಿ ಪುಸ್ತಕಗಳ ತಂಗೀಸಿನ ಚೀಲವನ್ನು ಹಿಡಿದು ನಡೆಯುತ್ತಿದ್ದನು.

ಅವನ ಮುಂದಿನಿಂದ ಅವನ ಹಾಗೆಯೇ ಶಾಲೆಯ ಉಡುಪನ್ನೂ, ಮದರಸದ ಲುಂಗಿಯನ್ನೂ, ಶಾಲೆಯ ಚೀಲವನ್ನೂ, ಅರಬಿ ಪುಸ್ತಕಗಳನ್ನೂ, ಮಡಚಿದ ಕೊಡೆಯನ್ನೂ ಹಿಡಿದುಕೊಂಡು ಅವನ ಅಣ್ಣಂದಿರಾದ ಸೂಫಿ, ಇಬ್ರಾಯಿಯರು ನಡೆದು ಹೋಗುತ್ತಿದ್ದರು. ಅವರು ಮೂವರೂ ಒಬ್ಬರಿಗೊಬ್ಬರು ಮಾತನಾಡದೆ ಮೌನವಾಗಿ ಟಾರು ರೋಡಿನ ನೀರನ್ನು ತುಳಿಯುತ್ತಾ ನಡೆಯುತ್ತಿದ್ದರು.

ಹೂವಿನಕೊಲ್ಲಿಯ ಚಡಾವು ಇಳಿದು, ತಿರುವು ಕಳೆದು ಮುಂದಿನ ತಿರುವಿಗಿಂತಲೂ ಮೊದಲು ಬರುವ ಗೋಳಿ ಹಣ್ಣಿನ ಮರದ ಕೆಳಗೆ ನಡೆದು ಬರುವಾಗ ಅವರು ಮೂವರು ಯಾವಾಗಲೂ ಹೀಗೆ ಮೌನವಾಗಿರುತ್ತಿದ್ದರು. ಆ ಮರದಲ್ಲಿ ನೂರಾರು ಬೇಣದ ಗೂಡುಗಳು ಸಾಲು ಸಾಲಾಗಿ ತೂಗಿಕೊಂಡಿದ್ದವು. ಯಾರದೋ ಹರಿದ ಬಿಳಿಯ ಬಟ್ಟೆಯೊಂದು ಸುಂಟರಗಾಳಿಗೆ ಸಿಲುಕಿ ಮೇಲಕ್ಕೆ ಹಾರಿ ಆ ಗೋಳಿಯ ಮರದ ಗೆಲ್ಲುಗಳಲ್ಲಿ ಸಿಲುಕಿ ವರ್ಷವಾದರೂ ಅಲ್ಲೇ ಉಳಿದು ಗಾಳಿ ಬೀಸುವಾಗಲೆಲ್ಲ ಸದ್ದು ಮಾಡುತ್ತಾ ಬಡಿಯುತ್ತಿತ್ತು. ಅದು ಬಾವಿಗೆ ಬಿದ್ದು ಸತ್ತು ಹೋದ ಕಮ್ಯುನಿಸ್ಟ್ ಕುಟ್ಟಪ್ಪನ ಶರಟೆಂದು ಎಲ್ಲರೂ ಹೇಳುತ್ತಿದ್ದರು. ಆ ಗೋಳಿ ಮರದ ಪೊಟರೆಗಳಲ್ಲಿ ಗಿಳಿಗಳೂ, ಮೈನಾಗಳೂ ಗೂಡು ಕಟ್ಟಿಕೊಂಡು, ಯಾವಾಗಲಾದರೂ ಕೆಲವೊಮ್ಮೆ ಹಕ್ಕಿಯ ಮರಿಗಳು ಮಕ್ಕಳಿಗೆ ರಸ್ತೆಯಲ್ಲಿ ಬಿದ್ದು ಸಿಗುತ್ತಿದ್ದವು. ಆ ಮರದ ಬುಡದಲ್ಲಿ ಪೊಟರೆಯೊಂದು ದೊಡ್ಡದಾಗಿ ಬಾಯಿ ತೆರೆದುಕೊಂಡು ಅದರೊಳಗಿಂದ ಇಣುಕಿ ನೋಡಿದರೆ ಆ ಮರದ ತುದಿಯವರೆಗೆ ಹೋಗುವ ದಾರಿಯಂತಹ ರಂಧ್ರವೊಂದು ಮೇಲಕ್ಕೆ ಹೋಗಿತ್ತು. ಆ ರಂಧ್ರದೊಳಗೆ ಹಾರುಬೆಕ್ಕುಗಳೂ, ಕಾಡು ಬಾವಲಿಗಳೂ ಮನೆ ಮಾಡಿಕೊಂಡಿರುವವು ಎಂದೂ ಅವರೆಲ್ಲರೂ ಹೆದರುತ್ತಿದ್ದರು.

ಆ ಗೋಳಿ ಮರವು ಕಳೆದು, ಅದು ಕಳೆದು ಹೋಯಿತಲ್ಲಾ ಎಂದು ಹೆದರಿಕೆ ಮುಗಿಯುತ್ತಿದ್ದಂತೆ ರಸ್ತೆಯ ಎರಡೂ ಬದಿಯಲ್ಲಿ ಭತ್ತದ ಗದ್ದೆಗಳು ಶುರುವಾಗುತ್ತಿದ್ದವು. ಭತ್ತದ ಗದ್ದೆಗಳು ಶುರುವಾಗುವ ಮೊದಲು ಸಿಗುವ ಗಾರೆಯ ಮೋರಿಯ ಕೆಳಗೆ ರಸ್ತೆಯ ಎರಡೂ ಬದಿಯಲ್ಲಿ ಹರಿಯುವ

ನೀರು ಒಂದಾಗಿ, ಅದು ಒಂದು ತೊರೆಯಾಗಿ ಅಲ್ಲಿಂದ ಮುಂದಕ್ಕೆ ತುಂಬಿಕೊಂಡು ಹರಿಯುತ್ತಿತ್ತು. ಅಲ್ಲಿಂದ ಶುರುವಾಗುವ ಭತ್ತದ ಗದ್ದೆಗಳ ನಡುವಲ್ಲಿ ತೆಂಗಿನ ಮರಗಳ ಕೆಳಗೆ ಅಪ್ಪಯ್ಯಗೌಡರ ಮನೆಯೊಳಗಿಂದ ಯಾವಾಗಲೂ ಅಪ್ಪಯ್ಯಗೌಡರು ಕ್ಷೀಣವಾಗಿ ಕಿರುಚಿಕೊಳ್ಳುವುದು ಕೇಳಿಸುತ್ತಿತ್ತು. ಅಪ್ಪಯ್ಯಗೌಡರು ಹಗಲೂ ರಾತ್ರಿಯೂ ಹೀಗೆ ಎಡೆಬಿಡದೆ ಕಿರುಚಿಕೊಳ್ಳುತ್ತಾ ಅವರು ಕಿರುಚಿಕೊಳ್ಳುವುದು ಅವರ ಮರಣದ ಕೂಗು ಎಂದು ಎಲ್ಲರೂ ಹೇಳುತ್ತಿದ್ದರು. ಒಮ್ಮೊಮ್ಮೆ ಅವರ ಮರಣದ ಕೂಗು ರಾತ್ರಿಯ ಹೊತ್ತಲ್ಲಿ ಹೂವಿನಕೊಲ್ಲಿಯೊಳಗೂ ಕೇಳಿ ಬರುತ್ತಿತ್ತು. ರಾತ್ರಿ ಕೇಳಿ ಬರುವ ಕುತ್ತಿರಿ ಚೂಡ ಹಕ್ಕಿಯ ಕೂಗಿನ ನಡುವೆ ಅವರ ಕೂಗೂ ಕೇಳಿಸಿ ಮಕ್ಕಳಿಗೆ ಹೆದರಿಕೆಯಾಗುತ್ತಿತ್ತು. ಈ ಅಪ್ಪಯ್ಯಗೌಡರ ಕೂಗು ನಿಲ್ಲುವುದೂ, ಪ್ರಳಯದಿನದ ಕೂಗು ಶುರುವಾಗುವುದೂ ಒಂದೇ ಹೊತ್ತಿನಲ್ಲಿ ಎಂದು ಹಾಜಮ್ಮ ಮಗ್ಗುಲು ಬದಲಿಸಿ ನಿದ್ದೆ ಹೋಗಲು ನೋಡುತ್ತಿದ್ದರು. ಜುಲೈಕಾ ಎಂಬ ಮಾತನಾಡುವ ಗಿಳಿ ಪಟಪಟ ರೆಕ್ಕೆ ಬಡಿದು ಗೂಡಿನೊಳಗಡೆಯೇ ಹಾರಾಡುತ್ತಾ ಆ ರಾತ್ರಿಯ ಹೊತ್ತಲ್ಲಿ ಇನ್ನಷ್ಟು ಸದ್ದು ಮಾಡಿ ಮಕ್ಕಳನ್ನು ಇನ್ನಷ್ಟು ಹೆದರಿಸುತ್ತಿತ್ತು. ಮಕ್ಕಳು ಹೆದರಬಾರದೆಂದು ಉಸ್ಮಾನ್ ರೈಟರು ಟಾರ್ಚು ಉರಿಸಿಕೊಂಡು ಬಿಡಾರದ ಬಾಗಿಲು ತೆರೆದು ಹಿತ್ತಲಿನಲ್ಲಿ ಒಂದು ಸುತ್ತು ಹೊಡೆದು, 'ಏನೂ ಇಲ್ಲ ಇದು ಬರೇ ನಿಮ್ಮ ಹೆದರಿಕೆ' ಎಂದು ವಾಪಾಸು ಬರುತ್ತಿದ್ದರು. ಆದರೆ ಅಪ್ಪಯ್ಯಗೌಡರು ಕೂಗುವ ಸದ್ದು ಅವರಿಗೂ ಹೆದರಿಕೆ ಉಂಟುಮಾಡುತ್ತಿತ್ತು.

ಮಕ್ಕಳಿಗೆ ಬೆಳಿಗ್ಗೆ ಶಾಲೆಗೆ ಹೋಗುವಾಗಲೂ, ಸಂಜೆ ತಿರುಗಿ ಬರುವಾಗಲೂ ಅಪ್ಪಯ್ಯಗೌಡರ ಭತ್ತದ ಗದ್ದೆಯ ಸಾಲುಗಳು ಬರುತ್ತಿದ್ದಂತೆ ಹೆದರಿಕೆಯಾಗುತ್ತಿತ್ತು. ಅವರು ಕೈಯಲ್ಲಿರುವ ಕುರಾನಿನ ಪುಸ್ತಕಗಳನ್ನು ಗಟ್ಟಿಯಾಗಿ ಅವುಚಿಕೊಂಡು ಅಲ್ಲಾಹುವಿನ ಹೆಸರು ಹೇಳುತ್ತಾ ಗದ್ದೆಯ ಸಾಲುಗಳು ಮುಗಿಯುವವರೆಗೆ ಓಡಿಬಿಡುತ್ತಿದ್ದರು. ಆಮೇಲೆ ನಿಂತ ಉಸಿರನ್ನು ಎಳೆದುಕೊಳ್ಳುತ್ತಿದ್ದರು.

ಆದರೆ ಇಂದು ಗಾರೆಯ ಮೋರಿ ಕಳೆದು, ಗದ್ದೆಯ ಸಾಲು ಶುರುವಾಗಿ, ಅಪ್ಪಯ್ಯಗೌಡರ ಮನೆ ಹತ್ತಿರವಾದರೂ ಮರಣದ ಕೂಗು ಕೇಳಿಸದೆ ಮಕ್ಕಳು ಓಡದೆ ಸುಮ್ಮನೆ ನಡೆಯುತ್ತಿದ್ದರು.

ಅಪ್ಪಯ್ಯಗೌಡರು ರಾತ್ರಿಯ ಮಳೆಯಲ್ಲಿ ಕೊನೆಯ ಬಾರಿ ಕ್ಷೀಣವಾಗಿ ಕೂಗಿಕೊಂಡು ತೀರಿಹೋಗಿದ್ದರು. ಅವರು ತೀರಿಹೋದ ಮೇಲೆ ಏನು ಮಾಡುವುದೆಂದು ಗೊತ್ತಾಗದೆ ಅವರ ಹೆಂಡತಿ ಮೇರಿ ಟೀಚರ್, ಮನೆಯ ಮುಂದೆ ಒಂದಿಷ್ಟು ಸೌದೆಗೆ ಬೆಂಕಿ ಹೊತ್ತಿಸಿ ಹೊಗೆ ಎಬ್ಬಿಸಿ, ಮರಣಿಸಿದ

ತನ್ನ ಮನೆಯ ಸಹಾಯಕ್ಕೆ ಯಾರಾದರೂ ಬರುವರೋ ಎಂದು ಆಶೆಯಲ್ಲಿ ಅಳುತ್ತಾ ಕಾಯುತ್ತಿದ್ದರು. ಕಣ್ಣೀರು ತುಂಬಿದ ಅವರ ಕಣ್ಣುಗಳಿಗೆ ರಸ್ತೆಯಲ್ಲಿ ನಡೆದು ಹೋಗುತ್ತಿದ್ದ ಸೂಫಿ, ಇಬ್ರಾಯಿಯೂ, ಹಾರೂನನೂ ಕಾಣಿಸಿ 'ಏ ಮಕ್ಕಳೇ, ಸ್ವಲ್ಪ ಇಲ್ಲಿ ಬರುತ್ತೀರಾ' ಎಂದು ಕೈ ಚಪ್ಪಾಳೆ ತಟ್ಟಿ ಕ್ಷೀಣವಾಗಿ ಕರೆದರು. ಮಕ್ಕಳು ಏನು ಮಾಡುವುದು ಎಂದು ಗೊತ್ತಾಗದೆ ಹಾಗೇ ಸುಮ್ಮನೆ ನಿಂತುಕೊಂಡು ನೋಡತೊಡಗಿದರು. ಅವರಿಗೆ ಅಪ್ಪಯ್ಯಗೌಡರು ತೀರಿ ಹೋಗಿರುವ ಸಂಗತಿ ಗೊತ್ತಿರಲಿಲ್ಲ.

*** ***

ಗಾರೆ ಮನೆ ಅಪ್ಪಯ್ಯಗೌಡರು ಪಾರ್ಶ್ವವಾಯು ಬಡಿದು ಹಾಸಿಗೆ ಹಿಡಿಯುವವರೆಗೂ ಹೂವಿನಕೊಲ್ಲಿಯ ಅರ್ಧಭಾಗ ತಮ್ಮ ಹಿಸ್ಸೆಗೆ ಬರಬೇಕೆಂದು ಹೋರಾಟ ನಡೆಸಿದ್ದರು. ಅದಕ್ಕೆ ಬೇಕಾದ ಹಲವು ಕಾಗದ ಪತ್ರಗಳನ್ನು ಹಿಡಿದುಕೊಂಡು ಮಡಿಕೇರಿಯ ಕೋರ್ಟು, ಕಛೇರಿ ಅಲೆದಿದ್ದರು. ಟೀಪುವಿನ ಕಾಲದಿಂದಲೂ ಇರುವ ಗಾರೆಯ ಈ ಮೋರಿಯಿಂದಾಗಿಯೇ ತಮ್ಮ ಮನೆಗೆ ಗಾರೆ ಮನೆ ಎಂಬ ಹೆಸರು ಬಂದಿದೆಯೆಂದೂ, ಈ ಸುತ್ತಮುತ್ತಲಿರುವ ಭೂಮಿ ಕಾಣಿಗಳು ತಮಗೆ ಸೇರಿದ್ದೆಂದೂ ಅವರು ಹಲವರ ವಿರುದ್ಧ ದಾವೆ ಹೂಡಿ ಹೊಡೆದಾಟ ಬಡಿದಾಟ ಮಾಡಿ ಸೋತು ಹೋಗಿದ್ದರು.

ಅವರು ಹಾಗೆ ಸೋತು ಹೋಗಿ ಪಾರ್ಶ್ವವಾಯು ಬಡಿದು ಹಾಸಿಗೆ ಹಿಡಿಯಲು ತಾನೇ ಕಾರಣ ಎಂದು ಅವರ ಹೆಂಡತಿ ಮೇರಿ ಟೀಚರೂ ಬಹಳ ವರ್ಷಗಳಿಂದ ಕೊರಗುತ್ತಿದ್ದರು. ಏಕೆಂದರೆ ಮೇರಿ ಟೀಚರಿಂದಾಗಿ ಅಪ್ಪಯ್ಯಗೌಡರ ನೆಂಟರಿಷ್ಟರು ಯಾರೂ ಅವರ ಹತ್ತಿರ ಬರುತ್ತಿರಲಿಲ್ಲ. ಬಹಳ ಸಣ್ಣ ವಯಸ್ಸಿನಲ್ಲೇ ಸಿದ್ದಾಪುರ ಬಿಟ್ಟು ಓಡಿ ಹೋಗಿ ಮಿಲಿಟರಿ ಸೇರಿ, ರಂಗೂನ್, ರಾಜಸ್ಥಾನ, ಅಂಡಮಾನ್ ಎಂದೆಲ್ಲಾ ಕೋವಿ ಹಿಡಿದು ತಿರುಗಿ ವಾಪಾಸು ಬಂದ ಅಪ್ಪಯ್ಯಗೌಡರು ಬರುವಾಗ ಕೊಂಕಣಿ ಮಾತಾಡುವ ಮೇರಿ ಟೀಚರನ್ನೂ ಕರೆದುಕೊಂಡು ಬಂದಿದ್ದರು. ಅವರಿಬ್ಬರು ಮದುವೆಯೇ ಆಗಿಲ್ಲವೆಂದು ನೆಂಟರಿಷ್ಟರು ಆಡಿಕೊಳ್ಳುತ್ತಿದ್ದರು. ಆದರೆ ಅಪ್ಪಯ್ಯಗೌಡರು ಪಾರ್ಶ್ವವಾಯುವಿನಿಂದ ಗೋಳಿಡುತ್ತಾ ಮಲಗಿಕೊಂಡ ಮೇಲೆ ಮದುವೆಯಾದ ಹೆಂಡತಿಯೂ ಹೀಗೆ ಗಂಡನ ಆರೈಕೆ ಮಾಡಲಿಕ್ಕಿಲ್ಲವೆಂದು ಅವರೇ ಆಡಿಕೊಳ್ಳುತ್ತಿದ್ದರು. ಆದರೂ ಅವರು ಯಾರೂ ಅಪ್ಪಯ್ಯಗೌಡರ ಬಳಿ ಬರುತ್ತಿರಲಿಲ್ಲ.

ಈ ಮೇರಿ ಟೀಚರ್ ಎಲ್ಲಿ ಟೀಚರ್ ಆಗಿದ್ದರು ಎಂದು ಯಾರಿಗೂ ಗೊತ್ತಿರಲಿಲ್ಲ. ಆದರೂ ಅವರನ್ನು ಎಲ್ಲರೂ ಟೀಚರ್ ಎಂದೇ ಕರೆಯುತ್ತಿದ್ದರು.

ಭತ್ತದ ಗದ್ದೆಯ ನಡುವೆ ಬಿಳಿ ಕೊಕ್ಕರೆಯ ಹಾಗೆ ಬೊಚ್ಚು ಬಾಯಗಲಿಸಿ ನಡೆಯುತ್ತಿದ್ದ ಮೇರಿ ಟೀಚರ್ ಮಾತನಾಡಿದ್ದು ಕೂಡಾ ಯಾರೂ ಕೇಳಿರಲಿಲ್ಲ.

ಈಗ ಇದೇ ಮೊದಲ ಬಾರಿ ಸದ್ದು ಮಾಡಿ ಕೈ ಚಪ್ಪಾಳೆ ತಟ್ಟಿ ಅವರು ಮಕ್ಕಳನ್ನು ಕರೆಯುತ್ತಿದ್ದರು. ಹಾರೂನನೂ, ಸೂಫಿ, ಇಬ್ರಾಯಿಯೂ ಗೊತ್ತಾಗದೆ ನೋಡುತ್ತಿದ್ದರು. 'ಮಕ್ಕಳೇ, ಅಪ್ಪಯ್ಯಗೌಡರು ತೀರಿಹೋದರು ಎಂದು ನಿಮ್ಮ ತಂದೆಗೆ ಹೇಳುತ್ತೀರಾ. ಹೂವಿನಕೊಲ್ಲಿಯಿಂದ ಅರ್ಧ ಟ್ರಾಕ್ಟರು ಸೌದೆ ಕಳಿಸಲು ಹೇಳುತ್ತೀರಾ ಮಕ್ಕಳೇ' ಎಂದು ಮೇರಿ ಟೀಚರು ಕ್ಷೀಣವಾಗಿ ಕೇಳುತ್ತಿದ್ದರು.

ಅವರು ಮೂವರೂ ಏನೂ ಹೇಳದೆ ಸುಮ್ಮನೆ ನೋಡುತ್ತಿದ್ದರು. ಆಮೇಲೆ ಏನೋ ಅರ್ಥ ಮಾಡಿಕೊಂಡ ಹಾರೂನನು, 'ಆಯಿತು' ಎಂದು ಹಿಂದಕ್ಕೆ ತಿರುಗಿ ಹೂವಿನಕೊಲ್ಲಿಯ ಕಡೆಗೆ ಹಿಂತಿರುಗಿ ನಡೆಯತೊಡಗಿದನು.

ಅವನು ನಡೆಯುತ್ತಿದ್ದಂತೆ ಒಂದೆರಡು ಬಿಳಿ ಕೊಕ್ಕರೆಗಳು ಮಾಯದಂತೆ ಅವನ ಮುಂದೆಯೇ ಹಾರಿ ಬಂದು ಗದ್ದೆಯಲ್ಲಿ ಇಳಿದವು.

ಎರಡು ದಿನದಲ್ಲೇ
ಎರಡನೆಯ ಮರಣ

ಮೂಸಕಾಕನ ಬಿಡಾರದೊಳಗೆ ಮಳೆಯ ನಡುವೆ ಸಣ್ಣಗೆ ಬೆಳಕು ತುಂಬಿ ಧೂಪ ಸಾಂಬ್ರಾಣಿ ಊದುಬತ್ತಿ ಲೋಭಾನ ಹೊಗೆ ಪರಿಮಳಗಳ ನಡುವೆ ಕುಂಞಿಪಾತುಮ್ಮ ನಗುಮುಖದಲ್ಲಿ ಮರಣಿಸಿ ಮಲಗಿದ್ದರು. ಬೆಳ್ಳನೆಯ ಮರಣದ ಬಟ್ಟೆ ಹೊದೆಸಿ ಮಲಗಿದ್ದ ಅವರ ಕಾಲ ಬಳಿ ತಲೆತಗ್ಗಿಸಿ ಕುಳಿತಿದ್ದ ಮೂಸಕಾಕ ಬಂದು ಹೋಗುವವರನ್ನು ತಲೆ ಎತ್ತಿ ನೋಡಿ ಕಣ್ಣೀರು ತುಂಬಿಕೊಂಡು ಕುರಾನಿನ ಸದ್ದಿಗೆ ಲಯಬದ್ಧವಾಗಿ ತಲೆಯಾಡಿಸಿ ಕುಳಿತಿದ್ದರು.

ಕುರಾನು ಓದುತ್ತಾ ಮಗಳ ತಲೆಯ ಹತ್ತಿರ ಕೂತಿದ್ದ ಅರಬಿ ಕಲಿಸುವ ಮೊಲ್ಲಾಕ ನಡುನಡುವೆ ಕಣ್ಣೀರುಗರೆಯುತ್ತಾ ಮಗಳ ಮುಖದ ಮೇಲಿದ್ದ ಬಿಳಿಬಟ್ಟೆಯನ್ನು ಸರಿಸಿ ಮತ್ತೆ ಮುಚ್ಚುತ್ತಾ ಲೋಕದ ಎಲ್ಲ ಪ್ರವಾದಿಗಳ ಮಲಾಯಿಕುಗಳ ಸೂಫಿವರೇಣ್ಯರ ಹೆಸರು ಹೇಳುತ್ತ ಆಕಾಶದ ಕಡೆ ನೋಡಿ ದುವಾ ಕೋರಿ ಗದ್ಗದಿತರಾಗಿ ತೊದಲುತ್ತಿದ್ದರು. ಅವರ ಸದ್ದಿಗೆ ತಲೆಯಾಡಿಸುತ್ತಿದ್ದ ಮೂಸಕಾಕ ಧ್ವನಿಯೆತ್ತಿ, 'ಮರಣಿಸುತ್ತಿದ್ದ ಇವಳ ಬಾಯಿಗೆ ನೀರು ಹಾಕಲೂ ನಾನು ಇರಲಿಲ್ಲವಲ್ಲಾ ಪಡೆದವನೇ' ಎಂದು ಆಗಾಗ ರೋದಿಸಿ ಸುಮ್ಮನಾಗುತ್ತಿದ್ದರು. ನಗುಮುಖದಲ್ಲೇ ಮರಣಿಸಿ ಮಲಗಿದ್ದ ಕುಂಞಿಪಾತುಮ್ಮನ ತುಟಿ ಕೊಂಚ ವಾರೆಯಾಗಿ ತೆರೆದುಕೊಂಡು ನಿನ್ನೆಯೇ ನಾನು ಮರಣಹೊಂದುವೆನೆಂದು ನಿಮಗೆ ಹೇಳಿರಲಿಲ್ಲವಾ.. ಆದರೂ ನಿಮಗೆ ಗೊತ್ತಾಗಲಿಲ್ಲವಲ್ಲಾ ಎಂದು ನಸುನಗುತ್ತಿರುವಂತೆ ಕಾಣಿಸುತ್ತಿತ್ತು. ಮೂಸಕಾಕನ ಸಂಕಟ ಅಲ್ಲಿ ನೆರೆದ ಎಲ್ಲರ ಎದೆಯನ್ನು ಹೊಕ್ಕು ಹರಿದಾಡುತ್ತಿತ್ತು.

ಕಥೆ ಹೇಳುವ ಪಾತುಮ್ಮ ಆಗಾಗ ಬಂದು ಸಾಂಬ್ರಾಣಿ, ಲೋಭಾನಗಳ ಮಡಿಕೆಗೆ ಇನ್ನಷ್ಟು ಧೂಪ ಸುರಿದು ಹೊಗೆ ಎಬ್ಬಿಸಿ ತಾನೂ ಕಣ್ಣೀರು ತುಂಬಿಕೊಂಡು ಹೋಗುತ್ತಿದ್ದಳು. ತೀರಿಹೋದ ಡ್ರೈವರ್ ಹಂಸಾಕನ ಹೆಂಡತಿ ಮರಿಯಮ್ಮ, ಸೈಕಲ್ ಮಹಮ್ಮದನ ಹೆಂಡತಿ ಆಸಿಯಾ, ಉಸ್ಮಾನ್ ರೈಟರ ತಾಯಿ ಹಾಜಮ್ಮ, ಹೆಂಡತಿ ಆಯಿಷಾ, ಬಂಗಲೆಯ ಅಡುಗೆಯ ಕಾದಿಮಾ ಅಜ್ಜಿ ಬಿಡಾರದ ಅಡುಗೆ ಕೋಣೆಯೊಳಗೆ ಮುದುರಿ ಕುಳಿತು ಮೊಲ್ಲಾಕ ಕುರಾನ್ ಓದುವ ಸದ್ದಿಗೆ ತಲೆಯಾಡಿಸುತ್ತಾ ಕುಳಿತಿದ್ದರು. ಆಯಿಷಾಳ ಮಡಿಲಲ್ಲಿದ್ದ ಮಗು ಸಕೀನಾ ಓದುವ ಸದ್ದಿಗೆ ನಿದ್ದೆ ಹೋಗಲು ನೋಡುತ್ತಾ ತೂಗುತ್ತಿತ್ತು.

ಬಿಡಾರದ ಹೊರಗೆ ಅಂಗಳದಲ್ಲಿ ಕುಕ್ಕುರುಗಾಲಲ್ಲಿ ಕುಳಿತಿದ್ದ ಮುದಾರನು ಸುಮ್ಮನೇ ಮನಸೊಳಗೆ ತನಗೆ ತಾನೇ ಏನೋ ಹೇಳಿಕೊಳ್ಳುತ್ತಾ ಮುಗುಳ್ನಗುತ್ತಾ ಕುಳಿತಿದ್ದನು. ಹೂವಿನಕೊಲ್ಲಿಯಲ್ಲಿ ಮರಣ ಸಂಭವಿಸಿದಾಗಲೆಲ್ಲ ಅದು ಹೇಗೋ ಎಲ್ಲರಿಗಿಂತ ಮೊದಲು ಬಂದು ಕುಳಿತುಬಿಡುವ ಮುದಾರನು ಈಗಲೂ ಹಾಗೆಯೇ ಕುಳಿತುಕೊಂಡಿದ್ದನು. ಮಳೆಯಲ್ಲಿ ಕುಳಿತಿದ್ದ ಅವನಿಗಿಂತ ಒಂದು ಚೂರು ದೂರದಲ್ಲಿ ರಾಟೆಮನೆಯ ಐತಣ್ಣನೂ ಮೌನವಾಗಿ ಕೊಡೆ ಹಿಡಿದುಕೊಂಡು ನಿಂತಿದ್ದನು. ಅವನ ಹಿಂದೆ ಸೀತಾಫಲದ ಮರದ ಕೆಳಗೆ ಒದ್ದೆಯಾಗದಂತೆ ಚಳಿಗೆ ನಡುಗುತ್ತಾ ನಿಂತಿದ್ದ ತುರಿ ಊದುವ ನಂಬಿಯಾರರು, 'ಎರಡು ದಿನದಲ್ಲಿ ಎರಡು ಮರಣ. ನಿನ್ನೆ ಅಪ್ಪಯ್ಯಗೌಡರು ಹೋದರು. ಇಂದು ಕುಂಞಿಪಾತುಮ್ಮ.. ಇನ್ನು ಯಾರು ಗುರುವಾಯೂರಪ್ಪಾ..' ಎಂದು ಗೊಣಗುತ್ತಿದ್ದರು.

ಅವರಿಗೆ ತಾವೂ ಇನ್ನು ಕೊಂಚ ಹೊತ್ತಲ್ಲಿ ಹೀಗೇ ನಿಂತಲ್ಲೇ ಮರಣ ಹೊಂದಿದರೆ ಹೇಗೆ ಎಂದೂ ಅನಿಸುತ್ತಿತ್ತು. ಅವರ ಮನಸ್ಸನ್ನು ಅರಿತವನಂತೆ ಕುಳಿತಿದ್ದ ಮುದಾರನು ಅಂಗಳದ ಮಣ್ಣಲ್ಲಿ ಬೆರಳಿಂದ ನಾನಾ ಬಗೆಯ ಗೆರೆಗಳನ್ನು ಎಳೆದು ಮನಸಿನಲ್ಲೇ ಮಾತನಾಡುತ್ತಾ, ನಗುತ್ತಾ ಕುಳಿತಿದ್ದನು.

ಒಳಗೆ ಮೊಲ್ಲಾಕ ಓದುವುದನ್ನು ನೋಡಿದರೆ ಮರಣಿಸಿದ ಮಗಳ ಜೀವವನ್ನು ಪಡೆದವನ ಕೈಯ್ಯಿಂದ ಮರಳಿ ಪಡೆಯುವ ಹಾಗೆ ಕೇಳಿಸುತ್ತಿತ್ತು. ಪಾತುಮ್ಮ ತಾನೂ ಕೈಯ್ಯಲ್ಲಿ ಒಂದು ಬಿಳಿ ಬಟ್ಟೆಯನ್ನು ಹಿಡಿದುಕೊಂಡು ಬಂದು ಕುಂಞಿಪಾತುಮ್ಮನ ದೇಹಕ್ಕೆ ಹೊದೆಸಿ ಧೂಪದ ಮಡಕೆಗೆ ಪುನಃ ಒಂದಿಷ್ಟು ಸಾಂಬ್ರಾಣಿ ಚಿಮುಕಿಸಿ ಹೋದಳು. ಅವಳ ಹಿಂದೆಯೇ ಬಂದ ಮರಿಯಮ್ಮ ತಾನೂ ಹಾಗೇ ಮಾಡಿ ಫಕ್ಕನೇ ರೋದಿಸಿ ತಲೆಯ ಬಟ್ಟೆಯನ್ನು ಬಾಯಲ್ಲಿ ಕಚ್ಚಿಕೊಂಡು ಅಲ್ಲೇ ನಿಂತು ತೀರಿಹೋದ ದೇಹವನ್ನು ನೋಡುತ್ತಾ 'ನಿನ್ನೆ ರಾತ್ರಿಯಿಡೀ ಮರಣದ ಜೊತೆ ಕಾದಾಡಿದೆಯಲ್ಲಾ ಕುಂಞಿಪಾತುಮ್ಮ.. ಆಗ ಈ ಗಂಡಸರೆಲ್ಲಾ ಎಲ್ಲಿ ಹೋಗಿದ್ದರು' ಎಂದು ಅಳಲು ಶುರು ಮಾಡಿದಳು. ಅವಳ ಅಳು ಕೇಳಿ ಕುರಾನು ಓದುವುದನ್ನು ನಿಲ್ಲಿಸಿದ ಮೊಲ್ಲಾಕ, 'ಈ ಹೆಂಗಸಿನ ಬಾಯಿ ಬಂದು ಮಾಡುವವರು ಇಲ್ಲಿ ಯಾರೂ ಇಲ್ಲವಾ ಮಲಾಯಿಕುಗಳೇ' ಎಂದು ಜೋರಾಗಿ ಕೂಗಿದರು. ಹಾಜಮ್ಮ ಮರಿಯಮ್ಮನ ಕೈ ಹಿಡಿದು ಒಳಗೆ ಕರೆದುಕೊಂಡು ಹೋದರು. ಮೊಲ್ಲಾಕ ಮತ್ತೆ ಕುರಾನು ಓದಲು ತೊಡಗಿದರು.

ನಿನ್ನೆಯ ಇರುಳು ಮರಣಿಸುವ ಮೊದಲು ಕುಂಞಿಪಾತುಮ್ಮ ತಮ್ಮ ಕಾಯಿಲೆಯ ಹಾಸುಗೆಯಿಂದ ಲಗುಬಗೆಯಲ್ಲಿ ಎದ್ದು ಕಡ್ಡಿ ಪುರುಳೆಗಳನ್ನು ಹೊತ್ತಿಸಿ ಹಿತ್ತಲಿನ ಹಂಡೆಯಲ್ಲಿ ನೀರು ಬಿಸಿಮಾಡಿ ಸ್ನಾನ ಮಾಡಿದ್ದಳು. ಸ್ನಾನ ಮುಗಿಸಿ ತಮ್ಮ ಇಷ್ಟದ ಉಡುಪುಗಳನ್ನು ಧರಿಸಿ ತಲೆಗೆ ಹಸಿರು ಚೌಕಳಿಯ ತಲೆವಸ್ತ್ರವನ್ನು ಸುತ್ತಿ ಆ ಕತ್ತಲೆಯಲ್ಲಿ ಹೊರಗಿಳಿದು ಬಂದು ಮರಿಯಮ್ಮನ ಬಿಡಾರದ ಬಾಗಿಲನ್ನು ತಟ್ಟಿದ್ದಳು. ಬಾಗಿಲಿಗೆ ಅಡ್ಡವಾಗಿ ಮಲಗಿದ್ದ ಜಿಮ್ಮಿ ನಾಯಿ ಮೆಲ್ಲಗೆ ಒಮ್ಮೆ ಬೊಗಳಿ, ಅದು ಬೊಗಳಿದ ಸದ್ದಿಗೆ ಬಾಗಿಲು ತೆರೆದ ಮರಿಯಮ್ಮನಿಗೆ ಎದುರು ಕತ್ತಲೆಯಲ್ಲಿ ನಿಂತಿದ್ದ ಕುಂಞಿಪಾತುಮ್ಮನ ಗುರುತೇ ಹತ್ತಿರಲಿಲ್ಲ. ಆಮೇಲೆ ಒಳಗಿಂದ ಚಿಮಿಣಿ ದೀಪ ಹತ್ತಿಸಿಕೊಂಡು ಬಂದು ನೋಡಿದರೆ ಅದು ಕುಂಞಿಪಾತುಮ್ಮ ಎಂದು ಗೊತ್ತಾಗಿತ್ತು. ಕುಂಞಿಪಾತುಮ್ಮ ಮರಿಯಮ್ಮನ ಕೈಗಳನ್ನು ತನ್ನ ಕೈಯೊಳಕ್ಕೆ ತೆಗೆದುಕೊಂಡು ಸಲಾಂ ಹೇಳಿ, 'ಯಾರಿಗೂ ಹೇಳಬೇಡ ಮರಿಯಮ್ಮಾ.. ನಾನು ಇಂದು ರಾತ್ರಿ ತೀರಿ ಹೋಗುತ್ತಿದ್ದೇನೆ' ಎಂದು ಮೌನವಾಗಿದ್ದಳು.

'ಏನು ಹುಚ್ಚು ಮಾತು ಹೇಳುತ್ತಿದ್ದೀರಿ ಕುಂಞಿಪಾತುಮ್ಮ.. ನೀವು ಹೋಗಲು ಹೊರಟರೂ ಮೂಸಕಾಕ ನಿಮ್ಮನ್ನು ಹೋಗಲು ಬಿಡುತ್ತಾರಾ..'

ಎಂದು ಮರಿಯಮ್ಮ ನಗೆಯಾಡಿದ್ದಳು. 'ನೋಡು ಹೆಂಗಸೇ ನಾಳೆ ಬೆಳಗ್ಗೆ ತುರಿಯಾಗುವ ಮೊದಲು ನಾನು ಹೋಗಿರುತ್ತೇನೆ' ಎಂದು ಹೇಳಿದ ಕುಂಞಿಪಾತುಮ್ಮ ಅಲ್ಲಿಂದ ಹೊರಟು ಪಕ್ಕದ ಬಿಡಾರದ ಸೈಕಲ್ ಮಹಮ್ಮದನ ಬಾಗಿಲು ತಟ್ಟಿದ್ದಳು. ಹೆಂಡತಿ ಆಸಿಯಾಳನ್ನು ಕೋಸಿಕೊಂಡು ಮಲಗಿದ್ದ ಮಹಮ್ಮದ್ ಎದ್ದು ಬಂದರೆ ಆ ಕತ್ತಲೆಯಲ್ಲಿ ಬಾಗಿಲ ಮುಂದೆ ಸುಂದರಿಯಂತೆ ಕುಂಞಿಪಾತುಮ್ಮ ನಿಂತಿದ್ದಳು. ಮರಿಯಮ್ಮನಿಗೆ ಹೇಳಿದ್ದ ಮಾತನ್ನೇ ಕುಂಞಿಪಾತುಮ್ಮ ಇಲ್ಲಿಯೂ ಹೇಳಿದ್ದಳು. 'ನೀವು ಸುಮ್ಮನೆ ಹೋಗಿ ಇಂಞಾ' ಎಂದು ಆಸಿಯಾ ಅವರನ್ನು ಬೈದು ಕಳಿಸಿದ್ದಳು.

ರಾತ್ರಿ ಕಾವಲಿನ ಕೆಲಸ ಮುಗಿಸಿದ ಮೂಸಕಾಕ ಬೆಳಗಿನ ಜಾವ ಮಳೆಯಲ್ಲಿ ನಡೆದು ಬಂದು ನೋಡಿದರೆ ಬಾಗಿಲು ತೆರೆದುಕೊಂಡಿತ್ತು. ಅವರ ಹೆಂಡತಿ ಕುಂಞಿಪಾತುಮ್ಮ ಹೊಸ ಉಡುಪು ತೊಟ್ಟುಕೊಂಡು ಕಾಯಿಲೆಯ ಹಾಸುಗೆಯಲ್ಲಿ ಮರಣ ಹೊಂದಿ ನಗುತ್ತಾ ಮಲಗಿದ್ದಳು.

'ಅಂತೂ ನಾನು ಇಲ್ಲದಿರುವಾಗಲೇ ಹೋಗಬೇಕೆಂದು ಹೊಸ ಉಡುಪು ಧರಿಸಿ ಹೋದೆಯಲ್ಲಾ ಹೆಂಗಸೇ' ಎಂದು ಕೂಗಿಕೊಂಡ ಕೊಂಬಿನ ಮೀಸೆಯ ಮೂಸಕಾಕ ಆಮೇಲೆ ಕಲ್ಲಿನಂತೆ ಸುಮ್ಮನೆ ಕುಳಿತಿದ್ದರು.

ಕಾಫಿ ಎಲೆಯಲಿ ಬರೆದ ಪ್ರೇಮ ಪತ್ರ

ರಾಟೆಮನೆಯ ಐತಣ್ಣನು ಏನು ಮಾಡುವುದೆಂದು ಅರಿಯದೆ ಕುಕ್ಕುರುಗಾಲಲ್ಲಿ ಕುಳಿತು ಬೆಳೆದ ತನ್ನ ಕಾಲಬೆರಳಿನ ಉಗುರುಗಳನ್ನು ಕೈಯಿಂದ ಕಿತ್ತು ಬಿಸಾಕಲು ನೋಡುತ್ತಿದ್ದನು. ಐತಣ್ಣನ ಇತ್ತೀಚಿನ ಕಾದಾಡುವ ಕುಪ್ಪುಲೆ ಎಂಬ ಹುಂಜ ಮಳೆಯ ನೀರಲ್ಲಿ ತನ್ನ ಪುಕ್ಕಗಳನ್ನು ಪೂರಾ ತೊಯ್ಯಿಸಿಕೊಂಡು ಗೋಡೆಯ ಕೆಳಗೆ ಪೇಲವವಾಗಿ ನಿಂತುಕೊಂಡಿತ್ತು. ಕಾಫಿ ಒಣಗಿಸುವ ರಾಟೆಮನೆಯ ಅಂಗಳದಲ್ಲಿ ಮಳೆಯ ನೀರು ತುಂಬಿ ಅದರ ಮೇಲೆ ಇನ್ನೂ ಮಳೆಯ ಹನಿಗಳು ಬಿದ್ದು ಆಕಾಶವೆಲ್ಲ ಕಪ್ಪಿಡಿದು ನಿಂತಿತ್ತು. ಐತಣ್ಣನ ಹೆಂಡತಿ ಐತಕ್ಕ ಬೆನ್ನಿಗೆ ಕಟ್ಟಿಕೊಂಡ ಗೊರಬೆ ಕಂಬಳಿಯನ್ನೂ ಬಿಚ್ಚದೆ

ಹಾಗೇ ಗೋಡೆಗೊರಗಿ ನಿಂತು ತುಳುವಿನಲ್ಲಿ ತನ್ನ ಇಬ್ಬರು ಹೆಣ್ಣು ಮಕ್ಕಳಾದ ಶಾಂತಿ ಸೇವಂತಿಯರ ಹೆಸರು ಹಿಡಿದು ಅಳುತ್ತಿದ್ದಳು. ನಡುನಡುವಲ್ಲಿ ಮೀನು ಮಾರುವ ಹೈದರಾಲಿಯ ಹೆಸರನ್ನೂ ಹೇಳಿ ಗೋಡೆಗೆ ತಲೆಘಟ್ಟಿಸಿಕೊಂಡು ಶಾಪ ಹಾಕುತ್ತಿದ್ದಳು.

ಅವಳು ಅಷ್ಟು ಹೊತ್ತಿಂದ 'ಹೈದರನ ಹುಲಿ ಹಿಡಿಯ, ಅವನ ನಡು ಮುರಿಯ' ಎಂದು ಧರ್ಮಸ್ಥಳದ ಅಣ್ಣಪ್ಪನಿಗೂ, ಕಲ್ಲುರ್ಟಿಗೂ, ಪಂಜುರ್ಲಿಗೂ ಹರಕೆ ಹೊತ್ತು ಶಾಪ ಹಾಕುತ್ತಿರುವುದನ್ನು ಕೇಳಿಸಿಕೊಂಡು ಸುಮ್ಮನಿದ್ದ ಐತಣ್ಣನು ಪಕ್ಕನೆ ಎದ್ದು ಮನೆಯೊಳಕ್ಕೆ ಹೋಗಿ ಮೂಲೆಯಲ್ಲಿದ್ದ ನಾಗರಬೆತ್ತದಿಂದ ಅವಳ ಗೊರಬೆಯ ಮೇಲೆ ಬಾರಿಸಲು ತೊಡಗಿದನು. ತನ್ನ ಗಂಡನು ಕಾಣದಾಗಿರುವ ತನ್ನ ಹೆಣ್ಣುಮಕ್ಕಳನ್ನು ಹುಡುಕಿಕೊಂಡು ಹೋಗುವುದರ ಬದಲು ತನಗೇ ಬಾರಿಸುತ್ತಿರುವುದನ್ನು ಕಂಡ ಐತಕ್ಕನು, 'ಅವು ನಿನಗೆ ಹುಟ್ಟಿದ ಮಕ್ಕಳಾಗಿದ್ದರೆ ಹೀಗೆ ಮೀನು ಮಾಪಿಳ್ಳೆಯ ಜೊತೆ ಓಡಿಹೋಗಲು ಬಿಡುತ್ತಿದ್ದೆಯಾ ಎಲುಬಿಲ್ಲದವನೇ' ಎಂದು ಹಂಗಿಸಿ ಅಳಲು ಶುರುಮಾಡಿದಳು.

'ಅವುಗಳು ನನಗೆ ಹುಟ್ಟಿದವಾಗಿದ್ದರೆ ಹೀಗೆ ಉಷ್ಣ ಹಿಡಿದು ಓಡಿ ಹೋಗುತ್ತಿರಲಿಲ್ಲ ಹಡಬೆ ಹೆಂಗಸೇ' ಎಂದು ಐತಣ್ಣನು ಅವಳಿಗೆ ಮತ್ತೆ ಬೆತ್ತದಿಂದ ಬಾರಿಸಲು ತೊಡಗಿದನು. ಅವರಿಬ್ಬರು ಹೀಗೆ ಕಾದಾಟದ ಕೋಳಿಗಳ ಹಾಗೆ ಒಬ್ಬರ ಮೇಲೆ ಒಬ್ಬರು ಎರಗುತ್ತಾ ಪರಚುತ್ತಾ ಕಾಲಕಳೆಯುತ್ತಿರುವ ಹಾಗೆಯೇ ಶಾಂತಿ, ಸೇವಂತಿಯರು ರಾಟೆಮನೆಯ ಗೇಟು ದಾಟಿ ಕೆಸರು ತಾಗದ ಹಾಗೆ ತಮ್ಮ ಲಂಗದ ನೆರಿಗೆಯನ್ನು ಎತ್ತಿ ಹಿಡಿದು ಕತ್ತು ಕೊಂಕಿಸಿಕೊಂಡು ನಡೆದು ಬರುತ್ತಿದ್ದರು. ಒಂದೇ ತರಹ ಇಬ್ಬರೂ ತಲೆ ಬಾಚಿ, ಒಂದೇ ತರಹ ಬೈತಲೆ ತೆಗೆದು, ಒಂದೇ ತರಹ ಕೆನ್ನೆಗೆ ಬೊಟ್ಟಿಟ್ಟು, ಒಂದೇ ಕೊಡೆಯ ಅಡಿಯಲ್ಲಿ ಅವರಿಬ್ಬರು ನಡೆಯುತ್ತಿದ್ದರು. ಹೈದರಾಲಿಯ ಜೊತೆ ಸಿದ್ದಾಪುರ ಪೇಟೆಯಲ್ಲಿ ಮಧ್ಯಾಹ್ನದ ಮ್ಯಾಟಿನಿ ಸಿನೆಮಾವನ್ನೂ ಸಿದ್ದಾಪುರದ ಫೈವ್‌ಸ್ಟಾರ್ ಹೋಟೆಲಿನಲ್ಲಿ ಪರೋಟ ಮತ್ತು ಚಾಪೀಸನ್ನೂ ಸವಿದುಬಂದ ಅವರಿಬ್ಬರ ಕಣ್ಣುಗಳು ಅಷ್ಟು ದೂರದಿಂದಲೇ ಹೊಳೆಯುತ್ತಿದ್ದವು. ಅವರಿಬ್ಬರ ಜೊತೆ ತನ್ನ ಸೈಕಲನ್ನು ದೂಡುತ್ತಾ ರಾಟೆಮನೆಯ ಗೇಟಿನವರೆಗೆ ಬಂದಿದ್ದ ಹೈದರಾಲಿಯು ಸಂಕಟದಲ್ಲೇ ಸೈಕಲು ಹತ್ತಿ ತಿರುಗಿ ನೋಡುತ್ತಾ ಹೋಗಿದ್ದನು.

ಹಿಂದಿನ ರಾತ್ರಿ ಸುರಿದ ಜೋರು ಮಳೆಗೆ ರಾಟೆಮನೆಯ ಹಿಂದಿನ ಕೆರೆ ತುಂಬಿ ಹರಿದು ಕೆರೆಯ ಮೀನುಗಳು ಬರೆ ಹತ್ತಿ ದೇವರ ಕಾಡಿನ ಕಡೆಯಿಂದ ಹರಿದು ಬರುವ ತೊರೆಯಲ್ಲಿ ಮೊಟ್ಟೆ ಹಾಕಲು ಹೊರಟಿದ್ದವು. ರಾತ್ರಿಯೆಲ್ಲಾ ಗುಡುಗು ಸಿಡಿಲುಗಳನ್ನು ಕೇಳಿಸಿಕೊಂಡು ರಾಟೆಮನೆಯ ಬಿಡಾರದಲ್ಲಿ

ಅರೆಬರೆ ನಿದ್ದೆಯಲ್ಲಿ ಕಳೆದಿದ್ದ ಐತಣ್ಣ, ಐತಕ್ಕ ಬೆಳಗಾಗುವ ಮೊದಲೇ ಬೆನ್ನಿಗೆ ಗೊರಬೆ ಸಿಕ್ಕಿಸಿಕೊಂಡು ಕೈಯಲ್ಲಿ ಬಿದಿರಿನ ಬುಟ್ಟಿಗಳನ್ನು ಎತ್ತಿಕೊಂಡು ಬರೆ ಹತ್ತುವ ಮೀನುಗಳನ್ನು ಹಿಡಿಯಲು ಹೊರಟಿದ್ದರು. ಬೆಳಗಾಗುವ ಮೊದಲೇ ಕೊಂಬಿನ ಮೀಸೆಯ ಮೂಸಕಾಕ ಇತ್ತ ಕಡೆ ಹೊರಡುವ ಮೊದಲೇ ಸಾಕಷ್ಟು ಮೀನುಗಳನ್ನು ಹಿಡಿದು ಒಂದಿಷ್ಟನ್ನು ಇಟ್ಟುಕೊಂಡು ಉಳಿದ ಎಲ್ಲವನ್ನೂ ಮೀನು ಮಾರುವ ಹೈದರನಿಗೆ ಮಾರಿ ಒಂದಷ್ಟು ಕಾಸು ಮಾಡಿಕೊಳ್ಳುವುದು ಅವರ ಇರಾದೆಯಾಗಿತ್ತು.

ಅವರಿಗಿಂತಲೂ ಮೊದಲೆ ಎದ್ದು ಕುಳಿತಿದ್ದ ಶಾಂತಿ, ಸೇವಂತಿಯರು ತಲೆ ಬಾಚಿ ಬೈತಲೆ ತೆಗೆದು ಕೆನ್ನೆಗೆ ಬೊಟ್ಟಿಟ್ಟು ತಾವೂ ಕೈಯಲ್ಲಿ ಬುಟ್ಟಿಗಳನ್ನು ಹಿಡಿದುಕೊಂಡು ಸಿಡಿಲಿಗೆ ಅರಳಿದ್ದ ಕಾಡು ಅಣಬೆಗಳನ್ನು ಎಲ್ಲರಿಗಿಂತಲು ಮೊದಲು ಕಂಡುಹಿಡಿದು ತರಲು ಆ ನಸುಬೆಳಕಿನಲ್ಲಿ ಚಾಮುಂಡಿ ಬಾಣೆಯ ಕಡೆ ಹೊರಡಲು ತಯಾರಾಗುತ್ತಿದ್ದರು. 'ಇದೇನು ನೀವಿಬ್ಬರು ಕಾಡಿಗೆ ಅಣಬೆ ತರಲು ಹೊರಟಿರುವುದಾ, ಇಲ್ಲಾ ಸ್ತ್ರೀವೇಷ ಹಾಕಿಕೊಂಡು ಭೂತದ ಕೋಲಕ್ಕೆ ಹೊರಟಿರುವುದಾ' ಎಂದು ಐತಣ್ಣನು ಗೊಣಗಿದ್ದನು. ಶಾಂತಿ, ಸೇವಂತಿಯರು ಆ ಗೊಣಗಾಟವನ್ನು ಗಮನಿಸದಂತೆ ಓಡಾಡುತ್ತಾ ಅವರಿಬ್ಬರು ಅತ್ತ ದೇವರಕಾಡಿಗೆ ಹೊರಡಲು ತಾವು ಚಾಮುಂಡಿ ಬಾಣೆಯ ಕಡೆ ನಡೆದಿದ್ದರು. ಉಸ್ಮಾನ್ ರೈಟರ ಮಕ್ಕಳು ಮುದಾರನ ಜೊತೆ ಅಲ್ಲಿಗೆ ಅಣಬೆ ಹೆಕ್ಕಲು ಬರುವ ಮೊದಲೇ ತಾವು ಅಲ್ಲಿ ತಲುಪಿ ಆದಷ್ಟು ಅಣಬೆಗಳನ್ನು ಹೆಕ್ಕಿ ತಂದು ಅದನ್ನೂ ಹೈದರಾಲಿಗೆ ಕೊಡುವುದು ಅವರಿಬ್ಬರ ಉದ್ದೇಶವಾಗಿತ್ತು. ಅಣಬೆ ಕಿತ್ತು ತಂದರೆ ಸಿದ್ದಾಪುರ ಪೇಟೆಯಲ್ಲಿ ಸಿನೆಮಾ ತೋರಿಸಿ ಪರೋಟ, ಚಾಪೀಸು ತಿನ್ನಿಸಿ ಕಳಿಸುವುದಾಗಿ ಹೈದರಾಲಿಯು ಅವರಿಗೆ ಕಾಫಿ ಎಲೆಯಲ್ಲಿ ಹಾರೂನನ ಮುಖಾಂತರ ಒಂದು ಪತ್ರವನ್ನು ಬರೆಸಿ ಕಳಿಸಿದ್ದನು.

ಕಾಫಿ ಎಲೆಯಲ್ಲಿ ಪತ್ರ ಬರೆಯುವ ಕಲೆಯನ್ನು ಅಕ್ಷರ ಬಾರದ ಹೈದರಾಲಿಯು ಹಾರೂನನಿಗೆ ಕಲಿಸಿದ್ದನು. ಹೂವಿನಕೊಲ್ಲಿಯ ಬೇಲಿಯ ಬದಿಯಲ್ಲಿ ಆಕಾಶಕ್ಕೆ ತಲುಪುವಂತೆ ಬೆಳೆದಿದ್ದ ಕಾಡುಮಾವಿನ ಮರದ ಕೆಳಗೆ ತನ್ನ ಮೀನು ಮಾರುವ ಸೈಕಲನ್ನು ಒರಗಿಸಿ ನಿಲ್ಲಿಸಿರುತ್ತಿದ್ದ ಹೈದರಾಲಿಯು ಜೋರಾಗಿ ಸೈಕಲ್ಲಿನ ಬೆಲ್ಲನ್ನು ಬಾರಿಸುತ್ತಿದ್ದನು. ಆ ಸದ್ದು ಕೇಳಿ ಎಲ್ಲಿದ್ದರೂ ಓಡಿಬರುತ್ತಿದ್ದ ಹಾರೂನನು ಮಾವಿನಮರದ ಅಡಿಯಲ್ಲಿ ಕಾದು ನಿಂತಿರುತ್ತಿದ್ದ ಹೈದರನ ಎದುರು ನಿಲ್ಲುತ್ತಿದ್ದನು.

ಅಗಲವಾದ ರೋಬಸ್ಟಾ ಕಾಫಿಯ ಎಲೆಯೊಂದನ್ನು ಅವನ ಕೈಗಿತ್ತ ಹೈದರಾಲಿಯು ಚೂಪಗಿನ ಒಂದು ಕಡ್ಡಿಯನ್ನೂ ಅವನ ಕೈಗಿತ್ತು ಬರೆಯಲು ಹೇಳುತ್ತಿದ್ದನು. 'ನೀವು ನನಗೆ ಕೊಡುತ್ತೇನೆ ಎಂದು ಹೇಳಿದ ವಸ್ತುವನ್ನು

ಇನ್ನೂ ಕೊಡಲಿಲ್ಲ. ಯಾವಾಗ ಕೊಡುತ್ತೀರಿ' ಎಂದು ಬರೆಸುತ್ತಿದ್ದನು. 'ನೀವು ಕೊಡುತ್ತೀರಿ ಎಂದು ಹೇಳಿದ ವಸ್ತುವಿಗಾಗಿ ನಾನು ಇಲ್ಲಿ ಮರದ ಕೆಳಗೆ ನಿಂತುಕೊಂಡಿದ್ದೆ. ಆದರೆ ನೀವು ಬರದೆ ನನಗೆ ಬೇಸರವಾಯಿತು' ಎಂದು ಬರೆಸಿದ್ದನು. 'ನೀವು ಕೊಡುತ್ತೇನೆ ಎಂದು ಹೇಳಿದ ವಸ್ತುವನ್ನು ಕೊಡತಕ್ಕದ್ದು. ಇಲ್ಲವಾದರೆ ನಾನು ಹೇಳಿದ ಹಾಗೆ ಮಾಡಬೇಕಾಗುತ್ತದೆ' ಎಂದೂ ಎಲೆಯಲ್ಲಿ ಬರೆಸಿದ್ದನು.

ಅವನು ಹೇಳಿದ್ದನ್ನು ಕಾಫಿ ಎಲೆಯಲ್ಲಿ ಉರುಟುರುಟಾಗಿ ಬರೆಯುತ್ತಿದ್ದ ಹಾರೂನನು ಶಾಂತಿ, ಸೇವಂತಿಯರ ಬಳಿ ತಲುಪಿ ಆ ಎಲೆಯನ್ನು ಅವರಿಗೆ ತಲುಪಿಸುತ್ತಿದ್ದನು. ಅವರು ಅದಕ್ಕೆ ಎಲೆಯಲ್ಲೇ ಉತ್ತರವನ್ನು ಬರೆದು ಓದಬೇಡವೆಂದು ಕೆನ್ನೆ ಚಿವುಟಿ ಹೇಳಿ ಕಳುಹಿಸುತ್ತಿದ್ದರು. ಕಾಡುಮಾವಿನ ಮರದ ಕೆಳಗೆ ಅವರ ಉತ್ತರಕ್ಕಾಗಿ ಕಾದು ನಿಂತಿರುತ್ತಿದ್ದ ಹೈದರಾಲಿಯು ಅವರು ಬರೆದದ್ದನ್ನು ಹಾರೂನನಿಂದ ಓದಿಸಿ ಕೇಳಿಕೊಳ್ಳುತ್ತಿದ್ದನು. ಆಮೇಲೆ ಹಾರೂನನನ್ನು ಸೈಕಲ್ಲಿನಲ್ಲಿ ಹತ್ತಿಸಿ ಕೂರಿಸಿಕೊಂಡು ಸಂತೆಪೇಟೆಗೆ ಒಯ್ದು ಪರೋಟ ಚಾಪೀಸನ್ನು ತಿನ್ನಿಸಿ ಯಾರಿಗೂ ಹೇಳಬೇಡವೆಂದು ಹೇಳುತ್ತಿದ್ದನು. ತಾನು ಶಾಂತಿ, ಸೇವಂತಿಯರ ಜೊತೆ ಬೊಂಬಾಯಿಗೆ ಓಡಿ ಹೋದರೆ ಯಾರಿಗೂ ಹೇಳಬಾರದೆಂದೂ ಹೇಳುತ್ತಿದ್ದನು. ಹಾರೂನನಿಗೆ ಹಳೆಯ ಸೈಕಲ್ ಟಯರುಗಳನ್ನು ಉಡುಗೊರೆಯಾಗಿ ನೀಡುತ್ತಿದ್ದನು. ಹೂವಿನಕೊಲ್ಲಿಯ ಎಲ್ಲರ ರಹಸ್ಯ ಕಥೆಗಳನ್ನೂ ಹೇಳಿ ಅದನ್ನೂ ಯಾರಿಗೂ ಹೇಳಬೇಡವೆಂದು ಹೇಳುತ್ತಿದ್ದನು.

ಐತಣ್ಣನೂ, ಐತಕ್ಕನೂ ಗಂಡ ಹೆಂಡತಿಯರಲ್ಲವೆಂದೂ ಅವರು ಹೂವಿನಕೊಲ್ಲಿಗೆ ಕಾಸರಗೋಡಿನ ಕಡೆಯಿಂದ ಓಡಿ ಬಂದವರೆಂದೂ ಅವನೇ ಹೇಳಿದ್ದನು. ತನಗೆ ಶಾಂತಿಯೂ ಬೇಕೆಂದೂ, ಸೇವಂತಿಯೂ ಬೇಕೆಂದೂ ಆದರೆ ಅವರಿಬ್ಬರೂ ಓಡಿ ಬಂದರೆ ತನಗೇನು ಮಾಡಬೇಕೆಂದು ತಿಳಿಯುತ್ತಿಲ್ಲವೆಂದೂ ಒಮ್ಮೊಮ್ಮೆ ಬೇಸರ ಮಾಡಿಕೊಳ್ಳುತ್ತಿದ್ದನು. ಹಾರೂನನು ಎಲ್ಲ ಅರಿತವನಂತೆ ಸುಮ್ಮನೆ ತಲೆಯಾಡಿಸುತ್ತಿದ್ದನು.

ಬೆಳಗೆಯೇ ಐತಣ್ಣನೂ, ಐತಕ್ಕನೂ ಒಂದು ಚೀಲದ ತುಂಬ ಜೀವವಿರುವ ಮೀನುಗಳನ್ನು ಹೊತ್ತು ತಂದು ಹೈದರನಿಗೆ ಕಾಯುತ್ತಿದ್ದರು. ಶಾಂತಿ, ಸೇವಂತಿಯರೂ ಒಂದು ಬುಟ್ಟಿಯಲ್ಲಿ ಅಣಬೆಗಳನ್ನು ತಂದಿಟ್ಟು ಅವನಿಗೆ ಕಾಯುತ್ತಿರುವಂತೆ ನಟಿಸುತ್ತಿದ್ದರು. ಅವರಿಬ್ಬರಿಗೆ ಒಳಗೊಳಗೆ ನಗು ಬರುತ್ತಿತ್ತು. ಏಕೆಂದರೆ ಹೈದರಾಲಿಯು ತಾನು ಇವತ್ತು ಹೂವಿನಕೊಲ್ಲಿಗೆ ಬರುವುದಿಲ್ಲವೆಂದೂ ಕಾದೂ ಕಾದೂ ಕೊನೆಗೆ ನೀವೇ ಮೀನನ್ನೂ ಅಣಬೆಗಳನ್ನೂ ಎತ್ತಿಕೊಂಡು ಸಿದ್ದಾಪುರ ಪೇಟೆಗೆ ಬರಬೇಕೆಂದೂ ಕಾಫಿ

ಎಲೆಯಲ್ಲಿ ಹಾರೂನನಿಂದ ಬರೆಸಿದ್ದನು. ಆಮೇಲೆ ಅವರೇ ಇನ್ನೊಮ್ಮೆ ತಲೆಬಾಚಿಕೊಂಡು, ಬೈತಲೆ ತೆಗೆದು, ಬೊಟ್ಟಿಟ್ಟು, ಚಪ್ಪಲಿ ಮೆಟ್ಟಿ ಒಬ್ಬೊಬ್ಬರು ಒಂದೊಂದು ಚೀಲ ಹಿಡಿದುಕೊಂಡು ಸಿದ್ದಾಪುರದತ್ತ ನಡೆದಿದ್ದರು. ಸಿದ್ದಾಪುರ ಪೇಟೆಯಲ್ಲಿ ಹೈದರಾಲಿಯು ಅವರಿಗೆ ಸಿನೆಮಾ ತೋರಿಸಿ ಹೋಟಲಲ್ಲಿ ತಿನ್ನಿಸಿ ಇಬ್ಬರ ಕಣ್ಣುಗಳಲ್ಲೂ ಕಣ್ಣಿಟ್ಟು ನೋಡುತ್ತಾ ನಾಚುತ್ತಾ ಮುಜುಗರಪಟ್ಟು ಉಗುಳುನುಂಗಿ ತಾವು ಮೂವರೂ ಬೊಂಬಾಯಿಗೆ ಓಡಿಹೋಗಬಹುದಲ್ಲಾ ಅಂದುಬಿಟ್ಟಿದ್ದನು.

ಅದನ್ನು ಕೇಳಿದ ಅವರಿಬ್ಬರೂ ಅವನನ್ನು ತಾರಾಮಾರಾ ಬೈದು ಬಂದಿದ್ದರು. ಅವರಿಬ್ಬರ ಹಿಂದೆ ಸೈಕಲು ದೂಡುತ್ತಾ ಹೂವಿನಕೊಲ್ಲಿಯ ರಾಟೆಮನೆಯವರೆಗೆ ಬಂದಿದ್ದ ಹೈದರಾಲಿಯು ಮೀನಿನ ಹಣವನ್ನೂ ಅಣಬೆಯ ಹಣವನ್ನೂ ಅವರ ಕೈಗಿತ್ತು ಒಂದು ವೇಳೆ ಆಗುವುದಾದರೆ ಹಾರೂನನ ಕೈಯಲ್ಲಿ ಒಂದು ಪತ್ರವನ್ನು ಬರೆದು ಕಳಿಸಬೇಕೆಂದು ಬೇಡಿಕೊಂಡು ಉಗುಳು ನುಂಗುತ್ತಾ ಸೈಕಲ್ಲು ಹತ್ತಿ ಮಳೆಯಲ್ಲಿ ಮರೆಯಾಗಿದ್ದನು. ಅವರು ಮೂವರನ್ನೂ ಸಿದ್ದಾಪುರ ಪೇಟೆಯಲ್ಲಿ ನೋಡಿಬಿಟ್ಟಿದ್ದ ಸೈಕಲ್ ಮಹಮ್ಮದನು ಈ ಸುದ್ದಿಯನ್ನು ತೋಟದಲ್ಲೆಲ್ಲಾ ಹರಡಿ ಐತಣ್ಣನು ಕೋಪದಲ್ಲಿ ಕುದಿಯುವಂತೆ ಮಾಡಿದ್ದನು.

ಗೋಣು ಮುರಿದ
ಒಂಟಿ ಅಡಿಕೆಯ ಮರ

ಹೂವಿನಕೊಲ್ಲಿಯ ಬೆಳಗಿನ ಚಕ್ರೋಲು ಮುಗಿಸಿ, ಆಳುಗಳನ್ನೂ,
ಮೇಸ್ತ್ರಿಗಳನ್ನೂ ಅವರವರ ಕೆಲಸಕ್ಕೆ ಕಳಿಸಿ, ಕನ್ನಡಕವನ್ನು ಕಣ್ಣಿಂದ ಇಳಿಸಿ
ಮೇಜಿನ ಮೇಲಿಟ್ಟು, ತೋಟದ ಆಫೀಸಿನಲ್ಲಿ ಕುಳಿತಿದ್ದ ಉಸ್ಮಾನ್ ರೈಟರು
ಮೇಜಿನ ಕೆಳಗಿಂದ ಕಾಫಿಯ ಫ್ಲಾಸ್ಕನ್ನು ತೆಗೆದು ಲೋಟಕ್ಕೆ ಬಗ್ಗಿಸಿ ಎದುರಿಗೆ
ಕೈಕಟ್ಟಿ ನಿಂತುಕೊಂಡಿದ್ದ ಸೈಕಲ್ ಮಹಮ್ಮದನನ್ನು ನೋಡಿದರು. ಆತನು
ಈ ಕೆಲಸ ತನ್ನಿಂದ ಆಗುವುದಿಲ್ಲವೆಂಬಂತೆ ನಿಂತುಕೊಂಡಿದ್ದನು. ಆಫೀಸಿನ

ಗಾಜಿನ ಕನ್ನಡಿಗೆ ಸಣ್ಣಗೆ ಹೊಡೆದುಕೊಳ್ಳುತ್ತಿದ್ದ ಮಳೆಯ ನೀರು, ಆ ಮಳೆಯ ನೀರಿನಲ್ಲಿ ಆಫೀಸಿನ ಹೊರಗೆ ನಿಂತುಕೊಂಡಿದ್ದ ತೋಟದ ಟ್ರಾಕ್ಟರು, ಮೇಲಕ್ಕೆ ಸಾಹುಕಾರರ ಬಂಗಲೆಯ ಕಡೆ ಹೋಗುವ ಪಾಚಿಗಟ್ಟಿದ ಮೆಟ್ಟಿಲುಗಳು, ಬಂಗಲೆಯ ಹೂ ತೋಟದಲ್ಲಿ ಮಳೆಗೆ ತೂಗುತ್ತಿದ್ದ ಹೂವುಗಳು ಎಲ್ಲವೂ ರೈಟರಿಗೆ ಕುಳಿತಲ್ಲಿಂದಲೇ ಕಾಣಿಸುತ್ತಿದ್ದವು.

'ನೀನಾದರೂ ಹೋಗಿ ಆ ಅಡಿಕೆಯ ಮರದ ಕೆಳಗಿನಿಂದ ಆ ನಂಬಿಯಾರನ್ನು ಎಬ್ಬಿಸಿಕೊಂಡು ಬಾ ಅಂದರೆ ಆಗುವುದಿಲ್ಲ ಅನ್ನುತ್ತೀಯಲ್ಲಾ ಮಮ್ಮದೇ. ಆ ಮುದುಕ ಈ ಮಳೆಯಲ್ಲಿ ಅಲ್ಲೇ ಮರಗಟ್ಟಿ ತೀರಿಹೋದರೆ ಏನು ಮಾಡುವುದು..' ಉಸ್ಮಾನ್ ರೈಟರು ತಮಗೇ ಅನ್ನುವಂತೆ ಅಂದು, ಲೋಟದ ಕಾಫಿ ಕುಡಿದು ಮುಗಿಸಿ, ತಲೆಗೆ ಟೋಪಿ ಏರಿಸಿಕೊಂಡು, ಆಫೀಸಿನ ಬಾಗಿಲು ಹಾಕಿ, ಕೊಡೆ ಹಿಡಿದು ಮಳೆಯಲ್ಲಿ ನಡೆಯಲು ತೊಡಗಿದರು. ಮುಖದಲ್ಲೇ ನಗುತ್ತಿದ್ದ ಮಹಮ್ಮದನು ತಾನೂ ಅವರ ಹಿಂದೆ ಮಳೆಯಲ್ಲಿ ನೆನೆಯುತ್ತಾ ನಡೆಯತೊಡಗಿದನು. ಅದೆಲ್ಲಿಂದಲೋ ಮಾಯಾವಿಯಂತೆ ಕಾಫಿ ಗಿಡಗಳ ನಡುವಿಂದ ಪ್ರತ್ಯಕ್ಷನಾದ ಹಗಲು ಕಾವಲುಗಾರ ಕುಟ್ಟಿಕಣ್ಣನು ಮಳೆಯಲ್ಲಿ ನೆರಳಿನಂತೆ ಅವರನ್ನು ಹಿಂಬಾಲಿಸುತ್ತಿದ್ದನು.

ನಂಬಿಯಾರರು ಹೂವಿನಕೊಲ್ಲಿಯ ಹುಲ್ಲಿನ ಬಾಣೆಯ ನಡುವೆ ಗೋಣು ಮುರಿದುಕೊಂಡು ತೂಗಾಡುತ್ತಿದ್ದ ಅಡಿಕೆ ಮರದ ಕೆಳಗೆ ಕುಳಿತು ತನಗೆ ಮರಣ ಬರಲಿ ಎಂದು ಕಳೆದ ಎರಡು ದಿನಗಳಿಂದ ಕಾಯುತ್ತಿದ್ದರು. ದನ ಕಾಯುವ ಮುದಾರನೂ ಅಷ್ಟು ದೂರದಲ್ಲಿ ಅವರನ್ನು ಕಾಯುತ್ತಾ ತನಗೆ ಗೊತ್ತಿರುವ ಸತ್ಯದ ಮಾತುಗಳನ್ನೆಲ್ಲಾ ಹೇಳಿ ಅವರನ್ನು ಅಲ್ಲಿಂದ ಎಬ್ಬಿಸಲು ನೋಡಿ ಆಗದೆ ಒಂದು ತರಹದ ಸಿಟ್ಟಿನಲ್ಲೇ ಅಲ್ಲಿ ಕುಳಿತಿದ್ದನು. ಅವರಿಬ್ಬರ ಸುತ್ತಮುತ್ತ ಬಾಲ ಆಡಿಸಿಕೊಂಡು ಹಸುಕರುಗಳು ಮೇಯುತ್ತಿದ್ದವು. ರೈಟರ ತಾಯಿ ಹಾಜಮ್ಮಳೂ, ಹೆಂಡತಿ ಆಯಿಷಾಳೂ, ಮಗಳು ಹಾಜಿರಾಳೂ ಆಗಾಗ ಬರೆಯ ಮೆಟ್ಟಲಿಳಿದು ಬಂದು ನಂಬಿಯಾರರ ಮುಂದೆ ಇಟ್ಟಿದ್ದ ತಟ್ಟೆಯಲ್ಲಿರುವುದನ್ನು ಚೆಲ್ಲಿ ತೊಳೆದು, ಹೊಸದಾಗಿ ಬಿಸಿಯ ಗಂಜಿ ಸುರಿದು, ಒಂದಿಷ್ಟು ಹೊತ್ತು ಇದ್ದು ಹೋಗುತ್ತಿದ್ದರು. ಕುರಾನು ಓದಿಸುವ ಮೊಲ್ಲಾಕನೂ, ಕೊಂಬಿನ ಮೀಸೆಯ ಮೂಸಕಾಕನೂ ಆಗಾಗ ಬಂದು ನಂಬಿಯಾರಿಗೆ ಬುದ್ಧಿ ಹೇಳಿ ಹೋಗುತ್ತಿದ್ದರು. ಮಿಠಾಯಿ ಮಾರುವ ಮಿಠಾಯಿಪಾಪ ತಾನೂ ಎಲ್ಲಿಂದಲೋ ಪ್ರತ್ಯಕ್ಷವಾಗಿ ಅಜ್ಮೀರಿನಿಂದ ತಂದಿದ್ದ ಪಿಂಗಾಣಿಯ ಬಟ್ಟಲಿನಲ್ಲಿ ಹಸಿರು ಶಾಯಿಯಲ್ಲಿ ಕುರಾನಿನ ಅಕ್ಷರಗಳನ್ನು ಬರೆದು ಆ ಬಟ್ಟಲನ್ನು ನಂಬಿಯಾರರ ಮುಂದಿಟ್ಟು ಈ ಬಟ್ಟಲಿನಲ್ಲಿ ಗಂಜಿ ಸುರುವಿ ಕುಡಿ, ನಿನ್ನ ಎಲ್ಲ ವ್ರಣಗಳೂ ಮಾಯವಾಗುವುದು ಎಂದು ಹೇಳಿ ತಾನೂ ಮಾಯವಾಗಿದ್ದನು.

ಅದು ಯಾವುದನ್ನೂ ಕೇಳಿಸಿಕೊಳ್ಳದ ನಂಬಿಯಾರರು, 'ಹುಳ ಹಿಡಿದ ತನ್ನ ದೇಹಕ್ಕೆ ಮರಣ ಬರುವುದಾದರೆ ಹೂವಿನಕೊಲ್ಲಿಯ ಈ ಹುಲ್ಲಿನ ಬಾಣೆಯಲ್ಲೇ ಬರಲಿ, ವಿನಾಕಾರಣ ತನ್ನ ಮಗ ಕಮ್ಯುನಿಸ್ಟ್ ಕುಟ್ಟಪ್ಪನ ಜೀವವನ್ನು ಒಯ್ದ ದೈವಗಳು ತನ್ನ ದೇಹವನ್ನೂ ಇಲ್ಲಿಂದಲೇ ನರಕಕ್ಕೆ ಎಳೆದುಕೊಂಡು ಹೋಗಲಿ' ಎಂದು ಕಳೆದ ಎರಡು ದಿನಗಳಿಂದ ಆ ಬೀಳುವಂತಿದ್ದ ಅಡಿಕೆಮರದ ಕೆಳಗೆ ಮಳೆಯಲ್ಲಿ ಕುಳಿತಿದ್ದರು. ಹೂವಿನಕೊಲ್ಲಿಯ ಖಾನ್ ಸಾಹುಕಾರರೂ ಕಳೆದೆರಡು ದಿನ ಕೆಸರಿನಲ್ಲಿ ಕೊಡೆಹಿಡಿದು ಬಂದು ನಂಬಿಯಾರನ್ನು ಗದರಿಸಿ ಬೇಡಿಕೊಂಡು ಕೇಳಿದರೂ ಅವರ ಮಾತನ್ನು ಕೇಳದ ನಂಬಿಯಾರರು, 'ಬೇಡ ಸಾಹುಕಾರರೇ ಇದು ನನ್ನ ಮತ್ತು ಅವನ ನಡುವಿನ ವಿಷಯ. ಆ ಗುರುವಾಯೂರಪ್ಪ ಇಲ್ಲಿಗೆ ಬಂದರೂ ನಾನು ಇಲ್ಲಿಂದ ಹೋಗುವುದಿಲ್ಲ. ನೀವು ಸುಮ್ಮನೆ ಇಲ್ಲಿಂದ ಹೋಗಿ' ಎಂದು ಅವರನ್ನೇ ಗದರಿಸಿ ಕಳುಹಿಸಿದ್ದರು.

ನಂಬಿಯಾರರು ಕಳೆದ ಕೆಲವು ದಿನಗಳನ್ನು ಸಿದ್ದಾಪುರದ ಸರಕಾರಿ ಆಸ್ಪತ್ರೆಯಲ್ಲಿ ಕಳೆದು ಬಂದಿದ್ದರು. ಕೈಯಲ್ಲಿ ಬಟ್ಟೆಯ ಸಣ್ಣ ಗಂಟೊಂದನ್ನು ಹಿಡಿದು ಮೈಯೆಲ್ಲಾ ಗಾಯಮಾಡಿಕೊಂಡು ತಾನು ಯಾರು ಎಂದು ಹೇಳದೆ ಆಸ್ಪತ್ರೆ ಸೇರಿದ್ದ ನಂಬಿಯಾರನ್ನು ಗುರುತಿಸಿದ್ದ ಆಸ್ಪತ್ರೆಯವರು ಹೂವಿನಕೊಲ್ಲಿಗೆ ವಿಷಯ ತಿಳಿಸಿ ಈ ಮುದುಕನ ಗಾಯಗಳು ಗುಣವಾಗುವುದಿಲ್ಲ. ನೀವು ವಾಪಾಸು ಕರೆದುಕೊಂಡು ಹೋಗಿ ಎಂದು ತಾಕೀತು ಮಾಡಿದ್ದರು. ತಾನು ಬಿಟ್ಟು ಬಂದಿರುವ ಹೂವಿನಕೊಲ್ಲಿಗೆ ಮರಳಿ ಹೋಗುವುದಿಲ್ಲ ಎಂದು ಹಠ ಹಿಡಿದಿದ್ದ ನಂಬಿಯಾರರು ಯಾವುದೋ ಹೊತ್ತಿನಲ್ಲಿ ಮರಳಿ ಬಂದು ಅಡಿಕೆ ಮರದ ಕೆಳಗೆ ಕುಳಿತಿದ್ದರು. ನಿನ್ನೆ ಬೆಳಿಗ್ಗೆ ಶಾಲೆಯ ಚೀಲವನ್ನೂ, ಅರಬಿ ಪುಸ್ತಕಗಳನ್ನೂ ಹೊತ್ತುಕೊಂಡು ಸಿದ್ದಾಪುರಕ್ಕೆ ನಡೆದು ಹೋಗುತ್ತಿದ್ದ ಹಾರೂನನು ಅಡಿಕೆಮರದ ಕೆಳಗೆ ಕಣ್ಣುಮುಚ್ಚಿಕೊಂಡು ಕುಳಿತಿದ್ದ ಮುದುಕನನ್ನು ಕಂಡು ಇದು ನಮ್ಮ ನಂಬಿಯಾರಲ್ಲವಾ ಎಂದು ಕೂಗಿಕೊಂಡಿದ್ದನು. ಅದನ್ನು ಕೇಳಿದ ಸೂಫಿ, ಇಬ್ರಾಯಿಯರೂ ಓಡಿಬಂದು ಅವರೆಲ್ಲರೂ ನಿಂತಲ್ಲೇ ನಿಂತು ಮುದುಕನನ್ನು ನೋಡಿದ್ದರು. 'ನೀವು ಶಾಲೆಗೆ ಹೋಗಿಬನ್ನಿ ಮಕ್ಕಳೇ, ನಾನು ಮೇಲಕ್ಕೆ ಹೋಗುತ್ತಿದ್ದೇನೆ' ಎಂದು ಕೊಂಚ ಕಣ್ಣು ತೆರೆದು ನಕ್ಕ ನಂಬಿಯಾರರು ಆಕಾಶದ ಕಡೆ ತಲೆಯೆತ್ತಿ ನೋಡಿ ಮತ್ತೆ ಕಣ್ಣು ಮುಚ್ಚಿಕೊಂಡಿದ್ದರು. ಈ ಸುದ್ದಿಯನ್ನು ಹೇಳಲು ಹಾರೂನನು ಅಲ್ಲಿಂದಲೇ ವಾಪಾಸು ಮನೆಗೆ ಬಂದಿದ್ದನು.

'ಆ ಮುದುಕನಿಗೆ ಅರೆ ಮರಳು. ಇಲ್ಲಿಯವರೆಗೆ ಈ ದುನಿಯಾವಿನಲ್ಲಿ ಹೋಗುತ್ತೇನೆ ಅಂತ ಕಾದವರು ಯಾರೂ ಹೋಗಿರುವುದಿಲ್ಲ. ನೀನು ಶಾಲೆಗೆ ಹೋಗು ಆ ನಂಬಿಯಾರು ಮನೆಗೆ ಬರುತ್ತಾನೆ' ಎಂದು ಹಾಜಮ್ಮ

ಅವನನ್ನು ಪುನಃ ಶಾಲೆಗೆ ಓಡಿಸಿದ್ದರು. ಸಂಜೆ ಶಾಲೆ ಮುಗಿಸಿ ಬರುವಾಗಲೂ ನಂಬಿಯಾರರು ಅಲ್ಲೇ ಹಾಗೇ ಕುಳಿತಿದ್ದರು. ಅವರನ್ನು ಕಾಯುತ್ತಿದ್ದ ಮುದಾರನೂ ಹಾಗೇ ಕುಳಿತಿದ್ದನು. ಇಂದು ಬೆಳಗ್ಗೆ ಶಾಲೆಗೆ ಹೊರಟಾಗಲೂ ಅವರಿಬ್ಬರು ಅಲ್ಲೇ ಕುಳಿತಿದ್ದರು. ಮಡಚಿದ ಕೊಡೆಯನ್ನು ಕೈಯಲ್ಲಿ ಹಿಡಿದು ನಡೆಯುತ್ತಿದ್ದ ಹಾರೂನನು ಅವರ ಮುಂದೆ ಹೋಗಿ ಕೊಡೆಯನ್ನು ಒದ್ದೆ ನೆಲದಲ್ಲಿ ಚುಚ್ಚಿ ನಿಲ್ಲಿಸಿ ನೋಡುತ್ತಿದ್ದನು. ಅಡಿಕೆ ಮರವು ಗಾಳಿಗೆ ಸಣ್ಣಗೆ ತೂಗುತ್ತಿತ್ತು. ಅದರ ಕೆಳಗೆ ಕುಳಿತಿದ್ದ ನಂಬಿಯಾರೂ ಸಣ್ಣಗೆ ಅಲುಗುತ್ತಿದ್ದರು. ಹಸುಗಳು ದೂರದಲ್ಲಿ ಮೇಯುತ್ತಿದ್ದವು. ಅವನಿಗೆ ಹೆದರಿಕೆಯಾಗುವಂತೆ ಮುದಾರನು ಬಾಯಲ್ಲಿ ಏನೋ ಮಣಮಣ ಹೇಳುತ್ತಾ ಮನಸಿನಲ್ಲೇ ನಗುತ್ತಿದ್ದನು. ಹಾರೂನನು ಹೆದರಿ ಅಲ್ಲಿಂದ ಶಾಲೆಗೆ ಓಡಿಹೋಗಿದ್ದನು.

ಉಸ್ಮಾನ್ ರೈಟರೂ ಬೆಳಗ್ಗೆ ಚಕ್ರೋಲಿಗೆ ಹೋಗುವ ಮೊದಲು ಹುಲ್ಲಿನ ಬಾಣೆಗೆ ಹೋಗಿ ಬಂದಿದ್ದರು. ತಮ್ಮ ಬಟ್ಟೆಯ ಗಂಟನ್ನು ಕೈಯಲ್ಲಿ ಅವಚಿ ಹಿಡಿದುಕೊಂಡು ನಂಬಿಯಾರರು ಅಡಿಕೆಯ ಬುಡಕ್ಕೆ ಒರಗಿಕೊಂಡು ನಿದ್ದೆ ಹೋಗಿದ್ದರು. ಮುದಾರನು ಅವರನ್ನು ಅಲ್ಲೇ ಬಿಟ್ಟು ತೋಟದ ಹಸುಕರುಗಳನ್ನು ಕೊಟ್ಟಿಗೆಯಿಂದ ಬಿಚ್ಚಿ ತರಲು ಹೋಗಿದ್ದನು. ಕಳೆದ ಕೆಲವು ದಿನಗಳಿಂದ ನಂಬಿಯಾರಿಗೆ ಸರಿಯಿಲ್ಲದೆ ತೋಟದ ಹಸುಗಳನ್ನು ಯಾರೂ ಸರಿಯಾಗಿ ಹಾಲು ಕರೆಯದೆ ಕರುಗಳೇ ಕುಡಿದುಕೊಂಡು ಯಾರಿಗೂ ಸರಿಯಾಗಿ ಹಾಲಿಲ್ಲದೆ ಕಿರಿಕಿರಿಯಾಗಿ ಸಾಹುಕಾರರು, 'ಒಂದೋ ಆ ಮುದುಕನನ್ನು ಸರಿಮಾಡು, ಇಲ್ಲವಾದರೆ ಅವನನ್ನು ಓಡಿಸಿ ಬೇರೆ ಯಾರನ್ನಾದರೂ ನೇಮಿಸು. ಮುದುಕನ ಹುಡುಗಾಟ ಅತಿಯಾಯಿತು' ಎಂದು ಕಾರು ಹತ್ತಿ ಎಲ್ಲಿಗೋ ಹೊರಟು ಹೋಗಿದ್ದರು. ಅದನ್ನು ಹೇಳಲು ಬೆಳಬೆಳಗ್ಗೆಯೇ ಉಸ್ಮಾನ್ ರೈಟರು ಅಡಿಕೆ ಮರದ ಕೆಳಗೆ ಬಂದರೆ, ನಂಬಿಯಾರರು ಮಗುವಿನಂತೆ ನಿದ್ದೆ ಮಾಡುತ್ತಿದ್ದರು. ಉಸ್ಮಾನ್ ರೈಟರಿಗೆ ಈ ನಂಬಿಯಾರನ್ನು ಬಹಳ ಹಿಂದೆಯೇ ಈ ಹೂವಿನಕೊಲ್ಲಿಯಿಂದ ಹೊರಟು ಹೋಗಲು ಬಿಟ್ಟು ಬಿಡಬೇಕಿತ್ತು ಅನಿಸಿತ್ತು.

ದಿನಾ ತೋಟದ ಹಸುಗಳ ಹಾಲು ಕರೆದು, ದಿನಾ ಹೊತ್ತುಹೊತ್ತಿಗೆ ತೋಟದ ಕೆಲಸದ ತುರಿ ಊದಿ, ತನಗೆ ಯಾರೂ ಇಲ್ಲ ಎಂದು ಹೂವಿನಕೊಲ್ಲಿಯಲ್ಲಿ ಸದ್ದು ಮಾಡದೆ ಓಡಾಡುತ್ತಿದ್ದ ಈ ನಂಬಿಯಾರನ್ನು ಈ ಹೂವಿನಕೊಲ್ಲಿಗೆ ಕರೆದು ತಂದವನು ನಾನು, ಆದರೆ ಕಳುಹಿಸಿಕೊಡುವುದು ಹೇಗೆ ಎಂದು ಉಸ್ಮಾನ್ ರೈಟರಿಗೆ ಗೊತ್ತಾಗಲಿಲ್ಲ. ಅವರಿಗೆ ಯಾಕೋ ಆ ಬೆಳಗ್ಗೆ ಕಣ್ಣು ತುಂಬಿಕೊಳ್ಳುತ್ತಿತ್ತು. ಸುಮ್ಮನೇ ಚಕ್ರೋಲು ಮುಗಿಸಿ ಆಫೀಸಿನ ಒಳಬಂದು ಕುಳಿತವರಿಗೆ ಕಣ್ಣು ಮಂಜಾಗಿತ್ತು. ಹಾಗೇ ಕುಳಿತವರ ಎದುರಿಗೆ ಸೈಕಲ್ ಮಹಮ್ಮದನು ಬಂದು ನಿಂತಿದ್ದ. ತನಗೆ ತೋಟದ ಪಾಲವಾನದ

ಮರಗಳ ಗೆಲ್ಲು ಕತ್ತರಿಸುವ ಕಪಾತ್ ಕೆಲಸವನ್ನು ಚಂಗೂಲಿಯ ಮೇಲೆ ಕೊಡಬೇಕು ಎಂದು ಕೇಳಿಕೊಳ್ಳುತ್ತಿದ್ದ.

'ಇರುವ ಪಟ್ಟಿಯ ಆಳುಗಳಿಗೇ ಈ ಹೂವಿನಕೊಲ್ಲಿಯಲ್ಲಿ ಮಾಡಲು ಕೆಲಸವಿಲ್ಲ. ನೀನು ಹೇಗಾದರೂ ಆ ಮುದುಕ ನಂಬಿಯಾರನ್ನು ಆ ಮರದ ಕೆಳಗಿಂದ ಎಬ್ಬಿಸಿ ತಾ, ಆಮೇಲೆ ನೋಡುವಾ' ಎಂದು ಅವನಲ್ಲಿ ಅನ್ಯಮನಸ್ಕರಾಗಿ ಹೇಳಿದ್ದರು. ಅವನೂ ಆಗುವುದಿಲ್ಲ ಎಂದು ಹೇಳಿದ್ದ. ನಂಬಿಯಾರರು ಅಡಿಕೆ ಮರದ ಕೆಳಗೆ ತೀರಿ ಹೋಗುವುದು ಪಡೆದವನ ಆಣೆಗೂ ನಿಜ ಅನ್ನುವಂತೆ ಮಾತನಾಡಿದ್ದ. ಅದನ್ನು ಒಪ್ಪಲಾಗದೆ ಉಸ್ಮಾನ್ ರೈಟರು ಮತ್ತೊಮ್ಮೆ ಮಳೆಯಲ್ಲಿ ನಡೆಯುತ್ತಾ ಹುಲ್ಲಿನ ಬಾಣೆಯ ಕಡೆ ನಡೆದು ಹೋಗುತ್ತಿದ್ದರು. ಅವರನ್ನು ಹಿಂಬಾಲಿಸುತ್ತಿದ್ದ ಸೈಕಲ್ ಮಹಮ್ಮದನೂ, ಕುಟ್ಟಿಕಣ್ಣನೂ ಆ ಮಳೆಯಲ್ಲಿ ಪಿಸುಗಡುತ್ತಾ ನಡೆಯುತ್ತಿದ್ದರು.

'ಎಲ್ಲವೂ ಆ ಹಾಳು ಚಂದಿರಿ ಹಸುವಿನಿಂದಾಗಿ' ಎಂದು ಸೈಕಲ್ ಮಹಮ್ಮದನು ಉಸುರಿದನು.

'ಭಗವತಿಯು ಕರೆದಾಗ ಏನೆಲ್ಲವೂ ಸಂಭವಿಸಬಹುದು' ಎಂದು ಕುಟ್ಟಿಕಣ್ಣನು ಮರುನುಡಿದನು.

ಅವರಿಬ್ಬರು ಹೇಳುತ್ತಿದ್ದುದು ಉಸ್ಮಾನ್ ರೈಟರಿಗೂ ಆ ಮಳೆಯಲ್ಲಿ ಕೇಳಿಸುತ್ತಿತ್ತು. ಆದರೂ ಅವರು ಸುಮ್ಮನಿದ್ದರು.

ಕೆಲವು ದಿನಗಳ ಹಿಂದೆ ಬಂಗಲೆಯ ಕೊಟ್ಟಿಗೆಯಲ್ಲಿ ಹಾಲು ಕರೆಯುತ್ತಿದ್ದ ನಂಬಿಯಾರನ್ನು ಚಂದಿರಿ ಎಂಬ ಯಾವಾಗಲೂ ಸಾಧುವಾಗಿರುತ್ತಿದ್ದ ಹಸುವು ಒದ್ದು ಬೀಳಿಸಿ ಅದರ ಹಗ್ಗವು ನಂಬಿಯಾರರ ಕಾಲಿಗೆ ಸಿಕ್ಕಿಹಾಕಿಕೊಂಡುಬಿಟ್ಟಿತ್ತು. ಚಂದಿರಿ ಹಸುವು ಹಗ್ಗದ ಸಮೇತ ನಂಬಿಯಾರನ್ನು ಎಳೆದುಕೊಂಡು ಓಡಾಡಿ ಅವರ ದೇಹವೆಲ್ಲಾ ಗಾಯವಾಗಿತ್ತು. ಕೊನೆಗೆ ಎಲ್ಲಿಂದಲೋ ಓಡಿಬಂದ ಮುದಾರನು ಅವರನ್ನು ಹಸುವಿನಿಂದ ಕಾಪಾಡಿದ್ದನು. ಈ ಸಂಗತಿಯನ್ನು ಯಾರಲ್ಲೂ ಹೇಳಬೇಡವೆಂದು ಅವನಲ್ಲಿ ಬೇಡಿಕೊಂಡಿದ್ದ ನಂಬಿಯಾರರು ಯಾರಿಗೂ ಹೇಳದೆ ತಮ್ಮ ಬಟ್ಟೆಯ ಗಂಟನ್ನು ಎತ್ತಿಕೊಂಡು ಸಿದ್ದಾಪುರದ ಸರಕಾರಿ ಆಸ್ಪತ್ರೆಯನ್ನು ಸೇರಿಕೊಂಡಿದ್ದರು.

ಈಗ ಉಸ್ಮಾನ್ ರೈಟರೂ, ಕುಟ್ಟಿಕಣ್ಣನೂ, ಸೈಕಲ್ ಮಹಮ್ಮದನೂ ಬರೆಯ ಮೆಟ್ಟಿಲುಗಳನ್ನು ಇಳಿದು ಗೋಣು ಮುರಿದ ಅಡಿಕೆಯ ಮರದ ಕೆಳಗೆ ನಡೆದು ಬರುತ್ತಿರಲು ನಂಬಿಯಾರರು ಹಾಗೇ ಕಣ್ಣುಮುಚ್ಚಿ ಜೊಲ್ಲು ಸುರಿಸಿಕೊಂಡು ಮಲಗಿದ್ದರು.

ದೇವದೂತರ
ಪಾದದ ಗುರುತುಗಳು

ಆಕಾಶದಲ್ಲಿ ಬೆಳ್ಳಗೆ ಮಂಜು ಹರಡಿ ರಾತ್ರಿ ಕೂಗುವ ಹಕ್ಕಿಗಳು ಕೂಗುತ್ತಿದ್ದವು. ಜೀರುಂಡೆಗಳು ಸದ್ದು ಮಾಡುತ್ತಿದ್ದವು. ಚಂದ್ರ ಎಲ್ಲೂ ಕಾಣಿಸದೆ, ತಿಂಗಳ ಬೆಳಕು ಮಂಜಲ್ಲಿ ಹರಡಿ ಇಮ್ಮಡಿಯಾಗಿ ಪ್ರತಿಫಲಿಸುತ್ತಿತ್ತು. ಕಾಫಿಯ ಎಲೆಗಳೂ, ಪಾಲವಾನದ ಗೆಲ್ಲುಗಳೂ, ಬೀಟೆ, ಅತ್ತಿ, ಬೂರುಗಗಳ ಚೂಪಗಿನ ಎಲೆಗಳೂ ಆ ಬೆಳದಿಂಗಳಲ್ಲಿ ಹೊಳೆಯುತ್ತಿದ್ದವು.

ತಲೆಗೆ ಮಫ್ಲರು ಸುತ್ತಿಕೊಂಡು ಕತ್ತಲಲ್ಲಿ ನೆರಳಿನಂತೆ ನಡೆಯುತ್ತಿದ್ದ ಉಸ್ಮಾನ್ ರೈಟರ ಹಿಂದೆ ಚಳಿಯಲ್ಲಿ ಹಾರೂನನೂ, ಸೂಫಿ ಇಬ್ರಾಯಿಯರೂ, ಸೈದಾಲಿಯೂ ಬಾಯಿಂದ ಬೆಚ್ಚಗಿನ ಉಸಿರು ಬಿಟ್ಟುಕೊಂಡು ಬಂಗಲೆಯ ದಾರಿಯಲ್ಲಿ ನಡೆಯುತ್ತಿದ್ದರು. ಅವರು ಪೂಸಿದ್ದ ಅತ್ತರಿನ ಪರಿಮಳವು ಅವರೆಲ್ಲರ ಮೈಯ್ಯಿಂದ ಹೊರಟು ಆ ಬೆಳದಿಂಗಳಿನಲ್ಲಿ ಕರಗಿ, ರಾತ್ರಿ ಅರಳುವ ನಾನಾ ಕಾಡುಹೂಗಳ ಪರಿಮಳವೂ ಅದರಲ್ಲಿ ಬೆರೆತುಕೊಳ್ಳುತ್ತಿತ್ತು.

ನಡುನಡುವಲ್ಲಿ ಸಣ್ಣಗೆ ಕೆಮ್ಮುತ್ತ, ಏನೂ ಮಾತನಾಡದೆ ಗಂಟಲು ಸರಿಮಾಡಿಕೊಂಡು ತಿರುಗಿ ನೋಡುತ್ತಾ ಉಸ್ಮಾನ್ ರೈಟರೂ ನಡೆಯುತ್ತಿದ್ದರು. ಅವರ ಕೈಯಲ್ಲಿದ್ದ ಬ್ಯಾಟರಿಯ ಬೆಳಕು ಆಗಾಗ ಹೊತ್ತಿಕೊಳ್ಳುತ್ತಾ, ನಂದಿಹೋಗುತ್ತಾ ಒಮ್ಮೊಮ್ಮೆ ಕಾಫಿ ಗಿಡಗಳ ನಡುವಲ್ಲಿ ಸದ್ದು ಬಂದಲ್ಲಿ ಅವರು ಬೆಳಕು ಬೀರುತ್ತಿದ್ದರು. ಆ ಬೆಳಕಿಗೆ ಗರಿಕೆ ತಿನ್ನುತ್ತಿದ್ದ ಕಾಡು ಮೊಲಗಳು ತಮ್ಮ ನೀಲಿ ಕಣ್ಣುಗಳನ್ನು ಪ್ರತಿಫಲಿಸಿ, ಕಿವಿ ನಿಮಿರಿಸಿ ಓಡಿ ಹೋಗುತ್ತಿದ್ದವು.

ಅಂತ್ಯಪ್ರವಾದಿಯು ಜನ್ಮ ತಳೆದ ಪವಿತ್ರ ರಬ್ಬಿಲ್ ಅವ್ವಲ್ ತಿಂಗಳ ರಾತೀಬ್ ಪಾರಾಯಣಕ್ಕಾಗಿ ಅವರು ಬಂಗಲೆಗೆ ಆ ಬೆಳದಿಂಗಳ ಇರುಳಿನಲ್ಲಿ ನಡೆಯುತ್ತಿದ್ದರು. ಸೈದಾಲಿಯು ಹಿತ್ತಾಳೆಯ ದೊಡ್ಡ ಪಾತ್ರೆಯೊಂದನ್ನು ಬಟ್ಟೆಯಲ್ಲಿ ಸುತ್ತಿ ಹಿಡಿದುಕೊಂಡಿದ್ದನು. ಹಾರೂನನ ಕೈಯಲ್ಲಿ ಬಟ್ಟೆಯಲ್ಲಿ ಸುತ್ತಿದ್ದ ಹಿತ್ತಾಳೆಯ ಸಣ್ಣ ಪಾತ್ರೆಯೊಂದು ಇತ್ತು. ರಾತೀಬ್ ಪಾರಾಯಣವು ಮುಗಿದು ಬೆಳಗಿನ ಜಾವದಲ್ಲಿ ಬಂಗಲೆಯಿಂದ ತೋಟದ ಎಲ್ಲ ಮನೆಗಳಿಗೂ ಹಂಚುವ ತುಪ್ಪದ ಅನ್ನ ಮತ್ತು ಆಡಿನ ಸಾರನ್ನು ತುಂಬಿ ತರಲೆಂದು ಹಾಜಮ್ಮ ಆ ಪಾತ್ರೆಗಳನ್ನು ತೊಳೆದು ಬೆಳಗಿ ಅವರ ಕೈಯಲ್ಲಿ ಕೊಟ್ಟು ಕಳುಹಿಸಿದ್ದರು. ಐವರ ಕೈಯಲ್ಲೂ ಬೆಳ್ಳಗಿನ ತಲೆ ವಸ್ತ್ರವನ್ನು ಕೊಟ್ಟು ರಾತೀಬ್ ಓದುವಾಗ ತಲೆಗೆ ಸುತ್ತಿಕೊಳ್ಳಲು ಹೇಳಿದ್ದರು.

ಉಸ್ಮಾನ್ ರೈಟರು ತಮ್ಮ ಇನ್ನೊಂದು ಕೈಯಲ್ಲಿ ಬಿಳಿಯ ವಸ್ತ್ರವೊಂದರಲ್ಲಿ ಅಕ್ಕಿಯ ಪುಡಿಯನ್ನು ಬೀಳದಂತೆ ಸುತ್ತಿಕೊಂಡು ಹಿಡಿದಿದ್ದರು. ರಾತೀಬ್ ಪಾರಾಯಣವು ನಡೆಯುವ ಬಂಗಲೆಯ ಕೋಣೆಯ ಮೂಲೆಯೊಂದರಲ್ಲಿ ಅಕ್ಕಿಯ ಪುಡಿ ಹರಡಿದ ಆ ವಸ್ತ್ರವನ್ನು ಯಾರ ಕಾಲೂ ತಾಗದ ಹಾಗೆ ಹರಡಬೇಕೆಂದೂ, ರಾತೀಬ್ ಪಾರಾಯಣವನ್ನು ಕೇಳಲು ಬರುವ ದೇವದೂತರ ಪಾದದ ಗುರುತುಗಳು ಆ ಹರಡಿದ ವಸ್ತ್ರದ ಮೇಲೆ ಅಕ್ಕಿಯ ಪುಡಿಯಲ್ಲಿ ಕಾಣಿಸುವುದೆಂದೂ, ಯಾರಿಗೂ ತೋರಿಸದೆ ಅದನ್ನು ಹಾಗೇ ವಾಪಾಸು ಎತ್ತಿಕೊಂಡು ಬಂದು ತಾನು ನಮಾಜು ಮಾಡುವ ಕೋಣೆಯಲ್ಲಿ ಮಾಡಿಗೆ ಕಟ್ಟಬೇಕೆಂದೂ ಹಾಜಮ್ಮ ಮಗನಲ್ಲಿ ಗುಟ್ಟಾಗಿ ಕೇಳಿಕೊಂಡಿದ್ದರು. ಇದನ್ನು ಇತ್ತೀಚೆಗೆ ಅಷ್ಟಾಗಿ ನಂಬದ ಉಸ್ಮಾನ್ ರೈಟರು ಆದರೆ ತಾಯಿಗೆ

ಇಲ್ಲವೆನ್ನುವುದು ಯಾಕೆ ಎಂದುಕೊಂಡು ಆ ವಸ್ತ್ರದ ಗಂಟನ್ನು ಎತ್ತಿಕೊಂಡು ನಡೆಯುತ್ತಿದ್ದರು.

ಅಷ್ಟರಲ್ಲಿ ಕಾಡುಕೋಳಿಗಳ ಒಂದು ಹಿಂಡು ಕಾಲುದಾರಿಯ ನಡುವಲ್ಲಿ ಕಣ್ಣುಮುಚ್ಚಿಕೊಂಡು ಮಲಗಿದ್ದಲ್ಲಿಂದ ಕೊಕ್ಕರಿಸುತ್ತಾ ತೋಟದೊಳಗೆ ಓಡಿಹೋದವು. ದೂರದಿಂದ ಚಾಮುಂಡಿ ಬಾಣೆಯ ಎತ್ತರದಿಂದ ಕಾಡಾಡುಗಳು ಕೇಕೆ ಹಾಕುವುದೂ ಕೇಳಿಸುತ್ತಿತ್ತು. ನೆಲದಲ್ಲಿ ಹಸಿರು ಹುಲ್ಲಿನ ಮೇಲೆ ಸವರಿಕೊಂಡಿದ್ದ ಮಂಜಿನ ಹನಿಗಳು ಅವರೆಲ್ಲರ ಪಾದಗಳನ್ನು ತೋಯಿಸುತ್ತಿತ್ತು. ಮೂರು ಕಾಲುದಾರಿಗಳು ಸೇರುವ ಕೂಡುದಾರಿಯಲ್ಲಿ ಸಿಲೋನ್ ಅಣ್ಣಾಚಿಯ ಇದ್ದಿಲು ಮಾಡುವ ಗುಡಿಸಲು ಸುಮ್ಮನೆ ಮಲಗಿತ್ತು. ದಾರಿಯ ನಡುವೆ ಇದ್ದಲು ಸುಡುವ ಗುಂಡಿಯಿಂದ ಸಣ್ಣಗೆ ಹೊಗೆಯೆದ್ದು ಬೆಳದಿಂಗಳಿನಲ್ಲಿ ಲೀನವಾಗಿ ಹೋಗುತ್ತಿತ್ತು. ಒಳಗಿಂದ ಅಣ್ಣಾಚಿಯು ಉಸಿರಾಡುವ ಸದ್ದೂ ಕೇಳಿಸುತ್ತಿತ್ತು.

ಕೂಡುದಾರಿಯು ಕಳೆದು, ಬಂಗಲೆಯ ಕಡೆಗೆ ಹೋಗುವ ಏರುದಾರಿಯಲ್ಲಿ ಆ ಬೆಳದಿಂಗಳಲ್ಲಿ ಕೊಡೆ ಹಿಡಿದುಕೊಂಡು, ಕೈಯಲ್ಲಿ ಮರದ ಕೋವಿ ಹಿಡಿದುಕೊಂಡು ರಾತ್ರಿ ಕಾವಲುಗಾರ ಕುಟ್ಟಿಕಣ್ಣನು ಕಣ್ಣು ತುಂಬಿಕೊಂಡು ಇವರ ಹೆಜ್ಜೆಯ ಸದ್ದನ್ನು ಕೇಳುತ್ತ ನಿಂತಿದ್ದನು. ಅವನಿಗೆ ಆ ಬೆಳದಿಂಗಳಿನಲ್ಲಿ ಏನೂ ಕಾಣಿಸದೆ ಇವರೆಲ್ಲ ಯಾರು ಯಾರೆಂದು ಅರಿವಾಗದೆ 'ಯಾರು ನಡೆದು ಹೋಗುತ್ತಿರುವುದು ನಂಬಿಯಾರಾ..?' ಎಂದು ಕ್ಷೀಣವಾಗಿ ಕೂಗಿ ಕೇಳಿದನು. ಆನಂತರ ಪರಿಮಳದಿಂದಲೇ ಅವನಿಗೆ ಇದು ಉಸ್ಮಾನ್ ರೈಟರೆಂದು ಅರಿವಾಗಿ ಕಣ್ಣೀರು ತೊಡೆದುಕೊಂಡು 'ಅಯ್ಯೋ ಭಗವತಿಯೇ.. ನನಗೆ ಅರಿವಾಗಲಿಲ್ಲ. ಇದು ರೈಟರಲ್ಲವಾ..' ಎಂದು ಹತ್ತಿರಕ್ಕೆ ಬಂದು ನಿಂತುಕೊಂಡನು. ಆ ಇರುಳಲ್ಲಿ ಅವನನ್ನು ಹೀಗೆ ಕಂಡ ಉಸ್ಮಾನ್ ರೈಟರ ಕಣ್ಣುಗಳೂ ತುಂಬಿಕೊಂಡವು. 'ಏ ಕುಟ್ಟಿಕಣ್ಣಾ ಈ ಇರುಳಲ್ಲಿ ಕಣ್ಣು ಕಾಣಿಸದೆ ಯಾಕೆ ಹೀಗೆ ತಿರುಗುತ್ತೀಯಾ? ಇಷ್ಟು ಹೊತ್ತಲ್ಲಿ ಕಾವಲು ಕಾಯಲು ನಿನಗೆ ಯಾರು ಹೇಳಿದರು?' ಎಂದು ಕೇಳಿದರು.

ಕುಟ್ಟಿಕಣ್ಣನು ಆ ಇರುಳಿನಲ್ಲಿ ಕೊಡೆ ಹಿಡಿದುಕೊಂಡು, ತೋಟದಿಂದ ಕಾಣದಾಗಿರುವ ನಂಬಿಯಾರರ ಹೆಜ್ಜೆಯ ಸದ್ದುಗಳನ್ನು ಹಿಂಬಾಲಿಸುತ್ತಾ ಕತ್ತಲಲ್ಲಿ ಕಳೆದ ಕೆಲವು ದಿನಗಳಿಂದ ನಡೆಯುತ್ತಿದ್ದನು. ಮರಿಯಮ್ಮನ ಜಿಮ್ಮಿ ನಾಯಿಯು ಬಡಕಲಾಗಿ ಕುಂಟುತ್ತಾ ಕೆಲವು ದಿನಗಳಿಂದ ಅವನ ಹಿಂದೆ ನಡೆಯುತ್ತಿತ್ತು. ಆ ನಾಯಿಯೂ, ಕುಟ್ಟಿಕಣ್ಣನೂ ಹೊತ್ತಲ್ಲದ ಹೊತ್ತಲ್ಲಿ ಕಾಣದಾಗಿರುವ ನಂಬಿಯಾರನ್ನು ಹುಡುಕುತ್ತಾ ಅಲೆಯುತ್ತಿರುವುದನ್ನು ಸೈಕಲ್ ಮಹಮ್ಮದನು ಉಸ್ಮಾನ್ ರೈಟರ ಬಳಿ ಹೇಳಿಯೂ ಆಗಿತ್ತು. ಹೀಗೇ ಆದರೆ

ಈ ಹೂವಿನಕೊಲ್ಲಿಯಲ್ಲಿ ಹುಚ್ಚು ಹಿಡಿಯದೆ ಇರುವುದು ತನಗೆ ಮತ್ತು ಸಾಹುಕಾರರಿಗೆ ಮಾತ್ರ ಎಂದು ಉಸ್ಮಾನ್ ರೈಟರು ಅವನನ್ನೂ ಸಾಗಹಾಕಿದ್ದರು.

ಅವರು ಐವರೂ ಕುಟ್ಟಿಕಣ್ಣನನ್ನು ದಾಟಿ ಮತ್ತೆ ನಡೆಯಲು ತೊಡಗಿದರು. ದೂರದಿಂದ ಬಂಗಲೆಯ ದೀಪದ ಬೆಳಕು ಮಂಜಿನಲ್ಲಿ ಕಾಣಿಸಿಕೊಳ್ಳುತ್ತಿತ್ತು. ಬಂಗಲೆಯ ಮೆಟ್ಟಿಲು ಹತ್ತುವ ದಾರಿಯಲ್ಲಿ ಹೂವಿನ ಗಿಡಗಳು ತೂಗುತ್ತಾ ನಿಂತಿದ್ದವು. ಬಂಗಲೆಯ ಮೆಟ್ಟಿಲು ಹತ್ತಿಕೊಂಡು, ಬೆಳ್ಳಗಿನ ಉಡುಪು ತೊಟ್ಟುಕೊಂಡು, ತಲೆಗೆ ಬಿಳಿಯ ಮುಂಡಾಸು ಸುತ್ತಿಕೊಂಡು ಕುರಾನು ಓದಿಸುವ ಮೊಲ್ಲಾಕ ಹೋಗುತ್ತಿದ್ದರು. ಅವರ ಹಿಂದೆ ನಂದಿಸಿದ ಸೀಮೆಎಣ್ಣೆಯ ಸೂಟೆ ಹಿಡಿದುಕೊಂಡು, ಕೈಯಲ್ಲಿ ಸಣ್ಣದೊಂದು ಪಾತ್ರೆ ಹಿಡಿದುಕೊಂಡು ಕೊಂಬಿನ ಮೀಸೆಯ ಮೂಸಕಾಕ ನಡೆಯುತ್ತಿದ್ದರು. ಸೈಕಲ್ ಮಹಮ್ಮದನು ತಾನೂ ಹೊಸಬಟ್ಟೆ ತೊಟ್ಟುಕೊಂಡು ಪಾತ್ರೆ ಹಿಡಿದುಕೊಂಡು ಹೋಗುತ್ತಿದ್ದನು.

ಬಂಗಲೆಯ ಬಾಗಿಲ ಬಳಿ ನೀರಿನ ಗಿಂಡಿ ಇಟ್ಟಿದ್ದರು. ಒಳಗಿನಿಂದ ಧೂಪ, ಲೋಬಾನಗಳ ಪರಿಮಳ ಮೂಗಿಗೆ ಅಡರುತ್ತಿತ್ತು. ಸಿದ್ದಾಪುರದ ಮಸೀದಿಯ ದೊಡ್ಡ ಉಸ್ತಾದರು ದೊಡ್ಡ ದನಿಯಲ್ಲಿ ಫಾತಿಹಾ ಓದುತ್ತಿರುವ ಸದ್ದು ಕೇಳಿಸುತ್ತಿತ್ತು. ಅಡುಗೆಯ ಕಾದಿಮಾ ಮುಖಕ್ಕೆ ಮುಸುಕು ಎಳೆದುಕೊಂಡು, ಪಿಂಗಾಣಿಯ ಸಣ್ಣ ಸಣ್ಣ ಬಟ್ಟಲುಗಳಲ್ಲಿ ಕಲ್ಲು ಸಕ್ಕರೆಯನ್ನೂ, ಕರಿಮೆಣಸನ್ನೂ ಸುರುವಿ, ರಾತೀಬ್ ಪಾರಾಯಣ ಮಾಡುವ ಕೋಣೆಯಲ್ಲಿ ಹಾಸಿದ್ದ ಬೆಳ್ಳಗಿನ ಹಾಸಿನಲ್ಲಿ ಆ ಬಟ್ಟಲುಗಳನ್ನು ಸಾಲಾಗಿ ಜೋಡಿಸಿಟ್ಟು ಹೋಗಿದ್ದಳು.

ನೀರಿನ ಗಿಂಡಿಯನ್ನು ಬಗ್ಗಿಸಿ ಕೈ, ಕಾಲು, ಮುಖ ತೊಳೆದು ಅವರು ಐವರೂ ಶುದ್ಧಿ ಮಾಡಿಕೊಂಡು ಬಂಗಲೆಯ ಒಳ ನಡೆದರು. ತಲೆಗೆ ಬೆಳ್ಳಗಿನ ಕಾಶ್ಮೀರಿ ಟೋಪಿ ಧರಿಸಿದ್ದ ಖಾನ್ ಸಾಹುಕಾರರು ಆರಾಮ ಕುರ್ಚಿಯಲ್ಲಿ ಕುಳಿತಿದ್ದವರು. ಅವರನ್ನು ನೋಡಿ ನಕ್ಕು ಕಣ್ಣಲ್ಲೇ ಒಳಕ್ಕೆ ಕರೆದರು. ಸಾಹುಕಾರರ ಕಣ್ಣನ್ನೇ ನೋಡುತ್ತಿದ್ದ ಹಾರೂನನು ಒಂದು ಕ್ಷಣ ತಾನೂ ನಾಚಿಕೊಂಡನು.

ಬಟ್ಟೆಯಿಲ್ಲದೆ ತಿರುಗುವ ಹೆಂಗಸು

ಕುಟ್ಟಿಕಣ್ಣನು ಬೀಟೆಯ ಮರದ ಗೆಲ್ಲೊಂದನ್ನು ಕಡಿದು, ಗೀಸುಳಿಯಿಂದ ಅದನ್ನು ಉಜ್ಜಿ ನುಣುಪುಗೊಳಿಸಿ ಉಯ್ಯಾಲೆಯನ್ನಾಗಿ ಮಾಡಿ ಪೇರಲೆಯ ಗೆಲ್ಲುಗಳಿಗೆ ಹಗ್ಗದಿಂದ ತೂಗಿಸಿ, 'ತೂಗುವ ಮಕ್ಕಳಿಗೆ ನನ್ನ ನೆನಪಿರಲಿ ಭಗವತಿಯೇ' ಎಂದು ಕುಡಿದು ಸಣ್ಣಗೆ ತೂರಾಡುತ್ತಾ ಕತ್ತಲಲ್ಲಿ ನಡೆದು ಹೋಗಿದ್ದನು.

ಕುಟ್ಟಿಕಣ್ಣನು ವರ್ಷಕ್ಕೆ ಎರಡು ಸಲ ಮಾತ್ರ ಹೀಗೆ ಕುಡಿದು ಬರುತ್ತಿದ್ದನು. ಓಣಂ ಹಬ್ಬಕ್ಕೆ ಒಂದು ಸಲ ಮತ್ತು ವಿಷು ಹಬ್ಬದ ದಿನ. ಈ ಎರಡು ಹಬ್ಬಗಳ ಸಂಜೆ ಕುಡಿದು ಸಣ್ಣಗೆ ಓಲಾಡುತ್ತಾ ಗದ್ದೆಯ ಬದುವಿನಲ್ಲಿ ಮೂಗಲ್ಲೇ

ಹಾಡು ಹೇಳುತ್ತಾ ನಡೆದು ಬರುತ್ತಿದ್ದನು. ಅವನ ಕೈಯಲ್ಲಿ ಆಗ ಬಟ್ಟೆಯ ಚೀಲದೊಳಗೆ ಸಕ್ಕರೆಯ ಸಣ್ಣ ಸಣ್ಣ ಕಟ್ಟುಗಳೂ, ಟೀ ಪುಡಿಯ ಪೊಟ್ಟಣಗಳೂ, ಕೊಬ್ಬರಿ ಮಿಠಾಯಿಯ ತುಂಡುಗಳೂ, ವೀಳ್ಯದೆಲೆಗಳ ಕಟ್ಟೂ ಇರುತ್ತಿದ್ದವು. ಈ ಎರಡೂ ದಿನಗಳಲ್ಲಿ ಆತ ಹೆಚ್ಚು ಗೆಲುವಾಗಿರುತ್ತಿದ್ದನು. ಆತ ದಾರಿಯಲ್ಲಿ ಎದುರು ಬಂದವರಿಗೆಲ್ಲ ಮಿಠಾಯಿ ಹಂಚಿ ಕೊನೆಗೆ ಕತ್ತಲೆಯ ಹೊತ್ತಲ್ಲಿ ಉಸ್ಮಾನ್ ರೈಟರ ಬಿಡಾರದ ಎದುರಲ್ಲಿ ಕಾಣಿಸಿಕೊಂಡು ಸಕ್ಕರೆಯನ್ನೂ, ಟೀಪುಡಿ, ವೀಳ್ಯದೆಲೆಗಳನ್ನೂ ಮಕ್ಕಳ ಕೈಗಿತ್ತು, ವರ್ಷದ ಕಣಿ ಹೇಳುತ್ತಿದ್ದನು. ಅವನ ಕಣಿ ಕೇಳುತ್ತಾ ಹಾಜಮ್ಮ ಮನಸಲ್ಲೇ ನಗುತ್ತಿದ್ದರು. ಆಮೇಲೆ ಅವನಿಗೆ ಕುಡಿಯಲು ಏನಾದರೂ ಕೊಟ್ಟು ಕಳುಹಿಸುತ್ತಿದ್ದರು.

ಇಂದು ಕತ್ತಲಾಗುವ ಹೊತ್ತಲ್ಲಿ ಸಣ್ಣಗೆ ವಾಲಾಡುತ್ತ ಬಂದ ಕುಟ್ಟಿಕಣ್ಣನು ಏನೂ ಕೊಡದೆ, ಏನೂ ಹೇಳದೆ, ಕೈಯಲ್ಲಿ ಕತ್ತಿ ಹಿಡಿದು, ತೋಟದೊಳಕ್ಕೆ ಹೊಕ್ಕು, ಬರುವಾಗ ಬೀಟೆಯ ಗೆಲ್ಲೊಂದನ್ನು ತಂದು ನುಣುಪುಗೊಳಿಸಿ, ಪೇರಲೆಯ ಮರಕ್ಕೆ ಉಯ್ಯಾಲೆ ತೂಗಿಸಿ ಹೋಗಿದ್ದನು. ಅವನು ಆಡುವುದನ್ನು ನೋಡಿದರೆ ಕುಡಿದ ಹಾಗೂ ಕಾಣಿಸುತ್ತಿರಲಿಲ್ಲ. 'ಇವತ್ತು ಏನು ಕುಟ್ಟಿಕಣ್ಣಾ.. ವಿಷುವಾ, ಓಣವಾ?' ಎಂದು ಹಾಜಮ್ಮ ಕೇಳಿದರೂ ಏನೂ ಹೇಳದೆ ಹೋಗಿದ್ದನು. ಉಸ್ಮಾನ್ ರೈಟರು ಅವನಿಗೂ ಹೇಳದೇ ಯಾರಿಗೂ ಹೇಳದೇ ಬೆಳಗೆಯೇ ಎದ್ದು ಎಲ್ಲಿಗೋ ಹೊರಟು ಹೋಗಿದ್ದರು. ಬೆಳಗೆ ರೈಟರನ್ನು ಚಕ್ರೋಲಿನಲ್ಲಿಯೂ ಕಾಣದೆ, ಬಿಡಾರದಲ್ಲೂ ಕಾಣದೆ ತೋಟದಲ್ಲೆಲ್ಲಾ ಹುಡುಕಾಡಿದ ಕುಟ್ಟಿಕಣ್ಣನು ಕಣಿ ಹೇಳಬೇಕಾದ ವಿಷುವಿನ ದಿನವೇ ಹೀಗಾಯಿತಲ್ಲಾ ಎಂದು ಮಂಕಾಗಿ ಹೋಗಿದ್ದನು.

ಅವನು ಮರೆಯಾಗುವ ಮೊದಲೇ ಓಡಿಬಂದ ಹಾಜಿರಾ ಆ ಹಸಿಹಸಿ ಮರದ ಉಯ್ಯಾಲೆಯಲ್ಲಿ ಕುಳಿತು ತನ್ನ ಮಡಿಲಲ್ಲಿ ಸಕೀನಾಳನ್ನೂ ಕೂರಿಸಿ ಜೀಕತೊಡಗಿದಳು. ಅವಳ ಜೀಕಾಟಕ್ಕೆ ಅಲುಗತೊಡಗಿದ ಪೇರಲೆಯ ಗೆಲ್ಲುಗಳಿಂದ ಒಂದೆರಡು ಗಿಳಿಗಳು ಚೀರಾಡುತ್ತಾ ಹಾರಿಹೋದವು. ಆ ಸದ್ದಿಗೆ ತಾನೂ ದನಿಗೂಡಿಸಿದ ಜುಲೈಕಾ ಎಂಬ ಮಾತನಾಡುವ ಗಿಳಿ ತಾನೂ ಒಂದಿಷ್ಟು ಚೀರಿ ಸುಮ್ಮಗಾಯಿತು. ಹಾಜಮ್ಮ ಬಿಳಿಯ ಬಟ್ಟೆ ತೊಟ್ಟು ಸಂಜೆಯ ನಮಾಜು ಮಾಡಲು ತಮ್ಮ ಕತ್ತಲೆಯ ಕೋಣೆಯನ್ನು ಸೇರಿದರು. ಒಳಗಡೆ ಸ್ನಾನದ ಹಂಡೆಗೆ ಬೆಂಕಿ ಹಚ್ಚುತ್ತಿದ್ದ ರೈಟರ ಹೆಂಡತಿ ಆಯಿಷಾ ಹೊಗೆಯಿಂದ ಹೊರಬಂದು, ಹೊರಗೆ ತಂತಿಯಲ್ಲಿ ನೇತಾಡುತ್ತಿದ್ದ ಒಣಗಿದ ಬಟ್ಟೆಗಳನ್ನು ಕೊಡವಿ ಕೈಗೆತ್ತಿಕೊಂಡು ಒಳನಡೆದಳು.

ಆ ಇಳಿಗತ್ತಲಲ್ಲಿ ಹಾರೂನನೂ, ಸೈದಾಲಿಯೂ, ಜೈನಬಾಳೂ, ಸೂಫಿ ಇಬ್ರಾಯಿಯರೂ, ತೋಟದ ಗೇಟಿನ ಹತ್ತಿರ ಕಾಫಿ ಗಿಡಗಳ

ಕೆಳಗೆ ಅಡಗಿ ಸದ್ದಿಲ್ಲದೆ ಕಾದು ಕುಳಿತಿದ್ದರು. ಸಂಜೆ ಶಾಲೆಯಿಂದ ಬಂದ ಹಾರೂನನು ಮೈಯಲ್ಲಿ ಬಟ್ಟೆಯಿಲ್ಲದ ಹೆಂಗಸೊಂದು ಸಿದ್ದಾಪುರ, ಚೆಟ್ಟಳ್ಳಿ, ಅಬ್ಯಾಲೆಗಳ ರಸ್ತೆಗಳಲ್ಲಿ ಓಡಾಡುತ್ತಿರುವಳೆಂದೂ ಆದರೆ ಅವಳು ಯಾರಿಗೂ ಕಾಣಿಸುವುದಿಲ್ಲವೆಂದೂ, ಅವಳು ದೇವದೂತೆಯೆಂದೂ, ಕಂಡವರಿಗೆ ಅದು ಭಾಗ್ಯವೆಂದೂ ಹೇಳಿದ್ದನು. ಅವನಿಗೆ ಈ ವಿಷಯವನ್ನು ಮೀನು ಮಾರುವ ಹೈದರಾಲಿಯು ಎರಡು ದಿನ ಮೊದಲೇ ಹೇಳಿದ್ದನು. ಶಾಲೆಯಲ್ಲೂ ಮಕ್ಕಳು ಹೇಳಿದ್ದರು. ತೋಟದಲ್ಲಿ ಕಥೆ ಹೇಳುವ ಪಾತುಮ್ಮ ಹಾಜಮ್ಮನಿಗೆ ಹೇಳಿದ್ದಳು. ಬಂಗಲೆಯಲ್ಲಿ ಅಡುಗೆಯ ಕಾದಿಮಾ ಸಾಹುಕಾರರ ಹೆಂಗಸರಿಗೆ ಹೇಳಿದ್ದಳು. ಎಲ್ಲರೂ ಹೇಳುತ್ತಿದ್ದರೂ ಯಾರೂ ನೋಡಿರಲಿಲ್ಲ.

ಈಗ ಉಸ್ಮಾನ್ ರೈಟರು ಎಲ್ಲೋ ಹೋಗಿರುವುದರಿಂದ ಮಕ್ಕಳು ಕಾಫಿ ಗಿಡದ ಅಡಿಯಲ್ಲಿ ಅವಿತು ಕುಳಿತು ಕಾಯುತ್ತಿದ್ದರು. ಬಟ್ಟೆಯಿಲ್ಲದ ಆ ಹೆಂಗಸು ಕಾಣಿಸಿಕೊಂಡಾಗ ಹೇಗೆ ಕಣ್ಣುಮುಚ್ಚಿಕೊಳ್ಳಬೇಕೆಂದೂ, ಹೋದೊಡನೆ ಹೇಗೆ ತೆರೆಯಬೇಕೆಂದೂ ಅವರೆಲ್ಲರೂ ಮನಸೊಳಗೇ ಕಣ್ಣು ತೆರೆಯುತ್ತಾ, ಮುಚ್ಚುತ್ತಾ ಅಭ್ಯಾಸ ಮಾಡುತ್ತಿದ್ದರು. ಟಾರು ರೋಡಿನಲ್ಲಿ ಸಣ್ಣಗೆ ದೀಪ ಹಚ್ಚಿಕೊಂಡು ಬಿಟ್ಟು ಬಿಟ್ಟು ಒಂದೊಂದು ವಾಹನಗಳು ಹೋಗಿ ಬರುತ್ತಿದ್ದವು.

'ಬಟ್ಟೆಯಿಲ್ಲದ ಹೆಂಗಸೂ ಬರುವುದಿಲ್ಲ, ಗಂಡಸೂ ಬರುವುದಿಲ್ಲ. ಹೇಳಿದ ಎಲ್ಲರಿಗೂ ಹುಚ್ಚು. ನಮಗೂ ಹುಚ್ಚು' ಎಂದು ಸೈದಾಲಿ ಆಲಸ್ಯದಲ್ಲಿ ಗೊಣಗಿ ಗೇಟಿನ ಬೀಗ ಹಾಕಲು ಆ ಕತ್ತಲಲ್ಲಿ ಎದ್ದು ನಿಂತನು. ಅವನ ಹಿಂದೆಯೇ ಸೂಫಿ, ಇಬ್ರಾಯಿಯರೂ ಎದ್ದು ನಿಂತರು. ಹಾರೂನನು ಮಾತ್ರ ಜೈನಬಾಳ ಕೈಯನ್ನು ತನ್ನ ಕೈಯಲ್ಲಿ ಅಮುಕಿ ಹಿಡಿದು ಅಲ್ಲೇ ಕಾಯುತ್ತಿದ್ದನು.

ಪೇರಲೆಯ ಮರದಲ್ಲಿ ಜೀಕುತ್ತಿದ್ದ ಹಾಜಿರಾಳ ಮಡಿಲಲ್ಲಿ ತಂಗಿ ಸಕೀನಾ ನಿದ್ದೆ ಹೋಗಿದ್ದಳು. ಹಾಜಿರಾಳಿಗೆ ಸಂಕಟವಾಗುತ್ತಿತ್ತು. 'ನಿನ್ನ ತಾಯಿ ಜುಲೈಕಾ ಹೀಗೆ ಬಟ್ಟೆಯಿಲ್ಲದೆ ದಾರಿಯಲ್ಲೆಲ್ಲ ಸುತ್ತುತ್ತಿರುವಳು' ಎಂದು ಅವಳಿಗೆ ಯಾರೋ ಅಂದಿದ್ದರು. ಅದು ಯಾರು ಎಂದು ಯೋಚಿಸಲೂ ಅವಳಿಗೆ ಸಂಕಟವಾಗುತ್ತಿತ್ತು. ಬಿಡಾರದ ಹಿಂದಿನ ಬರೆಯಿಂದ ರಂಗೋಲಿಯ ಪುಡಿಯನ್ನು ಕೆರೆದು ತೆಗೆಯಲು ಬಂದಿದ್ದ ಶಾಂತಿ ಮತ್ತು ಸೇವಂತಿಯರಲ್ಲಿ ಯಾರೋ ಒಬ್ಬರು ಅವಳಿಗೆ ಕೇಳುವ ಹಾಗೆ ಹೀಗೆ ನುಡಿದು ಹೋಗಿದ್ದರು. ಅದನ್ನು ಕೇಳಿದ ಹಾಜಿರಾ ರಾತ್ರಿ ತುಂಬ ಅತ್ತು ಮಲಗಿದ್ದಳು. ಆದರೆ ಯಾರಿಗೂ ಇದನ್ನು ಹೇಳಲು ಹೋಗಿರಲಿಲ್ಲ. ಬೆಳಗ್ಗೆ ಎದ್ದು ನೋಡಿದರೆ ಅವಳ ಬಾಪಾ ಉಸ್ಮಾನ್ ರೈಟರಿಗೂ ಆ ರಾತ್ರಿಯೆಲ್ಲಾ ಏನೇನೋ ಕನಸುಗಳು ಕಂಡು ಸಂಕಟವಾಗಿ, ಅವರೂ ಹೇಳದೇ ಕೇಳದೇ ಎಲ್ಲಿಗೋ ಹೊರಟು ಹೋಗಿದ್ದರು.

ಪೇರಲೆಯ ಗೆಲ್ಲುಗಳಿಗೆ ಉಯ್ಯಾಲೆ ತೂಗಿಸಿ ಹೊರಟ ಕುಟ್ಟಿಕಣ್ಣನು ಕತ್ತಲೆಯಲ್ಲಿ ಏನೂ ಕಾಣಿಸದೆ ಒಂದು ಅಂದಾಜಿನಲ್ಲಿ ನಡೆಯುತ್ತಾ ಸಿಲೋನ್ ಅಣ್ಣಾಚಿಯ ಇದ್ದಿಲು ಸುಡುವ ಗುಡಿಸಲಿನ ಮುಂದಿನ ಮರದ ಬೆಂಚಲ್ಲಿ ಕುಳಿತು ತನಗೆ ತಾನೇ ಮಾತನಾಡುತ್ತಿದ್ದನು. ತಾನು ಮಾತನಾಡುತ್ತಿರುವುದು ಏನೆಂದು ತನಗೇ ಗೊತ್ತಾಗುತ್ತಿಲ್ಲವಲ್ಲಾ ಭಗವತಿಯೇ ಎಂದು ಅಂದುಕೊಂಡು ಅಲ್ಲೇ ಕುಳಿತಿದ್ದನು. ಅವನು ಹೀಗೆ ಕುಳಿತಿರುವುದನ್ನು ಸುಮ್ಮನೇ ನೋಡುತ್ತಾ ಗುಡಿಸಲೊಳಗೆ ಸಿಲೋನ್ ಅಣ್ಣಾಚಿಯೂ ಕುಳಿತಿದ್ದನು. ಅವನ ಒಂದೆರಡು ಕೋಳಿಗಳು ಮೆಲ್ಲಗೆ ಕೊಕ್ಕರಿಸಿಕೊಂಡು ಸದ್ದು ಮಾಡುತ್ತಿದ್ದವು. ಗಾಳಿ ರೊಯ್ಯನೆ ಬೀಸಿ, ಸಿಲ್ವರ್ ಮರದ ಒಣ ಎಲೆಗಳು ಒಂದೊಂದಾಗಿ ತಿರುಗುತ್ತಾ ಆ ಕತ್ತಲೆಯಲ್ಲಿ ನೆಲಕ್ಕೆ ಬೀಳುತ್ತಿದ್ದವು.

*** ***

ದೂರದಲ್ಲಿ ತಿರುವಿನಲ್ಲಿ ತಲೆಗೆ ಮುಂಡಾಸು ಕಟ್ಟಿಕೊಂಡು ಕುರಾನು ಓದಿಸುವ ಮೊಲ್ಲಾಕ ವ್ಯಸನದಲ್ಲಿ ನಡೆದು ಬರುತ್ತಿದ್ದರು. ಅವರ ಹಿಂದೆ ಕೊಂಬಿನ ಮೀಸೆಯ ಮೂಸಕಾಕನೂ, ಮರಿಯಮ್ಮನೂ ಸದ್ದಿಲ್ಲದೆ ನಡೆದು ಬರುತ್ತಿದ್ದರು. ಮರಿಯಮ್ಮನ ನಾಯಿ ಜಿಮ್ಮಿ ತಾನೂ ಅವರನ್ನು ಹಿಂಬಾಲಿಸುತ್ತಿತ್ತು. ಅವರು ಯಾರಿಗೂ ಉಸ್ಮಾನ್ ರೈಟರು ಎಲ್ಲಿಗೋ ಹೊರಟು ಹೋಗಿರುವ ವಿಷಯವು ತಿಳಿದಿರಲಿಲ್ಲ.

'ತನ್ನ ಹೆಂಡತಿ ಕುಂಞಿಪಾತುಮ್ಮಳೂ ಬದುಕಿ ಉಳಿದಿಲ್ಲ, ಮರಿಯಮ್ಮಳ ಗಂಡ ಹಂಸಾಕನೂ ತೀರಿಹೋಗಿರುವರು. ನಮಗೆ ಇಬ್ಬರಿಗೂ ಬೇರೆ ಯಾರೂ ಇರುವುದಿಲ್ಲ. ಹಾಗಾಗಿ ಇಸ್ಲಾಮಿನ ನಿಯಮಗಳ ಪ್ರಕಾರವೇ ನಮಗಿಬ್ಬರಿಗೆ ಮದುವೆ ಮಾಡಿಸಿಕೊಡಿ' ಎಂದು ಸ್ವಂತ ಮಾವನಾಗಿರುವ ಮೊಲ್ಲಾಕನ ಬಳಿಯಲ್ಲೇ ಮೂಸಕಾಕ ಕೇಳಿಕೊಂಡಿದ್ದರು. ಅದನ್ನು ಕೇಳಿ ಎದೆ ಹಿಂಡಿದಂತೆ ಸಂಕಟಗೊಂಡ ಮೊಲ್ಲಾಕ ಏನು ಹೇಳುವುದೆಂದು ಅರಿವಾಗದೆ ಅವರಿಬ್ಬರನ್ನೂ ಕರೆದುಕೊಂಡು ರೈಟರ ಬಳಿ ತೀರ್ಮಾನಿಸಲು ನಡೆದು ಬರುತ್ತಿದ್ದರು.

ಅಪರಾಧ ಮತ್ತು ಶಿಕ್ಷೆ

ಮೈಯ ತುಂಬಾ ಹಸಿರು ಬಣ್ಣದ ವಸ್ತ್ರಗಳನ್ನು ತೊಟ್ಟು, ನಡುವಲ್ಲಿ ಬಿಳಿಯ ಬಟ್ಟೆಯೊಂದನ್ನು ಬಿಗಿದುಕೊಂಡು, ತಲೆಗೆ ಕಾವಿಬಣ್ಣದ ಮುಂಡಾಸು ಸುತ್ತಿ, ಕೊರಳಲ್ಲಿ ಮಣಿಹಾರಗಳನ್ನು ಧರಿಸಿಕೊಂಡು, ಕೈಯ್ಯ ಹತ್ತೂ ಬೆರಳುಗಳಲ್ಲಿ ನಾನಾ ಬಣ್ಣಗಳ ಉಂಗುರಗಳನ್ನು ತೊಟ್ಟ ಅಜ್ಮೀರಿನ ಮಿಠಾಯಿಪಾಪ ಪೇಲವವಾಗಿ ನಗಲು ನೋಡುತ್ತಿದ್ದನು. ಅವನ ಬೆವರಿದ್ದ ಮುಖದ ಮೇಲೆ ಕಿತ್ತಳೆ ಮರದಿಂದ ಉದುರುವ ಮಳೆಯ ಹನಿಗಳು ತೊಟ್ಟಿಕ್ಕುತ್ತಿದ್ದವು. ಅವನ

ಮಿಠಾಯಿ ಸರಕಿನ ಚೀಲ ಕಾಲ ಕೆಳಗೆ ಕಿತ್ತಳೆಯ ಅಡಿಯಲ್ಲಿ ನೆನೆಯುತ್ತಾ ಬಿದ್ದುಕೊಂಡಿದ್ದವು. ಅವನು ಕದ್ದಿದ್ದ ನಾಲ್ಕೈದು ಕಿತ್ತಳೆಯ ಹಣ್ಣುಗಳೂ ಅಲ್ಲಿ ಹರಡಿಕೊಂಡು ಬಿದ್ದಿದ್ದವು. ಅವನು ತಿಂದು ಎಸೆದಿದ್ದ ಕಿತ್ತಳೆಯ ಸಿಪ್ಪೆಯಿಂದ ಪರಿಮಳ ಹೊರಟು ಅವನು ಕದ್ದಿರುವ ವಿಷಯವನ್ನು ನೆರೆದವರ ಮೂಗುಗಳಿಗೆ ಸಾರಿ ಹೇಳುತ್ತಿದ್ದವು.

ಮಿಠಾಯಿಪಾಪನನ್ನು ಕಿತ್ತಳೆಯ ಮರಕ್ಕೆ ತಮ್ಮ ರುಮಾಲಿನಿಂದ ಕಟ್ಟಿಹಾಕಿದ್ದ ಕಾವಲುಗಾರ ಮೂಸಕಾಕ ತಾವೂ ರೋಷದಲ್ಲಿ ಬೆವರುತ್ತಿದ್ದರು. ಕಾವಲುಗಾರ ಕುಟ್ಟಿಕಣ್ಣ ಸುಮ್ಮನೆ ಕೊಡೆ ಹಿಡಿದುಕೊಂಡು ನೋಡುತ್ತಿದ್ದನು. ತಾವೂ ಒಂದು ಕೊಡೆ ಹಿಡಿದು ನಿಂತಿದ್ದ ಉಸ್ಮಾನ್ ರೈಟರು ಕಣ್ಣಲ್ಲೇ ನಗುತ್ತಿದ್ದರು. ಅವರ ಸೊಂಟಕ್ಕೆ ಆತುಕೊಂಡು ನಿಂತಿದ್ದ ಹಾರೂನನು ಸುಮ್ಮನೆ ನೋಡುತ್ತಿದ್ದನು. ದನಕಾಯುವ ಮುದಾರನು ದನಗಳನ್ನು ಬಾಣೆಯಲ್ಲೇ ಬಿಟ್ಟು ಬಂದಿದ್ದವನು ಒದ್ದೆ ನೆಲದಲ್ಲಿ ಕುಕ್ಕುರುಗಾಲಲ್ಲಿ ಕುಳಿತುಕೊಂಡು ತಾನೂ ಮನಸ್ಸಲ್ಲೇ ನಗುತ್ತಿದ್ದನು.

'ಹಸಿದ ಈ ಫಕೀರನು ತಿನ್ನಲು ಒಂದೆರಡು ಕಿತ್ತಳೆಗಳನ್ನು ಕಿತ್ತರೆ ಅದು ತಪ್ಪಾಗುವುದು ಹೇಗೆ ರೈಟರೇ' ಎಂದು ಮಿಠಾಯಿಪಾಪ ನಗಲು ನೋಡಿದನು. ಅವನ ಮುಖದಲ್ಲಿದ್ದ ಬೆವರು, ಮಳೆಯ ಹನಿಗಳ ಜೊತೆ ಬೆರೆತುಕೊಂಡು, ಅವನ ದಾಡಿಯಿಂದ ತೊಟ್ಟುತೊಟ್ಟಾಗಿ ಇಳಿಯುತ್ತಿದ್ದವು. 'ಈ ಕಳ್ಳ ಹರಾಮಿನ ಮುಖದಲ್ಲಿ ನಗು ಬೇರೆ ಬರುತ್ತಿದೆ. ಇವನು ಈ ಹೂವಿನಕೊಲ್ಲಿಯಿಂದ ಇನ್ನು ಏನೇನೆಲ್ಲ ಕದ್ದಿರುವನು ಎಂದು ಪಟ್ಟಿ ಮಾಡಿ ಹೇಳಬೇಕು. ಆಮೇಲೆಯೇ ಈ ಮುದುಕನ ಕಟ್ಟು ಬಿಚ್ಚುವುದು' ಎಂದು ಮೂಸಕಾಕ ಜೋರಾಗಿ ಗೊಣಗಿದರು.

'ಇದೊಂದು ಸಲ ಕಟ್ಟುಬಿಚ್ಚಲು ಹೇಳಿ ರೈಟರೇ, ಇನ್ನು ಆ ಅಲ್ಲಾಹುವಿನ ಆದೇಶವಿಲ್ಲದೆ ಈ ಹೂವಿನಕೊಲ್ಲಿಗೆ ಕಾಲು ಹಾಕುವುದಿಲ್ಲ' ಎಂದು ಮಿಠಾಯಿಪಾಪ ಗೋಗರೆಯತೊಡಗಿದನು.

'ಕಟ್ಟು ಬಿಚ್ಚಿ ಬಿಡು ಮೂಸಾ, ಶಿಕ್ಷೆ ಏನಿದ್ದರೂ ಬಂಗಲೆಯಲ್ಲಿ ಸಾಹುಕಾರರು ವಿಧಿಸುವರು. ಕಟ್ಟು ಬಿಚ್ಚಿ ಈ ಮುದುಕನನ್ನು ಸಾಹುಕಾರರ ಮುಂದೆ ನಿಲ್ಲಿಸು' ಎಂದು ಉಸ್ಮಾನ್ ರೈಟರು ಮಗ ಹಾರೂನನ ತಲೆ ನೇವರಿಸಿ ಅಲ್ಲಿಂದ ನಡೆದರು. ಸಾಕ್ಷ್ಯಕ್ಕೆ ಬೇಕಾದಷ್ಟು ಕದ್ದ ಕಿತ್ತಲೆಯ ಸಿಪ್ಪೆಗಳನ್ನು ಕೈಗೆತ್ತಿಕೊಂಡ ಮೂಸಕಾಕ ಒಂದು ಕೈಯಲ್ಲೇ ಮಿಠಾಯಿಪಾಪನ ಕಟ್ಟುಗಳನ್ನು ಬಿಚ್ಚಲು ತೊಡಗಿದರು. ತನ್ನ ಕೊಡೆಯನ್ನು ಮಡಚಿ ಅದರೊಳಗೆ ಬಿದ್ದಿದ್ದ ಕಿತ್ತಳೆ ಹಣ್ಣುಗಳನ್ನು ತುಂಬಿಕೊಂಡ ಕುಟ್ಟಿಕಣ್ಣನು ಅದನ್ನು ಮಕ್ಕಳಿಗೆ ಕೊಡಲು ರೈಟರ ಹಿಂದೆ ಬಿಡಾರದತ್ತ ನಡೆಯಲು ತೊಡಗಿದನು. ಕುಳಿತಲ್ಲೇ ಕುಳಿತುಕೊಂಡಿದ್ದ ಮುದಾರನು ತಾನೂ ಎದ್ದು ಅವನ ಹಿಂದೆ ನಡೆದನು.

ಸಮಯ ಸರಿದು ಸಂಜೆಯಾಗುತ್ತಿತ್ತು. ರೈಟರ ಬಿಡಾರದ ಹಂಚುಗಳ ಮೇಲೆ ಮಾತ್ರ ಬಿಸಿಲು ಉಳಿದಿತ್ತು. ಹಸಿರು ಗದ್ದೆಯಲ್ಲಿ ಕತ್ತಲು ತುಂಬಿಕೊಂಡು ಅತ್ತ ಕಡೆಯಿಂದ ತಣ್ಣನೆಯ ಗಾಳಿ ಬೀಸಿ ಬರುತ್ತಿತ್ತು. ಮರಗಳು ಅಲ್ಲಾಡುವ ಸದ್ದು, ಪೇರಲೆಯ ಮರಕ್ಕೆ ಕಟ್ಟಿದ್ದ ಉಯ್ಯಾಲೆ ಸುಮ್ಮನೆ ಗಾಳಿಗೆ ಅಲ್ಲಾಡುತ್ತಿತ್ತು. ಮಕ್ಕಳು ದೂರ ಇರಲಿ ಎಂದು ಹಾಜಮ್ಮ ಒಂದಿಷ್ಟು ಗೇರುಬೀಜಗಳನ್ನು ಬಚ್ಚಲಿನ ಕೆಂಡದ ಮೇಲೆ ಸುರಿದು, ಮಕ್ಕಳಿಗೆ ಸುಟ್ಟು ತಿನ್ನಲು ಹೇಳಿದ್ದರು. ಹಾರೂನನೂ, ಹಾಜಿರಾಳೂ, ಜೈನಬಾಳೂ, ಬೆರಳು ಚೀಪುವ ನೆಬೀಸಾಳೂ ಆ ಗೇರು ಬೀಜಗಳಿಂದ ಹೊಮ್ಮುವ ಪರಿಮಳವನ್ನು ಮೂಗಿಗೆ ತುಂಬಿಕೊಂಡು, ಸೀಯುವ ಅದರ ಸದ್ದನ್ನು ಕೇಳಿಸಿಕೊಂಡು, ಸುಟ್ಟ ಬೀಜಗಳನ್ನು ಕತ್ತಿಯ ಹಿಡಿಯಿಂದ ಜಜ್ಜಿ. ತಿರುಳುಗಳನ್ನು ಒಂದು ಕಡೆ ಪೇರಿಸಿಡುತ್ತಿದ್ದರು. ನಡೆಯಲು ಕಲಿತಿದ್ದ ಸಕೀನಾ ಆಗಾಗ ಎದ್ದು ನಿಂತುಕೊಂಡು ಚಪ್ಪಾಳೆ ತಟ್ಟುತ್ತಾ, ಸಿಡಿಯುವ ಗೇರುಬೀಜದ ಸದ್ದಿಗೆ ತಾನೂ ಕೇಕೆ ಹಾಕುತ್ತಿದ್ದಳು.

ಕತೆ ಹೇಳುವ ಪಾತುಮ್ಮ ಒಳಗೆ ಅಡುಗೆ ಮನೆಯಲ್ಲಿ ಸೇರಿಕೊಂಡು ಹಾಜಮ್ಮನೊಡನೆ ಗುಸುಗುಸು ಮಾತನಾಡುತ್ತಿದ್ದಳು. ರೈಟರ ಹೆಂಡತಿ ಆಯಿಷಾ ಕೇಳಿಸಿಕೊಳ್ಳುತ್ತಾ ಸಾರಿಗೆ ಅರೆಯುತ್ತಿದ್ದಳು. ಮೂಸಕಾಕ ಮಿಠಾಯಿಪಾಪನನ್ನು ನಿನ್ನೆ ರಾತ್ರಿಯೇ ಕಟ್ಟಿಹಾಕಿರುವುದೆಂದೂ, ಮರಿಯಮ್ಮ ಮೂಸಕಾಕಾನನ್ನು ಮದುವೆಯಾಗಲು ತಾನು ಬಿಡಲಾರೆನೆಂದು ಮಿಠಾಯಿಪಾಪ ತೋಟದಲ್ಲಿ ಹೇಳಿಕೊಂಡು ತಿರುಗಾಡುತ್ತಿರುವನೆಂದೂ, ಇದನ್ನು ಸಹಿಸದ ಮೂಸಕಾಕ ಈ ಮುದುಕನನ್ನು ಕಟ್ಟಿಹಾಕಿರುವುದೆಂದೂ ಪಾತುಮ್ಮ ಹಾಜಮ್ಮನ ಕಿವಿಯಲ್ಲಿ ಉಸುರುತ್ತಿದ್ದಳು. ಅದನ್ನು ಕೇಳಿದ ಆಯಿಷಾ ಮನಸ್ಸಲ್ಲೇ ನಗುತ್ತಿದ್ದಳು. ಆಯಿಷಾಳಿಗೆ ಹೀಗೇ ನಡೆಯುವುದೆಂದು ಹಿಂದೆಯೇ ಅರಿವಾಗಿತ್ತು. ಏನಾದರೂ ಸರಿ ಇದೊಂದು ಮದುವೆಯನ್ನು ಮಾತ್ರ ತನ್ನ ಮಂತ್ರಶಕ್ತಿಯಿಂದ ತಡೆದೇ ತಡೆಯುವುದಾಗಿ ಮಿಠಾಯಿಪಾಪ ಅವಳಲ್ಲಿ ಆಗಲೇ ಹೇಳಿಕೊಂಡಿದ್ದನು. ಆಗಲೂ ಆಯಿಷಾಳಿಗೆ ನಗು ಬಂದಿತ್ತು. ಅವಳು ಅದನ್ನು ಆಗಲೇ ಉಸ್ಮಾನ್ ರೈಟರಿಗೂ ಹೇಳಿ ಅವರಿಬ್ಬರೂ ನಕ್ಕಿದ್ದರು. ಈಗ ನೋಡಿದರೆ ಪಾತುಮ್ಮ ತನಗೆ ಮಾತ್ರ ಈ ಕಥೆ ಗೊತ್ತಿರುವಂತೆ ಹಾಜಮ್ಮನ ಕಿವಿ ಕಚ್ಚುತ್ತಿದ್ದಳು. ಹಾಜಮ್ಮ ತಮಗೆ ಮಾತ್ರ ಅರಿವಾಗುತ್ತಿರುವಂತೆ ತಮ್ಮ ಅಲಿಕತ್ತಿನ ಕಿವಿಗಳನ್ನು ಆಡಿಸುತ್ತಾ ಆಲಿಸುತ್ತಿದ್ದರು.

ಸಂಜೆ ಕತ್ತಲಾಗುತ್ತಿದ್ದಂತೆ ಬಂಗಲೆಯ ಕಡೆಯಿಂದ ನಡೆದುಬಂದ ಉಸ್ಮಾನ್ ರೈಟರು ಸಣ್ಣಗೆ ನಗುತ್ತಾ ತಮ್ಮ ಗಂಬೂಟುಗಳನ್ನು ಬಾಗಿಲ ಮುಂದೆ ಕಳಚಿಟ್ಟು, 'ಮಿಠಾಯಿಪಾಪನಿಗೆ ಶಿಕ್ಷೆಯಾಯಿತು' ಎಂದು ಹೇಳುತ್ತಾ ಒಳಬಂದರು. ಅವರ ಮಾತುಗಳನ್ನು ಕೇಳಲು ಹಜಾರದಲ್ಲಿ ಯಾರೂ

ಇರಲಿಲ್ಲ. ಅವರು ಒಳಬಂದು ನೋಡಿದರೆ ಅಡುಗೆ ಮನೆಯಲ್ಲೂ ಯಾರೂ ಇರಲಿಲ್ಲ. ಎಲ್ಲರೂ ಎಲ್ಲಿ ಎಂದು ನೋಡಿದರೆ ಅವರೆಲ್ಲರೂ ಬಚ್ಚಲಮನೆಯಲ್ಲಿ ಒಲೆಯ ಮುಂದೆ ಸೇರಿಕೊಂಡು ನೋಡುತ್ತಿದ್ದರು.

ಮುದಾರನ ಹೆಂಡತಿ ಕೊರಗತಿ ವರುಷಕ್ಕೊಮ್ಮೆ ಘಟ್ಟದ ಕೆಳಗಿನಿಂದ ಬರುವವಳು, ಈ ಸಲ ಬರುವಾಗ ಒಂದು ದೊಡ್ಡ ಹಾವು ಮೀನನ್ನು ಜೀವ ಸಮೇತ ಕೆಸದ ಎಲೆಯಲ್ಲಿ ಕಟ್ಟಿ ತಂದಿದ್ದಳು. ಕೆಸದ ಎಲೆಯಿಂದ ಅದನ್ನು ತೆಗೆದು ಬಚ್ಚಲಿನ ಬಿಸಿಬಿಸಿ ಬೂದಿಯಲ್ಲಿ ಬಿಸುಟಿದ್ದಳು. ಇನ್ನೂ ಚುಟುಕು ಜೀವ ಉಳಿದಿದ್ದ ಆ ಹಾವುಮೀನು ಬೂದಿಯಲ್ಲಿ ನುಲಿಯುತ್ತಾ ಉರುಳಾಡುತ್ತಿತ್ತು. ಹಾಜಮ್ಮನೂ, ಪಾತುಮ್ಮಳೂ, ಆಯಿಷಾಳೂ ಮಕ್ಕಳೂ ಎಲ್ಲರೂ ಉರುಳುತ್ತಿರುವ ಆ ದೊಡ್ಡ ಹಾವುಮೀನಿನ ಒದ್ದಾಟವನ್ನು ನೋಡುತ್ತಾ ನಿಂತಿದ್ದರು.

ರೈಟರನ್ನು ನೋಡಿದ ಕೊರಗತಿ ಒಲೆಯ ಮುಂದಿಂದ ಎದ್ದು ಕೈಮುಗಿದು ನಿಂತಳು. ತಾಂಬೂಲ ತುಂಬಿದ ಅವಳ ಕೆಂಪುತುಟಿ ಸುಣ್ಣ ಹಚ್ಚಿಹಚ್ಚಿ ಅಲ್ಲಲ್ಲಿ ಸುಟ್ಟುಹೋಗಿತ್ತು. ಅದರಲ್ಲೇ ಅವಳು ನಗುತ್ತಿದ್ದಳು. 'ರೈಟರೇ ಇನ್ನು ಸಾಕು, ನನ್ನ ಮುದಾರನನ್ನು ಇಲ್ಲಿಂದ ಕಳಿಸಿಕೊಡಿ ಅಡ್ಡ ಬೀಳುತ್ತೇನೆ' ಎಂದು ತುಳುವಿನಲ್ಲಿ ಬೇಡಿಕೊಂಡಳು. ತನ್ನ ಸಣ್ಣಮಗ ಸಣ್ಣ ಎಂಬ ಹೆಸರಿನವನು ದೊಡ್ಡವನಾಗಿರುವನು, ಇವರ ಬದಲಿಗೆ ಅವನು ಬರುವನು ಎಂದಳು.

ಮಿಠಾಯಿಪಾಪನಿಗಾದ ಶಿಕ್ಷೆಯ ಕಥೆಯನ್ನು ಹೇಳಲು ಬಂದ ಉಸ್ಮಾನ್ ರೈಟರು ಇದಕ್ಕೆ ಏನು ಹೇಳಲಿ ಎಂದು ಸುಮ್ಮನೇ ನಿಂತುಕೊಂಡರು.

ಸೂರ್ಯಗ್ರಹಣದ ಜೇನುಹುಳಗಳು

ಸಿದ್ದಾಪುರ ಪೇಟೆಯ ಶಂಕರನ ಕೂದಲು ಕತ್ತರಿಸುವ ಅಂಗಡಿಯ ತುಂಬೆಲ್ಲ ನಾನಾ ದೇವರುಗಳ ಪಟಗಳೂ, ಗಾಂಧಿ, ನೆಹರೂ, ಇಂದಿರಾಗಾಂಧಿ, ಲಾಲ್ ಬಹದೂರ್ ಇವರೆಲ್ಲರ ಚಿತ್ರಗಳೂ, ಬಣ್ಣಬಣ್ಣದ ಹೂಗಳ ಚಿತ್ತಾರ ಬಿಡಿಸಿದ ಕನ್ನಡಿಗಳೂ ಹಾಗೂ ನರಕದ ನಾನಾ ಶಿಕ್ಷೆಗಳಿರುವ ಪಟವೂ ಇತ್ತು. ಆ ಪಟದಲ್ಲಿ ನರಕದ ಯಮದೂತರು ತಪ್ಪು ಮಾಡಿದವರನ್ನು ಗರಗಸದಲ್ಲಿ ತುಂಡು ತುಂಡುಗಳಾಗಿ ಕತ್ತರಿಸುತ್ತಲೂ, ಬೆಂಕಿಯ ಮೇಲಿಟ್ಟ ಬಾಣಲೆಗಳಲ್ಲಿ ಬೇಯಿಸುತ್ತಲೂ, ಅವರ ನಾಲಗೆಗಳನ್ನು ಎಳೆದು ಹಿಡಿದು ಶೂಲಗಳಲ್ಲಿ ಚುಚ್ಚುತ್ತಲೂ ಇರುತ್ತಿದ್ದರು.

ಆ ಚಿತ್ರ ಪಟಗಳ ಮೇಲೆ ಗೂಡು ಕಟ್ಟಿರುವ ಗುಬ್ಬಚ್ಚಿಗಳು ಸದಾ ಸದ್ದು ಮಾಡುತ್ತಾ, ಅತ್ತಿಂದಿತ್ತ ಹಾರಾಡುತ್ತಾ, ಹೊರಗಿನಿಂದ ಹುಲ್ಲು ಕಡ್ಡಿಗಳನ್ನು ಕೊಕ್ಕಲ್ಲಿ ಹೆಕ್ಕಿ ತಂದು ಇನ್ನಷ್ಟು ಗೂಡುಗಳನ್ನು ಕಟ್ಟುತ್ತಾ, ಇರುವ ಗೂಡುಗಳನ್ನು ಬೀಳಿಸುತ್ತಾ ಯಾವಾಗಲೂ ಆ ಅಂಗಡಿಯಲ್ಲಿ ಚಟುವಟಿಕೆಯಲ್ಲಿ ಇರುವಂತೆ ಕಾಣಿಸುತ್ತಿದ್ದವು. ಶಂಕರನ ಸಾಕುತಂದೆ ಕುಂಞಂಬುವಿನ ಕಾಲದಿಂದಲೂ ಇದು ಹೀಗೇ ಇರುತ್ತಿತ್ತು. ತನ್ನ ಕ್ಷೌರಿಕ ಕೆಲಸವನ್ನು ಜಿಗುಪ್ಸೆಯಿಂದಲೇ ಮಾಡುತ್ತಿದ್ದ ಶಂಕರನು ಇದನ್ನೇನೂ ಸರಿಮಾಡಲು ಹೋಗದೆ ತನ್ನ ಪಾಡಿಗೆ ಕೂದಲು ಕತ್ತರಿಸುತ್ತಾ ಈ ಗುಬ್ಬಚ್ಚಿಗಳ ಜೊತೆ ತಾನೂ ಬದುಕುತ್ತಿದ್ದನು.

ಬೆಳಗ್ಗೆ ಕಂಕುಳಲ್ಲಿ ಮಲಯಾಳದ ಪತ್ರಿಕೆಯೊಂದನ್ನು ಇರುಕಿಸಿಕೊಂಡು ಬಂದಿದ್ದ ಸಣ್ಣ ಉಸ್ತಾದರು ಇಂದು ಸೂರ್ಯಗ್ರಹಣವಾಗುವುದೆಂದು ಹೇಳಿದ್ದರು. ಸೂರ್ಯಗ್ರಹಣದ ಹೊತ್ತಲ್ಲಿ ನಡು ಮಧ್ಯಾಹ್ನವೇ ಕತ್ತಲಾಗಿ, ಹಕ್ಕಿಗಳು ಬೆಳಗಿನಿಂದಲೇ ಹಾರುವುದನ್ನು ನಿಲ್ಲಿಸುವುದೆಂದೂ, ಹಾವುಗಳು ಹುತ್ತದಿಂದ ಹೊರಬರುವುದೆಂದೂ, ಇರುವೆಗಳು ಸಾಲುತಪ್ಪಿ ಓಡಾಡಲು ತೊಡಗುವುದೆಂದೂ ಹೇಳಿ ಎಲ್ಲೂ ಹೋಗದೆ ಅಲ್ಲೇ ಬೆಂಚಿನಲ್ಲಿ ಕೂತಿದ್ದರು. ಅವರು ಹೇಳಿದ ಹಾಗೆಯೇ ಗೂಡಿನಲ್ಲಿದ್ದ ಗುಬ್ಬಚ್ಚಿಗಳು ಎಲ್ಲೂ ಹೋಗದೆ, ಏನೂ ಮಾಡದೆ ಸುಮ್ಮನೆ ಪಟಗಳ ತುದಿಗೆ ಕತ್ತು ಆನಿಸಿಕೊಂಡು ಕೂತಿದ್ದವು

ಬೆಳಗಿನಿಂದಲೇ ಯಾರೂ ಕೂದಲು ಕತ್ತರಿಸಲು ಬಾರದೆ ಸುಮ್ಮನೆ ಕೂತಿದ್ದ ಶಂಕರನು ತನ್ನ ಕತ್ತರಿಗಳನ್ನೂ, ಬಾಚಣಿಗೆಗಳನ್ನೂ ಒಂದೊಂದನ್ನಾಗಿ ತೆಗೆದು, ಒರೆಸಿ, ಒಳಗಿಟ್ಟು, ಅಂಗಡಿಯ ಒಂದೊಂದು ಮೂಲೆಯನ್ನು ಗುಡಿಸಿ, ಕನ್ನಡಿಗಳನ್ನು ಉಜ್ಜಿ ಹೊಳಪುಗೊಳಿಸಿ 'ಇದೆಲ್ಲ ಯಾಕೆ ಬೇಕು ಕೆಲಸ ಮಣ್ಣಾಂಗಟ್ಟಿ ಉಸ್ತಾದರೇ' ಎಂದು ನಡುನಡುವಲ್ಲಿ ಗೊಣಗುತ್ತಿದ್ದನು. ಬಾರದೆ ಜೋತಾಡುತ್ತಿದ್ದ ಅವನ ಒಂದು ಕೈ, ಕೊಂಚ ವಾಲಿ ಹೋಗಿದ್ದ ಅವನ ಕತ್ತು ಎಲ್ಲವನ್ನೂ ಸಣ್ಣ ಉಸ್ತಾದರು ಮರುಕದಲ್ಲಿ ಸುಮ್ಮನೆ ನೋಡುತ್ತಿದ್ದರು.

'ಸೂರ್ಯನೂ, ಚಂದ್ರನೂ ಅಲ್ಲಾಹುವಿನ ಇರವಿನ ಸೂಚನೆಗಳು. ಅವನು ಅಂತಿಮ ದಿನದ ಹೆದರಿಕೆಯನ್ನು ನಮ್ಮಲ್ಲಿ ಹುಟ್ಟಿಸಲು ಗ್ರಹಣಗಳನ್ನು ಉಂಟುಮಾಡುವನು. ಮನುಷ್ಯನಿಗೆ ಅವನ ಮುಂದೆ ಬಾಗದೆ ಬೇರೆ ದಾರಿಯೇ ಇಲ್ಲ. ಗ್ರಹಣದ ಗುರುವಾರ ನಾವೆಲ್ಲರೂ ಎರಡು ರಕಾತ್ ಪ್ರಾರ್ಥನೆಯನ್ನು ಒಟ್ಟಾಗಿ ಸಲ್ಲಿಸಬೇಕು ಸತ್ಯವಿಶ್ವಾಸಿಗಳೇ' ಎಂದು ದೊಡ್ಡ ಉಸ್ತಾದರು ಕಳೆದ ಶುಕ್ರವಾರದ ಜುಮ್ಮಾದ ಮೊದಲಿನ ಕುತ್ಬಾದಲ್ಲಿ ಕಣ್ಣೀರು ತುಂಬಿಕೊಂಡು ಮತಪ್ರಸಂಗ ನಡೆಸಿದ್ದರು.

ತನ್ನ ಮಾವ ದೊಡ್ಡ ಉಸ್ತಾದರು ಹೀಗೆ ಕಂಡ ಕಂಡದಕ್ಕೆಲ್ಲ ಕಣ್ಣೀರು ಸುರಿಸುತ್ತಾ ಮತಪ್ರಸಂಗ ನಡೆಸುವುದು ಸಣ್ಣ ಉಸ್ತಾದರಿಗೆ ಅಸಹಜವಾಗಿ

ಕಾಣಿಸುತ್ತಿತ್ತು. ಅದನ್ನು ಊರಿನಲ್ಲಿರುವ ತನ್ನ ಹೆಂಡತಿಯೊಡನೆ ಆಡಿಕೊಂಡು ಅವರಿಬ್ಬರಿಗೂ ನಗು ಬರುತ್ತಿತ್ತು. 'ನಿಮಗೆ ನಿಜಕ್ಕೂ ಅಲ್ಲಾಹುವಿನ ಹೆದರಿಕೆ ಇದ್ದರೆ ಅಳು ಬರುತ್ತದೆ. ಅವರಿಗೆ ಇದೆ ಅಳುತ್ತಾರೆ. ಅಳಲಿ' ಎಂದು ಆಕೆಯೂ ಛೇಡಿಸುತ್ತಿದ್ದಳು.

ಕೇರಳದ ತಮ್ಮ ಊರಿಗೆ ಹೋದಾಗಲೆಲ್ಲ ಹೊತ್ತಲ್ಲದ ಹೊತ್ತಲ್ಲಿ ನಾನಾ ಭಂಗಿಗಳಲ್ಲಿ ತಮ್ಮ ಸುಂದರಿಯಾದ ಹೆಂಡತಿಗೆ ಕಾಟ ಕೊಡುತ್ತಿದ್ದ ಸಣ್ಣ ಉಸ್ತಾದರನ್ನು ಆಕೆ ಕುಲುಕುಲು ನಗುತ್ತಾ ಛೇಡಿಸುತ್ತಿದ್ದಳು. 'ಹೀಗೆ ಮಾಡಿದರೆ ನರಕದಲ್ಲಿ ನಿಮಗೆ ಈ ಶಿಕ್ಷೆ, ಹೀಗೆ ಮಾಡಿದರೆ ಇನ್ನೊಂದು ಶಿಕ್ಷೆ' ಎಂದು ನಗುತ್ತಿದ್ದಳು. ಆಗೆಲ್ಲಾ ಸಣ್ಣ ಉಸ್ತಾದರಿಗೆ ಶಂಕರನ ಅಂಗಡಿಯ ನರಕ ಶಿಕ್ಷೆಗಳ ಚಿತ್ರಪಟಗಳ ನೆನಪಾಗಿ ನಗು ಬರುತ್ತಿತ್ತು.

ಸೂರ್ಯಗ್ರಹಣಕ್ಕೆ ನಾಲ್ಕು ದಿನಗಳಿರುವಾಗಲೇ ಹೂವಿನಕೊಲ್ಲಿಯ ಬಂಗಲೆಯ ಕಾದಿಮಾ ಅಜ್ಜಿಯು ಕಾಲೆಳೆದುಕೊಂಡು ಸಿದ್ದಾಪುರ ಪೇಟೆಗೆ ಬಂದು ಮಗ ಶಂಕರನಲ್ಲಿ ನಾನಾ ವಿಧದಲ್ಲಿ ಕೇಳಿಕೊಂಡಿದ್ದಳು. ಗ್ರಹಣದ ದಿನ ಭೂಮಿಯಲ್ಲಿ ಗುಂಡಿ ತೆಗೆದು ಆ ಗುಂಡಿಯಲ್ಲಿ ಶಂಕರನನ್ನು ಗ್ರಹಣ ಕಳೆಯುವವರೆಗೆ ಕತ್ತಿನ ತನಕ ಹೂತಿಡಬೇಕೆಂದೂ, ಹಾಗೆ ಹೂತಿಟ್ಟರೆ ಅವನ ಬಾರದ ಕೈಯೂ, ವಾಲಿದ ಕತ್ತೂ ಸರಿಯಾಗುವುದೆಂದೂ ಬಂಗಲೆಯ ಕೆಲಸದಿಂದ ಮುದಾರನನ್ನು ಬಿಡಿಸಿಕೊಂಡು ಹೋಗಲು ಬಂದ ಕೊರಗತಿಯು ಹೇಳಿ ಹೋಗಿದ್ದಳು. ಅವಳ ಮಾತನ್ನು ಏಕೆ ತೆಗೆದುಹಾಕಬೇಕೆಂದು ಸಿದ್ದಾಪುರದವರೆಗೆ ನಡೆದು ಬಂದ ಕಾದಿಮಾ ಅಜ್ಜಿಯು ಮಗ ಶಂಕರನೊಡನೆ ನಾನಾ ವಿಧದಲ್ಲಿ ಅತ್ತುಕರೆದು ಕೇಳಿಕೊಂಡರೂ ಮನಸ್ಸು ಕರಗದ ಶಂಕರನು ತಾಯಿಯನ್ನು ನಾಯಿಗೆ ಬೈಯ್ಯುವಂತೆ ಬೈದು ಅಂಗಡಿಯಿಂದ ಓಡಿಸಿಬಿಟ್ಟಿದ್ದನು. ಆನಂತರ ಇದನ್ನೆಲ್ಲಾ ಸಣ್ಣ ಉಸ್ತಾದರ ಬಳಿ ಹೇಳಿ ಸಂಕಟಪಟ್ಟುಕೊಂಡಿದ್ದನು. ಸಣ್ಣ ಉಸ್ತಾದರಿಗೆ ಕಾದಿಮಾ ಅಜ್ಜಿಯ ಕಥೆ ಕೇಳಿ ಮರುಕವಾಗಿತ್ತು. ಆದರೆ ಇದನ್ನೆಲ್ಲಾ ಶಂಕರನಿಗೆ ಹೇಗೆ ವಿವರಿಸುವುದು ಎಂದು ಗೊತ್ತಾಗದೆ ಅವನಲ್ಲಿ ಸೂರ್ಯಗ್ರಹಣದ ನಾನಾ ವಿಶೇಷಗಳನ್ನು ಹೇಳಿ ಸುಮ್ಮನಾಗಿದ್ದರು.

ಯಾಕೋ ಎಲ್ಲವೂ ಮಂಕಾಗತೊಡಗಿತ್ತು. ಯಾವಾಗಲೂ ಇಷ್ಟು ಹೊತ್ತಲ್ಲಿ ಬೀಸುವ ಗಾಳಿಯೂ ನಿಂತು ಹೋಗಿತ್ತು. ಸಿದ್ದಾಪುರ ಪೇಟೆಯಲ್ಲಿ ಯಾವಾಗಲೂ ಓಡಾಡುವ ಕಾರು, ಬಸ್ಸುಗಳ ಸದ್ದೂ ಸುಮ್ಮನಾಗಿತ್ತು. ಒಂದೆರಡು ಜೇನು ಹುಳಗಳು ಎತ್ತಲಿಂದಲೋ ಹಾರಿ ಬಂದು ಬಣ್ಣಬಣ್ಣದ ಕನ್ನಡಿಗಳಿಗೆ ಸದ್ದು ಮಾಡುತ್ತಾ ಮುತ್ತಿಕ್ಕತೊಡಗಿದವು. ಅವುಗಳ ಹಿಂದಿಂದ ಇನ್ನೂ ಒಂದಿಷ್ಟು ಜೇನು ಹುಳಗಳು ಬಂದು ಸೇರಿಕೊಂಡು, ಹೊರಗೆ ಕತ್ತಲಾವರಿಸಿ ಶಂಕರನು ಅಂಗಡಿಯ ಒಳಗಿನ ಒಂದು ಟ್ಯೂಬ್ ಲೈಟನ್ನು

ಹೊತ್ತಿಸಿ ಬೆಳಕು ಮಾಡಿದನು. ಆ ಬೆಳಕಲ್ಲಿ ಎಲ್ಲವೂ ಸಂಜೆಯಂತೆ ಕಾಣಿಸುತ್ತಿದ್ದವು. ರಸ್ತೆಯಲ್ಲಿ ಓಡಾಡುತ್ತಿದ್ದವರೆಲ್ಲಾ ಇಲ್ಲವಾಗಿದ್ದರು. ಇದ್ದಕ್ಕಿದ್ದಂತೆ ಮಸೀದಿಯ ಮಿನಾರಿನಿಂದ ದೊಡ್ಡ ಉಸ್ತಾದರು ತಮ್ಮ ಅಳುವಿನ ಧ್ವನಿಯಲ್ಲಿ ಬಾಂಗ್ ಕೂಗಲು ತೊಡಗಿದರು. ಆ ನಡುಮಧ್ಯಾಹ್ನ ಆ ಕತ್ತಲೆಯಲ್ಲಿ ಎಲ್ಲವೂ ನೆರಳಿನಂತಾಗಿ ದೊಡ್ಡ ಉಸ್ತಾದರ ಬಾಂಗಿನ ಸದ್ದು ಅಲೆ ಅಲೆಯಾಗಿ ಹೆದರಿಕೆ ಹುಟ್ಟಿಸುವಂತೆ ಕೇಳಿಸತೊಡಗಿತು.

ಏನು ಮಾಡುವುದೆಂದು ಗೊತ್ತಾಗದೆ ಸಣ್ಣ ಉಸ್ತಾದರು, 'ಶಂಕರಾ.. ಏನೂ ಆಗುವುದಿಲ್ಲ ಹೆದರದಿರು. ನೋಡು ಬೇಕಾದರೆ ನಾನು ಕೂದಲು ತೆಗೆಸಲು ಕೂರುತ್ತೇನೆ. ನೀನು ಕತ್ತರಿಸು' ಎಂದು ಕೂದಲು ತೆಗೆಯುವ ಕುರ್ಚಿಯಲ್ಲಿ ಕುಳಿತುಕೊಂಡರು. ಅನ್ಯಮನಸ್ಕನಾಗಿದ್ದ ಶಂಕರನು ಸರಿಯಿದ್ದ ತನ್ನ ಬಲಗೈಯಿಂದ ತನ್ನ ಬಾರದ ಎಡಗೈಯನ್ನು ಎತ್ತಿ ಉಸ್ತಾದರ ತಲೆಯ ಮೇಲಿಟ್ಟು ಮೇಜಿನಿಂದ ಕತ್ತರಿಯನ್ನು ತೆಗೆದುಕೊಂಡು ಉಸ್ತಾದರ ಕೂದಲನ್ನು ಕತ್ತರಿಸಲು ತೊಡಗಿದನು. ಅದಾಗಲೇ ಒಂದೊಂದಾಗಿ ಬಂದು ತುಂಬತೊಡಗಿದ್ದ ಜೇನು ಹುಳಗಳು ದಾರಿತಪ್ಪಿದವರಂತೆ ಕನ್ನಡಿಗಳಿಗೆ ಡಿಕ್ಕಿ ಹೊಡೆಯುತ್ತ ಏನು ಮಾಡುವುದೆಂದು ಗೊತ್ತಾಗದೆ ಅಲ್ಲೇ ಓಡಾಡತೊಡಗಿದವು.

ಅತ್ತ ಹೂವಿನಕೊಲ್ಲಿಯಲ್ಲಿ ಉಸ್ಮಾನ್ ರೈಟರು ಮಕ್ಕಳನ್ನು ಸುತ್ತ ಕೂರಿಸಿಕೊಂಡು ಬಚ್ಚಲಿನ ಮಾಡಿನಿಂದ ಇಳಿವ ಬಿಸಿಲಕೋಲಿಗೆ ಕನ್ನಡಿಯನ್ನು ಇಟ್ಟು ಅದರ ಪ್ರತಿಫಲನವನ್ನು ಬಚ್ಚಲಿನ ಗೋಡೆಗೆ ಹಾಯಿಸಿ ಆ ಪ್ರತಿಫಲನವು ಗೋಡೆಯಲ್ಲಿ ಏರುತ್ತಾ ಹೋದ ಹಾಗೆ ಅಲ್ಲಿ ಮೂಡುವ ಸೂರ್ಯನ ಕ್ಷಯಿಸುತ್ತಿರುವ ಬಿಂಬಗಳನ್ನು ಇದ್ದಲು ಮಸಿಯಲ್ಲಿ ಗುರುತು ಹಾಕುತ್ತಿದ್ದರು. ಹಾರೂನನೂ, ಸೂಫಿ ಇಬ್ರಾಯಿಯರೂ, ಜೈನಬಾಳೂ, ಮಗು ಸಕೀನಾಳೂ ಗೋಡೆಯಲ್ಲಿ ಮೂಡುತ್ತಿರುವ ಚಂದ್ರನಂತಹ ಸೂರ್ಯನ ಚಿತ್ರಗಳನ್ನು ನೋಡುತ್ತಿದ್ದರು. ಆ ಗೋಡೆಯಲ್ಲಿ ಬಹಳ ವರ್ಷಗಳಿಂದ ಉಸ್ಮಾನ್ ರೈಟರು ಬಿಡಿಸಿದ್ದ ಹಲವು ಗ್ರಹಣಗಳ ಚಿತ್ರಗಳು ಮಂಕುಮಂಕಾಗಿ ಹೊಗೆಯ ಹಳದಿಯಲ್ಲಿ ಕಾಣುತ್ತಿದ್ದವು. ಒಳಗೆ ನಮಾಜಿನ ಕೋಣೆಯಲ್ಲಿ ಹಾಜಮ್ಮನ ಹಿಂದೆ ಕೈಕಟ್ಟಿಕೊಂಡು ಬೆಳ್ಳನೆಯ ಕಮೀಝ್ ಬಟ್ಟೆಯನ್ನು ತೊಟ್ಟುಕೊಂಡು ಹಾಜಿರಾಳೂ, ಆಯಿಷಾಳೂ ನಮಾಜಿಗೆ ನಿಂತುಕೊಂಡಿದ್ದರು.

ಯಾಹ್ಯಾಖಾನನ ಹುಲ್ಲಿನ ಬೊಂಬೆ

ಬೆಳ್ಳಗಿನ ಮೋಡವೊಂದು ನಡೆಯುತ್ತಿರುವ ಅವರ ತಲೆಯ ಮೇಲಿಂದ ತೇಲಿ ಹೋಗುತ್ತಿತ್ತು. ಅದರ ನೆರಳು ನೆಲದಲ್ಲಿ ಓಡುತ್ತಾ, ಕಾಫಿ ಗಿಡಗಳ ಮೇಲೆ ಸರಿದಾಡುತ್ತಾ, ರಸ್ತೆಯ ಮೇಲಿಂದ ಹರಿದು, ಗೋಳಿಯ ಮರದ ಮೇಲೆ ಬಿದ್ದು ಅಪ್ಪಯ್ಯಗೌಡರ ಗದ್ದೆಯ ಮೇಲಿಂದ ಮುಂದಕ್ಕೆ ಓಡುತ್ತಿತ್ತು. ಗೋಳಿಯ ಮರವು ಹತ್ತಿರ ಬರಲು ಜೈನಬಾ ಹಾರೂನನ ಕೈಹಿಡಿದುಕೊಂಡಳು. ಕೈಯಲ್ಲಿ ಕುರಾನಿನ ಪುಸ್ತಕ ಹಿಡಿದು, ತಲೆಗೆ ಕನ್ನಾಡಿ ಮಾಳಿಗೆಯ ತಲೆಬಟ್ಟೆ ಸುತ್ತಿ, ಕಣ್ಣಿಗೆಲ್ಲಾ ಸುರುಮ ಬಳಿದುಕೊಂಡ ಜೈನಬಾ ಗೋಳಿಯ ಮರ ಹತ್ತಿರವಾಗಲು ಯಾವಾಗಲೂ ಹಾರೂನನ ಕೈ ಹಿಡಿದುಕೊಳ್ಳುತ್ತಿದ್ದಳು. ಅಪ್ಪಯ್ಯಗೌಡರ ಗದ್ದೆ

ಕಳೆಯುವವರೆಗೆ ಹಾರೂನನೂ ಅವಳ ಕೈಯನ್ನು ಬಿಡಿಸಿಕೊಳ್ಳದೆ ಸುಮ್ಮನೆ ಹಿಡಿದುಕೊಂಡಿರುತ್ತಿದ್ದನು.

ಅಪ್ಪಯ್ಯಗೌಡರನ್ನು ಸುಟ್ಟುಹಾಕಿದ ಜಾಗದಲ್ಲಿ ಈಗ ಸಿಮೆಂಟಿನ ಕಟ್ಟೆಯೊಂದನ್ನು ಕಟ್ಟಿ ಅದರ ಸುತ್ತ ಒಂದಿಷ್ಟು ಹೂಗಿಡಗಳು ಬೆಳೆದಿದ್ದವು. ಒಮ್ಮೊಮ್ಮೆ ಬಿಳಿಸೀರೆ ಉಟ್ಟ ಮೇರಿ ಟೀಚರ್ ಅಲ್ಲಿ ಕಾಣಿಸಿಕೊಳ್ಳುತ್ತಿದ್ದರು. ಇನ್ನು ಕೆಲವೊಮ್ಮೆ ಕೆಲವು ಬಿಳಿಯ ಕೊಕ್ಕರೆಗಳು ಕತ್ತು ಆಡಿಸುತ್ತಾ ಅಲ್ಲಿ ಕೂತಿರುತ್ತಿದ್ದವು. ಅಲ್ಲಿ ಅವುಗಳನ್ನು ನೋಡಿದರೂ ಹಾರೂನನಿಗೆ ಹೆದರಿಕೆಯಾಗುತ್ತಿತ್ತು. ತೀರಿಹೋದ ಮೇಲೂ ಅಪ್ಪಯ್ಯಗೌಡರು ನೋವಿನಲ್ಲಿ ಕೂಗಿಕೊಳ್ಳುವ ಸದ್ದು ಆಗಾಗ ರಾತ್ರಿ ಹೂವಿನಕೊಲ್ಲಿಗೂ ಕೇಳಿಸುತ್ತಿತ್ತು. ನಡುವಲ್ಲಿ ಕಾಣೆಯಾಗಿ ಹೋದ ನಂಬಿಯಾರರೂ ತಮ್ಮ ಕೊಲೆಯಾದ ಮಗನ ಹೆಸರು ಹಿಡಿದುಕೊಂಡು ಓಡಾಡುವ ಸದ್ದೂ ಬರುತ್ತಿತ್ತು. ಈ ಎಲ್ಲ ಸದ್ದು ಗದ್ದಲಗಳನ್ನು ಕೇಳಿಸಿಕೊಂಡು ಮಲಗಿರುತ್ತಿದ್ದ ಹಾಜಮ್ಮ ಇನ್ನು ಕೆಲವೇ ದಿನಗಳಲ್ಲಿ ಅಂತಿಮ ದಿನ ಎದುರಾಗಿ ಎಲ್ಲ ಮುಗಿದು ಹೋಗಲಿದೆ ಎಂದು ಎಲ್ಲರನ್ನೂ ಹೆದರಿಸಿ ತಾನು ಮಾತ್ರ ನಿದ್ದೆ ಹೋಗುತ್ತಿದ್ದರು.

ಈಗ ಸೂಫಿ, ಇಬ್ರಾಯಿಯರೂ ಶಾಲೆಗೆ ಹೋಗುತ್ತಿರಲಿಲ್ಲ. ಸಂಬಳ ಸಾಲುವುದಿಲ್ಲವೆಂದು ಉಸ್ಮಾನ್ ರೈಟರು ಅವರನ್ನು ಸಣ್ಣ ಉಸ್ತಾದರ ಬಳಿ ವ್ಯಾಪಾರ ಕಲಿಯಲು ಸೇರಿಸಿದ್ದರು. ಸಂತೆಯಲ್ಲಿ ಎಣ್ಣೆ ಮಾರುವುದು, ತೆಂಗಿನಕಾಯಿ ಲೆಕ್ಕ ಹಾಕುವುದು, ಬಂದ ಕರಿಮೆಣಸಿನ ಚೀಲಗಳ ಲೆಕ್ಕ ಬರೆಯುವುದು ಇತ್ಯಾದಿಗಳನ್ನು ಮಾಡುತ್ತಿದ್ದ ಸೂಫಿ, ಇಬ್ರಾಯಿಯರು ಕತ್ತಲು ಕಳೆದು ತುಂಬ ಹೊತ್ತಾದ ಮೇಲೆ ಮನೆ ಸೇರುತ್ತಿದ್ದರು. ಒಮ್ಮೊಮ್ಮೆ ಕತ್ತಲಲ್ಲಿ ಬರುವಾಗ ಅವರಿಬ್ಬರು ತುಂಬಾ ಹೆದರಿರುತ್ತಿದ್ದರು. ಆದರೆ ಅವರಿಬ್ಬರೂ ಈಗ ಯಾರೊಡನೆಯೂ ಹೆಚ್ಚು ಮಾತನಾಡದೆ ದೊಡ್ಡವರ ಹಾಗೆ ಆಡುತ್ತಿದ್ದರು.

'ಈ ಮಕ್ಕಳ ತಾಯಿ ಜುಲೈಕಾ ಇದ್ದಿದ್ದರೆ ಇವರಿಬ್ಬರು ಹೀಗೆ ಬೆನೆ ಬರಬೇಕಾಗಿರಲಿಲ್ಲವಲ್ಲಾ ಅಲ್ಲಾಹುವೇ' ಎಂದು ಹಾಜಮ್ಮ ಕಣ್ಣೀರು ಹಾಕುತ್ತಿದ್ದರು. ಇತ್ತೀಚೆಗೆ ಅವರೂ ಮಾತನಾಡುವುದನ್ನು ಕಡಿಮೆ ಮಾಡಿ 'ನಾನು ಯಾವಾಗ ಈ ಹೂವಿನಕೊಲ್ಲಿಯಿಂದ ಮರೆಯಾಗುವುದು' ಎಂದು ಎಲ್ಲರಿಗೂ ಕೇಳಿಸುವ ಹಾಗೆ ಗೊಣಗಲು ಶುರು ಮಾಡಿದ್ದರು.

ನಡೆಯುತ್ತಿದ್ದ ಹಾರೂನನು ಜೈನಬಾಳ ಕೈಯನ್ನು ಬಿಡಿಸಿಕೊಂಡು ತನ್ನ ತಲೆಗೆ ಕಟ್ಟಿದ್ದ ಬಿಳಿ ಟವೆಲನ್ನೂ, ಕುರಾನಿನ ಪುಸ್ತಕಗಳನ್ನೂ ಅವಳ ಕೈಗಿತ್ತು 'ನಾನು ಇವತ್ತು ಮದರಸಕ್ಕೆ ಬರುವುದಿಲ್ಲ, ಉಸ್ತಾದರ ಹತ್ತಿರ ಹೇಳಬೇಡ' ಎಂದು ಹೇಳಿದನು. ಅವಳು ಎಂದಿನಂತೆ ತಲೆ ಆಡಿಸಿದಳು. 'ನಾನು ಇವತ್ತು

ತಮಿಳು ರೈಟರ ತೋಟಕ್ಕೆ ಕಾಫಿ ಕೊಯ್ಯಲು ಹೋಗಬೇಕು' ಎಂದೂ ಗೊಣಗಿದನು.

ಆಗ ಭಾರತ–ಪಾಕಿಸ್ತಾನ ಯುದ್ಧ ನಡೆಯುತ್ತಿತ್ತು. ಒಂದೊಂದು ದಿನ ಒಂದೊಂದು ತರಗತಿಯ ಹುಡುಗರು ಒಂದೊಂದು ತೋಟಕ್ಕೆ ಕಾಫಿ ಕೊಯ್ಯಲು ಹೋಗಿ ಆ ಕಾಫಿ ಕೊಯ್ದು ಗಳಿಸಿದ ಹಣವನ್ನು ಬಾಂಗ್ಲಾ ದೇಶದ ಯುದ್ಧ ನಿಧಿಗೆ ಕೊಡಬೇಕಿತ್ತು. ಹಿಂದಿನ ದಿನ ಒಂದು ತರಗತಿಯ ಹುಡುಗರು ಹೂವಿನಕೊಲ್ಲಿಯಲ್ಲೂ ಕಾಫಿ ಕೊಯ್ದು ಸಾಹುಕಾರರ ಬಳಿಯಲ್ಲಿ ಹಣ ತೆಗೆದುಕೊಂಡು 'ಜೈ ಭಾರತ್ ಮಾತಾಕೀ' ಎಂದು ಕೂಗುತ್ತಾ ಹೋಗಿದ್ದರು. 'ನಾಳೆ ನಮ್ಮ ತರಗತಿಯ ಹುಡುಗರು ತಮಿಳು ರೈಟರ ತೋಟದಲ್ಲಿ ಕಾಫಿ ಕೊಯ್ಯುವುದು' ಎಂದು ಹಾರೂನನು ಸಂಜೆಯೆಲ್ಲಾ ಕಾಫಿ ಕೊಯ್ಯುವುದು ಹೇಗೆ ಎಂದು ಶಾಂತಿ, ಸೇವಂತಿಯರಿಂದ ಹೇಳಿಸಿಕೊಂಡಿದ್ದನು. 'ಹುಡುಗನಿಗೆ ಇನ್ನೂ ಬೆಂಡೆಕಾಯಿಯಲ್ಲಿ ಪಸೆ ಬಂದಿಲ್ಲ, ಕಾಫಿ ಬೇರೆ ಕೊಯ್ಯುತ್ತಾನಂತೆ ಇವನು' ಎಂದು ಸೇವಂತಿ ತುಳುವಿನಲ್ಲಿ ಹೇಳಿ ನಕ್ಕು ಅವನ ಕೈಗಳನ್ನು ತನ್ನ ಕೈಯಲ್ಲಿ ತೆಗೆದುಕೊಂಡು ಕಾಫಿ ಗೆಲ್ಲುಗಳ ಮೇಲೆ ಆಡಿಸುತ್ತಾ ಹೇಗೆ ಕೊಯ್ಯುವುದೆಂದು ತೋರಿಸಿಕೊಟ್ಟಿದ್ದಳು. ಅವರಿಬ್ಬರೂ ಈಗ ಹೈದರನ ಹೆಸರು ಹೇಳಿದರೆ ಉರಿದು ಬೀಳುತ್ತಿದ್ದರು. ಹಾರೂನನೂ ಅವರ ಜೊತೆ ಆ ವಿಷಯ ಹೇಳಲು ಹೋಗದೆ ಸುಮ್ಮನೆ ಕಾಫಿ ಕೊಯ್ಯುವುದು ಹೇಗೆ ಎಂದು ನಗುತ್ತಾ ಕಲಿಯುತ್ತಿದ್ದನು. ಶಾಂತಿ, ಸೇವಂತಿಯರ ಮೈಯಿಂದ ಹೊರಡುತ್ತಿದ್ದ ಒಂದು ಬಗೆಯ ಪರಿಮಳ ಅವನಲ್ಲೂ ಆಸೆಗಳನ್ನು ಹುಟ್ಟಿಸುತ್ತಿತ್ತು.

ಹಿಂದಿನ ಇರುಳು ರೇಡಿಯೋ ಕೇಳುತ್ತಿದ್ದ ಉಸ್ಮಾನ್ ರೈಟರು ಜನರಲ್ ಯಾಹ್ಯಾ ಖಾನನ ಪಾಕಿಸ್ತಾನ ಎಲ್ಲಿಯೆಲ್ಲಾ ಸೋಲುತ್ತಿದೆಯೆಂದೂ, ಎಲ್ಲಿಂದೆಲ್ಲಾ ಓಡಿ ಹೋಗುತ್ತಿದೆಯೆಂದೂ ಕುರಾನ್ ಕಲಿಸುವ ಮೊಲ್ಲಾಕನಿಗೆ ವಿವರಿಸಿ ಹೇಳುತ್ತಿದ್ದರು. ನಾಳೆಯ ದಿನ ಸಿದ್ದಾಪುರದಲ್ಲಿ ಒಂದು ಜಾಥಾ ಇದೆಯೆಂದೂ, ಅಲ್ಲಿ ಜನರಲ್ ಯಾಹ್ಯಾಖಾನನ ಹುಲ್ಲಿನ ಬೊಂಬೆಗೆ ಬೆಂಕಿಯಿಡಲಾಗುವುದೆಂದೂ, ಹೂವಿನಕೊಲ್ಲಿಯ ಎಲ್ಲರೂ ಅರ್ಧ ದಿನ ಕೆಲಸ ಮುಗಿಸಿ ಅಲ್ಲಿಗೆ ಹೋಗಬೇಕೆಂದೂ, ಮಕ್ಕಳು ಕಾಫಿ ಕೊಯ್ದು ಗಳಿಸಿದ ಹಣವನ್ನು ಸರ್ಕಾರಕ್ಕೆ ಒಪ್ಪಿಸಲಾಗುವುದೆಂದೂ ಹೇಳಿದ್ದರು. ಆಮೇಲೆ ಹಾರೂನನನ್ನು ಬಳಿ ಕುಳ್ಳಿರಿಸಿಕೊಂಡು ಮೇಜಿನ ಮೇಲೆ ಬೆರಳನ್ನು ನೀರಿಗೆ ಅದ್ದಿ ಗೆರೆಗಳನ್ನು ಬರೆಯುತ್ತಾ ಯಾವುದೆಲ್ಲಾ ಭಾರತವೆಂದೂ, ಯಾವುದು ಪಾಕಿಸ್ತಾನವೆಂದೂ, ಬಾಂಗ್ಲಾದೇಶ ಎಲ್ಲಿ ಉದಯಿಸುವುದೆಂದೂ ಹೇಳಿಕೊಟ್ಟಿದ್ದರು. 'ನಾಳೆ ಕಾಫಿ ಕೊಯ್ಯುವಾಗ ನಿನ್ನ ಚಡ್ಡಿ ಜಾರಿಹೋಗದ ಹಾಗೆ ನೋಡಿಕೋ'ಎಂದು ತಮಾಷೆಯನ್ನೂ ಮಾಡಿದ್ದರು.

ಆಗ ರಾತ್ರಿಯೆಲ್ಲಾ ದೂರದಿಂದ ಹಾರಂಗಿಯ ಕಡೆಯಿಂದ ಭೂಮಿಯನ್ನು ಸ್ಫೋಟಿಸುವ ಸದ್ದೂ ಕೇಳುತ್ತಿತ್ತು. ಅದು ಹಾರಂಗಿ ಅಣೆಕಟ್ಟು ಕಟ್ಟಲು ಬಂಡೆಗಳನ್ನು ಒಡೆಯುತ್ತಿರುವುದು ಎಂದು ಎಲ್ಲರೂ ಹೇಳುತ್ತಿದ್ದರು. ಹಾರಂಗಿ ಅಣೆಕಟ್ಟು ಕಟ್ಟಲು ಮಕ್ಕಳನ್ನು ಬಲಿಕೊಡುತ್ತಾರೆ ಎಂದು ಮುದಾರನೂ ಮಕ್ಕಳನ್ನು ಬೇಕಾದಷ್ಟು ಹೆದರಿಸುತ್ತಿದ್ದನು. ಹಗಲು ಹೊತ್ತಿನಲ್ಲಿ ಮಿಲಿಟರಿ ಟ್ರಕ್ಕುಗಳು ಸಾಲು ಸಾಲಾಗಿ ದಾರಿಯಲ್ಲಿ ಹೋಗುತ್ತಿದ್ದವು. ಅದು ಮಿಲಿಟರಿಯಲ್ಲಿ ಲಾರಿಗಳನ್ನು ಓಡಿಸಲು ಚಾಲಕರಿಗೆ ಕಲಿಸುವ ಟ್ರಕ್ಕುಗಳು ಎಂದು ಉಸ್ಮಾನ್ ರೈಟರು ಮಕ್ಕಳಿಗೆ ಹೇಳಿದ್ದರು. ಆದರೆ ಆ ಟ್ರಕ್ಕುಗಳಲ್ಲಿ ಮಕ್ಕಳನ್ನು ಬಲಿ ತೆಗೆದುಕೊಳ್ಳಲು ಹಿಡಿದುಕೊಂಡು ಹೋಗುತ್ತಾರೆ ಎಂದು ಹಾಜಿರಾ ಹಾರೂನನನ್ನು ಹೆದರಿಸಿದ್ದಳು. ಈ ಟ್ರಕ್ಕುಗಳು ದೂರದಿಂದ ಕಾಣಿಸಿಕೊಂಡಾಗ ಹಾರೂನನು ಜೈನಬಾಳ ಕೈಯನ್ನು ಹಿಡಿದುಕೊಂಡು ಕಾಫಿ ಗಿಡಗಳ ನಡುವಲ್ಲಿ ಅಡಗಿ ಕೂರುತ್ತಿದ್ದನು. ಅವುಗಳು ಹೋದ ಮೇಲೆ ಅವರು ಅಲ್ಲಿಂದ ಎದ್ದು ನಡೆಯುತ್ತಿದ್ದರು.

*** ***

ತಲೆಯ ಮೇಲಿದ್ದ ಬೆಳ್ಳನೆಯ ಮೋಡ ದೂರವಾಗಿ ಸಿದ್ದಾಪುರ ಪೇಟೆ ಹತ್ತಿರವಾದಂತೆ ಹಾರೂನನು ಜೈನಬಾಳನ್ನು ತನ್ನನ್ನು ಬಿಟ್ಟು ಮುಂದೆ ಹೋಗಲು ಹೇಳಿದನು. ಆಕೆ ಆಗಲಿ ಎಂದು ತಿರುಗಿ ನೋಡುತ್ತಾ ಮದರಸದ ತಗ್ಗು ದಾರಿ ಇಳಿದು ಮರೆಯಾದಳು. ಸಿದ್ದಾಪುರ ಪೇಟೆ ಬಿಸಿಲಿನಲ್ಲಿ ಹೊಳೆಯುತ್ತಿತ್ತು. ಅಂಗಡಿಗಳ ಮುಂದೆ ಬಾವುಟಗಳನ್ನು ಹಾರಿಸಿದ್ದರು. ಮೂರು ದಾರಿ ಸೇರುವಲ್ಲಿ ಜನರಲ್ ಯಾಹ್ಯಾಖಾನನ ಹುಲ್ಲಿನ ಬೊಂಬೆಯೊಂದನ್ನು ಕೋಲಿಗೆ ಕಟ್ಟಿ ನಿಲ್ಲಿಸಿದ್ದರು. ಆ ಬೊಂಬೆಯ ಮೈಗೆಲ್ಲಾ ಚಪ್ಪಲಿಗಳನ್ನೂ, ಪಟಾಕಿಯ ಹಾರಗಳನ್ನೂ ಸುತ್ತಿದ್ದರು. ಕಾಫಿ ಕೊಯ್ಯಲು ಬೇಗನೇ ಬಂದಿದ್ದ ಮಕ್ಕಳು ಶಾಲೆಗೆ ಹೋಗದೆ ಆ ಹುಲ್ಲಿನ ಬೊಂಬೆಯನ್ನು ನೋಡುತ್ತಾ ಮಾತನಾಡುತ್ತಾ ನಗುತ್ತಾ ನಿಂತಿದ್ದರು. ಎಣ್ಣೆ ಹಚ್ಚಿದ್ದ ಅವರ ತಲೆಗಳು ಆ ಎಳೆಬಿಸಿಲಿಗೆ ಹೊಳೆಯುತ್ತಿದ್ದವು.

ಅಷ್ಟು ಹೊತ್ತಿಗೆ ತಮ್ಮ ಕಾರಿನಲ್ಲಿ ಅಲ್ಲಿಗೆ ಬಂದ ಹೂವಿನಕೊಲ್ಲಿಯ ಖಾನ್ ಸಾಹುಕಾರರು ಕಾರು ನಿಲ್ಲಿಸಿ ಅಲ್ಲಿಂದಲೇ ಆ ಗೊಂಬೆಯನ್ನು ನೋಡಿ, ಹಾರೂನನ್ನೂ ನೋಡಿ ಸಣ್ಣಗೆ ನಕ್ಕು ಕಾರು ಇಳಿದು ಬಂದು ತಾವೂ ನೋಡತೊಡಗಿದರು.

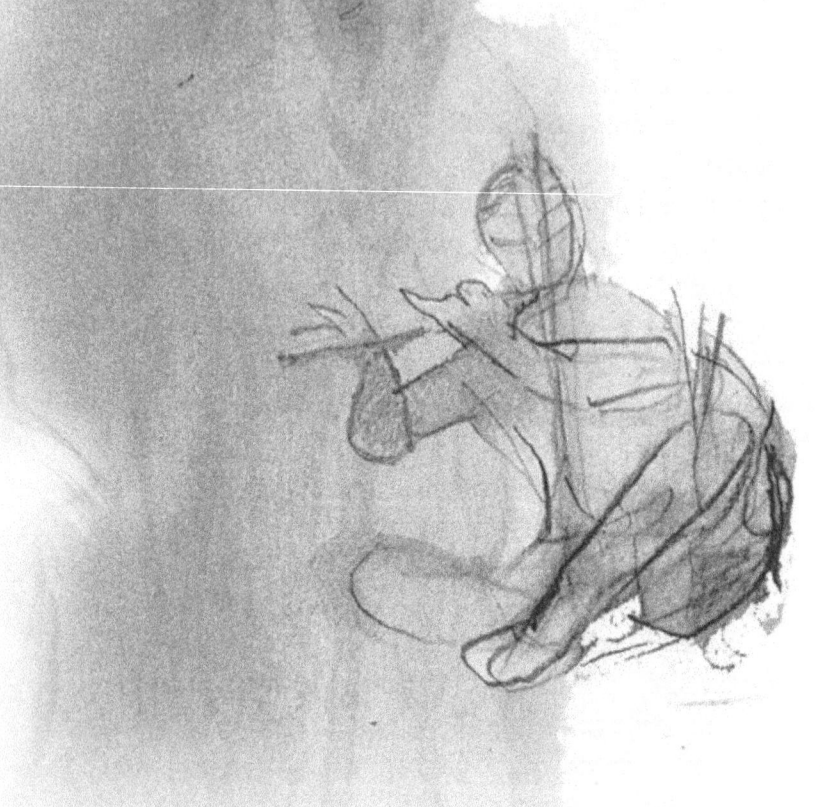

ಸಣ್ಣನ ಕೊಳಲಿನ ಸದ್ದು

ಕೊಂಬಿನ ಮೀಸೆಯ ಮೂಸಕಾಕನ ಬಿಡಾರದ ಬಾಗಿಲನ್ನು ಮರಿಯಮ್ಮನ ಜಿಮ್ಮಿ ನಾಯಿಯು ತನ್ನ ಮುಂಗಾಲುಗಳಿಂದ ಕೆರೆದು ಸುಸ್ತಾಗಿ ಬೆಳದಿಂಗಳಿನಲ್ಲಿ ಕಣ್ಣು ತೆರೆದುಕೊಂಡು ಮಲಗಿತ್ತು. ಮಲಗಿದ್ದ ಅದರ ಕಣ್ಣುಗಳಿಂದ ನೀರು ಸಣ್ಣಗೆ ಒಸರಿ ನೆಲದ ಪಾಲಾಗುತ್ತಿತ್ತು. ಮೂಸಕಾಕನನ್ನು ಮದುವೆಯಾಗಿ ತನ್ನ ಬಿಡಾರವನ್ನು ತೊರೆದು ಈ ಬಿಡಾರವನ್ನು ಸೇರಿದ್ದ ಮರಿಯಮ್ಮ ಜಿಮ್ಮಿಯನ್ನು ಎಷ್ಟು ಪುಸಲಾಯಿಸಿದರೂ ಅದು ಹಳೆಯ ಬಿಡಾರದ ಮುಂದೆಯೇ ಕಾಲ

ಕಳೆಯುತ್ತಿತ್ತು. ಅರ್ಧ ರಾತ್ರಿಯಲ್ಲಿ ಅಲ್ಲಿಂದ ಎದ್ದು ಬಂದು ಮೂಸಕಾಕನ ಬಿಡಾರದ ಬಾಗಿಲನ್ನು ಕೆರೆಯುತ್ತಿತ್ತು. ಕೆರೆದು ಸಾಕಾಗಿ ಅಲ್ಲಿಯೇ ಕಣ್ಣು ಬಿಟ್ಟುಕೊಂಡು ಮಲಗಿರುತ್ತಿತ್ತು.

ರಾತ್ರಿಯ ಕಾವಲು ಕೆಲಸ ಮುಗಿಸಿ ಬಂದ ಮೂಸಕಾಕನಿಗೆ ಬಾಗಿಲಿನ ಎದುರು ಮಲಗಿರುವ ಜಿಮ್ಮಿಯನ್ನು ಕಂಡು ಅಳುಕಾಗುತ್ತಿತ್ತು. ತಾವು ಮಾಡಿರುವುದು ಆ ಮೇಲಿನವನಿಗೆ ಇಷ್ಟವಾಗಿರಲ್ಲಿಕ್ಕಿಲ್ಲ ಪಡೆದವನೇ ಎಂದು ಹೆದರಿಕೆಯಾಗುತ್ತಿತ್ತು. ರಾತ್ರಿ ಕನಸಿನಲ್ಲಿ ಕೆಲವೊಮ್ಮೆ ಬರುವ ಕುಂಞಿಪಾತುಮ್ಮ 'ಓ, ನೀವು ಇದಕ್ಕಾಗಿಯೇ ನಾನು ಸಾಯಲು ಕಾದಿದ್ದಿರಲ್ಲವಾ' ಎಂದು ಹಂಗಿಸಿ ಹೋಗುತ್ತಿದ್ದಳು. ಮರಿಯಮ್ಮನೂ ಸಣ್ಣಸಣ್ಣದಕ್ಕೆಲ್ಲ ಅಳುತ್ತಾ, ನಡು ನಡುವೆ ನಡು ರಾತ್ರಿಯಲ್ಲಿ ಎದ್ದು ಹೊರಗೆ ಬಂದು ಜಿಮ್ಮಿಯನ್ನು ಹಿಂದೆ ನಡೆಸಿಕೊಂಡು ಹೂವಿನಕೊಲ್ಲಿಯೊಳಗೆ ಸಂಚಾರ ಹೋಗುತ್ತಿದ್ದಳು. ಅಜ್ಮೀರಿನ ಮಿಠಾಯಿಪಾಪನೂ ಆಗಾಗ ಹೂವಿನಕೊಲ್ಲಿಯ ಗೇಟಿನವರೆಗೆ ಬಂದು, 'ನಾನು ಪಡೆಯಲಾಗದ ಫಲವನ್ನು ಅವನು ಹೇಗೆ ಅನುಭವಿಸುವನೋ ನೋಡುತ್ತೇನೆ' ಎಂದು ಗಾಳಿಯಲ್ಲಿ ಮಂತ್ರಗಳನ್ನು ನಾಲ್ಕೂ ಕಡೆಗಳಿಗೆ ಊದಿ ಎರಚಿ ಹೆದರಿಸಿ ಹೋಗುತ್ತಿದ್ದನು.

ಮೂಸಕಾಕ ಒಂದು ಸಂಜೆ ಕಾದು ನಿಂತು ಉಸ್ಮಾನ್ ರೈಟರು ಆಫೀಸಿನಿಂದ ಹಿಂದಿರುಗುವಾಗ ಅವರನ್ನು ಹಿಂಬಾಲಿಸಿ ಇದನ್ನೆಲ್ಲಾ ಹೇಳುತ್ತಾ ಗದ್ಗದಿತರಾಗಿದ್ದರು. 'ಅದೆಲ್ಲಾ ಸುಳ್ಳು ಮೂಸಾ, ನನ್ನ ವಿಷಯವೂ ನಿನಗೆ ಗೊತ್ತಿದೆಯಲ್ಲಾ. ಮೊದಲು ಮೊದಲು ಹಾಗೆಲ್ಲಾ ಹೆದರಿಕೆಯಾಗುತ್ತದೆ. ಆಮೇಲೆ ಸರಿಯಾಗುತ್ತದೆ. ನಿಮಗಿಬ್ಬರಿಗೂ ಮಕ್ಕಳಿಲ್ಲ. ಮೊದಲು ಅದನ್ನು ಮಾಡಲು ನೋಡಿ' ಎಂದು ಕಳಿಸಿದ್ದರು. ಹಾಗೆ ಹೇಳಿ ಕಳಿಸಿದ ಮೇಲೆ ಉಸ್ಮಾನ್ ರೈಟರಿಗೂ ಅಳುಕು ಶುರುವಾಗಿತ್ತು.

ಮನೆಗೆ ಬಂದೊಡನೆ ಮಡಿಲೇರಿ ಕುಳಿತ ಮಗಳು ಸಕೀನಾಳನ್ನು ಹಾಗೇ ಕೆಳಗಿಳಿಸಿದ್ದರು. ಆಕೆ ಅಳುತ್ತಾ ಹೋಗಿದ್ದಳು. ಆಮೇಲೆ ಸೈದಾಲಿಯನ್ನು ಬಳಿಗೆ ಕರೆದ ಉಸ್ಮಾನ್ ರೈಟರು ತಲೆಗೆ ಮಫ್ಲರು ಕಟ್ಟಿಕೊಂಡು, ಹಣೆಗೆ ಬೇಟೆಯ ಹೆಡ್ ಲೈಟನ್ನು ಬಿಗಿದುಕೊಂಡು, ಗೋಡೆಯ ಮೇಲೆ ಹೊಸದಾಗಿ ನೇತು ಹಾಕಿದ್ದ ತೋಟೆಯ ಕೋವಿಯನ್ನು ಹೆಗಲಿಗೆ ಸಿಕ್ಕಿಸಿಕೊಂಡು, ಮರದ ಪೆಟ್ಟಿಗೆಯಲ್ಲಿ ಇಟ್ಟಿದ್ದ ತೋಟೆಯ ಗುಂಡುಗಳನ್ನು ಜೇಬಿಗೆ ಇಳಿಸಿ, ಕಾಲಿಗೆ ಗಂಬೂಟು ಹಾಕಿ ಗದ್ದೆಯ ಕಡೆ ನಡೆದಿದ್ದರು. ಜೊತೆಗೆ ಬರುವೆನೆಂದ ಹಾರೂನನನ್ನು ಬೈದು ಕಳಿಸಿದ್ದರು.

ಬಂಗಲೆಗೆ ಹೊಸದಾಗಿ ಕೋವಿಯೊಂದನ್ನು ತಂದಿದ್ದ ಸಾಹುಕಾರರು ಹಳೆಯ ಕೋವಿಯನ್ನು ಉಸ್ಮಾನ್ ರೈಟರಿಗೆ ಕೊಟ್ಟು ಗುರಿಯಿಟ್ಟು

ಹೊಡೆಯುವುದನ್ನು ಕಲಿತು ಕೊಳ್ಳಲು ಹೇಳಿದ್ದರು. ರಾತ್ರಿ ಹೊತ್ತಲ್ಲಿ ಹುಲಿಮೀಸೆಯ ದೇವಪ್ಪ ರೈಟರೂ, ಕುಪ್ಪಿಮೂಸಾನೂ ಕಾಡಾಡುಗಳನ್ನು ಹೊಡೆಯಲು ಆಗಾಗ ಹೂವಿನಕೊಲ್ಲಿಯೊಳಕ್ಕೆ ಕಳ್ಳಬೇಟೆಗೆ ಬರುತ್ತಿರುವರು ಎಂದು ಕಾವಲುಗಾರ ಮೂಸಕಾಕ ಸಾಹುಕಾರರಲ್ಲಿ ರಿಪೋರ್ಟ್ ಮಾಡಿದ್ದನು. 'ತಮ್ಮ ಎಂದು ನೋಡಬೇಡ. ಕಂಡರೆ ಕಾಲಿಗೆ ಹೊಡೆದು ಬೀಳಿಸು' ಎಂದು ಸಾಹುಕಾರರು ಹೇಳಿ ಕೋವಿಕೊಟ್ಟಿದ್ದರು. ಅದರ ನಳಿಕೆಗಳನ್ನು ಹಳೆಯ ಬಟ್ಟೆಯಿಂದ ಹೇಗೆ ಒರೆಸಬೇಕೆಂದೂ, ಅದರ ಕುದುರೆಗಳಿಗೆ ಹೇಗೆ ಕೀಲೆಣ್ಣೆ ಸವರಬೇಕೆಂದೂ ಹೇಳಿದ್ದರು. ಬಾಪಾ ಮನೆಯಲ್ಲಿ ಇಲ್ಲದಿರುವಾಗ ಹಾರೂನನೂ, ಹಾಜಿರಾಳೂ ಆ ಕೋವಿಯನ್ನು ತೆಗೆದುಕೊಂಡು ಅದರ ನಳಿಕೆಯೊಳಕ್ಕೆ ಆಟದ ಗೋಲಿಗಳನ್ನು ತುಂಬಿ ಬೇಟೆಗಾರರಂತೆ ಆಟ ಆಡುತ್ತಿದ್ದರು.

ಈಗ ಇದೇ ಮೊದಲ ಬಾರಿ ಧೈರ್ಯ ವಹಿಸಿದ ಉಸ್ಮಾನ್ ರೈಟರು ತಾವೂ ಕೋವಿ ತೆಗೆದುಕೊಂಡು ಒಂದು ಮೊಲವನ್ನಾದರೂ ಹೊಡೆಯುವ ಎಂದು ಹೊರಟಿದ್ದರು. ಸೈದಾಲಿಯು ಅವರ ಹಿಂದೆ ನಡೆಯುತ್ತಿದ್ದನು.

*** ***

ಬಾಗಿಲಲ್ಲಿ ತಿಂಗಳ ಬೆಳಕಿನಲ್ಲಿ ಕಣ್ಣು ತೆರೆದುಕೊಂಡು ಮಲಗಿದ್ದ ಜಿಮ್ಮಿ ನಾಯಿಯನ್ನು ತಮ್ಮ ಕೊಡೆಯ ತುದಿಯಿಂದ ತಿವಿದು ಓಡಿಸಿದ ಕೊಂಬಿನ ಮೀಸೆಯ ಮೂಸಕಾಕ ಬಿಡಾರದ ಬಾಗಿಲನ್ನು ಮೆಲ್ಲಗೆ ಸರಿಸಿ ಒಳಬಂದು ನೋಡಿದರೆ ಮರಿಯಮ್ಮ ಮಂಚದಲ್ಲಿ ಕುಳಿತು, ಬಟ್ಟೆಯೆಲ್ಲ ಕೆದರಿಕೊಂಡು ಮೈಯನ್ನೆಲ್ಲ ಕೆರೆಯುತ್ತಿದ್ದಳು. ಮರಿಯಮ್ಮನಿಗೆ ಮದುವೆಯಾದ ಎರಡು ದಿನದಿಂದಲೇ ಮೈಯಲ್ಲಿ ಕೆರೆತ ಶುರುವಾಗಿತ್ತು. ಕೆರೆದು ಕೆರೆದು ಎರಡೂ ತೋಳುಗಳಲ್ಲಿ ಉಗುರುಗಳ ಗುರುತು ಮೂಡಿ ಸಣ್ಣಗೆ ರಕ್ತವೂ ಬರಲು ತೊಡಗಿತ್ತು. ಹೊಟ್ಟೆಯಲ್ಲಿ ಕಾಲುಗಳಲ್ಲಿ ಕೆರೆತ ಶುರುವಾಗಿ, ಈಗ ತಲೆಯೂ ಕೆರೆಯಲು ತೊಡಗಿ, ಮೂಸಾಕಾಕ ತೆಂಗಿನ ಎಣ್ಣೆಯಲ್ಲಿ ತುಳಸಿಸೊಪ್ಪನ್ನು ಕುದಿಸಿ ನಿಂಬೆಯ ರಸ ಹಿಂಡಿ ಅದನ್ನು ಮರಿಯಮ್ಮನಿಗೆ ಮೈಯೆಲ್ಲ ಸವರಿದ್ದರು. ಸವರುತ್ತ ಸವರುತ್ತ ಮರಿಯಮ್ಮ ಅಳಲು ಶುರುಮಾಡಿದ್ದಳು. ಈ ಕೆರೆತದಿಂದ ತಾನು ಬದುಕುವುದಿಲ್ಲ ಎಂದು ಹೇಳಿ ಕತ್ತಲಲ್ಲಿ ಎದ್ದು ನಡೆಯಲು ಹೊರಟಿದ್ದಳು.

'ಹಾಗಾದರೆ ನಮಗೆ ಮಕ್ಕಳಾಗುವುದು ಬೇಡವಾ' ಎಂದು ಮೂಸಕಾಕ ಎಷ್ಟು ಹೇಳಿದರೂ ಮರಿಯಮ್ಮ ತಿರುಗಿಕೊಂಡು ಮಲಗುತ್ತಿದ್ದಳು. 'ಅದೆಲ್ಲ ಅವನ ಆಟ' ಎಂದು ಮೂಸಕಾಕ ಮಿಠಾಯಿಪಾಪನ ಹೆಸರು ಹೇಳಿ

ಬೈಯುತ್ತಿದ್ದರು. ಆಗ ಮರಿಯಮ್ಮನಿಗೆ ಇನ್ನೂ ಅಳು ಬರುತ್ತಿತ್ತು. 'ಅವರ ಜೊತೆಗೆ ಮಲಗಿದ್ದ ನನಗೆ ನಿಮ್ಮ ಜೊತೆ ಆಗುವುದಿಲ್ಲ' ಎಂದು ಮರಿಯಮ್ಮ ತೀರಿಹೋದ ತನ್ನ ಗಂಡ ಡ್ರೈವರ್ ಹಂಸಾಕನ ಹೆಸರನ್ನು ಹೇಳದೇ ಕುಸಿದು ಬೀಳುತ್ತಿದ್ದಳು. ಆಗ ಮೂಸಕಾಕನಿಗೆ ತನ್ನ ಹೆಂಡತಿಯೂ ನೆನಪಾಗಿ ಸಿಟ್ಟಲ್ಲಿ ಮರಿಯಮ್ಮನಿಗೆ ಎರಡು ಬಾರಿಸಿ ಹೋಗಿದ್ದರು.

ಅವರಿಗೆ ಈಗ ಮರಿಯಮ್ಮನ ಸ್ಥಿತಿಯನ್ನು ನೋಡಿ ಪಾಪ ಅನಿಸುತ್ತಿತ್ತು. ಆಕೆ ಕೆರೆದು ಕೆರೆದು ಕೈಲಾಗದೆ ಹಾಗೇ ಮಂಚದಲ್ಲಿ ಮೈಚೆಲ್ಲಿ ಕುಳಿತಿದ್ದಳು. ದೂರದಿಂದ ನೋಡಿದರೆ ಆಕೆ ತನ್ನ ತೀರಿಹೋದ ಹೆಂಡತಿಯ ಹಾಗೇ ಕಾಣಿಸುತ್ತಿದ್ದಳು. ಏನಾದರೂ ಹೇಳಿ ರಮಿಸುವಾ ಎಂದು ಮೂಸಕಾಕ ಆಕೆಯ ಹತ್ತಿರಹೋಗಿ ಕುಳಿತರು. ಮುಟ್ಟಲು ಹೋದರು. ಮರಿಯಮ್ಮ ಕಾಫಿಯ ಚಿಗುರು ಕತ್ತರಿಸುವ ಸಣ್ಣ ಕತ್ತಿಯೊಂದನ್ನು ಅದರ ಮೊಂಡಾದ ತುದಿಯಿಂದ ಮೈಯನ್ನು ಕೆರೆಯಲು ತನ್ನ ಬಳಿ ಇಟ್ಟುಕೊಂಡಿದ್ದಳು. ಮೂಸಕಾಕ ಇನ್ನೂ ಹತ್ತಿರಕ್ಕೆ ಸರಿಯಲು ಹೋದರೆ ಆ ಕತ್ತಿಯನ್ನು ಎತ್ತಿಹಿಡಿದು 'ಇನ್ನೂ ಹತ್ತಿರಕ್ಕೆ ಬಂದರೆ ಕಡಿದು ಬಿಡುತ್ತೇನೆ, ಹುಷಾರ್' ಎಂದು ಜೋರಾಗಿ ಚೀರಿ ಅಳಲು ಶುರು ಮಾಡಿದಳು.

*** ***

ತಿಂಗಳ ಬೆಳಕಿನಲ್ಲಿ ತೇನೆ ಹಕ್ಕಿಗಳು ನೆಲದಿಂದ ಎದ್ದು, ಇವರ ಕಾಲಸಪ್ಪಳಕ್ಕೆ ಹೆದರಿ ಕಿರುಚುತ್ತಾ ಆಕಾಶದಲ್ಲಿ ಹಾರಾಡುತ್ತಿದ್ದವು. ಉಸ್ಮಾನ್ ರೈಟರು ಹಣೆಗೆ ಕಟ್ಟಿದ್ದ ಹೆಡ್ ಲೈಟಿನ ಬೆಳಕು ಆ ಬೆಳದಿಂಗಳಿನಲ್ಲಿ ಎಲ್ಲಿಗೂ ಸಾಕಾಗುತ್ತಿರಲಿಲ್ಲ.

ಅವರ ಹಿಂದೆ ನಡೆಯುತ್ತಿದ್ದ ಸೈದಾಲಿಯು ತಾನೂ ಒಂದು ಟಾರ್ಚ್ ಹಿಡಿದುಕೊಂಡು ಪೊದೆಗಳ ನಡುವೆ ಬೆಳಕು ಬೀರುತ್ತಿದ್ದನು. ಅವನು ಅಲ್ಲಿ ಎಲ್ಲಾದರೂ ತನ್ನ ತಂದೆಯಾದ ಕುಪ್ಪಿಮೂಸಾ ಕುಳಿತಿರುವನೋ ಎಂದು ಹುಡುಕುತ್ತಿದ್ದನು. ಅವನಿಗೂ ಯಾಕೋ ಅವರನ್ನು ನೋಡುವ ಆಸೆಯಾಗುತ್ತಿತ್ತು. ಕುಟ್ಟಿಕಣ್ಣನು ಎಲ್ಲವನ್ನೂ ಅವನ ಬಳಿ ಹೇಳಿದ್ದನು. ಆದರೂ ಸೈದಾಲಿಗೆ ಬೇಸರವಾಗಿರಲಿಲ್ಲ. ಆದರೆ ಹಾಜಿರಾ ನಿನಗೆ ತಂಗಿಯಾಗಬೇಕು ಅಂದಾಗ ಆತನಿಗೆ ಸಂಕಟವಾಗಿತ್ತು. ಜೈನಬಾಳೂ ನಿಜವಾದ ತಂಗಿಯಾಗಬೇಕು ಅಂದಾಗ ಎಲ್ಲರಲ್ಲೂ ಪ್ರೀತಿ ಉಕ್ಕಿ ಬಂದು ಗಂಟಲು ಒದ್ದೆಯಾಗತೊಡಗಿತ್ತು. ಎಲ್ಲರನ್ನೂ ಬಿಟ್ಟು ಎಲ್ಲಿಗಾದರೂ ಓಡಿಹೋಗಿ ದೊಡ್ಡ ಡ್ರೈವರನಾಗಿ ಸಾಹುಕಾರನಾಗಿ ಎಲ್ಲರನ್ನೂ ಸಾಕಬೇಕು ಅನಿಸುತ್ತಿತ್ತು. ಆದರೂ ಯಾರಲ್ಲೂ ಏನನ್ನೂ ಹೇಳದೆ ಗೇಟು ಕಾಯುತ್ತಾ ಈಗ ಉಸ್ಮಾನ್ ರೈಟರ ಹಿಂದೆ ಬೇಟೆಯಾಡಲು ನಡೆಯುತ್ತಿದ್ದನು.

'ಎಲ್ಲಾದರೂ ಏನಾದರೂ ಕಂಡರೆ ಹೇಳು ಸೈದಾಲೀ' ಎಂದು ಉಸ್ಮಾನ್ ರೈಟರು ಮುಂದೆ ನಡೆಯುತ್ತಿದ್ದರು. ಅವರು ಮುಳಿಹುಲ್ಲಿನ ಮೇಲೆ ಹೆಜ್ಜೆಹಾಕುತ್ತಾ ಗೋಣು ಮುರಿದ ಅಡಿಕೆಯ ಮರದ ಅಡಿಯಲ್ಲಿ ನಿಂತರು. ತಿಂಗಳ ಬೆಳಕಿನಲ್ಲಿ ಆ ಅಡಿಕೆ ಮರದ ನೆರಳು ಬಾಣೆಯ ಉದ್ದಕ್ಕೆ ಮಲಗಿಕೊಂಡಿತ್ತು. ಅದರ ಮುರಿದ ಗೋಣಿನ ನೆರಳು ಭತ್ತದ ಗದ್ದೆಯಲ್ಲಿ ಯಾರೋ ಬಿದ್ದುಕೊಂಡಿರುವಂತೆ ಅಲ್ಲಾಡುತ್ತಿತ್ತು. ಆ ಬೆಳದಿಂಗಳಿನಲ್ಲಿ ರಾತ್ರಿ ಎಂದು ಗೊತ್ತಿಲ್ಲದೆ ಒಂದೆರಡು ದನಕರುಗಳು ಮೇಯುತ್ತಿರುವ ಸದ್ದು ಅಲ್ಲೇ ಎಲ್ಲಿಂದಲೋ ಕೇಳಿಸುತ್ತಿತ್ತು. ಎಲ್ಲಿಂದಲೋ ಒಂದೆರಡು ಹಕ್ಕಿಗಳು ರೆಕ್ಕೆ ಬಡಿಯುವ ಸದ್ದು, ದೂರದಲ್ಲೆಲ್ಲಿಂದಲೋ ತೀರಿಹೋದ ಅಪ್ಪಯ್ಯಗೌಡರು ರೋದಿಸುತ್ತಿರುವ ಸದ್ದು, ಎಲ್ಲಿಂದಲೋ ಕೊಲೆಯಾದ ತನ್ನ ಮಗ ಕುಟ್ಟಪ್ಪನ ತಲೆಯನ್ನು ಕೈಯಲ್ಲಿ ಹಿಡಿದುಕೊಂಡು ಊಳಿಡುತ್ತಾ ನಡೆಯುತ್ತಿರುವ ನಂಬಿಯಾರರ ಕೂಗು.

ಉಸ್ಮಾನ್ ರೈಟರಿಗೆ ಆ ಬೆಳದಿಂಗಳಲ್ಲಿ ಅಡಿಕೆ ಮರದ ನೆರಳು ಮುಗಿಯುವಲ್ಲಿಂದ ಎದ್ದು ನಿಂತ ಹೆಣ್ಣಿನ ಆಕೃತಿಯೊಂದು ಬಟ್ಟೆಯಿಲ್ಲದೆ ತನ್ನ ಕಡೆಗೆ ನಡೆದು ಬರುತ್ತಿರುವಂತೆ ತೋರಿತು.

ಅವರು ಅಸಹಾಯಕರಾಗಿ ಕೋವಿಯನ್ನು ಆ ಕಡೆಗೆ ಗುರಿ ಹಿಡಿದುಕೊಂಡು ನಿಂತರು. ಏನೂ ಇಲ್ಲದ ಕಡೆಗೆ ಹೀಗೆ ಕೋವಿ ತೋರಿಸಿಕೊಂಡು ಸುಮ್ಮನೆ ನಿಂತ ಅವರನ್ನು ಆ ಬೆಳದಿಂಗಳಿನಲ್ಲಿ ಸೈದಾಲಿ ನೋಡುತ್ತಿದ್ದ.

'ನಿನಗೆ ಅವಳು ಕಾಣಿಸುತ್ತಿದ್ದಾಳಾ ಸೈದಾಲೀ?' ಉಸ್ಮಾನ್ ರೈಟರು ಕೇಳಿದರು. ಸೈದಾಲಿಗೆ ಬರೀ ಬೆಳದಿಂಗಳು ಕಾಣಿಸುತ್ತಿತ್ತು.

'ಏನೂ ಇಲ್ಲ' ಅಂದ.

'ನನಗೆ ಅವಳು ಕಾಣಿಸುತ್ತಿದ್ದಾಳೆ' ಎಂದ ಉಸ್ಮಾನ್ ರೈಟರು ಸುಮ್ಮನೆ ಆ ದಿಕ್ಕಿನತ್ತ ಕೋವಿಯ ಕುದುರೆ ಎಳೆದರು.

ಆ ಗುಂಡಿಗೆ ಬೆದರಿದ ಒಂದೆರೆಡು ತೇನೆ ಹಕ್ಕಿಗಳು ಗದ್ದೆಯೊಳಗಿಂದ ಕಿರುಚುತ್ತಾ ಓಡಿ ಹೋದವು.

'ನನಗೂ ಈಗ ಮರುಳು, ಸೈದಾಲಿ ಬಾ ಹೋಗುವಾ' ಎಂದ ಉಸ್ಮಾನ್ ರೈಟರು ಕೋವಿಯನ್ನು ಅವನ ಕೈಗೆ ಕೊಟ್ಟು ಬಿಡಾರದ ಕಡೆ ನಡೆಯ ತೊಡಗಿದರು.

ಬಿಡಾರದ ಕಡೆಯಿಂದ ಕೊಳಲಿನ ಸದ್ದು ಕೇಳಿಸುತ್ತಿತ್ತು. ಅದು ಮುದಾರನ ಮಗ ಸಣ್ಣ ಕೊಳಲು ಬಾರಿಸುವ ಸದ್ದು. ಮುದಾರನನ್ನು ಕರೆದುಕೊಂಡು ಹೋಗಲು ಎರಡನೆಯ ಸಲ ಬಂದ ಮುದಾರನ ಹೆಂಡತಿ ಕೊರಗತಿ ಬರುವಾಗ ತನ್ನ ಮಗ ಸಣ್ಣನನ್ನೂ ಕರೆದುಕೊಂಡು ಬಂದಿದ್ದಳು.

ಸಣ್ಣಗೆ ಪೀಚಲುಪೀಚಲಾಗಿ ಇದ್ದ ಸಣ್ಣ ಕೈಯಲ್ಲಿ ಒಂದು ಬಿದಿರಿನ ಓಟೆಯ ಕೊಳಲನ್ನೂ ಹಿಡಿದಿದ್ದನು. 'ನಿಮಗೆ ಬರಲು ಆಗುವುದಿಲ್ಲವಾದರೆ ಇವನನ್ನೂ ನೀವೇ ಸಾಕಿ' ಎಂದು ಕೊರಗತಿ ಮಗನನ್ನೂ ತಂದೆಯ ಬಳಿ ಬಿಟ್ಟು ಶಾಪ ಹಾಕುತ್ತಾ ಹೋಗಿದ್ದಳು. ಆಕೆ ಬರುವಾಗಲೇ ತುಂಬಾ ಕುಡಿದು ಕಿರಿದಾಗಿದ್ದ ಆಕೆಯ ಕಣ್ಣುಗಳು ಉರಿಯುತ್ತಿದ್ದವು. ಆಕೆ ಬರುವಾಗ ದೀವಿನ ಹಲಸಿನ ಕಾಯಿಗಳನ್ನೂ, ಅಂಬಟೆಯನ್ನೂ, ಹೊಳೆಯ ಹಾವು ಮೀನುಗಳನ್ನೂ ಹರಿದ ಚೀಲವೊಂದರಲ್ಲಿ ತಂದು ಹಾಜಮ್ಮನ ಮುಂದೆ ಇಟ್ಟು ಕೈಮುಗಿದು ಹೋಗಿದ್ದಳು. ಹಾಜಮ್ಮನೂ ಕೊರಗತಿಯೂ ಬಾಲ್ಯದಿಂದಲೇ ಒಬ್ಬರಿಗೊಬ್ಬರು ಪರಿಚಿತರಾಗಿದ್ದರು. ಅವರಿಬ್ಬರಿಗೂ ತಮಗಿಷ್ಟು ವಯಸ್ಸಾಗಿದೆ ಎಂಬುದು ಅರಿವೇ ಆಗುತ್ತಿರಲಿಲ್ಲ.

ಕೊಳದ ನೀರಿಗೆ ದೇವರುಗಳು ಇಳಿಯುವುದು

ನೋಡಲು ಕರ್‍ರಗೂ, ಕುಳ್ಳಗೂ, ತೆಳ್ಳಗೂ ಇದ್ದ ಸಣ್ಣನ ಕಣ್ಣುಗಳು ಮಾತ್ರ ಅಷ್ಟು ದೊಡ್ಡದಾಗಿ, ಅವನ ಹುಬ್ಬುಗಳು ಬಿಲ್ಲಿನಂತೆ ಬಾಗಿಕೊಂಡಿತ್ತು. ಅವನ ಕೈಯಲ್ಲೊಂದು ಸಣ್ಣ ಬಿದಿರಿನ ಕೊಳಲು, ಹೆಗಲಲ್ಲಿ ಹಕ್ಕಿಗಳನ್ನು ಹೊಡೆಯುವ ಕ್ಯಾಟರ್ ಬಿಲ್ಲು, ಅವನು ತನ್ನ ಜಾರುವ ಚಡ್ಡಿಯನ್ನು ಆಗಾಗ ಏರಿಸುತ್ತಾ ಒಮ್ಮೊಮ್ಮೆ ಜಾರಿಹೋಗಲಿ ಎಂದು ಹಾಗೇ ಬಿಡುತ್ತಾ ದನಗಳನ್ನು ಮುಂದೆ ಮಾಡಿಕೊಂಡು ನಡೆಯುತ್ತಿದ್ದನು. ಅವನ ಹಿಂದೆ ಗಲಗಲ ಸದ್ದು ಮಾಡುತ್ತಾ ಹಾರೂನನೂ, ಸಕೀನಾಳೂ, ಜೈನಬಾಳೂ, ಹಾಜಿರಾಳೂ ನಡೆಯುತ್ತಿದ್ದರು.

ಆಕಾಶದಲ್ಲಿ ದಿನಾ ಬರುವ ವಿಮಾನ ಸದ್ದಿಲ್ಲದೆ ಬೆಳ್ಳಗಿನ ಹೊಗೆಯ ಗೆರೆಯೊಂದನ್ನು ಎಳೆದುಕೊಂಡು ಹಾರಿಹೋಗುತ್ತಿತ್ತು. ರೆಕ್ಕೆಗಳನ್ನು ಬಡಿಯದೆ ಹಾಗೇ ತೇಲಿಹೋಗುವ ಹಕ್ಕಿಗಳು ಆಕಾಶದಲ್ಲಿ ಅಲ್ಲೊಂದು ಇಲ್ಲೊಂದು ತಾವೂ ವಿಮಾನಗಳಂತೆ ಹಾರುತ್ತಿದ್ದವು. ಮಧ್ಯಾಹ್ನದ ಎಳೆಬಿಸಿಲು, ಇನ್ನೂ ಅಲ್ಲಲ್ಲಿ ಉಳಿದುಕೊಂಡಿದ್ದ ಬಿಳಿಯ ಮೋಡಗಳು, ಹಸುಗಳ ಕೊರಳ ಮರದ ಗಂಟೆಗಳು ಆಗಾಗ ಸದ್ದು ಮಾಡುತ್ತಿದ್ದವು. ಅವರೆಲ್ಲರ ಮುಖಗಳಲ್ಲೂ ಒಂದು ಬಗೆಯ ಉಲ್ಲಾಸ ಆ ಬೆಳಕಿನಲ್ಲಿ ಹಾದು ಹೋಗುತ್ತಿತ್ತು.

ಸಣ್ಣನು ಅವರನ್ನು ಏಲಕ್ಕಿ ಕೊಲ್ಲಿಗೆ ಕರೆದುಕೊಂಡು ಹೋಗುತ್ತಿದ್ದನು. ಆ ಏಲಕ್ಕಿ ಕೊಲ್ಲಿಯ ನಡುವೆ ಅವರು ಯಾರೂ ಇದುವರೆಗೆ ಕಾಣದ ಕೊಳವೊಂದು ಇರುವುದೆಂದೂ, ಅಲ್ಲಿ ಆವೆ ಮಣ್ಣಿನಲ್ಲಿ ಏಡಿಗಳು ಗೂಡು ಮಾಡಿಕೊಂಡು ಓಡಾಡುತ್ತಿರುವುದೆಂದೂ, ಅಲ್ಲಿರುವ ಪಾಲವಾನ ಮರದ ಟೊಂಗೆಗಳಲ್ಲಿ ಗಿಳಿಗಳು ಗೂಡುಮಾಡಿ ಮೊಟ್ಟೆಯಿಟ್ಟು ಮರಿಗಳು ಇರುವುದೆಂದೂ, ಒಂದು ಗಿಳಿ ಮರಿಯನ್ನು ತಂದು ಸಾಕಿದರೆ ಮಾತನಾಡುವ ಜುಲೈಕಾ ಎಂಬ ಗಿಳಿಗೆ ಜೊತೆಯಾಗುವುದೆಂದೂ ನಿನ್ನೆ ರಾತ್ರಿಯಿಂದಲೇ ಸಣ್ಣನು ಹೇಳುತ್ತಿದ್ದನು.

ಅವನು ಬಂಗಲೆಯ ದನದ ಕೊಟ್ಟಿಗೆಯಲ್ಲಿ ತಂದೆ ಮುದಾರನ ಜೊತೆ ಮಲಗದೆ ಇತ್ತೀಚೆಗೆ ಕೆಲವು ದಿನಗಳಿಂದ ಉಸ್ಮಾನ್ ರೈಟರ ಬಿಡಾರದ ಬಚ್ಚಲು ಮನೆಯ ಪಕ್ಕ ಸೌದೆ ಜೋಡಿಸಿರುವಲ್ಲಿ ಗೋಣಿ ಹಾಸಿಕೊಂಡು ಮಲಗುತ್ತಿದ್ದನು. ಅವನಿಗೆ ಚಳಿಯಾಗದಿರಲಿ ಎಂದು ಹಾಜಮ್ಮ ಹಳೆಯ ಕಂಬಳಿಗಳನ್ನೂ, ಹರಿದ ಸೀರೆಗಳನ್ನೂ ಜೋಡಿಸಿ ಹಾಸಿಗೆ ಮಾಡಿಕೊಟ್ಟಿದ್ದರು. ಉಸ್ಮಾನ್ ರೈಟರ ಹಳೆಯ ಟೊಪ್ಪಿಯನ್ನೂ, ಸೂಫಿ, ಇಬ್ರಾಯಿಯರ ಹರಿದ ಅಂಗಿ ಚಡ್ಡಿಗಳನ್ನೂ ಒಂದೊಂದು ದಿನ ಒಂದೊಂದು ಬಗೆಯಲ್ಲಿ ಏರಿಸಿಕೊಂಡು ನಡೆಯುತ್ತಿದ್ದ ಸಣ್ಣನು ತನ್ನ ಹಾವ ಭಾವಗಳಿಂದಲೇ ತಾನು ಹೇಳಬೇಕಾದ ಎಲ್ಲವನ್ನೂ ಎಲ್ಲರಿಗೂ ತಿಳಿಸಿ ಹೇಳುತ್ತಿದ್ದನು. ಒಮ್ಮೊಮ್ಮೆ ಇರುಳು ಹಾಜಮ್ಮನಿಗೆ ಕಿರಿಕಿರಿಯಾಗುವಷ್ಟು ಹೊತ್ತು ಕೊಳಲು ಬಾರಿಸಿ ನಿಲ್ಲಿಸುತ್ತಿದ್ದನು. ಈಗಂತೂ ಮಕ್ಕಳು ನಿದ್ದೆ ಬರುವವರೆಗೆ ಅವನ ಸುತ್ತಮುತ್ತ ಬಚ್ಚಲ ಒಲೆಯ ಮುಂದೆ ಸುಳಿದಾಡುತ್ತಿರುತ್ತಿದ್ದರು. ಹೊತ್ತು ಹೊತ್ತಿಗೆ ಮಕ್ಕಳಿಗೆ ಸಿಗುತ್ತಿದ್ದ ಎಲ್ಲ ಆಹಾರಗಳಲ್ಲಿ ಒಂದಿಷ್ಟು ಸಣ್ಣನಿಗೂ ಸಿಗುತ್ತಿತ್ತು.

ಒಮ್ಮೊಮ್ಮೆ ಕಥೆ ಹೇಳುವ ಪಾತುಮ್ಮಳೂ ಅಲ್ಲಿ ಸೇರಿಕೊಂಡು ಅವಳ ಜೊತೆ ಬೆರಳು ಚೀಪುವ ನೆಬೀಸಾಳೂ ಅಲ್ಲಿ ನಿಂತುಕೊಂಡಿರುತ್ತಿದ್ದಳು. ಹಾರೂನನು ಮೆಲ್ಲಗೆ ಒಳಹೋಗಿ ತನ್ನ ಬಾಪಾನ ಜೇಬಿನೊಳಗಿನಿಂದ ಒಂದಿಷ್ಟು ಬೀಡಿಗಳನ್ನು ಎಗರಿಸಿ ಪಾತುಮ್ಮಳ ಕೈಗಿಡುತ್ತಿದ್ದನು. ಪಾತುಮ್ಮ ಆ ಬೀಡಿಯನ್ನು ಹೊತ್ತಿಸಿ ಮೂಗಿನಿಂದ ಹೊಗೆ ಬಿಡುತ್ತಿದ್ದಳು. ಆಗ ಸಣ್ಣನು

ತಾನೂ ಬಿಡುವೆನೆಂದು ತಾನೂ ಒಂದು ಹೊತ್ತಿಸಿ ಹೊಗೆ ಬಿಡುತ್ತಿದ್ದನು. ಅವನಿಗೆ ಕಣ್ಣಿನಿಂದಲೂ ಹೊಗೆ ಬಿಡಲು ಬರುತ್ತಿತ್ತು. ಪಾತುಮ್ಮ ಕಣ್ಣಿನಿಂದ ಬಿಡಲಾಗದೆ ಕಣ್ಣೀರು ಬಿಟ್ಟು ಸೋತು ಹೋಗುತ್ತಿದ್ದಳು. ಆಗ ಸಣ್ಣನು ತನ್ನ ದೊಡ್ಡ ಕಣ್ಣುಗಳಿಂದ ನಗುತ್ತಿದ್ದನು. ಆಮೇಲೆ ಪಾತುಮ್ಮ ಒಲೆಯ ಉರಿಯ ಮುಂದೆ ಕೂತು ಅವರಿಗೆಲ್ಲ ಬೇಕಾದಷ್ಟು ಕಥೆಗಳನ್ನು ಹೇಳುತ್ತಿದ್ದಳು.

ನಿನ್ನೆ ಇರುಳು ಒಲೆಯ ಮುಂದೆ ಕೂತಿದ್ದ ಸಣ್ಣನು ಅವರಿಗೆ ಏಲಕ್ಕಿ ಕೊಲ್ಲಿಯ ಗಿಳಿಯ ಗೂಡುಗಳ ವಿಷಯ ಹೇಳಿದ್ದನು. ಅವನಿಗೆ ಆ ವಿಷಯವನ್ನು ಮುದಾರನು ಹೇಳಿದ್ದನು. ಹೂವಿನಕೊಲ್ಲಿಯ ಹಸು ಕರುಗಳನ್ನು ಎಲ್ಲೆಲ್ಲಿ ಮೇಯಿಸಲು ಹೋಗಬೇಕೆಂದು ನೆಲದಲ್ಲಿ ಗೆರೆಗಳನ್ನು ಎಳೆದು ತೋರಿಸುತ್ತಾ ಎಲ್ಲಿಗೆ ಹೋದರೂ ಏಲಕ್ಕಿ ಕೊಲ್ಲಿಗೆ ಒಯ್ಯಬಾರದು ಎಂದು ಎಚ್ಚರಿಸಿದ್ದನು. ಯಾವಾಗಲೂ ತೇವವಾಗಿರುವ ಅಲ್ಲಿ ಆವೆಮಣ್ಣಿನಲ್ಲಿ ಹಸುಗಳ ಕಾಲುಗಳು ಹೂತು ಹೋಗುವುದೆಂದೂ, ಅಲ್ಲಿಂದ ಆಮೇಲೆ ಬರಲಾಗುವುದಿಲ್ಲವೆಂದೂ, ಹೋದರೆ ಜಾಗ್ರತೆಯೆಂದೂ ಹೆದರಿಸಿದ್ದನು. ದನಗಳನ್ನು ಬಾಣೆಯಲ್ಲೇ ಮೇಯಲು ಬಿಟ್ಟ ಸಣ್ಣನು ಕೆಸದ ಕಾಡೊಳಗೆ ದಾರಿ ಮಾಡಿಕೊಂಡು ನುಗ್ಗಿ, ಅಲ್ಲಿ ಹೋಗಿ ನೋಡಿದರೆ ಅಲ್ಲಿ ಪಾಲವಾನದ ಪೊಟರೆಯೊಳಗಿಂದ ಹತ್ತಾರು ಗಿಳಿಗಳು ಸದ್ದು ಮಾಡುತ್ತಾ ಹಾರಿ ಹೋಗಿದ್ದವು.

ಅವನು ಹಾಗೇ ಮುಂದೆ ಹೋದರೆ ಅಲ್ಲೊಂದು ಕೊಳವೂ ನಿರ್ಮಲವಾಗಿ ಹೊಳೆಯುತ್ತಿತ್ತು. ಅದರ ತಳದಲ್ಲಿ ಮೀನುಗಳು ಓಡಾಡುವುದೂ ಕಾಣಿಸುತ್ತಿತ್ತು. ಅಲ್ಲಿ ಆವೆ ಮಣ್ಣಿನಲ್ಲಿ ಮಾಟೆಗಳನ್ನು ಮಾಡಿಕೊಂಡು ಏಡಿಗಳೂ, ಅಲ್ಲಿರುವ ತೊರೆಯಲ್ಲಿ ಕಾಡು ಸೀಗಡಿಗಳೂ ಕಂಡಿದ್ದವು. ಅಲ್ಲಿ ನೆಲದಲ್ಲಿ ಪಾಲವಾನದ ಕೆಂಪು ಹೂಗಳು ಬಿದ್ದು, ಗಿರಗಟೆ ಮಾಡುವ ಪಾಲವಾನದ ಕಾಯಿಗಳೂ ಆಗಾಗ ತೊಟ್ಟು ಕಳಚಿಕೊಂಡು ವಿಮಾನದಂತೆ ನೆಲಕ್ಕೆ ಹಾರಿಬಂದು ಇಳಿಯುತ್ತಿದ್ದವು. ಏಲಕ್ಕಿಯ ಬುಡದಲ್ಲಿ ಜೊಂಪೆ ಜೊಂಪೆಯಾಗಿ ಕಾಯಿಗಳು ಬಿಟ್ಟುಕೊಂಡು ಆ ಹಸಿ ಕಾಯಿಗಳ ಒದ್ದೆ ಪರಿಮಳ ಮೂಗಿಗೆ ಅಡರುತ್ತಿತ್ತು. ಅಲ್ಲೇ ಕೂತಿದ್ದ ಚೋರೆ ಹಕ್ಕಿಯೊಂದನ್ನು ಕ್ಯಾಟರ್ ಬಿಲ್ಲಿನಿಂದ ಹೊಡೆದು ಬೀಳಿಸಿದ್ದ ಸಣ್ಣನು ಜೀವಹೋಗುತ್ತಿದ್ದ ಅದನ್ನು ಜೇಬಿನೊಳಗಿಟ್ಟು ತಂದು, ಹಸುಗಳ ನಡುವೆ ಬಾಣೆಯಲ್ಲಿ ಬೆಂಕಿಮಾಡಿ, ಆ ಹಕ್ಕಿಯನ್ನು ಸುಟ್ಟು ತಿಂದಿದ್ದನು. ಹಸುಕರುಗಳು ಆ ವಾಸನೆಗೆ ಅವನನ್ನು ಕತ್ತೆತ್ತಿ ನೋಡಿ ಆಮೇಲೆ ಮೇಯಲು ದೂರ ಹೋಗಿದ್ದವು.

ತಾನು ಹಕ್ಕಿಯನ್ನು ಸುಟ್ಟುತಿಂದ ವಿಷಯವನ್ನು ಅವನು ಯಾರಿಗೂ ಹೇಳದೆ ತನ್ನಲ್ಲೇ ಇಟ್ಟುಕೊಂಡಿದ್ದನು. ಆದರೆ ಗಿಳಿಗಳ ವಿಷಯವನ್ನು ಹೇಳಿದ್ದನು. ಗಿಳಿ ಮರಿಯೊಂದನ್ನು ತಂದರೆ ಒಬ್ಬಳೇ ಇರುವ ಜುಲೈಕಾಗೆ

ಜೊತೆಯಾಗುವುದೆಂದು ಹಾಜಿರಾಳೂ ಹೇಳಿದ್ದಳು. ಗಿಳಿ ಮರಿಯನ್ನು ಗಾಯಗೊಳಿಸದೆ ಹಿಡಿದು ತರಬೇಕೆಂದೂ, ಆಮೇಲೆ ಹಾಲುಹಣ್ಣು ಕೊಟ್ಟು ಸಾಕಬಹುದೆಂದೂ ಅವರೆಲ್ಲರೂ ಉಲ್ಲಾಸದಲ್ಲಿ ಹೊರಟಿದ್ದರು.

ಸಣ್ಣನು ಬಾಯಲ್ಲಿ ದನಗಳಿಗೆ ನಿಲ್ಲುವ ಸದ್ದು ಮಾಡಲು ಅವುಗಳು ಬಾಲ ನಿಮಿರಿಸಿಕೊಂಡು ನಿಂತವು. ಆಮೇಲೆ ಸಣ್ಣನು ಅವುಗಳಿಗೆ ನೀರು ಕುಡಿಯಲು ಹೇಳಿದನು. ಅವುಗಳು ಕಣ್ಣಗಲಿಸಿಕೊಂಡು ನೀರು ಕುಡಿಯಲು ತೊರೆಗೆ ಇಳಿದವು. ಆಮೇಲೆ ಸಣ್ಣನು ಕಣ್ಣ ಸನ್ನೆಯಲ್ಲೇ ಅವರನ್ನು ಕೆಸದ ಕಾಡು ದಾಟಲು ಕರೆದನು. ಅವರು ತಲೆ ತಗ್ಗಿಸಿ, ಕೆಸದ ಎಲೆಗಳು ಮೈಗೆ ತಾಗದಂತೆ ಬಗ್ಗಿ ನಡೆದರು. ಆಗಲೇ ಅವರಿಗೆ ಗಿಳಿಗಳು ಚೀರಾಡುವ ಸದ್ದು ಕೇಳಿಸಲು ತೊಡಗಿತು. ಅವರಿಗೆ ಖುಷಿಯಾಗುತ್ತಿತ್ತು. ಅವರು ಇದುವರೆಗೆ ನೋಡಿರದ ಕೊಳದ ನೀರು ಗಾಳಿಗೆ ಸಣ್ಣಗೆ ಅಲ್ಲಾಡಿ ಆ ನೀರಿನಲ್ಲಿ ಅವರ ಮುಖಗಳೂ, ಪಾಲವಾನದ ಹೂವಿನ ಕೆಂಪಗಿನ ಬಣ್ಣವೂ, ಎಲೆಗಳೂ, ಆಕಾಶವೂ ಪ್ರತಿಫಲಿಸುತ್ತಿತ್ತು.

ಅಲ್ಲಿ ಸಣ್ಣನು ಅವರಿಗೆ ದೇವರನ್ನು ನೀರಿಗೆ ಬಿಡುವುದು ಹೇಗೆ ಎಂದು ಮೊದಲ ಬಾರಿ ತೋರಿಸಿಕೊಟ್ಟನು. ಆಮೇಲೆ ಅವರು ಹಲವು ಬಾರಿ ನೀರಿಗೆ ದೇವರನ್ನು ಬಿಟ್ಟು ನೋಡಿದರು. ಅವರೆಲ್ಲರಿಗೂ ಖುಷಿಯಾಗುತ್ತಿತ್ತು. ಅವರು ಏಡಿಗಳು ನೆಲದ ಮೇಲಕ್ಕೆ ತಂದು ಬಿಟ್ಟ ಆವೆ ಮಣ್ಣಿನಿಂದ ತಮ್ಮ ಮನಸ್ಸಿಗೆ ಬಂದ ಹಲವು ದೇವರುಗಳನ್ನು ಮಾಡಿ, ಆ ದೇವರುಗಳನ್ನು ಪಾಲವಾನದ ಹಸಿರು ಎಲೆಯ ಮೇಲೆ ಕೂರಿಸಿ, ಆ ಎಲೆಗಳನ್ನು ಮೆತ್ತಗೆ ಹಸ್ತಗಳಲ್ಲಿ ಕೂರಿಸಿಕೊಂಡು ಕೊಳದ ನೀರಿಗೆ ದೋಣಿಯಂತೆ ಇಳಿಸುತ್ತಿದ್ದರು. ಆ ಎಲೆಯು ದೋಣಿಯಂತೆ ಒಂದು ಕ್ಷಣ ನೀರಲ್ಲಿ ನಿಂತು, ಆನಂತರ ಮೆಲ್ಲಗೆ ತಿರುಗುತ್ತಾ ಕೊಳದ ಒಳಕ್ಕೆ ಇಳಿಯುತ್ತಿತ್ತು. ಅದು ಇಳಿಯುತ್ತಿದ್ದಂತೆ ಅದರ ಮೇಲಿದ್ದ ಮಣ್ಣಿನ ದೇವರು ನೀರಲ್ಲಿ ಮೆಲ್ಲಗೆ ಕರಗುತ್ತಾ, ತಳ ಮುಟ್ಟುವ ಹೊತ್ತಿಗೆ ಪೂರಾ ಕರಗಿ ನೀರಾಗಿ, ಆಮೇಲೆ ಆ ಎಲೆಯೊಂದೇ ಮೇಲಕ್ಕೆ ದೇವರಿಲ್ಲದೆ ತೇಲಿ ಬರುತ್ತಿತ್ತು. ಆಮೇಲೆ ಅವರು ಹಾಗೆಯೇ ಇನ್ನೊಂದು ದೇವರನ್ನು ತಳಕ್ಕೆ ಕಳಿಸುತ್ತಿದ್ದರು. ಹಾಜಿರಾಳು ಕಣ್ಣಿಲ್ಲದ, ಮೂಗಿಲ್ಲದ ಒಂದು ಹೆಣ್ಣು ಬೊಂಬೆಯನ್ನು ಮಣ್ಣಿನಿಂದ ಮಾಡಿ ಅದನ್ನೂ ತಳಕ್ಕೆ ಕಳುಹಿಸಿದಳು.

ಅಷ್ಟು ಹೊತ್ತಿಗೆ ಅವರಿಗೆ ಹೆದರಿಕೆಯಾಗಲು ತೊಡಗಿತ್ತು. ಅವರನ್ನು ಅಲ್ಲೇ ಬಿಟ್ಟ ಸಣ್ಣನು ಓಡಾಡುತ್ತಿದ್ದ ಏಡಿಗಳನ್ನು ಹಿಡಿದು, ಅವುಗಳ ಕೈಕಾಲುಗಳನ್ನು ಬೇರ್ಪಡಿಸಿ, ಕೆಸದ ಎಲೆಗೆ ತುಂಬಿಸಿಕೊಳ್ಳುತ್ತಿದ್ದನು. ಅವುಗಳ ಹಸಿ ವಾಸನೆಯೂ ಅಲ್ಲಿ ತುಂಬಿಕೊಳ್ಳುತ್ತಿತ್ತು. ಗಿಳಿಗಳು ಚೀರುವುದು ಜೋರು ಮಾಡುತ್ತಿದ್ದವು. ಅಳಿಲೊಂದು ಅವುಗಳ ಗೂಡಿನ ಬಳಿ ಓಡಾಡುತ್ತಾ ಗಲಾಟೆ

ಎಬ್ಬಿಸಿತ್ತು. ದೇವರುಗಳನ್ನು ಇಳಿಸಿ ಇಳಿಸಿ ಕೊಳದ ನೀರೂ ಕೆಸರಾಗಿತ್ತು. ಹಸುಗಳ ಗಂಟೆಯ ಸದ್ದು ಹತ್ತಿರ ಬರುತ್ತಿತ್ತು. ಜೊತೆಯಲ್ಲಿ ದೂರದಿಂದ ಮುದಾರನೂ ಕುಟ್ಟಿಕಣ್ಣನೂ ಮಕ್ಕಳ ಹೆಸರು ಹಿಡಿದು ಕೂಗುತ್ತಾ ಬರುವ ಸದ್ದು.

ಏಲಕ್ಕಿ ಕೊಲ್ಲಿಯೊಳಗೆ ಮೆಲ್ಲಗೆ ಕತ್ತಲಾಗಿಬಿಟ್ಟಿತ್ತು. ಜೊತೆಯಲ್ಲಿ ಮೆಲ್ಲಗೆ ಮಳೆಯ ಹನಿಗಳ ಸದ್ದು. 'ಸಣ್ಣಾ, ಗಿಳಿ ಇವತ್ತು ಬೇಡಾ, ಬಾ ಓಡುವಾ' ಎಂದು ಹಾಜಿರಾ ಕೂಗಿಕೊಂಡಳು. ಹಾರೂನನು ಜೈನಬಾಳ ಕೈ ಹಿಡಕೊಂಡು ಅವಳ ಹಿಂದೆ ಓಡಲು ತೊಡಗಿದನು. ಸಕೀನಾ ಓಡಲಾಗದೆ ಅಳಲು ಶುರುಮಾಡಿದಳು. ಸಣ್ಣನು ಅವಳ ಕೈಯನ್ನು ಹಿಡಿದುಕೊಂಡು ತಾನೂ ಓಡಲು ಶುರು ಮಾಡಿದನು.

ಅವರು ಓಡಿ, ಕೆಸದ ಕಾಡು ದಾಟಿ, ಹೊರಗೆ ಬಂದು ನೋಡಿದರೆ ಆ ಎಳೆ ಬಿಸಿಲಲ್ಲಿ ಸಣ್ಣಗೆ ಮಳೆ ಹನಿಯುತ್ತಿತ್ತು. ಗೋಣು ಮುರಿದ ಅಡಿಕೆ ಮರದ ಮೇಲಿಂದ ಕಾಮನ ಬಿಲ್ಲೊಂದು ಹಾದು ಹೋಗಿತ್ತು.

ಗಿಳಿಯು ಪಂಜರದೊಳಿಲ್ಲ

ಇನ್ನೂ ಬೆಳಕಾಗಿರಲಿಲ್ಲ. ಆಕಾಶದಲ್ಲಿ ಅಷ್ಟು ದೊಡ್ಡದಾಗಿ ನಿಂತುಕೊಂಡಿದ್ದ ಚಂದ್ರನ ಬೆಳಕು ಕಿಟಕಿಯ ಜಾಲರಿಯಿಂದ ಒಳತೂರಿ, ಗೋಡೆಯ ಮೇಲೆಲ್ಲಾ ಅಲ್ಲಾಡಿಕೊಂಡು ನಿಂತಿತ್ತು. ಹೊರಗೆ ಬಾಳೆಯೆಲೆಗಳೂ, ಪೇರಲೆಮರದ ಗೆಲ್ಲುಗಳೂ ಆ ಬೆಳಕಲ್ಲಿ ಓಲಾಡುತ್ತಿದ್ದವು. ಪೇರಲೆಮರದ ಕೆಳಗಿನ ಪೊದೆಯಲ್ಲಿ ಅರಳಿ ನಿಂತಿದ್ದ ಮಲ್ಲಿಗೆಯ ಪರಿಮಳ ಅಲ್ಲಿ ಹರಡಿಕೊಂಡು ಬಿಡಾರದ ಒಳಗೂ ಸೂಸುತ್ತಿತ್ತು.

ರಾತ್ರಿಯಿಡೀ ಯಾವುದೋ ಕಾಡು ಬೆಕ್ಕೊಂದರ ಜೊತೆ ಹೋರಾಟ ನಡೆಸಿದ್ದ ಮಾತನಾಡುವ ಗಿಳಿ ಜುಲೈಕಾ ತನ್ನ ಬಿಟ್ಟ ಕಣ್ಣುಗಳನ್ನು ಹಾಗೇ ಬಿಟ್ಟುಕೊಂಡು ಪಂಜರದೊಳಗೇ ಪ್ರಾಣ ಬಿಟ್ಟಿತ್ತು. ಇದೆಲ್ಲವನ್ನೂ ಕಣ್ಣಾರೆ ಕಂಡಿದ್ದ ಪರ್ಷಿಯನ್ ಬೆಕ್ಕಿನ ಚಿತ್ರ ಗಾಳಿಗೆ ಸಣ್ಣಗೆ ಅಲುಗಾಡುತ್ತಿತ್ತು. ದೂರದಿಂದ ಸಿದ್ದಾಪುರದ ಮಸೀದಿಯಿಂದ ಬೆಳಗಿನ ಬಾಂಗಿನ ಕೂಗು ಕ್ಷೀಣವಾಗಿ ಬಿಟ್ಟು ಬಿಟ್ಟು ಕೇಳಿ ಬರುತ್ತಿತ್ತು.

ಹಾಜಮ್ಮ ಬೆಳ್ಳಗಿನ ನಮಾಜ್ ಬಟ್ಟೆಯನ್ನು ತೊಟ್ಟು, ನಿದ್ದೆಗಣ್ಣಲ್ಲಿ ತೂಗುತ್ತಾ, ಕೈಯಲ್ಲಿನ ಮಸಿ ಬಟ್ಟೆಯಿಂದ ಪಂಜರದ ಕೆಳಗಿನ ನೆಲದಲ್ಲಿ ತೊಟ್ಟುತೊಟ್ಟಾಗಿ ಬಿದ್ದಿದ್ದ ಆ ಗಿಳಿಯ ನೆತ್ತರನ್ನು ಒರೆಸುತ್ತಿದ್ದರು. ಅವರಿಗೆ ಯಾಕೋ ತನ್ನ ತಲೆ ಕೆಟ್ಟು ಹೋಗುತ್ತಿದೆ ಅನಿಸಿ 'ಯಾ ಉಸ್ಮಾನೇ' ಎಂದು ಕೂಗಿದರು. ಒಳಗೆ ಒಲೆ ಹಚ್ಚಲು ಎದ್ದಿದ್ದ ರೈಟರ ಹೆಂಡತಿ ಆಯಿಷಾ ಏನಾಯಿತು ಎಂದು ಮುಂಬಾಗಿಲಿಗೆ ಬಂದು ನೋಡಿದರೆ ಹಾಜಮ್ಮ ತೀರಿಹೋದ ಆ ಗಿಳಿಯ ದೇಹವನ್ನು ಪಂಜರದ ಒಳಗಿಂದ ಹೊರತೆಗೆದು, ಬೊಗಸೆಯಲ್ಲಿ ಹಿಡಿದು, ಆಕಾಶಕ್ಕೆ ತೋರಿಸುತ್ತಾ ಸದ್ದಿಲ್ಲದೆ ಅಳುತ್ತಿದ್ದರು.

ನಿದ್ದೆಯಲ್ಲಿ ಎದ್ದುಬಂದ ಉಸ್ಮಾನ್ ರೈಟರು ಪಂಜರದ ಎದುರು ನಿಂತುಕೊಂಡರು. ತೂಗಿಸಿದ್ದ ತಂತಿಯಿಂದ ಪಂಜರವನ್ನು ಎತ್ತಿ ತೆಗೆದು ಆ ಖಾಲಿ ಪಂಜರವನ್ನು ಹೊರಗೆ ತಂದು ಅಂಗಳದಲ್ಲಿಟ್ಟರು. ಆಗ ಬೆಳಕಾಗಲು ತೊಡಗಿ, ಆಕಾಶದ ಒಂದು ಮೂಲೆ ಬೆಳ್ಳಗಾಗಿ. ಹಕ್ಕಿಗಳು ಹಾಡತೊಡಗಿ, ತೆಳ್ಳಗಿನ ಮಂಜಿನ ತೆರೆಯೊಂದು ಅಲ್ಲೆಲ್ಲಾ ತುಂಬಿಕೊಳ್ಳತೊಡಗಿತು.

ಬಚ್ಚಲಲ್ಲಿ ಗೋಣಿ ಹೊದ್ದುಕೊಂಡು ಮಲಗಿದ್ದ ಸಣ್ಣನೂ ಎದ್ದುಬಂದು, ಆ ಮಂಜಿನಲ್ಲಿ ಅಂಗಳದಲ್ಲಿ ಪಂಜರದ ಮುಂದೆ ತನ್ನ ಕೆದರಿದ್ದ ತಲೆಯ ಮೇಲೆ ಕೈಹೊತ್ತು ಕೂತುಕೊಂಡನು. ಆಗ ಆ ಮಂಜೂ ಮಾಯವಾಗಿ ಸೂರ್ಯನ ಮೊದಲ ಕಿರಣಗಳು ಅಂಗಳದ ಹುಲ್ಲ ಗರಿಕೆಯ ಮೇಲೆ ಹೊಳೆಯತೊಡಗಿದವು.

ಕೆಳಗಿನ ಪಾಡಿಯ ಬಿಡಾರದಲ್ಲಿ ಕೊಂಬಿನ ಮೀಸೆಯ ಮೂಸಕಾಕ ಮತ್ತು ಅವರ ಹೊಸ ಹೆಂಡತಿ ಮರಿಯಮ್ಮ ಒಬ್ಬರ ನಂತರ ಒಬ್ಬರು ತಮ್ಮ ದೇಹವನ್ನೆಲ್ಲಾ ಕೆರೆದುಕೊಳ್ಳುತ್ತಿದ್ದರು. ಇಬ್ಬರೂ ರಾತ್ರಿಯೆಲ್ಲಾ ನಿದ್ದೆಯಿಲ್ಲದೆ, ಕಣ್ಣುಗಳನ್ನು ಕೆಂಪು ಮಾಡಿಕೊಂಡು ಹಠಕ್ಕೆ ಬಿದ್ದವರಂತೆ ಜಿದ್ದಿನಲ್ಲಿ ಕೆರೆಯುತ್ತಾ ಮೈಯೆಲ್ಲಾ ಗಾಯ ಮಾಡಿಕೊಳ್ಳುತ್ತಿದ್ದರು.

'ಅವನ ಆಟ ಇಲ್ಲಿಯವರೆಗೆ ನಡೆಯಲು ಬಿಟ್ಟಿರುವೆಯಲ್ಲಾ ಮೊಹಿಯುದ್ದೀನ್ ಶೇಖೇ. ನಿಮ್ಮ ಆಟವನ್ನು ನೀವು ಯಾವಾಗ

ಶುರುಮಾಡುವುದು..' ಎಂದು ಮೂಸಕಾಕ ಕಣ್ಣೀರು ತುಂಬಿ ಮಿಠಾಯಿಪಾಪನಿಗೆ ಶಾಪ ಹಾಕುತ್ತಾ ತನ್ನ ಸಂತನನ್ನು ಬೇಡಿಕೊಳ್ಳುತ್ತಿದ್ದರು.

ಬೆಳಕಾಗುತ್ತಿರುವುದನ್ನು ಅರಿತ ಮರಿಯಮ್ಮ ಕೊಂಚಕಾಲ ಕೆರೆಯುವುದನ್ನು ನಿಲ್ಲಿಸಿ, ಮಂಚದಲ್ಲಿ ಕುಳಿತಲ್ಲಿಂದ ಎದ್ದು ಕಾಫಿ ಮಾಡಲು ಒಲೆಯ ಕಡೆ ವಾಲಾಡುತ್ತಾ ನಡೆದಳು. ಹೊರಗೆ ಪಾಡಿಯ ಅಂಗಳದಲ್ಲಿ ಬೂದಿಯಲ್ಲಿ ಮಲಗಿಕೊಂಡಿದ್ದ ಜಿಮ್ಮಿ ನಾಯಿಯೂ ಮೈ ಪಟಪಟ ಹೊಡೆದುಕೊಂಡು ಎದ್ದು ಕುಂಯ್ ಗುಟ್ಟತೊಡಗಿತು.

ಮೂಸಕಾಕನಿಗೆ ಇದ್ದಕ್ಕಿದ್ದಂತೆ ಕೇರಳದ ಮಲಪ್ಪುರಂ ಜಿಲ್ಲೆಯ ತನ್ನ ತರವಾಡು ಮನೆಯೂ, ತನ್ನ ತಂದೆ ಪೋಕರ್ ಕಾಕಾನೂ, ಹೆಂಡತಿ ಕುಂಞಿಪಾತುಮ್ಮಾಳೂ, ಒಡಹುಟ್ಟಿದ ತಮ್ಮ ತಂಗಿಯರೂ ನೆನಪಾಗಿದ್ದರು. ಕಡಲಿನಲ್ಲಿ ಹಾಯಿದೋಣಿ ಏರಿ ಅರೇಬಿಯಾದಿಂದ ಬರುವಾಗ ಎದುರಾದ ಯಕ್ಷಿಗಳನ್ನೂ, ಜಿನ್ನುಗಳನ್ನೂ ಮಂತ್ರಶಕ್ತಿಯಿಂದ ಮರಳುಗೊಳಿಸಿ ಗಾಜಿನ ಶೀಷೆಗಳಲ್ಲಿ ಹಿಡಿದು ತುಂಬಿಟ್ಟು ತಂದ ತನ್ನ ತರವಾಡಿನ ಮಂತ್ರ ತಂತ್ರಗಳು ನೆನಪಾದವು. ಈ ಅರೆ ಬರೆ ಫಕೀರನಾದ ಮಿಠಾಯಿಪಾಪನ ಆಟಗಳನ್ನು ಅಂತ್ಯಗೊಳಿಸಲು ಬೇಕಾಗಿರುವ ತಾಯಿತ ಮಂತ್ರಗಳನ್ನು ತಾನು ಅಲ್ಲೇ ಮರೆತು ಈ ಹೂವಿನಕೊಲ್ಲಿಗೆ ಓಡಿಬಂದಿರುವೆನಲ್ಲಾ ಮೊಹಿಯುದ್ದೀನ್ ಶೇಖೇ ಎಂದು ತಮ್ಮನ್ನು ತಾವೇ ಹಳಿದುಕೊಂಡರು.

ಹುಟ್ಟಿಸಿದವರು ಅಲ್ಲಿ ಇರುವರೋ ಇಲ್ಲವೋ ಎಂದು ಅರಿಯಲೂ ಹೋಗದೆ, ಈ ಕಾಫಿಕಾಡಿನಲ್ಲಿ ಗಂಬೂಟು ಏರಿಸಿಕೊಂಡು ನಡೆಯುತ್ತಿರುವ ತಮ್ಮನ್ನು ನೆನೆದುಕೊಂಡು ಅವರಿಗೆ ಸಂಕಟವೂ ಆಯಿತು. ಇನ್ನು ಇದನ್ನು ಹೀಗೇ ಬಿಟ್ಟರೆ ಆಗುವುದಿಲ್ಲ ಎಂದು ತೀರ್ಮಾನಿಸಿಕೊಂಡು ತಾವೂ ಮಂಚದಿಂದ ಎದ್ದು ಹೊರಗೆ ಬಿಸಿಲಿನಲ್ಲಿ ನಿಂತುಕೊಂಡರು. ನೋಡಿದರೆ ಆ ಬಿಸಿಲಿನಲ್ಲಿ ಮೈಯೆಲ್ಲಾ ಗುಳ್ಳೆಗಳಾಗಿರುವುದನ್ನು ಕಂಡು, ಅಳುವೇ ಬಂದು ಇದನ್ನು ಯಾರಿಗೆ ತೋರಿಸುವುದು ಎಂದು ಒಳಕ್ಕೆ ಬಂದರು. ಒಳಬಂದು ನೋಡಿದರೆ ಮರಿಯಮ್ಮ ಅಳುವನ್ನು ತುಟಿಕಚ್ಚಿ ಹಿಡಿದು ನಿಲ್ಲಿಸಿಕೊಂಡು ಕಾಫಿಯನ್ನು ಲೋಟಕ್ಕೆ ಸುರಿಯುತ್ತಿದ್ದಳು.

*** ***

ತೀರಿಹೋದ ಗಿಳಿಯ ದೇಹವನ್ನು ಮಲ್ಲಿಗೆಯ ಪೊದೆಯ ನಡುವಲ್ಲಿ ಗುಣಿ ತೋಡಿ ಸಣ್ಣನು ಮುಚ್ಚುತ್ತಿದ್ದನು. ಅವನ ಸುತ್ತಲೂ ಹಾರೂನನೂ, ಹಾಜಿರಾಳೂ, ಜೈನಬಾಳೂ ಕುಕ್ಕರಗಾಲಲ್ಲಿ ಕೂತುಕೊಂಡು ನೋಡುತ್ತಿದ್ದರು. ಅಲ್ಲೆಲ್ಲಾ ಮಲ್ಲಿಗೆಯ ಪರಿಮಳ ಹರಡಿ, ಬಿಸಿಲು ಬೆಳಗಿ, ಸಣ್ಣಗೆ ಚಳಿಯ

ಗಾಳಿಯೂ ಆಡಿ ಸಣ್ಣನು ಸಣ್ಣ ಬೆಣಚು ಕಲ್ಲೊಂದನ್ನು ಆ ಗುಣಿಯಮೇಲೆ ಗುರುತಿಗೆ ನೆಟ್ಟು ಅಲ್ಲಿಂದ ಎದ್ದನು.

ಅಷ್ಟು ಹೊತ್ತಿಗೆ ರೈಟರ ಹೆಂಡತಿ ಆಯಿಷಾ ಮಗಳು ಸಕೀನಾಳನ್ನು ತೋಳಲ್ಲಿ ಎತ್ತಿಕೊಂಡು ಹೊರಬಂದು 'ನೋಡಿ ಈ ಮಗುವಿಗೆ ಏನೋ ಆಗಿದೆ' ಎಂದು ಕೂಗಿಕೊಂಡಳು. ಹಾಜಮ್ಮ ಎತ್ತಿಕೊಂಡು ನೋಡಿದರೆ ಆ ಮಗುವಿನ ಮೈಯೆಲ್ಲಾ ಕೆಂಪಗಾಗಿ, ಅದು ಜ್ವರದಲ್ಲಿ ಉರಿಯುತ್ತಾ, ಅದರ ಮೈಯಲ್ಲಿ ಸಣ್ಣಗೆ ಗುಳ್ಳೆಗಳು ಎದ್ದಿದ್ದವು.

ಹಾಜಮ್ಮ 'ಯಾ ಪಡೆದವನೇ ಈ ಮಗುವಿಗೆ ಕೋಟಲೆ ಬಿದ್ದಿದೆ' ಎಂದು ಕೂಗಿಕೊಂಡರು. 'ಹಾಗಾದರೆ ನನಗೂ ಕೋಟಲೆ ಬಿದ್ದಿದೆ' ಎಂದು ಆಯಿಷಾಳೂ ಕೂಗಿಕೊಂಡಳು. ಅವಳ ಮೈಯೂ ಸುಡುತ್ತಾ ದೇಹದಲ್ಲೆಲ್ಲ ಸಣ್ಣಗೆ ಕೋಟಲೆ ಎದ್ದಿತ್ತು.

'ಯಾ ಪಡೆದವನೇ' ಎಂದು ಹಾಜಮ್ಮ ತಮ್ಮ ಮೈಯನ್ನೂ ನೋಡಿಕೊಂಡು 'ಇನ್ನು ನಾನು ಉಳಿಯುವುದಿಲ್ಲ' ಎಂದು ತಮ್ಮ ಮೈಯನ್ನೂ ಕೆರೆದುಕೊಳ್ಳಲು ತೊಡಗಿದರು.

ಬಂದಿದ್ದ ಕೋಟಲೆಯು ನಿಂತಿದ್ದು ಹೋಯಿತು

ಹಾಜಮ್ಮನವರು ಎಂದೂ ಇಲ್ಲದ ಸಂತೋಷದಲ್ಲಿ ಹಿತ್ತಲಿನ ಬರೆಯ ಕೆಳಗಿದ್ದ ಮದರಂಗಿ ಅರೆಯುವ ಕಲ್ಲನ್ನು ಬಿಸಿ ನೀರಲ್ಲಿ ತೊಳೆದು, ಕಲ್ಲು ತೊಳೆದ ನೀರನ್ನು ಗೆರಟೆಯಲ್ಲಿ ಮೊಗೆದು ಹೊರಗೆ ಸುರಿದು, ಬಾಂಡಲೆಯಲ್ಲಿ ನೆನೆಸಿ ಇಟ್ಟಿದ್ದ ಅಕ್ಕಿಯನ್ನು ಅದಕ್ಕೆ ಸುರಿದು, ಕಲ್ಲಿನ ಮುಂದೆ ಮಣೆ ಹಾಕಿ ಕೂತು ರಭಸದಲ್ಲಿ ಅರೆಯುತ್ತಿದ್ದರು. ಅವರ ಎದುರು ಇನ್ನೊಂದು ಮಣೆ ಹಾಕಿ ಕೂತ ಹಾಜಿರಾಳು ಅರೆಯುವ ಕಲ್ಲಿನ ಜೊತೆ ತಾನೂ ತಲೆಯನ್ನು ಓಲಾಡಿಸುತ್ತಾ, ಉಕ್ಕುವ ಹಿಟ್ಟನ್ನು ಕೈಯಿಂದ ಸವರಿ ಒಳ ಸೇರಿಸುತ್ತಾ, ಮನಸಿನಲ್ಲೇ ತಾನೂ ಒಂದು ಸಲಾತನ್ನು ಗುಣಗುಣಿಸುತ್ತಿದ್ದಳು. ಅವಳ ಕಣ್ಣಲ್ಲೂ ಇನ್ನಿಲ್ಲದ ಹಠ, ಇನ್ನಿಲ್ಲದ ಸಂತೋಷ ಸೇರಿಕೊಂಡು ಬೆಳಗಿನ ಆ ಎಳೆ ಬಿಸಿಲಿನಲ್ಲಿ ಅವಳ ಕಿವಿಗಳಲ್ಲಿ ಬೆವರ ಹನಿಗಳು ಹೊಳೆಯುತ್ತಿದ್ದವು.

ಅರೆಯುವ ಕಲ್ಲಿನ ಹಿಂದಿನ ಹೊಗೆ ಹಿಡಿದ ಗೋಡೆಯ ಮೇಲೆ ಹಾಜಮ್ಮ ಈ ಹತ್ತು ದಿನಗಳ ಕಾಲ ಹಗಲೂ ಇರುಳು ಹೇಳಿದ ಸಲಾತುಗಳ ಸಂಖ್ಯೆಯನ್ನು ತಿಳಿಸುವ ಅಕ್ಕಿ ಹಿಟ್ಟಿನ ಉಂಡೆಗಳು ಅಂಟಿಕೊಂಡಿದ್ದವು. ಹೇಳಿ ಮುಗಿಸಿದ ನೂರು ಸಲಾತುಗಳಿಗೆ ಒಂದು ಉಂಡೆಯಂತೆ ಗೋಡೆಯ ಮೇಲೆಲ್ಲಾ ಸಾಲು ಸಾಲಾಗಿ ಅಂಟಿಕೊಂಡಿದ್ದ ಆ ಗುರುತುಗಳು ಹಾಜಮ್ಮನವರು ಆ ಕೋಟಲೆಯ ದಿನಗಳಲ್ಲಿ ಹೇಳಿದ ಸಾವಿರಾರು ಸಲಾತುಗಳಿಗೆ ಸಾಕ್ಷಿ ಎಂಬಂತೆ ಹೊಗೆ ಹಿಡಿದು ಮಂಕಾಗಿ ಕಾಣಿಸುತ್ತಿದ್ದವು.

ಹತ್ತು ದಿನಗಳ ಕಾಲ ಮೈಯೆಲ್ಲಾ ಕೋಟಲೆಯ ಹುಣ್ಣುಗಳನ್ನು ಅನುಭವಿಸಿದ ಹಾರೂನನೂ, ಸಕೀನಾಳೂ, ಜೈನಬಾಳೂ ಆ ಹುಣ್ಣುಗಳೆಲ್ಲ ಒಣಗಿದ್ದರೂ ಇನ್ನೂ ಅವುಗಳು ಅಲ್ಲೇ ಇರುವವೋ ಎಂಬಂತೆ ಬೆಳ್ಳಗಿನ ವಸ್ತ್ರವನ್ನು ತೊಟ್ಟುಕೊಂಡು ಬಿಸಿಲಲ್ಲಿ ಓಡಾಡುತ್ತಿದ್ದರು. ದೂರದಲ್ಲಿ ಎಲ್ಲಿಂದಲೋ ದನಕಾಯುವ ಸಣ್ಣನು ಊದುವ ಕೊಳಲಿನ ಸದ್ದು ಗಾಳಿಯಲ್ಲಿ ತೇಲಿ ಬರುತ್ತಿತ್ತು. ತೀರಿ ಹೋದ ಜುಲೈಕಾ ಎಂಬ ಮಾತನಾಡುವ ಗಿಳಿಯಿದ್ದ ಪಂಜರದಲ್ಲಿ ಹೊಸ ಮೈನಾ ಪಕ್ಷಿಯೊಂದು ಕಿರುಚುತ್ತಿತ್ತು. ಗೋಡೆಯಲ್ಲಿ ಸುಮ್ಮನೇ ಕುಳಿತಿದ್ದ ಪರ್ಷಿಯನ್ ಬೆಕ್ಕಿನ ಚಿತ್ರ ಈ ಹೊಸ ಪಕ್ಷಿಯನ್ನೂ ಹಾಗೇ ಕಣ್ಣು ತೆರೆದು ನೋಡುತ್ತಿತ್ತು.

ರೈಟರ ಹೆಂಡತಿ ಆಯಿಷಾ ಕೋಟಲೆ ಬಿದ್ದಿದ್ದ ಮಕ್ಕಳ ಬಟ್ಟೆಯನ್ನೆಲ್ಲಾ ಬಚ್ಚಲಿನ ಹಂಡೆಯಲ್ಲಿ ಕುದಿಸಿ ಹೊರತೆಗೆದು, ಒಗೆದು, ಅಂಗಳದ ಬಿಸಿಲಿನಲ್ಲಿ ಹಿಂಡಿ, ತಂತಿಯಲ್ಲಿ ಹರವುತ್ತಿದ್ದಳು. ಬೆಳಗೆಯೇ ಎದ್ದಿದ್ದ ಉಸ್ಮಾನ್ ರೈಟರು ಆಫೀಸಿಗೆ ಹೋಗಿ ಚಕ್ರೋಲು ಮುಗಿಸಿ ತೋಟದ ಹಾಜರಿ ಪಟ್ಟಿಯಿಂದ ಕೋಟಲೆ ಬಂದು ತೀರಿಹೋದ ಸಿಲೋನ್ ಅಣ್ಣಾಚಿಯ ಹೆಸರನ್ನೂ, ಮರಿಯಮ್ಮಳ ಹೆಸರನ್ನೂ ಕೆಂಪು ಶಾಯಿಯಿಂದ ಹೊಡೆದು ಹಾಕಿದ್ದರು.

ತನ್ನ ಎರಡನೆಯ ಹೆಂಡತಿಯನ್ನೂ ಕಳೆದುಕೊಂಡ ಕೊಂಬಿನ ಮೀಸೆಯ ಮೂಸಕಾಕ ಇದಕ್ಕೆ ಏನು ಹೇಳುವುದು ಎಂದು ಅರಿವಾಗದೆ ನಿರ್ವಿಣ್ಣರಾಗಿ ರೈಟರ ಮುಂದೆ ಕೈ ಕಟ್ಟಿಕೊಂಡು ನಿಂತಿದ್ದರು. ಮೂಸಕಾಕನ ಕಣ್ಣೀರು ಕೆನ್ನೆಯ ಮೇಲೆ ಹರಿಯುತ್ತಿತ್ತು. ಆಫೀಸಿನ ಹೊರಗೆ ಟ್ರಾಕ್ಟರಿನ ಟಯರುಗಳಿಗೆ ಒರಗಿಕೊಂಡು ಕುಟ್ಟಿಕಣ್ಣನೂ ಕಣ್ಣು ಕಾಣಿಸದೆ ನಿಂತಿದ್ದನು. ತೀರಿ ಹೋದ ಮರಿಯಮ್ಮನ ಜಿಮ್ಮಿ ನಾಯಿ ಏನು ಮಾಡುವುದೆಂದು ಅರಿವಾಗದೆ, ಕುಟ್ಟಿಕಣ್ಣನ ಕಾಲ ಕೆಳಗೆ ನೆಲದಲ್ಲಿ ಹೊರಳಾಡುತ್ತಾ ತನ್ನ ಮೈಯ ಗಾಯಗಳಿಗೆ ಅಂಟಿಕೊಂಡಿದ್ದ ಕ್ರಿಮಿಕೀಟಗಳನ್ನು ನಾಶ ಮಾಡಲು ಹೆಣಗುತ್ತಿತ್ತು.

ಉಸ್ಮಾನ್ ರೈಟರು ತಲೆಯೆತ್ತಿ ಕಾವಲುಗಾರ ಮೂಸಕಾಕನ ಮುಖವನ್ನು ನೋಡಿದರು. ಮೂಸಕಾಕನ ಕಣ್ಣುಗಳಲ್ಲಿದ್ದ ಸಿಟ್ಟೂ, ಗಂಟಲಲ್ಲಿ ತುಂಬಿಕೊಂಡಿದ್ದ

ಮಾತುಗಳೂ ಸುಮ್ಮನೇ ಯಾಕೆ ಹೊರಬರುವುದು ಎಂಬ ಹಠದಲ್ಲಿ ಅಲ್ಲೇ ನಿಂತುಕೊಂಡಿದ್ದವು. ಕಣ್ಣುಗಳಲ್ಲಿ ಮಾತ್ರ ನೀರು ಹರಿಯುತ್ತಿತ್ತು.

'ಮರಿಯಮ್ಮನಿಗಾದರೆ ಕೊನೆಗಾಲದಲ್ಲಿ ನೀನಾದರೂ ಇದ್ದೆ. ಆ ಸಿಲೋನ್ ಅಣ್ಣಾಚಿಗೆ ಯಾರಿದ್ದರು ಹೇಳು?' ಉಸ್ಮಾನ್ ರೈಟರು ಸುಮ್ಮನೆ ಹೇಳಬೇಕಲ್ಲಾ ಎಂದು ಹೇಳಿದರು.

ಇದ್ದಿಲು ಸುಡುವ ಗುಡಿಸಲಿನ ಮುಂದೆ ಮೂರು ದಾರಿಗಳು ಸೇರುವ ಜಾಗದಲ್ಲಿ, ಯಾರು ಇಲ್ಲದೆ, ಮೈಯೆಲ್ಲಾ ಕೋಟಲೆ ಬಂದು ಸಿಲೋನ್ ಅಣ್ಣಾಚಿಯು ಸದ್ದಿಲ್ಲದೆ ತೀರಿಹೋಗಿದ್ದನು. ಅವನ ದೇಹವನ್ನು ಟ್ರಾಕ್ಟರಿನಲ್ಲಿ ಮಲಗಿಸಿ, ಬಿಳಿಬಟ್ಟೆ ಹೊದೆಸಿ ದೇವರ ಕಾಡಿನ ಒಂದು ಮೂಲೆಯಲ್ಲಿ ಗುಂಡಿ ತೆಗೆದು ಅದರೊಳಕ್ಕೆ ಇಳಿಸಿದ್ದರು. ಅವನನ್ನು ಗುಂಡಿಗೆ ಇಳಿಸುವಾಗ ಕುಟ್ಟಿಕಣ್ಣನು ಆಕಾಶಕ್ಕೆ ಕೈ ತೋರಿಸಿ ಪ್ರಾರ್ಥಿಸಿದ್ದನು. ಮುದಾರನೂ, ಐತಣ್ಣನೂ, ಒಬ್ಬೊಬ್ಬರಾಗಿ ಅಗೆದ ಮಣ್ಣನ್ನು ಗುಂಡಿಯೊಳಕ್ಕೆ ಜಾರಿಸಿ ಮುಚ್ಚಿ ಹಾಕಿದ್ದರು. ಉಸ್ಮಾನ್ ರೈಟರು ಅತ್ತಿಮರದ ಕೆಳಗೆ ನಿಂತುಕೊಂಡು ಸುಮ್ಮನೇ ನೋಡುತ್ತಿದ್ದರು.

ಮರಿಯಮ್ಮ ತೀರಿಹೋಗಿ ಅವರ ದೇಹವನ್ನು ಸಿದ್ದಾಪುರದ ಮೈದಾನಿಯಲ್ಲಿ ಮಣ್ಣು ಮಾಡಿ ಬಂದ ಮಾರನೆಯ ರಾತ್ರಿಯೇ ಅಣ್ಣಾಚಿಯ ಪ್ರಾಣವೂ ಹೋಗಿತ್ತು. ಅಣ್ಣಾಚಿಯನ್ನು ಮಣ್ಣು ಮಾಡುವಾಗ ಮರಿಯಮ್ಮನ ಜಿಮ್ಮಿ ನಾಯಿ ಆಕಾಶ ಹರಿದು ಹೋಗುವಂತೆ ಊಳಿಡಲು ಶುರು ಮಾಡಿತ್ತು. ಅಷ್ಟು ಹೊತ್ತಿಗೆ ಅಲ್ಲಿಗೆ ಬಂದ ಮೂಸಕಾಕ ತಾವೂ ರೈಟರ ಹಿಂದೆ ನಿಂತುಕೊಂಡು ಅಣ್ಣಾಚಿಯು ಮಣ್ಣಲ್ಲಿ ಮಣ್ಣಾಗುವುದನ್ನು ಸುಮ್ಮನೇ ನೋಡುತ್ತಿದ್ದರು.

ಹಿಂತಿರುಗಿ ನೋಡಿದ ರೈಟರಿಗೆ ಮೂಸಕಾಕನ ನೆರಳು ಕಂಡು 'ಏ, ಮೂಸಾ ಇಲ್ಲಿ ಬಾ' ಎಂದು ಕರೆದರು. 'ಮೂಸಾ ನಿನ್ನ ಹೆಂಡತಿ ಮರಿಯಮ್ಮ ತೀರಿಹೋಗಿದ್ದಕ್ಕೆ ನೀನು ಮಿಠಾಯಿಪಾಪನ ಮಾಯಮಂತ್ರವೇ ಕಾರಣ ಎಂದು ಹೇಳುತ್ತಿರುವೆಯಲ್ಲಾ. ಹಾಗಾದರೆ ಈ ಅಣ್ಣಾಚಿಯ ಸಾವಿಗೆ ಯಾರು ಕಾರಣ ಹೇಳು ನೋಡುವಾ' ಅಂದಿದ್ದರು.

ಆಮೇಲೆ 'ಇಲ್ಲಿ ಯಾವುದಕ್ಕೂ, ಏನಕ್ಕೂ ಯಾವುದೇ ಕಾರಣಗಳಿರುವುದಿಲ್ಲ. ಜೀವಗಳು ಹೋಗುತ್ತವೆ ಬರುತ್ತವೆ. ಅದಕ್ಕೆಲ್ಲಾ ಕಾರಣಗಳನ್ನು ಹುಡುಕಲು ಹೋದರೆ ಹುಚ್ಚು ಹಿಡಿಯುತ್ತದೆ' ಅಂದಿದ್ದರು.

ಆ ಮಧ್ಯಾಹ್ನದ ಹೊತ್ತಲ್ಲಿ ಮೂಸಕಾಕನಿಗೆ ಅದು ಸರಿ ಅನಿಸಿತ್ತು. ಆದರೆ ಏನು ಮಾಡಿದರೂ ಕಣ್ಣಿಂದ ಹರಿವ ನೀರನ್ನು ಮಾತ್ರ ತಡೆದು ನಿಲ್ಲಿಸಲು ಆಗುತ್ತಿರಲಿಲ್ಲ. ರೈಟರು ಹೋದಲ್ಲೆಲ್ಲ ಅವರನ್ನು ಹಿಂಬಾಲಿಸುತ್ತಾ 'ಯಾಕೋ ಎದೆಯಲ್ಲಿ ಸಂಕಟ ರೈಟರೇ, ಏನಾದರೂ ಮಾಡಿ' ಎಂದು

ಆಗಾಗ ಕೇಳಿಕೊಳ್ಳುತ್ತಿದ್ದನು. ಇವನ ಸಂಕಟಕ್ಕೆ ಏನು ಹೇಳುವುದು ಎಂದು ಗೊತ್ತಾಗದೆ ಅವರಿಗೂ ಯೋಚನೆಯಾಗುತ್ತಿತ್ತು. ನಡುನಡುವಲ್ಲಿ ತುಂಟ ಯೋಚನೆಯೊಂದು ಸುಳಿದು, 'ಇನ್ನೊಂದು ಮದುವೆಯಾಗು ಮೂಸಾ, ಮೂರನೆಯದು ಸರಿಯಾಗಬಹುದು' ಎಂದು ಹೇಳಬೇಕೆನಿಸುತ್ತಿತ್ತು. ಆದರೆ ಈ ವಿಷಮ ಹೊತ್ತಲ್ಲಿ ತನ್ನ ಹುಚ್ಚು ಆಲೋಚನೆಗಳು ಯಾರಿಗೂ ಅರ್ಥವಾಗಲಿಕ್ಕಿಲ್ಲ ಎಂದು ಸುಮ್ಮನಿದ್ದರು. ಆದರೆ ಈಗ ತನ್ನ ಮುಂದೆ ಕೈಕಟ್ಟಿಕೊಂಡು ಕಣ್ಣೀರು ಸುರಿಸಿಕೊಂಡು ನಿಂತಿರುವ ಈ ಮೂಸಕಾಕನಿಗೆ ಇದನ್ನು ಹೇಳಿದರೆ ಮಾತ್ರ ಅವನು ಸರಿಯಾಗಬಹುದು ಎನಿಸಿ ಬಾಯಿ ತೆರೆದು ಅದನ್ನೂ ಹೇಳಿದರು.

ಅವರ ಮಾತಿನಿಂದ ಕಲ್ಲಿನಂತಾದ ಮೂಸಕಾಕ, 'ಹೋಗಿ ರೈಟರೇ, ಹೀಗೆ ಹೇಳಲು ನಿಮಗೆ ಹುಚ್ಚು ಹಿಡಿದಿರಬೇಕು' ಎಂದು ತನ್ನ ತಲೆಯ ಮೇಲಿದ್ದ ಹ್ಯಾಟನ್ನು ಕೊಡವಿ ಹುಚ್ಚು ಹಿಡಿದವನಂತೆ ಅಲ್ಲಿಂದ ನಡೆದನು. ಹೊರಗಿದ್ದ ಜಿಮ್ಮಿ ನಾಯಿಯೂ ಅವನನ್ನು ಹಿಂಬಾಲಿಸಿತ್ತು.

*** ***

ಒಂದು ಗುಡಾಣದಷ್ಟು ಅಕ್ಕಿ ಹಿಟ್ಟನ್ನು ಅರೆದು ಮುಗಿಸಿದ ಹಾಜಮ್ಮನವರು ಅದನ್ನು ಬಿಸಿಮಾಡಿ, ಹಿಂಗಿಸಿ ಗಟ್ಟಿ ಮಾಡಲು ಹೇಳಿ, ಹಲಸಿನಕಾಯನ್ನು ಕತ್ತರಿಸಲು ಕೂತರು. ಹಲಸಿನಕಾಯನ್ನು ಕತ್ತರಿಸಿ ಮುಗಿಸಿ, ಸಾರುಮಾಡುವ ಬಾಳೆಕಾಯನ್ನೂ ಕತ್ತರಿಸಿ ಮುಗಿಸಿ, ಕೆಸುವಿನ ಎಲೆಗಳನ್ನೂ ಕತ್ತರಿಸಿ ಮುಗಿಸಿ, ಅವೆಲ್ಲವನ್ನೂ ಸಾರು ಮಾಡಲು ಹೇಳಿ ಇನ್ನೊಂದಿಷ್ಟು ನೆನೆಸಿದ ಅಕ್ಕಿಯನ್ನೂ, ಬೆಲ್ಲವನ್ನೂ, ಜೀರಿಗೆಯನ್ನೂ ಅರೆಯುವ ಕಲ್ಲಿಗೆ ಹಾಕಿ ಅರೆಯಲು ಕುಳಿತರು. ಹಾಜಿರಾಳಿಗೆ ತೆಂಗಿನಕಾಯಿಗಳನ್ನು ತುರಿಯಲು ಹೇಳಿ ಅದನ್ನೂ ಕಲ್ಲಿಗೆ ಹಾಕಿ ಅರೆಯಲು ತೊಡಗಿದರು. 'ಮೀನು, ಮಾಂಸಗಳನ್ನು ಹೊರತುಪಡಿಸಿ ಈ ಭೂಮಿಯಲ್ಲಿ ಏನು ಏನೆಲ್ಲಾ ತಿನ್ನಲಿಕ್ಕೆ ಇದೆಯೋ ಅದನ್ನೆಲ್ಲಾ ತಯಾರಿಸಿ, ದೊಡ್ಡದೊಂದು ಮೊರದಲ್ಲಿ ತುಂಬಿಸಿ, ಆ ಮೊರವನ್ನು ಮೂರು ದಾರಿ ಸೇರುವ ಕಡೆ ಇಟ್ಟು, ಕೋಟಲೆ ಬಂದ ಎಲ್ಲ ಮಕ್ಕಳನ್ನೂ ಆ ಮೊರದ ಮುಂದೆ ಬಿಸಿಲಿನಲ್ಲಿ ಕೂರಿಸಿ, ಅವರ ರಾಹು ಬಿಡುವವರೆಗೆ ತಿನ್ನಿಸಿ ಉಳಿದಿದ್ದನ್ನು ಏಲಕ್ಕಿ ಕೊಲ್ಲಿಯ ಹಲಸಿನ ಮರದ ಕೆಳಗಿರುವ ಗುಳಿಗನ ಕಲ್ಲಿನ ಮುಂದೆ ಇಟ್ಟರೆ ಹೂವಿನಕೊಲ್ಲಿಗೆ ಬಂದ ಕೋಟಲೆ ಶಾಂತಿಯಾಗುವುದು' ಎಂದು ಮುದಾರನ ಹೆಂಡತಿ ಕೊರಗತಿಯು ಹೇಳಿ ಹೋಗಿದ್ದಳು. ಅವಳು ಹೇಳುವುದನ್ನೆಲ್ಲ ಇತ್ತೀಚೆಗೆ ನಂಬಲು ತೊಡಗಿದ್ದ ಹಾಜಮ್ಮ ತಮ್ಮ ಮೈಯಲ್ಲಿ ಸೈತಾನನು ಹೊಕ್ಕಿರುವ ಹಾಗೆ ಉತ್ಸಾಹವನ್ನೂ, ಉಲ್ಲಾಸವನ್ನೂ ತುಂಬಿಕೊಂಡು ಬೇರೆ ಯಾರ ಮಾತನ್ನೂ ಕೇಳದೆ ರಾಹು ಬಿಡಿಸುವ ತಿಂಡಿಗಳನ್ನು ಮಾಡಲು

ಕುಳಿತಿದ್ದರು. ಮೈಯೆಲ್ಲಾ ಬೊಕ್ಕೆ ಬಂದು ಒಣಗಿದ್ದರೂ ಅದರ ಗುರುತುಗಳನ್ನು ಉಳಿಸಿಕೊಂಡಿದ್ದ ಮಕ್ಕಳೂ ಆಗಲೇ ಹಸಿವಿನಿಂದ ಕಂಗಾಲಾಗಿ ಅಡುಗೆ ಮನೆಯ ಒಳಗೂ ಹೊರಗೂ ಓಡಾಡುತ್ತಿದ್ದರು. ದನ ಕಾಯುವ ಸಣ್ಣನೂ ಆ ಪರಿಮಳಕ್ಕೆ ದನಗಳನ್ನು ಅಲ್ಲೇ ಬಿಟ್ಟು ತಾನೂ ಹಸಿವಿನಲ್ಲಿ ಕುಳಿತಿದ್ದನು.

ಅವನು ನಿನ್ನೆ ರಾತ್ರಿ ಬಿಡಾರದ ಬಚ್ಚಲ ಮನೆಯಲ್ಲಿ ಸೌದೆಯ ನಡುವೆ ಮಲಗಿಕೊಂಡಿದ್ದವನು ಸಲಾತಿನ ಸದ್ದಿಗೆ ಎಚ್ಚರಾಗಿ ಎದ್ದು ನೋಡಿದರೆ ಆಗಲೇ ಎದ್ದು ಕುಳಿತಿದ್ದ ಹಾರೂನನೂ, ಹಾಜಿರಾಳೂ ಬಿಡಾರದ ಕಿಟಕಿಗೆ ಕಣ್ಣು ತೂರಿಸಿ ಸಲಾತಿನ ಮೆರವಣಿಗೆಗೆ ಬರುವುದನ್ನೇ ಕಾಯುತ್ತಿದ್ದರು. ಅರ್ಧ ಚಂದ್ರನ ಸಣ್ಣ ಬೆಳಕಿನಲ್ಲಿ ಬಂಗಲೆಯ ದಾರಿಯ ಕಡೆಯಿಂದ ಸಲಾತಿನ ಮೆರವಣಿಗೆಯ ಸದ್ದು ಕೇಳಿಬರುತ್ತಿತ್ತು. ಯಾರೂ ಹೊರಗೆ ಹೋಗಬಾರದೆಂದು ಬಿಡಾರದ ಎಲ್ಲ ಬಾಗಿಲುಗಳನ್ನೂ ಮುಚ್ಚಿದ್ದರು. ಹೂವಿನಕೊಲ್ಲಿಗೆ ಆಗಮಿಸಿರುವ ಕೋಟಲೆಯ ಮಾರಿಯು ತೋಟದಿಂದ ಹೊರಗೆ ಹೋಗಲಿ ಎಂದು ಸಲಾತ್ ಹೇಳುತ್ತಾ ಹೆಗಲಲ್ಲಿ ಮರಣದ ಮಂಚವನ್ನು ಹೊತ್ತುಕೊಂಡು ಕೈಯಲ್ಲಿ ದೊಂದಿಗಳನ್ನು ಹಿಡಿದುಕೊಂಡು ಆ ಮೆರವಣಿಗೆಯು ಬರುತ್ತಿತ್ತು. ಆ ಮೆರವಣಿಗೆಯ ಮುಂದಿನ ಸಾಲಿನಲ್ಲಿ ಹಸಿರು ಉಡುಪು ತೊಟ್ಟುಕೊಂಡ ಮಿಠಾಯಿಪಾಪ ಇದ್ದನು. ಸೈಕಲ್ ಮಹಮ್ಮದನು ಹೆಗಲಲ್ಲಿ ಉರಿಯುವ ಗ್ಯಾಸ್ ಲೈಟೊಂದನ್ನು ಹೊತ್ತು ನಡೆಯುತ್ತಿದ್ದನು. ತೋಟದ ನಾಲ್ಕು ಆಳುಗಳು ಆ ಮರಣ ಮಂಚದ ನಾಲ್ಕು ಕಾಲುಗಳನ್ನು ಹೆಗಲಮೇಲೆ ಹೊತ್ತುಕೊಂಡು ಅವರೆಲ್ಲರೂ ಸಲಾತ್ ಹೇಳುತ್ತಾ ಆ ಮಂಜಿನಲ್ಲಿ ನಡೆದು ಬರುತ್ತಿದ್ದರು.

ಸಣ್ಣನು ಬಚ್ಚಲಿನಿಂದ ಹೊರಬಂದು ಬಿಡಾರದ ಒಳಹೊಕ್ಕು ಮುಂದಿನ ಬಾಗಿಲಿನ ಬಳಿ ಬಂದು ನೋಡಿದರೆ ಹಜಾರದ ಜಾಲರಿಯಿಂದ ಉಸ್ಮಾನ್ ರೈಟರೂ, ಅವರ ಹೆಂಡತಿಯೂ, ಸೈದಾಲಿಯೂ, ಮಕ್ಕಳೂ, ಹಾಜಮ್ಮನೂ ಮೆರವಣಿಗೆಯನ್ನು ನೋಡುತ್ತಿದ್ದರು. ಸಣ್ಣನು ಮೆಲ್ಲಗೆ ಹೋಗಿ ಹಾರೂನನ ಬಳಿ ನಿಂತುಕೊಂಡು ಅದನ್ನು ನೋಡಲು ತೊಡಗಿದ್ದನು. ಮೈನಾ ಪಕ್ಷಿಯೂ ಪಂಜರದಿಂದ ಅದನ್ನು ನೋಡುತ್ತಿತ್ತು.

'ಇನ್ನು ಹೂವಿನಕೊಲ್ಲಿಯಿಂದ ಕೋಟಲೆಯ ಮಾರಿಯು ಹೋಯಿತು. ನೀವು ಮಲಗಿ' ಎಂದು ಹಾಜಮ್ಮ ಗೊಣಗಿದರೂ ಮಕ್ಕಳು ನೋಡುತ್ತಲೇ ಇದ್ದರು. ಮೆರವಣಿಗೆಯಿಂದ ಹೊರಟ ಲೋಬಾನ, ಧೂಪ, ಅಗರಬತ್ತಿಗಳ ಪರಿಮಳವು ಅವರ ಮೂಗುಗಳನ್ನು ಸೇರುತ್ತಿತ್ತು.

'ಮಕ್ಕಳೇ ಮಲಗಿ. ಬೆಳಗೆ ಯಾರಿಗೂ ತಿನ್ನಲು ಏನೂ ಇರುವುದಿಲ್ಲ. ಎಲ್ಲರೂ ಸ್ನಾನ ಮಾಡಿ, ನಡು ಮಧ್ಯಾಹ್ನ ಮೊರದಲ್ಲಿ ಹಾಕಿಕೊಂಡು ರಾಹು ಬಿಡುವಷ್ಟು ತಿನ್ನಬೇಕು' ಎಂದು ಹಾಜಮ್ಮ ರಾತ್ರಿಯಿಡಿ ಬೆದರಿಸುತ್ತಲೇ ಇದ್ದರು.

'ಬಭಾನಂದಾ, ಮಮಾ, ಮಾಮಾ, ಲತೀಫ್'

ಗಾಳಿಯಲ್ಲೆಲ್ಲ ಸಣ್ಣಗೆ ನೀರು ತುಂಬಿಕೊಂಡಂತೆ ತಣ್ಣನೆಯ ತೇವ ಉಸಿರೊಳಗೆ ಹೊಕ್ಕು ಹೊರಬರುತ್ತಿತ್ತು. ಮೈಯ ಮೇಲೆ ಬೀಳುವ ಎಳೆ ಬಿಸಿಲು ಆ ಚಳಿಯಲ್ಲಿ ಇರಲಾರದೆ ನಾಚಿ ಮುದುಡಿಕೊಂಡು ಅಲ್ಲಿ ಇಲ್ಲಿ ಸುತ್ತಿ ಸುಳಿದಾಡುತ್ತಿತ್ತು. ಮರಿಯಮ್ಮ ಕೋಟಲೆಗೆ ಸಿಕ್ಕಿ ತೀರಿಕೊಂಡ ಮೇಲೆ ಹಾಲು ಕುಡಿಯುವ ಮಕ್ಕಳನ್ನು ನೋಡಿಕೊಳ್ಳುವ ಕೆಲಸ ಕಥೆ ಹೇಳುವ ಪಾತುಮ್ಮಳಿಗೆ ದೊರಕಿತ್ತು. ಏನು ಮಾಡಿದರೂ ಅಳು ನಿಲ್ಲಿಸದ ಈ ಮಕ್ಕಳನ್ನು ತಟ್ಟಿ, ತಡವಿ, ಗಾಳಿಯಲ್ಲಿ ತೂಗಾಡಿಸಿ, ಹಾಡು ಹೇಳಿ, ಬೈದು ಸುಸ್ತಾದ ಪಾತುಮ್ಮ, 'ಈ ರಾಕ್ಷಸ ಮಕ್ಕಳನ್ನು ಆ ಮರಿಯಮ್ಮ ಹೇಗೆ ಸದ್ದಿಲ್ಲದ ಹಾಗೆ ಮಲಗಿಸುತ್ತಿದ್ದಳೋ

ಪಡೆದವನೇ' ಎಂದು ಏದುಸಿರು ಬಿಡುತ್ತಾ ಗಾಬರಿಯಲ್ಲಿ ಸುತ್ತಮುತ್ತ ನೋಡುತ್ತಿದ್ದಳು. ಬಾಗಿಲ ಸಂದಿಯಿಂದ ಅವಳ ಮುಖಕ್ಕೆ ಬೀಳುತ್ತಿದ್ದ ಬಿಸಿಲು ಆ ಚಳಿಯಲ್ಲಿ ಅಳುತ್ತಿದ್ದ ಕಂದಮ್ಮಗಳ ಮುಖಕ್ಕೂ ಒಂದಿಷ್ಟು ಬಿದ್ದು ಹೊಳೆಯುತ್ತಿತ್ತು. ಮಕ್ಕಳನ್ನು ಮಲಗಿಸುವ ಬಿಡಾರದ ಆ ಕೋಣೆಯ ಮುಂದೆ ಮೈಯೆಲ್ಲಾ ಮಣ್ಣು ಎರಚಿಕೊಂಡು ತನ್ನ ಗಾಯಗಳೊಡನೆ ಆಡುತ್ತಿದ್ದ ಜಿಮ್ಮಿ ನಾಯಿಯು ಮಕ್ಕಳ ಅಳುವಿಗೆ ತಾನೂ ತಲೆಯಾಡಿಸುತ್ತಾ ಸುತ್ತಮುತ್ತ ನೋಡುತ್ತಿತ್ತು.

ಆ ಗಾಳಿಯ ತೇವದಲ್ಲಿ ಕಾಫಿ ಗಿಡಗಳಿಗೆ ಸಿಂಪಡಿಸುತ್ತಿದ್ದ ಮೈಲುತುತ್ತದ ಪರಿಮಳ ಜಿಮ್ಮಿಯ ಮೂಗಿಗೂ ಆಗಾಗ ಹೊಕ್ಕು, ಅದು ಕಿವಿ ನಿಮಿರಿಸಿ, ಆ ವಾಸನೆ ಬರುವತ್ತ ಮೂಗು ಅರಳಿಸಿ ಮತ್ತೆ ತನ್ನ ಗಾಯಗಳೊಡನೆ ಆಟವನ್ನು ಮುಂದುವರಿಸುತ್ತಿತ್ತು. ಕೆಳಗಿನ ಪಾಡಿಯ ಕುಡಿಯುವ ನೀರಿನ ಟ್ಯಾಂಕಿನ ಕೆಳಗೆ ಮೈಲು ತುತ್ತದ ಹಂಡೆಗೆ ನೀರು ಸುಣ್ಣ ಬೆರೆಸಿ ಕರಗಿಸಿ, ಆ ನೀರಿಗೆ ಪಂಪಿನ ಪೈಪನ್ನು ಇಳಿಸಿ, ಜೀಕುತ್ತಾ ಪಂಪು ಹೊಡೆಯುತ್ತಿದ್ದ ಸೈಕಲ್ ಮಹಮ್ಮದನು ಮೈಲುತುತ್ತದ ಪರಿಮಳಕ್ಕೆ ತಾನೂ ಆಗಾಗ ಮೂಗು ಅರಳಿಸಿ ನೋಡುತ್ತಿದ್ದನು. ದೂರದಲ್ಲಿ ಚಾಮುಂಡಿ ಬಾಣೆಯಲ್ಲಿ ಆ ಪೈಪಿನಿಂದ ಬರುವ ಔಷಧಿಯನ್ನು ಕಾಫಿ ಗಿಡಗಳಿಗೆ ಸಿಂಪಡಿಸುತ್ತಿರುವ ಹೆಣ್ಣು ಆಳುಗಳ ಕೇಕೆ ಕೇಳಿ ಬರುತ್ತಿತ್ತು. ಖಾನ್ ಸಾಹುಕಾರರೂ, ಉಸ್ಮಾನ್ ರೈಟರೂ, ತೋಟದೊಳಗೆ ಅಲ್ಲಿ ಇಲ್ಲಿ ಓಡಾಡುತ್ತಾ ಎಲ್ಲ ಗಿಡಗಳ ಮೇಲೂ ಔಷಧಿ ಸರಿಯಾಗಿ ಸಿಂಪರಣೆಯಾಗುತ್ತಿದೆಯೋ ಎಂದು ಪರಿಶೀಲಿಸುತ್ತಿದ್ದರು. ಮೈಲುತುತ್ತದ ಪೈಪು ಹಾದು ಹೋದ ದಾರಿಯಲ್ಲಿ ಅಲ್ಲಲ್ಲಿ ಪೈಪುಗಳಲ್ಲಿ ಸಣ್ಣ ತೂತುಗಳಾಗಿ ಆ ತೂತಗಳಿಂದ ಚಿಮ್ಮುತ್ತಿರುವ ನೀಲ ಕಾರಂಜಿಗಳು ತಾವೂ ಆ ಬಿಸಿಲಿನಲ್ಲಿ ಹೊಳೆಯುತ್ತಿದ್ದವು.

ಮೀನು ಮಾರುವ ಹೈದರಾಲಿಯು ಔಷಧಿ ಹೊಡೆಯುವ ಈ ದಿನಗಳಲ್ಲಿ ಮೀನು ಮಾರುವುದನ್ನು ಬಿಟ್ಟು ತನ್ನ ಸೈಕಲ್ಲಿಗೆ ಚಹಾದ ಕ್ಯಾನನ್ನೂ, ತಿಂಡಿಗಳ ಪೊಟ್ಟಣವನ್ನು ನೇತಾಡಿಸಿಕೊಂಡು, ಬೆಲ್ಲು ಹೊಡೆಯುತ್ತಾ, ಸೈಕಲ್ಲನ್ನು ಅಲ್ಲಲ್ಲಿ ನಿಲ್ಲಿಸಿಕೊಂಡು ತೋಟದೊಳಗೆ ಶಾಂತಿ, ಸೇವಂತಿಯರನ್ನು ಹುಡುಕುತ್ತಿದ್ದನು. ಶಾಂತಿ, ಸೇವಂತಿಯರು ಇವನ ಕಣ್ಣಿಗೆ ಬೀಳಬಾರದೆಂದು ಕಾಫಿಯ ಕೊಂಬೆಗಳ ಮರೆಯಲ್ಲಿ ತಲೆ ಮರೆಸಿಕೊಳ್ಳುತ್ತ ಆಗಾಗ ಕದ್ದು ನೋಡುತ್ತಾ ಮನಸಲ್ಲೇ ಕಿಸಕ್ಕೆಂದು ನಗುತ್ತ ಔಷಧಿ ಸಿಂಪಡಿಸುತ್ತಿದ್ದರು. ಮೈಲುತುತ್ತದ ವಾಸನೆಗೆ ಸಿಲುಕಿದ ಹಾತೆಗಳೂ, ಚಿಟ್ಟೆಗಳೂ, ಸಣ್ಣಪುಟ್ಟ ಪಕ್ಷಿಗಳೂ ಅಮಲೇರಿದಂತೆ ಅವರೆಲ್ಲರ ತಲೆಯ ಮೇಲೆ ತೂರಾಡಿಕೊಂಡು ಹಾರುತ್ತಿದ್ದವು.

*** ***

ಕೋಟಲೆಗೆ ಸಿಲುಕಿ ತೀರಿಹೋಗಿದ್ದ ಸಿಲೋನ್ ಅಣ್ಣಾಚಿಯ ಇದ್ದಿಲು ಸುಡುವ ಗುಡಿಸಲು ಆ ಎಳೆ ಬಿಸಿಲಲ್ಲಿ ಇನ್ನೂ ಉಳಿದುಕೊಂಡಿದ್ದ ಮಂಜಿನ ತುಣುಕೊಂದನ್ನು ತನ್ನ ಮುಂದೆ ನಿಲ್ಲಿಸಿಕೊಂಡು ಕೂತಿತ್ತು. ಸಿಲೋನ್ ಅಣ್ಣಾಚಿಯ ಆ ಗುಡಿಸಲೊಳಗೆ ತಾನು ತಂದಿದ್ದ ಜೇನು ಪೆಟ್ಟಿಗೆಗಳನ್ನು ಪೇರಿಸಿಕೊಂಡು, ಅವುಗಳನ್ನು ಹೂವಿನಕೊಲ್ಲಿಯೊಳಗೆ ಎಲ್ಲಿ ಹೇಗೆ ಇಡುವುದು ಎಂದು ಮನಸಿನಲ್ಲೇ ಲೆಕ್ಕಾಚಾರ ಹಾಕುತ್ತಾ ಅಸ್ಸಾಮಿನಿಂದ ಬಂದಿದ್ದ ದಾಸ ಎನ್ನುವವನು ಕೂತಿದ್ದನು.

ತನ್ನ ಜೇನು ಪೆಟ್ಟಿಗೆಗಳನ್ನು ಎತ್ತಿಕೊಂಡು ಮೂರು ದಿನಗಳ ಹಿಂದೆ ಹೂವಿನಕೊಲ್ಲಿಗೆ ಬಂದಿದ್ದ ದಾಸನು ಕುಳ್ಳಗೂ, ಬೆಳ್ಳಗೂ ಇದ್ದನು. ನೋಡಲು ತುಂಟನಂತೆ ಕಾಣುತ್ತಿದ್ದ ಆತನ ಕೈಕಾಲುಗಳೂ ಕುಳ್ಳಗಿದ್ದವು. ನೋಡಲು ಅಚ್ಚುಕಟ್ಟಾಗಿದ್ದ ಆತನು ಮೂರು ದಿನಗಳಿಂದ ಅದೇ ಅಂಗಿ ಪ್ಯಾಂಟುಗಳನ್ನು ಹಾಕಿದ್ದನು. ಹಸಿವಿನಿಂದಲೂ, ಚಿಂತೆಯಿಂದಲೂ ನಿದ್ದೆ ಬಾರದೆ ಕಂಗಾಲಾಗಿದ್ದ ಅವನ ಕಣ್ಣುಗಳಲ್ಲಿ ಯಾರಾದರೂ ತನಗೆ ಜೇನು ರಾಣಿಗಳನ್ನೂ, ಜೇನು ಕುಟುಂಬಗಳನ್ನೂ ಹುಡುಕಿ ಕೊಡಬಾರದೇ ಎಂಬ ದೂರದ ಆಸೆಯು ಸುಳಿದಾಡುತ್ತಿತ್ತು. ಅವನು ಇದನ್ನು ಯಾವ ಭಾಷೆಯಲ್ಲಿ ಇವರಿಗೆ ಹೇಳುವುದು ಎಂದು ಗೊತ್ತಾಗದೆ, ಬಂದ ಬಂದವರಿಗೆಲ್ಲ ಬಿಳಿ ಹಾಳೆಯೊಂದರಲ್ಲಿ ಜೇನು ಹುಳುಗಳ ಚಿತ್ರ ಬಿಡಿಸಿ ತೋರಿಸಿ, ಇಂಗ್ಲಿಷಿನಲ್ಲೂ ಬರೆದು ತೋರಿಸಿ ಹೆಣಗಾಡುತ್ತಿದ್ದನು. ಅವನು ಬಿಡಿಸಿದ ಚಿತ್ರಗಳನ್ನು ನೋಡಿದ ಹಾರೂನನು ದನ ಕಾಯುವ ಮುದಾರನಿಗೂ, ಸಣ್ಣನಿಗೂ ಅದನ್ನು ವಿವರಿಸಿ ಹೇಳಿ ಅವರು ಇನ್ನು ಎರಡು ದಿನಗಳಲ್ಲಿ ಜೇನು ಕುಟುಂಬಗಳನ್ನು ಹುಡುಕಿ ತರುವುದಾಗಿ ಹೂವಿನಕೊಲ್ಲಿಯೊಳಗೆ ಜೇನು ಹುಳುಗಳ ಸಂಚಾರವನ್ನು ಗಮನಿಸುತ್ತಾ ಓಡಾಡುತ್ತಿದ್ದರು. ಮೈಲುತುತ್ತದ ಔಷಧಿಯ ಪರಿಮಳದಿಂದ ದಾರಿ ಗೊತ್ತಾಗದೆ ಓಡಾಡುತ್ತಿದ್ದ ಜೇನು ಹುಳಗಳೂ ತಮ್ಮ ಗೂಡು ಗೊತ್ತಾಗದೆ ಪರದಾಡುತ್ತಿದ್ದವು. ಬೆಳಗಿನ ಚಕ್ರೋಲು ಮುಗಿಸಿದ ಉಸ್ಮಾನ್ ರೈಟರು ತೋಟದ ಎಲ್ಲ ಆಳುಗಳಿಗೆ ಜೇನು ಗೂಡುಗಳು ಕಂಡರೆ ದಾಸನಿಗೆ ತೋರಿಸಬೇಕೆಂದು ಹೇಳಿದ್ದರು.

ರೈಟರ ತಾಯಿ ಹಾಜಮ್ಮ ಅಸ್ಸಾಮಿನ ಈ ದಾಸನಿಗೆ ದಿನಕ್ಕೆ ಎರಡು ಹೊತ್ತು ತಿನ್ನಲು ಏನನ್ನಾದರೂ ಕಳುಹಿಸುತ್ತಿದ್ದರು. ಹಾರೂನನೂ, ಹಾಜಿರಾಳೂ ತಟ್ಟೆಯಲ್ಲಿ ಅನ್ನವನ್ನೂ, ಸಾರನ್ನೂ ಬೀಳದ ಹಾಗೆ ಎತ್ತಿಕೊಂಡು ಬಂದು ದಾಸನ ಮುಂದೆ ಇಡುತ್ತಿದ್ದರು. ಹಸಿವಿನಿಂದ ಯಾವಾಗಲೂ ಕಂಗಾಲಾಗಿರುತ್ತಿದ್ದ ದಾಸನು ತನ್ನ ಶರ್ಟಿನ ಜೇಬಿನಿಂದ ಸಣ್ಣ ಪುಸ್ತಕವೊಂದನ್ನು ಹೊರ ತೆಗೆದು ಅದರೊಳಗಿದ್ದ ತನ್ನ ಹೆಂಡತಿ ಮಕ್ಕಳು, ತಂದೆ ತಾಯಿ,

ತಮ್ಮ ತಂಗಿಯರ ಚಿತ್ರಗಳನ್ನು ತೆಗೆದು ತೋರಿಸಿದ್ದನು. ಆ ಫೋಟೋವನ್ನು ತೆಗೆದುಕೊಂಡ ಹಾರೂನನು ಅದನ್ನು ಬಿಡಾರಕ್ಕೆ ತಂದು ಹಾಜಮ್ಮನಿಗೂ, ತಾಯಿ ಆಯಿಷಾಳಿಗೂ ತೋರಿಸಿದ್ದನು.

'ಯಾ ಪಡೆದವನೇ ಈ ಭೂಲೋಕದಲ್ಲಿ ಹೊಟ್ಟೆ ತುಂಬಿಸಿಕೊಳ್ಳಲು ಜನರು ಎಲ್ಲಿಂದ ಎಲ್ಲಿಯವರೆಗೆ ಹೋಗಬೇಕಾಗುತ್ತದಲ್ಲಾ, ನಿನ್ನನ್ನು ನಂಬಿ' ಎಂದು ಹಾಜಮ್ಮ ಅಚ್ಚರಿಯನ್ನು ತೋರಿಸಿದ್ದರು.

ಇನ್ನೂ ಜೇನು ಹುಳಗಳು ಸಿಗದೆ ಕಂಗಾಲಾಗಿದ್ದ ದಾಸನು ಆಗಾಗ ರೈಟರ ಬಿಡಾರಕ್ಕೂ ಬಂದು ಅಂಗಳದಲ್ಲಿ ಸುಮ್ಮನೆ ಕೂರುತ್ತಿದ್ದನು. ತನ್ನ ಜೇಬಿನೊಳಗಿಂದ ನಾಣ್ಯಗಳನ್ನು ಹೊರ ತೆಗೆದು, ಅಂಗೈಯೊಳಗಿಟ್ಟು ಮುಚ್ಚಿ, ಆಮೇಲೆ ಅಂಗೈ ತೆರೆದು ಅವುಗಳನ್ನು ಮಾಯಮಾಡಿ, ಆಮೇಲೆ ಪುನಃ ಅಂಗೈ ತೆರೆದು ಅವುಗಳನ್ನು ತೋರಿಸಿ ಮ್ಯಾಜಿಕ್ ಮಾಡುತ್ತಿದ್ದನು. ಅವನ ಮ್ಯಾಜಿಕ್ಕಿಗೆ ಮರುಳಾದ ಹಾರೂನನೂ, ಹಾಜಿರಾಳೂ ತಾವೂ ಹಾಗೇ ಮಾಡಲು ಹೋಗಿ ಆಗದೆ ನಾಚಿಕೊಂಡು ನಾಣ್ಯಗಳನ್ನು ಅವನಿಗೆ ತಿರುಗಿಸಿಕೊಡುತ್ತಿದ್ದರು. ದಾಸನು ಮರದ ಎರಡು ಒಣ ಕಡ್ಡಿಗಳನ್ನು ಒಂದಕ್ಕೊಂದು ತಿಕ್ಕಿ ಬೆಂಕಿ ಬರಿಸಿ ತೋರಿಸುತ್ತಿದ್ದನು. ಅವನಿಂದ ಬೆಂಕಿ ಮಾಡುವುದನ್ನು ಕಲಿತುಕೊಂಡ ಸಣ್ಣನು ತಾನೂ ಬೆಂಕಿ ಮಾಡಿ ಅದರಲ್ಲೇ ಬೀಡಿಯನ್ನು ಹೊತ್ತಿಸಿ ಅವರ ಮುಂದೆಯೇ ಸೇದುತ್ತಿದ್ದನು. ಆಗಾಗ ದಾಸನೂ, ಸಣ್ಣನೂ ಹೂವಿನಕೊಲ್ಲಿಯೊಳಗೆ ಹೊಕ್ಕು ಚೋರೆ ಹಕ್ಕಿಗಳನ್ನು ಹಿಡಿದು ಬೆಂಕಿಯಲ್ಲಿ ಬೇಯಿಸಿ ತಿಂದು ಬರುತ್ತಿದ್ದರು.

ಒಂದು ದಿನ ಸಣ್ಣನೂ, ದಾಸನೂ ತೊಡಮೆ ಜೇನಿನ ಕುಟುಂಬವೊಂದನ್ನು ಮರದ ಪೊಟರೆಯೊಳಗಿಂದ ಹಿಡಿದು ತಂದು, ಗೂಡಿನೊಳಗೆ ಕೂರಿಸಿ ಆ ಗೂಡನ್ನು ರೈಟರ ಬಿಡಾರದ ಪೇರಲೆಯ ಮರಗಳ ಕೆಳಗೆ ಕೂರಿಸಿದರು. ಅವರಿಬ್ಬರೂ ಹಾಗೆಯೇ ಹಲವು ಜೇನು ಕುಟುಂಬಗಳನ್ನು ಹಿಡಿದು ತಂದು ತೋಟದ ನಾನಾ ಮೂಲೆಗಳಲ್ಲಿ ಅವುಗಳನ್ನು ನಿಲ್ಲಿಸಿದರು. ಒಂದು ದಿನ ಹಾರೂನನೂ, ಹಾಜಿರಾಳೂ ನೋಡು ನೋಡುತ್ತಿದ್ದಂತೆ ತನ್ನ ಮುಖದ ತುಂಬಾ ಜೇನು ಹುಳುಗಳನ್ನು ಕೂರಿಸಿಕೊಂಡ ದಾಸನು ಆ ಹುಳಗಳ ನಡುವಿಂದ ಕಣ್ಣು ಬಿಟ್ಟು ಪಿಳಿಪಿಳಿ ನೋಡುತ್ತಾ ಅವರನ್ನು ನಗಿಸಿದನು. ಆಮೇಲೆ ಹಾರೂನನೂ ಹಾಜಿರಾಳೂ ಸೇರಿಕೊಂಡು ಆತನಿಗೆ ಕನ್ನಡದ ಒಂದೊಂದೇ ಅಕ್ಷರಗಳನ್ನು ಕಲಿಸತೊಡಗಿದರು. ಆತನು ಮಲಯಾಳದ ಮಾತುಗಳನ್ನೂ ಕಲಿತು ಹಾಜಮ್ಮಳನ್ನು 'ಉಮ್ಮಾ' ಎಂದು, ಆಯಿಷಾಳನ್ನು 'ಇಂಜ' ಎಂದು ಕರೆಯಲು ತೊಡಗಿದನು. ಇದನ್ನೆಲ್ಲಾ ನೋಡುತ್ತಿದ್ದ ಹಾಜಮ್ಮ ಒಂದು ದಿನ ಸಂಜೆ ಹಾಜಿರಾಳನ್ನು ಕರೆದು 'ದಾಸನ ಮೈ ತಾಗುವ ಹಾಗೆ ಹತ್ತಿರ ನಿಲ್ಲಬೇಡ, ನೀನು ಹೆಂಗಸಾಗಿರುವುದನ್ನು ಮರೆಯಬೇಡ' ಎಂದು ಹೇಳಿದರು. ಅದನ್ನು

ಕೇಳಿಸಿಕೊಂಡ ಹಾಜಿರಾಳು ಆ ದಿನದಿಂದ ಕೊಂಚ ದೂರ ದೂರದಿಂದಲೇ ದಾಸನನ್ನು ನೋಡುತ್ತಿದ್ದಳು.

ಆದರೆ ಈಗ ಎಲ್ಲ ಗೂಡುಗಳಲ್ಲೂ ಜೇನು ಸಂಸಾರಗಳು ತುಂಬಿಕೊಂಡು, ಆ ಜೇನುಗಳಿಗೆ ಮಕರಂದ ಸಾಕಾಗದೆ ದಾಸನು ನೀರಿಗೆ ಸಕ್ಕರೆ ಕಲಸಿ, ಪಾನಕ ಮಾಡಿ ಗೂಡುಗಳ ಮುಂದೆ ಇಡುತ್ತಾ, ಗೂಡುಗಳಿಗೆ ಇರುವೆ ಹತ್ತದ ಹಾಗೆ ಅವುಗಳ ಕಾಲಕೆಳಗಿನ ಪಾತ್ರೆಗಳಿಗೆ ನೀರು ತುಂಬಿಸುತ್ತಾ ಸಮಯ ಸಾಕಾಗದೆ ಓಡಾಡುತ್ತಿದ್ದನು. ಉಳಿದ ಸಮಯದಲ್ಲಿ ತನ್ನ ಗುಡಿಸಲಿನಲ್ಲಿ ಗಂಭೀರವಾಗಿ ಕುಳಿತುಕೊಂಡು ಹಳೆಯ ಪುಸ್ತಕಗಳನ್ನೂ, ಪತ್ರಿಕೆಗಳನ್ನೂ ಓದಿ ಹಾರೂನನಿಗೆ ಇಂಗ್ಲೀಷಿನಲ್ಲಿ ಕಥೆಗಳನ್ನು ಹೇಳುತ್ತಿದ್ದನು. ಉಳಿದ ಸಮಯದಲ್ಲಿ ಜೇನು ಪೆಟ್ಟಿಗೆಗಳ ಲೆಕ್ಕಾಚಾರವನ್ನು ಬರೆದು ಪ್ರತಿ ಶನಿವಾರ ಸಿದ್ದಾಪುರ ಪೇಟೆಗೆ ಹೋಗಿ ಅದನ್ನು ಅಂಚೆಗೆ ಹಾಕಿ ಬರುತ್ತಿದ್ದನು.

ಅವನಿಗೂ ಶನಿವಾರಗಳಂದು ಒಂದಲ್ಲ ಒಂದು ಪತ್ರವು ಅಸ್ಸಾಮಿನಿಂದ ಬರುತ್ತಿತ್ತು. ಒಂದು ಸಲ ಪತ್ರ ಬಂದಾಗ ಅವನು ಅಳುತ್ತಾ ಓದಿದನು. ಅದರಲ್ಲಿ ಅವನ ಸಣ್ಣ ಮಗುವಿಗೆ ತೀರಾ ಜ್ವರ ಬಂದಿದೆಯೆಂದೂ, ದಾಸನು ಹೋಗದಿದ್ದರೆ ಆ ಮಗುವು ತೀರಿಯೇ ಹೋಗುವುದೆಂದೂ ಅವನ ಹೆಂಡತಿಯು ಬರೆದಿದ್ದಳು. ಈ ಜೇನು ಪೆಟ್ಟಿಗೆಗಳನ್ನು ಬಿಟ್ಟು ತನಗೆ ಹೋಗಲಾಗುವುದಿಲ್ಲವೆಂದು ದಾಸನು ಇಂಗ್ಲೀಷಿನಲ್ಲಿ ಹೇಳುತ್ತಾ ಅತ್ತಿದ್ದನು. ಅದನ್ನು ಹಾರೂನನು ಹಾಜಿರಾಳಿಗೆ ಹೇಳಿದನು. ಅದನ್ನು ಕೇಳಿಸಿಕೊಂಡ ಹಾಜಿರಾಳು ಯಾಕೆಂದು ಗೊತ್ತಾಗದೆ ತಾನೂ ತುಂಬಾ ಹೊತ್ತು ಮೌನವಾಗಿ ಕಣ್ಣೀರು ಹಾಕಿದ್ದಳು.

*** ***

ಮೈಲುತುತ್ತಿನ ಹಂಡೆಗೆ ಇನ್ನಷ್ಟು ನೀರನ್ನೂ, ಸುಣ್ಣವನ್ನೂ ಬೆರೆಸಿ, ಅದರೊಳಗೆ ಕೋಲು ಹಾಕಿ ತಿರುಗಿಸಿ, ಮುಖವೆಲ್ಲಾ ಹಬೆ ಮಾಡಿಕೊಂಡು ಪಂಪು ಹೊಡೆಯುತ್ತಿದ್ದ ಸೈಕಲ್ ಮಹಮ್ಮದನು ತಲೆಯೆತ್ತಿ ನೋಡಿದರೆ ದೂರದಲ್ಲಿ ಮಿಠಾಯಿಪಾಪ ನಗುತ್ತಾ ನಡೆದು ಬರುತ್ತಿದ್ದನು. ಮಿಠಾಯಿಪಾಪನ ಹಿಂದಿನಿಂದ ಇದುವರೆಗೂ ಯಾರೂ ನೋಡಿರದ ಭಿಕ್ಷುಕನೊಬ್ಬನು ತಾನೂ ಹೆಗಲಿಗೆ ಒಂದು ಜೋಳಿಗೆ ತೂಗಿಸಿಕೊಂಡು ಕೊಂಚ ಕುಂಟುತ್ತಾ ನಡೆದು ಬರುತ್ತಿದ್ದನು. ಇದುವರೆಗೆ ಯಾರೂ ನೋಡಿರದ ಆ ಭಿಕ್ಷುಕನು ತನ್ನ ಒಂದು ಕಾಲಿಗೆ ಬಂದಿರುವ ಆನೆಕಾಲು ಕಾಯಿಲೆಯಿಂದಾಗಿ ಕೊಂಚ ಕುಂಟುತ್ತಿದ್ದನು. ಆತನ ಹೆಗಲಲ್ಲಿ ತೂಗುತ್ತಿದ್ದ ಜೋಳಿಗೆಯೊಳಗಿಂದ ಶಹನಾಯಿಯೊಂದು ಹೊಳೆಯುತ್ತಿತ್ತು. ಆತನು ಹತ್ತಿರವಾಗುತ್ತಿದ್ದಂತೆ ಜೋಳಿಗೆಯೊಳಗಿಂದ ಆ ಶಹನಾಯಿಯನ್ನು ಎತ್ತಿಕೊಂಡು, ಅದರ ನಳಿಕೆಯನ್ನು ಬಿಚ್ಚಿ ತೆಗೆದು ತನ್ನ

ಅಂಗಿಯ ತುದಿಯಿಂದ ಅದನ್ನು ಉಜ್ಜಿ ಶುಚಿಗೊಳಿಸಿ. ಮತ್ತೆ ಜೋಡಿಸಿ 'ಬಭಾನಂದಾ, ಮಮಾ, ಮಾಮಾ, ಲತೀಫ್' ಎಂದು ಜೋರಾಗಿ ನಾಲ್ಕು ದಿಕ್ಕಿಗೂ ಕೇಳಿಸುವಂತೆ ಕೂಗು ಹಾಕಿದನು. ಅವನ ಕೂಗಿಗೆ ಸರಿಯಾಗಿ ಮಿಠಾಯಿಪಾಪನೂ ನಾಲ್ಕು ಹೆಜ್ಜೆ ಕುಣಿದು ನೃತ್ಯ ಮಾಡಿದನು. ಆ ನಂತರ ಆ ಭಿಕ್ಷುಕನು ತನ್ನ ಶಹನಾಯಿಯನ್ನು ತುಟಿಗಿಟ್ಟುಕೊಂಡು ನುಡಿಸಲು ತೊಡಗಿದನು. ಅವನು ನುಡಿಸುತ್ತಿದ್ದಂತೆ ಆ ಶಹನಾಯಿಯ ಸದ್ದು ಅಲ್ಲೆಲ್ಲ ತುಂಬಿಕೊಂಡು ಮಲಗಿದ್ದ ಜಿಮ್ಮಿಯು ಮೈ ಜಾಡಿಸಿ ಎದ್ದು ಬೊಗಳಿ ತೋಟದೊಳಕ್ಕೆ ಓಡಿ ಹೋಯಿತು. ಹಾಲು ಕುಡಿಯುವ ಮಕ್ಕಳಿಗೆ ಮಧ್ಯಾಹ್ನದ ಹಾಲು ಉಣಿಸಲು ಬಂದಿದ್ದ ತೋಟದ ಹೆಣ್ಣಾಳುಗಳು ಸೆರಗು ಸರಿಮಾಡಿಕೊಂಡು ಎದ್ದು ನಿಂತರು. ಕಥೆ ಹೇಳುವ ಪಾತುಮ್ಮ ತಾನೂ ಎದ್ದು ಹೊರಗೆ ಬಂದಳು. ನೋಡಿದರೆ ಆ ಭಿಕ್ಷುಕನ ಶಹನಾಯಿಯ ಸದ್ದು ಹತ್ತಿರವಾಗುತ್ತಿತ್ತು. ಜೊತೆಗೆ ಮಿಠಾಯಿಪಾಪನೂ ಹತ್ತಿರ ಹತ್ತಿರ ಬರುತ್ತಿದ್ದನು. ಅವರಿಬ್ಬರ ಹಿಂದೆ ಮೂಸಕಾಕನೂ ಹೆಜ್ಜೆ ಹಾಕುತ್ತಾ ಬರುತ್ತಿದ್ದರು. ಹೆದರಿ ಓಡಿಹೋಗಿದ್ದ ಜಿಮ್ಮಿ ನಾಯಿಯು ಮೂಸಕಾಕನ ಹಿಂದಿನಿಂದ ಧೈರ್ಯ ತಂದುಕೊಂಡು ನಡೆದು ಬರುತ್ತಿತ್ತು.

'ಯಾರೂ ಹೆದರುವುದೂ, ಓಡುವುದೂ ಮಾಡಬೇಕಾಗಿಲ್ಲ. ಈ ಭಿಕ್ಷುಕನೂ ನನ್ನ ಹಾಗೆಯೇ ಒಬ್ಬ ಫಕೀರನು, ನನ್ನ ಹಾಗೆಯೇ ಇಲ್ಲಿಗೆ ಬಂದಿರುವನು' ಎನ್ನುತ್ತಾ ಮಿಠಾಯಿಪಾಪ ಮಕ್ಕಳನ್ನು ಆಡಿಸುವ ಬಿಡಾರದ ಆ ಕೋಣೆಯೊಳಗೆ ಹೊಕ್ಕನು. ಅವನ ಹಿಂದೆಯೇ ಬಂದ ಆ ಭಿಕ್ಷುಕನು ಬಾಗಿಲ ಮುಂದೆಯೇ ನಿಂತುಕೊಂಡು ಆ ಶಹನಾಯಿಯನ್ನು ತೀರಾ ಮೆದುವಾಗಿ ನುಡಿಸುತ್ತಾ ಅಲ್ಲಿ ನೆರೆದಿದ್ದವರನ್ನು ನೋಡತೊಡಗಿದನು.

ಅಷ್ಟು ಹೊತ್ತಿಗೆ ಆ ಸಂಗೀತವನ್ನು ಹಿಂಬಾಲಿಸಿಕೊಂಡು ಬಂದ ಹಾರೂನನೂ, ಹಾಜಿರಾಳೂ, ಸಕೀನಾ ಜೈನಬಾರೂ ನಿಂತುಕೊಂಡು ಕೇಳತೊಡಗಿದರು. ತನ್ನ ಜೋಳಿಗೆಯೊಳಗೆ ನಾನಾ ಬಣ್ಣಗಳ ಮಿಠಾಯಿಯನ್ನೂ, ಕಲ್ಲುಸಕ್ಕರೆಯನ್ನೂ ಇಟ್ಟುಕೊಂಡಿದ್ದ ಮಿಠಾಯಿಪಾಪ ಆ ಶಹನಾಯಿಯ ಸದ್ದಿಗೆ ತಲೆದೂಗುತ್ತಾ, ಕಣ್ಣು ಮಿಟುಕಿಸುತ್ತಾ ಅವರೆಲ್ಲರಿಗೆ ಹಂಚಲು ತೊಡಗಿದನು.

ಒಂದು ಶನಿವಾರ

ಆವತ್ತು ಶನಿವಾರ. ಸಿದ್ದಾಪುರ ಪೇಟೆಯ ಫೈವ್‌ಸ್ಟಾರ್ ಎಂಬ ತಟ್ಟಿ ಹೊಟೇಲಿನ ಒಂದು ಮೂಲೆಯಲ್ಲಿ ಕ್ಷೌರದ ಶಂಕರನು ಶಬರಿಮಲೆಗೆ ಹೋಗುವ ಕರಿಯ ಉಡುಪು ಹಾಕಿಕೊಂಡು ಕುಳಿತಿದ್ದನು. ಅವನ ಕೊರಳಲ್ಲಿದ್ದ ರುದ್ರಾಕ್ಷಿ ಮಣಿಯನ್ನೂ, ಹಣೆಯಲ್ಲಿ ಅಂಟಿಕೊಂಡಿದ್ದ ವಿಭೂತಿಯನ್ನೂ, ಅವನು ಬೆಳಗಿನ ಆ ಚಳಿಯಲ್ಲಿ ಗಡಗಡ ನಡುಗುತ್ತಿದ್ದುದನ್ನೂ ಓರೆ ಕಣ್ಣಲ್ಲೇ ನೋಡುತ್ತಾ, ಚಾ ಹೀರುತ್ತಾ ಕುಳಿತಿದ್ದ ಸಣ್ಣ ಉಸ್ತಾದರು ಸಣ್ಣಗೆ ಮನಸಿನಲ್ಲೇ ನಗುತ್ತಿದ್ದರು. ರಾತ್ರಿಯಿಡೀ ಬಿಡದೆ ಸುರಿದಿದ್ದ ಮಳೆ ಈಗ ಸಣ್ಣಗೆ ಹನಿಯುತ್ತಿತ್ತು. ಯಾರದೋ ಒಂದೆರಡು ಅನಾಡಿ ದನಗಳು ಬೆಳಗೆಯೇ

ಒಂದರ ಮೈಯನ್ನೊಂದು ನೆಕ್ಕುತ್ತಾ, ಸಗಣಿ ಹಾಕುತ್ತಾ, ಮೂತ್ರ ಹುಯ್ಯುತ್ತಾ ಹೊಟೇಲಿನ ಬಾಗಿಲಿಗೆ ಮುಖ ಹಾಕಿಕೊಂಡು ನೋಡುತ್ತಿದ್ದವು.

ಕೈಯಲ್ಲಿ ಚಹಾ ಹಿಡಿದುಕೊಂಡು ಬಂದ ಕುಳ್ಳ ಮಾಯೀನನು ಆ ಚಹಾದ ಲೋಟವನ್ನು ಶಂಕರ ಕೂತಿದ್ದ ಟೇಬಲ್ಲಿನ ಮುಂದೆ ಸದ್ದಾಗುವಂತೆ ಕುಕ್ಕಿ ಮೆಲ್ಲನೆ ಕಳ್ಳ ಕೆಮ್ಮೊಂದನ್ನು ಕ್ಯಾಕರಿಸಿ ಕೆಮ್ಮಿ, ಅಲ್ಲಿಂದ ಸಣ್ಣ ಉಸ್ತಾದರು ಕುಳಿತಿದ್ದ ಟೇಬಲ್ಲಿನ ಮುಂದೆ ಬಂದು, ಅಲ್ಲೂ ಕಳ್ಳ ಕೆಮ್ಮೊಂದನ್ನು ಕೆಮ್ಮಿ, ಅವರು ಕುಡಿದು ಮುಗಿಸಿದ್ದ ಗ್ಲಾಸನ್ನು ಎತ್ತಿಕೊಂಡು ನಡೆದನು. ಅಲ್ಲಿಂದ ಹೋಗುವ ಮೊದಲು ಮೆಲ್ಲಗೆ, 'ಏನು ಸಣ್ಣ ಉಸ್ತಾದರೇ, ನೀವೂ ಶಬರಿಮಲೆಗೆ ಮಾಲೆ ಹಾಕುವುದಿಲ್ಲವೇ' ಎಂದು ಕಣ್ಣು ಮಿಟುಕಿಸಿದನು. ಅದನ್ನು ಕೇಳಿಸಿಕೊಂಡ ಸಣ್ಣ ಉಸ್ತಾದರಿಗೆ ಇನ್ನೂ ವಿಶಾಲವಾದ ನಗುವೊಂದು ಬಂದು ಅಲ್ಲಿಂದ ಎದ್ದು, ಚಹಾದ ಹಣಕೊಟ್ಟು ಬಾಗಿಲ ಬಳಿ ಬಂದು ಹನಿಯುವ ಮಳೆಯನ್ನು ನೋಡುತ್ತಾ ನಿಂತರು. ಎಂದಿನ ಹಾಗಿದ್ದರೆ ಚಹಾ ಕುಡಿದು ಮುಗಿಸಿದ ಶಂಕರನು ತಾನೂ ಎದ್ದು ಬಂದು ಅವರ ಹಿಂದೆ ಸೇರಿಕೊಳ್ಳುತ್ತಿದ್ದನು. ಆಮೇಲೆ ಅವರಿಬ್ಬರೂ ಅಲ್ಲಿಂದ ನಡೆದು ಕ್ಷೌರದಂಗಡಿಯ ಒಳ ಹೊಕ್ಕು ಸಣ್ಣ ಉಸ್ತಾದರು ನಿನ್ನೆ ಅರ್ಧದಲ್ಲಿ ಓದಿ ನಿಲ್ಲಿಸಿದ್ದ ಮಲಯಾಳದ ಪತ್ರಿಕೆಯನ್ನು ಇನ್ನೊಮ್ಮೆ ಓದಿ, ಪ್ರತಿ ಸುದ್ದಿಗೂ ಸಣ್ಣಗೆ ಹೂಂಕರಿಸಿ ಅಲ್ಲಿಂದ ಎದ್ದು ತಮ್ಮ ಎಣ್ಣೆ, ತೆಂಗಿನಕಾಯಿಯ ಅಂಗಡಿಯೊಳಕ್ಕೆ ಉಳಿದ ನಿದ್ದೆಯನ್ನು ಮಾಡಲು ಹೋಗುತ್ತಿದ್ದರು.

ಈಗ ನೋಡಿದರೆ ಶಂಕರನು ಬೇಕೆಂದೇ ಎದ್ದು ಬರದೆ, ಇವರ ಹಿಂದೆ ನಾನು ಹೇಗೆ ಹೋಗಲಿ ಎಂಬ ಸಂಕಟದಿಂದಲೂ, ಯಾಕೆ ಹೋಗಲಿ ಎಂಬ ಸಿಟ್ಟಿನಿಂದಲೂ ಗ್ಲಾಸಿನಲ್ಲಿದ್ದ ಚಹಾವನ್ನು ಮುಗಿಸದೆ ಹಾಗೇ ಕುಳಿತಿದ್ದನು. ಬೆಳಗೆಯೇ ಎದ್ದು ಹನಿಯುವ ಮಳೆಯಲ್ಲಿ ಸಿದ್ದಾಪುರದವರೆಗೆ ನಡೆದು ಬಂದು, ನೀರಿನ ನಲ್ಲಿಯ ಕೆಳಗೆ ನಡುಗುತ್ತಾ ಸ್ನಾನ ಮುಗಿಸಿ, ಸಿದ್ದಾಪುರದ ಮುತ್ತಪ್ಪ ದೇಗುಲದ ಎದುರುಗಡೆ ಕಟ್ಟಿದ್ದ ಚಪ್ಪರದೊಳಗೆ ಅಯ್ಯಪ್ಪ ಸ್ವಾಮಿಗಳ ನಡುವೆ ಸೇರಿಕೊಂಡು ಹಾಡು ಹೇಳಿ ಬಂದಿದ್ದ ಶಂಕರನಿಗೆ ರೇಜಿಗೆ ಇನ್ನೂ ಹೆಚ್ಚಾಗುತ್ತಿತ್ತು. ತನಗೆ ನಿಜವಾಗಿಯೂ ಯಾರೂ ಇಲ್ಲ ಅನ್ನಿಸುತ್ತಿತ್ತು. ಅವನು ಶಬರಿಮಲೆಗೆ ಹೋಗುತ್ತಿರುವುದನ್ನು ಅರಿತ ತಾಯಿ ಕಾದಿಮಾ ಅಜ್ಜಿಯು ಹೂವಿನಕೊಲ್ಲಿಯಿಂದಲೇ ಕಣ್ಣೀರು ತುಂಬಿಕೊಂಡು ಅವನ ಅಂಗಡಿಯ ಮುಂದೆ ಧೂಳಲ್ಲಿ ಹೊರಳಾಡುತ್ತಾ ಅತ್ತಿದ್ದಳು. 'ಇನ್ನೊಂದಿಷ್ಟು ದಿನ ತಡೆದಿದ್ದರೆ ಆಗುತ್ತಿರಲಿಲ್ಲವಾ ಮಗನೇ' ಎಂದು ಹಾಗೇ ಹಿಂದಕ್ಕೆ ಹೋಗಿದ್ದಳು. ಯಾವಾಗಲೂ ಅವನ ಅಂಗಡಿಗೆ ದಾಡಿ ಕತ್ತರಿಸಿಕೊಳ್ಳಲು ಬರುತ್ತಿದ್ದ ಸಣ್ಣ ಉಸ್ತಾದರು ಅವನು ಮಾಲೆ ಹಾಕಿರುವುದನ್ನು ಕಂಡು, 'ಇನ್ನು ನಿನ್ನಲ್ಲಿಗೆ

ಬರಲು ಆಗುವುದಿಲ್ಲ ಶಂಕರಾ, ಇದು ನನ್ನ ಹೊಟ್ಟೆಯ ವಿಷಯ' ಎಂದವರು ಮತ್ತೆ ಬಂದಿರಲಿಲ್ಲ.

ಹೂವಿನಕೊಲ್ಲಿಯ ಉಸ್ಮಾನ್ ರೈಟರು ತಮ್ಮ ಮಗ ಹಾರೂನನ ಜೊತೆ ಕ್ಷೌರ ಮಾಡಿಸಿಕೊಳ್ಳಲು ನಿನ್ನೆ ಬಂದಿದ್ದವರು ಅವನ ವೇಷವನ್ನು ಕಂಡು 'ನನ್ನದು ಈಗ ಬೇಡ ಶಂಕರಾ, ಇವನದ್ದು ಸಾಕು. ಮುಗಿದ ಮೇಲೆ ಇವನನ್ನು ಸಣ್ಣ ಉಸ್ತಾದರ ಅಂಗಡಿಗೆ ಕಳಿಸು' ಎಂದು ಹಣವನ್ನು ಮೊದಲೇ ಕೊಟ್ಟು ತಾವು ಸಣ್ಣ ಉಸ್ತಾದರ ಅಂಗಡಿಯೊಳಕ್ಕೆ ಹೋಗಿ ಮಂಕಾಗಿ ಕುಳಿತಿದ್ದರು. ಆ ದಿನ ಶಂಕರನು ಹಾರೂನನ ಮುಡಿಯನ್ನು ಕತ್ತರಿಸುತ್ತಾ ಕೊಂಚ ಹೆಚ್ಚು ಪ್ರೀತಿಯಲ್ಲೇ ಮಾತನಾಡಿಸಿದ್ದನು. ಹಾರೂನನು ಅಲ್ಲಿದ್ದ ನರಕದ ಚಿತ್ರಗಳನ್ನು ನೋಡುತ್ತಾ ಶಂಕರನು ಕೇಳಿದಕ್ಕೆಲ್ಲ ಬರಿ ಕಿವಿಯಾಡಿಸುತ್ತಾ ಕುಳಿತಿದ್ದನು.

*** ***

ಶಂಕರನು ಕುಡಿದು ಮುಗಿಸಿದ ಚಹಾದ ಬಟ್ಟಲನ್ನು ತನ್ನ ಬಾರದ ಒಂದು ಕೈಯಿಂದ ಒಂದಿಷ್ಟು ದೂರ ಸರಿಸಿ, ಮಳೆಯನ್ನು ನೋಡುತ್ತ ನಿಂತಿದ್ದ ಸಣ್ಣ ಉಸ್ತಾದರ ಹಿಂದೆ ನಿಂತನು. ಅವನು ಹಿಂದೆ ನಿಂತಿರುವುದನ್ನು ಮನಸಿನಲ್ಲೆ ಗ್ರಹಿಸಿದ ಸಣ್ಣ ಉಸ್ತಾದರು ತಿರುಗಿ ನೋಡದೆ, 'ಶಂಕರಾ, ಶಬರಿಮಲೆಗೆ ಹೋಗಲು ಇನ್ನೆಷ್ಟು ದಿನಗಳಿವೆ?' ಎಂದು ಕೇಳಿದರು. ಶಂಕರನು ಮಾತನಾಡಲಿಲ್ಲ. ಆಗ ಉಸ್ತಾದರು ತಾವೇ ಹಿಂದಕ್ಕೆ ತಿರುಗಿ ನೋಡಿದರು. ಶಂಕರನ ಮೈಯಿಂದ ವಿಭೂತಿ, ಕುಂಕುಮಗಳ ಪರಿಮಳ ಹೊರಸೂಸುತ್ತಿತ್ತು. ಶಂಕರನ ಮುಖದಲ್ಲಿ ಎಂತಹದೋ ಸಿಟ್ಟು ನುಗ್ಗಿ ಬರುತ್ತಿರುವ ಹಾಗೆ ಕಾಣಿಸುತ್ತಿತ್ತು.

'ಅಲ್ಲ ಶಂಕರಾ, ಇದು ನೀನೇ ಹುಡುಕಿಕೊಂಡಿರುವ ದಾರಿ. ಅದಕ್ಕೆ ಉಳಿದವರ ಮೇಲೆ ಯಾಕೆ ಉರಿ ಬರುತ್ತಿದ್ದೀಯಾ?' ಸಣ್ಣ ಉಸ್ತಾದರು ಮೆಲ್ಲಗೆ ಕೇಳಿದರು. ಅದಕ್ಕೂ ಶಂಕರ ಉತ್ತರಿಸಲಿಲ್ಲ. 'ಉರಿ ಬರುವ ವಿಷಯ ಅಲ್ಲ ಉಸ್ತಾದರೇ, ನಿಮ್ಮಿಂದ ಒಂದು ಸಹಾಯವಾಗಬೇಕಿತ್ತು.' ಎಂದು ಹೇಳಿದನು. ಏನು ಅನ್ನುವಂತೆ ಉಸ್ತಾದರು ಅವನನ್ನು ನೋಡಿದರು. 'ಬರುವ ಬುಧವಾರ ಮುಡಿ ಕಟ್ಟಿ ಶಬರಿಮಲೆಗೆ ಹೊರಡುವುದು. ಎಲ್ಲರೂ ಮುಡಿ ಕಟ್ಟಿ ಹೊರಡುವಾಗ ಅವರವರ ಮನೆಯವರು ಬರುತ್ತಾರೆ. ನೀವು ಹೂವಿನಕೊಲ್ಲಿಗೆ ಹೋಗುವುದಾದರೆ ನಾನು ಹೊರಡುವ ವಿಷಯವನ್ನು ನನ್ನ ಅಮ್ಮ ಕಾದಿಮಾಳಿಗೆ ಹೇಳಿ ಬಿಡಿ ಉಸ್ತಾದರೇ' ಎಂದು ಶಂಕರನು ಮಳೆಯಲ್ಲಿ ನೆನೆದುಕೊಂಡೇ ಉಸ್ತಾದರಿಗೂ ಕಾಯದೇ ರಸ್ತೆಯಲ್ಲಿ ನಡೆಯತೊಡಗಿದನು.

ಕುಟ್ಟಿಕಣ್ಣನ ಸಂಕಟದ ದಿನಗಳು

ದಿನಾ ಬರುವ ವಿಮಾನದ ಬೆಳ್ಳಿಗೆರೆಯು ಆಕಾಶದಲ್ಲಿ ಚದುರಿ ಚಲ್ಲಾಪಿಲ್ಲಿಯಾಗಿ ಹರಡಿತ್ತು. ಅದಾಗಲೇ ಅಷ್ಟು ಎತ್ತರಕ್ಕೆ ಬಂದಿದ್ದ ಅರ್ಧ ಚಂದ್ರನು ಮಂಕಾಗಿದ್ದ ಸಂಜೆಯ ಆಗಸದಲ್ಲಿ ಮೆಲ್ಲಗೆ ಕಾಣಿಸುತ್ತಿದ್ದ. ಅದು ಯಾವಾಗಲೋ ಮುಳುಗಿಹೋದಂತಿದ್ದ ಸೂರ್ಯನು ಯಾರ ಅರಿವಿಗೂ ಬಾರದೆ ಪಡುವಣದ ಮೋಡಗಳ ಮರೆಯಲ್ಲಿ ಅಡಗಿಕೊಂಡಿದ್ದನು. ಸಣ್ಣಗೆ ಬೀಸುತ್ತಿದ್ದ ಗಾಳಿ, ಅಬ್ಯಾಲೆಯ ಮಲೆಗಳ ಕಡೆಯಿಂದ ಬಂದು ಮುಸುಕುತ್ತಿದ್ದ ಮಂಜು, ಮರಗಳ ಮೇಲಿಂದ ಹಾಡುತ್ತಿದ್ದ ಹಕ್ಕಿಗಳು ಮತ್ತು ಎಲ್ಲಿಂದಲೋ ಎಂಬಂತೆ ಸಿದ್ದಾಪುರ ಪೇಟೆಯ ಕಡೆಯಿಂದ ಕೇಳುತ್ತಿದ್ದ ಶಬರಿಮಲೆ ಅಯ್ಯಪ್ಪನ ಹಾಡುಗಳ ಸದ್ದು– ಏನು ಏನೆಂದು ಗೊತ್ತಾಗದೆ ಕುಟ್ಟಿಕಣ್ಣನು ತನ್ನ ಎರಡೂ ಕಣ್ಣುಗಳ ಮುಂದೆ ಕತ್ತಲೆಯನ್ನು ತಂದುಕೊಂಡು ಉಸ್ಸೆಂದು ಕುಳಿತಿದ್ದನು.

ಬೇರೆಯವರಿಗಾಗಿದ್ದರೆ ಚಾಮುಂಡಿ ಬಾಣೆಯ ಆ ತುತ್ತ ತುದಿಯಿಂದ ಸಿದ್ದಾಪುರ ಪೇಟೆಯ ಹತ್ತಿಕೊಳ್ಳುತ್ತಿದ್ದ ಬೀದಿ ದೀಪಗಳು ಕಾಣಿಸುತ್ತಿದ್ದವು. ತೆರೆತೆರೆಯಾಗಿ ತೇಲಿ ಬರುತ್ತಿದ್ದ ಮಂಜಿನ ಸುರುಳಿಗಳೂ ಕಾಣಿಸುತ್ತಿದ್ದವು. ಆದರೆ ಕುಟ್ಟಿಕಣ್ಣನು ತನ್ನ ಕಾಣದ ಕಣ್ಣುಗಳಿಗೆ ಏನೂ ಕಾಣಿಸುವುದೂ ಬೇಡ, ಕಿವಿಗಳಿಗೆ ಏನೂ ಕೇಳಿಸುವುದೂ ಬೇಡ, ಹಾಗೆ ನೋಡಿದರೆ ತಾನು ಈ ಭವದಲ್ಲಿ ಬದುಕಿರುವುದೂ ಬೇಡ ಎಂದು ಬಸುರಿ ಮರದ ಕೆಳಗಿನ ಬೇರೊಂದಕ್ಕೆ ಒರಗಿಕೊಂಡು ಕುಳಿತಿದ್ದನು. ಅವನ ಕಣ್ಣುಗಳಿಂದ ಈ ಕೆಲವು ದಿನಗಳಿಂದ ಬೇಡ ಬೇಡವೆಂದರೂ ಕಣ್ಣೀರು ಸುರಿಯುತ್ತಿತ್ತು. 'ಇದೇನು ಕುಟ್ಟಿಕಣ್ಣಾ' ಎಂದು ಯಾರಾದರೂ ಕೇಳಿದರೆ ಏನೂ ಹೇಳದೆ ಸುಮ್ಮನಿರುತ್ತಿದ್ದನು. ಈ ನಡುವಲ್ಲಿ ಉಸ್ಮಾನ್ ರೈಟರ ಬಳಿಯಲ್ಲಿ, 'ರೈಟರೇ ನಾನೇನಾದರೂ ತೀರಿಹೋದರೆ ಈ ಚಾಮುಂಡಿ ಕಲ್ಲಿನ ಬದಿಯಲ್ಲೇ ಆರಡಿ ಮೂರಡಿ ಗುಂಡಿ ತೋಡಿ ಹುಗಿದು ಬಿಡಿ' ಎಂದೂ ತೊದಲುತ್ತಾ ಹೇಳಿಬಿಟ್ಟಿದ್ದನು. 'ಯಾ ಕುಟ್ಟಿಕಣ್ಣ ಈ ಹೂವಿನಕೊಲ್ಲಿಯಲ್ಲಿ ಎಲ್ಲರೂ ಮಣ್ಣಾದ ಮೇಲೆಯೇ ನೀನು ಹೋಗುವುದು. ಈಗ ಕೆಲಸ ನೋಡು' ಎಂದು ರೈಟರು ಕಳಿಸಿದ್ದರು. ಆದರೂ ಸುಮ್ಮನಿರದ ಕುಟ್ಟಿಕಣ್ಣನು ತನ್ನ ಬಟ್ಟೆಯ ಚೀಲದೊಳಗಿಂದ ಹಲವು ಹಾಳೆಗಳನ್ನೂ, ಪತ್ರಗಳನ್ನೂ ಹೊರತೆಗೆದು ಕೇರಳದಲ್ಲಿರುವ ತನ್ನ ಹೆಂಡತಿ ಮತ್ತು ಮಗಳ ವಿಳಾಸವನ್ನು ತೋರಿಸಿ, ತನ್ನ ಫಂಡಿನ ಹಣವನ್ನು ಅವರಿಗೆ ತಲುಪಿಸಬೇಕೆಂದೂ, ತನ್ನ ಬಿಡಾರದ ಪೆಟ್ಟಿಗೆಯಲ್ಲಿರುವ ಹಣದಿಂದ ಹೂವಿನಕೊಲ್ಲಿಯ ಎಲ್ಲರಿಗೂ ಒಂದು ಹೊತ್ತಿನ ಊಟ ಬಡಿಸಬೇಕೆಂದೂ ಮತ್ತೆ ಮತ್ತೆ ಗೋಗರೆದಿದ್ದನು. ಈ ರೈಟರ ಬಳಿ ಏನು ಹೇಳಿದರೂ ನಗುವುದು ಮಾತ್ರ ಎಂದು ರೈಟರ ಬಿಡಾರಕ್ಕೆ ಬಂದು ಅಂಗಳದಲ್ಲಿ ನಿಂತುಕೊಂಡು ಹಾಜಮ್ಮನನ್ನು ಕರೆದಿದ್ದನು.

ಹಾಜಮ್ಮನ ಜೊತೆ ರೈಟರ ಹೆಂಡತಿ ಆಯಿಷಾಳೂ ಹೊರಬಂದಿದ್ದಳು. ತಾಯಿಯ ಹಿಂದೆಯೇ ಹಾರೂನನೂ ಸಕೀನಾಳೂ ಬಂದರು. ಅವರೆಲ್ಲರೂ ಬಂದು ಎದುರು ನಿಂತಾಗ ಏನು ಹೇಳುವುದೆಂದು ಗೊತ್ತಾಗದೆ ಕುಟ್ಟಿಕಣ್ಣನು ಕಣ್ಣೀರು ಹರಿಸಲು ತೊಡಗಿದನು. ಬೇಡಬೇಡವೆಂದರೂ ಅವನ ತುಟಿಗಳಿಂದ ಜೊಲ್ಲು ಹರಿಯುತ್ತಿತ್ತು. ಮಾತನಾಡಲು ಬಾಯಿ ತೆರೆದರೆ ಅವನ ಸದ್ದು ಗೊಗ್ಗರವಾಗುತ್ತಿತ್ತು. ಅವನು ಏನೂ ಹೇಳದೆ ತನ್ನ ಪಂಚೆಯನ್ನು ಕೊಂಚ ಮೇಲಕ್ಕೆತ್ತಿ ಬಟ್ಟೆ ಕಟ್ಟಿದ್ದ ತನ್ನ ಕಾಲಿನ ಗಾಯವನ್ನು ತೋರಿಸಿದನು. ಎಷ್ಟೋ ದಿನಗಳಿಂದ ಹರಿದು ನಿಂತ ನೆತ್ತರು ಗಾಯಕ್ಕೆ ಕಟ್ಟಿದ್ದ ಆ ಬಟ್ಟೆಯ ತುಂಡನ್ನು ಗಟ್ಟಿ ಮಾಡಿಬಿಟ್ಟಿತ್ತು.

'ನನ್ನ ಕಾಲ ಕಳೆಯಿತು ಉಮ್ಮಾ, ನಿಮ್ಮ ಮಗನಿಗೆ ನಂಬಲು ಹೇಳಿ' ಎಂದು ಕುಟ್ಟಿಕಣ್ಣನು ಗೊಗ್ಗರು ದನಿಯಲ್ಲಿ ಅಳಲು ಶುರುಮಾಡಿದನು.

'ನನ್ನನ್ನು ಕಚ್ಚಿದ ಜಿಮ್ಮಿ ನಾಯಿಯು ನಿನ್ನೆ ತೋಟಕ್ಕೆ ಬಂದು ತೀರಿಹೋಯಿತು. ಇನ್ನು ಸಾಯುವುದು ನನ್ನ ಸರದಿ' ಎಂದು ಸುಮ್ಮನೆ ನಿಂತುಕೊಂಡನು. ಹಾರೂನನು ಹಾಜಮ್ಮನ ಕೈ ಹಿಡಿದು ನಿಂತುಕೊಂಡನು. ಆಯಿಷಾ ಏನೂ ಹೇಳದೆ ಸಕೀನಾಳನ್ನು ಎತ್ತಿಕೊಂಡಳು.

'ಯಾ ಕುಟ್ಟಿಕಣ್ಣಾ, ಇರು ನಿನಗೆ ಕುಡಿಯಲು ಏನಾದರೂ ತರುತ್ತೇನೆ' ಎಂದು ಹಾಜಮ್ಮ ನಡುಗುತ್ತಾ ಒಳ ನಡೆದರು.

'ಇಲ್ಲ ಉಮ್ಮ ಇನ್ನು ಈ ಕುಟ್ಟಿಕಣ್ಣನಿಗೆ ಏನೂ ಕುಡಿಯಲಾಗುವುದಿಲ್ಲ. ಇನ್ನು ಏನಿದ್ದರೂ ನೀವು ನನ್ನ ಮರಣಕ್ಕೆ ಒಂದು ವ್ಯವಸ್ಥೆ ಮಾಡಿ' ಎಂದು ಕುಟ್ಟಿಕಣ್ಣನು ಆ ಇಳಿಗತ್ತಲಲ್ಲಿ ತಡವರಿಸಿ ನಡೆಯುತ್ತಾ ಚಾಮುಂಡಿ ಬಾಣೆಯ ಮೇಲಕ್ಕೆ ಹತ್ತಿ ಬಂದು ಬಸುರಿ ಮರದ ಕೆಳಗೆ ಕುಳಿತುಕೊಂಡಿದ್ದನು.

ಆಕಾಶಕ್ಕೆ ಹಬ್ಬಿಕೊಂಡಿದ್ದ ಆ ಬಸುರಿ ಮರದ ಗೆಲ್ಲುಗಳಲ್ಲಿ ಹೆಸರು ಹೇಳಲಾಗದ ನೂರಾರು ಪಕ್ಷಿಗಳೂ, ಅಳಿಲುಗಳೂ, ಹಾರು ಬೆಕ್ಕುಗಳೂ ನೂರಾರು ವರ್ಷಗಳಿಂದ ಎಗ್ಗಿಲ್ಲದೆ ಓಡಾಡಿಕೊಂಡಿದ್ದವು. ಬಸುರಿ ಮರದ ಗೆಲ್ಲುಗಳನ್ನು ಕಡಿದರೆ ನೆತ್ತರು ಒಸರುತ್ತಿದ್ದುದರಿಂದ ಯಾರೂ ಆ ಮರದ ಸುದ್ದಿಗೆ ಹೋಗದೆ, ಆ ಮರದ ಬುಡದಲ್ಲಿ ಚಾಮುಂಡಿಯ ಕಲ್ಲು ಇದ್ದುದರಿಂದ ಅಲ್ಲಿಗೆ ಯಾರೂ ಬರದೆ ಕುಟ್ಟಿಕಣ್ಣನು ಮಾತ್ರ ಅನಿಸಿದಾಗಲೆಲ್ಲ ಅಲ್ಲಿಗೆ ಬಂದು ತನ್ನ ಮುಂಡಾಸನ್ನು ಕೊಡವಿ ಕೆಳಗಿಟ್ಟು ಕುಳಿತುಕೊಳ್ಳುತ್ತಿದ್ದನು. ಅವನು ಕುಳಿತುಕೊಳ್ಳುತ್ತಿದ್ದ ಆ ಜಾಗವು ಅವನ ಕೈಯಲ್ಲಿದ್ದ ಕತ್ತಿ ಹರಿತ ಮಾಡಿಕೊಳ್ಳುತ್ತಿದ್ದ ಜಾಗವೂ ಆಗಿತ್ತು. ಬಿದ್ದು ಹೋಗಿದ್ದ ಬೀಟೆಯ ಮರದ ಗೆಲ್ಲೊಂದನ್ನು ಅಲ್ಲಿ ತಂದಿಟ್ಟುಕೊಂಡು, ಕತ್ತಿ ಹರಿತ ಮಾಡುವ ಹೊಳಪು ಕಲ್ಲನ್ನು ಪುಡಿಮಾಡಿಟ್ಟುಕೊಂಡು ಕಾಲದ ಪರಿವೆಯಿಲ್ಲದೆ ಕೈಯಲ್ಲಿದ್ದ ಕತ್ತಿಯನ್ನು ಹರಿತ ಮಾಡಿಕೊಂಡು ಅಲ್ಲಿ ಕೂತಿರುತ್ತಿದ್ದನು. ಅವನು ಹೂವಿನಕೊಲ್ಲಿಗೆ ಬಂದ ಮೇಲೆ ಹರಿತಮಾಡಿ ಸವೆದು ಹೋದ ಒಂದೊಂದು ಕತ್ತಿಯನ್ನೂ ಅವನು ನೆನಪಿಟ್ಟುಕೊಂಡಿದ್ದನು.

ಇಂದು ಅವನಿಗೆ ಯಾವ ಕತ್ತಿಯೂ ನೆನಪಿಗೆ ಬರಲಿಲ್ಲ. ತಾನು ಇನ್ನು ಬದುಕಿರುವುದು ಯಾಕೆ ಎಂದೂ ಗೊತ್ತಾಗಲಿಲ್ಲ. ನೆನಪು ಮಾಡಿದರೆ ಕೇರಳದಲ್ಲಿರುವ ಹೆಂಡತಿ ಮತ್ತು ಮಗಳ ಮುಖಗಳೂ ಕಣ್ಣೆದುರು ಬರಲಿಲ್ಲ. ತನ್ನನ್ನು ಕಚ್ಚಿ ಕಣ್ಣೆದುರು ಮಸುಕುಮಸುಕಾಗಿ ಓಡಿ ಹೋದ ಜಿಮ್ಮಿ ನಾಯಿಯ ಅಸ್ಪಷ್ಟ ಹೆಜ್ಜೆಗಳ ಸದ್ದು, ಎಷ್ಟೋ ದಿನಗಳ ನಂತರ ಅದು ಹಿಂತಿರುಗಿ ಬಂದು ತನ್ನ ಕಣ್ಣೆದುರೇ ಕುಂಯ್‌ಗುಡುತ್ತಾ ತೀರಿಹೋಗಿದ್ದು. 'ಅಯ್ಯೋ ಭಗವತಿಯೇ ನನಗೇನಾದರೂ ಆದರೆ ಈ ಹೂವಿನಕೊಲ್ಲಿಯ ಉಸ್ಮಾನ್ ರೈಟರಿಗೆ ಯಾರಿರುವರು ಪಡೆದವನೇ' ಎಂದು ಯೋಚಿಸುತ್ತಾ ಅವನ ಮಂಜುಮಂಜು

ಕಣ್ಣುಗಳಿಂದ ನೀರು ಯಾರಿಗೂ ಕಾಣಿಸದೆ ಆ ಬಸುರಿ ಮರದ ಬುಡದಲ್ಲಿ ಹರಿದು ಹೋಗುತ್ತಿತ್ತು.

ಅಷ್ಟು ಹೊತ್ತಿಗೆ ಸರಿಯಾಗಿ ಆಕಾಶದಲ್ಲಿ ಮಿಂಚು ಬೆಳಕಾಗಿ, ಗುಡುಗು ಸದ್ದಾಗಿ, ಬಸುರಿಮರದ ಎಲೆಗಳು ಹೊಳೆದು, ಮಳೆ ತೊಟ್ಟಿಕ್ಕಲು ತೊಡಗಿ 'ಇನ್ನೇನು ಮಾಡುವುದು ಭಗವತಿಯೇ' ಎಂದು ಕುಟ್ಟಿಕಣ್ಣನು ತನ್ನ ಕಾಲಿನ ಗಾಯದ ಬಟ್ಟೆಯನ್ನು ಬಿಚ್ಚಿ, ತೇವದ ಕಣ್ಣುಗಳನ್ನು ಮುಚ್ಚಿಕೊಂಡಿದ್ದನು.

ಅದೇ ಹೊತ್ತಲ್ಲಿ ಸಾಹುಕಾರರ ಬಂಗಲೆಯೊಳಕ್ಕೆ ಧಾವಿಸಿ ಬಂದ ಅರಬಿ ಕಲಿಸುವ ಮೊಲ್ಲಾಕನು ಸಾಹುಕಾರರಿಗೆ ಸಲಾಂ ಹೇಳಿ, ಉಸ್ಮಾನ್ ರೈಟರಿಗೂ ಸಲಾಂ ಹೇಳಿ, ಅಲ್ಲೇ ಇದ್ದ ಮಸೀದಿಯ ದೊಡ್ಡ ಉಸ್ತಾದರ ಕೈಹಿಡಿದುಕೊಂಡು ಅವರ ಬೆರಳುಗಳನ್ನು ಚುಂಬಿಸಿ ಕಣ್ಣಿಗೊತ್ತಿಕೊಂಡು 'ಏನಾದರೂ ಆಗಲಿ ಸಾಹುಕಾರರೇ, ಈ ಶಂಕರನನ್ನು ಶಬರಿಮಲೆಗೆ ಹೋಗಿ ಜಾಹಿಲಾಗಲು ಬಿಡಲಾಗದು ಸಾಹುಕಾರರೇ' ಎಂದು ಮಳೆಯಲ್ಲಿ ನೆನೆದ ತಮ್ಮ ಬಿಳಿ ಮುಂಡಾಸನ್ನು ಬಿಚ್ಚಿ ಕೆಳಗಿಟ್ಟರು.

ಅಷ್ಟು ಹೊತ್ತಿಗೆ ಅದು ಹೇಗೋ ಬಂಗಲೆಯ ಹಿಂಬದಿಯಿಂದ ಹೊರಟು, ಕಳ್ಳದಾರಿ ಹಿಡಿದು, ಮಗ ಶಂಕರನ ಬಳಿ ಬಂದ ಕಾದಿಮಾ ಅಜ್ಜಿಯು ಅವನ ತಲೆಯನ್ನು ನೇವರಿಸಿದಳು. ಅವನ ಬಾರದ ಒಂದು ಕೈಯನ್ನು ಮುಟ್ಟಿ ನೋಡಿದಳು. ಅವನ ಮುಖಕ್ಕೆ ತನ್ನ ವಯಸ್ಸಾದ ಕೈಗಳನ್ನು ಸೋಕಿಸಿ ನೆಟಿಕೆ ಮುರಿದಳು.

ಬೀಳುತ್ತಿದ್ದ ಮಳೆಯನ್ನು ನೋಡುತ್ತಾ, ತಮ್ಮ ಸ್ಕೂಟರಿಗೆ ಒರಗಿ ನಿಂತಿದ್ದ ಸಣ್ಣ ಉಸ್ತಾದರು ಎಲ್ಲವನ್ನು ಗಮನಿಸುತ್ತಿದ್ದರು. ಕಾದಿಮಾ ಅಜ್ಜಿಯು ಮಗನ ಮುಖಮುಟ್ಟಿ ನಟಿಕೆ ಮುರಿಯುತ್ತಿರುವುದನ್ನು ಕಂಡು ಅವರಿಗೂ ಕಣ್ಣು ತುಂಬಿ ಬಂತು.

ಸಣ್ಣ ಉಸ್ತಾದರು 'ಬಾ ಹೋಗುವಾ, ಶಂಕರಾ' ಅಂದರು. ಶಂಕರ ಎಲ್ಲಿಗೆ ಅನ್ನುವಂತೆ ಅವರ ಮುಖವನ್ನು ನೋಡಿದ.

'ನೀನು ಶಬರಿಮಲೆಗಾದರೂ ಹೋಗು, ನರಕಕ್ಕಾದರೂ ಹೋಗು. ಆದರೆ ಮೊದಲು ಇಲ್ಲಿಂದ ಹೋಗುವಾ, ಬಾ ಕುಳಿತುಕೋ' ಎಂದು ತಮ್ಮ ಲಡಾಸು ಸ್ಕೂಟರನ್ನು ಕರ್ಕಶವಾಗಿ ಸ್ಟಾರ್ಟ್ ಮಾಡಿದರು. ಆ ಸ್ಕೂಟರಿನ ಸದ್ದಲ್ಲೇ ಯಾರಿಗೂ ಕೇಳಿಸದಂತೆ ಎಲ್ಲರಿಗೂ ನಾಲ್ಕಾರು ವಾಕ್ಯ ಅಶ್ಲೀಲವಾಗಿ ಬೈದರು.

ಅವರಿಬ್ಬರು ಆ ಕತ್ತಲೆಯಲ್ಲಿ ನೆರಳಿನಂತೆ ಸದ್ದು ಮಾಡುತ್ತಾ ಮಾಯವಾಗುವುದನ್ನು ನೋಡುತ್ತಾ ಕಾದಿಮಾ ಅಜ್ಜಿ ಆ ಕತ್ತಲೆಯಲ್ಲಿ ತಾನೂ ನಿಂತುಕೊಂಡಳು.

ಕಾಡು ಮಾವಿನ ಕೆಳಗೆ ಆಲಿಕಲ್ಲ ಮಳೆ

ಆ ದಿನ ಮಧ್ಯಾಹ್ನದ ಹೊತ್ತು ಸಿದ್ದಾಪುರದ ಫೈವ್‌ಸ್ಟಾರ್ ತಟ್ಟಿ ಹೋಟೆಲಿನ ಒಂದು ಮೂಲೆಯಲ್ಲಿ ಗೇಟು ಕಾಯುವ ಸೈದಾಲಿಯೂ, ಜೇನು ಪೆಟ್ಟಿಗೆಯ ದಾಸನೂ ಕುಳಿತುಕೊಂಡಿದ್ದರು. ಮೊದಲೇ ಮಾತನಾಡಿಕೊಂಡ ಹಾಗೆ ಶಾಲೆ ಮುಗಿಸಿದ ಹಾರೂನನೂ ಪುಸ್ತಕದ ಚೀಲವನ್ನು ಎತ್ತಿಕೊಂಡು ಅವರನ್ನು ಸೇರಿಕೊಂಡನು. ಹೋಟೆಲಿನ ಇನ್ನೊಂದು ಮೂಲೆಯಲ್ಲಿ ಸಣ್ಣ ಉಸ್ತಾದರು ಕುಳಿತಿದ್ದರು. ಅವರ ಪಕ್ಕದಲ್ಲೇ ಶಬರಿಮಲೆಗೆ ಮಾಲೆ ಹಾಕಿದ ಶಂಕರನೂ ಮಾತಾಡದೆ ಕುಳಿತಿದ್ದನು. ಹೋಟೆಲಿನಲ್ಲಿ ಸಪ್ಲೈ ಮಾಡುವ ಕುಳ್ಳ ಮಾಯಿೀನನು ಹಾಡೊಂದನ್ನು ಗುನುಗಿಕೊಂಡು ಅತ್ತ ಇತ್ತ ಓಡಾಡುತ್ತಿದ್ದನು.

ಏನೂ ಅರಿಯದವನಂತೆ ಹೂವಿನಕೊಲ್ಲಿಗೆ ಬಂದಿದ್ದ ದಾಸನು ಈಗ ಎಲ್ಲವನ್ನೂ ಕಲಿತುಕೊಂಡು, ಎಲ್ಲರ ಹಾಗೆ ಹಾವ ಭಾವಗಳನ್ನು ತೋರಿಸುತ್ತಾ, ಮಾತನಾಡುತ್ತಾ, ನಗುತ್ತಾ ಎಲ್ಲರಿಗೂ ಮುಂದಾಳುವಿನ ಹಾಗೆ ಆಗಿದ್ದನು. ಅವನು ಇತ್ತೀಚೆಗೆ ಶನಿವಾರ ಸಿದ್ದಾಪುರ ಪೇಟೆಗೆ ಬಂದಾಗಲೆಲ್ಲಾ ಸೈದಾಲಿಗೂ, ಹಾರೂನನಿಗೂ ಈ ಫೈವ್ ಸ್ಟಾರ್ ಹೋಟಲಿನಲ್ಲಿ ಪರೋಟವನ್ನೂ, ಚಾಪೀಸನ್ನೂ ತಿನ್ನಿಸುತ್ತಿದ್ದನು. ಜೊತೆಗೆ ಅದರ ಹಣವನ್ನು ತಾನೇ ಪಾವತಿಸುತ್ತಿದ್ದನು. 'ಹಣವಿರುವುದು ಯಾತಕ್ಕೆ ಫೈವ್‌ಸ್ಟಾರ್ ಹೋಟೆಲಿನಲ್ಲಿ ಪರೋಟ ಚಾಪೀಸ್ ತಿನ್ನಲಿಕ್ಕೆ' ಎಂದು ತನ್ನ ಹರಕುಮುರುಕು ಕನ್ನಡದಲ್ಲಿ ಹೇಳಿ ಎಲ್ಲರನ್ನೂ ನಗಿಸುತ್ತಿದ್ದನು.

ಇಂದೂ ದಾಸನು ಅವರಿಬ್ಬರಿಗೆ ಪರೋಟ, ಚಾಪೀಸು ತಿನ್ನಿಸಿ, ದೂದ್‌ಪಾನಿ ಕುಡಿಸಿ ಆಮೇಲೆ ಕುಳ್ಳ ಮಾಯೀನನಿಂದ ಬಿಲ್ಲನ್ನು ಕೇಳಿದನು. ಕುಳ್ಳ ಮಾಯೀನನು ತನ್ನ ಪುಟ್ಟ ಕಾಲುಗಳನ್ನು ಓಡಿಸುತ್ತಾ ಬಂದು, ತನ್ನ ಕಿವಿಯ ಹಿಂದಕ್ಕೆ ಸಿಗಿಸಿದ್ದ ಪೆನ್ಸಿಲನ್ನು ಹೊರತೆಗೆದು, 'ಆರು ಪರೋಟ, ಮೂರು ಚಾಪೀಸು, ಎರಡರಲ್ಲಿ ಮೂರು ದೂದ್‌ಪಾನಿ, ಹದಿಮೂರೂವರೆ ರೂಪಾಯಿ' ಎಂದು ಮನಸಿನಲ್ಲಿ ಲೆಕ್ಕ ಹಾಕಿ ಜೇಬಿನಲ್ಲಿದ್ದ ಬಿಲ್ಲು ಹಾಳೆಯಲ್ಲಿ ಅದನ್ನು ಬರೆದುಕೊಟ್ಟನು.

'ಈಗ ನೋಡಿ ಮ್ಯಾಜಿಕ್' ಎಂದು ದಾಸನು ಆ ಹದಿಮೂರೂವರೆ ರೂಪಾಯಿ ಎಂದು ಬರೆದ ಬಿಲ್ಲನ್ನು ತನ್ನ ಅಂಗೈಯೊಳಗಿಟ್ಟು 'ಕಣ್ಣುಮುಚ್ಚಿ' ಎಂದನು. ಅವರೆಲ್ಲರೂ ಕಣ್ಣು ಮುಚ್ಚಿದರು. ದಾಸನು 'ಈಗ ಕಣ್ಣು ಬಿಡಿ' ಎಂದನು. ಅವರೆಲ್ಲರೂ ಕಣ್ಣು ತೆರೆಯಲು ದಾಸನ ಅಂಗೈಯಲ್ಲಿದ್ದ ಹದಿಮೂರೂವರೆ ರೂಪಾಯಿಯ ಬಿಲ್ಲು ಅದು ಯಾವುದೋ ಮಾಯದಲ್ಲಿ ಮೂರೂವರೆ ರೂಪಾಯಿ ಎಂಬುದಾಗಿ ಬದಲಾಗಿತ್ತು. 'ಆರು ಪರೋಟ, ಮೂರು ಚಾಪೀಸು, ಎರಡರಲ್ಲಿ ಮೂರು ದೂದ್‌ಪಾನಿ, ಆದರೂ ಕೇವಲ ಮೂರೂವರೆ ರೂಪಾಯಿ' ಎಂದು ದಾಸನು ಮುಗುಳ್ನಕ್ಕು, ಜೇಬಿನೊಳಗಿಂದ ಐದು ರೂಪಾಯಿಯ ನೋಟೊಂದನ್ನು ಎತ್ತಿಕೊಂಡು ಎದ್ದು ನಿಂತನು.

'ಕೇವಲ ಮೂರೂವರೆ ರೂಪಾಯಿ, ಹಿಡಿಯಿರಿ ಈ ಕಳ್ಳರನ್ನು' ಎಂದು ಕುಳ್ಳ ಮಾಯೀನನು ಕೂಗಿಕೊಂಡನು. ಸಣ್ಣ ಉಸ್ತಾದರು ಅಷ್ಟು ಹೊತ್ತಿಗೆ ಹಾರೂನನ್ನು ಹಿಡಿದುಕೊಂಡಿದ್ದರು. ಅಸ್ಸಾಮಿನ ದಾಸನ ಶರಟಿನ ಕಾಲರನ್ನು ಶಬರಿಮಲೆಯ ಉಡುಪಿನಲ್ಲಿದ್ದ ಶಂಕರನು ಹಿಡಿದುಕೊಂಡು, 'ಛಿ ನಾಯೇ' ಎಂದು ಬೈಯುತ್ತಿದ್ದನು. ಅಷ್ಟು ಹೊತ್ತಿಗೆ ಸೈದಾಲಿ ಅಲ್ಲಿಂದ ಓಡಿಬಿಟ್ಟಿದ್ದನು.

'ಈ ಸಣ್ಣ ಕಳ್ಳನ ಬಿಲ್ಲನ್ನು ನಾನೇ ಕೊಡುವೆ' ಎಂದು ಸಣ್ಣ ಉಸ್ತಾದರು ಹಾರೂನನ ರಟ್ಟೆಯನ್ನು ಹಿಡಿದುಕೊಂಡು ಹಣ ಪಾವತಿಸಿ ಹೊರಕ್ಕೆ ತಂದು 'ಎಲ್ಲಿಯೂ ನಿಲ್ಲದಿರು, ಓಡು' ಎಂದು ಕಳಿಸಿಬಿಟ್ಟರು.

ಸಾಕಷ್ಟು ಒದೆಗಳನ್ನು ತಿಂದ ದಾಸನೂ ಅವನ ಹಿಂದೆ ಓಡುತ್ತಾ ಬಂದು ಸೇರಿಕೊಂಡನು.

ಅವರಿಬ್ಬರೂ ಅವಮಾನದಲ್ಲಿ ಓಡುತ್ತಾ, ಸಿದ್ದಾಪುರ ಪೇಟೆಯ ಇಳಿಜಾರನ್ನು ಇಳಿದು, ಮೈದಾನಿ ಬಾಣೆಯನ್ನು ದಾಟಿದರು. ಅಪ್ಪಯ್ಯಗೌಡರ ಗದ್ದೆಯನ್ನು ದಾಟಿ ಬರುವಾಗ, ಎಂದಿನಂತೆ ಒಂದೆರಡು ಬಿಳಿಯ ಕೊಕ್ಕರೆಗಳು ಪೈರಿನ ನಡುವೆ ತಮ್ಮ ಕಾಲುಗಳನ್ನು ಇಳಿಬಿಟ್ಟುಕೊಂಡು ನೀರನ್ನು ನೋಡಿಕೊಂಡು ನಿಂತಿದ್ದವು. ಅಪ್ಪಯ್ಯಗೌಡರ ಸಿಮೆಂಟಿನ ಸಮಾಧಿಯ ಎರಡೂ ಬದಿ ಹೂ ಬಿಟ್ಟುಕೊಂಡು ನಿಂತಿದ್ದ ಹಳದಿ ಹೂಗಳ ನಡುವೆ ಕಳೆ ತೆಗೆಯುತ್ತ ಕೂತಿದ್ದ ಮೇರಿ ಟೀಚರು ಅವರಿಬ್ಬರನ್ನು ನೋಡಿ ನಕ್ಕರು. ಮುಖ ಜೋಲು ಹಾಕಿಕೊಂಡು ನಡೆಯುತ್ತಿದ್ದ ಅವರಿಬ್ಬರು ಆ ನಗುವಿಗೆ ಹೇಗೆ ಪ್ರತಿನಗುವುದೆಂದು ಗೊತ್ತಾಗದೆ ಮೇರಿ ಟೀಚರನ್ನು ಪೆಚ್ಚಾಗಿ ನೋಡಿದರು.

'ಏ ಹಾರೂನನೇ, ಈ ಗದ್ದೆ ಬಯಲಲ್ಲಿ ಎಷ್ಟು ಹೂವುಗಳು ಸುಮ್ಮನೆ ಬೆಳೆದುಕೊಂಡಿವೆ, ಆ ನಿನ್ನ ಪಕ್ಕದಲ್ಲಿ ನಡೆಯುತ್ತಿರುವ ಆ ದಾಸನಿಗೆ ಹೇಳಿ ಇಲ್ಲಿಯೂ ಒಂದು ಜೇನು ಪೆಟ್ಟಿಗೆಯಿಡಲು ಹೇಳು ಮಗುವೇ' ಎಂದು ಮೇರಿ ಟೀಚರು ಹೇಳಿದರು. ಹಾರೂನನು ದಾಸನ ಮುಖವನ್ನು ನೋಡಿದನು. ದಾಸನು ಅದಕ್ಕೂ ಏನೂ ಹೇಳದೆ ಮುಂದೆ ನಡೆದನು.

'ನಿಮಗೆ ಇವತ್ತು ಏನಾಗಿದೆ ಮಕ್ಕಳೇ' ಎಂದು ಕುಳಿತಲ್ಲಿಂದಲೇ ಗೊಣಗಿದ ಮೇರಿ ಟೀಚರು ಕಳೆ ತೆಗೆಯುವುದನ್ನು ಬಿಟ್ಟು, ಕೈಗಳಿಗೆ ಅಂಟಿಕೊಂಡಿದ್ದ ಮಣ್ಣನ್ನು ಕೊಡವಿ ಉಸ್ಸೆಂದು ಸಮಾಧಿಯ ಸಿಮೆಂಟು ಕಟ್ಟೆಯ ಮೇಲೆ ಕುಳಿತುಕೊಂಡು ಬಿಕ್ಕಳಿಸಿ ಅಳಲು ತೊಡಗಿದರು. ಅವರು ಅಳುವ ಸದ್ದಿಗೆ ಬೆದರಿದ ಆ ಬಿಳಿಯ ಕೊಕ್ಕರೆಗಳು ಒಮ್ಮೆ ತಲೆ ಎತ್ತಿ ಸದ್ದಿಲ್ಲದೆ ಅಲ್ಲಿಂದ ಹಾರಿದವು.

ದಾಸನೂ, ಹಾರೂನನೂ ಚಡಾವಿನ ತಿರುವು ಹತ್ತಿ ನೋಡಿದರೆ ಆ ದೊಡ್ಡ ಕಾಡುಮಾವಿನ ಮರದ ಕೆಳಗೆ ಸೈದಾಲಿ ತಾನು ಉಟ್ಟಿದ್ದ ಪಂಚೆಯನ್ನು ಕಳಚಿ, ಬರಿ ಚಡ್ಡಿಯಲ್ಲಿ ನಿಂತುಕೊಂಡು, ಮೇಲಕ್ಕೆ ಆಕಾಶದೆತ್ತರಕ್ಕೆ ನಿಂತಿದ್ದ ಆ ಕಾಡುಮಾವಿನ ಮರದ ತುದಿಯನ್ನು ನೋಡುತ್ತಿದ್ದನು. ಆ ಕಾಡುಮಾವಿನ ಮರದ ತುದಿಯ ಗೆಲ್ಲೊಂದನ್ನು ಹತ್ತಿ ನಿಂತಿದ್ದ ಸಣ್ಣನು ಸೈದಾಲಿಯ ಪಂಚೆಯನ್ನು ಚೀಲದಂತೆ ತನ್ನ ಹೆಗಲುಗಳಿಗೆ ನೇತಾಡಿಸಿಕೊಂಡು ಅದರೊಳಗೆ ಕಾಡುಮಾವಿನಕಾಯಿಗಳನ್ನು ಕೊಯ್ದು ತುಂಬಿಸುತ್ತಿದ್ದನು.

ಹಸಿ ಮಾವಿನಕಾಯಿಗಳ ಪರಿಮಳ ಅಲ್ಲೆಲ್ಲ ತುಂಬಿಕೊಂಡು ಒಂದೆರಡು ದನಗಳು ಬಾಲವಲ್ಲಾಡಿಸುತ್ತಾ ಬೇಲಿಯ ಆಚೆ ಹೂವಿನಕೊಲ್ಲಿಯೊಳಗೆ ಮೇಯುತ್ತಿರುವುದು ಕಾಣಿಸುತ್ತಿತ್ತು.

ಕೈಯಲ್ಲಿ ಬಿದಿರಿನ ಬುಟ್ಟಿಯನ್ನು ಹಿಡಿದುಕೊಂಡು ಹಾಜಿರಾಳೂ, ಜೈನಬಾಳೂ ಗದ್ದೆಯ ಬದುವಿನ ಮೇಲೆ ಓಲಾಡುತ್ತಾ ಮಾವಿನಕಾಯಿಗಳನ್ನು ಸಂಗ್ರಹಿಸಲು ಬರುತ್ತಿದ್ದರು. ಅವರ ಹಿಂದಿನಿಂದ ಮುದಾರನು 'ಕಂಡ್ರ ಕುಟ್ಟಿ ನನ್ನ ಮಗ. ಈಗ ಖಂಡಿತ ಈ ಮಾವಿನ ಮರದಿಂದ ಬಿದ್ದು ಸಾಯುತ್ತಾನೆ ನೋಡಿ' ಎಂದು ಗೊಣಗುತ್ತಾ ಧಾವಿಸಿ ಬರುತ್ತಿದ್ದನು.

ತನ್ನ ಅಪ್ಪ ಮುದಾರನು ಬರುತ್ತಿರುವುದನ್ನು ಮರದ ಮೇಲಿಂದಲೇ ನೋಡಿದ ಸಣ್ಣನು 'ಅಯ್ಯೋ ಓಡಿರೋ' ಎಂದು ಆ ಪಂಚೆಯನ್ನು ಮೇಲಿನ ಒಂದು ಕೊಂಬೆಗೆ ಸಿಗಿಸಿ ಮಂಗನಂತೆ ಮರ ಇಳಿದು ಹಾರಿ ತೋಟದೊಳಕ್ಕೆ ದನಗಳು ಮೇಯುವಲ್ಲಿಗೆ ಓಡಿ ಮರೆಯಾಗಿಬಿಟ್ಟನು. ಅವನನ್ನು ಇದೀಗ ಹಿಡಿದು ಬಿಡುವೆನು ಎಂಬಂತೆ ಮುದಾರನೂ ಅವನ ಹಿಂದೆ ಓಡಿದನು. ತನ್ನ ಪಂಚೆಯು ಮರದಲ್ಲೇ ನೇತಾಡುತ್ತಿರುವುದನ್ನು ಕೆಳಗಿನಿಂದಲೇ ನೋಡುತ್ತಿದ್ದ ಸೈದಾಲಿ ತಾನೂ ಅಲ್ಲಿಂದ ಓಡಿ ಬೇಲಿ ಹಾರಿ ಏಲಕ್ಕಿ ಕೊಲ್ಲಿಯ ಕಾಡೊಳಗೆ ಮರೆಯಾಗಿ ಹೋದನು. ಹಾಜಿರಾಳೂ, ಜೈನಬಾಳೂ ಮೇಲೆ ನೇತಾಡುತ್ತಿದ್ದ ಆ ಮಾವಿನಕಾಯಿ ತುಂಬಿದ್ದ ಪಂಚೆಯನ್ನು ತಲೆಯೆತ್ತಿ ನೋಡತೊಡಗಿದರು.

ಹಾರೂನನೂ, ದಾಸನೂ ಆ ಮಾವಿನ ಅಡಿಯಲ್ಲಿ ಸುಮ್ಮನೆ ನಿಂತುಕೊಂಡಿದ್ದರು. ಇಷ್ಟು ಹೊತ್ತಿಗೆ ಸಿದ್ದಾಪುರ ಹೊಟೇಲಿನಲ್ಲಿ ಏಟು ಸಿಕ್ಕಿರುವ ವಿಷಯ ಹೂವಿನಕೊಲ್ಲಿಯಲ್ಲಿ ಎಲ್ಲರಿಗೂ ಗೊತ್ತಾಗಿ ಹೋಗಿರಬಹುದು ಎಂಬ ನಾಚಿಕೆಯು ಅವರಿಬ್ಬರ ಮುಖದಲ್ಲೂ ಕಾಣಿಸುತ್ತಿತ್ತು. ಆದರೆ ಅದು ಏನೂ ಗೊತ್ತಿಲ್ಲವೆಂಬಂತೆ ಹಾಜಿರಾಳು ದಾಸನ ಮುಖವನ್ನೂ, ಜೈನಬಾಳು ಹಾರೂನನ ಮುಖವನ್ನೂ ನೋಡುತ್ತಿದ್ದರು.

ಅವರು ನೋಡು ನೋಡುತ್ತಿದ್ದಂತೆ ಕೆಂಪಾಗುತ್ತಿದ್ದ ಆಕಾಶ ಇದ್ದಕ್ಕಿದ್ದಂತೆ ಕಪ್ಪಾಗಲು ತೊಡಗಿ, ಎಲ್ಲ ಕಡೆ ಗಾಳಿಬೀಸಿ, ಆ ಮಾವಿನ ಮರದ ತುದಿಯ ಆಕಾಶದಲ್ಲಿ ಸಿಡಿಲೊಂದು ಹೊಡೆದು, ಅದರ ಹಿಂದೆಯೇ ಉರುಳುರುಳುತ್ತಾ ಗುಡುಗಿನ ಸದ್ದೂ ಕೇಳಿಬಂತು. ಮಳೆಯ ಜೊತೆಗೇ ದೊಡ್ಡದೊಡ್ಡ ಆಲಿಕಲ್ಲುಗಳೂ ಬೀಳತೊಡಗಿದವು. ಬೆಚ್ಚಗಿದ್ದ ಟಾರು ರಸ್ತೆಯ ಮೇಲೆ ಆಲಿಕಲ್ಲುಗಳು ಬಿದ್ದು ಚಿಮ್ಮಿ ಚೂರಾಗಿ ಕರಗಲು ತೊಡಗಿದವು.

ಅವರೆಲ್ಲರೂ ಆ ಮಳೆಯಲ್ಲಿ ನೆನೆಯದ ಹಾಗೆ ಆ ಕಾಡುಮಾವಿನ ಅಡಿಯಲ್ಲಿ ನಿಂತುಕೊಂಡರು. ಸಿಡಿಲಿನ ಬೆಳಕಿಗೆ ಅವರೆಲ್ಲರ ಮುಖ ಹೊಳೆಯುತ್ತಿತ್ತು. ಹಾರೂನನು ಮೆಲ್ಲಗೆ ಹಾಜಿರಾಳ ಬಳಿ ನಿಂತುಕೊಂಡು

ಜೈನಬಾಳ ಕೈಹಿಡಿದುಕೊಂಡನು. ಹಾರೂನನ ಹಿಂದೆ ದಾಸನೂ ಹೋಗಿ ಹಾಜಿರಾಳ ಹಿಂದೆ ಉಸಿರು ಬಿಡುತ್ತಾ ನಿಂತುಕೊಂಡನು.

ಆ ಸುರಿಯುವ ಮಳೆಯಲ್ಲಿ ಸಿದ್ದಾಪುರದ ಕಡೆಯಿಂದ ಮಿಠಾಯಿಪಾಪನೂ, ಬಭಾನಂದ ಭಿಕ್ಷುಕನೂ ಈ ಮಳೆ ಏನೂ ಅಲ್ಲವೆಂಬಂತೆ ನಡೆದು ಬರುತ್ತಿದ್ದರು. ಬಭಾನಂದ ಭಿಕ್ಷುಕನ ಜೋಳಿಗೆಯಿಂದ ಇಣುಕುತ್ತಿದ್ದ ಶಹನಾಯಿಯ ಮೇಲೂ ಆ ಮಿಂಚಿನ ಬೆಳಕು ಬಿದ್ದು ಅದೂ ಹೊಳೆಯುತ್ತಿತ್ತು. ಮಳೆಯಲ್ಲಿ ನೆನೆಯುತ್ತಾ ಬಂದ ಅವರಿಬ್ಬರು ಆ ಕಾಡುಮಾವಿನ ಮರದ ಕೆಳಗೆ ತಾವೂ ನಿಂತುಕೊಂಡರು. ಬೆವರಿದ್ದ ಅವರಿಬ್ಬರ ಮೈಯ ವಾಸವೆ ಆ ಮಳೆಯಲ್ಲಿ ಅಲ್ಲೆಲ್ಲ ಒದ್ದೆಯಾಗಿ ಹರಡುತ್ತ ಅಲ್ಲಿರುವ ಬೇರೆ ಯಾರನ್ನೂ ಗಮನಿಸದವರಂತೆ ಒಂದೇ ತರಹದ ಹಾಡೊಂದನ್ನು ಅವರಿಬ್ಬರೂ ಗುನುಗತೊಡಗಿದರು.

ನೋಡುನೋಡುತ್ತಿರುವಂತೆ ಬೀಳುತ್ತಿದ್ದ ಮಳೆ ನಿಂತು, ಆಕಾಶ ಕತ್ತಲನ್ನು ಕಳೆದುಕೊಂಡು, ಎಲ್ಲ ಕಡೆ ನಸುಗೆಂಪು ತುಂಬಿ, ದೊಡ್ಡದಾದ ಕಾಮನ ಬಿಲ್ಲೊಂದು ಹೂವಿನಕೊಲ್ಲಿಯ ಒಂದು ತುದಿಯಿಂದ ಇನ್ನೊಂದು ತುದಿಗೆ ಆಕಾಶದಲ್ಲಿ ನೇತಾಡಿಕೊಂಡಿತು ಅವರೆಲ್ಲರ ಮುಖದಲ್ಲೂ ಆ ಕಾಮನಬಿಲ್ಲಿನ ನಸುಗೆಂಪು ಸೇರಿಕೊಂಡು, ಅವರೆಲ್ಲರೂ ಒಬ್ಬರ ಮುಖವನ್ನೊಬ್ಬರು ಖುಷಿಯಲ್ಲಿ ನೋಡತೊಡಗಿದರು.

ತನ್ನ ಒದ್ದೆ ಜೋಳಿಗೆಯೊಳಗಿಂದ ಚಿಲುಮೆಯೊಂದನ್ನು ಹೊರತೆಗೆದ ಬಭಾನಂದ ಭಿಕ್ಷುಕನು ಅದರೊಳಗಡೆ ಭಂಗಿಸೊಪ್ಪನ್ನು ತುಂಬಿದನು. ಮಿಠಾಯಿಪಾಪ ತನ್ನ ಜೋಳಿಗೆಯೊಳಗಿಂದ ಬೆಂಕಿಪೊಟ್ಟಣ ಹೊರತೆಗೆದು, ಕಡ್ಡಿ ಗೀರಿ ಆ ಚಿಲುಮೆಯನ್ನು ಹೊತ್ತಿಸಿಕೊಟ್ಟನು. ಬಭಾನಂದ ಭಿಕ್ಷುಕನು ಆ ಚಿಲುಮೆಯನ್ನು ಜೀವ ಹೋಗುವವನಂತೆ ಉಸಿರಿನೊಳಕ್ಕೆ ಎಳೆದುಕೊಂಡು ಅಲ್ಲೆಲ್ಲಾ ಅದರ ಪರಿಮಳವನ್ನು ಹರಡಿದನು. ಅವನ ಕೈಯ್ಯಿಂದ ಆ ಚಿಲುಮೆಯನ್ನು ಇಸಕೊಂಡ ಮಿಠಾಯಿಪಾಪ, ತಾನೂ ಉಸಿರಿನೊಳಕ್ಕೆ ಅದನ್ನು ಎಳೆದುಕೊಂಡು ಅಲ್ಲೆಲ್ಲ ಆ ಪರಿಮಳವನ್ನು ಹರಡಿದನು. ನೋಡು ನೋಡುತ್ತಿರುವಂತೆ ಅವರಿಬ್ಬರ ಕಣ್ಣುಗಳು ನಿಗಿ ನಿಗಿ ಹೊಳೆಯಲು ತೊಡಗಿದವು. ಅವರು ನಗುತ್ತ, ಹಾಡುತ್ತ, ಕಾಮನ ಬಿಲ್ಲಿನ ಕೆಳಗೆ ತೊಟ್ಟಿಕ್ಕುವ ಆ ಕಾಡುಮಾವಿನ ಮರದಡಿಯಿಂದ ಜಿಗಿದು, ಹಬೆಯೇಳುತ್ತಿದ್ದ ಟಾರುರೋಡಿನ ನಡುವೆ ನಿಂತು ಕುಣಿಯಲು ತೊಡಗಿದರು.

ಅವರು ಕುಣಿಯುತ್ತಿರುವುದನ್ನು ಕಂಡು ಹೆದರಿದ ಜೈನಬಾ ಹಾರೂನನ ಕೈಹಿಡಿದುಕೊಂಡಳು. ಹಾಜಿರಾ ಹೆದರಿ ದಾಸನ ಹತ್ತಿರ ಹೋದಳು. ದಾಸ ಅವಳ ಕೈ ಹಿಡಿದುಕೊಂಡು ಉಸಿರು ಬಿಡತೊಡಗಿದನು. ಅಲ್ಲಿದ್ದ ನಸುಗೆಂಪು ಮಾಯವಾಗಿ, ಕಾಮನಬಿಲ್ಲಿನ ಬಣ್ಣಗಳು ಕಳೆಗುಂದಿ, ಆ ಕತ್ತಲು ಬೆಳಕಲ್ಲಿ

ಅಪ್ಪಯ್ಯಗೌಡರ ಗದ್ದೆಯಿಂದ ಎದ್ದ ಬೆಳ್ಳಕ್ಕಿ ಹಿಂಡುಗಳು ಆಕಾಶದಲ್ಲಿ ತೋರಣದಂತೆ ಸಾಲು ಮಾಡಿಕೊಂಡು ಮುಳುಗಿ ಕಣ್ಮರೆಯಾಗಿದ್ದ ಸೂರ್ಯನ ದಿಕ್ಕಿನಲ್ಲಿ ಹಾರಿಹೋಗುತ್ತಿದ್ದವು.

ಅಲ್ಲೆಲ್ಲ ಕತ್ತಲೆಯಾಗುತ್ತಿತ್ತು. ಮಾವಿನ ಮರದಿಂದ ತೊಟ್ಟಿಕ್ಕುತ್ತಿದ್ದ ಮಳೆಯ ಹನಿಗಳು ಒದ್ದೆ ಎಲೆಗಳ ಮೇಲೆ ಸಣ್ಣಗೆ ಸದ್ದು ಮಾಡುತ್ತಿದ್ದವು. ಜೈನಬಾಳ ಕೈಹಿಡಕೊಂಡ ಹಾರೂನನು ಮುಂದೆ ನಡೆಯುತ್ತಿದ್ದನು. ಹಾಜಿರಾಳ ಕೈಹಿಡಕೊಂಡ ದಾಸನು ಬೇಕೆಂತಲೇ ಹಿಂದೆ ಹಿಂದೆ ಉಳಿಯುತ್ತಿದ್ದನು. ಗದ್ದೆಯ ಬದು ದಾಟಿ, ಏಲಕ್ಕಿ ಕಾಡು ಮುಗಿದು, ಗೋಣುಮುರಿದ ಅಡಿಕೆ ಮರವೂ ಕಳೆದು, ಹಾರೂನನು ಕತ್ತಲಲ್ಲಿ ಜೈನಬಾಳ ಕೈಯನ್ನು ಇನ್ನಷ್ಟು ಒತ್ತಿ ಹಿಡಿದು ತಿರುಗಿ ನೋಡಿದನು. ಹಾಜಿರಾಳೂ ದಾಸನೂ ಕಾಣಿಸುತ್ತಿರಲಿಲ್ಲ. ಗೋಣು ಮುರಿದ ಅಡಿಕೆ ಮರವು ಆ ಕತ್ತಲಲ್ಲಿ ಆಕಾಶಕ್ಕೆ ಹತ್ತಿ ಹೋಗುವ ಹಾಗೆ ಕಾಣಿಸುತ್ತಿತ್ತು.

ಹಾರೂನನು 'ಹಾಜಿರಾ'ಎಂದು ಕೂಗಿದನು.

ತಿರುಗಿ ಏನೂ ಕೇಳಿಸಲಿಲ್ಲ.

'ದಾಸಾ' ಎಂದು ಕೂಗಿದನು.

ಆದರೂ ತಿರುಗಿ ಏನೂ ಕೇಳಿಸಲಿಲ್ಲ.

ಅವನಿಗೆ ಆ ಕತ್ತಲಲ್ಲಿ ಆ ಮರದ ಕೆಳಗೆ ನಂಬಿಯಾರರು ಕುಳಿತುಕೊಂಡಿರುವ ಹಾಗೆ ಬೆಳ್ಳಬೆಳ್ಳಗೆ ಏನೋ ಕಾಣಿಸಿದಂತಾಗಿ 'ಯಾ ಉಮ್ಮಾ' ಎಂದು ಜೋರಾಗಿ ಕೂಗಿಕೊಳ್ಳಲು ನೋಡಿದನು.

ಬಾಯಿಂದ ಸದ್ದು ಬರಲಿಲ್ಲ.

ಜೈನಬಾಳ ಮುಖವನ್ನು ನೋಡಿದರೆ ಅವಳು ಏನೂ ಗೊತ್ತಿಲ್ಲದ ಹಾಗೆ ಆ ಕತ್ತಲಲ್ಲಿ ಸುಮ್ಮನೆ ಕೈ ಹಿಡಿದುಕೊಂಡಿದ್ದಳು.

ನೋಡಿದರೆ ಎದುರಿಂದ ಚಾಮುಂಡಿ ಬಾಣೆಯ ಬೀಟೆಯ ಮರಗಳ ನಡುವಿಂದ ಹುಣ್ಣಿಮೆಯ ಚಂದ್ರ ಎದ್ದು ಬರುತ್ತಿದ್ದ. ಮಳೆಗೆ ತೊಯ್ದಿದ್ದ ಬೀಟೆಯ ಎಲೆಗಳು ಚಂದ್ರನ ಬೆಳಕಿಗೆ ಚೂಪಗೆ ಹೊಳೆಯುತ್ತಿದ್ದವು. ಮೆಲ್ಲಗೆ ಎದ್ದ ಆ ಬೆಳಕಲ್ಲಿ ಜೈನಬಾಳ ಕಣ್ಣುಗಳೂ ಹೊಳೆಯುತ್ತಿದ್ದವು.

ಪಾಲವಾನದ ಗೆಲ್ಲುಗಳು ಗಾಳಿಗೆ ಒಂದಕ್ಕೊಂದು ಉಜ್ಜುವ ಸದ್ದು, ಹುಣ್ಣಿಮೆಯ ಬೆಳಕಿಗೆ ಕೂಗುವ ಕುತ್ತಿರಿಚೂಡ ಹಕ್ಕಿ, ದೂರದಿಂದೆಲ್ಲಿಂದಲೋ ಲಾರಿಯೊಂದು ಚಡಾವು ಹತ್ತಿ ಬರುತ್ತಿರುವ ಸದ್ದು.

ಹಾರೂನನು ಇನ್ನೊಮ್ಮೆ ತಿರುಗಿ ನೋಡಿದನು.

ದೂರದಲ್ಲಿ ಗದ್ದೆಯ ಬದುವಿನ ಮೇಲಿಂದ ಹಾಜಿರಾಳ ಹಿಂದಿನಿಂದ ದಾಸನು ಓಡಿ ಬರುತ್ತಿದ್ದ. ಕೊಯ್ದು ಮುಗಿದಿದ್ದ ಗದ್ದೆಯಲ್ಲಿ ಮಳೆಯ ನೀರು

ತುಂಬಿ ಚಂದ್ರನ ಬೆಳಕು ಓಡಿಬರುತ್ತಿರುವ ಅವರಿಬ್ಬರ ಮೇಲೆ ಆಟವಾಡುತ್ತಿತ್ತು. ಅವರು ಓಡಿ ಹತ್ತಿರವಾಗುತ್ತಿದ್ದಂತೆ ಹಾರೂನನಿಗೆ ಹಾಜಿರಾ ಅಳುತ್ತಿರುವುದೂ, ಅಳಬೇಡವೆಂದು ದಾಸನು ಕೇಳಿಕೊಳ್ಳುತ್ತಿರುವುದೂ ಆ ಬೆಳಕಿನಲ್ಲಿ ಕಾಣಿಸಿತು. ಹಾಜಿರಾ ಅಳು ತಡೆಯಲಾಗದೆ ಉಸಿರು ಕಟ್ಟಿಕೊಂಡು ನಡುಗುತ್ತಿದ್ದಳು. ದಾಸನು ತುಟಿ ಕಚ್ಚಿಕೊಂಡು ಅವಳ ಕೈಹಿಡಿದು ಬೇಡಿಕೊಳ್ಳುತ್ತಿದ್ದನು.

ಹಾರೂನನಿಗೆ ಹೆದರಿಕೆಯಾಗುತ್ತಿತ್ತು. ಅವನು ಹೆದರಿಕೊಂಡು, ಜೈನಬಾಳ ಕೈಹಿಡಿದುಕೊಂಡು ಬಿಡಾರದ ಕಡೆ ನಡೆಯಲು ತೊಡಗಿದನು. ಬಿಡಾರ ಹತ್ತಿರವಾಗುತ್ತಿದ್ದಂತೆ ಹಿಂದಿನಿಂದ ತರಗೆಲೆಯಂತೆ ಗಾಳಿಯ ಜೊತೆ ತೂರಾಡುತ್ತಾ ಓಡಿಬಂದ ಹಾಜಿರಾ ಬಿಡಾರದೊಳಕ್ಕೆ ಉರುಳಿ ಬಿದ್ದು ತನ್ನ ತಾಯಿಯನ್ನು ನೆನೆದುಕೊಂಡು ಬಿಕ್ಕಿಬಿಕ್ಕಿ ಅಳಲು ತೊಡಗಿದಳು.

ಅವಳು ಅಳುವ ಸದ್ದಿಗೆ ಹಾರೂನನೂ ಜೈನಾಬಾಳೂ ಸೇರಿಕೊಂಡು ತಾವೂ ಅಳಲು ತೊಡಗಿದರು.

ಅವರೆಲ್ಲರು ಅಳುವ ಸದ್ದು ಕೇಳಿ ಒಳಗಿಂದ ಹಾಜಮ್ಮನೂ, ಆಯಿಷಾಳೂ ಓಡಿಬಂದು ಏನಾಯಿತೆಂದು ಅವರೂ ಅಳತೊಡಗಿದರು. ರಾಟೆ ಮನೆಯ ಕಡೆಗೆ ಕಾಫಿ ಒಣಗಿಸುವ ಕೆಲಸ ನೋಡಿಕೊಂಡು ಬರಲು ಹೋಗಿದ್ದ ಉಸ್ಮಾನ್ ರೈಟರು ಅಷ್ಟು ಹೊತ್ತಿಗೆ ತಿರುಗಿ ಬಂದವರು ಎಲ್ಲರೂ ಅಳುತ್ತಿರುವುದನ್ನು ಕಂಡು 'ಎಲ್ಲರಿಗೂ ಏನಾಯಿತು' ಎಂದು ಕೇಳಿದರು.

ಯಾರೂ ಮಾತಾಡಲಿಲ್ಲ. ಕೊನೆಗೆ ಹಾಜಿರಾಳೇ ಕಣ್ಣು ಒರೆಸಿಕೊಂಡು 'ಏನೂ ಆಗಲಿಲ್ಲ' ಎಂದಳು.

ಅವಳ ಕಣ್ಣುಗಳಲ್ಲಿ ಏನೋ ಹಠ ಕಾಣುತ್ತಿತ್ತು. ಅವಳ ಆ ಹಠದ ಕಣ್ಣುಗಳನ್ನು ಕಂಡ ಉಸ್ಮಾನ್ ರೈಟರ ಕಣ್ಣುಗಳಲ್ಲಿ ನೀರು ತುಂಬಿಕೊಂಡು 'ಏನಾಯಿತು ಮಗಳೇ' ಎಂದು ಎಂದೂ ತೋರಿಸದ ಪ್ರೀತಿಯಲ್ಲಿ ಅವಳನ್ನು ಬಳಿಗೆ ಎಳೆದುಕೊಂಡು ತಲೆ ನೇವರಿಸಿ ಕೇಳಿದರು.

'ಏನೂ ಇಲ್ಲ ಬಾಪಾ, ನಾನು ಕತ್ತಲಲ್ಲಿ ಬಟ್ಟೆಯಿಲ್ಲದೆ ನಡೆಯುವ ನನ್ನ ಉಮ್ಮಾಳನ್ನು ಕಂಡೆ. ನನಗೆ ಹೆದರಿಕೆಯಾಗುತ್ತಿದೆ' ಎಂದು ಹಾಜಿರಾ ಎದೆ ಕರಗಿ ನೀರಾಗುವ ಹಾಗೆ ತಂದೆಯನ್ನು ತಬ್ಬಿಕೊಂಡು ಮತ್ತೆ ಅಳತೊಡಗಿದಳು.

ಹಾರೂನನು ಬಾಯಿಬಾರದ ಹಾಗೆ ಸುಮ್ಮನೇ ಅವರೆಲ್ಲರೂ ಅಳುವುದನ್ನು ನೋಡುತ್ತಿದ್ದನು. ಸ್ನಾನದ ಕೊಟ್ಟಿಗೆಯ ಕಡೆಯಿಂದ ಸಣ್ಣನ ಕೊಳಲಿನ ಸದ್ದು ನಿಧಾನಕ್ಕೆ ಕೇಳಿಸತೊಡಗಿತು.

ಹಾಜಿರಾಳ ಮದುವೆ ಆಲೋಚನೆ

ಬಂದಿದ್ದ ಕೋಟಲೆಯು ಹಿಂತಿರುಗಿ ಹೋಗಿ, ತೀರಿ ಹೋಗಬೇಕಿದ್ದವರು ತೀರಿಹೋಗಿ, ತೀರಿಹೋಗಬೇಕಾಗಿದ್ದ ಕಾವಲುಗಾರ ಕುಟ್ಟಿಕಣ್ಣನು ಅದು ಹೇಗೋ ಕೊಡಂಗಲ್ಲೂರು ಭಗವತಿಯ ಕೃಪೆಯಿಂದ ಚೇತರಿಸಿಕೊಂಡಿದ್ದನು. ಕೇರಳದ ತ್ರಿಸೂರಿನ ಕೊಡಂಗಲ್ಲೂರಿನ ಕುರುಂಬ ಭಗವತಿಯ ಭರಣಿ ಪೂರಕ್ಕೆ ಹರಕೆ ಹೊತ್ತು, ಮೈಯೆಲ್ಲಾ ಕುಂಕುಮ ಬಳಿದು, ಕತ್ತಿಯಿಂದ ಕಡಿದು ನೆತ್ತರು ಮಾಡಿ, ಬಾಯಿಗೆ ಬಂದ ಹಾಗೆ ದೇವಿಯನ್ನು ಅಶ್ಲೀಲವಾಗಿ ಬೈದು, ಹರಕೆ ತೀರಿಸಿ ಬಂದ ಕುಟ್ಟಿಕಣ್ಣನಿಗೆ ಈಗ ತನ್ನ ಕಾಲುಗಳ ಗಾಯವೂ ಒಣಗಿ, ಪೊರೆ ಬಂದ ಕಣ್ಣುಗಳೂ ಕಾಣಿಸುತ್ತಿರುವಂತೆ ಅನಿಸಿ ಎಲ್ಲ ಕಡೆ ಹೊಸ ಹುರುಪಿನಿಂದ ಓಡಾಡುತ್ತಿದ್ದನು. ಅವನ ಹಳೆಯ ಮರದ ಕೋವಿಯೂ ಈಗ ತಿಕ್ಕಿ ತೀಡಿ ಹೊಸತಿನಂತೆ ಬಿಸಿಲಲ್ಲಿ ಹೊಳೆಯುತ್ತಿತ್ತು. ಅವನು ಹೊಸ ಹುರುಪಿನಲ್ಲಿ ಆ ಕೋವಿಯನ್ನೆತ್ತಿ ಮರದ ಕೊಂಬೆಗಳ ಕಡೆ ತೋರಿಸಿ, ಕಾಗೆಗಳನ್ನೂ ಮಂಗಗಳನ್ನೂ ಹೆದರಿಸಿ ಓಡಿಸುತ್ತಾ ಇತ್ತೀಚೆಗೆ ವಾರಕ್ಕೊಮ್ಮೆ ಬೇಕಾದಕ್ಕಿಂತಲೂ

ಕೊಂಚ ಹೆಚ್ಚೇ ಕುಡಿದು ತಮಾಷೆ ಮಾಡುತ್ತ ರೈಟರ ಬಿಡಾರದ ಮುಂದೆ ಕುಳಿತಿರುತ್ತಿದ್ದನು. ಹೀಗೆ ಕುಳಿತಿರುವಾಗ ಅವನ ಬಾಯಿಯಿಂದ ದೇವಿಯನ್ನು ಬೈಯ್ಯುವ ಅಶ್ಲೀಲದ ಹಾಡುಗಳು ಕೊಂಚ ಜಾಸ್ತಿಯೇ ಹೊರಬಂದು ಆ ಹಾಡುಗಳನ್ನು ಕೇಳಿಸಿಕೊಂಡ ಹಾರೂನನು ಅರ್ಥ ಗೊತ್ತಿಲ್ಲದ ಅವುಗಳನ್ನು ಹಾಡಲು ಹೋಗಿ ಹಾಜಮ್ಮನ ಬಾಯಿಂದ ಬಯ್ಯಿಸಿಕೊಳ್ಳುತ್ತಿದ್ದನು.

ಹಾಗಾಗಿ ಇತ್ತೀಚೆಗೆ ಕುಟ್ಟಿಕಣ್ಣನು ಕುಡಿದು ಬಂದಾಗಲೆಲ್ಲ ಹಾಜಮ್ಮ ಬಿಡಾರದ ಬಾಗಿಲು ಹಾಕಿಕೊಳ್ಳುತ್ತಿದ್ದರು. ಆಗ ಕುಟ್ಟಿಕಣ್ಣನು ಬೇಸರದಲ್ಲಿ ಸಣ್ಣಗೆ ಬೇಕಂತಲೇ ತೂರಾಡುತ್ತಾ ಬೈಗುಳದ ಕೆಟ್ಟ ಹಾಡುಗಳನ್ನು ಗುಣಗುಣಿಸುತ್ತಾ ತೋಟದಲ್ಲೆಲ್ಲ ನಡೆದು ಹೋಗುತ್ತಿದ್ದನು. ಉಸ್ಮಾನ್ ರೈಟರನ್ನು ಯಾವಾಗಲೂ ನೆರಳಿನಂತೆ ಹಿಂಬಾಲಿಸುತ್ತಿದ್ದ ಆತ ಇತ್ತೀಚೆಗೆ ಅದನ್ನು ಅತಿಯಾಗಿ ಮಾಡಲು ಹೋಗದೆ ಎಷ್ಟು ಬೇಕೋ ಅಷ್ಟು ಮಾತ್ರ ಮಾಡಿಕೊಂಡು ಮುಗುಮ್ಮಾಗಿ ಓಡಾಡಿಕೊಂಡಿದ್ದನು. ಅವನು ಹಾಗೆ ಮುಗುಮ್ಮಾಗಿರಲು ಕಾರಣವೂ ಇತ್ತು.

ಕೇರಳಕ್ಕೆ ಹೋಗಿದ್ದ ಅವನು ಹಾಗೇ ತನ್ನ ಮಗಳನ್ನೂ, ಹೆಂಡತಿಯನ್ನೂ ನೋಡಿಬಂದಿದ್ದನು. ಅಲ್ಲಿ ಆಸ್ಪತ್ರೆಯಲ್ಲಿ ಆಯಾ ಆಗಿದ್ದ ಅವನ ಮಗಳು ದೇವಯಾನಿ ಈಗ ಅಲ್ಲಿ ದೊಡ್ಡ ನರ್ಸಾಗಿ ನೋಡಲೂ ಚಂದವಾಗಿ ಕಾಣಿಸುತ್ತಿದ್ದಳು. ಅವಳ ಚಂದವನ್ನು ನೋಡಿ ಇಷ್ಟಪಟ್ಟಿದ್ದ ಅಲ್ಲಿನ ಕಮ್ಯೂನಿಸ್ಟ್ ಲೀಡರನೊಬ್ಬ ಅವಳನ್ನೂ, ತಾಯಿ ರುಕ್ಮಿಣಿಯನ್ನೂ ತನ್ನ ಅಂಬಾಸಿಡರ್ ಕಾರಿನಲ್ಲಿ ಕೂರಿಸಿಕೊಂಡು ಹೂವಿನಕೊಲ್ಲಿಗೆ ಒಂದೆರಡು ಸಲ ಬಂದು ಹೋಗಿಯೂ ಆಗಿತ್ತು. ಹಾಗೆ ಬಂದವನು ಯಾವುದನ್ನೂ ಅತಿಯಾಗಿ ಮಾಡಬಾರದೆಂದು ಕುಟ್ಟಿಕಣ್ಣನಿಗೆ ತಾಕೀತು ಮಾಡಿ, ಒಂದೆರಡು ವರ್ಗ ಸಮರಗಳ ಕಥೆಗಳನ್ನೂ ಹೇಳಿಹೋಗಿದ್ದನು. ಹೀಗಾಗಿ ಕುಟ್ಟಿಕಣ್ಣನಿಗೆ ಯಾವುದನ್ನು ಮಾಡುವುದು, ಯಾವುದನ್ನು ಬಿಡುವುದು ಎಂದು ಗೊತ್ತಾಗದೆ ಕುಡಿಯುವುದನ್ನು ಕೊಂಚ ಹೆಚ್ಚೇ ಮಾಡಿಕೊಂಡು ಉಸ್ಮಾನ್ ರೈಟರನ್ನು ಕಂಡಾಗಲೆಲ್ಲ ಬೇಸರದಲ್ಲಿ ನಗುತ್ತಿದ್ದನು. ಅವನ ನಗುವನ್ನು ಮನಸಿನಲ್ಲೇ ಅರ್ಥ ಮಾಡಿಕೊಳ್ಳುತ್ತಿದ್ದ ಉಸ್ಮಾನ್ ರೈಟರು ಏನೂ ಹೇಳದೆ ಸುಮ್ಮನೆ ಇರುತ್ತಿದ್ದರು. ಈ ಸಲ ಕಾಫಿಯ ಬೋನಸ್ಸು ಕೊಟ್ಟು, ಕುಟ್ಟಿಕಣ್ಣನನ್ನು ಪಟ್ಟಿಯಿಂದ ತೆಗೆದು ಊರಿಗೆ ಕಳಿಸಿಬಿಡಬೇಕೆಂದು ಖಾನ್ ಸಾಹುಕಾರರೂ ಸೂಚ್ಯವಾಗಿ ಹೇಳಿದ್ದರು. ಹಾಗಾಗಿ ಉಸ್ಮಾನ್ ರೈಟರು ತಾವೂ ಅವನನ್ನು ಹೆಚ್ಚು ಹಚ್ಚಿಕೊಳ್ಳಬಾರದೆಂದು ಆತ ಬಂದಾಗಲೆಲ್ಲ ಮುಖವನ್ನು ಬೇರೆ ಕಡೆ ತಿರುಗಿಸಿ ಮಾತನಾಡುತ್ತಿದ್ದರು. ಅದೂ ಅಲ್ಲದೆ ಅವರಿಗೆ ಈಗ ಮಗಳು ಹಾಜಿರಾಳನ್ನು ಆದಷ್ಟು ಬೇಗ ಯಾರಿಗಾದರೂ ಕೊಟ್ಟು ಮದುವೆ ಮಾಡಬೇಕೆಂಬ ಯೋಚನೆಯೇ ಎಲ್ಲಕ್ಕಿಂತ ಮುಖ್ಯವಾಗಿ, ಮಕ್ಕಳೊಡನೆ ಆಡುವುದನ್ನೂ ಕಡಿಮೆ ಮಾಡಿ, ಎಲ್ಲರೊಡನೆ

ಆಗಾಗ ಸಿಡುಕಲು ಶುರುಮಾಡಿದ್ದರು. ಅವರು ಏನೋ ಒಂದು ನೆಪ ಹೇಳಿ ಅಸ್ಸಾಮಿನಿಂದ ಜೇನುಪೆಟ್ಟಿಗೆ ಇಡಲು ಬಂದಿದ್ದ ದಾಸನನ್ನು ತೋಟದಿಂದ ಕಳಿಸಿ ಬಿಟ್ಟಿದ್ದರು. ಆ ದಾಸನು ತೋಟದಿಂದ ಹೋದರೂ, ಸಿದ್ದಾಪುರ ಬಿಟ್ಟು ಹೋಗದೆ ತಮಿಳು ರೈಟರ ತೋಟದಲ್ಲಿ ಸಣ್ಣ ರೈಟರ ಕೆಲಸಕ್ಕೆ ಸೇರಿಕೊಂಡಿದ್ದನು. ಸಂಜೆಯಾದಾಗ ಆತ ಸಿದ್ದಾಪುರಕ್ಕೆ ಬಂದು ಶಂಕರನ ಕೂದಲು ಕತ್ತರಿಸುವ ಅಂಗಡಿಯಲ್ಲಿ ಪೇಪರು ಓದುತ್ತಾ, ಕನ್ನಡ ಓದಲು, ಬರೆಯಲು ಕಲಿಯುತ್ತಿದ್ದನು. ಒಮ್ಮೊಮ್ಮೆ ಶಂಕರನು ಸಣ್ಣ ಉಸ್ತಾದರ ಲಟಾರಿ ಸ್ಕೂಟರಿನ ಹಿಂದೆ ದಾಸನನ್ನು ಕೂರಿಸಿಕೊಂಡು, ಹೂವಿನಕೊಲ್ಲಿಯವರೆಗೆ ಬಂದು ತನ್ನ ತಾಯಿ ಕಾದಿಮಾಳನ್ನು ನೋಡಿಕೊಂಡು ಹೋಗುತ್ತಿದ್ದನು. ಹಾಗೆ ಹೋಗುವಾಗ ಸ್ಕೂಟರಿನಲ್ಲಿ ರೈಟರ ಬಿಡಾರದ ಮುಂದೂ ಹಾದು ಹೋಗುತ್ತಿದ್ದನು. ಹಾಗೆ ಹಾದುಹೋಗುವಾಗ ದಾಸನ ಕಣ್ಣುಗಳು ಹಾಜಿರಾಳನ್ನು ಹುಡುಕುತ್ತಿತ್ತು. ಸ್ಕೂಟರಿನ ಸದ್ದು ಕೇಳಿದ ಹಾಜಿರಾ ಬೇಕೆಂತಲೇ ಮನೆಯೊಳಗೆ ಕಲ್ಲು ಮನಸು ಮಾಡಿಕೊಂಡು ಕುಳಿತುಕೊಳ್ಳುತ್ತಿದ್ದಳು.

ಅವಳ ದೇಹವು ಬೆಳೆದು, ಅವಳ ಅಂಗಾಂಗಗಳು ತುಂಬಿಕೊಂಡು ನೆತ್ತರು ಒಸರುವಂತಿದ್ದ ಅವಳ ಬಣ್ಣವೂ, ಅವಳ ಬಳುಕೂ ಎಲ್ಲವೂ ಅವಳನ್ನು ಅದುವರೆಗೆ ಯಾರೂ ಕಂಡರಿಯದ ಸುಂದರಿಯನ್ನಾಗಿ ಮಾಡಿದ್ದರೂ ತನ್ನ ಕಣ್ಣುಗಳಲ್ಲಿ ಅದುವರೆಗೆ ಇದ್ದ ಆ ತುಂಟ ಮಿಂಚಿನಂತಹ ಬೆಳಕು ಕಾಣೆಯಾಗಿರುವುದು ಅವಳಿಗೆ ಮಾತ್ರ ಅರಿವಾದಂತೆ ಅವಳು ಮಂಕಾಗಿ ಹೋಗಿದ್ದಳು. ಯಾರು ಏನು ಹೇಳಿದರೂ ತನಗೆ ಬೇಕಾಗಿರುವುದು ಇಲ್ಲಿ ಎಲ್ಲೂ ಇಲ್ಲ ಎನ್ನುವ ಸಂಕಟದಿಂದಲೂ ಹೆದರಿಕೆಯಿಂದಲೂ ಆಕೆ ಸುಮ್ಮನೆ ಆಕಾಶ ನೋಡುತ್ತಾ, ಹೇಳಿದ ಕೆಲಸ ಮಾಡುತ್ತಾ ಮನೆಯೊಳಗೇ ಓಡಾಡುತ್ತಿದ್ದಳು. ಅವಳಿಗೊಂದು ಮದುವೆ ಮಾಡಿಸಿ ಎಲ್ಲಿಗಾದರೂ ಕಳಿಸಿ ಬಿಡಬೇಕೆಂಬ ಯೋಚನೆಯಲ್ಲಿ ಉಸ್ಮಾನ್ ರೈಟರೂ ವಯಸ್ಸಾಗಿ ಹೋದ ಹಾಗೆ ಕಾಣಿಸುತ್ತಿದ್ದರು.

ಹಾಜಿರಾಳ ಅಣ್ಣಂದಿರಾದ ಸೂಫಿಯೂ, ಇಬ್ರಾಯಿಯೂ ಈಗ ಮನೆಗೆ ಬಂದರೆ ಬರುತ್ತಿದ್ದರು. ಇಲ್ಲವಾದರೆ ಸಿದ್ದಾಪುರದಲ್ಲಿ ಸಣ್ಣ ಉಸ್ತಾದರ ಅಂಗಡಿಯಲ್ಲೇ ಮಲಗಿಬಿಡುತ್ತಿದ್ದರು. ಸಣ್ಣ ಉಸ್ತಾದರಿಗೂ ಹಾಜಿರಾಳನ್ನು ಕಂಡು ಸಣ್ಣಗೆ ಆಸೆಯೂ ಉಂಟಾಗುತ್ತಿತ್ತು. ಹಾಜಿರಾಳನ್ನು ಮದುವೆಯಾಗಿ ಈ ಇಬ್ಬರು ಹುಡುಗರನ್ನೂ ಜೊತೆಗಿಟ್ಟುಕೊಂಡು ಮಲೆ ಸರಕುಗಳ ದೊಡ್ಡ ವ್ಯಾಪಾರಿಯಾಗಿ ಎಲ್ಲರ ಕಷ್ಟವನ್ನೂ ಆದಷ್ಟು ಕಡಿಮೆ ಮಾಡಿಬಿಡಬೇಕೆಂದು ಅವರಿಗೆ ಒಳಗೊಳಗೆ ಆಸೆಯಾಗುತ್ತಿತ್ತು. ಊರಿಗೆ ಹೋದಾಗ ಹೆಂಡತಿಯ ಬಳಿ ಈ ಆಸೆಯನ್ನು ತಮಾಷೆಯಾಗಿ ಒಂದೆರಡು ಬಾರಿ ಹೇಳಿ ಅವಳಿಂದ

ಜೋರಾಗಿ ಚಿವುಟಿಸಿಕೊಂಡೂ ಬಂದಿದ್ದರು. ಬೇರೆ ಯಾರಲ್ಲೂ ಇದನ್ನು ಹೇಳಿಕೊಳ್ಳುವ ಧೈರ್ಯ ಇಲ್ಲದಿದ್ದರೂ ಹೆಂಡತಿಯೊಡನೆ ಕೂಡುವಾಗ ಅವರು ಹಾಜಿರಾಳನ್ನೂ, ಅವಳ ಅಂಗಾಂಗಗಳನ್ನೂ ಕಲ್ಪಿಸಿಕೊಂಡು ಒಂದಕ್ಕೆರಡು ಪಟ್ಟು ಖುಷಿಪಟ್ಟುಕೊಂಡು ಮ್ಲಾನವದನರಾಗಿ ಹಿಂತಿರುಗುತ್ತಿದ್ದರು. ಮಲಯಾಳದಲ್ಲಿ ಸಣ್ಣಪುಟ್ಟ ಶೃಂಗಾರ ಕಾವ್ಯವನ್ನು ಬರೆಯುತ್ತಿದ್ದ ಅವರು ಊರಿಗೆ ಹೋದಾಗ ಅದನ್ನು ಹೆಂಡತಿಗೆ ಓದಿ ಹೇಳಿ ಇದರಲ್ಲಿ ಬರುವುದು ಯಾರು ಹೇಳು ನೋಡುವಾ, ಇದು ನೀನೇ ಅಲ್ಲವಾ ಎಂದು ಎರಡೆರಡು ಬಾರಿ ಕೇಳಿ ಎಲ್ಲಿಯೂ ಹಾಜಿರಾಳ ಹೆಸರೆತ್ತದೆ ಹೆಂಡತಿಯನ್ನು ಸಖತ್ ಖುಷಿಯಲ್ಲಿಟ್ಟು ಬರುತ್ತಿದ್ದರು. ಮನುಷ್ಯ ದೇಹ ಕೊಡಬಹುದಾದ ಸುಖ, ಮನುಷ್ಯ ದೇಹಕ್ಕೆ ಸಿಗಬಹುದಾದ ಸುಖ ಇವೆರಡನ್ನೂ ಕಟ್ಟಿ ಹಾಕಿಟ್ಟುಕೊಂಡರೆ, ಬಹುಶಃ ಸಿಗಬಹುದಾದ ಮರಣಾನಂತರದ ಸ್ವರ್ಗದ ಸುಖ ಇವೆರಡರಲ್ಲಿ ಯಾವುದು ಸುಲಭವೂ, ಸುಖಕರವೂ ಆದದ್ದು ಎಂದು ಸಣ್ಣ ಉಸ್ತಾದರನ್ನು ಈಗ ಯಾರಾದರೂ ಕೇಳಿದರೆ ಅವರು ಸಣ್ಣಗೆ ದೇಹ ಸುಖವನ್ನೇ ಮೇಲು ಎಂದು ಹೇಳುವಷ್ಟು ಧೈರ್ಯ ಬೆಳೆಸಿಕೊಂಡಿದ್ದರು.

ಸಿದ್ದಾಪುರದಲ್ಲಿ ಮಲೆ ಸರಕು ಮಾರುತ್ತಾ ಮೇಲೆ ಬರುತ್ತಿದ್ದ ಅವರನ್ನು ಯಾರೂ ಈಗ ಕೇವಲ ಉಸ್ತಾದನಂತೆ ಕಾಣುತ್ತಿರಲಿಲ್ಲ. ಶಂಕರನು ಶಬರಿಮಲೆಗೆ ಹೋಗಿ ಬಂದು, ಮಾಲೆ ಕಳಚಿ, ಕೂದಲು ಕತ್ತರಿಸುವ ಕೆಲಸ ಮುಂದುವರಿಸಿದ್ದರೂ ಉಸ್ತಾದರು ಏನೂ ಆಗದವರಂತೆ ಅವನಲ್ಲಿಯೇ ಕ್ಷೌರ ಮಾಡಿಸಿಕೊಂಡು ಬರುತ್ತಿದ್ದರು. ಹೋಟೆಲ್ಲಿನಲ್ಲಿ ಕೆಲಸ ಮಾಡುತ್ತಿದ್ದ ಕುಳ್ಳ ಮಾಯೀನನೂ ಈಗ ತನಗೆ ಸದ್ಯಕ್ಕೆ ಸರ್ಕಸ್ಸೂ ಬೇಡ, ತಮಾಷೆಗಳೂ ಬೇಡ ಎಂದು ಸಣ್ಣ ಉಸ್ತಾದರ ಅಂಗಡಿಯಲ್ಲೇ ಎಣ್ಣೆ ಅಳೆದುಕೊಡುವುದು, ತೆಂಗಿನಕಾಯಿ ಲೆಕ್ಕ ಮಾಡಿ ಇಡುವುದು ಇತ್ಯಾದಿ ಮಾಡುತ್ತಾ ಸಣ್ಣಗೆ ಹಾಡು ಹೇಳುತ್ತಾ ಸೂಫಿ, ಇಬ್ರಾಯಿಯರ ಜೊತೆ ಖುಷಿಯಾಗಿದ್ದನು. ಮಕ್ಕಳನ್ನು ನೋಡಲು ಅಂಗಡಿಗೆ ಬರುತ್ತಿದ್ದ ಉಸ್ಮಾನ್ ರೈಟರಿಗೆ ಕೂರಲು ಕುರ್ಚಿ ತಂದು ಕೊಟ್ಟು, ಅದೂ ಇದೂ ಕತೆ ಹೇಳುತ್ತಾ ಅವರನ್ನು ನಗಿಸಲು ನೋಡುತ್ತಿದ್ದನು.

ಹೀಗೇ ಒಂದು ಸಲ ಅದೂ ಇದೂ ಮಾತನಾಡುತ್ತಾ ಕುಳ್ಳ ಮಾಯೀನನು ಮೆಲ್ಲಗೆ ರೈಟರ ಬಳಿ ಸಣ್ಣ ಉಸ್ತಾದರ ಮನಸಿನಲ್ಲಿರುವುದನ್ನು ಹೇಳಿಬಿಟ್ಟನು. ಅದನ್ನು ಹೇಗೆ ಹೇಳಬೇಕೆಂದು ಸಣ್ಣ ಉಸ್ತಾದರು ಅವನಿಗೆ ಮೊದಲೇ ಹೇಳಿಕೊಟ್ಟಿದ್ದರು. ಅವನು ಹೇಳಿದ್ದನ್ನು ಸುಮ್ಮನೇ ಕೇಳಿಸಿಕೊಂಡ ಉಸ್ಮಾನ್ ರೈಟರು ದೊಡ್ಡ ಉಸ್ತಾದರು ಒಪ್ಪುವುದಾದರೆ ಇದರಲ್ಲಿ ತನ್ನದೇನೂ ಅಭ್ಯಂತರವಿಲ್ಲ ಎಂದು ಹೇಳಿ ಮಸೀದಿಗೆ ನಮಾಜಿಗೂ ಹೋಗದೆ ವಾಪಾಸು ಮನೆಗೆ ಖುಷಿಯಲ್ಲೇ ಬಂದು ಬಿಟ್ಟಿದ್ದರು.

ಒಂದು ಗಂಭೀರ ಮತ ಪ್ರಸಂಗ

ಸಿಳ್ಳೆ ಹೊಡೆಯುವುದು ಇಸ್ಲಾಮಿನ ಪ್ರಕಾರ ಒಳ್ಳೆಯದಲ್ಲ ಎಂಬ ಅರಿವಿದ್ದರೂ ಅರಬಿ ಕಲಿಸುವ ಮೊಲ್ಲಾಕ ಆ ದಿನ ತಮ್ಮ ಬಿದ್ದುಹೋಗಿರುವ ಹಲ್ಲುಗಳ ನಡುವಿಂದ ಸಣ್ಣದಾಗಿ ಸಿಳ್ಳೆ ಹೊಡೆಯುತ್ತಾ, ತಮ್ಮ ಕೈಯಲ್ಲಿದ್ದ ಹದೀಸ್ ಪುಸ್ತಕವೊಂದರ ಹಳದಿ ಹಾಳೆಗಳನ್ನು ತಿರುಗಿಸುತ್ತ ಕೂತಿದ್ದರು. ಅದು ದುಲ್ ಹಜ್ ತಿಂಗಳ ಇಪ್ಪತ್ನಾಲ್ಕನೇ ದಿನ. ಸತ್ಯ ಯಾವುದು ಅಸತ್ಯ ಯಾವುದು, ಯಾವುದು ನಿಜವಾದ ವಿಶ್ವಾಸ, ಯಾವುದು ಸೈತಾನನ ದಾರಿ ಎಂದು

ತೀರ್ಮಾನವಾಗಬೇಕಾದ ದಿನ. ಸುಮಾರು ಸಾವಿರದ ಮುನ್ನೂರ ನಲವತ್ತು ವರ್ಷಗಳ ಹಿಂದೆ ಇದೇ ದಿನದಂದು ಅಂತ್ಯ ಪ್ರವಾದಿ ಮುತ್ತುಮುಹಮ್ಮದ್ ನೆಬಿ ಸಲ್ಲಲ್ಲಾಹು ವಅಲೈವಸಲ್ಲಂರವರು ಯೆಮನ್ನಿನ ನಸ್ರಾಣಿಗಳಿಗೆ ಓಲೆಯೊಂದನ್ನು ಕಳುಹಿಸಿ, 'ಒಂದೋ ನೀವು ನಮ್ಮ ಸತ್ಯವಿಶ್ವಾಸವನ್ನು ಸ್ವೀಕರಿಸಿ, ಇಲ್ಲವೇ ನಿಮ್ಮದೇ ಸರಿಯಾದ ಸತ್ಯ ಎಂಬುದನ್ನು ಸಾಬೀತುಪಡಿಸಿ ನಮ್ಮಿಬ್ಬರಲ್ಲಿ ಯಾರು ಸುಳ್ಳು ಹೇಳುತ್ತಾರೋ ಅವರು ಅಲ್ಲಾಹುವಿನ ನರಕದ ಬೆಂಕಿಯಲ್ಲಿ ಸುಟ್ಟು ಹೋಗಲಿ' ಎಂದು ಸವಾಲು ಒಡ್ಡಿ ಗೆದ್ದಿದ್ದ ದಿನ.

ಹೂವಿನಕೊಲ್ಲಿಯಲ್ಲಾಗಲೀ ಅಥವಾ ಇಡೀ ಸಿದ್ದಾಪುರದಲ್ಲಾಗಲೀ ಯಾರಿಗೂ ಈ ದಿನದ ಕುರಿತು ಹೆಚ್ಚಾಗಿ ಏನೂ ಗೊತ್ತಿರದಿದ್ದರೂ ಅರಬಿ ಕಲಿಸುವ ಮೊಲ್ಲಾಕ ಮಾತ್ರ ಈ ದಿನ ತಮಗೇ ಸೇರಿದ್ದು ಎಂಬಂತೆ ಆಚರಿಸುತ್ತಿದ್ದರು. ಅವರ ಮಾತುಗಳನ್ನಾಗಲೀ, ಹೂಂಕಾರಗಳನ್ನಾಗಲೀ ಅಲ್ಲಿ ಯಾರೂ ಹೆಚ್ಚಾಗಿ ತಲೆಗೆ ಹಚ್ಚಿಕೊಳ್ಳದಿದ್ದರೂ ಮೊಲ್ಲಾಕ ಮಾತ್ರ ಅವರಿವರನ್ನು ಕಾಡಿಬೇಡಿ ಹೂವಿನಕೊಲ್ಲಿಯ ರಾಟೆಮನೆಯ ಕಾಫಿ ಒಣಗಿಸುವ ಸಿಮೆಂಟ್ ಅಂಗಳದಲ್ಲಿ ಒಂದು ಚಪ್ಪರ ಮಾಡಿಸಿಕೊಂಡು ಒಂದಿಷ್ಟು ಕುರ್ಚಿ, ಬೆಂಚುಗಳನ್ನು ಜೋಡಿಸಿಟ್ಟುಕೊಂಡು ಒಂದಿಷ್ಟು ಮಕ್ಕಳನ್ನೂ, ಮುದುಕರನ್ನೂ, ಹೆಂಗಸರನ್ನೂ ಕೂರಿಸಿಕೊಂಡು ಗಂಭೀರ ಮತ ಪ್ರಸಂಗವನ್ನು ನಡೆಸುತ್ತಿದ್ದರು. ದೊಡ್ಡ ಸಾಹುಕಾರರು ಬದುಕಿರುವಾಗ ಈ ಗಂಭೀರ ಮತ ಪ್ರಸಂಗವು ಸ್ವಲ್ಪ ಜೋರಾಗಿಯೇ ನಡೆಯುತ್ತಿತ್ತು. ಈಗ ಅವರೂ ತೀರಿಹೋಗಿ ಕೆಲವು ವರ್ಷಗಳಾಗಿ, ಕೋಟಲೆ ಬಂದು ಇನ್ನೂ ಕೆಲವರು ತೀರಿಹೋಗಿ, ಕಾಫಿಯ ಕೆಲಸ ಅದು ಇದು ಎಂದು ಯಾರಿಗೂ ಪುರುಸೊತ್ತಿಲ್ಲದೆ, ಮೊಲ್ಲಾಕನ ಮತಪ್ರಸಂಗ ಕೆಲವು ವರ್ಷಗಳಿಂದ ನಿಂತೇ ಹೋಗಿತ್ತು.

ಈ ಸಲ ದುಲ್ ಹಜ್ ತಿಂಗಳ ಇಪ್ಪತ್ತನಾಲ್ಕನೇ ಇರುಳಿನಂದು ಹೇಗಾದರೂ ತನ್ನ ಮತ ಪ್ರಸಂಗ ನಡೆದೇ ತೀರಬೇಕೆಂದು ಯೋಚಿಸಿಕೊಂಡಿದ್ದ ಮೊಲ್ಲಾಕ ಒಂದು ವಾರ ಮೊದಲು ಬಂಗಲೆಯ ಮಕ್ಕಳಿಗೆ ಕುರಾನು ಹೇಳಿ ಮುಗಿಸಿ, ಕಾದಿಮಾ ಕೊಟ್ಟ ಟೀ ಕುಡಿದು ಆಫೀಸಿನಲ್ಲಿ ಉಸ್ಮಾನ್ ರೈಟರ ಜೊತೆ ಬೋನಸ್ಸಿನ ಲೆಕ್ಕಾಚಾರ ಹಾಕುತ್ತಿದ್ದ ಖಾನ್ ಸಾಹುಕಾರರ ಮುಂದೆ ಈ ವಿಷಯ ಇಟ್ಟು ಒಪ್ಪಿಗೆ ಪಡೆದುಕೊಂಡಿದ್ದರು.

ಮೊಲ್ಲಾಕನಿಗೇ ಅಚ್ಚರಿಯಾಗುವ ಹಾಗೆ ಸಾಹುಕಾರರು ಮರು ಮಾತಿಲ್ಲದೆ ಒಪ್ಪಿದ್ದರು. ಉಸ್ಮಾನ್ ರೈಟರು ಬಾಗಿಲ ಹೊರಗೆ ತಲೆ ಕೆರೆಯುತ್ತಾ ನಿಂತಿದ್ದ ಸೈಕಲ್ ಮಹಮ್ಮದನನ್ನು ಕರೆದು, ಐತಣ್ಣನ ಜೊತೆ ಸೇರಿಕೊಂಡು ರಾಟೆಮನೆಯಲ್ಲಿ ಚಪ್ಪರ ಎಬ್ಬಿಸಿಕೊಡಲು ಹೇಳಿದ್ದರು. ಹಾಗೇ ಸಣ್ಣ ಉಸ್ತಾದರ ಅಂಗಡಿಗೆ ಫೋನ್ ಮಾಡಿ ಮತ ಪ್ರಸಂಗಕ್ಕೆ ಶೀರ್ಣಿ ಹಂಚಲು ಬೇಕಾದ

ಅವಲಕ್ಕಿ, ಬೆಲ್ಲ, ತೆಂಗಿನಕಾಯಿಗಳನ್ನು ತೋಟದ ಲೆಕ್ಕದಲ್ಲಿ ಬರೆದು, ಮಕ್ಕಳಾದ ಸೂಫಿ ಇಬ್ರಾಯಿಯರ ಕೈಯಲ್ಲಿ ಕಳಿಸಲು ಹೇಳಿದ್ದರು. ಹಾಗೇ ಮೊಲ್ಲಾಕನಿಗೆ ಸಾಹುಕಾರರ ಲೆಕ್ಕದಲ್ಲಿ ಮತ ಪ್ರಸಂಗಕ್ಕೆ ಬೇಕಾದ ಹೊಸ ಬಟ್ಟೆ, ಹೊಸ ಮುಂಡು, ಹೊಸ ಮುಂಡಾಸುಗಳಿಗೆ ರೂಪಾಯಿಗಳನ್ನೂ ಕೊಟ್ಟು ಕಳಿಸಿದ್ದರು.

ಆ ಬೆಳ್ಳನೆಯ ಹೊಸ ಮುಂಡನ್ನೂ, ಹೊಸ ಅಂಗಿಯನ್ನೂ, ಹೊಸ ಮುಂಡಾಸನ್ನೂ ಧರಿಸಿಕೊಂಡ ಮೊಲ್ಲಾಕ ಬೆಳಗಿಂದಲೇ ಬಂಗಲೆಯ ತಮ್ಮ ಮುರಿದ ಕುರ್ಚಿಯಲ್ಲಿ ಕುಳಿತು, ಹದೀಸಿನ ಯಾವ ಭಾಗದಿಂದ ಏನು ಕಥೆಗಳನ್ನು ಮತ ಪ್ರಸಂಗದಲ್ಲಿ ಹೇಳುವುದು ಎಂದು ತಮ್ಮ ಗಡ್ಡದ ತುದಿಯನ್ನು ಆಗಾಗ ಬಾಯಲ್ಲಿ ಕಚ್ಚಿಕೊಂಡು ಇಹ ಪರದ ಚಿಂತೆಯಿಲ್ಲದೆ ಕುಳಿತಿದ್ದರು.

ಅವರ ಕಣ್ಣಮುಂದೆ ಸಿರಿಯಾದ ಬಸ್ರಾದಿಂದ ಹಿಡಿದು ಹೂವಿನಕೊಲ್ಲಿಯ ಮುದಾರನವರೆಗಿನ ಎಲ್ಲ ವಿಶ್ವಾಸಿಗಳೂ, ಅವಿಶ್ವಾಸಿಗಳೂ ಹಾದು ಹೋಗುತ್ತಿದ್ದರು. ಏನೂ ಕಾರಣವಿಲ್ಲದೆ ತೀರಿಹೋದ ತನ್ನ ಹೆಂಡತಿಯೂ, ಮಗಳೂ, ಕಾಣೆಯಾಗಿರುವ ನಂಬಿಯಾರೂ, ತೀರಿಹೋಗದೆ ಬದುಕಿ ಉಳಿದ ಕುಟ್ಟಿಕಣ್ಣನೂ, ದೇವರುಗಳೂ, ಸೈತಾನರೂ, ಯಕ್ಷಿಗಳೂ, ಭೂತದ ಕಲ್ಲುಗಳೂ, ಅರಬಿ ಕಡಲಿನ ಜೋರಾದ ಗಾಳಿಯೂ, ಅರೇಬಿಯಾದ ಮರಳುಗಾಡೂ, ಏನೂ ಅರಿಯದೆ ಅಂಗಳದಲ್ಲಿ ಆಡುತ್ತಿರುವ ಮಕ್ಕಳೂ ಅವರ ವಯಸ್ಸಾದ ಕಣ್ಣ ಪಟಲದಲ್ಲಿ ಸುಳಿದು ಹೋಗುತ್ತಿದ್ದರು. ನಡುವಲ್ಲಿ ಕೈಯಲ್ಲಿ ಹಾಲಿಲ್ಲದ ಚಾ ಹಿಡಕೊಂಡು ಕಾದಿಮಾ ಅಜ್ಜಿಯು ಬಂದಿದ್ದಳು. ಯಾರೋ ಹೊಸಬಳಂತೆ ಅವಳನ್ನು ನೋಡುತ್ತಾ, 'ಕಾದಿಮಾ, ಇವತ್ತು ನಿನ್ನ ಮಗ ಶಂಕರನನ್ನೂ ಕರೆದುಕೊಂಡು ರಾಟೆಮನೆಗೆ ಬಾ, ಸತ್ಯ ವಿಶ್ವಾಸ ಏನೆಂದು ಅವನಿಗೂ ಗೊತ್ತಾಗಲಿ' ಎಂದು ಜೋರಾಗಿ ಹೇಳಿ, ಆಮೇಲೆ ಹೇಳಿಯೇ ಇಲ್ಲವೆಂಬಂತೆ ಕಣ್ಣು ಮುಚ್ಚಿಕೊಂಡು ಅವಳಿಂದ ಚಾದ ಕಪ್ಪನ್ನು ಇಸಕೊಂಡರು.

ಅದಾಗಲೇ ರಾಟೆಮನೆಯಲ್ಲಿ ಕಬ್ಬಿಣದ ಪೈಪುಗಳನ್ನು ನೆಟ್ಟು ಚಪ್ಪರ ಮಾಡಿ, ಆ ಚಪ್ಪರದ ಮೇಲೆ ಪಾರ್ಚ್‌ಮೆಂಟ್ ಕಂಬಳಿಗಳನ್ನು ಹೊದೆಸಿ, ಸಾಹುಕಾರರಿಗೂ, ರೈಟರಿಗೂ ಮೊಲ್ಲಾಕನಿಗೂ ಕೂರಲು ಖುರ್ಚಿಗಳನ್ನು ಇಟ್ಟು, ಹೆಂಗಸರಿಗೊಂದು ಸಾಲು ಬೆಂಚು, ಗಂಡಸರಿಗೊಂದು ಸಾಲು ಬೆಂಚುಗಳನ್ನು ಜೋಡಿಸಿ, ಎದುರಲ್ಲಿ ಮಕ್ಕಳಿಗೆ ಕೂರಲು ಉಳಿದ ಕಂಬಳಿಗಳನ್ನು ಹಾಸಿ ಮುಗಿಸಿದ್ದ ಸೈಕಲ್ ಮಹಮ್ಮದನು ಇನ್ನೇನು ಮಾಡಲು ಉಳಿದಿರುವುದು ಎಂದು ರಾಟೆಮನೆಯ ಐತಣ್ಣನ ಮುಖವನ್ನು ನೋಡುತ್ತಿದ್ದನು. ಇದಕ್ಕೂ ತನಗೂ ಹೆಚ್ಚಿನ ಸಂಬಂಧವಿಲ್ಲವೆಂಬಂತೆ ಐತಣ್ಣನು ಐತಕ್ಕನ ಮುಖ ನೋಡುತ್ತಿದ್ದನು. ರಾತ್ರಿಯೆಲ್ಲ ಹಾರಾಡಿ ರೆಕ್ಕೆ ಕಳೆದುಕೊಂಡು ಬಿದ್ದಿರುವ ಮಳೆ ಹಾತೆಯ ಹುಳಗಳನ್ನು ತಿಂದು ಮುಗಿಸಿದ್ದ ಐತಣ್ಣನ

ಕಾದಾಟದ ಹುಂಜ ತಾನೂ ಇನ್ನೇನು ಮಾಡುವುದು ಎಂದು ಗೊತ್ತಾಗದೆ ಸುಮ್ಮನೆ ಓಡಾಡುತ್ತಿತ್ತು.

'ರಾತ್ರಿ ನಿನ್ನ ಹುಂಜವನ್ನು ಎಲ್ಲಾದರೂ ದೂರದಲ್ಲಿ ಕಟ್ಟಿಹಾಕು ಐತಣ್ಣ ಈ ಮತ ಪ್ರಸಂಗದ ನಡುವೆ ಅದೂ ನಡುವಲ್ಲಿ ಕೂಗಿಕೊಳ್ಳುವುದು ಬೇಡ' ಎಂದ ಸೈಕಲ್ ಮಹಮ್ಮದನು ಉಳಿದ ಮುಂದಿನ ಕೆಲಸಗಳೇನು ಎಂದು ಯೋಚಿಸತೊಡಗಿದನು.

ಬಂಗಲೆಯ ಸಾಹುಕಾರರ ಹೆಂಗಸರಿಗೆ ಕೂರಲು ಬೆಂಚುಗಳ ನಡುವೆ ಕಟ್ಟಲು ಬೇಕಾದ ಬಟ್ಟೆಯ ಪರದೆಗಳಿಗೆ ಅವನು ಮತ್ತೆ ಬಂಗಲೆಯ ನಡುವೆ ಹೋಗಬೇಕಾಗಿತ್ತು. ಈ ನಡುವೆ ಸಿದ್ದಾಪುರ ಪೇಟೆಯಿಂದ ತನ್ನ ಮೈಕು ಸೆಟ್ಟನ್ನು ಸೈಕಲ್ಲಿನಲ್ಲಿ ಕೂರಿಸಿಕೊಂಡು ಬರುವ ಹೈದರಾಲಿಯ ಮೇಲೆ ಒಂದು ಕಣ್ಣಿಡಬೇಕಾಗಿತ್ತು. ಹೈದರಾಲಿಯು ಈಗ ಸಿದ್ದಾಪುರದಲ್ಲಿ ಮೈಕು ಸೆಟ್ಟಿನ ಅಂಗಡಿ ಇಟ್ಟುಕೊಂಡು ಹೂವಿನಕೊಲ್ಲಿಯಲ್ಲಿ ನಡೆಯುವ ಮದುವೆ ಇತ್ಯಾದಿಗಳಿಗೆ ಗ್ರಾಮಾಫೋನು ತಟ್ಟೆಗಳನ್ನೂ ತಂದು ಹಾಡಿಸುತ್ತ ಎಲ್ಲರಿಗೂ ಬೇಕಾದವನಾಗಿದ್ದನು. ಕಾಫಿ ತೋಟದ ಕೆಲಸವನ್ನು ನಿಲ್ಲಿಸಿದ್ದ ಶಾಂತಿ ಸೇವಂತಿಯರು, ಈಗ ಸಿದ್ದಾಪುರದಲ್ಲಿ ಟೈಲರು ಕೆಲಸ ಕಲಿತುಕೊಂಡು, ಅಲ್ಲೇ ಜವಳಿಸಾಬರ ಅಂಗಡಿಯ ಮುಂದೆ ಎದುರು ಬದುರು ಹೊಲಿಗೆ ಮೆಷಿನ್ನು ಇಟ್ಟುಕೊಂಡು ಪೇಟೆಗೆ ಬಂದು ಹೋಗುವವರ ಕಣ್ಣು ಕುಕ್ಕುವಂತಹ ಸುಂದರಿಯರಾಗಿದ್ದರು. ಅರಬಿ ಕಲಿಸುವ ಮೊಲ್ಲಾಕನ ಇಂದು ರಾತ್ರಿಯ ಮತ ಪ್ರಸಂಗದ ಕತ್ತಲಲ್ಲಿ ಅವರಿಗೂ ಹೈದರಾಲಿಗೂ ಏನಾದರೂ ನಡೆದೇ ನಡೆಯಬಹುದೆಂದು ಸೈಕಲ್ ಮಹಮ್ಮದನ ಒಳಮನಸ್ಸು ಹೇಳುತ್ತಿತ್ತು.

ಮತ ಪ್ರಸಂಗಕ್ಕೆ ಶಂಕರನು ಬರುವುದಾದರೆ ಬರಲಿ. ಆದರೆ ಯಾವ ಕಾರಣಕ್ಕೂ ದಾಸನು ಬರದಂತೆ ನೋಡಿಕೊಳ್ಳಬೇಕೆಂದು ಉಸ್ಮಾನ್ ರೈಟರು ಕೊಂಬಿನ ಮೀಸೆಯ ಮೂಸಕಾಕನಿಗೆ ರಾಟೆಮನೆಯ ಗೇಟಿನಲ್ಲೇ ಕಾವಲು ನಿಲ್ಲಲು ಹೇಳಿದ್ದರು. ಆದರೆ ಬರುವ ಯಾರನ್ನೂ ತಡೆದು ನಿಲ್ಲಿಸಬಾರದೆಂದೂ, ಸತ್ಯವಿಶ್ವಾಸಿಗಳೂ, ಸತ್ಯ ವಿಶ್ವಾಸಿಗಳಲ್ಲದವರೂ ಎಲ್ಲರೂ ತನ್ನ ಮತಪ್ರಸಂಗವನ್ನು ಕೇಳಬೇಕೆಂದೂ ಮೊಲ್ಲಾಕನು ಮೂಸಕಾಕನಿಗೆ ಹೇಳಿದ್ದರು. ಹೀಗಾಗಿ ಯಾರನ್ನು ಬಿಡುವುದು, ಯಾರನ್ನು ತಡೆಹಿಡಿಯುವುದು ಎಂದು ಗೊತ್ತಾಗದೆ ಮೂಸಕಾಕ ಸುಮ್ಮನೆ ರಾಟೆಮನೆಯ ಗೇಟಿನಲ್ಲಿ ನಿಂತಿದ್ದರು. ಅವರಿಗೂ ಈವತ್ತಿನ ಮತ ಪ್ರಸಂಗದಲ್ಲಿ ಕೆಲವು ಪ್ರಶ್ನೆಗಳನ್ನು ಮೊಲ್ಲಾಕನ ಮುಂದಿಡಬೇಕೆಂದು ಅನಿಸಿತ್ತು. ಅಸತ್ಯ ವಿಶ್ವಾಸಿಗಳನ್ನು ತನ್ನ ನರಕದಲ್ಲಿ ಸುಡುವ ಆ ಪಡೆದವನು ಸತ್ಯವಿಶ್ವಾಸಿಗಳನ್ನು ಬದುಕಿರುವಾಗಲೇ ಯಾಕೆ ಹೀಗೆ ಶಿಕ್ಷೆಗೆ ಗುರಿಪಡಿಸುತ್ತಾನೆ ಎಂಬುದು ಅವರ ಪ್ರಶ್ನೆಯಾಗಿತ್ತು.

ಅವರ ಹಾಗೆಯೇ ತೋಟದ ದೊಡ್ಡ ಗೇಟನ್ನು ಕಾಯುತ್ತಿದ್ದ ಸೈದಾಲಿ ತಾನೂ ಮನಸಿನಲ್ಲಿ ಕೆಲವು ಪ್ರಶ್ನೆಗಳನ್ನು ಇಟ್ಟುಕೊಂಡು ಅದನ್ನು ಕೇಳಬೇಕೆಂದು ಕಾಯುತ್ತಿದ್ದನು. ತನ್ನ ತಂದೆ ಕುಪ್ಪಿಮೂಸಾ ಸತ್ಯ ವಿಶ್ವಾಸಿಯಾದರೆ, ಅವರನ್ನು ಕಟ್ಟಿಕೊಂಡ ತನ್ನ ತಾಯಿಯೂ ಸತ್ಯವಿಶ್ವಾಸಿಯಲ್ಲವೇ, ಹಾಗಾದರೆ ತನ್ನನ್ನೂ, ತನ್ನ ತಂಗಿ ಜೈನಬಾಳನ್ನೂ ಅವರಿಂದ ಎತ್ತಿಕೊಂಡು ಬಂದ ದೊಡ್ಡಪ್ಪ ಉಸ್ಮಾನ್ ರೈಟರು ಇದರಿಂದ ಏನು ಮಾಡಿದಂತಾಯಿತು ಅನ್ನುವುದು ಅವನ ಪ್ರಶ್ನೆಯಾಗಿತ್ತು.

ಹಾಗೆಯೇ ಬಂಗಲೆಯಲ್ಲಿದ್ದ ಕಾದಿಮಾ ಅಜ್ಜಿಯೂ, ರೈಟರ ಬಿಡಾರದಲ್ಲಿದ್ದ ಹಾಜಿರಾಳೂ, ತನ್ನ ಲೈನು ಮನೆಯಲ್ಲಿದ್ದ ಕಥೆ ಹೇಳುವ ಪಾತುಮ್ಮಳೂ ಎಲ್ಲರೂ ಒಂದೊಂದು ಪ್ರಶ್ನೆಗಳನ್ನಿಟ್ಟುಕೊಂಡು ಮೊಲ್ಲಾಕನ ಮತಪ್ರಸಂಗಕ್ಕಾಗಿ ಕಾಯುತ್ತಿದ್ದರು.

ಇದು ಯಾವುದರ ಅರಿವೂ ಇಲ್ಲದೆ ಮೊಲ್ಲಾಕನು ಬಂಗಲೆಯ ಮುರಿದ ಕುರ್ಚಿಯಲ್ಲಿ ಮತ್ತೆ ಅರೆನಿದ್ದೆಗೆ ಹೋಗಿದ್ದರು. ಅವರ ಕೈಯಲ್ಲಿದ್ದ ಹದೀಸಿನ ಪುಸ್ತಕ ಅವರ ಮಡಿಲಲ್ಲಿ ಮಲಗಿ, ಅವರ ಕಣ್ಣುಗಳು ಅರೆ ನಿಮೀಲಿತವಾಗಿ ತೆರೆದುಕೊಂಡು, ಅವರು ಅದಾಗಲೇ ಅರೆ ಎಚ್ಚರ, ಅರೆ ನಿದ್ದೆಯಲ್ಲಿ ಎಂದಿನ ಹಾಗೆ ಮಂಜಿಹಡಗಿನಲ್ಲಿ ಮಕ್ಕಾ ಪ್ರವಾಸ ಹೋಗಿದ್ದರು.

ತೋಟ ಸುತ್ತಿ ಮುಗಿಸಿ ಬಂದ ಖಾನ್ ಸಾಹುಕಾರರು ಒಳಕ್ಕೆ ಬಂದವರು ಮೊಲ್ಲಾಕನ ಕನಸನ್ನು ಯಾಕೆ ಹಾಳು ಮಾಡುವುದು ಎಂದು ಸದ್ದು ಮಾಡದೆ ತಮ್ಮ ಕೋಣೆ ತಲುಪಿ ಒಂದು ಕಪ್ಪು ಚಾ ತಾ ಎಂದು ಕಾದಿಮಾಳನ್ನು ಕರೆದರು.

*** ***

ಇತ್ತ ಸಿದ್ದಾಪುರ ಪೇಟೆಯಲ್ಲಿ ಹಾರೂನನೂ, ಜೈನಬಾಳೂ ಶಾಲೆ ಸ್ವಲ್ಪ ಬೇಗ ಮುಗಿಸಿಕೊಂಡು ಹೂವಿನಕೊಲ್ಲಿಗೆ ಹೊರಟವರು ಸಣ್ಣ ಉಸ್ತಾದರ ಅಂಗಡಿಯ ಮುಂದೆ ನಿಂತಿದ್ದರು. ಮತ ಪ್ರಸಂಗಕ್ಕೆ ಬೇಕಾದ ಅವಲಕ್ಕಿ, ಬೆಲ್ಲ, ತೆಂಗಿನ ಕಾಯಿಗಳನ್ನು ಸೂಫಿ, ಇಬ್ರಾಯಿಯರು ಅಂಗಡಿಯಿಂದ ತರುವಾಗ ಅವರ ಹಿಂದೆ ನಡೆದುಕೊಂಡು ಬಂದರೆ ದಾರಿಯಲ್ಲೇ ತಮಗೂ ಒಂದಿಷ್ಟು ಅವಲಕ್ಕಿ, ಬೆಲ್ಲ ಸಿಗುವುದೆಂದು ಅವರ ಆಸೆಯಾಗಿತ್ತು. ಆ ಆಸೆಯಲ್ಲೇ ಅವರು ಅಂಗಡಿಯಲ್ಲಿ ಅತ್ತಿತ್ತ ಓಡಾಡುತ್ತ, ಕಾಗದದ ಕಟ್ಟುಗಳಲ್ಲಿ ಸಾಮಾನು ಸುತ್ತಿಕೊಡುತ್ತಿದ್ದ ಕುಳ್ಳ ಮಾಯೀನನನ್ನೂ, ಸೂಫಿ ಇಬ್ರಾಯಿಯರನ್ನೂ ನೋಡುತ್ತಿದ್ದರು. ಅಣ್ಣಂದಿರಿಬ್ಬರು ಇವರಿಬ್ಬರನ್ನು ಪ್ರೀತಿಯಲ್ಲಿ ನೋಡುತ್ತ, ನಡುನಡುವೆ ಸಣ್ಣ ಉಸ್ತಾದರನ್ನೂ ನೋಡುತ್ತ ಅಲ್ಲಿಂದ ಬೇಗ

ಹೊರಟುಬರಲು ನೋಡುತ್ತಿದ್ದರು. ಅವರಿಬ್ಬರ ಚಡಪಡಿಕೆಯನ್ನು ನಗುತ್ತಲೇ ಗಮನಿಸುತ್ತಿದ್ದ ಸಣ್ಣ ಉಸ್ತಾದರು 'ಏ ಹಾರೂನೇ, ಸಣ್ಣಕಳ್ಳಾ.. ನಿನ್ನ ಹತ್ತಿರ ಏನೋ ಕೊಡಲಿಕ್ಕಿದೆ ಒಳಗೆ ಬಾ' ಎಂದು ಅವನನ್ನು ಅಂಗಡಿಯ ಒಳಕೋಣೆಗೆ ಕರೆದರು.

ಆ ಒಳಕೋಣೆಯಲ್ಲಿ ಏಲಕ್ಕಿ, ಕರಿಮೆಣಸು, ಸೀಗೆಕಾಯಿ, ಓಲೆಬೆಲ್ಲ, ಜಾಯಿಕಾಯಿ, ಧೂಪ, ಸಾಂಬ್ರಾಣಿಗಳ ಮೂಟೆಗಳು ತುಂಬಿಕೊಂಡು ಒಂದು ತರಹದ ಪರಿಮಳ ಹರಿದಾಡುತ್ತಿತ್ತು. ಆ ಕೋಣೆಯ ಕತ್ತಲಲ್ಲಿ ಒಂದು ಸಣ್ಣ ಬಿಸಿಲುಕೋಲು ಹಂಚಿನ ಕನ್ನಡಿಯಿಂದ ಕೆಳಗಿಳಿದು ಅಲ್ಲಿ ಅಷ್ಟಿಷ್ಟು ಬೆಳಕನ್ನು ಹಂಚುತ್ತಿತ್ತು. ಸಣ್ಣ ಉಸ್ತಾದರು ಮೈಗೆ ಪೂಸಿದ್ದ ಅತ್ತರಿನ ಪರಿಮಳ ಆ ಕೋಣೆಯೊಳಗೆ ಅದುವರೆಗೆ ಇದ್ದ ಪರಿಮಳದ ಜೊತೆ ಸೇರಿಕೊಂಡು ಹಾರೂನನಿಗೆ ತಾನೂ ಒಂದು ದೊಡ್ಡ ಅಂಗಡಿಯ ಸಾಹುಕಾರನಾಗಬೇಕೆಂಬ ಆಸೆಯಾಗುತ್ತಿತ್ತು.

ಸಣ್ಣ ಉಸ್ತಾದರು 'ಏ ಸಣ್ಣ ಕಳ್ಳಾ ಇಲ್ಲಿ ಬಾ' ಎಂದು ಅವನನ್ನು ಹತ್ತಿರಕ್ಕೆ ಎಳೆದುಕೊಂಡು ತಮ್ಮ ಮಡಿಲಲ್ಲಿ ಕೂರಿಸಿಕೊಂಡರು. ಹಾಗೇ ಕೂರಿಸಿಕೊಂಡವರು ಅವನನ್ನು ತಮ್ಮ ಮಡಿಲಿಗೆ ಒತ್ತಿಕೊಂಡು ತಮ್ಮ ಕೆನ್ನೆಯಿಂದ ಅವನ ಕೆನ್ನೆಯನ್ನು ಉಜ್ಜತೊಡಗಿದರು. ಹಾರೂನನಿಗೆ ಅವರ ಮಡಿಲಿಂದ ದೊಡ್ಡದಾಗಿ ಏನೋ ಒಂದು ತನ್ನ ದೇಹದ ಅಡಿಗೆ ತಾಗಿದಂತಾಗುತ್ತಿತ್ತು. ಅವನು ಅವರ ಮಡಿಲಿಂದ ತನ್ನನ್ನು ಬಿಡಿಸಿಕೊಳ್ಳಲು ನೋಡಿದರೆ ಬಿಡಿಸಲಾಗದಷ್ಟು ಗಟ್ಟಿಯಾಗಿ ಅವರು ತನ್ನನ್ನು ಒತ್ತಿ ಹಿಡಿದಿರುವುದು ಗೊತ್ತಾಗಿ 'ಉಸ್ತಾದೇ ಬಿಡಿ' ಎಂದು ಬಿಡಿಸಿಕೊಳ್ಳಲು ನೋಡಿದನು. ಉಸ್ತಾದರು ತಮ್ಮ ಗಡ್ಡದಿಂದ ಅವನ ಕತ್ತಿನ ಹಿಂಬಾಗವನ್ನು ಸವರುತ್ತಾ 'ಏ ಸಣ್ಣ ಕಳ್ಳಾ.. ನೀನು ಹಾಜಿರಾಳ ಹಾಗೆಯೇ ಇರುವೆಯಲ್ಲಾ.. ಗಂಡಸಾಗಿರುವುದೊಂದು ಬಿಟ್ಟು' ಎಂದು ಅವನ ಅಂಗಾಂಗಗಳನ್ನು ಸವರಲು ತೊಡಗಿದರು. 'ಬಿಡಿ ಉಸ್ತಾದರೇ, ಹೋಗಬೇಕು' ಎಂದು ಹಾರೂನನು ಅವರ ಜೊತೆ ಸೆಣಸಲು ತೊಡಗಿದನು. ಅಷ್ಟು ಹೊತ್ತಿಗೆ ಅವನ ಮೈಯೆಲ್ಲಾ ಬೆವರಿ, ಮಾಡಿನೊಳಗಿಂದ ಇಳಿಯುತ್ತಿದ್ದ ಬಿಸಿಲುಕೋಲೂ ಮಾಯವಾಗಿ, ಉಸ್ತಾದರೂ ಬೆವರಿ ಒದ್ದೆಯಾಗಿ ಅವನನ್ನು ಬಿಟ್ಟರು. ಬಿಟ್ಟವರು ಆ ಕೋಣೆಯ ಕರೆಂಟಿನ ಬಲ್ಬನ್ನು ಹೊತ್ತಿಸಿ, 'ಇರು ಕಳ್ಳಾ.. ಇದನ್ನು ಹಾಜಿರಾಳಿಗೆ ಕೊಡು ಯಾರಿಗೂ ಹೇಳಬೇಡ' ಎಂದು ಕಪಾಟಿನಲ್ಲಿದ್ದ ಅರಬಿ ಅತ್ತರಿನ ಬಾಟಲೊಂದನ್ನು ಎತ್ತಿಕೊಂಡು ಅವನ ಜೇಬಲ್ಲಿಟ್ಟು 'ಹೋಗು' ಅಂದರು.

ಹಾರೂನನು ಹೊರ ಬರುವಾಗ ಕಂತುತ್ತಿದ್ದ ಸೂರ್ಯನ ಬೆಳಕು ಅಂಗಡಿಯ ತುಂಬ ತುಂಬಿಕೊಂಡು, ರಸ್ತೆಯಲ್ಲೂ ತುಂಬಿಕೊಂಡು ಕಣ್ಣಿಗೆ

ಚುಚ್ಚುತ್ತಿತ್ತು. ಸೂಫಿ ಇಬ್ರಾಯಿಯರು ಕೈಯಲ್ಲಿ ಅವಲಕ್ಕಿ, ತೆಂಗಿನಕಾಯಿ, ಬೆಲ್ಲಗಳ ಚೀಲ ಹಿಡಕೊಂಡು ಅವನಿಗೆ ಕಾಯುತ್ತಿದ್ದರು. ಕುಳ್ಳಮಾಯೀನನು ಜೈನಬಾಳ ಕೈಗೆ ಬೆಲ್ಲದ ಮಿಠಾಯಿಯೊಂದನ್ನು ಕೊಟ್ಟು, ಅವಳು ಅದನ್ನು ಚೀಪುವುದನ್ನು ನೋಡುತ್ತಿದ್ದನು.

ಆ ಬಿಸಿಲಿಗೆ ಹಾರೂನನ ಕಣ್ಣುಗಳು ತುಂಬಿಕೊಂಡು, ಅವನ ಮೈಯ್ಯಿಂದ ಸಣ್ಣ ಉಸ್ತಾದರ ಮೈಯ್ಯ ಅತ್ತರಿನ ಪರಿಮಳ ಹೊರಟು, ಅವನಿಗೆ ಅಳುಬಂದು, ಸುಮ್ಮನೇ ಆ ಸೂರ್ಯನ ಬೆಳಕಿನಲ್ಲಿ ತಲೆತಗ್ಗಿಸಿ ಮುಂದೆಮುಂದೆ ನಡೆಯತೊಡಗಿದನು.

ಅವರು ನಡೆಯುತ್ತಾ ಆಕಾಶ ನಸುಗೆಂಪಾಗಿ, ಅವರು ಅಪ್ಪಯ್ಯಗೌಡರ ಗದ್ದೆಯ ಬಳಿ ತಲುಪಲು ಸಣ್ಣಗೆ ಕತ್ತಲಾಗಿ ಗಾಳಿಬೀಸಲು ತೊಡಗಿ, ಒಂದೆರಡು ಮಿಲಿಟರಿ ಟ್ರಕ್ಕುಗಳು ಸಣ್ಣಗೆ ದೀಪ ಹೊತ್ತಿಸಿಕೊಂಡು ಹಾದುಹೋದವು. ಆ ಬೆಳಕಲ್ಲಿ ಮೇರಿ ಟೀಚರು ಸುಮ್ಮನೆ ಮನೆಯ ಗೇಟಿನ ಮುಂದೆ ಟಾರು ರಸ್ತೆಯನ್ನು ನೋಡುತ್ತ ನಿಂತಿದ್ದವರು ಇವರನ್ನು ನೋಡಿ ಕ್ಷೀಣವಾಗಿ ನಕ್ಕು ಮನೆಯ ಕತ್ತಲಿನೊಳಕ್ಕೆ ಹೊರಟು ಹೋದರು. ಅವರು ಗೋಳಿಮರದ ಕೆಳಗಿಂದ ಹಾದುಹೋಗಲು ಹಾರೂನನಿಗೆ ಹೆದರಿಕೆಯಾಗಿ ಜೈನಬಾಳ ಕೈಯನ್ನು ಅದುಮಿ ಹಿಡಿದುಕೊಂಡನು. ಅವರು ಕಾಡುಮಾವಿನ ಮರದ ಕೆಳಗೆ ತಲುಪಲು ಮರದ ಕೆಳಗೆ ಸುಮ್ಮನೆ ಕುಳಿತುಕೊಂಡಿದ್ದ ಮುದಾರನೂ ಸಣ್ಣನೂ ಎದ್ದು ಅವರನ್ನು ಸೇರಿಕೊಂಡು ನಡೆಯತೊಡಗಿದರು. ಅವರು ನಡೆಯುತ್ತಾ ದೊಡ್ಡಗೇಟಿನ ಬಳಿ ಬರಲು ಗೇಟಿನಮುಂದೆ ಅವರನ್ನು ಕಾಯುತ್ತಿದ್ದ ಸೈದಾಲಿಯೂ ಅವರನ್ನು ಸೇರಿಕೊಂಡು, ಅವರ ಹಿಂದೆ ನಡೆಯ ತೊಡಗಿದನು, ಅವರು ನಡೆಯುತ್ತಾ ರೈಟರ ಬಿಡಾರ ಇನ್ನೇನು ತಲುಪಿದೆವು ಎನ್ನುವಷ್ಟರಲ್ಲಿ 'ನಿಲ್ಲಿ ಮಕ್ಕಳೇ ನಾವೂ ಬಂದೆವು' ಎಂದು ಅದೆಲ್ಲಿಂದಲೋ ಮಾಯಾವಿಗಳಂತೆ ಮಿಠಾಯಿಪಾಪನೂ, ಬಭಾನಂದ ಭಿಕ್ಷುಕನೂ ಸೇರಿಕೊಂಡರು. ಅವರೆಲ್ಲರೂ ಆ ಕತ್ತಲೆಯಲ್ಲಿ ಬಿಡಾರ ತಲುಪುತ್ತಿದ್ದಂತೆ ಸಣ್ಣ ಉಸ್ತಾದರೂ, ಅವರ ಹಿಂದೆ ಶಂಕರನೂ ಸ್ಕೂಟರಿನ ಸಣ್ಣ ಬೆಳಕು ಬಿಟ್ಟು ಸದ್ದು ಮಾಡುತ್ತಾ ಬಂದು ಬಿಡಾರದ ಮುಂದೆ ನಿಲ್ಲಿಸಿದರು.

ಆ ಕತ್ತಲೆಯಲ್ಲಿ ಪೇರಳೆ ಮರದಡಿಯಲ್ಲಿ ಹಾರೂನನೂ, ಜೈನಬಾಳೂ ಬರುವುದನ್ನೇ ಕಾಯುತ್ತ ದುಲ್ ಹಜ್ ತಿಂಗಳ ಇಪ್ಪತ್ನಾಲ್ಕನೆಯ ದಿನದ ಕ್ಷೀಣ ಚಂದ್ರನ ಕೆಳಗೆ ನೆರಳಿನಂತೆ ನಿಂತಿದ್ದ ಹಾಜಿರಾ ಆ ಸ್ಕೂಟರಿನ ಬೆಳಕಲ್ಲಿ ಪುಸಕ್ಕನೆ ಓಡಿ ಅಡುಗೆ ಮನೆ ಸೇರಿಕೊಂಡಳು.

ಸ್ಕೂಟರಿಂದ ಇಳಿದ ಸಣ್ಣ ಉಸ್ತಾದರು ಹಾರೂನನ್ನು ನೋಡಿ ನಕ್ಕರು. ಏನು ಮಾಡುವುದೆಂದು ಗೊತ್ತಾಗದೇ ಹಾರೂನನೂ ನಕ್ಕನು.

ಅಷ್ಟರಲ್ಲಾಗಲೇ ರಾಟೆಮನೆಯ ಖಾಲಿ ಚಪ್ಪರದೊಳಕ್ಕೆ ಜನ ಬಂದು ಸೇರುವ ಮೊದಲೇ ಬಂದಿದ್ದ ಮೊಲ್ಲಾಕ ತಮಗಾಗಿ ಇರಿಸಿದ್ದ ಕುರ್ಚಿಯಲ್ಲಿ ಕುಳಿತು ತಮ್ಮ ಗಡ್ಡವನ್ನು ಎತ್ತಿ ಹಿಡಿದು ನೋಡುತ್ತ ಒಂದೊಂದೇ ಹಳದಿ ಕೂದಲುಗಳನ್ನು ಕಿತ್ತು ಬಿಸಾಕಿ ಬರಿಯ ಬಿಳಿಯ ಕೂದಲುಗಳು ಮಾತ್ರ ಇರುವಂತೆ ನೋಡಿಕೊಳ್ಳುತ್ತಿದ್ದರು. ಅವರು ಮನಸಿನಲ್ಲಿ ಅದಾಗಲೇ ಹದಿನೇಳು ಸಾರಿ ತಮ್ಮ ಮತ ಪ್ರಸಂಗವನ್ನು ಮಾಡಿ ಮುಗಿಸಿ ಹದಿನೆಂಟನೆಯ ನಿಜವಾದ ಮತಪ್ರಸಂಗಕ್ಕೂ ಮೊದಲೇ ತಾವು ದಾಹದಿಂದಾಗಿ ತೀರಿಹೋಗಿಬಿಡುವೆನೋ ಎಂದು ಹೆದರಿ ಅಲ್ಲೆಲ್ಲಾದರೂ ಕುಡಿಯಲು ನೀರು ಸಿಗಬಹುದೇನೋ ಎಂದು ಹುಡುಕುತ್ತಿದ್ದರು.

ಆಗಲೇ ಸಿದ್ದಾಪುರದಿಂದ ತನ್ನ ಮೈಕುಸೆಟ್ಟನ್ನು ತಂದು ಸ್ಥಾಪಿಸಿ ಒಂದು ಗ್ರಾಮಾಫೋನ್ ಹಾಡನ್ನೂ ಹಚ್ಚಿಟ್ಟು ತನಗೂ ಕುಡಿಯಲು ನೀರು ಸಿಗಬಹುದೋ ಎಂದು ರಾಟೆಮನೆಯ ಐತಕ್ಕನ ಮನೆಯೊಳಗೆ ಹೋಗಿದ್ದ ಹೈದರಾಲಿಯ ಮೇಲೆ ಒಂದು ಕಣ್ಣಿಡಲು ಸೈಕಲ್ ಮಹಮ್ಮದನೂ ಹೋಗಿದ್ದನು. ಅವನು ಹೋಗಿ ನೋಡಿದರೆ ಅಲ್ಲಿ ಐತಣ್ಣನೂ ಇರದೆ, ಐತಕ್ಕನೂ ಇರದೆ, ಶಾಂತಿ ಸೇವಂತಿಯರೂ ಇರದೆ ಒಂದು ಮೂಲೆಯಲ್ಲಿ ಕಟ್ಟಿಹಾಕಿದ್ದ ಅವರ ಕಾದಾಟದ ಹುಂಜ ಆ ಹಾಡಿನ ಗದ್ದಲದ ನಡುವೆ ನಿದ್ದೆ ತೂಗುತ್ತಾ, ಹೈದರಾಲಿಯು ಅದನ್ನು ನೋಡುತ್ತಾ ನಿಂತಿದ್ದನು, ದಾಹಕ್ಕೆ ನೀರು ಹುಡುಕಿಕೊಂಡು ಅಲ್ಲಿಗೆ ಬಂದ ಮೊಲ್ಲಾಕ 'ಏ ದೆಜ್ಜಾಲುಗಳೇ, ಈ ಜಾಹಿಲನ ಮನೆಯಲ್ಲಿ ನೀವಿಬ್ಬರು ಏನು ಮಾಡುತ್ತಿರುವಿರಿ. ನನಗೆ ಕುಡಿಯಲು ನೀರಾದರೂ ತಂದು ಕೊಡಿರಿ' ಎಂದು ಚಪ್ಪರದೊಳಕ್ಕೆ ಹೋಗಿ, ತಮಗಾಗಿ ಇಟ್ಟಿದ್ದ ಕುರ್ಚಿಯಲ್ಲಿ ಕುಳಿತುಕೊಂಡು ಮತ್ತೆ ನಿದ್ದೆ ತೂಗಲು ತೊಡಗಿದರು.

ಅಷ್ಟರಲ್ಲಿ ಕೈಯಲ್ಲೊಂದು ಸೀಮೆಎಣ್ಣೆಯ ಸೂಟೆಹಿಡಿದು, ತಮ್ಮ ಮುಖಕ್ಕೆ ಬೆಳಕು ಮಾಡಿಕೊಂಡು ಅಲ್ಲಿಗೆ ಬಂದ ಕಥೆ ಹೇಳುವ ಪಾತುಮ್ಮ ಮಗಳು ನೆಬೀಸಾಳನ್ನು ಮಕ್ಕಳು ಕೂರುವ ಥಾಟಿಗೆ ದೂಡಿ, ತಾನು ಸೂಟೆಯನ್ನು ಕೆಡಿಸಿ, ಹೆಂಗಸರ ಸಾಲಿನಲ್ಲಿ ಕೂತುಕೊಂಡಳು.

ಸ್ವಲ್ಪ ಹೊತ್ತಲ್ಲೇ ಗೇಟಲ್ಲಿ ದಾಸ ಬರುವನೋ ಇಲ್ಲವೋ ಎಂದು ಕಾದು ಸಾಕಾಗಿದ್ದ ಮೂಸಕಾಕನೂ ಬಸವಳಿದು ಬಂದು ತಮ್ಮ ಅದೇ ಡ್ರೆಸ್ಸಿನಲ್ಲೇ ಗಂಡಸರ ಸಾಲಿನಲ್ಲಿ ಕುಳಿತುಕೊಂಡರು.

ಸ್ವಲ್ಪ ಹೊತ್ತಿನಲ್ಲಿ ಬಂಗಲೆಯ ಕಡೆಯಿಂದ ಕಾರು ಬಂದು, ಆ ಕಾರಿನಲ್ಲಿ ಸಾಹುಕಾರರ ಹೆಂಗಸರು ಮಿಣಿಮಿಣಿ ಹೊಳೆಯುವ ದಿರಿಸುಗಳನ್ನು ಧರಿಸಿಕೊಂಡು ಬಂದು, ಪರದೆಯ ಆ ಕಡೆ ತಮ್ಮ ಮಕ್ಕಳ ಜೊತೆ ಕುಳಿತುಕೊಂಡರು.

ರೈಟರ ಬಿಡಾರದ ಕಡೆಯಿಂದ ಕುಟ್ಟಿಕಣ್ಣನು ಒಂದು ಗ್ಯಾಸುಲೈಟು ಉರಿಸಿಕೊಂಡು ಬಂದು ಆ ಬೆಳಕಿನ ಹಿಂದೆಯೇ ಹಾಜಮ್ಮನೂ, ಆಯಿಷಾಳೂ, ಹಾಜಿರಾಳೂ, ಜೈನಬಾಳೂ ಬಂದರು.

ಅವರ ಹಿಂದೆ ಕಲಸಿದ ಅವಲಕ್ಕಿಯ ಪಾತ್ರೆಯನ್ನು ತಲೆಯ ಮೇಲೆ ಹೊತ್ತುಕೊಂಡು ಸೈದಾಲಿಯು ನಡೆದು ಬರುತ್ತಿದ್ದನು. ಅವನ ಹಿಂದೆಯೇ ಸೂಫಿ, ಇಬ್ರಾಯಿಯರು ನಡೆದು ಬರುತ್ತಿದ್ದರು. ಹಾರೂನನು ಹೊಸಬಟ್ಟೆ ಹಾಕಿಕೊಂಡು ತನ್ನ ಹಳೆಯ ಬಟ್ಟೆಯನ್ನು ಹಾಕಿಕೊಂಡಿದ್ದ ಸಣ್ಣನ ಜೊತೆ ಏನೋ ಕಥೆ ಹೇಳಿ ನಗಾಡುತ್ತಾ ಬರುತ್ತಿದ್ದನು. ಅವರ ಹಿಂದಿನಿಂದ ಮುದಾರನೂ ಏನೋ ಒಂದು ಹಾಡುಹೇಳಿಕೊಂಡು ಬರುತ್ತಿದ್ದನು.

ಕಾದಿಮಾ ಅಜ್ಜಿಯು ಆ ಕತ್ತಲೆಯಲ್ಲಿ ಒಂದು ಮರದ ನೆರಳಿನಲ್ಲಿ ನಿಂತುಕೊಂಡು ಮಗ ಶಂಕರನಿಗೆ ಮತ ಪ್ರಸಂಗ ನಡೆಯುವಾಗ ಎಲ್ಲಿ ಕೂರಬೇಕೆಂದೂ, ಹೇಗೆ ಕೂರಬೇಕೆಂದು ಹೇಳಿಕೊಡುತ್ತ ಅವನಿಗೆ ಸಾಕಷ್ಟು ಸಿಟ್ಟನ್ನು ಬರಿಸುತ್ತಿದ್ದಳು.

ಅಷ್ಟರಲ್ಲಿ ದುಲ್ ಹಜ್ ತಿಂಗಳ ಇಪ್ಪತ್ನಾಲ್ಕನೆಯ ಚಂದ್ರ ಸಾಕಷ್ಟು ಮೇಲೆ ಬಂದು ಆಕಾಶದಲ್ಲಿ ಕಿತ್ತಳೆಯ ಸಣ್ಣ ತೊಳೆಯಂತೆ ನೇತಾಡುತ್ತಿತ್ತು.

ಅದರ ಸಣ್ಣ ಬೆಳಕಿನಲ್ಲಿ ನಡೆಯುತ್ತಾ ಬಂದ ಮಿಠಾಯಿಪಾಪನೂ, ಬಭಾನಂದ ಭಿಕ್ಷುಕನೂ ಯಾರಲ್ಲೂ ಕೇಳದೆ ಮಕ್ಕಳ ಸಾಲಿನಲ್ಲಿ ಜಾಗ ಮಾಡಿಕೊಂಡು ಕುಳಿತುಕೊಂಡರು. ಎಲ್ಲರೂ ಬಂದು, ಚಂದ್ರನೂ ಬಂದ ಮೇಲೆ ಬಂಗಲೆಯ ಕಡೆಯಿಂದ ಸಾಹುಕಾರರೂ ಅವರ ಹಿಂದೆ ಉಸ್ಮಾನ್ ರೈಟರೂ ಬಂದು ತಮಗಾಗಿ ಇಟ್ಟಿದ್ದ ಕುರ್ಚಿಯಲ್ಲಿ ಕುಳಿತರು.

ಅಲ್ಲಿ ಕುಳಿತು ಎಲ್ಲರಿಗೆ ಕಾಯುತ್ತಿದ್ದ ಮೊಲ್ಲಾಕ, ಈಗ ಎಲ್ಲರೂ ಬಂದು ಮುಗಿದಿದ್ದರೂ ಬಹಳ ಹೊತ್ತಿನಿಂದ ನಿದ್ದೆಗೆ ಹೋಗಿ ಬಿಟ್ಟಿದ್ದರು. ಸಾಹುಕಾರರೂ, ರೈಟರೂ ಬಂದು ಹತ್ತಿರದಲ್ಲಿ ಕೂತಿರುವುದು ಅವರ ಪರಿಮಳದಲ್ಲಿ ಅವರಿಗೆ ಗೊತ್ತಾಗುತ್ತಿದ್ದರೂ ಅವರು ಅದಾಗಲೇ ಸರಿಯಾಗಿ ಸಾವಿರದ ಮುನ್ನೂರ ನಲವತ್ತು ವರ್ಷಗಳ ಹಿಂದಕ್ಕೆ ಹೋಗಿ, ಹೂವಿನಕೊಲ್ಲಿಯನ್ನೂ ದಾಟಿ, ಸಿದ್ದಾಪುರವನ್ನೂ, ಕೇರಳವನ್ನೂ ದಾಟಿ, ಏಕಾಂಗಿಯಾಗಿ ಒಂದು ಹಾಯಿ ಹಡಗನ್ನೇರಿ ಅರಬಿಕಡಲನ್ನು ದಾಟಿ, ಮದೀನಾ ಪಟ್ಟಣವನ್ನು ತಲುಪಿ ಬಿಟ್ಟಿದ್ದರು.

ಆದರೆ ಅವರು ಅಲ್ಲಿಗೆ ತಲುಪುವುದು ಆರೆಂಟು ಗಂಟೆಗಳು ತಡವಾಗಿ ಬಿಟ್ಟಿತ್ತು. ಆ ದುಲ್ ಹಜ್ ತಿಂಗಳ ಹಗಲಿನ ಉರಿಗಾಳಿ ರಾತ್ರಿಯಾದರೂ ಸುಡುತ್ತಾ ಬೀಸುತ್ತಿತ್ತು. ಯೆಮನ್ನಿನಿಂದ ಬಂದ ನಸ್ರಾಣಿಗಳ ಪಡೆ ಪವಿತ್ರ ಪ್ರವಾದಿ ಮುತ್ತು ಮಹಮ್ಮದ್ ನಬಿಯವರ ಮುಖದ ತೇಜಸ್ಸನ್ನು ಕಂಡು, ವಾದಮಾಡದೆ

ಸೋಲೊಪ್ಪಿಕೊಂಡು, ನಲವತ್ತು ಸಾವಿರ ದೀನಾರುಗಳಿಗಾಗುವಷ್ಟು ವಸ್ತ್ರಗಳನ್ನೂ, ಮೂವತ್ತು ಕುದುರೆಗಳನ್ನೂ, ಮೂವತ್ತು ಒಂಟೆಗಳನ್ನೂ, ಮೂವತ್ತು ಖಡ್ಗ, ಗುರಾಣಿಗಳನ್ನೂ ಪ್ರತಿವರ್ಷ ಒಪ್ಪಿಸುವೆವೆಂದು ತಪ್ಪೊಪ್ಪಿಕೊಂಡು ಅಲ್ಲಿಂದ ಕಾಲು ಕಿತ್ತು ಗಂಟೆಗಳೇ ಕಳೆದಿದ್ದವು. ಮದೀನಾದ ಆ ಚೌಕದಲ್ಲಿ ಒಂದೆರಡು ಒಂಟೆಗಳು ಸುಮ್ಮನೇ ಉಸಿರಾಡುತ್ತಾ ನಿಂತಿದ್ದವು. ಕೆಲವು ಕೆಲಸವಿಲ್ಲದ ಭಿಕ್ಷುಕರು ಓಡಾಡುತ್ತಿದ್ದರು. ಮೊಲ್ಲಾಕನಿಗೆ ಅಷ್ಟು ದೂರದ ಪ್ರಯಾಣದಿಂದಾಗಿ ಹಸಿವೂ ನೀರಡಿಕೆಯೂ ಉಂಟಾಗಿ 'ಹಿಂದೂ ದೇಶದಿಂದ ಇಷ್ಟು ದೂರ ಬಂದಿರುವ ಈ ಮೊಲ್ಲಾಕನಿಗೆ ಕುಡಿಯುವ ನೀರು ಕೊಡುವ ಮನುಷ್ಯರಾರೂ ಈ ಮದೀನಾ ಪಟ್ಟಣದಲ್ಲಿಲ್ಲವೇ' ಎಂದು ಹೂಂಕರಿಸಿದರು.

ಆ ಹೂಂಕಾರ ಕೇಳಿದ ಸಾಹುಕಾರರೂ, ರೈಟರೂ ನಗುತ್ತಿದ್ದರು. ನೋಡಿದರೆ ಎದುರು ಕುಳಿತ ಮಿಠಾಯಿಪಾಪನೂ, ಭಿಕ್ಷುಕನೂ, ಬಂಗಲೆಯ ಹೆಂಗಸರೂ, ಮಕ್ಕಳೂ ನಗುತ್ತಿದ್ದರು.

'ನೀವೆಲ್ಲರೂ ಯಾಕೆ ನಗುತ್ತಿರುವಿರಿ ದೆಜ್ಜಾಲುಗಳೇ, ನನ್ನ ಮತಪ್ರಸಂಗ ಮುಗಿಯಿತಲ್ಲವೇ, ನನಗೆ ಕುಡಿಯಲು ನೀರೂ ಸಿಗುವುದಿಲ್ಲವೇ' ಎಂದು ಮೊಲ್ಲಾಕ ಕುಳಿತಲ್ಲಿಂದ ಎದ್ದು ನಿಂತರು.

'ಅಲ್ಲಾ ಮೊಲ್ಲಾಕ ಇಲ್ಲಿ ಇಷ್ಟೊಂದು ಮೋಮಿನುಗಳೂ, ಜಾಹಿಲುಗಳೂ ಇಷ್ಟೊಂದು ಸಂದೇಹಗಳನ್ನು ಮನಸಿನಲ್ಲಿಟ್ಟುಕೊಂಡು ಕೂತಿರುವಾಗ ನೀವು ಹೇಗೆ ನೀರು ಕುಡಿಯಲು ಹೋಗುತ್ತೀರಿ. ಶುರು ಮಾಡಿಬಿಡಿ' ಎಂದು ಸಾಹುಕಾರರು ಕೀಟಲೆಯಲ್ಲಿ ಬಂಗಲೆಯ ಹೆಂಗಸರ ಕಡೆ ಕಣ್ಣು ಮಿಟುಕಿಸುತ್ತಾ ಕೇಳಿದರು.

'ನನಗೆ ಆಗುವುದಿಲ್ಲ ಸಾಹುಕಾರರೇ, ಮದೀನಾದಲ್ಲಿ ನ್ಯಾಯ ತೀರ್ಮಾನವು ಆಗಲೇ ಮುಗಿದು ನಸ್ರಾಣಿಗಳು ಫೈನ್ ಕಟ್ಟಿ ಹೋಗಿಯೂ ಆಯಿತು. ಇನ್ನು ಎಂತಹದು ಮತಪ್ರಸಂಗ ಮಣ್ಣಾಂಗಟ್ಟಿ' ಎಂದು ಮೊಲ್ಲಾಕ ತಮ್ಮ ಮುಂಡಾಸು ಕೊಡವಿಕೊಂಡು ಅಲ್ಲಿಂದ ಎದ್ದು ನಡೆದರು.

ಅದುವರೆಗೂ ಎಲ್ಲವನ್ನೂ ಕಣ್ಣು ಮಿಟುಕಿಸಿಕೊಂಡು ನೋಡುತ್ತಿದ್ದ ಮಿಠಾಯಿಪಾಪ, ತನ್ನ ಜೋಳಿಗೆಯನ್ನು ಎತ್ತಿಕೊಂಡೇ ಮೇಲೆದ್ದು ನಿಂತರು. ತನ್ನ ದಿರಿಸಿನ ತೋಳನ್ನು ಕೊಂಚ ಮೇಲೆತ್ತಿಕೊಂಡನು. ತನ್ನ ಹತ್ತೂ ಬೆರಳುಗಳ ಉಂಗುರಗಳನ್ನು ಬೆಳಕಲ್ಲಿ ಹೊಳೆಯಿಸಿ ತೋರಿಸಿದನು.

'ಖಾವಂದರಾದ ಖಾನ್ ಸಾಹುಕಾರರು ಅನುಮತಿಸುವುದಾದರೆ ಈ ಫಕೀರನು ಈ ಕಥಾಪ್ರಸಂಗವನ್ನು ಮುಂದುವರಿಸಬಹುದೇ' ಎಂದು ಕೇಳಿದನು. ಅದು ಅದುವರೆಗೂ ಅಲ್ಲಿ ಯಾರೂ ಕೇಳಿರದಂತಹ ಮಾತಿನಂತೆ ಕೇಳುತ್ತಿತ್ತು.

'ಓಹೋ ಮಿಠಾಯಿಪಾಪ ಮುಂದುವರಿಸು' ಎಂದು ಉಸ್ಮಾನ್ ರೈಟರು ಸಾಹುಕಾರರ ಅನುಮತಿಗೂ ಕಾಯದೆ ಹೇಳಿಬಿಟ್ಟರು. ಸಾಹುಕಾರರೂ ಯಾಕೋ ನಗುತ್ತಾ ಸುಮ್ಮನಾದರು.

'ಹಾಗಾದರೆ ಕೇಳಿ ಸಾಹುಕಾರರೇ ನಾನು ಕೆಲವು ಪ್ರಶ್ನೆಗಳನ್ನು ಕೇಳುತ್ತೇನೆ. ಉತ್ತರಿಸಿ' ಎಂದು ಮಿಠಾಯಿಪಾಪ ಒಂದೊಂದಾಗಿ ಪ್ರಶ್ನೆಗಳನ್ನು ಕೇಳತೊಡಗಿದನು.

'ಸಾಹುಕಾರರೇ ಮೊದಲಿಗೆ ಹೇಳಿ ಈ ಹೂವಿನಕೊಲ್ಲಿ ಎಂಬುದು ಕಾಫಿ ತೋಟವೋ ಅಲ್ಲಾ ಛತ್ರವೋ?'

'ಕಾಫಿ ತೋಟ' ಸಾಹುಕಾರರು ಚುಟುಕಾಗಿ ಉತ್ತರಿಸಿದರು.

'ಹಾಗಾದರೆ ಇದರ ಒಡೆಯನು ಯಾರು?'

'ಈ ನಾನು' ಸಾಹುಕಾರರು ನಗುತ್ತಾ ಉತ್ತರಿಸಿದರು.

'ಅದಕ್ಕೂ ಮೊದಲು?'

'ನನ್ನ ತಂದೆ'

'ಅದಕ್ಕೂ ಮೊದಲು?'

'ಬ್ರಿಟಿಷ್ ವೈಟ್ ದೊರೆ'

'ಹಾಗಾದರೆ ಈಗ ಅವರೆಲ್ಲ ಎಲ್ಲಿರುವರು?'

'. . . . .'

'ಹಾಗಾದರೆ ಇಲ್ಲೇ ಶಾಶ್ವತವಾಗಿ ಇರುವವರು ಯಾರು?'

'ಇರುವವರು ಯಾರು? ನಿನ್ನಂತಹ ಫಕೀರರು. ಅದು ಬಿಟ್ಟರೆ ಬೇರೆ ಯಾರು?'

ಸಾಹುಕಾರರೂ ತುಂಟತನದಲ್ಲಿ ಹೇಳಿದರು.

'ಹಾಂ, ಹಾಗಾದರೆ ಈಗ ಹೇಳಿ ಈ ಹೂವಿನಕೊಲ್ಲಿ ಕಾಫಿ ತೋಟವೋ, ಛತ್ರವೋ?'

ಯಾರೂ ಏನೂ ಹೇಳಲಿಲ್ಲ. ಮಿಠಾಯಿಪಾಪ ತಾನೊಬ್ಬನೇ ನಕ್ಕನು.

ಆಮೇಲೆ ಮಿಠಾಯಿಪಾಪ ಬಹಳ ಹೊತ್ತು ಹೀಗೇ ತನಗೆ ತಾನೇ ನಗಾಡುತ್ತ, ಒಬ್ಬೊಬ್ಬರದೇ ಮುಖವನ್ನು ನೋಡಿ, ಅವರ ಪ್ರಶ್ನೆಗಳನ್ನು ಊಹಿಸಿಕೊಂಡು ಕಥೆ ಹೇಳುತ್ತ ಬಹಳ ಹೊತ್ತು ಕಾಲ ಕಳೆದನು. ಈ ನಡುವೆಯೇ ಸೈಕಲ್ ಮಹಮ್ಮದನೂ, ಸೈದಾಲಿಯೂ ಅಲ್ಲಿ ಉಳಿದಿದ್ದವರಿಗೆ ಬಾಳೆ ಎಲೆಯಲ್ಲಿ ಅವಲಕ್ಕಿ ಹಂಚಿ, ಕುಡಿಯಲು ಖಾಲಿ ಟೀಯನ್ನೂ ಹಂಚಿದ್ದರು.

ಮಿಠಾಯಿಪಾಪ ಕಥೆ ಮುಗಿಸುವ ಹೊತ್ತಿಗೆ ಎಲ್ಲರೂ ಹೊರಟುಹೋಗಿ, ಬಭಾನಂದ ಭಿಕ್ಷುಕನೂ, ಆಕಾಶದ ಮೂಲೆಯಲ್ಲಿ ತೂಗಾಡುತ್ತಿದ್ದ ದುಲ್ ಹಜ್ ತಿಂಗಳ ಇಪ್ಪತ್ನಾಲ್ಕನೇ ಚಂದ್ರನೂ ಮಾತ್ರವೇ ಉಳಿದಿದ್ದರು.

ಉಪಸಂಹಾರ: ಒಂದು ರೂಪಾಯಿಯ ಎಂಟು ಪಾವಲಿಗಳು

ದುಲ್ ಹಜ್ ತಿಂಗಳು ಕಳೆದು, ದುಃಖದ ಮೊಹರಂ ತಿಂಗಳೂ ಮುಗಿದು, ಸಫರ್ ತಿಂಗಳ ಎಂಟರಂದು ಸಣ್ಣ ಉಸ್ತಾದರು ಹಾಜಿರಾಳನ್ನು ನಿಖಾ ಮಾಡಿಕೊಂಡರು. ಆವತ್ತು ಶುಕ್ರವಾರದ ಜುಮ್ಮಾ ನಮಾಜು ಮುಗಿಸಿಕೊಂಡು ಸಂಸ್ಥಾ ಮೊಯಿದುವಿನ ಅದೇ ಕಾರಿನಲ್ಲಿ ಬಂದ ದೊಡ್ಡ ಉಸ್ತಾದರು, ಏನೂ ಮಾತಾಡದೆ ತಮ್ಮ ಅಳಿಯನಾದ ಸಣ್ಣ ಉಸ್ತಾದರಿಗೆ ಈ ನಿಖಾ ಮಾಡಿಕೊಟ್ಟು ಬೇರೇನೂ ಮಾತಾಡದೆ ಕೊಟ್ಟ ಚಹಾವನ್ನೂ ಅರ್ಧವೇ ಕುಡಿದು ಹೊರಟು ಹೋಗಿದ್ದರು.

ಮದುಮಗಳು ಹಾಜಿರಾ ತನ್ನ ಸ್ವಂತ ಕೈಕಾಲುಗಳಿಗೂ, ಸಕೀನಾ, ಜೈನಬಾರ ಕೈಕಾಲುಗಳಿಗೂ ಒಂದಿಷ್ಟು ಮದರಂಗಿ ಬಳಿದು, ತನ್ನ ತಾಯಿ

ಜುಲೈಕಾ ಉಡದೇ ಬಿಟ್ಟು ಹೋಗಿದ್ದ ಚಂದದ ಸೀರೆಯೊಂದನ್ನು ಅಸ್ತವ್ಯಸ್ತವಾಗಿ ಉಟ್ಟುಕೊಂಡು, ಮುಖದಲ್ಲಿ ಏನೂ ತೋರಿಸದೆ ಕುಳಿತಿದ್ದಳು. ಅವಳು ಕುಳಿತಿದ್ದ ಆಫೀಸು ಕೋಣೆಯನ್ನು ಸೈದಾಲಿಯೂ, ಸೂಫಿ, ಇಬ್ರಾಯಿಯರೂ ಬಣ್ಣದ ಕಾಗದಗಳಿಂದ ಸಣ್ಣದಾಗಿ ಅಲಂಕರಿಸಿದ್ದರು. ಹಾರೂನನು ಬಣ್ಣದ ಕಾಗದವನ್ನು ಉದ್ದಕ್ಕೆ ಸಣ್ಣಕ್ಕೆ ಕತ್ತರಿಸಿ ಆ ಕೋಣೆಯ ಬಾಗಿಲಿಗೆ 'ವೆಲ್ ಕಂ' ಎಂದು ಅಂಟಿಸಿಟ್ಟಿದ್ದನು. ಕಥೆ ಹೇಳುವ ಪಾತುಮ್ಮಳೂ, ಮಗಳು ಬೆರಳು ಚೀಪುವ ನೆಬೀಸಾಳೂ ಸೇರಿಕೊಂಡು ಆ ಕೋಣೆಯನ್ನೆಲ್ಲಾ ಗುಡಿಸಿ ಒರೆಸಿಟ್ಟಿದ್ದರು. ಅದಕ್ಕೂ ಮೊದಲು ಸೈಕಲ್ ಮಹಮ್ಮದನು ಆ ಕೋಣೆಗೆ ಒಂದು ಕೋಟು ಸುಣ್ಣವನ್ನೂ ಒಂದು ಕೋಟು ಬಣ್ಣವನ್ನೂ ಹೊಡೆದು ಹೋಗಿದ್ದನು.

ಸಣ್ಣ ಉಸ್ತಾದರು ಸಿದ್ದಾಪುರದಿಂದ ಕಳಿಸಿಕೊಟ್ಟಿದ್ದ ಮಂಚವೂ, ಹಾಸಿಗೆಯೂ, ನಿಲುವುಗನ್ನಡಿಯೂ, ಒಂದು ಟೇಪ್ ರಿಕಾರ್ಡರೂ ಆ ಕೋಣೆಯನ್ನು ತುಂಬಿಕೊಂಡು ನಿಲುವುಗನ್ನಡಿಗೆ ಬೆನ್ನು ತೋರಿಸಿಕೊಂಡು ಹಾಜಿರಾ ಅಲ್ಲಿ ಕುಳಿತಿದ್ದಳು.

ನಿಖಾ ಓದಿಸುವ ಮೊದಲು ದೊಡ್ಡ ಉಸ್ತಾದರು, 'ಮಗೂ ಹಾಜಿರಾ, ಈ ಮದುವೆಗೆ ನಿನಗೆ ಒಪ್ಪಿಗೆಯೇ' ಎಂದು ತಮ್ಮ ಎಂದಿನ ಗಂಭೀರ ಧ್ವನಿಯಲ್ಲಿ ಕೇಳಿ, ಆಕೆ ಏನೂ ಮಾತಾಡದೆ ಒಪ್ಪಿಗೆ ಎಂಬಂತೆ ತಲೆಯಲ್ಲಾಡಿಸಿ ಬಂದು, ಆ ಮಂಚದ ಮೇಲೆ ಕುಳಿತು ಇನ್ನೇನೆಲ್ಲಾ ಆಗಲಿಕ್ಕಿದೆಯೋ ಎಂದು ಗಾಬರಿಯಲ್ಲಿ ಕಾಯುತ್ತಿದ್ದಳು. ಹೊಸತಾಗಿ ಕೋಣೆಗೆ ಬಳಿದಿದ್ದ ಬಣ್ಣದ ಪರಿಮಳ, ಮೈಗೆ ಪೂಸಿದ್ದ ಅತ್ತರಿನ ಪರಿಮಳ, ಉಟ್ಟಿದ್ದ ಸೀರೆಯ ಕರ್ಪೂರದ ಪರಿಮಳ, ಮುಡಿಯಿಂದ ಬರುತ್ತಿದ್ದ ಮಲ್ಲಿಗೆಯ ಪರಿಮಳ ಎಲ್ಲವೂ ಸೇರಿಕೊಂಡು ಸಣ್ಣಗೆ ತಲೆನೋಯುತ್ತಾ, ಆಕೆಗೆ ಸಂಕಟವಾಗುತ್ತಿತ್ತು.

ಅವಳ ಬಳಿ ಹೋಗುವ ಮೊದಲು ಸ್ವಲ್ಪ ಸಂಡಾಸಿಗೆ ಹೋಗಿ ಬರುವ ಎಂದು ಬಿಡಾರದ ಕೆಳಗಿನ ಸಂಡಾಸಿನಲ್ಲಿ ಕಣ್ಣುಮುಚ್ಚಿಕೊಂಡು ಕೂತಿದ್ದ ಸಣ್ಣ ಉಸ್ತಾದರು ಸಂಡಾಸು ಮುಗಿದಿದ್ದರೂ, ಸುಮ್ಮನೆ ಮುಖವನ್ನು ಎರಡೂ ಕೈಗಳಿಂದ ಮುಚ್ಚಿಕೊಂಡು ಯೋಚಿಸುತ್ತಿದ್ದರು. ಅವರಿಗೆ ಇದೆಲ್ಲ ನಿಜಕ್ಕೂ ನಿಜವೋ ಅಥವಾ ತನ್ನ ಹುಚ್ಚುಯೋಚನೆಗಳ ಫಲವೋ ಎಂದು ಗೊತ್ತಾಗದೆ ಹೆದರಿಕೆಯೂ, ನಗುವೂ, ಗಾಬರಿಯೂ, ಉದ್ರೇಕವೂ ಏಕಕಾಲಕ್ಕೆ ಉಂಟಾಗುತ್ತಿತ್ತು. ಒಂದು ಕಣ್ಣೊಳಗೆ ಮೊದಲ ಹೆಂಡತಿಯ ಉರುಟುರುಟು ಮುಖ, ಇನ್ನೊಂದು ಕಣ್ಣೊಳಗೆ ಹಾಜಿರಾಳ ತುಂಬಿಕೊಂಡಿದ್ದ ಎದೆ, ತಲೆಯೊಳಗೆ ತೆಂಗಿನಕಾಯಿಗಳೂ, ಕರಿಮೆಣಸು, ಏಲಕ್ಕಿ, ಗೊಬ್ಬರ, ಹಿಂಡಿ, ಕಲ್ಲುಪ್ಪಿನ ಮೂಟೆಗಳೂ, ಪಡೆದವನೂ, ಮಸೀದಿಯೂ, ಕೇರಳದ ತನ್ನ ಕಮ್ಯೂನಿಸ್ಟ್ ಗೆಳೆಯರೂ ಎಲ್ಲವೂ ಗಿರಗಿರ ತಿರುಗುತ್ತಿದ್ದವು. ತಂಡಾಸಿನಲ್ಲೂ

ಪಡೆದವನನ್ನು ನೆನೆಯುತ್ತಿರುವ ತನ್ನಂತಹ ಮೂಷಂಡಿಗಳನ್ನು ಆ ಮೇಲಿನವನು ಸಗಣಿಯಿಂದಲೂ, ಉಚ್ಚಿಷ್ಟದಿಂದಲೂ ಯಾಕೆ ಮಾಡಿರಬಾರದು ಎಂದೂ ಅವರಿಗೆ ಅನಿಸಿ, ಇಲ್ಲೇ ಕುಳಿತರೆ ತನ್ನ ತಲೆ ಕೆಟ್ಟುಹೋಗುವುದು ಎಂದು ಅಲ್ಲಿಂದ ಎದ್ದರು. ನೀರು ಸರಿ ಹೊಯ್ದಿರುವೆನೇ ಎಂದು ತಂಡಾಸಿನ ಗುಂಡಿಯನ್ನೊಮ್ಮೆ ಬಗ್ಗಿ ನೋಡಿದರು.

ಅವರು ಹಾಗೆ ಬಗ್ಗಲು ಅವರ ಅಂಗಿಯ ಜೇಬಲ್ಲಿದ್ದ ಒಂದು ರೂಪಾಯಿಯ ಹತ್ತಾರು ಪಾವಲಿಗಳು ಒಂದೊಂದಾಗಿ ಆ ಗುಂಡಿಯೊಳಕ್ಕೆ ಮೀನುಗಳಂತೆ ಬಿದ್ದು ಹೋದವು.

ಸಣ್ಣ ಉಸ್ತಾದರಿಗೆ ನಗುಬಂತು.

ನಿಖಾ ಮುಗಿದ ಮೇಲೆ ಹಾರೂನನಿಗೂ, ಸಕೀನಾಳಿಗೂ, ಜೈನಬಾ, ನೆಬೀಸಾ ಮತ್ತು ಸಣ್ಣನಿಗೂ ಖುಷಿಯಲ್ಲಿ ಕೊಡಲೆಂದು ಇಟ್ಟಿದ್ದ ಒಂದು ರೂಪಾಯಿಯ ಹೊಸ ಹೊಸ ನಾಣ್ಯಗಳು ಈಗ ವಿನಾಕಾರಣ ಕಕ್ಕಸಿನೊಳಕ್ಕೆ ಬಿದ್ದು ಆ ನೀರಲ್ಲಿ ಫಳ ಫಳ ಹೊಳೆಯುತ್ತಿದ್ದವು.

ಅವುಗಳನ್ನು ಅಲ್ಲೇ ಬಿಟ್ಟು, ಒಂದು ಸಣ್ಣ ಹಾಡನ್ನು ಗುಣುಗುತ್ತ ಹೊರಬಂದ ಅವರನ್ನು ನೋಡುತ್ತ ಎದುರಲ್ಲಿ ಹಾರೂನನೂ ಸಣ್ಣನೂ ನಿಂತಿದ್ದರು.

'ಸಣ್ಣಾ ಕಕ್ಕೂಸಿನಲ್ಲಿ ನನ್ನ ಪಾವಲಿಗಳು ಬಿದ್ದಿವೆಯಲ್ಲಾ, ಅದು ತೆಗೆದರೂ ನಿಮಗೇ, ಅಲ್ಲಿದ್ದರೂ ನಿಮಗೇ' ಎಂದು ಅವರು ಹೇಳಿದರು.

'ಅಣ್ಣಾ, ಎಷ್ಟು ಪಾವಲಿಗಳು ಅಣ್ಣಾ' ಎಂದು ಇತ್ತೀಚೆಗೆ ಎಲ್ಲರನ್ನೂ ಅಣ್ಣಾ ಎಂದು ಕರೆಯಲು ಕಲಿತಿದ್ದ ಸಣ್ಣನು ಕೇಳಿದನು.

ಉಸ್ತಾದರು, 'ಕಕ್ಕೂಸಿನಲ್ಲಿ ಬಿದ್ದ ಪಾವಲಿಗಳು ಎಷ್ಟಿದ್ದರೇನು' ಎಂದು ಹಾಡುವಂತೆ ಹೇಳುತ್ತಾ ಬಿರುಸಿನಲ್ಲಿ ಹಾಜಿರಾಳ ಕಡೆ ನಡೆದರು.

ಹಾರೂನನು ಮದುವೆಗೆ ಎಂದು ತಂದಿಟ್ಟಿದ್ದ ಒಂದು ಕಟ್ಟು ಅಗರಬತ್ತಿಯನ್ನು ಕಕ್ಕೂಸು ಗುಂಡಿಯ ಚೇಂಬರಿನ ಬಳಿ ಹತ್ತಿಸಿಟ್ಟು, ಅದರ ಮುಚ್ಚಳ ತೆಗೆದನು. ಅವನು ಅಂದುಕೊಂಡಂತೆ ಅಲ್ಲಿ ಅಷ್ಟು ದೊಡ್ಡ ಗಲೀಜು ಏನೂ ಇರದೆ ನೀರು ಸಣ್ಣಗೆ ಹರಿದು ಗುಂಡಿಯೊಳಕ್ಕೆ ಹೋಗುತ್ತಿತ್ತು. ಅವನು ಅಂದುಕೊಂಡಂತೆ ಅಲ್ಲಿಂದ ಅಷ್ಟು ದೊಡ್ಡ ಕೆಟ್ಟ ವಾಸನೆಯೂ ಬರುತ್ತಿರಲಿಲ್ಲ. ಆದರೆ ಅಲ್ಲಿ ಹಚ್ಚಿಟ್ಟಿದ್ದ ಅಗರಬತ್ತಿಯ ಕಟ್ಟು ದೊಡ್ಡದಾಗಿ ಹೊಗೆಬಿಡುತ್ತಾ ಪರಿಮಳ ಸೂಸುತ್ತಿತ್ತು.

ಅಷ್ಟು ಹೊತ್ತಲ್ಲಿ ಬಾವಿಯ ಕಡೆಯಿಂದ ಒಂದು ಕೊಡಪಾನದಲ್ಲಿ ನೀರು ತುಂಬಿಕೊಂಡು ಬಂದ ಸಣ್ಣನು, 'ಸುರಿಯಲಾ ಹಾರೂನಣ್ಣಾ' ಎಂದು ತಂಡಾಸಿನ ಬಾಗಿಲ ಬಳಿ ನಿಂತುಕೊಂಡನು.

'ಮೆಲ್ಲಗೆ ಸುರಿ ಸಣ್ಣಾ, ಜೋರು ಸುರಿದರೆ ಪಾವಲಿಗಳು ಕಕ್ಕೂಸು ಗುಂಡಿಯೊಳಗೆ ಹೊರಟು ಹೋಗುವವು' ಎಂದು ಹಾರೂನನು ಅವನನ್ನು ಎಚ್ಚರಿಸಿದನು.

ಅದರಂತೆ ಸಣ್ಣನು ಸಣ್ಣದಾಗಿ ತಂಡಾಸಿನೊಳಕ್ಕೆ ನೀರು ಸುರಿಯುತ್ತಾ ಹೋದನು. ಅವನು ಸುರಿದಂತೆ ಸಣ್ಣ ಉಸ್ತಾದರ ಒಂದೊಂದು ನಾಣ್ಯಗಳು ಸಣ್ಣಗೆ ಹೊಳೆಯುತ್ತಾ, ನೀರಲ್ಲಿ ಹರಿಯುತ್ತಾ ಬಂದು ನಿಲ್ಲುತ್ತಿದ್ದವು. ಹಾರೂನನು ಒಣಗಿದ ಗಟ್ಟಿ ಎಲೆಯೊಂದರಿಂದ ಒಂದೊಂದೇ ನಾಣ್ಯಗಳನ್ನು ಗೋರಿ ತೆಗೆದು ಮಣ್ಣಿಗೆ ಒಂದೂ ಎರಡೂ ಎಂದು ಎಣಿಸುತ್ತಾ ಎಂಟರವರೆಗೆ ಎಣಿಸಿ, 'ಇನ್ನೂ ಉಳಿದಿದೆಯಾ ಅಲ್ಲಿ ನೋಡು ಸಣ್ಣಾ' ಎಂದು ಕೇಳಿದನು.

'ಎಲ್ಲಾ ಮುಗಿಯಿತು ಹಾರೂನಣ್ಣಾ' ಎಂದು ಸಣ್ಣನೂ ಓಡಿಬಂದು ಅಲ್ಲಿ ಸೇರಿಕೊಂಡನು.

'ಯಾರಿಗೂ ಹೇಳಬೇಡ ಸಣ್ಣಾ, ನಾವು ಇದರಲ್ಲಿ ಒಂದು ವಾರ ಬಾಡಿಗೆ ಸೈಕಲ್ಲು ಹೊಡೆಯಬಹುದಲ್ಲಾ' ಎಂದು ಹಾರೂನನು ಮುಖ ಖುಷಿ ಮಾಡಿಕೊಂಡನು.

'ಹೌದಣ್ಣಾ' ಎಂದು ಸಣ್ಣನೂ ಮುಖ ಅಗಲ ಮಾಡಿಕೊಂಡನು.

ಆಮೇಲೆ ಅವರಿಬ್ಬರೂ ಸೇರಿ ಒಂದು ರೂಪಾಯಿಯ ಆ ಎಂಟು ಪಾವಲಿಗಳನ್ನು ಏಳು ಬಾರಿ ಮಣ್ಣಿನಲ್ಲಿ ತೊಳೆದು, ಏಳು ಬಾರಿ ಸೋಪಿನಲ್ಲಿ ತೊಳೆದು, ಏಳು ಬಾರಿ ನೀರಿನಲ್ಲಿ ತೊಳೆದರು.

ಹಾರೂನನು ಅದರಲ್ಲಿ ಏಳು ನಾಣ್ಯಗಳನ್ನು ತಾನು ಇಟ್ಟುಕೊಂಡು, ಒಂದು ನಾಣ್ಯವನ್ನು ಸಣ್ಣನಿಗೆ ಇಟ್ಟುಕೊಳ್ಳಲು ನೀಡಿದನು.

ಆ ಒಂದು ನಾಣ್ಯವನ್ನು ಸಣ್ಣನು ಬಹಳ ಕಾಲ ತನ್ನ ಬಳಿಯೇ ಇಟ್ಟುಕೊಂಡಿದ್ದನು.

ಹಾರೂನನು ಮಾತ್ರ ಆ ಏಳು ನಾಣ್ಯಗಳನ್ನು ಸಿದ್ದಾಪುರದಲ್ಲಿ ಆಗ ಬಾಡಿಗೆ ಸೈಕಲು ಅಂಗಡಿ ಶುರುಮಾಡಿದ್ದ ಹೈದರಾಲಿಗೆ ದಿನಕ್ಕೊಂದರಂತೆ ಕೊಟ್ಟು ಸೈಕಲ್ಲು ಹೊಡೆಯುವುದನ್ನು ಕಲಿತನು.

ಎಂಟನೆಯ ದಿನ ಬೆಳಗ್ಗೆ ಶಾಲೆಗೆ ಹೋಗುವ ಮೊದಲು ಅವನು ತನ್ನ ತಂದೆ ಉಸ್ಮಾನ್ ರೈಟರ ತೂಗಿಸಿಟ್ಟಿದ್ದ ಅಂಗಿಯ ಜೇಬಿನೊಳಗಿದ್ದ ಒಂದು ರೂಪಾಯಿಯ ಒಂದೇ ಒಂದು ನಾಣ್ಯವನ್ನು ಮೆಲ್ಲಗೆ ತೆಗೆದುಕೊಂಡು ಜೇಬಿನೊಳಗಿರಿಸಿದನು.

ಆ ದಿನ ಸಂಜೆ ಕತ್ತಲಾಗುವವರೆಗೆ ಅವನು ಸಿದ್ದಾಪುರದ ಶಾಲೆಯ ಮೈದಾನದಲ್ಲಿ ತಿರುಗುತ್ತಿರುವ ಚಿತ್ರದಂತೆ ಬಹಳ ಹೊತ್ತು ಒಬ್ಬನೇ ಸೈಕಲ್ಲು ಹೊಡೆಯುತ್ತಿದ್ದನು.

ಅನುಬಂಧ-1

ಹೂವಿನಕೊಲ್ಲಿಯ ಕಥಾ ಪಾತ್ರಗಳು

ಈ ಕಾದಂಬರಿಯಲ್ಲಿ ಕಥಾಪಾತ್ರಗಳ ಸಂಖ್ಯೆ ದಟ್ಟವಾಗಿರುವುದರಿಂದ ಮತ್ತು ಅವರ ಹೆಸರು, ಜೀವನಶೈಲಿ, ಪರಿಸರ ಎಲ್ಲವೂ ಕನ್ನಡದ ಜಾಯಮಾನಕ್ಕೆ ಹೊಸತಾಗಿರುವುದರಿಂದ ಹೂವಿನಕೊಲ್ಲಿಯ ಸಂಕ್ಷಿಪ್ತವಾದ ಕಥಾಪಾತ್ರ ಪರಿಚಯವನ್ನು ಈ ಎರಡನೇ ಮುದ್ರಣಕ್ಕಾಗಿ ಇಲ್ಲಿ ನೀಡಲಾಗಿದೆ:

ಹೂವಿನಕೊಲ್ಲಿ ಎಂಬುದು ಕೊಡಗಿನ ನೈಜ ಕಾಫಿತೋಟವೊಂದರ ಕಾಲ್ಪನಿಕ ಹೆಸರು.ಆಂಗ್ಲನಾದ ಬಿಳಿಯ ದೊರೆ ಮಿಸ್ಟರ್ ವೈಟ್ ದೇಶಬಿಟ್ಟು ಹೋಗುವಾಗ ತನ್ನ ಅಡುಗೆಯ ಬಟ್ಲರನಿಗೆ ಬಿಟ್ಟು ಹೋದ ಈ ತೋಟ ಆನಂತರ ಕನ್ನಡ ಕರಾವಳಿ ಮೂಲದ ಇಸ್ಲಾಂ ಧರ್ಮಕ್ಕೆ ಸೇರಿದ ದೊಡ್ಡ ಸಾಹುಕಾರರ ಸುಪರ್ದಿಗೆ ಬರುತ್ತದೆ. ಕಾರು ಅಪಘಾತವೊಂದರಲ್ಲಿ ದೊಡ್ಡ ಸಾಹುಕಾರರು ತೀರಿಹೋದ ಮೇಲೆ ಅವರ ಮಗ ಖಾನ್ ಸಾಹುಕಾರರು ಈ ತೋಟದ ಮಾಲೀಕರಾಗಿದ್ದಾರೆ.

ಈ ಕಾದಂಬರಿಯ ಪ್ರಧಾನ ಪಾತ್ರವಾದ ಉಸ್ಮಾನ್ ರೈಟರು ಹೂವಿನಕೊಲ್ಲಿ ಕಾಫಿ ತೋಟದ ಮೇಲ್ವಿಚಾರಕರು. ಅವರು ತಮ್ಮ ತಾಯಿ ಹಾಜಮ್ಮ, ಮೊದಲ ಹೆಂಡತಿಯ ಗಂಡು ಮಕ್ಕಳಾದ ಸೂಫಿ ಮತ್ತು ಇಬ್ರಾಯಿ, ಮಗಳಾದ ಹಾಜಿರಾ, ಎರಡನೆಯ ಹೆಂಡತಿ ಆಯಿಷಾ ಮತ್ತು ಮಗ ಹಾರೂನ್ ಹಾಗೂ ಮಗಳು ಸಕೀನಾ ಜೊತೆ ವಾಸಿಸುತ್ತಿದ್ದಾರೆ. ಅವರ ಮೊದಲ ಹೆಂಡತಿ ಜುಲೈಕಾ ಎಲ್ಲೋ ಕಾಣೆಯಾಗಿದ್ದಾಳೆ. ಅವಳ ನೆನಪಿಗೆ ಜುಲೈಕಾ ಎಂಬ ಗಿಳಿಯನ್ನು ಪಂಜರದಲ್ಲಿ ಸಾಕುತ್ತಿದ್ದಾರೆ. ಜೊತೆಗೆ ಗೋಡೆಯ ಕ್ಯಾಲೆಂಡರಿನಲ್ಲಿ ಒಂದು ಪರ್ಷಿಯನ್ ಬೆಕ್ಕಿನ ಚಿತ್ರವೂ ಅವರ ಜೊತೆ ಬದುಕುತ್ತಿದೆ. ಇವರೆಲ್ಲರೂ ಇರುವುದು ಹೂವಿನಕೊಲ್ಲಿಯ ರೈಟರ ಕ್ವಾರ್ಟಸ್ಸಿನಲ್ಲಿ.

ಕುಪ್ಪಿಮೂಸಾ ಎಂಬುದು ಉಸ್ಮಾನ್ ರೈಟರ ಅಜ್ಞಾತ ತಮ್ಮನ ಹೆಸರು. ಸಹವಾಸ ದೋಷದಿಂದಾಗಿ ಹಾಳಾಗಿ ಹೋದವನು. ಮಲಯಾಳಿ ಹೆಂಗಸೊಬ್ಬಳನ್ನು ಕಟ್ಟಿಕೊಂಡು ಕಷ್ಟದಲ್ಲಿ ಬದುಕುತ್ತಿದ್ದಾನೆ. ಅವನ ಮಕ್ಕಳಾದ ಸೈದಾಲಿ ಮತ್ತು ಜೈನಬಾರನ್ನೂ ರೈಟರು ತಮ್ಮ ಮನೆಯಲ್ಲಿ ಸಾಕುತ್ತಿದ್ದಾರೆ. ಸೈದಾಲಿಗೆ ಉಸ್ಮಾನ್ ರೈಟರ ಮಗಳು ಹಾಜಿರಾಳ ಮೇಲೆ ಸಣ್ಣಗಿನ ಪ್ರೇಮವಿರುತ್ತದೆ.

ಮರಿಯಮ್ಮ ಹೂವಿನಕೊಲ್ಲಿಯ ಹಾಲೂಡಿಸುವ ಮಕ್ಕಳನ್ನು ನೋಡಿಕೊಳ್ಳುವ ಹೆಂಗಸು.ಇವರ ಗಂಡ ಹಂಸಾಕ ದೊಡ್ಡ ಸಾಹುಕಾರರ ಕಾರು ಡ್ರೈವರಾಗಿದ್ದವರು. ಕಾರು ಅಪಘಾತದಲ್ಲಿ ಇವರೂ ತೀರಿಹೋಗಿದ್ದಾರೆ. ಮೂಲತ: ಇವರಿಬ್ಬರೂ ಮುಸಲ್ಮಾನರಲ್ಲ.ಆದರೆ ಮಕ್ಕಳಿಲ್ಲದ ಕಾರಣ ಮಕ್ಕಳಾಗಬಹುದು ಎಂಬ ನಂಬಿಕೆಯಿಂದ ಹರಕೆ ಹೊತ್ತುಕೊಂಡು ಮುಸಲ್ಮಾನರಾಗಿದ್ದಾರೆ. ಕಾಫಿ ತೋಟದ ಕೆಳಗಿನ ಹಾಡಿಯಲ್ಲಿ ಮರಿಯಮ್ಮ ಒಬ್ಬರೇ ಬದುಕುತ್ತಿದ್ದಾರೆ. ಜಿಮ್ಮಿ ಎಂಬುದು ಇವರ ಸಾಕುನಾಯಿಯ ಹೆಸರು.

ಆಸಿಯಾ ಮತ್ತು ಸೈಕಲ್ಮಹಮ್ಮದ್ಮರಿಯಮ್ಮಳ ನೆರೆಯ ಬಿಡಾರದವರು. ಆಸಿಯಾ ತೋಟದ ಕೆಲಸಗಾರ್ತಿ. ಆಕೆಯ ಗಂಡ ಸೈಕಲ್ಮಹಮ್ಮದ್ ಓರ್ವ ಸೈಕಲ್ ಸಾಹಸಿ. ಈತ ಒಲ್ಲದ ಮನಸಿನಿಂದ ತೋಟದಲ್ಲಿ ಬದುಕುತ್ತಿದ್ದಾನೆ. ಕುಳ್ಳ ಮಾಯಿನ್ ಈತನ ಸೈಕಲ್ ಸಾಹಸಗಳ ಸಖ ಮತ್ತು ಒಬ್ಬ ವಿಧೂಷಕ.

ಅರಬಿ ಕಲಿಸುವ ಮೊಲ್ಲಾಕ ಹೂವಿನಕೊಲ್ಲಿಯ ಮೇಲಿನ ಹಾಡಿಯಲ್ಲಿ ಬದುಕುತ್ತಿದ್ದಾರೆ. ಕುಂಞಿಪಾತುಮ್ಮ ಇವರ ಮಗಳು. ತಂದೆಯ ಇಚ್ಚೆಗೆ ವಿರುದ್ಧವಾಗಿ ಕೊಂಬಿನ ಮೀಸೆಯ ಮೂಸಕಾಕನನ್ನು ಮದುವೆಯಾಗಿದ್ದಾರೆ. ಕುಂಞಿಪಾತುಮ್ಮಳ ತಾಯಿ ಹಾಗೂ ಮೂಸಕುಟ್ಟಿಯ ಬಾಪಾ ಒಡಹುಟ್ಟಿದವರಾಗಿದ್ದರು. ಆದರೆ ಪರಸ್ಪರ ವೈರಿಗಳಾಗಿದ್ದರು. ಹೆಂಡತಿ

ಕುಂಞಿಪಾತುಮ್ಮಳ ಮರಣದ ಬಳಿಕ ಮೂಸಕಾಕ ಮರಿಯಮ್ಮಳನ್ನು ಮದುವೆಯಾಗುತ್ತಾನೆ.

ಕಥೆ ಹೇಳುವ ಪಾತುಮ್ಮ ಹೂವಿನಕೊಲ್ಲಿಯ ಕತೆಗಾರ್ತಿ ಮತ್ತು ಕಾರ್ಮಿಕ ಹೆಂಗಸು. ಇವಳ ಮಗಳು ಬೆರಳು ಚೀಪುವ ನೆಬೀಸಾ. ಹಾಲೂಡಿಸುವ ಮಕ್ಕಳನ್ನು ನೋಡಿಕೊಳ್ಳುವ ಕೆಲಸವನ್ನು ತಾನು ಮರಿಯಮ್ಮನಿಂದ ಕಸಿದುಕೊಳ್ಳಬೇಕೆಂದು ಓಡಾಡುತ್ತಿರುತ್ತಾಳೆ.

ಮಿಠಾಯಿಪಾಪಾ ಎಂಬ ಫಕೀರ ಅಜ್ಮೀರಿನಿಂದ ಬಂದಿರುವೆನೆಂದು ಹೇಳಿಕೊಂಡು ಹೂವಿನಕೊಲ್ಲಿಗೆ ಬಂದು ಹೋಗುತ್ತಿರುತ್ತಾನೆ. ಈತನಿಗೂ ಮರಿಯಮ್ಮಳನ್ನು ಮದುವೆ ಆಗಬೇಕೆಂಬ ಆಸೆ. ಮಿಠಾಯಿಪಾಪಾನ ಜೊತೆ ಬಭಾನಂದಾ, ಮಮಾ, ಮಾಮಾ, ಲತೀಫ್ಎನ್ನುವ ಸೂಫಿ ಸನ್ಯಾಸಿಯೂ ತೋಟದೊಳಗೆ ಬಂದು ಹೋಗುತ್ತಿರುತ್ತಾನೆ.

ಮುದಾರ ತೋಟದ ದನಗಳನ್ನು ಮೇಯಿಸುವವನು. ಕೊರಗತಿ ಈತನ ಹೆಂಡತಿ. ಸಣ್ಣ ಎಂಬುವನು ಇವರ ಮಗ

ನಂಬಿಯಾರ್ ತೋಟದ ದನಗಳ ಹಾಲು ಕರೆಯುವ ಕೆಲಸ ಮಾಡುತ್ತಿದ್ದರು. ಜೊತೆಗೆ ತೋಟದ ಕೆಲಸದ ಸಮಯವನ್ನು ತಿಳಿಸುವ 'ತುರಿ' ಎಂಬ ಸೈರನ್ನನ್ನೂ ಊದುತ್ತಿದ್ದರು. ಇವರ ಮಗ ಕಮ್ಯುನಿಸ್ಟ್ ಕುಟ್ಟಪ್ಪನ ಶವ ಒಂದು ದಿನ ಬಾವಿಯಲ್ಲಿ ಸಿಗುತ್ತದೆ. ಆ ಪುತ್ರಶೋಕದಿಂದ ನಂಬಿಯಾರರು ನವೆಯುತ್ತಿರುತ್ತಾರೆ.

ಕಾವಲುಗಾರ ಕುಟ್ಟಿಕಣ್ಣಿ ಪಾಲಕ್ಕಾಡಿನ ಬಳಿಯ ನಾಟಿ ವೈದ್ಯರ ಕುಟುಂಬಕ್ಕೆ ಸೇರಿದವನು. ಯಾವುದೋ ಕಾರಣಕ್ಕೆ ಊರು ಬಿಟ್ಟವನು ಹೂವಿನಕೊಲ್ಲಿಯ ಕಾವಲುಗಾರನಾಗಿ ಒಬ್ಬನೇ ಬದುಕುತ್ತಿರುತ್ತಾನೆ. ಈತನ ಮಡದಿ ರುಕ್ಮಿಣಿ ಮತ್ತು ಮಗಳು ದೇವಯಾನಿ ಯಾವಾಗಲೋ ಬಂದು ನೋಡಿಕೊಂಡು ಹೋಗುತ್ತಾರೆ.

ಸಿಲೋನ್ ಅಣ್ಣಾಚಿ ಶ್ರೀಲಂಕಾದ ನಿರಾಶ್ರಿತ ತಮಿಳು ವ್ಯಕ್ತಿ. ಇಂದಿರಾ ಗಾಂಧಿಯೇ ತನ್ನನ್ನು ಇಲ್ಲಿರಲು ಹೇಳಿದ್ದಾರೆ ಎಂದು ಹೂವಿನಕೊಲ್ಲಿಯಲ್ಲಿ ಇದ್ದಿಲು ಮಾಡುವ ಕಾಯಕದಲ್ಲಿ ಮುಳುಗಿರುತ್ತಾನೆ.

ಅಸ್ಸಾಮಿನ ದಾಸ ಕೊಡಗಿನಲ್ಲಿ ಜೇನು ಕೃಷಿಯ ಪ್ರಯೋಗಕ್ಕಾಗಿ ಹೂವಿನಕೊಲ್ಲಿಗೆ ಬರುತ್ತಾನೆ. ಈತನಿಗೂ ಹಾಜಿರಾಳ ಮೇಲೆ ಸಣ್ಣಗಿನ ಪ್ರೇಮ

ಕಾದಿಮಾ ಅಜ್ಜಿ ಸಾಹುಕಾರರ ಬಂಗಲೆಯ ಅಡುಗೆ ಕೆಲಸದವಳು. ಟೀಪುಸುಲ್ತಾನನ ಸೈನಿಕರ ಕುಟುಂಬದ ಕಡೆಯವಳಾದ ಆಕೆ ಕೈಊನವಾಗಿರುವ ಮಗನ ಜೊತೆ ಊರು ಬಿಟ್ಟವಳು ಹೂವಿನಕೊಲ್ಲಿಯಲ್ಲಿ ಅಡುಗೆ ಕೆಲಸದವಳಾಗುತ್ತಾಳೆ. ಆಕೆಯ ಕೈ ಊನಗೊಂಡ ಮಗನನ್ನು

ಸಿದ್ದಾಪುರ ಪೇಟೇಯ ಕ್ಷೌರದಂಗಡಿ ನಡೆಸುತ್ತಿದ್ದ ಕುಂಞಂಬು ಸಾಕುತ್ತಾನೆ. ಆ ಮಗನಿಗೆ ಶಂಕರ ಎಂಬ ನಾಮಕರಣವನ್ನೂ ಮಾಡುತ್ತಾನೆ.ತನ್ನ ವೃತ್ತಿಯನ್ನೂ ಕಲಿಸುತ್ತಾನೆ. ತಾನು ಹಿಂದುವೋ ಮುಸಲ್ಮಾನನೋ ಎಂಬ ಗೊಂದಲದಲ್ಲಿಯೇ ಶಂಕರನು ನರಳುತ್ತಿರುತ್ತಾನೆ.

ಮಸೀದಿಯ ದೊಡ್ಡ ಉಸ್ತಾದರು ಸಿದ್ದಾಪುರ ಪೇಟೆಯ ಖತೀಬರು, ಅವರ ಅಳಿಯ ಸಣ್ಣ ಉಸ್ತಾದರು ಮಾವನಿಗೆ ಮಸೀದಿಯ ಧಾರ್ಮಿಕ ಕಾರ್ಯಗಳಲ್ಲಿ ಸಹಾಯ ಮಾಡುವುದರ ಜೊತೆಗೆ ಮಲೆ ಸರಕು ವ್ಯಾಪಾರಿ ಮತ್ತು ರಸಿಕ ಕೂಡಾ. ಅವರ ಕಣ್ಣೂ ಉಸ್ಮಾನ್ ರೈಟರ ಮಗಳಾದ ಹಾಜಿರಾಳ ಮೇಲೆ ಬಿದ್ದಿರುತ್ತದೆ.

ಸಂಸ್ಥಾ ಮೊಯಿದು ಸಿದ್ದಾಪುರ ಪೇಟೆಯಲ್ಲಿ ಹಳೆಯ ಅಂಬಾಸೆಡರ್ ಕಾರು ಬಾಡಿಗೆಗೆ ಓಡಿಸುತ್ತಿರುತ್ತಾನೆ.ಒಂದು ಕಾಲದಲ್ಲಿ ಇಂದಿರಾ ಗಾಂಧಿಯ ಅಭಿಮಾನಿಯಾಗಿದ್ದವನು ಅದೇನೋ ಸಿಟ್ಟಿನಿಂದ ಸಂಸ್ಥಾ ಕಾಂಗ್ರೆಸ್ ಸೇರಿಕೊಂಡಿದ್ದಾನೆ.

ಹುಲಿಮೀಸೆಯ ದೇವಪ್ಪ ರೈಟರು ಹೂವಿನಕೊಲ್ಲಿಯಲ್ಲಿ ಒಂದು ಕಾಲದಲ್ಲಿ ಕೆಲಸದಲ್ಲಿದ್ದವರು. ಕುಡಿತ ಮತ್ತು ಸಿಟ್ಟಿನ ಕಾರಣದಿಂದಾಗಿ ತೋಟದಿಂದ ಹೊರಹಾಕಲ್ಪಟ್ಟವರು. ಉಸ್ಮಾನ್ ರೈಟರ ತಮ್ಮನಾದ ಕುಪ್ಪಿ ಮೂಸಾನ ಗಳಸ್ಯ ಕಂಠಸ್ಯ ಸ್ನೇಹಿತ.

ಗಾರೆಮನೆ ಅಪ್ಪಯ್ಯಗೌಡರು ಮಾಜಿ ಸೈನಿಕರು. ಹೂವಿನಕೊಲ್ಲಿಯ ಪಕ್ಕದ ಕೃಷಿಕರು.ಹೂವಿನಕೊಲ್ಲಿಯ ಅರ್ಧ ಭಾಗ ತಮ್ಮ ಹಿಸ್ಸೆಗೆ ಬರಬೇಕೆಂದು ಕಾನೂನು ಹೋರಾಟ ನಡೆಸಿದ್ದರು. ಅವರು ಪ್ರೇಮಿಸಿ ಮದುವೆಯಾದವಳು ಕಿರಿಸ್ತಾನರ ಮೇರಿ ಟೀಚರ್.'

ರಾಟೆಮನೆ ಐತಣ್ಣ ಮತ್ತು ಐತಕ್ಕ ಘಟ್ಟದ ಕೆಳಗಿಂದ ಓಡಿ ಬಂದ ಜೋಡಿ. ಶಾಂತಿ ಮತ್ತು ಸೇವಂತಿಯರು ಸುಂದರಿಯರಾದ ಇವರ ಮಕ್ಕಳು. ಆದರೆ ಐತಣ್ಣನಿಗೆ ಇವರು ತನ್ನ ಮಕ್ಕಳು ಹೌದೋ ಅಲ್ಲವೋ ಎಂಬ ಸಂಶಯ.

ಮೀನು ಮಾರುವ ಹೈದರಾಲಿ ಉಸ್ಮಾನ್ ರೈಟರ ಮಗನಾದ ಹಾರೂನನ ಕೈಯಿಂದ ಕಾಫಿಯ ಎಲೆಯಲ್ಲಿ ಪ್ರೇಮ ಪತ್ರಗಳ ಬರೆಸಿ ಶಾಂತಿ ಸೇವಂತಿಯರಿಗೆ ರವಾನಿಸಿ ಅವರಿಬ್ಬರನ್ನೂ ಲಪಟಾಯಿಸುವ ಕನಸು ಕಾಣುತ್ತಿರುತ್ತಾನೆ.

ಕೊನೆಯಲ್ಲಿ ಒಂದು ಸೂಚನೆ: ಈ ಕಾದಂಬರಿ ಇಲ್ಲಿ ಬರುವ ಹಾರೂನ್ ಎಂಬ ಬಾಲಕನ ಹೂವಿನಕೊಲ್ಲಿ ಕಾಫಿ ತೋಟದ ಶೈಶವದ ವರ್ಷಗಳನ್ನು ಮಾತ್ರ ವಿವರಿಸುತ್ತದೆ. ಆಮೇಲೇನಾಯ್ತು ಎಂದು ಓದುಗರಿಗೆ ಗೊತ್ತಾಗಬೇಕಾದರೆ ಲೇಖಕನು ಇನ್ನೊಂದೆರಡು ಕಾದಂಬರಿಗಳನ್ನಾದರೂ ಬರೆಯಬೇಕಾಗುತ್ತದೆ.

ಅನುಬಂಧ-2

ಹೂವಿನ ಕೊಲ್ಲಿಯ ಮಾಯಾಕಂಬಳಿ: ಕೆ.ವಿ. ತಿರುಮಲೇಶ್

ಕತೆಗಾರ ಅಬ್ದುಲ್ ರಶೀದರ 'ಹೂವಿನ ಕೊಲ್ಲಿ' ಅವರ ಚೊಚ್ಚಲ ಕಾದಂಬರಿ, ಆದರೆ ಹಾಗೆಂದು ಅನಿಸುವುದೇ ಇಲ್ಲ. ರಶೀದರದು ವರ್ಣಮಯ ಜೀವನ. ಅವರ ಹಿರಿಯರು ಮಲಬಾರಿಗೆ ಸೇರಿದವರು. ಆದರೆ ರಶೀದ್ ಹುಟ್ಟಿ ಬೆಳೆದದ್ದು ಕೊಡಗಿನ ಕಾಫಿ ತೋಟದಲ್ಲಿ. ವಿದ್ಯಾಭ್ಯಾಸ ಮೈಸೂರಿನಲ್ಲಿ. ಆಗಲೇ ಅವರಿಗೆ ಸಣ್ಣ ಕತೆಗಳ ಹುಚ್ಚು. ಆಕಾಶವಾಣಿಯಲ್ಲಿ ಕೆಲಸಕ್ಕೆ ಸೇರಿ ಮಂಗಳೂರು, ಶಿಲ್ಲಾಂಗ್, ಸದ್ಯ ಮಡಿಕೇರಿಯಲ್ಲಿ ವಾಸ. 'ಕೆಂಡ ಸಂಪಿಗೆ' ಎಂಬ ಅಂತರ್ಜಾಲ ಪತ್ರಿಕೆಯ ಗೌರವ ಸಂಪಾದಕರು. ಹಿಂದೆ ಲಂಕೇಶ್ ಪತ್ರಿಕೆಯಲ್ಲಿ 'ಅಲೆಮಾರಿಯ ದಿನಚರಿ' ಎಂಬ ಹೆಸರಿನ ಅಂಕಣ ಬರೆಯುತ್ತಿದ್ದರು; ಈಗ ವಿಜಯ ಕರ್ನಾಟಕ ಪತ್ರಿಕೆಯಲ್ಲಿ 'ಕಾಲು ಚಕ್ರ' ಎಂಬ ಹೆಸರಿನ ಅಂಕಣ. ಈ

ಹೆಸರುಗಳಿಂದಲೇ ಗೊತ್ತಾಗುತ್ತದೆ, ರಶೀದ್ ತಮ್ಮನ್ನು ಗುರುತಿಸಿಕೊಳ್ಳುವ ಪರಿ, ಎಂದರೆ ತಿರುಗಾಡಿಯಾಗಿ. ಜನರ ನೆಲಮಟ್ಟದ ಜೀವನದಲ್ಲಿ ಅವರಿಗೆ ಆಸಕ್ತಿ, ಅಂತೆಯೇ ಪ್ರಾಣಿಗಳಲ್ಲಿ, ಪ್ರಕೃತಿಯಲ್ಲಿ. 'ಹೂವಿನ ಕೊಲ್ಲಿ' ರಶೀದ್ 'ಕೆಂಡ ಸಂಪಿಗೆ'ಯಲ್ಲಿ ಧಾರಾವಾಹಿಯಾಗಿ ಬಂದ ಕೃತಿ.

ಇದೊಂದು ಅನನ್ಯ ನಿರೂಪಣೆಯ ಕಾದಂಬರಿ: ಇಲ್ಲೊಂದು ಕತೆಯಿಲ್ಲ, ಕೇಂದ್ರವಿಲ್ಲ, ಕೇಂದ್ರ ವೃತ್ತಾಂತವಿಲ್ಲ. ಒಂದು ವಿಧದಲ್ಲಿ ಇದು ಕತೆಗಳಿಂದ ತುಂಬಿ ತುಳುಕುವ ಕೃತಿಯೂ ಹೌದು, ಯಾಕೆಂದರೆ ಎಲ್ಲವೂ ಕತೆಗಳೇ, ಆದರೆ ಹಾಗೆಂದು ಪರಸ್ಪರ ಸಂಬಂಧವಿರದ ಬಿಡಿ ಬರಹಗಳ ಸಂಗ್ರಹವೇನೂ ಅಲ್ಲ. ಕೊಡಗಿನಲ್ಲೆಲ್ಲೋ ಇರಿಸಿದ ಹೂವಿನ ಕೊಲ್ಲಿ ಎಂಬ ಕಲ್ಪಿತ ಪ್ರದೇಶದ ಜನಜೀವನವನ್ನಿದು ಚಿತ್ರಿಸುತ್ತದೆ; ಇದರ ಹತ್ತಿರದ ಪೇಟೆ ಸಿದ್ದಾಪುರ. ನಿರೂಪಣೆ ಈ ಕೊಲ್ಲಿ ಮತ್ತು ಈ ಪೇಟೆಗೆ ಸೀಮಿತ. ಇದರ ಕಾಲ ರಶೀದ್‌ರ ಬಾಲ್ಯಕಾಲ, ಎಂದರೆ ಕಳೆದ ಶತಮಾನದ ಅರುವತ್ತರ ದಶಕ. ಪಾರಂಪರಿಕ ಕತೆಯಿಲ್ಲ ಎಂಬ ಕಾರಣಕ್ಕೇ ಇದು ಅನನ್ಯವೂ ಅಲ್ಲ; ಲೇಖಕರು ಈ ಪ್ರದೇಶವನ್ನು, ಜನಜೀವನವನ್ನು, ಈ ಜನರ ಸಂಬಂಧಗಳನ್ನು ಮತ್ತು ಅವರ ಮನಸ್ಸುಗಳನ್ನು ಚಿತ್ರಿಸುವ ರೀತಿಯೂ ಅಸಾಧಾರಣವಾದುದು. ಒಂದು ವಿಧದಲ್ಲಿ ಇದು ಕುವೆಂಪು, ಕಾರಂತ, ಗೊರೂರು ಮುಂತಾದವರು ರೂಢಿಸಿಕೊಂಡಿದ್ದ ಕನ್ನಡ ಕಥನ ಪರಂಪರೆಗೆ ಸೇರಿದ್ದು ಎನ್ನಬಹುದು. ನವ್ಯ, ಬಂಡಾಯ ಮುಂತಾದ ಕಾಲಘಟ್ಟಗಳು ಬೇರೆ ತಿರುವುಗಳನ್ನು ತೆಗೆದುಕೊಂಡುವು; 'ಹೂವಿನ ಕೊಲ್ಲಿ' ತನ್ನ ನಿರೂಪಣೆಯಲ್ಲಿ ಈ ಘಟ್ಟಗಳನ್ನು ಜಿಗಿದು ಹಿಂದಕ್ಕೆ ಹೋಗುವಂತಿದೆ. ಲೇಖಕರ ಭಾಷಾಶೈಲಿಯಲ್ಲಿ ಇದರ ಗುರುತುಗಳನ್ನು ನೋಡಬಹುದು: ವಾಕ್ಯ ರಚನೆಯ ಮಟ್ಟಿಗೆ ಇದೊಂದು ಪೂರ್ಣಪ್ರತ್ಯಯದ (full inflection) ತಂತ್ರವನ್ನು ಬಳಸುತ್ತಿದೆ; ಎಂದರೆ, ಬಂದ, ಹೋದ ಎಂದು ಮುಂತಾದ ಆಧುನಿಕ ಪ್ರತ್ಯಯ ಲುಪ್ತತೆಯನ್ನು ತೊರೆದು ಬಂದನು, ಹೋದನು ಎಂಬ ನವೋದಯ ಕಾಲದ ಬಳಕೆ; ಇದೇನೂ ಕಟ್ಟುನಿಟ್ಟಾಗಿ ಪಾಲಿಸಿದ ತಂತ್ರವಲ್ಲವಾದರೂ ಇಂದಿನ ಓದುಗರು ಗಮನಿಸುವ ಪ್ರಮಾಣದಲ್ಲಿದೆ. ಈ ಮೂಲಕ ಕೃತಿ ತನ್ನ ಕಾಲದೇಶಗಳನ್ನು ನಿರೂಪಣಾ ಶೈಲಿಯಲ್ಲೇ ಪ್ರತಿನಿಧೀಕರಿಸುವಂತಿದೆ.

ಭೂತ ವಿಕರಣಕಾಲ (past continuous tense) ಪ್ರಯೋಗವೂ ಕುತೂಹಲಕಾರಿ: ನೋಡುತ್ತಿತ್ತು, ಹೊಳೆಯುತ್ತಿತ್ತು, ಹಾರುತ್ತಿದ್ದುವು, ಮೌನವಾಗಿರುತ್ತಿತ್ತು, ಕಿರುಚುತ್ತಿತ್ತು ಮುಂತಾದ ಕ್ರಿಯಾಪದಗಳು ಮೇಲಿಂದ ಮೇಲೆ ಬರುತ್ತವೆ, ಹೆಚ್ಚಿನ ಪ್ಯಾರಾಗಳೂ ಇಂಥ ಪದಗಳಿಂದ ಕೊನೆಗೊಳ್ಳುತ್ತವೆ ಕೂಡ. ಭೂತ ವಿಕರಣಕಾಲ ಅನಿವಾರ್ಯ ಎಂದರೂ ಇಲ್ಲಿ ಅದು ಗಮನ

ಸೆಳೆಯುವ ರೀತಿಯಲ್ಲಿದ್ದು, ನಿರೂಪಣೆಗೆ ಒಂದು ತರದ ವಾಹಕಗುಣವನ್ನು ನೀಡಿದೆ. ರಶೀದ್ ಬಳಸುವ ಭಾಷೆ ಪೂರ್ತಿಯಾಗಿ ಪ್ರಾದೇಶಿಕವಲ್ಲ; ಆದರೆ ಹೂವಿನ ಕೊಲ್ಲಿಯ ಜನರ ಹಿನ್ನೆಲೆಯನ್ನು ಸೂಚಿಸುವ ಪದಗಳು ಹೇರಳವಾಗಿವೆ; ಮಲೆಯಾಳಿಯಾದ ನಂಬಿಯಾರ್ 'ಗುರುವಾಯುರಪ್ಪಾ' ಎನ್ನುತ್ತಾರೆ; ಹಲವು ಮುಸ್ಲಿಮ್ ಪಾತ್ರಗಳು 'ಪಡೆದವನೇ' ಎನ್ನುತ್ತಾರೆ (ಪಡಚ್ಚೋನೇ ಎನ್ನುವ ಮಲೆಯಾಳದ ಭಾಷಾಂತರ); ತುಪ್ಪದ ಅನ್ನದ ಪ್ರಸ್ತಾಪ ಬರುತ್ತದೆ (ಮಲೆಯಾಳಮಿನ ನೆಯ್ಚೋರಿನ ಭಾಷಾಂತರ); 'ಶೇಖೇ' ಎಂಬಂಥ (ಶೇಖ್ ಎಂಬವನ ಕುರಿತ) ಸಂಬೋಧನೆ, 'ಮಣ್ಣಾಂಗಟ್ಟಿ' ಎಂಬ ಗ್ರಾಮ್ಯ ಪದ ಮಲಬಾರ್ ಮೂಲವನ್ನು ಸೂಚಿಸುತ್ತವೆ. ಹೀಗೆ ರಶೀದರು ಕೆಲವೇ ಸಂಜ್ಞೆಗಳ ಮೂಲಕ ಪಾತ್ರಗಳಿಗೆ ಜೀವ ತುಂಬುತ್ತಾರೆ.

ಪಾತ್ರ ವೈವಿಧ್ಯದ ದೃಷ್ಟಿಯಿಂದ ನೋಡಿದರೆ, there is God's plenty here! ಹೂವಿನ ಕೊಲ್ಲಿ ಕಾಫಿ ತೋಟದ ಮೇಲ್ವಿಚಾರಕ ಉಸ್ಮಾನ್ ರೈಟರ್, ಅವರ ತಾಯಿ ಹಾಜಮ್ಮ, ರೈಟರಿಗೆ ಮೊದಲನೇ ಹೆಂಡತಿ ಜುಲೇಕಾಳಲ್ಲಿ ಜನಿಸಿದ ಸೂಫಿ, ಇಬ್ರಾಯಿ, ಮತ್ತು ಹಾಜಿರಾ; ಎರಡನೇ ಹೆಂಡತಿ ಆಯಿಷಾ ಹಾಗೂ ಅವಳಲ್ಲಿ ಜನಿಸಿದ ಹಾರೂನ ಮತ್ತು ಸಕೀನಾ. ಕತೆಗೆ ಕೇಂದ್ರವಿಲ್ಲವಾದರೂ ಉಸ್ಮಾನ್ ರೈಟರ್ ಮತ್ತವರ ಸಂಸಾರ ಒಂದು ರೆಫರೆನ್ಸ್ ಪಾಯಿಂಟ್‌ನಂತೆ ಇದೆ: ಕತೆಯ ಹೆಚ್ಚಿನ ಪಾತ್ರಗಳೂ ಅವರ ಮನೆಗೆ ಬಂದು ಹೋಗುತ್ತವೆ. ಅಲ್ಲಿ ಹರಟೆ ಹೊಡೆದು ಕತೆ ಹೇಳುತ್ತಲೋ ಕೇಳುತ್ತಲೋ ಇರುತ್ತವೆ. ಕಥೆ ಹೇಳುವ ಪಾತುಮ್ಮ, ಮಲೆಯಾಳ ಮಾತಾಡುವ ಕಾವಲಿನ ಕುಟ್ಟಿಕಣ್ಣ, ಹಾಲು ಕರೆಯುವ ಮತ್ತು ತುರಿ ಊದುವ ನಂಬಿಯಾರ್ (ಈತನ ಮಗ ಕಮ್ಯೂನಿಸಮಿಗೆ ಸೇರಿ ಸತ್ತಿರುತ್ತಾನೆ), ರಾಟೆ ಮನೆಯ ತುಳು ಮಾತಿನ ಐತಪ್ಪ, ಐತಕ್ಕ ಮತ್ತು ಅವರ ಸುಂದರಿಯರಾದ ಮಕ್ಕಳು ಶಾಂತಿ ಹಾಗೂ ಸೇವಂತಿ, ದನ ಮೇಯಿಸುವ ಮುದಾರ, ಸ್ವಂತ ಮಕ್ಕಳಿಲ್ಲದಿದ್ದರೂ ಮಕ್ಕಳನ್ನು ಆಡಿಸುವ ಮರಿಯಮ್ಮ, ಅವಳ ಗಂಡ ಡ್ರೈವರ್ ಹಂಸಾಕ (ಅಪಘಾತದಲ್ಲಿ ಸತ್ತುಹೋಗುತ್ತಾನೆ), ಮಿಠಾಯಿ ಮಾರುವ ಮಿಠಾಯಿಪಾಪ, ಹುಟ್ಟಿನಲ್ಲಿ ಮುಸಲ್ಮಾನನಾದರೂ ಹಿಂದೂವಿನ ಕೈಕೆಳಗೆ ಬೆಳೆದು ಕ್ಷೌರವೃತ್ತಿ ಮಾಡುವ ಶಂಕರ (ಇವನು ಶಬರಿಮಲೆಗೂ ಹೋಗಿಬರುತ್ತಾನೆ), ಹೀಗೆ ಅನೇಕರು. ಹೂವಿನ ಕೊಲ್ಲಿಯಲ್ಲೇ ಹುಟ್ಟಿ ಬೆಳೆದ ಯುವ ತಲೆಮಾರು, ಘಟ್ಟದ ಕೆಳಗಿನಿಂದ ಇಲ್ಲಿಗೆ ಕೆಲಸ ಹುಡುಕಿ ಬಂದು ಇಲ್ಲೇ ನೆಲೆಸಿದ ಹಿರಿಯ ತಲೆಮಾರು, ಕಳ್ಳರು, ಖದೀಮರು, ಗುಣವಂತರು, ಅವಧೂತರು, ಅಲೆಮಾರಿಗಳು, ಕಾಣಿಸದಾಗುವವರು, ಕಾಣಿಸಿಕೊಳ್ಳುವವರು, ಹಾಗೂ ಕಪ್ಪು ಬಿಳುಪಿನ ನೈತಿಕ ವಿಭಜನೆಗೆ ಸಿಗದ ಸಂಕೀರ್ಣ ಪಾತ್ರಗಳು. ದಾರುಣತೆಯಲ್ಲೂ ನಗುವುದೇ ನಗುವುದೇ ಇಲ್ಲಿನ ಜನರ ಜಾಯಮಾನ!

ಪರಸ್ಪರ ಸಾವಯವ ಸಂಬಂಧದಲ್ಲಿ ಬದುಕುತ್ತಾರೆ, ಮನುಷ್ಯರ ಜತೆ ಮಾತ್ರವೇ ಅಲ್ಲ, ಪ್ರಾಣಿ ಪರಿಸರದ ಜತೆ ಕೂಡ. ಇಲ್ಲಿ ಭೂತ ಪ್ರೇತಗಳೂ ಜನರ ಮಧ್ಯೆ ಹಾದು ಹೋಗುತ್ತವೆ. ಒಟ್ಟಿನಲ್ಲಿ ಇಂದು ಮಾಯವಾಗಿರುವ ನೈಜ ಅರ್ಥದ ಸಮೂಹ ಜೀವನವೊಂದನ್ನು ನಾವಿಲ್ಲಿ ಕಾಣುವೆವು. ಇದಕ್ಕೊಂದು ಅರ್ಥ ಬೇಕಾದರೆ ಈ ವಾಕ್ಯವನ್ನು ನೋಡಬಹುದು: "ಪರದೆಗಳನ್ನು ಸದ್ದು ಮಾಡದೆ ಸರಿಸಿಕೊಂಡು ಬಂಗಲೆಯ ತುಂಬಾ ನೆರಳಿನಂತೆ ಸುಳಿದಾಡುತ್ತಿದ್ದ ಕಾದಿಮಾ ಅಜ್ಜಿಗೆ ನಗು ಬರುತ್ತಿತ್ತು. ಈ ಮೊಲ್ಲಾಕನೂ, ಈ ನಂಬಿಯಾರೂ, ಈ ಮುದಾರನೂ, ಈ ಉಸ್ಮಾನ್ ರೈಟರೂ, ಈ ತಾನೂ, ಈ ಹೂವಿನ ಕೊಲ್ಲಿಯ ಎಲ್ಲರೂ ಒಬ್ಬರಿಗೊಬ್ಬರು ಏನೂ ಆಗದಿದ್ದರೂ ಎಲ್ಲರೂ ಎಲ್ಲರನ್ನೂ ಅರ್ಥಮಾಡಿಕೊಂಡು ಬದುಕುತ್ತಿರುವುದು ಅಲ್ಲಾಹುವಿನ ಕರುಣೆಯಲ್ಲದೆ ಇನ್ನೇನು ಎಂದು ಆಕೆಗೆ ನಗು ಬರುತ್ತಿತ್ತು" (ಪು. 71).

ಇಂಥ ಜೀವನದೃಷ್ಟಿಗೆ ತಕ್ಕಂತೆ ರಶೀದ್ ತಿಳಿ ಮಂಜಿನಂಥ ಹಾಸ್ಯದ ಲೇಪವೊಂದನ್ನು ಕಥನಕ್ಕೆ ಕೊಡುತ್ತಾರೆ. ಉದಾಹರಣೆಗೆ, 'ಒಂದು ಗಂಭೀರ ಮತಪ್ರಸಂಗ': ದುಲ್ ಹಜ್ ತಿಂಗಳ ಮತಪ್ರಸಂಗವನ್ನು ಕೊಡಲು ಸಕಲ ಸಿದ್ಧತೆಗಳನ್ನೂ ಮಾಡಿಕೊಂಡಿದ್ದ ಮೊಲ್ಲಾಕ ಈ ಸಿದ್ಧತೆಯಲ್ಲೇ ಸುಸ್ತಾಗಿ ನಿದ್ದೆ ಹೋಗಿ ನಿದ್ದೆಯಲ್ಲೇ ಇತಿಹಾಸದಲ್ಲಿ ಹಿಂದಕ್ಕೆ ಹೋಗಿ, ಇದೆಲ್ಲಾ ಎಂದೋ ಆಗಿದೆ ಎಂದು ಎದ್ದುಹೋಗುವುದು.

ಇವೆಲ್ಲಕ್ಕೂ ಸಾಕ್ಷಿಯಾಗಿರುವ ಪಂಜರದ ಗಿಣಿ ಮತ್ತು ಗೋಡೆ ಮೇಲೆ ತೂಗುಹಾಕಿದ ಹಳೆ ಕೆಲಂಡರಿನಲ್ಲಿನ ಪರ್ಶಿಯನ್ ಬೆಕ್ಕಿನ ಚಿತ್ರ. 'ಹೂವಿನ ಕೊಲ್ಲಿ' ಒಂದು ಮಾಯಾ ಕಂಬಳಿ. ರಶೀದರ ಸೂಕ್ಷ್ಮಾವಲೋಕನ, ಚಿತ್ರಕ ಶಕ್ತಿ, ಕಥನಕಲೆ, ನಿಸರ್ಗ ಪ್ರೀತಿ ಮತ್ತು ಜನಪ್ರೀತಿಯಿಂದ ಮೂಡಿ ಬಂದ ಅನನ್ಯ ಕೃತಿ ಇದು.

(ಆಳ ನಿರಾಳ–4ರಿಂದ)

ಅನುಬಂಧ-3

'ಹೂವಿನ ಕೊಲ್ಲಿ' ಅನ್ನುವ ದ್ವೀಪ:

ಜಿ.ವಿ. ರಾಮಪ್ರಸಾದ್

ಅಬ್ದುಲ್ ರಶೀದ್‌ರವರ ಈ ಕಾದಂಬರಿಯಲ್ಲಿನ ಮುಖ್ಯ ಪಾತ್ರವೇ ಅನ್ನಬಹುದಾದ ಹೂವಿನ ಕೊಲ್ಲಿ ಸಿದ್ದಾಪುರ ಅನ್ನುವ ಊರಿನ ಹತ್ತಿರವಿರುವ ಒಂದು ಕಾಫೀ ಎಸ್ಟೇಟ್ ಆಗಿದ್ದರೂ, ಸುತ್ತಮುತ್ತಲಿನ ಪ್ರತಿಯೊಂದರಿಂದ ಬೇಕಂತಲೇ ದೂರವನ್ನು ಕಾಪಾಡಿಕೊಂಡು, ರಶೀದರು ಪ್ರೀತಿಯಿಂದ ಕಾಲ ಕಳೆದು ಬಂದಿರುವ ಲಕ್ಷದ್ವೀಪದ ತರ ಒಂದು ದ್ವೀಪದಂತೆ ವರ್ತಿಸುತ್ತದೆ. "ಇಂದು ಯಾಕೆ ಎಲ್ಲ ಹೀಗೆ ಇಷ್ಟು ಚಂದವಾಗಿದೆ" ಎಂದು ಹೂವಿನ ಕೊಲ್ಲಿಯ ಬಾಯಿಬಾರದ ಹಸುಕರುಗಳು ಬೆರಗುಗೊಳ್ಳುತ್ತವೆ. ಕಾದಂಬರಿ ಓದಿದಾಗ ಎಷ್ಟೆಲ್ಲಾ ಗೋಳುಗಳಿಂದ ಕೂಡಿರುವ ಜನರಿಂದ ತುಂಬಿರುವ ಈ ಹೂವಿನ ಕೊಲ್ಲಿ, ಇಷ್ಟು ಚಂದವಿರುವುದು ಹೇಗೆ ಅನ್ನುವ ಬೆರಗು ಮೂಡುತ್ತದೆ.

ರಮಣೀಯತೆಯನ್ನೇ ಹಾಸಿಕೊಂಡು ಹೊದ್ದುಕೊಂಡು ಅಷ್ಟೇ ಸಾಕೆಂದು ತನ್ನಲ್ಲಿ ತಾನೇ ಮುಳುಗಿಹೋಗಿರುವಂತ ಈ ಹೂವಿನ ಕೊಲ್ಲಿಗೆ ಹೊರಗಿಂದ ಬಂದಂತವು ಸಾಕಷ್ಟಿವೆ. 'ರೈಟರ್' ಉಸ್ಮಾನ್ ಎಂದೋ ತಂದಿದ್ದ ಕ್ಯಾಲೆಂಡರ್‌ನಲ್ಲಿ ಕುಳಿತಿರುವ ಪರ್ಷಿಯನ್ ಬೆಕ್ಕು ತನ್ನ ಎದುರಿನ ಪಂಜರದಲ್ಲಿರುವ 'ಜುಲೈಕಾ' ಅನ್ನುವ ಗಿಳಿಯನ್ನೂ, ಆ ಜಾಗದಲ್ಲಿ ನಡೆಯುವ ಮನುಷ್ಯ ಪ್ರಪಂಚದ ಎಲ್ಲಾ ರಗಳೆ–ಸಂಭ್ರಮಗಳನ್ನೂ, ಕೀಟಳೆ ಮಾಡಿಕೊಂಡು ಏಳು–ಎಂಟು ವರ್ಷಗಳಿಂದ ನೋಡುತ್ತಲೇ ಇದೆ. ಈ ಎಸ್ಟೇಟಿಗೆ ಅಚಾನಕ್ಕಾಗಿಯೋ, ಬಯಸಿಯೋ ಬಂದು ಸೇರಿ ಬದುಕುತ್ತಿರುವ ಅನೇಕ ನರಮನುಷ್ಯರಂತೆಯೇ ಆ ಕ್ಯಾಲೆಂಡರ್ ಕೂಡಾ ತಾನು ಯಾಕೆ, ಯಾವ ಉದ್ದೇಶಕ್ಕೆ, ಯಾವ ಸಾಧನೆಗೆ ಇಲ್ಲಿಗೆ ಬಂದಿದ್ದೆ ಅನ್ನುವುದರ ಪರಿಗಣನೆಯೇ ಇಲ್ಲದಂತೆ ತನ್ನ ಪಾಡಿಗೆ ತಾನು ಗೋಡೆಯ ಮೇಲೆ ನೇತಾಡಿಕೊಂಡು ಇದೆ. ಕಾಲಗಣನೆಗೆಂದೇ ಇರುವ ಕ್ಯಾಲೆಂಡರ್ ಕೂಡ ಹೂವಿನ ಕೊಲ್ಲಿಯಲ್ಲಿ ಕಾಲಾತೀತವಾಗುತ್ತದೆ. ಹೀಗೆ ಹೂವಿನ ಕೊಲ್ಲಿಗೆ ಬಂದು ಇಲ್ಲೇ ಕಳೆದು ಹೋಗಿರುವ ಮನುಷ್ಯರಿಂದಲೇ ಈ ಎಸ್ಟೇಟ್ ತುಂಬಿ ತುಳುಕುತ್ತಿದೆ. ಘಟ್ಟದ ಕೆಳಗಿನಿಂದ ಬಂದಿರುವ ಐತಣ್ಣ, ಕೇರಳದ ಮಲ್ಲಪುರಮ್ ಜಿಲ್ಲೆಯಿಂದ ಬಂದಿರುವ ಮೂಸಕಾಕ, ಸಿಲೋನಿನಿಂದ ಬಂದಿರುವ ಸಿಲೋನ್ ಅಣ್ಣಾಚಿ, ಹೇಗೆ ಯಾವಾಗ ಎಲ್ಲಿಂದ ಬಂದ ಅನ್ನುವುದೇ ಯಾರಿಗೂ ಗೊತ್ತಿಲ್ಲದಿರುವ ಕುಟ್ಟಿಕಣ್ಣ, ಪಠಾಣರ ಕುಲಕ್ಕೆ ಸೇರಿದವಳು ಅನ್ನಲಾದ ಅಡುಗೆ ಕೆಲಸದ ಕಾದಿಮಾ ಅಜ್ಜಿ, ಅಸ್ಸಾಮಿನಿಂದ ಬಂದಿರುವ ದಾಸ... ಎಲ್ಲಿಂದಲೋ ಬಂದು ಇಲ್ಲಿ ವಾಸ ಹೂಡಿ ತಮ್ಮ ಮೂಲಸ್ಥಾನಗಳ ನೆನಪಲ್ಲಿ ಕೊರಗಿಕೊಂಡು ಇಲ್ಲಿಯೇ ಮಣ್ಣಾಗುತ್ತಾರೆ.

ಈ 'ಇಲ್ಲಿ' ಅನ್ನುವುದು ಕರಾರುವಕ್ಕಾಗಿ ಎಲ್ಲಿದೆ, ಯಾವ ಕಾಲಮಾನದಲ್ಲಿದೆ ಅನ್ನುವುದನ್ನು ಬಿಡಿಸಿ ಹೇಳುವ ಆಸಕ್ತಿ ಈ ಕಾದಂಬರಿಗಿಲ್ಲ. ಈ ಕತೆ ಎಲ್ಲಿ, ಯಾವಾಗ ನಡೆಯುತ್ತದೆ ಅನ್ನುವುದನ್ನು ಕತೆಯಲ್ಲಿ ಬರುವ ಪ್ರಾಸಂಗಿಕ ವಿವರಗಳಿಂದಲೇ ಅಂದಾಜಿಸಬೇಕು. ಬಾಂಗ್ಲಾ ವಿಮೋಚನಾ ಯುದ್ಧ, ಇಂದಿರಾ ಗಾಂಧಿ, ಸಂಸ್ಥಾ ಕಾಂಗ್ರೆಸ್, ಕಮ್ಯುನಿಸ್ಟ್ ಹೋರಾಟಗಳ ಪ್ರಸ್ತಾಪ ಇದೆಯಾದರೂ ಹೂವಿನ ಕೊಲ್ಲಿಯ ಹೊರಗಿರುವ ವಿಶಾಲವಾದ ವಿಶ್ವದ, ದೇಶಗಳ, ರಾಜ್ಯಗಳ, ಗತಿಯನ್ನೇ ಬದಲಿಸುವ ಸಾಮರ್ಥ್ಯ ಹೊಂದಿರುವ ಈ ಘಟನೆಗಳಿಗೆ ಹೂವಿನ ಕೊಲ್ಲಿಯ ಜನರು ಅನಾಸಕ್ತಿಯಿಂದಲೇ ಪ್ರತಿಕ್ರಿಯಿಸುತ್ತಾರೆ. ಉಸ್ಮಾನ್ ರೈಟರ್ ಪಾಪ ಹಾರೂನನಿಗೆ ನಕ್ಷೆ ಬರೆದು 'ಯಾವುದೆಲ್ಲಾ ಭಾರತವೆಂದು, ಯಾವುದು ಪಾಕಿಸ್ತಾನವೆಂದು, ಬಾಂಗ್ಲಾದೇಶ ಎಲ್ಲಿ ಉದಯಿಸುವುದೆಂದು' ಹೇಳಿಕೊಡುತ್ತಾರೆ. ಆದರೆ ಅವರು ಆ ನಕ್ಷೆ ಬರೆಯುವುದೇ ನೀರಿನಲ್ಲಿ! ಮಗು ಹಾರೂನನಿಗೆ ಪಕ್ಕದ ಹಾರಂಗಿ ಅಣೆಕಟ್ಟಿಗೆ

ಮಕ್ಕಳನ್ನು ಬಲಿಕೊಡುತ್ತಾರೆ ಅನ್ನುವ ಹೆದರಿಕೆಯೇ ತಲೆಯಲ್ಲಿ! ಸಿದ್ದಾಪುರದಲ್ಲಿ ಜಾಥಾ ತೆಗೆದು ಯಾಹ್ಯಾಖಾನನ ಹುಲ್ಲಿನ ಗೊಂಬೆಗೆ ಬೆಂಕಿ ಇಡಲು ತಯಾರಿ ನಡೆಯುವಾಗ ಅಲ್ಲಿಗೆ ಬರುವ ಹೂವಿನ ಕೊಲ್ಲಿಯ ಖಾನ್ ಸಾಹುಕಾರರು ಸುಮ್ಮನೇ ಆ ಗೊಂಬೆಯನ್ನು ನೋಡುತ್ತಾರೆ, ಹಾರೂನನ ಕಡೆ ಒಂದು ಮುಗುಳ್ನಗೆ ಬೀರಿ. ಮಕ್ಕಳೆಲ್ಲರೂ ಆ ಹುಲ್ಲಿನ ಬೊಂಬೆಯನ್ನು ಮುಗುಳ್ನಗುತ್ತಾ ನೋಡುತ್ತಿರುತ್ತಾರೆ. ಕಾದಂಬರಿ 'ಆ ಎಳೆ ಬಿಸಿಲಿಗೆ' ಹೊಳೆಯುತ್ತಿದ್ದ 'ಎಣ್ಣೆ ಹಚ್ಚಿದ್ದ ಅವರ ತಲೆಗಳ'ನ್ನು ನಮ್ಮ ಗಮನಕ್ಕೆ ತರುತ್ತದೆ!

ತಮ್ಮ ಮಗ ಕಮ್ಯುನಿಸ್ಟ್ ಅನ್ನುವ ಕಾರಣಕ್ಕೆ ಕೊಲೆಯಾಗಿದ್ದಾನೆ ಅಂದುಕೊಂಡಿರುವ ನಂಬಿಯಾರರೇ ಮೇ ದಿನದ ಕರಪತ್ರವನ್ನು ಇಸಿದುಕೊಂಡ ನಂತರ "ನಮಗೆಲ್ಲಾ ವಯಸ್ಸಾಯಿತು–ಇನ್ನು ನಾವೂ ಜಾಥಾ ಹೊರಡಬೇಕು. ಒಂದು ದೊಡ್ಡ ಜಾಥಾ, ಇಲ್ಲಿಂದ ಅಲ್ಲಿಯವರೆಗೆ" ಎಂದು ವೇದಾಂತ ಹೇಳುತ್ತಾರೆ. ಕಾಂಗ್ರೆಸ್ ವಿರೋಧಿಯಾಗಿ ಸಂಸ್ಥಾಕಾಂಗ್ರೆಸ್ ಸೇರಿರುವ ಮೊಯಿದು ತನ್ನ ರಾಜಕೀಯ ನಿಷ್ಠೆ ಬದಲಿಸಿದ್ದು ಇಂದಿರಾ ಗಾಂಧಿಯವರ ಕಾರಿಗೆ ಹೋಗಲು ಅಡ್ಡಿಯಾಗಿ ನಿಂತಿದ್ದ ತನ್ನ ಕಾರನ್ನು ಪೋಲಿಸರು ಚರಂಡಿಗೆ ನೂಕಿದ್ದರು ಅನ್ನುವ ಸಿಟ್ಟಿನಿಂದ ಅಷ್ಟೇ. ಹೂವಿನ ಕೊಲ್ಲಿಯಲ್ಲಿರುವ ಜನರಿಗೆ "ಅನ್ನದ ಪಾತ್ರೆಯಲ್ಲಿ ಅಕ್ಕಿ ಅಗುಳಾಗಿದೆಯಾ, ಸಾರಿನ ಮಡಿಕೆಯಲ್ಲಿ ಮಾಂಸ ಕುದಿಯುತ್ತಿದೆಯಾ" ಅನ್ನುವುದರಲ್ಲಿರುವ ಆಸಕ್ತಿ ಯಾಹ್ಯಾಖಾನನಲ್ಲಿಯಾಗಲೀ, ಹೊಸ ದೇಶವೇ ಹುಟ್ಟುತ್ತಿರುವುದರಲ್ಲಾಗಲೀ ಇಲ್ಲ. ಕುಟ್ಟಿಕಣ್ಣಿ ಮೇ ದಿನದ ಕರಪತ್ರವನ್ನು ಮೆರವಣಿಗೆಕಾರರಿಂದ ಇಸಿದುಕೊಂಡು "ನೀವು ತೋಟದ ಒಳಗೆ ಕಾಲು ಹಾಕಲು ಸಾಹುಕಾರರ ಆರ್ಡರ್ ಇಲ್ಲ" ಎಂದು ಗೇಟಿಗೆ ಬೀಗ ಹಾಕುತ್ತಾನೆ; ತಮ್ಮದೇ ಸಾಕಷ್ಟು ನರಳಾಟಗಳಿರುವಾಗ ಈ ಯಾಹ್ಯಾಖಾನನದೇನು ಮಹಾ ಅನ್ನುವ ಹಾಗೆ. ಬಹುಷಃ ಈ ಕಾದಂಬರಿಯೂ ಕೂಡ ತನ್ನ ಪಾತ್ರಗಳ ಅಗಣಿತ ನರಳಾಟಗಳು ಮತ್ತು ದಿನನಿತ್ಯದ ಬದುಕಿನ ಸುಖ–ದುಃಖಗಳನ್ನು ಬಿಟ್ಟು ಉಳಿದಿದ್ದೆಲ್ಲವನ್ನೂ ತನ್ನ ಕಾದಂಬರಿ ಜಗತ್ತಿನ ಗೇಟಿನ ಹೊರಗೆ ಉಳಿಸಿಬಿಟ್ಟು ಬೀಗ ಹಾಕಲು ಬಯಸುತ್ತದೆ.

ಈ ಸುಂದರ ಪ್ರಕೃತಿಯ ಮಡಿಲಲ್ಲಿ ಬದುಕಿರುವವರ ಜೀವನದಲ್ಲಿ ನರಳಾಟಗಳಿಗೇನೂ ಕೊರತೆ ಇಲ್ಲ. ಉಸ್ಮಾನ್ ರೈಟರ್‌ಗೆ ವಾಸಿಯಾಗದ 'ಮೂಲವ್ಯಾಧಿ'ಯ ಕಾಯಿಲೆ. ಅವರ ಮೊದಲ ಹೆಂಡತಿ ಜುಲೈಕಾ ಮೂರು ಮಕ್ಕಳನ್ನು ಹಡೆದು ಕೊಟ್ಟು ತನ್ನ ಹುಚ್ಚಿನಲ್ಲಿ ಅಲ್ಲಿ ಇಲ್ಲಿ ಓಡಾಡಲು ಶುರು ಮಾಡಿ ನಂತರ ಹಾಗೇ ಕಾಣೆಯಾಗಿದ್ದಾಳೆ. ಮರಿಯಮ್ಮನ ಗಂಡ ಡ್ರೈವರ್ ಹಂಸಾಕ ಕಾರಿನಲ್ಲಿ ಬರುವಾಗ ಅಪಘಾತವಾಗಿ ಅವರ ದೊಡ್ಡ ಸಾಹುಕಾರರು ತೀರಿ

ಹೋಗಿ ಹನ್ನೆರಡು ದಿನವಾದ ಮೇಲೆ ಸ್ವರ್ಗದಲ್ಲಿ ಅವರ ಕಾರು ನಡೆಸಲೇನೋ ಎಂಬಂತೆ ತೀರಿಹೋಗಿದ್ದಾನೆ. ಮೂಸಕಾಕನ ಹೆಂಡತಿ ಕುಂಞಿಪಾತಮ್ಮ ಪ್ರತಿ ಉಸಿರಿನಲ್ಲೂ ಇದೇ ತನ್ನ ಕೊನೆ ಉಸಿರಿರಬಹುದೆಂದು ಮರಣವನ್ನು ಎದುರು ನೋಡುತ್ತಾ ವರ್ಷಗಳಿಂದ ಮಲಗಿದ್ದಾಳೆ. "ಪುತ್ರಶೋಕವೆಂಬುದು ಎಲ್ಲಾ ಶೋಕಗಳಿಗಿಂತ ಅತಿದೊಡ್ಡ ಶೋಕ" ಅನ್ನುವುದನ್ನ ಅನುಭವಿಸುತ್ತಾ ಸಾವಿಗೆ ಕಾಯುತ್ತಿದ್ದಾರೆ ನಂಬಿಯಾರರು. ಸಾವುಗಳು, ರೋಗಗಳು, ದುಃಖಗಳು, ಒಂಟಿತನಗಳು, ಈ ಹೂವಿನ ಕೊಲ್ಲಿಯ ಲೋಕದಲ್ಲಿ ದಂಡಿಯಾಗಿವೆ. ಕೆಲವೊಮ್ಮೆ "ಯಾರ ಮುಖದಲ್ಲೂ ಖುಷಿಯಿರುವ ಹಾಗೆ ಕಾಣಿಸುತ್ತಿಲ್ಲವಲ್ಲ" ಅನ್ನಿಸುತ್ತದೆ.

ಬಾಂಗ್ಲಾದೇಶದ ಯುದ್ಧದ ಬಗ್ಗೆ, ಕಮ್ಯುನಿಸ್ಮ್‌ನ ಬಗ್ಗೆ ಎಂದೂ ಮಾತಾಡಿಕೊಳ್ಳದ ಈ ಕಾದಂಬರಿಯ ಪಾತ್ರಗಳು ಈ ತಮ್ಮ ಜೀವನದ ನರಳುವಿಕೆಯ, ಒಂಟಿತನದ ಹಿಂದೆ ಯಾವ ವ್ಯವಸ್ಥೆ ಕೆಲಸ ಮಾಡುತ್ತಿರಬಹುದು ಎಂದು ಕೇಳಿಕೊಳ್ಳುತ್ತಾರೆ. "ಇನ್ನೆಷ್ಟು ದಿನ ಈ ಸಂಕಟ" ಎಂದು ಭಗವತಿಗೋ, ಗುರುವಾಯೂರಪ್ಪನಿಗೋ, ಪಡೆದವನಿಗೋ, ಮೊಹಿಯುದ್ದೀನ್ ಶೇಖರಿಗೋ ಪ್ರಶ್ನೆ ಮಾಡುತ್ತಾರೆ. "ಈ ಭೂಲೋಕದಲ್ಲಿ ಹೊಟ್ಟೆ ತುಂಬಿಸಿಕೊಳ್ಳಲು ಜನರು ಎಲ್ಲಿಂದ ಎಲ್ಲಿಯವರೆಗೆ ಹೋಗಬೇಕಾಗುತ್ತಲ್ಲಾ ನಿನ್ನನ್ನು ನಂಬಿ" ಎಂದು ಅಚ್ಚರಿ ಪಡುತ್ತಾರೆ. "ಅಸತ್ಯವಿಶ್ವಾಸಿಗಳನ್ನು ತನ್ನ ನರಕದಲ್ಲಿ ಸುಡುವ ಆ ಪಡೆದವನು ಸತ್ಯವಿಶ್ವಾಸಿಗಳನ್ನು ಬದುಕಿರುವಾಗಲೇ ಯಾಕೆ ಹೀಗೆ ಶಿಕ್ಷೆಗೆ ಗುರಿಪಡಿಸುತ್ತಾನೆ" ಅನ್ನುವ ಪ್ರಶ್ನೆ ಉಸ್ಮಾನ್ ರೈಟರ್ ಅವರದ್ದು. ಆದರೆ ಅವರೇ ಒಮ್ಮೆ "ಇಲ್ಲಿ ಯಾವುದಕ್ಕೂ ಏನಕ್ಕೂ ಯಾವುದೇ ಕಾರಣಗಳಿರುವುದಿಲ್ಲ. ಜೀವಗಳು ಹೋಗುತ್ತವೆ ಬರುತ್ತವೆ. ಅದಕ್ಕೆಲ್ಲಾ ಕಾರಣಗಳನ್ನು ಹುಡುಕಲು ಹೋದರೆ ಹುಚ್ಚು ಹಿಡಿಯುತ್ತದೆ" ಅಂತಲೂ ಅಂದಿದ್ದಾರೆ. ಅದರ ಮಧ್ಯ ಫಾತುಮಾ "ಕಾಫಿಯಲ್ಲಿ ಇನ್ನೂ ಬೆಲ್ಲ ಕರಗಿಯೇ ಇಲ್ಲವಲ್ಲ ಪಡೆದವನೇ" ಎಂದು ರೋದಿಸುತ್ತಿದ್ದಾಳೆ.

ಜೀವನದ ಅರ್ಥ ಹೂವಿನ ಕೊಲ್ಲಿಯ ಪಾತ್ರಗಳಿಗೆ ಸಿಗುತ್ತದೋ ಇಲ್ಲವೋ, ಆದರೆ ಸಹಜೀವಿಗಳ ನೋವನ್ನು ಅವರು ಅರ್ಥ ಮಾಡಿಕೊಳ್ಳಬಲ್ಲರು. ಹಾಜಮ್ಮ ಮಾತು ಬಾರದ ಹುಂಜದ ಮನಸ್ಸಿನ ಅಕ್ಕಿ ತವುಡು ಬೇಕೆಂಬ ಆಸೆಯನ್ನೂ ಅರ್ಥ ಮಾಡಿಕೊಳ್ಳುವ ಸಾಮರ್ಥ್ಯ ಇರುವವಳು. ಮುದಾರನಿಗೆ ನಂಬಿಯಾರರಿಗೆ ಅಡಿಕೆ ಸಿಗದೆ ದುಃಖವಾಗುತ್ತಿದೆ ಅನ್ನುವುದು ಅರ್ಥವಾಗುತ್ತದೆ. ಹೂವಿನ ಕೊಲ್ಲಿಯ ಎಲ್ಲರೂ ಬೆಳೆದ ಮಗನನ್ನು ಕಳೆದುಕೊಂಡಿರುವ ನಂಬಿಯಾರರ "ನೋವನ್ನು ಅರ್ಥ ಮಾಡಿಕೊಂಡು ಒಳಗೊಳಗೇ" ಸಂಕಟಪಡುತ್ತಿರುತ್ತಾರೆ. ಇದು ವೈಚಾರಿಕವಾಗಿಯೋ, ಸೈದ್ಧಾಂತಿಕವಾಗಿಯೋ,

ಧಾರ್ಮಿಕ ಹಿನ್ನಲೆಯಿಂದಲೋ ಮಾಡಿಕೊಂಡಿರುವ 'ಅರ್ಥ' ಅಲ್ಲ; ಜೊತೆಗೆ ಬದುಕುತ್ತಿರುವ ಜೀವಿಯೊಂದರ ಬಗ್ಗೆ ಸಹಜವಾಗಿ ಮೂಡಿರುವ 'ಸಹ ಅನುಭೂತಿ'.

ಜೀವ ಇರುವ ಮಾನವರಿಗಾದರೆ ಅನುಭೂತಿ ಇರುತ್ತದೆ. ಆದರೆ ಪ್ರಕೃತಿಗೆ ಇರಬೇಕಲ್ಲಾ? ಇಷ್ಟೆಲ್ಲಾ ನೋವುಗಳಿಂದ ತುಂಬಿರುವ ಹುಲು ಮನುಷ್ಯರ ಜೀವನಕ್ಕೂ ತನಗೂ ಸಂಬಂಧವೇ ಇಲ್ಲ ಅಂದು ತನ್ನ ಪಾಡಿಗೆ ತಾನು ಮಾತ್ರ ರಮಣೀಯವಾಗಿ ಬೇರೆ ಬೇರೆ ತರದ ಬಿಸಿಲಿನಲ್ಲಿ, ಮಳೆಯಲ್ಲಿ, ಚಳಿಯಲ್ಲಿ, ಪ್ರಕೃತಿ 'ನಗುತ್ತ' ಮಲಗಿರುತ್ತದೆ. 'ಮಲ್ಲಿಗೆಯ ಬಳ್ಳಿ, ಚೆಂಡು ಹೂವಿನ ಗಿಡ, ಬಸಳೆಯ ಚಪ್ಪರ, ಸಿಹಿಗೆಣಸಿನ ಪೊದೆ... ಬೆಳದಿಂಗಳಿನಲ್ಲಿ ಮಿಂದು ಗಾಳಿಗೆ' ಅಲ್ಲಾಡುತ್ತಿರುತ್ತವೆ. ಕಳೆದು ಹೋಗಿರುವ ಮಗ ಹಾರೂನನನ್ನು ಗಾಬರಿಯಿಂದ ಹುಡುಕುತ್ತಿರುವವರ ಮೇಲೆ 'ಇಳಿ ಮಧ್ಯಾಹ್ನದ ಸೂರ್ಯ' ಬೆಳಕು ಚೆಲ್ಲುತ್ತಿರುತ್ತಾನೆ. ಯಾರ ಬದುಕೂ ಸರಿಯಾಗಿಲ್ಲ ಎಂದು ಉಸ್ಮಾನ್ ರೈಟರ್ ಬಾಗಿಲು ತೆಗೆದರೆ, ಹಜಾರದಲ್ಲಿ ಸಣ್ಣಗೆ ಬೆಳಕು ತುಂಬಿಕೊಳ್ಳುತ್ತಿರುತ್ತದೆ.

ಪ್ರಕೃತಿಯೇನೋ ಮಾನವರ ನರಳಾಟದ ಜೀವನಕ್ಕೆ ಮಿಡಿಯದ ಒಂದು 'ತಟಸ್ಥ' ಹಿನ್ನೆಲೆ. ಆದರೆ ಈ ಕಾದಂಬರಿಯ ನಿರೂಪಕನೂ ಹೀಗೆ ತನ್ನ ಪಾತ್ರಗಳಿಂದ ದೂರವಿದ್ದಾನೆಯೇ? ಈ ಕಾದಂಬರಿಯ ನಿರೂಪಣಾ ನೋಟ ಎಲ್ಲವನ್ನೂ ಕ್ಯಾಲೆಂಡರನಲ್ಲಿ ಕೂತು ನೋಡುವ ಪರ್ಷಿಯನ್ ಬೆಕ್ಕಿನದ್ದೋ, ನಡುನಡುವೆ ಬಾಯಿ ಹಾಕಿ ತುಂಟತನ ಮಾಡುವ ಜುಲೈಕಾ ಗಿಳಿಯದ್ದೋ, ಅಥವಾ ಪೇರಲೆಯ ಗೆಲ್ಲಲ್ಲಿ ಆಡುತ್ತಾ ಕೂತು ಅಲ್ಲಿಂದಲೇ ಎಲ್ಲವನ್ನೂ ನೋಡುವ ಮಗು ಹಾಜಿರಾಳದ್ದೋ? ಇದ್ಯಾವುದೇ ಇದ್ದರೂ ಈ ಕಾದಂಬರಿಯ ನಿರೂಪಣೆಯ ವೈಶಿಷ್ಟ್ಯ ಇರುವುದು ಎಲ್ಲಿಯೂ ಪಾತ್ರಗಳ ಮೇಲೆ, ಅವುಗಳ ನಡೆಗಳ ಮೇಲೆ, ನಂಬಿಕೆಗಳ ಮೇಲೆ 'ನೈತಿಕ' ಅಥವಾ 'ವೈಚಾರಿಕ' ಟಿಪ್ಪಣಿಯನ್ನು ಮಾಡದೇ ಇರುವುದು. 'ಇವರೆಲ್ಲಾ ಎಂತಾ ಮೂಢನಂಬಿಕೆ ಜನಾರಿ' ಎಂದೆಲ್ಲಾ ಹೇಳದೇ ಇರುವುದು. ಇಲ್ಲಿ ನಿರೂಪಕ ಇದ್ದು ಕೂಡ ಇಲ್ಲ ಅನ್ನುವ ಹಾಗೆ ಪಾತ್ರಗಳು ತಮ್ಮ ಪಾಡಿಗೆ ತಾವಿದ್ದಾವೆ ಅನಿಸುತ್ತದೆ.

ಹೂವಿನಕೊಲ್ಲಿ ಕಾದಂಬರಿಯ ಸಂಕೀರ್ಣ ಸೌಂದರ್ಯವನ್ನು ಈ ಕೆಲವು ಪುಟಗಳ ಅವಲೋಕನದಲ್ಲಿ ಹಿಡಿದಿಡುವುದು ಅಸಾಧ್ಯ ಅನ್ನುವ ಅರಿವು ನನಗಿದೆ. ಹಾಗೆ ಮಾಡುವುದು ಸಾಧ್ಯವಿದ್ದಲ್ಲಿ ಯಾರಾದರೂ ಕತೆ, ಕಾದಂಬರಿಗಳನ್ನಾದರೂ ಯಾಕೆ ಬರೆಯಬೇಕು? ಜೀವನದ 'ಕೊನೆಮಾಡಲಾಗದಿರುವಿಕೆ'ಯನ್ನು ಕೊನೆಯೊಂದು ಇರಲೇ ಬೇಕಾದ ಕಾದಂಬರಿ ರೂಪದಲ್ಲಿ ಕಾಣಿಸುವುದು ಕತೆಗಾರನ ಮುಂದಿರುವ ಸವಾಲಾದರೆ, ಒಂದು

ಇಷ್ಟವಾದ ಕಾದಂಬರಿಯು ನೀಡುವ ಅನುಭವವನ್ನು ಸರಳೀಕರಿಸದೆ ಮತ್ತು ಅತೀ ಬೌದ್ಧಿಕಗೊಳಿಸದೆ ಇತರರೊಡನೆ ಹಂಚಿಕೊಳ್ಳುವುದು ನನ್ನಂತಹ ಕತೆಪ್ರೇಮಿಗಳಿಗೆ ಇರುವ ಸವಾಲು. ಆದರೂ ನನ್ನ ಈ ಲೇಖನವನ್ನು ಅಂಜಿಕೆಯಿಂದಲೇ ಒಂದು ಪ್ರಶ್ನೆಯಿಂದ ಕೊನೆಮಾಡುತ್ತೇನೆ. ಯಾವ ಮನುಷ್ಯನೂ ಒಂದು ದ್ವೀಪವಲ್ಲವೆಂದಾದರೆ, ಯಾವ ಕಾದಂಬರಿಯಾದರೂ ಒಂದು ದ್ವೀಪವಾದೀತೆ? ಈ ಕಾದಂಬರಿ ಖಂಡಿತವಾಗಿಯೂ ಕುವೆಂಪು, ತೇಜಸ್ವಿ, ದೇವನೂರು ಮಹದೇವರನ್ನು ನೆನಪಿಸುತ್ತದೆ. ಆದರೆ ಈ ಪ್ರಭಾವಗಳು ದ್ವೀಪವೊಂದಕ್ಕೆ ಅಪ್ಪಿತಪ್ಪಿ ದಾರಿತಪ್ಪಿ, ಅಚಾನಕ್ಕಾಗಿ, ಇಷ್ಟವಿಲ್ಲದೇ ಬಂದಿರುವ ಹಡಗುಗಳಂತೆಯೋ, ಅಥವಾ ಅಪರೂಪಕ್ಕಾದರೂ ನಿಯಮಿತವಾಗಿ ಬರುವ ವ್ಯಾಪಾರಿ ಹಡಗುಗಳಂತೆಯೋ?

ಲೇಖಕರ ಇತರ ಕೃತಿಗಳು

- ಹಾಲು ಕುಡಿದ ಹುಡುಗಾ
- ಪ್ರಾಣಪಕ್ಷಿ
- ಸಂಪೂರ್ಣ ಪಾರಿಜಾತ
- ಲಾರ್ಡ್ ಕಾರ್ನ್‌ವಾಲಿಸ್ ಮತ್ತು ಕ್ವೀನ್ ಎಲಿಜಬೆತ್
- ಈ ತನಕದ ಕಥೆಗಳು
- ಹೊತ್ತು ಗೊತ್ತಿಲ್ಲದ ಕಥೆಗಳು
- ಅಂತಾರಾಷ್ಟ್ರೀಯ ಕುಂಬಳಕಾಯಿ
  (ಕಥಾ ಸಂಕಲನಗಳು)

- ನನ್ನ ಪಾಡಿಗೆ ನಾನು
- ನರಕದ ಕೆನ್ನಾಲಿಗೆಯಂತಹ ನಿನ್ನ ಬೆನ್ನ ಹುರಿ
  (ಕವನ ಸಂಕಲನಗಳು)

- ಮಾತಿಗೂ ಆಚೆ
- ಅಲೆಮಾರಿಯ ದಿನಚರಿ
- ಶಿಲ್ಲಾಂಗ್ ಪತ್ರ
- ಮೈಸೂರು ಪೋಸ್ಟ್
- ಕಾಲುಚಕ್ರ
  (ಅಂಕಣ ಬರಹಗಳು)

ವೀರಲೋಕದ ಪ್ರಕಟಣೆಗಳು